ಭಾರತದ ಜನ ಇತಿಹಾಸ – ೫

ಮೌರ್ಯರ ಕಾಲದ ಭಾರತ

ಇರ್ಫಾನ್ ಹಬೀಬ್
ವಿವೇಕಾನಂದ ಝಾ

ಕನ್ನಡಕ್ಕೆ

ನಗರಗೆರೆ ರಮೇಶ್

ಚಿಂತನ ಪುಸ್ತಕ

MAURYARA KALADA BHARATHA : Kannada translation of MAURYAN INDIA
by Irfan Habib, Vijayananda Jha; Tr: Nagaragere Ramesh

Published by Chinthana Pusthaka, Bangalore

Publication of Kannada translation of this title is authorised by Aligarh Historian Society who have the copyright of the original publication in English.

ಪ್ರಥಮ ಮುದ್ರಣ : ಡಿಸೆಂಬರ್ 2014
ISBN No. 978-93-81187-25-8

ಪುಟಗಳು : 200+10+4

ಬೆಲೆ : ರೂ.160/–

Paper	:	Demi 1/8, 70GSM
Coverpage	:	Artboard 300GSM
Copies	:	1000
Cover Page Design	:	M.RAMU

ರಕ್ಷಾಪುಟದ ಚಿತ್ರಗಳು : ಸಿಂಹಸಂಭ, ಸಾರನಾಥ; ಅಶೋಕ ಸಂಭ, ಲೌರಿಯಾನಂದನಗಢ; ರುಮಿಂದೈ ಸ್ತಂಭ ಲೇಖ; ಮಣಿನ ಆಟಿಕೆ ಗಾಡಿ, ಅತ್ರಂಜಿಖೆರಾ; ಲೋಮಸ ಋಷಿ ಗುಹೆ, ಬಾರಾಬರ್ ಬೆಟ್ಟ

ಲೇಖಕರು : ನಗರಗೆರೆ ರಮೇಶ್
366, 8ನೇ ಅಡ್ಡರಸ್ತೆ, 8ನೇ ಮುಖ್ಯರಸ್ತೆ,
ಪದ್ಮನಾಭನಗರ, ಬೆಂಗಳೂರು

ಪ್ರಕಾಶಕರು : ಚಿಂತನ ಪುಸ್ತಕ
#405, 1ನೇ ಅಡ್ಡ ರಸ್ತೆ, ಡಾಲರ್ಸ್ ಕಾಲೋನಿ,
ಜೆ.ಪಿ.ನಗರ 4ನೇ ಫೇಸ್, ಬೆಂಗಳೂರು– 560078
Phone: 99022-49150
Web : chinthanapusthaka.wordpress.com
chinthanapusthaka.blogspot.com
email : chinthana.pusthaka@gmail.com

ಮುದ್ರಣ: ಕ್ರಿಯಾ
#40/5, 2ನೇ ಬಿ ಮುಖ್ಯರಸ್ತೆ, 16 ನೇ ಅಡ್ಡರಸ್ತೆ,
ಸಂಪಂಗಿರಾಮನಗರ, ಬೆಂಗಳೂರು–560 027

ವಿತರಕರು: ಪುಸ್ತಕ ಪ್ರೀತಿ (ಕ್ರಿಯಾ ಮಾಧ್ಯಮ ಪ್ರೈ. ಲಿ. ನ ಘಟಕ)
4ನೇ ಅಡ್ಡರಸ್ತೆ, ಮಹಾಲಕ್ಷ್ಮಿ ಬಡಾವಣೆ
ಬೆಂಗಳೂರು – 560 079
email : pusthakapreethi@gmail.com

Phone: 9036082005, 080-23494488

ಭಾರತದ ಪ್ರತಿಷ್ಠಿತ ಇತಿಹಾಸಕಾರರೂ, ಪ್ರಮುಖ ಚಿಂತಕರಲ್ಲಿ ಒಬ್ಬರೂ ಆಗಿರುವ ಪ್ರೊ.ಇರ್ಫಾನ್ ಹಬೀಬ್ ಅವರ ಸಂಪಾದಕತ್ವದಲ್ಲಿ 'ಅಲಿಗರ್ ಹಿಸ್ಟೋರಿಯನ್ಸ್ ಸೊಸೈಟಿ' ಪ್ರಕಟಿಸುತ್ತಿರುವ 'A People's History of India', ಸರಣಿಯ ಐದನೇ ಕೃತಿಯ ಕನ್ನಡ ಅನುವಾದ ನಿಮ್ಮ ಕೈಗಳಲ್ಲಿದೆ. ಇದು ಕ್ರಿ.ಪೂ.350–185 ರ ಅವಧಿಯನ್ನು ಕುರಿತಾದದ್ದು– ಅಲೆಕ್ಸಾಂಡರನ ಆಕ್ರಮಣ ಮತ್ತು ನಂತರ ಮೌರ್ಯ ಸಾಮ್ರಾಜ್ಯದ ಇತಿಹಾಸದ ಅವಧಿಯಿದು. ಆ ಕಾಲದ ಸಮಾಜ, ಸಂಸ್ಕೃತಿ ಮತ್ತು ಆರ್ಥಿಕತೆಯನ್ನು ಲಭ್ಯವಿರುವ ವಿವಿಧ ಮೂಲಗಳ ಆಧಾರದಲ್ಲಿ ಪ್ರೊ. ಇರ್ಫಾನ್ ಹಬೀಬ್‌ರವರು ಪ್ರೊ. ವಿವೇಕಾನಂದ ಝಾ ಅವರ ಜೊತೆಗೂಡಿ ಇಲ್ಲಿ ಕಟ್ಟಿಕೊಟ್ಟಿದ್ದಾರೆ. ಇದನ್ನು ನಮ್ಮ ಕೋರಿಕೆಯಂತೆ ಪ್ರೊ. ನಗರಗೆರೆ ರಮೇಶ್ ಅವರು ಅನುವಾದಿಸಿ ಕೊಟ್ಟಿದ್ದಾರೆ.

ಸಾಮಾನ್ಯ ಓದುಗರು ಮತ್ತು ಇತಿಹಾಸದ ವಿದ್ಯಾರ್ಥಿಗಳನ್ನು ಕೂಡ ಉದ್ದೇಶಿಸಿ ರಚಿಸಿರುವ ಈ ಕೃತಿ 'ಜನ ಇತಿಹಾಸ' ಎಂಬ ಹೆಸರಿಗೆ ಅನುರೂಪವಾಗಿ ಆಯಾಕಾಲದ ಸಾಮಾಜಿಕ ರಚನೆ, ಆರ್ಥಿಕ ಜೀವನ, ವರ್ಗ ಸಂಬಂಧಗಳು, ಲಿಂಗ ಸಂಬಂಧಗಳು, ಶೋಷಣೆಯ ಸ್ವರೂಪ, ಭಾಷೆ, ಸಂಸ್ಕೃತಿ ಇತ್ಯಾದಿ ಎಲ್ಲ ಎಲ್ಲ ಆಯಾಮಗಳನ್ನು ಪರಿಶೀಲಿಸಿದ್ದು ಕನ್ನಡದ ಓದುಗರಿಗೆ ಬಹಳ ಉಪಯುಕ್ತವಾಗುತ್ತದೆ ಎಂಬ ನಿರೀಕ್ಷೆ ನಮ್ಮದು.

ಇದಕ್ಕೆ ಅನುಮತಿ ನೀಡಿರುವ ಅಲಿಗರ್ ಹಿಸ್ಟೋರಿಯನ್ಸ್ ಸೊಸೈಟಿಗೆ ಹಾಗೂ ಸಾಧ್ಯಗೊಳಿಸಿರುವ ಪ್ರೊ. ನಗರಗೆರೆ ರಮೇಶ್ ಅವರಿಗೆ ನಾವು ಕೃತಜ್ಞರು. ಆವರಣ ಪುಟಗಳೂ ಸೇರಿದಂತೆ ಈ ಪುಸ್ತಕದ ವಿನ್ಯಾಸ ಮಾಡಿಕೊಟ್ಟಿರುವ 'ಕ್ರಿಯಾ'ದ ಎಂ. ರಾಮು ಮತ್ತು ಮುದ್ರಿಸಿ ಕೊಟ್ಟಿರುವ ಜಿ.ಚಂದ್ರಶೇಖರ್ ಹಾಗೂ 'ಕ್ರಿಯಾ' ಮುದ್ರಣಾಲಯದ ಅವರ ಸಂಗಾತಿಗಳಿಗೂ ಕೃತಜ್ಞತೆಗಳು.

'ಅಲಿಗರ್ ಹಿಸ್ಟೋರಿಯನ್ಸ್ ಸೊಸೈಟಿ' ಹಲವು ವರ್ಷಗಳಿಂದ ಇತಿಹಾಸದ ಬಗ್ಗೆ ವೈಜ್ಞಾನಿಕ ಮತ್ತು ಜಾತ್ಯಾತೀತ ಕಣ್ಣೋಟವನ್ನು ಪ್ರೋತ್ಸಾಹಿಸುತ್ತಿರುವ ಹಾಗೂ ಕೋಮುವಾದಿ ಮತ್ತು ಸಂಕುಚಿತವಾದೀ ವ್ಯಾಖ್ಯೆಗಳನ್ನು ಪ್ರತಿರೋಧಿಸುತ್ತಿರುವ ಒಂದು ಸಂಸ್ಥೆ. ಅದು ಕೈಗೆತ್ತಿಕೊಂಡಿರುವ *A People's History of India* ಸರಣಿಯಲ್ಲಿ ಭಾರತದ ಜನ ಇತಿಹಾಸವನ್ನು ಸಂಕಲಿಸುವ ಈ ಯೋಜನೆಯ ಅಡಿಯಲ್ಲಿ ಇದುವರೆಗೆ ಹತ್ತು ಕೃತಿಗಳು ಪ್ರಕಟವಾಗಿವೆ.

1. Prehistory 2. The Indus Civilization 3. The Vedic Age 4. The Age of Iron and the Religious Revolution 5. Mauryan India 6. Post-Mauryan India: A Political and Economic History 20. Technology in Medieval India, c. 650-1750 25. Indian Economy Under Early British Rule 1757-1857 28. Indian Economy, 1858-1914 36. Man and Environment : The Ecological History of India

ಕನ್ನಡದಲ್ಲಿ ಇದುವರೆಗೆ ಮೊದಲ ಎರಡು ಕೃತಿಗಳು ಬಂದಿದ್ದು ಈ ಮರುಮುದ್ರಣದ ಜತೆಗೆ ಮೇಲೆ ತಿಳಿಸಿರುವ 3,4,5 ಮತ್ತು 28 ಪ್ರಕಟಣೆಗೆ ಸಿದ್ಧವಾಗಿವೆ. ಈ ಮಾಲಿಕೆಯ ಎಲ್ಲಾ ಕೃತಿಗಳನ್ನು ಕನ್ನಡಕ್ಕೆ ಭಾಷಾಂತರಿಸಿ ಪ್ರಕಟಿಸಲು ಆಲಿಗರ್ ಹಿಸ್ಟೋರಿಯನ್ಸ್ ಸೊಸೈಟಿ 'ಚಿಂತನ ಪುಸ್ತಕ'ಕ್ಕೆ ಅನುಮತಿ ನೀಡಿದೆ.

ಪ್ರಸ್ತುತ ಕೃತಿಯನ್ನು ರಚಿಸಿರುವ ಪ್ರೊ. ಇರ್ಫಾನ್ ಹಬೀಬ್, ಭಾರತದ ಪ್ರಖ್ಯಾತ ಇತಿಹಾಸಕಾರರು ಮತ್ತು ಈ ಹಿಂದೆ ಅಲಿಗಢ ಮುಸ್ಲಿಂ ವಿಶ್ವವಿದ್ಯಾಲಯದಲ್ಲಿ ಇತಿಹಾಸದ ಪ್ರಾಧ್ಯಾಪಕರಾಗಿದ್ದು ಹಲವು ಗ್ರಂಥಗಳನ್ನು ರಚಿಸಿದ್ದಾರೆ. ಮೇಲೆ ತಿಳಿಸಿದಂತೆ ಇವರ ಸಂಪಾದಕತ್ವದಲ್ಲಿ ಈ ಯೋಜನೆಯ ಸಂಪುಟಗಳು ಪ್ರಕಟವಾಗುತ್ತಿವೆ.

ನಗರಗೆರೆ ರಮೇಶ್ ಅವರು ಬೆಂಗಳೂರಿನ ನ್ಯಾಷನಲ್ ಕಾಲೇಜಿನ ನಿವೃತ್ತ ಇಂಗ್ಲೀಷ್ ಪ್ರಾಧ್ಯಾಪಕರು. ಹಲವು ತೆಲುಗು ಮತ್ತು ಇಂಗ್ಲಿಷ್ ಕೃತಿಗಳನ್ನು ಕನ್ನಡಕ್ಕೆ ಅನುವಾದಿಸಿದ್ದಾರೆ. ಮಾನವ ಹಕ್ಕು ಸಂಘಟನೆಯೊಂದರಲ್ಲಿ ಸಕ್ರಿಯವಾಗಿದ್ದಾರೆ.

ಅನುವಾದಕರ ಮಾತು

ವಿದ್ಯಾಭ್ಯಾಸದ ಎಲ್ಲ ಹಂತಗಳಲ್ಲಿಯೂ ಮಾತೃಭಾಷೆಯಲ್ಲಿಯೇ ಶಿಕ್ಷಣ ದೊರೆಯಬೇಕೆಂಬ ಅಭಿಪ್ರಾಯ ನಿಧಾನವಾಗಿಯಾದರೂ ಜನ ಮಾನಸದಲ್ಲಿ ಜಾಗ ಕಂಡುಕೊಳ್ಳುತ್ತಿದೆ. ಕೇವಲ ಪರೀಕ್ಷೆಗಳನ್ನು ಬರೆದು ಪದವಿ ಪಡೆಯುವುದು ನಿಜವಾದ ಶಿಕ್ಷಣವಲ್ಲ; ತಾವು ಆಯ್ದುಕೊಂಡ ವಿಷಯವನ್ನು ಆಳವಾಗಿ ಅಭ್ಯಾಸ ಮಾಡಿ ಅದರಲ್ಲಿ ಸ್ವಲ್ಪ ಮಟ್ಟಿಗಾದರೂ ಪರಿಣತಿಯನ್ನು ಹೊಂದುವುದು ಶಿಕ್ಷಣದ ನಿಜವಾದ ಗುರಿಗಳಲ್ಲೊಂದು. ಈ ಗುರಿಯನ್ನು ತಲುಪ ಬೇಕಾದರೆ ಹಲವರು ಚಿಂತಕರು ತಮ್ಮ ಸತತ ಸಂಶೋಧನೆಯಿಂದ (ಇಂಗ್ಲಿಷ್ ಅಥವಾ ಇನ್ನಾವುದೇ ಭಾಷೆಯಲ್ಲಿ) ಓದುಗರ ಮುಂದಿಡುವ ವಿಷಯಗಳು ಆ ವಿಷಯಗಳ ಅಧ್ಯಯನ ನಡೆಸುವ ವಿದ್ಯಾರ್ಥಿಗಳ/ ಓದುಗರ ಜ್ಞಾನದ ಭಾಗವಾಗ ಬೇಕಾಗಿದೆ.

ಭಾರತದ ಸಂದರ್ಭದಲ್ಲಿ ಈ ಅಂಶವೇ ಒಂದು ದೊಡ್ಡ ಸಮಸ್ಯೆಯನ್ನು ಒಡ್ಡಿದೆ ಎನ್ನ ಬಹುದು. ಮುಖ್ಯವಾಗಿ ಮಾನವಿಕ ಕ್ಷೇತ್ರದಲ್ಲಿನ ಹಲವು ವಿಷಯಗಳನ್ನು (ಇತಿಹಾಸ, ಅರ್ಥಶಾಸ್ತ್ರ, ಸಮಾಜ ಶಾಸ್ತ್ರ ಇತ್ಯಾದಿ) ಅಭ್ಯಾಸ ಮಾಡುವ ವಿದ್ಯಾರ್ಥಿಗಳಲ್ಲಿ ಅನೇಕರು, ಹಲವು ಕಾರಣಗಳಿಂದಾಗಿ, ಇಂಗ್ಲಿಷ್ ಭಾಷೆಯ ಮೇಲೆ ಹಿಡಿತವನ್ನು ಸಾಧಿಸಿರುವುದಿಲ್ಲವಾಗಿ, ಕನ್ನಡದಲ್ಲಿ ಲಭ್ಯವಿರುವ ಪುಸ್ತಕಗಳನ್ನು ಆಶ್ರಯಿಸ ಬೇಕಾಗಿದೆ. ಇವು ಮೂಲ ಗ್ರಂಥಗಳ ಅನುವಾದಗಳೂ ಅಲ್ಲದಿರುವುದರಿಂದ ಕೇವಲ ಸೆಕಂಡರಿ ಸೋರ್ಸ್ ಆಗಿ ಉಳಿಯುತ್ತವೆ. ಅನುವಾದವನ್ನೂ ಸಹ ಪ್ರೈಮರಿ ಎಂದು ಕರೆಯಲಾಗದಿದ್ದರೂ ಸರಿಯಾದ ರೀತಿಯಲ್ಲಿ ಮಾಡಿದ ಅನುವಾದವೊಂದು ಮೂಲದಲ್ಲಿನ ವಿಷಯಗಳನ್ನು ಮತ್ತೊಂದು ಭಾಷೆಯಲ್ಲಿ ಯಥಾವತ್ತಾಗಿ ಪ್ರಸ್ತುತ ಪಡಿಸುತ್ತದೆ ಎಂದು ಹೇಳಬಹುದು. ಅಷ್ಟರ ಮಟ್ಟಿಗೆ ಅದು ಮೂಲ ಆಕರ ವಾಗುವ ಸಾಧ್ಯತೆ ಇದೆ. ಚಿಂತನ ಪುಸ್ತಕದವರು ಇಂಥ ಹಲವು ಓದುಗರಿಗೆ ಅನುವಾಗಲೆಂದೇ, ಒಂದು ನಿರ್ದಿಷ್ಟ ಪ್ರಣಾಳಿಕೆಯಂತೆ ಮಾನವಿಕ ಶಾಸ್ತ್ರಗಳ ಅಧ್ಯಯನದ ಕ್ಷೇತ್ರದಲ್ಲಿ ಹಲವು ಗ್ರಂಥಗಳನ್ನು ಹೊರ ತರುತ್ತಿದ್ದಾರೆ. "ಭಾರತದ ಜನ ಇತಿಹಾಸ" ಮಾಲಿಕೆಯ ಭಾಗವಾಗಿ ಪ್ರಕಟವಾಗುತ್ತಿರುವ ಈ ಗ್ರಂಥವು ಆಲಿಘರ್ ಹಿಸ್ಟೋರಿಯನ್ಸ್ ಸೊಸೈಟಿ ಯವರು ತೂಲಿಕಾ ಬುಕ್ಸ್ ಮೂಲಕ ಹೊರಡಿಸಿರುವ "ಎ ಪೀಪಲ್ಸ್ ಹಿಸ್ಟರಿ ಆಫ್ ಇಂಡಿಯ" ಸರಣಿಯಲ್ಲಿ ಐದನೆಯದು.

ಈ ಸರಣಿಯ ಪ್ರಧಾನ ಸಂಪಾದಕರಾದ ಪ್ರೊ. ಇರ್ಫಾನ್ ಹಬೀಬ್ ಅವರು ಆಲಿಘರ್ ಮುಸ್ಲಿಂ ವಿಶ್ವವಿದ್ಯಾಲಯದ ಜಗದ್ವಿಖ್ಯಾತ ಇತಿಹಾಸಜ್ಞರು, ಶ್ರೇಷ್ಠ ಸಂಶೋಧಕರು. ಈ ಗ್ರಂಥದ ರಚನೆಯಲ್ಲಿ ಅವರ ಜತೆ ಕೈಜೋಡಿಸಿರುವ ಡಾ.

ವಿವೇಕಾನಂದ ಝಾ ಅವರೂ ಸಹ ಪ್ರಾಚೀನ ಭಾರತದ ಇತಿಹಾಸದ ಬಗೆಗಿನ ತಮ್ಮ ಸಂಶೋಧನೆ ಹಾಗೂ ಬರಹಗಳ ಮೂಲಕ ಶೈಕ್ಷಣಿಕ ವಲಯದಲ್ಲಿ ವಿಶಿಷ್ಟ ಸ್ಥಾನ ಗಳಿಸಿರುವವರು. ಇವರಿಬ್ಬರ ಶ್ರಮದ ಫಲವಾದ "ಮೌರ್ಯರ ಕಾಲದ ಭಾರತ"ದ ಇತಿಹಾಸದ ಓದು ಕನ್ನಡದ ಓದುಗರಿಗೆ/ವಿದ್ಯಾರ್ಥಿಗಳಿಗೆ ದೊರೆತರೆ ಅದರ ಮೂಲಕ ಅದು ಮೂಲ ಲೇಖಕರನ್ನೇ ಓದುಗರಿಗೆ ಪರಿಚಯ ಮಾಡಿದಂತಾಗುತ್ತದೆ ಎಂಬ ಆಶಯ ದೊಂದಿಗೆ ಮೂಲ 'ಮೌರ್ಯನ್ ಇಂಡಿಯ' ವನ್ನು ಕನ್ನಡಕ್ಕೆ ತರಲಾಗಿದೆ.

ಸಂಸ್ಕೃತಿ ಚಿಂತನೆಯಲ್ಲಿ, ಮುಖ್ಯವಾಗಿ, ಇತಿಹಾಸ ಮತ್ತು ಸಮಾಜಶಾಸ್ತ್ರಗಳ ಕ್ಷೇತ್ರದಲ್ಲಿ ಸಂಕುಚಿತ ರಾಷ್ಟ್ರೀಯತಾ ಮನೋಭಾವ ಮತ್ತು ವೈಜ್ಞಾನಿಕ ವಿಶ್ಲೇಷಣೆಯಿಂದ ಕೂಡಿದ ವಸ್ತುನಿಷ್ಠ ಚಿಂತನೆಗಳ ನಡುವಿನ ಜಗಳ ಇಂದು ನಿನ್ನೆಯದಲ್ಲ. ನಮ್ಮ ದೇಶದ ಇತಿಹಾಸವನ್ನು ಅರ್ಥಮಾಡಿಕೊಳ್ಳುವ ಪ್ರಕ್ರಿಯೆಯಲ್ಲಿಯೇ ಈ ವಿಭಿನ್ನ ಧೋರಣೆಗಳ ನಡುವಿನ ತಿಕ್ಕಾಟ ಪ್ರಕಟವಾಗುತ್ತದೆ. ಕೆಲವು ಬಾರಿ ರಾಷ್ಟ್ರೀಯತೆಯನ್ನು ತೀರಾ ಸೀಮಿತ ಅರ್ಥದಲ್ಲಿ ಸ್ವೀಕರಿಸುವವರ ಕೈ ಮೇಲಾದಾಗ, ಅಂಥವರು ರಾಜಕೀಯವಾಗಿ ಅಧಿಕಾರಸ್ಥರಾದಾಗ ವಸ್ತುನಿಷ್ಠ ಚಿಂತನೆಗೆ ಇನ್ನೂ ಹೆಚ್ಚಿನ ಅಪಾಯ ಎದುರಾಗುತ್ತದೆ. ತಾವು ಇಷ್ಟಪಡದ ಇಂತಹ ಲೋಕದೃಷ್ಟಿಯನ್ನು ಕಮ್ಯೂನಿಸ್ಟರ ಸಿದ್ಧಾಂತವೆಂತಲೋ, ಪಶ್ಚಿಮದ ಧೋರಣೆ ಎಂತಲೋ ಹೀಗಳೆದು ಅದರ ಜಾಗದಲ್ಲಿ ಹುಸಿ ದೇಶಾಭಿಮಾನವನ್ನು ತುಂಬುವ, ಮಿಥ್ಯೆಗಳಿಂದಲೇ ಕೂಡಿದ ಮಾಹಿತಿಯನ್ನೇ ಜನರಿಗೆ ಪರಿಚಯಿಸುವ ಪ್ರಯತ್ನಗಳು ಆಗಾಗ ನಡೆಯುತ್ತಲಿರುತ್ತವೆ. (2014ರ ಪ್ರಸ್ತುತ ಸನ್ನಿವೇಶವು ಅಂತಹ ವಿದ್ಯಮಾನಕ್ಕೆ ಸಾಕ್ಷಿಯಾಗಿದೆ.) ಆದರೆ ಈ ಅಧಿಕಾರ ಲಾಲಸೆ ಮತ್ತು ಮಿಥ್ಯೆಯನ್ನು ವಾಸ್ತವವೆಂದು ಚಿತ್ರಿಸುವ ಪ್ರಯತ್ನಗಳನ್ನು ಸಮರ್ಥವಾಗಿ ಎದುರಿಸಬೇಕಾದರೆ ಇತಿಹಾಸವನ್ನು ವಾಸ್ತವ ನೆಲೆಗಟ್ಟಿನಲ್ಲಿ ಪರಿಚಯಿಸುವ ಇತಿಹಾಸಕಾರರ ಬರಹಗಳು ಎಲ್ಲರಿಗೂ ದೊರೆಯುವಂತಾಗಬೇಕು. ಪರೀಕ್ಷೆಗಳಲ್ಲಿ ಯಶಸ್ವಿಯಾಗುವುದಕ್ಕಿಂತಲೂ ಹೆಚ್ಚು ಮುಖ್ಯವಾದದ್ದು ಒಂದು ಆರೋಗ್ಯಪೂರಿತ ಸಮಾಜವನ್ನು ಸೃಷ್ಟಿಸುವುದು. ಇಂತಹ ಲೇಖಕರ ಗ್ರಂಥಗಳನ್ನು 'ಸುಟ್ಟುಬಿಡಬೇಕು' ಎಂದು ಅಧಿಕಾರಸ್ಥರಲ್ಲಿನ ಕೆಲವರು ಹೇಳುತ್ತಿರುವ ಈ ಸಂದರ್ಭದಲ್ಲಿ ಇಂತಹ ಪ್ರಯತ್ನಗಳ ಅಗತ್ಯ ಇನ್ನೂ ಹೆಚ್ಚಾಗಿದೆ. ವಸ್ತುನಿಷ್ಠವಾಗಿ ಯೋಚಿಸುವವರ ಸಂಖ್ಯೆ ಬೆಳೆಯಲಿ ಎಂಬ ಉದ್ದೇಶದಿಂದ ಸಾಗುತ್ತಿರುವ ಈ ಪ್ರಯತ್ನದ ಭಾಗವಾಗಿ 'ಮೌರ್ಯರ ಕಾಲದ ಭಾರತ' ಪ್ರಕಟವಾಗುತ್ತಿದೆ.

ಈ ಗ್ರಂಥವನ್ನು ಕನ್ನಡಕ್ಕೆ ತರಲು ಸೂಚಿಸಿದ ಚಿಂತನ ಪುಸ್ತಕದ ವಸಂತರಾಜ, ಡಿ.ಟಿ.ಪಿ. ಮಾಡಿಸಲು ಹಾಗೂ ಪ್ರೂಫ್ ತಿದ್ದಲು ಸಹಕರಿಸಿದ ವಿಶಾಲಮತಿ ಮತ್ತು ಈ ಅನುವಾದ ಕಾರ್ಯದಲ್ಲಿ ನನಗೆ ನೆರವು ನೀಡಿದ ಹಲವರು ಗೆಳೆಯರನ್ನು ಕೃತಜ್ಞತೆಯಿಂದ ನೆನೆಯುತ್ತೇನೆ.

ನಗರಗೆರೆ ರಮೇಶ್
ಬೆಂಗಳೂರು
05.11.2014

ಪರಿವಿಡಿ

ಪ್ರಸ್ತಾವನೆ

ಇದು ಭಾರತದ ಜನ ಇತಿಹಾಸ ಮಾಲಿಕೆಯಲ್ಲಿನ ಐದನೆಯ ಸಂಪುಟ. ಈ ಮಾಲಿಕೆಯಲ್ಲಿ ಈಗಾಗಲೇ ಪ್ರಕಟವಾಗಿರುವ ಮೊದಲನೆಯ ನಾಲ್ಕು ಕೃತಿಗಳಲ್ಲಿನ ಧೋರಣೆ ಮತ್ತು ಶೈಲಿಗಳನ್ನೇ ಈ ಕೃತಿಯಲ್ಲೂ ಕಾಣಬಹುದು. ಕೆಲವು ಕಾರಣಗಳಿಂದಾಗಿ ಪ್ರಸ್ತುತ ಸಂಪುಟವು ಹಿಂದಿನವುದಕ್ಕಿಂತಲೂ ದೀರ್ಘವಾಗಿದೆ. ಹಿಂದಿನ ಕೃತಿಗಳಲ್ಲಿ ವಿಷಯ ಪ್ರಸ್ತಾವನೆಯು ಸಂಕ್ಷಿಪ್ತವಾಯಿತೆಂದು ಕೆಲವರು ಓದುಗರು ಅಭಿಪ್ರಾಯ ಪಟ್ಟಿದ್ದರಿಂದ ಈ ಕೃತಿಯಲ್ಲಿ ಹೆಚ್ಚು ವಿವರಣಾತ್ಮಕವಾಗಿರಲು ಯತ್ನಿಸಿದ್ದೇವೆ. ಕೆಲವು ಬಾರಿ ವಿಷಯಗಳ ಪುನರಾವರ್ತನೆಯೂ ಆಗಿರಬಹುದು. ಮೇಲಾಗಿ ಇಲ್ಲಿ ಅಧ್ಯಯನಕ್ಕಾಗಿ ಆರಿಸಿಕೊಂಡಿರುವ ಒಂದುವರೆ ಶತಮಾನಗಳ ಕಾಲದ ಬಗೆಗಿನ ಮಾಹಿತಿಯನ್ನು ಸಂಕ್ಷಿಪ್ತಗೊಳಿಸುವುದು ಕಷ್ಟ. ಹಲವು ಮೂಲ ಆಕರಗಳ ಭಾಗಗಳ ಅನುವಾದಗಳು ಇಲ್ಲಿ ಸೇರಿವೆ. ಉದಾಹರಣೆಗೆ ಅಶೋಕನ ಹತ್ತು ಶಾಸನಗಳನ್ನು ತರ್ಜುಮೆ ಮಾಡಲಾಗಿದೆ. ನಕ್ಷೆಗಳು ಮತ್ತು ಚಿತ್ರಗಳು ಹೆಚ್ಚಿನ ಸಂಖ್ಯೆಯಲ್ಲಿ ಬಳಕೆಯಾಗಿದ್ದು ಕೃತಿಯಲ್ಲಿನ ಮಾಹಿತಿಗೆ ಅವುಗಳು ಪೂರಕವಾಗುತ್ತವೆ ಎಂಬುದು ನಮ್ಮ ನಂಬಿಕೆ. ಮೌರ್ಯರ ಕಾಲಾನುಕ್ರಮಣಿಕೆ, ಅರ್ಥಶಾಸ್ತ್ರದ ರಚನಾಕಾಲ, ಶಾಸನ ಶಾಸ್ತ್ರ ಮತ್ತು ಅಶೋಕನ ಕಾಲದ ಭಾಷಾ ಪ್ರಭೇದಗಳು ಬಹು ಚರ್ಚಿತ ವಿಷಯಗಳಾಗಿದ್ದು ಆ ವಿವರಗಳು ಸಹ ಕೃತಿಯ ಗಾತ್ರವನ್ನು ಹೆಚ್ಚಿಸಿವೆ.

ಪ್ರಾಕೃತ ಶಬ್ದಗಳ ಸಂಸ್ಕೃತ ರೂಪಗಳನ್ನು ಬಳಸದೆ ಮುಖ್ಯವಾಗಿ ಅಶೋಕನ ಕಾಲದ ಮಾಗಧಿ ಪ್ರಭೇದದಲ್ಲಿ ಪ್ರಯೋಗವಾಗಿರುವಂತೆ ಅವುಗಳನ್ನು ಉಳಿಸಿಕೊಳ್ಳಲಾಗಿದೆ. ಅನುಕೂಲ ಹಾಗೂ ಅಧಿಕೃತತೆ – ಈ ಎರಡೂ ಅಂಶಗಳನ್ನು ಗಮನದಲ್ಲಿರಿಸಿಕೊಂಡು ಈ ವಿಧಾನವನ್ನು ಅಳವಡಿಸಿಕೊಂಡಿದ್ದೇವೆ.

ಗ್ರಂಥವಿಸ್ತಾರವನ್ನು ಕಡಿಮೆ ಮಾಡುವ ಸಲುವಾಗಿ ಹಲವು ಹೇಳಿಕೆಗಳ ಮೂಲ ಆಕರಗಳಾದ ಕೃತಿಗಳು ಮತ್ತು ಪ್ರಬಂಧಗಳನ್ನು ಉಲ್ಲೇಖಿಸಲಾಗಿಲ್ಲ. ಆದರೆ ಆಕರ ಗ್ರಂಥಗಳ ವಿವರಗಳನ್ನು ಪ್ರತ್ಯೇಕವಾಗಿ ಪ್ರಸ್ತುತಪಡಿಸಲಾಗಿದೆ. ಆದರೂ ಈ ಕೃತಿಯನ್ನು ಹೊರತರುವಲ್ಲಿ ನಾವು ಆಧರಿಸಿದ ಎಲ್ಲ ಮೂಲಗಳನ್ನು ಉಲ್ಲೇಖಿಸಲು ಸಾಧ್ಯವಾಗದುದಕ್ಕೆ ವಿಷಾದಿಸುತ್ತೇವೆ.

ಶ್ರೀ ಫೈಝ್ ಹಬೀಬ್ ಮತ್ತು ಶ್ರೀ ಝುಹೂರ್ ಅಲಿ ಖಾನ್ ಈ ಕೃತಿಯಲ್ಲಿನ ನಕ್ಷೆಗಳನ್ನು ಸಿದ್ಧಪಡಿಸಿದ್ದಾರೆ. ಎಲ್ಲ ಛಾಯಾಚಿತ್ರಗಳನ್ನು ಶ್ರೀ ಗುಲಾಮ್ ಮುಜ್ತಬಾ ಕ್ಲಿಕ್ಕಿಸಿದ್ದಾರೆ. ಲೌರಿಯ ನಂದನ್ ಗಡದಲ್ಲಿನ ಸ್ತಂಭದ ಛಾಯಾಚಿತ್ರವನ್ನು ಶ್ರೀ ಶಮೀಮ್ ಅಖ್ತರ್ ಒದಗಿಸಿದ್ದಾರೆ. ಶಬ್ದಸೂಚಿಯನ್ನು ಸಿದ್ಧಪಡಿಸಿದವರು ಶ್ರೀ ಪಿ.ಎನ್.ಸಹಾಯ್.

ಕೃತಿಯ ಹಸ್ತಪ್ರತಿಯನ್ನು ಸಂಪೂರ್ಣವಾಗಿ ಪರಿಶೀಲಿಸಿದವರು ಶ್ರೀ ಮುನೀರುದ್ದೀನ್ ಖಾನ್. ಶ್ರೀ ಅರ್ಷದ್ ಅಲಿ ಮತ್ತು ಶ್ರೀ ಇದ್ರಿಸ್ ಬೇಗ್ ಕಚೇರಿ ಕೆಲಸವನ್ನು ನೋಡಿಕೊಂಡವರು. ಹಸ್ತಪ್ರತಿಗಳು ಕಂತುಗಳಾಗಿ ತಮ್ಮ ಕೈ ಸೇರಿದ ಮೇಲೆ ಪ್ರೊ. ಶಿರೀನ್ ಮೂಸವಿ, ಕಾರ್ಯದರ್ಶಿ, ಅಲಿಗರ್ ಹಿಸ್ಟೋರಿಯನ್ ಸೊಸೈಟಿ ಅವರು ಈ ಕೃತಿಯು ಬೇಗನೆ ಪ್ರಕಟವಾಗುವಂತೆ ನೋಡಿಕೊಂಡವರು. ತುಲಿಕಾ ಬುಕ್ಸ್ ನ ಶ್ರೀ ರಾಜೇಂದ್ರ ಪ್ರಸಾದ್ ಮತ್ತು ಶ್ರೀಮತಿ ಇಂದಿರಾ ಚಂದ್ರಶೇಖರ್ ಅವರು ಈ ಗ್ರಂಥಮಾಲಿಕೆಗೆ ವಿಶೇಷ ಪ್ರಾಮುಖ್ಯತೆಯನ್ನು ನೀಡಿದ್ದಾರೆ. ಅಲಿಗರದ ಸೆಂಟರ್ ಆಫ್ ಎಡ್ವಾನ್ಸ್ಡ ಸ್ಟಡೀಸ್ ಇನ್ ಹಿಸ್ಟರಿ ಮತ್ತು ನವದೆಹಲಿಯ ಇಂಡಿಯನ್ ಕೌನ್ಸಿಲ್ ಆಫ್ ಹಿಸ್ಟಾರಿಕಲ್ ರಿಸರ್ಚ್ ಸಂಸ್ಥೆಗಳು ತಮ್ಮ ಗ್ರಂಥಾಲಯಗಳನ್ನು ನಮಗಾಗಿ ಎಲ್ಲ ಸಮಯದಲ್ಲಿಯೂ ತೆರೆದಿಟ್ಟಿದ್ದರು.

ಇವರೆಲ್ಲರಿಗೂ ನಮ್ಮ ಹೃದಯ ಪೂರ್ವಕ ಕೃತಜ್ಞತೆಗಳು.

ಡಿಸೆಂಬರ್ 2004

ಇರ್ಫಾನ್ ಹಬೀಬ್
ವಿವೇಕಾನಂದ ಝಾ

ನಾಲ್ಕನೆಯ ಆವೃತ್ತಿಗಾಗಿ ಟಿಪ್ಪಣಿ :

ಹಿಂದಿನ ಆವೃತ್ತಿಗಳಲ್ಲಿ ನುಸುಳಿದ್ದ ಕೆಲವು ತಪ್ಪುಗಳನ್ನು ಮತ್ತು ಮುದ್ರಣ ದೋಷಗಳನ್ನು ಸರಿಪಡಿಸಿ ಹೊಸ ಮಾಹಿತಿಯನ್ನು ಸೇರಿಸುವ ಅವಕಾಶವನ್ನು ಈ ಆವೃತ್ತಿಯು ನಮಗೆ ನೀಡಿದೆ.

ಡಿಸೆಂಬರ್ 2009

ಲೇಖಕರು

1.

ಅಲೆಗ್ಸಾಂಡರನ ದಾಳಿ ಮತ್ತು ಮೌರ್ಯಸಾಮ್ರಾಜ್ಯದ ಸ್ಥಾಪನೆ

1.1.ಅಲೆಗ್ಸಾಂಡರನ ದಾಳಿಯ ಸಮಯದಲ್ಲಿ ವಾಯವ್ಯ ಭಾರತದಲ್ಲಿನ ಜನಜೀವನ

ಅಲೆಗ್ಸಾಂಡರ್ ಕ್ರಿ.ಪೂ. 327–325 ರಲ್ಲಿ ಭಾರತದ ಮೇಲೆ ನಡೆಸಿದ ದಾಳಿಯ ಕುರಿತು ಸಮಕಾಲೀನವಾದ ಯಾವ ಸ್ಪಷ್ಟ ಮಾಹಿತಿಯೂ ಲಭ್ಯವಿಲ್ಲ. ಇರುವುದೆಲ್ಲಾ, ಅವನ ಸೇನೆಯಲ್ಲಿನ ಅಧಿಕಾರಿಗಳಲ್ಲೊಬ್ಬನಾದ ನಿಯಾರ್ಕಸ್ ತನ್ನ ರಾಜನ ಸಮುದ್ರಯಾನದ ಬಗೆಗೆ ಬರೆದಿಟ್ಟಿರುವ ವಿವರಗಳು ಮಾತ್ರ. ಕ್ರಿ.ಶ.150ರಲ್ಲಿ ಗ್ರೀಕ್ ಚರಿತ್ರಕಾರ ಅರಿಯನ್ 'ಅನಬಸಿಸ್' ಎನ್ನುವ ತನ್ನ ಕೃತಿಯಲ್ಲಿ ಅಲೆಗ್ಸಾಂಡರನ ಯಶೋಗಾಥೆಯನ್ನು ವಿವರಿಸಿದ್ದಾನೆ. ಈ ಕಥನಕ್ಕೆ ಮುಖ್ಯ ಆಧಾರವೆಂದರೆ, ಆ ರಾಜನ ಸ್ನೇಹಿತರು ಮತ್ತು ಟಾಲೆಮಿಯಂಥ ಆಸ್ಥಾನಿಕರು ಬಿಟ್ಟು ಹೋಗಿದ್ದ ವಿವರಗಳು. ಅರಿಯನ್‌ನ 'ಅನಬಿಸಿಸ್' ಮತ್ತು 'ಇಂಡಿಕಾ' ಮಾತ್ರವಲ್ಲದೆ, ಡಿಯೋಡರಸ್ (ಕ್ರಿ.ಪೂ.21), ಸ್ಟ್ರಾಬೋ (ಕ್ರಿ.ಶ.23) ಮತ್ತು ಪ್ಲೂಟಾರ್ಕ್ (ಕ್ರಿ.ಶ.119)ನಂಥ ಚರಿತ್ರಕಾರರ ಬರಹಗಳೂ ಸಹ ಅಲೆಗ್ಸಾಂಡರನ ಸಾಧನೆಗಳ ಬಗ್ಗೆ ಬೆಳಕು ಚೆಲ್ಲುತ್ತವೆ. ಇವರುಗಳೂ ಸಹ ಮೇಲೆ ತಿಳಿಸಿದ ಮತ್ತು ಆ ರೀತಿಯ ಇತರ ಆಕರಗಳನ್ನಾಧರಿಸಿಯೇ ಅಲೆಗ್ಸಾಂಡರನ ಬಗ್ಗೆ ಬರೆಯುವುದು ಸಾಧ್ಯವಾಗಿದೆ. ಉದಾಹರಣೆಗೆ, ಅರಿಯನ್‌ನ ಕೃತಿಗಳು ನಿಯಾರ್ಕಸ್ ಅಲೆಗ್ಸಾಂಡರನ ಬಗ್ಗೆ ತಿಳಿಸಿದ ಹಲವು ವಿವರಗಳನ್ನು ಒಳಗೊಂಡಿವೆ. ಈ ಎಲ್ಲ ಕಥನಗಳನ್ನಾಧರಿಸಿ ಅಲೆಗ್ಸಾಂಡರ್ ಭಾರತದ ಮೇಲೆ ದಾಳಿ ಮಾಡಿದ ಸಂದರ್ಭದಲ್ಲಿ ಸಿಂಧು ನದಿ ಪಾತ್ರದ ಮತ್ತು ವಾಯುವ್ಯ ಭಾಗದ ಜನರ ಜೀವನ ಹಾಗೂ ಸಂಸ್ಕೃತಿಗಳ ಒಂದು ಸ್ಪಷ್ಟ ಚಿತ್ರಣವನ್ನು ಕಟ್ಟಿಕೊಳ್ಳುವುದು ಸಾಧ್ಯವಾಗುತ್ತದೆ.

ಗ್ರೀಕರ ಗ್ರಂಥಗಳಲ್ಲಿ ಅಂದಿನ ಭಾರತೀಯರು 'ಅನಾಗರಿಕ'ರೆಂದು ಚಿತ್ರಿತರಾಗಿದ್ದರೂ, ಈ ದೇಶದ ವಿರುದ್ಧ ದಾಳಿ ಮಾಡಿದವರು ಇಲ್ಲಿನ ಜನರ ಬಗ್ಗೆ ಆ ರೀತಿಯ ಅಭಿಪ್ರಾಯವನ್ನು ಹೊಂದಿರಲಿಲ್ಲ. ಗ್ರಾಮೀಣ ಪ್ರದೇಶಗಳಲ್ಲಿ ವಾಸವಾಗಿದ್ದವರು ಉತ್ತಮ ತಳಿಯ, ಅಪಾರ ಪಶುಸಂಪತ್ತಿನ ಒಡೆಯರಾಗಿದ್ದರು. ಸ್ವಾಟ್ ಕಣಿವೆಯೊಂದರಲ್ಲಿಯೇ 230,000 ಎತ್ತುಗಳನ್ನು ಅಲೆಗ್ಸಾಂಡರನು ತನ್ನ ವಶಕ್ಕೆ ಪಡೆದುಕೊಂಡನೆಂದೂ, ಅವುಗಳಲ್ಲಿನ ಅತ್ಯುತ್ತಮ ರಾಸುಗಳನ್ನು ಕೃಷಿಯಲ್ಲಿ ತೊಡಗಿಸಲು ತನ್ನ ದೇಶವಾದ ಮಾಸಿಡೋನಿಯಕ್ಕೆ ಕಳುಹಿಸುವ ಯೋಚನೆಯನ್ನು ಮಾಡಿದ್ದನೆಂದೂ ಹೇಳಲಾಗಿದೆ.

ಇಲ್ಲಿನ ಎತ್ತು ತನ್ನ ಬೆನ್ನ ಮೇಲಿನ ಗೋಪುರ(ಡುಬ್ಬ)ದಿಂದಾಗಿ, ಮಾಸಿಡೋನಿಯದ ಎತ್ತಿಗಿಂತಲೂ ಬೇಸಾಯದಲ್ಲಿ ಹೆಚ್ಚಿನ ಕಾರ್ಯಕ್ಷಮತೆಯನ್ನು ಹೊಂದಿದ್ದಾಗಿ ಕಂಡಿರಬೇಕು. ಅಲೆಗ್ಸಾಂಡರನ ಜತೆ ಬಂದಿದ್ದ ನಿಯಾರ್ಕಸ್ ಮತ್ತು ಅರಿಸ್ಟೋಬ್ಯುಲಸ್ ಇಬ್ಬರೂ ಆ ಕಾಲದಲ್ಲಿ ಸಿಂಧು ನದಿಯ ಬಯಲು ಪ್ರಾಂತ್ಯದಲ್ಲಿನ ಕೃಷಿಗೆ ಆಗಾಗ್ಗೆ ಉಂಟಾಗುತ್ತಿದ್ದ ನೆರೆಯೇ ಮುಖ್ಯ ಆಧಾರವೆಂಬುದನ್ನು ಕಂಡದ್ದಾಗಿ ಸ್ಟ್ರಾಬೋ ತನ್ನ ಬರಹದಲ್ಲಿ (XV.1.18) ಪ್ರಸ್ತಾಪಿಸಿದ್ದಾನೆ. ಭತ್ತದ ಬೀಜವನ್ನು ಬದುಗಳಲ್ಲಿ ನಾಟಿದ್ದು ಅವು ನೀರಿನಲ್ಲಿಯೇ ಬೆಳೆಯುತ್ತಿದ್ದರ ಬಗ್ಗೆ ಅರಿಸ್ಟೊಬ್ಯುಲಸ್ ಬರೆದಿದ್ದಾನೆ. ಅಲೆಗ್ಸಾಂಡರನ ಮತ್ತೊಬ್ಬ ಅನುಯಾಯಿಯಾದ ಒನೆಸಿಕ್ರಟಸ್ ಗೋಧಿಯ ಕಾಳಿಗಿಂತಲೂ ಚಿಕ್ಕದಾದ 'ಬೊಸೊರಾನ್' ಎಂಬ ಧಾನ್ಯವನ್ನು ಹೆಸರಿಸುತ್ತಾನೆ, ಮತ್ತು ಅದು ಆ ಪ್ರದೇಶದಲ್ಲಿ ಮಾತ್ರ ಬೆಳೆಯುತ್ತಿದ್ದುದಾಗಿ ಹೇಳುತ್ತಾನೆ. ಅದು ಬಹುಶಃ ಜೋಳವಿರಬಹುದು. ಜೇನನ್ನು ಸುರಿಸುವ ಹುಲ್ಲು ಕಡ್ಡಿಗಳು ಎಂದು ನಿಯರ್ಕಸ್ ಹೇಳಿದಾಗ, ಅವು ಕಬ್ಬಿನ ಜಲ್ಲೆಗಳೇ ಆಗಿರಬೇಕು. ಸ್ಟ್ರಾಬೋ (X.1.20) ಮತ್ತು ಅರಿಯನ್ (ಇಂಡಿಕಾ.XVI) ಇಬ್ಬರೂ ನಿಯರ್ಕಸ್‌ನ ಮಾತುಗಳನ್ನು ಉಲ್ಲೇಖಿಸಿ ಭಾರತೀಯರು ನೂಲಿನಿಂದ ತಯಾರಿಸಿದ ಬಟ್ಟೆಗಳನ್ನು ಬಳಸುತ್ತಿದ್ದರ ಬಗ್ಗೆ ಹೇಳುತ್ತಾರೆ. ಆ ಹೊತ್ತಿಗೆ ಹತ್ತಿಯು ಎಲ್ಲ ಕಾಲದಲ್ಲಿಯೂ ಫಲ ನೀಡುವ ಪೊದೆಯಾಗಿ ಬೆಳೆಯುತ್ತಿದ್ದು, ವಾರ್ಷಿಕವಾಗಿ ಫಸಲು ನೀಡುವ ಮರದ ರೂಪವನ್ನು ಪಡೆದಿರಲಿಲ್ಲವೆನಿಸುತ್ತದೆ. ಹಿಂದೆ, ಹೆರೋಡೋಟಸ್ ಭಾರತದಲ್ಲಿ ಉತ್ಪತ್ತಿಯಾಗುತ್ತಿದ್ದ ಚಿನ್ನದ ಬಗ್ಗೆ ಬರೆದಿದ್ದ; ಆದರೆ ನಂತರದ ಆಕರಗಳಲ್ಲಿ ಆ ವಿಷಯದ ಪ್ರಸ್ತಾಪವಿಲ್ಲ. ಬದಲಿಗೆ, ಆಗ ಭಾರತದ ವಿವಿಧ ಭಾಗಗಳಿಗೆ ರವಾನೆಯಾಗುತ್ತಿದ್ದ ಕಲ್ಲುಪ್ಪಿನ ಬಗ್ಗೆ ಉಲ್ಲೇಖವಿದೆ. ಇದನ್ನು ಉಪ್ಪಿನ ಗಣಿಗಳಿಂದ ಅಗೆದು, ಒಂದು ಸರಕಾಗಿ ಎಲ್ಲ ಕಡೆಗೂ ಕಳುಹಿಸಲಾಗುತ್ತಿತ್ತು.

ಆ ಹೊತ್ತಿನ ನಗರ ಪ್ರದೇಶಗಳ ಆರ್ಥಿಕತೆಯನ್ನು ಪೋಷಿಸಲು ಶಕ್ಯವಾಗುವಷ್ಟರ ಮಟ್ಟಿಗೆ ಕೃಷಿ ಮತ್ತು ವ್ಯಾಪಾರಗಳು ಬೆಳೆದಿದ್ದವು. ತಕ್ಷಶಿಲದಂಥ ಕೆಲವು ನಗರಗಳು ಮತ್ತು ಕೋಟೆಗಳೊಳಗಿನ ಪಟ್ಟಣಗಳ ಉಲ್ಲೇಖಗಳು ಹಲವಾರು ಸಂದರ್ಭಗಳಲ್ಲಿ ಲಭ್ಯವಾಗಿದೆ. ತಕ್ಷಶಿಲದ ಬಳಿಯ ಭಿರ್ ಗುಡ್ಡದಲ್ಲಿ ನಡೆದ ಉತ್ಖನನವು ಆ ನಗರವು ಕ್ರಿ.ಪೂ.400ಕ್ಕೂ ಹಿಂದೆ ನಿರ್ಮಿತವಾದದ್ದೆಂದು ತಿಳಿಸುತ್ತದೆ. ಅಲ್ಲಿ ಸಿಕ್ಕ ಕೆಲವು ಮುದ್ರಿತ ಬೆಳ್ಳಿ ನಾಣ್ಯಗಳು, ಅಕೆಮೆನಿಡ್‌ನ ಪ್ರಭಾವವನ್ನೂ, ಕಪ್ಪು ಬಣ್ಣದ ಹೊಳೆಯುವ ಪಾತ್ರೆಗಳು ಗಂಗಾ ಮೈದಾನ ಪ್ರಾಂತ್ಯದ ಪ್ರಭಾವವನ್ನೂ ಪ್ರತಿಬಿಂಬಿಸುತ್ತವೆ. ಪೋರಸ್‌ನನ್ನು ಮಣಿಸಿದ ನಂತರ, ಚಿನಾಬ್ ನದಿಯ ದಿಕ್ಕಿನಲ್ಲಿ ದಾಳಿಯನ್ನು ಮುಂದುವರೆಸಿದ ಅಲೆಗ್ಸಾಂಡರ್ ಸುಮಾರು 37 ಪಟ್ಟಣಗಳನ್ನು ವಶಪಡಿಸಿಕೊಂಡನು. ಅವುಗಳಲ್ಲಿ ಅತಿ ಚಿಕ್ಕ ಪಟ್ಟಣದ ಜನಸಂಖ್ಯೆ 5,000 ವಾಗಿದ್ದು, ಹಲವು ಇತರ ಪಟ್ಟಣಗಳು ಅದರ ದುಪ್ಪಟ್ಟಿನ ಜನ ಸಂಖ್ಯೆಯನ್ನು ಹೊಂದಿದ್ದವೆಂದು ಅರಿಯನ್ ಹೇಳುತ್ತಾನೆ.

ಮೇಲೆ ತಿಳಿಸಿದವು ಸ್ಥಿರನಿವಾಸಿ ಗುಂಪುಗಳು. ಅದೇ ರೀತಿಯಲ್ಲಿ ಆ ಪ್ರದೇಶಗಳ ಅಂಚುಗಳಲ್ಲಿ, ಕಾಡುಗಳಲ್ಲಿ, ಮರುಭೂಮಿ ಮತ್ತು ತೀರ ಪ್ರಾಂತ್ಯಗಳಲ್ಲಿ ಇನ್ನೂ ಆಹಾರ

ಶೇಖರಣಾವಸ್ಥೆಯಲ್ಲಿಯೇ ಬದುಕುತ್ತಿದ್ದ ಜನರ ಗುಂಪುಗಳೂ ಇದ್ದವು. ಬಲೂಚಿಸ್ತಾನದ ತೀರ ಪ್ರಾಂತ್ಯದಲ್ಲಿ ಸಾಗುವಾಗ ಇಂಥ ಜನರನ್ನು ಕಂಡದ್ದರ ಬಗ್ಗೆ ನಿಯರ್ಕಸ್ ಬರೆಯುತ್ತಾನೆ. ಅರಬಿನ್ (ಪೊರಾಲಿ) ನದೀ ತೀರದಲ್ಲಿ ಬಯಲು ಪ್ರದೇಶಗಳಲ್ಲಿದ್ದ ಅರಬೀನ್ ಎನ್ನುವ ಭಾರತದ ಬುಡಕಟ್ಟಿನ ಜನರಿಂದ ದೂರದಲ್ಲಿ ಆ ಜನ ಇನ್ನೂ ಶಿಲಾಯುಗದ ಜೀವನವನ್ನೇ ಕಬ್ಬಿಣದ ಬಳಕೆಯ ಜ್ಞಾನವಿಲ್ಲದೆ ನಡೆಸುತ್ತಿದ್ದರು. ಟೊಮೆರೋಸ್ (ಇಂದಿನ ಹೆಂಗಲ್ ನದಿ) ನಲ್ಲಿ ಮೀನುಗಳ ಬೇಟೆಯಾಡುತ್ತಿದ್ದರು. ಏನನ್ನಾದರೂ ಹರಿಯಲು ಮತ್ತು ಕತ್ತರಿಸಲು ತಮ್ಮ ಉಗುರುಗಳನ್ನೇ ಬಳಸುತ್ತಿದ್ದರು. ಮತ್ತು ಇತರ ಜನಸಮುದಾಯಗಳಿಂದ ದೂರದಲ್ಲಿಯೇ ವಾಸಿಸುತ್ತಿದ್ದರು. ಓರಿಟೇ ಎಂಬ ಮತ್ತೊಂದು ಸಮುದಾಯವು, ಭಾರತದವರಲ್ಲದಿದ್ದರೂ ಭಾರತೀಯರಂತೆ ಉಡುಪುಗಳನ್ನು ಧರಿಸುತ್ತಿದ್ದರು ಮತ್ತು ಅವರು ಬಳಸುತ್ತಿದ್ದ ಆಯುಧಗಳೂ ಸಹ ಭಾರತೀಯರ ಆಯುಧಗಳಂತೆಯೇ ಇದ್ದವು.

ಸಿಂಧು ನದೀ ಪ್ರಾಂತ್ಯದಲ್ಲಿನ ಹಲವು ರಾಜ್ಯಗಳು ಅಲ್ಲಿನ ಶಕ್ತಿಶಾಲಿ ಬುಡಕಟ್ಟುಗಳ ಅಧೀನದಲ್ಲಿದ್ದವು. ಅವುಗಳ ರಾಜರು ಅಥವಾ ನಾಯಕರು ಬುಡಕಟ್ಟು ಬಿರುದುಗಳನ್ನೇ ಹೊಂದಿದ್ದರು. ಪೋರಸ್ ಮತ್ತು ಅಬ್ಸರೆಸ್ (ಪುರು ಮತ್ತು ಅಭಿಸಾರ) ಇಂಥ ನಾಯಕರು. ಪುರುವಿನಂಥ ರಾಜರು ಬುಡಕಟ್ಟುಗಳ ಅಧಿಕಾರವನ್ನು ನಗಣ್ಯವಾಗಿಸಿದ್ದರೂ ಮಲ್ಲರ ರಾಜ್ಯದಲ್ಲಿ ಹಲವರು ಬುಡಕಟ್ಟು ನಾಯಕರ ನಡುವೆ ಅಧಿಕಾರ ಹಂಚಿ ಹೋಗಿದ್ದನ್ನು ಕಾಣಬಹುದು. ಆ ಹೊತ್ತಿಗೆ, ಅದರ ಹಿಂದಿನ ಅಕೆಮೆನಿಡ್ (ಪರ್ಷಿಯನ್) ಯಜಮಾನಿಕೆಯ ಯಾವ ಗುರುತೂ ಇಲ್ಲಿ ಉಳಿದಿರಲಿಲ್ಲ.

ಅಲೆಗ್ಸಾಂಡರನ ಸಾಹಸ ಗಾಥೆಗಳಲ್ಲಿ ಅಂದಿನ ಭಾರತದಲ್ಲಿ ಇದ್ದಿರಬಹುದಾದ ಜಾತಿ ಪದ್ಧತಿ ಪ್ರಸ್ತಾಪವಾಗದಿದ್ದರೂ, ಉಲ್ಲೇಖಿತವಾಗಿರುವ ಬುಡಕಟ್ಟುಗಳು ಅಧಿಕಾರಸ್ಥರಾದ್ದರಿಂದ ಅವರು ಕ್ಷತ್ರಿಯರಾಗಿರಬೇಕೆಂದು ಊಹಿಸಬಹುದು. ಆದರೆ, ಅವರನ್ನು ಆ ಹೆಸರಿನಿಂದ ಕರೆಯಲಾಗಿಲ್ಲ. ಆದರೆ ಬ್ರಾಹ್ಮಣರು ಮಾತ್ರ ಸ್ಪಷ್ಟವಾಗಿ ಹೆಸರಿಸಲಾಗಿದ್ದಾರೆ. ಅವರು 'ಭಾರತದ ತತ್ವಶಾಸ್ತ್ರ ಬೋಧಕರು', ಮತ್ತು ಅವರುಗಳಲ್ಲಿ ಕೆಲವರು ರಾಜರಿಗೆ ಸಲಹೆಗಾರರಾಗಿಯೂ ಇದ್ದರು. ಮುಸಿಕಾನಸ್ ಮತ್ತು ಸಾಂಬಸ್ ಎಂಬ ಇಬ್ಬರು ಸ್ಥಳೀಯ ನಾಯಕರನ್ನು ಅಲೆಗ್ಸಾಂಡರ್‌ನ ವಿರುದ್ಧ ದಂಗೆ ಏಳುವಂತೆ ಹುರಿದುಂಬಿಸಿದ್ದ ಈ ಸಮುದಾಯದ ಕೆಲವರನ್ನು ಸಿಂಧ್ ಪ್ರಾಂತ್ಯದಲ್ಲಿ ಗಲ್ಲಿಗೇರಿಸಲಾಯಿತು.

ಆ ಪ್ರದೇಶದ ಕೆಲವು ಜಾಗಗಳಲ್ಲಿಯಾದರೂ ಗುಲಾಮಗಿರಿ ಅಸ್ತಿತ್ವದಲ್ಲಿತ್ತು. ಮುಸಿಕಾನಸ್ ಸಿಂಧ್ ಪ್ರಾಂತ್ಯದಲ್ಲಿ ಆಳುತ್ತಿದ್ದ ಭೂ ಭಾಗದಲ್ಲಿ ಈ ಪದ್ಧತಿ ಕಂಡುಬಂದಿತು. (ಸ್ಟ್ರಾಬೋ XV.1.54). ಈ ವಿಷಯವನ್ನು ಗುರುತಿಸಿದವನು ಒನೆಸಿಕ್ರಿಟಸ್. ತಕ್ಷಶಿಲೆಯಲ್ಲಿ ಬಡವರು ತಮ್ಮ ಹೆಣ್ಣುಮಕ್ಕಳನ್ನು ಬಹಿರಂಗವಾಗಿ ಮಾರಾಟ ಮಾಡುತ್ತಿದ್ದನ್ನು ಅರಿಸ್ಟೋಬ್ಯುಲಸ್ ಕಂಡನು. (ಸ್ಟ್ರಾಬೋ XV.1.62)

ಆ ಪ್ರಾಂತ್ಯದಲ್ಲಿ ವಿಧವೆಯರನ್ನು ಸಜೀವ ದಹನ ಮಾಡುವ ಪದ್ಧತಿಯೂ ಇತ್ತು ಎನ್ನುವುದಕ್ಕೆ ದಾಖಲೆಗಳಿವೆ. ತಕ್ಷಶಿಲದಲ್ಲಿ ಇಂಥ ಒಂದು ಸನ್ನಿವೇಶವನ್ನು ಅರಿಸ್ಟೋಬ್ಯುಲಸ್ ಕಂಡನು. ರಾವಿ–ಬಿಯಸ್ ನದಿಗಳ ನಡುವಿನ ಪ್ರದೇಶಗಳಲ್ಲಿ ಖತ್ರಿಗಳ ನಡುವೆ ಈ ಆಚರಣೆ ಇತ್ತೆಂಬುದು ಡಿಯೋಡೊರಸ್‌ನ ಗಮನಕ್ಕೆ ಬಂದಿತು. ಕ್ರಿ.ಪೂ.316ರಲ್ಲಿ ಇರಾನ್‌ನ ಇಸ್ಫಹಾನ್ ಬಳಿ ಗೇಬಿಯನ್ ಯುದ್ಧದಲ್ಲಿ ಮಡಿದ ಕೆಟಿಯಸ್‌ನ ಮಡದಿ ಅವನ ಪಾರ್ಥಿವ ಶರೀರದ ಜತೆಯಲ್ಲಿಯೇ ಚಿತೆ ಏರಿದ್ದರ ಬಗ್ಗೆ ಅವನು ಪ್ರಸ್ತಾಪಿಸಿದ್ದಾನೆ. ಇದು ನಂತರದ 'ಸತಿ' ಆಚರಣೆಯ ರೀತಿಯಲ್ಲಿಯೇ ನಡೆಯಿತು. ಇರಾನಿನ ಮಾಜಿಯನ್ (ಹಾಗೂ ಜೋರಾಷ್ಟ್ರಿಯನ್) ಆಚರಣೆಯಾದ ಮೃತದೇಹಗಳನ್ನು ಗಿಡುಗಗಳಿಗೆ ಆಹಾರವಾಗಿಸುವ ಪದ್ಧತಿ ತಕ್ಷಶಿಲದಲ್ಲಿಯೂ ಇತ್ತು.

ಅಂದಿನ ಭಾರತೀಯ ಭಾಷೆಗಳಿಗೆ ಲಿಪಿ ಇದ್ದುದರ ಕುರಿತು ಯಾವ ಖಚಿತ ಉಲ್ಲೇಖವಿಲ್ಲ. ಆದರೆ ಸ್ಟ್ರಾಬೋ (XV.1.67) ಹೇಳುವಂತೆ ಆ ದಿನಗಳಲ್ಲಿ ಭಾರತೀಯರು ಹತ್ತಿಯ ಬಟ್ಟೆಯ ಮೇಲೆ ಬರೆಯುತ್ತಿದ್ದುದನ್ನು ನಿಯಾರ್ಕಸ್ ಪ್ರಸ್ತಾಪಿಸುತ್ತಾನೆ. ನಿಯಾರ್ಕಸ್‌ನ ದಾಖಲೆ ಇಂದು ಲಭ್ಯವಿಲ್ಲವಾದರೂ ಸ್ಟ್ರಾಬೋನ ಉಲ್ಲೇಖದಲ್ಲಿ ಈ ವಿಷಯ ನಮೂದಾಗಿದೆ. ಅಕೆಮೆನಿಡ್‌ನ ಆಳ್ವಿಕೆಯಲ್ಲಿ ಭಾರತೀಯರು ಖರೋಷ್ಠಿ ಲಿಪಿಯನ್ನು ಬಳಸುತ್ತಿದ್ದ ಸಾಧ್ಯತೆ ಇದೆ. ಆ ಜನರು ಅರಮಿಕ್‌ನ ಪರಿಚಯವನ್ನು ಹೊಂದಿದ್ದರಿಂದ ಈ ಲಿಪಿ ಅವರಿಗೆ ದಕ್ಕಿರಬಹುದು. ಆದರೆ, ಅಶೋಕನ ಶಾಸನಗಳಿಗೂ ಹಿಂದೆ ಎಲ್ಲಿಯೂ ಖರೋಷ್ಠಿ ಲಿಪಿಯ ಬಳಕೆಯಾದ ನಿದರ್ಶನಗಳು ಸಿಗುವುದಿಲ್ಲ ಎಂಬುದು ನೆನಪಿಡಬೇಕು. ಬಲೂಚಿಸ್ತಾನದ ಒಂದು ಬುಡಕಟ್ಟಿಗೂ ಉಳಿದ ಭಾರತೀಯರಿಗೂ ನಡುವಿನ ವ್ಯತ್ಯಾಸವನ್ನು ನಿಯಾರ್ಕಸ್ 'ಆ ಜನರ ಭಾಷೆ ಮತ್ತು ಆಚರಣೆ'ಗಳ ಆಧಾರದ ಮೇಲೆಯೇ ನಿರ್ಧರಿಸುತ್ತಾನೆ. ಅಂದರೆ, ಅಲೆಗ್ಸಾಂಡರನ ಕೈಯಲ್ಲಿ ಸೋತ ಪ್ರಾಂತ್ಯಗಳ ಎಲ್ಲ ಜನರೂ ಒಂದೇ ಭಾಷೆಯನ್ನು ಬಳಸುತ್ತಿದ್ದರೆಂದರ್ಥವಲ್ಲ. ಸಾರ್ವಜನಿಕ ಪ್ರದೇಶಗಳಲ್ಲಿ ಅಧಿಕಾರ ವರ್ಗದವರು ಮತ್ತು ಜನ ಸಾಮಾನ್ಯರು ಆಡುತ್ತಿದ್ದ ಭಾಷೆಯು ಗಾಂಧಾರಿ ಪ್ರಾಕೃತವೆಂದು ಊಹಿಸಬಹುದು. ಈ ಭಾಷೆಯನ್ನು ಅಶೋಕನ ಮನ್ಸೆರಾ ಮತ್ತು ಷಾಬಾಜ್‌ಗರಿ ಶಾಸನಗಳಲ್ಲಿ ಬಳಸಲಾಗಿದೆ. 'ತಕ್ಖಸಿಲ ಮತ್ತು ಚಂದಗುತ್ತ' ದಂಥ ಪ್ರಾಕೃತ ಹೆಸರುಗಳೇ ಗ್ರೀಕ್ ಭಾಷೆಯ 'ಟ್ಯಾಕ್ಸಿಲಾ ಮತ್ತು ಸಾಂಡ್ರಕೋಟಸ್'ನಂಥ ರೂಪಗಳಿಗೆ ಮೂಲಗಳೇ ಹೊರತು ಸಂಸ್ಕೃತದ 'ತಕ್ಷಶಿಲ ಮತ್ತು ಚಂದ್ರಗುಪ್ತ' ಅಲ್ಲ.

ಇನ್ನು ವಿಜ್ಞಾನ ಕ್ಷೇತ್ರದಲ್ಲಿ ವೈದ್ಯಕೀಯ ಶಾಸ್ತ್ರದ ಪ್ರಸ್ತಾಪ ಮಾತ್ರವಿದೆ. ಇಂಡಿಕಾ XVದಲ್ಲಿ ಅರಿಯನ್‌ನ ವಿವರಣೆಯನ್ನು ನೋಡಬಹುದು. ಅಲೆಗ್ಸಾಂಡರ್ ಒಂದು ಬಾರಿ ಹಾವಿನ ಕಡಿತಕ್ಕೆ ತುತ್ತಾದನು; ಗ್ರೀಸಿನ ವೈದ್ಯರ ಯಾವ ಮದ್ದೂ ಪರಿಣಾಮಕಾರಿಯಾಗದಿದ್ದಾಗ, ಭಾರತೀಯ ವೈದ್ಯರಿಂದ ಔಷಧವನ್ನು ಪಡೆದನು. ಅವರು ಇತರ ಖಾಯಿಲೆಗಳಿಗೂ ಸೂಕ್ತ ಔಷಧಿಗಳನ್ನು ಕೊಡಬಲ್ಲವರಾಗಿದ್ದರು. ಆಯುರ್ವೇದವನ್ನು ಭಾರತೀಯೇತರರು ಗುರುತಿಸಿದ ಮೊಟ್ಟ ಮೊದಲ ಸಂದರ್ಭ ಇದೇ ಎಂದು ಕಾಣುತ್ತದೆ.

ಇನ್ನು ಧಾರ್ಮಿಕ ಕ್ಷೇತ್ರದಲ್ಲಿ ಪ್ರಮುಖವಾದ ಸಂಗತಿ ಎಂದರೆ, ಅಂದು ಯಾವುದೇ ಬಗೆಯ ಮೂರ್ತಿ ಪೂಜೆ ಅಥವಾ ದೇವಾಲಯಗಳ ಅಸ್ತಿತ್ವದ ಉಲ್ಲೇಖವಿಲ್ಲದಿರುವುದು. ಆದರೆ, ಈಜಿಪ್ಟ್, ಮೆಸಪೊಟೋಮಿಯ ಹಾಗೂ ಇರಾನ್‌ಗಳಲ್ಲಿ ಅಲೆಗ್ಸಾಂಡರ್‌ನ ಕಾರ್ಯಾಚರಣೆಯನ್ನು ವಿವರಿಸುವ ಸಂದರ್ಭಗಳಲ್ಲಿ ಮೂರ್ತಿಪೂಜೆ ಮತ್ತು ದೇವಾಲಯಗಳ ಪ್ರಸ್ತಾಪ ಸಾಕಷ್ಟು ಕಂಡುಬರುತ್ತದೆ. ಅಂದಿನ ಭಾರತದ ಧಾರ್ಮಿಕ ಆಚರಣೆಗಳಲ್ಲಿ ಇವುಗಳಿಗೆ ಯಾವುದೇ ಪ್ರಾಮುಖ್ಯತೆ ಇರಲಿಲ್ಲ. ಬ್ರಾಹ್ಮಣರು ತತ್ವಜ್ಞಾನಿಗಳೆಂದೇ ಕರೆಯಲ್ಪಡುತ್ತಿದ್ದರು. ಸಿಂಧ್ ಪ್ರಾಂತ್ಯದ ಬ್ರಾಹ್ಮಣನೊಬ್ಬ ಬದುಕಿನಲ್ಲಿ ಮತ್ತು ಸಾವಿನಲ್ಲಿ ವ್ಯಕ್ತಿಯ ಘನತೆಯನ್ನು ಉಳಿಸಿಕೊಳ್ಳುವ ಬಗ್ಗೆ ಮಾತನಾಡಿದ್ದನೆಂದು ಡಿಯೋಡೋರಸ್ ತಿಳಿಸುತ್ತಾನೆ. ಈ ಚಿಂತನೆಯು, ನಂತರದ ಕಾಲದ ಭಗವದ್ಗೀತೆಯಲ್ಲಿ ಕಂಡುಬರುವ ಚಿಂತನೆಯ ರೀತಿಯದು ಎಂದು ಕೆಲವರು ಆಧುನಿಕ ವಿದ್ವಾಂಸರು ಅಭಿಪ್ರಾಯ ಪಡುತ್ತಾರೆ. ಆ ಕಾಲದಲ್ಲಿ ಜೈನಧರ್ಮದ ಶ್ರಮಣರು ಇದ್ದದ್ದೂ ದಾಖಲಾಗಿದೆ. ತಕ್ಷಶಿಲ ದಲ್ಲಿ ದಿಗಂಬರನಾಗಿ ಓಡಾಡುತ್ತಿದ್ದ ಶ್ರಮಣರ ನಾಯಕನಾದ ದಂಡಮಿಸ್ (ಅಥವಾ ಮಂಡಮಿಸ್) ಅಲೆಗ್ಸಾಂಡರ್‌ನ ಆಸ್ಥಾನದಲ್ಲಿ ಸೇವೆಗೆ ಸೇರಲು ನಿರಾಕರಿಸುತ್ತಾನೆ. ಅವನ ಪ್ರಕಾರ ದೇಹವು 'ನನ್ನ ಅಯೋಗ್ಯ ಗೆಳೆಯ' ಮತ್ತು ಅಂಥ 'ದೇಹತ್ಯಾಗ' ಮಾಡುವುದೇ ತನ್ನ ಗುರಿ ಎಂದು ಹೇಳಿಕೊಂಡನು. ಅಲೆಗ್ಸಾಂಡರನ ಜೊತೆಯಲ್ಲಿ ಇರಾನಿನ ಪರ್ಸೆಪೋಲಿಸ್‌ಗೆ ಭೇಟಿ ನೀಡಿದ ಕ್ಯಾಲನಸ್ (ಕಲ್ಯಾಣ್?) ಎಂಬ ಮತ್ತೊಬ್ಬ ತತ್ವಜ್ಞಾನಿ ಬಹಿರಂಗವಾಗಿ ತನ್ನನ್ನು ದಹಿಸಿಕೊಂಡು ಸಾಯಲು ಯತ್ನಿಸಿದ. ಅವನೂ ಸಹ ಒಬ್ಬ ಜೈನ ಸನ್ಯಾಸಿಯೇ ಇರಬೇಕು. ಮಗಧದಲ್ಲಿ ಕ್ರಿ. ಪೂ. ಆರು ಮತ್ತು ಐದನೆಯ ಶತಮಾನಗಳಲ್ಲಿ ನಡೆದ ಧಾರ್ಮಿಕ ಕ್ರಾಂತಿಗೆ ಭಾರತದ ವಾಯವ್ಯ ಭಾಗದಲ್ಲಿ ಬೆಂಬಲಿಗರಿದ್ದರೆಂಬುದು ಇದರಿಂದ ಸ್ಪಷ್ಟವಾಗುತ್ತದೆ. ಆಶ್ಚರ್ಯದ ಸಂಗತಿ ಎಂದರೆ, ಅಂದಿನ ಬರಹಗಳಲ್ಲಿ ಬೌದ್ಧ ಧರ್ಮದ ಪ್ರಸ್ತಾಪವಿಲ್ಲದಿರುವುದು.

1.2 ಅಲೆಗ್ಸಾಂಡರನ ದಾಳಿ :

ಕ್ರಿ,. ಪೂ ನಾಲ್ಕು ಮತ್ತು ಐದನೆಯ ಶತಮಾನದಲ್ಲಿ ಗ್ರೀಸ್ ದೇಶವು ತತ್ವಜ್ಞಾನಿಗಳು, ಚರಿತ್ರಕಾರರು, ನಾಟಕಕಾರರು, ಕಲೆ ಮತ್ತು ವೈಚಾರಿಕತೆಗಳಿಗೆ ಹೆಸರಾಗಿತ್ತು. ಮತ್ತು ಅಂದಿನ ಕಾಲಕ್ಕೆ ಯಾವುದೇ ಸಮಾಜವು ಸಾಧಿಸಬಹುದಾದ ಯಶಸ್ಸಿನ ಉತ್ತಮ ಮಾದರಿಯಾಗಿತ್ತು. ಈ ಸಮಾಜದ ಜತೆ ಭಾರತದ ಜನ ನಂಟನ್ನು ಸಂಪಾದಿಸುವಂತಾಯಿತು. ಅದಕ್ಕೆ ಕಾರಣ ಅಲೆಗ್ಸಾಂಡರ್‌ನ ದಾಳಿ. ಗ್ರೀಕ್ ಭಾಷೆಯನ್ನಾಡುವ ಜನ ಇಂದಿನ ಗ್ರೀಸ್, ಪಶ್ಚಿಮಟರ್ಕಿ ಮತ್ತು ದಕ್ಷಿಣ ಇಟಲಿಗಳಲ್ಲಿ ವಾಸವಾಗಿದ್ದರು. ಟರ್ಕಿಯ ಏಷ್ಯಾ ಖಂಡದ ಭಾಗವನ್ನು ಅಯೋನಿಯ ಎಂದು ಕರೆಯಲಾಗುತ್ತಿತ್ತು. ಈ ಪದವೇ ಪ್ರಾಕೃತದ 'ಯೋನಾ' ಮತ್ತು ಸಂಸ್ಕೃತದ 'ಯವನ'ವಾಗಿ ಮಾರ್ಪಟ್ಟು ಭಾರತೀಯರು ಗ್ರೀಕರನ್ನು ಈ ಪದದ ಮೂಲಕ ಗುರುತಿಸಿದರು. ಅಂದಿನ ಗ್ರೀಸ್ ದೇಶವು, ರಾಜಕೀಯವಾಗಿ ಒಂದಾಗಿರಲಿಲ್ಲ. ಅಯೋನಿಯದ ನಗರಗಳು ಮತ್ತು ಪ್ರದೇಶಗಳು ಇರಾನಿನ ಅಕೆಮೆನಿಡ್ ಸಾಮ್ರಾಜ್ಯದ ಭಾಗವಾಗಿದ್ದವು. ಅಸಂಖ್ಯಾತ

ಗುಲಾಮರಿದ್ದ ಇತರ ಪ್ರಾಂತ್ಯಗಳು ಇಂದಿನ ಯೂರಪ್ ಖಂಡದ ಭಾಗವಾಗಿದ್ದವು ಮತ್ತು ಅವುಗಳು ತಮ್ಮ ತಮ್ಮೊಳಗೆ ಕಾದಾಟದಲ್ಲಿ ನಿರತವಾಗಿದ್ದವು.

ಗ್ರೀಸ್ ದೇಶದ ಉತ್ತರ ಭಾಗದಲ್ಲಿರುವ ಮಾಸಿಡೋನಿಯದಲ್ಲಿ ತಮ್ಮದೇ ಆದ ವಿಶಿಷ್ಟ ಬಗೆಯ ಭಾಷಾ ಪ್ರಭೇದಗಳನ್ನು ಬಳಸುತ್ತಿದ್ದ ಬುಡಕಟ್ಟುಗಳು ವಾಸವಾಗಿದ್ದವು. ಕ್ರಿ.ಪೂ.359–336ರ ನಡುವೆ ಆಡಳಿತ ನಡೆಸಿದ ಎರಡನೆಯ ಫಿಲಿಪ್ ಅಲ್ಲಿನ ಕುಲೀನರನ್ನು ಮತ್ತು ರೈತಾಪಿ ಜನರನ್ನು ಸೇರಿಸಿ ಒಂದು ಹೊಸ ರೀತಿಯ ಸೈನ್ಯವನ್ನು ಕಟ್ಟಿದ್ದ. ಯುದ್ಧ ಭೂಮಿಯಲ್ಲಿ ಬಹಳ ಬೇಗ ಶತ್ರು ಸೈನ್ಯವನ್ನು ಸುತ್ತುವರೆಯುವ ಅಥವಾ ತನ್ನ ವ್ಯೂಹವನ್ನು ಶೀಘ್ರವಾಗಿ ಬದಲಾಯಿಸಲು ಅನುವಾಗುವಂಥ ರೀತಿಯಲ್ಲಿ ಅವನ ಕಾಲಾಳು ಪಡೆ ಚೌಕಾಕಾರವಾಗಿ ಮತ್ತು ಇನ್ನಿತರ ಆಕಾರಗಳಲ್ಲಿ ಹರಡಿ ಯುದ್ಧದಲ್ಲಿ ತೊಡಗಿರುತ್ತಿದ್ದರು. ಉದ್ದನೆಯ ಭರ್ಜಿಗಳು ಅವರ ಮುಖ್ಯ ಆಯುಧಗಳಾಗಿದ್ದವು; ಮತ್ತು ಗುರಾಣಿಗಳನ್ನು ರಕ್ಷಣೆಗಾಗಿ ಬಳಸುತ್ತಿದ್ದರು. ಅಶ್ವದಳ ಈ ಕಾಲಾಳು ಪಡೆಗೆ ಬೆಂಬಲವಾಗಿ ನಿಲ್ಲುತ್ತಿತ್ತು. ಅಶ್ವಾರೋಹಿಗಳು ನುರಿತ ಸೈನಿಕರಾಗಿದ್ದುದು ಮಾತ್ರವಲ್ಲ ಒಳ್ಳೆಯ ರಾವುತರೂ ಆಗಿದ್ದರು. ಕುದುರೆಗಳಿಗೆ ಜೀನು ಹೊದಿಸುವುದು, ಪಾದಗಳನ್ನು ಊರುವುದಕ್ಕೆ ಲೋಹದ ಬಳೆ(ರಿಕಾಪು)ಗಳನ್ನು ಹಾಗೂ ಕಬ್ಬಿಣದ ಪಾದರಕ್ಷೆಗಳನ್ನು ಬಳಸುವುದು ರೂಢಿಯಾಗಿರಲಿಲ್ಲ. ಕಲ್ಲುಗಳನ್ನು ಎದುರಾಳಿಗಳ ಮೇಲೆ ಎಸೆಯುವ ಹಲಗೆಯಿಂದ ತಯಾರಿಸಿದ ಯಂತ್ರಗಳು ಅವರ ಮುಖ್ಯ ಆಯುಧಗಳು. ಇವೆಲ್ಲವುಗಳ ಸಹಾಯದಿಂದ ಶತ್ರುಗಳ ಕೋಟೆಗಳನ್ನು ಭೇದಿಸಿ, ಶತ್ರು ಸೈನ್ಯವನ್ನು ಚೆಂಡಾಡುವುದರಲ್ಲಿ ನಿಷ್ಣಾತರಾಗಿದ್ದರು. ಫಿಲಿಪ್ ಸೈನ್ಯದಲ್ಲಿ ಶಿಸ್ತಿಗೆ ಹಾಗೂ ಸೈನಿಕರ ತರಬೇತಿಗೆ ತುಂಬ ಪ್ರಾಮುಖ್ಯತೆಯನ್ನು ನೀಡುತ್ತಿದ್ದ. ಇಂಥ ಸೇನೆಯ ಎದುರು ಆ ಕಾಲದ ಯಾವುದೇ ಸೇನೆಯು ದಿಕ್ಕು ದೆಸೆ ಇಲ್ಲದ ಗುಂಪಾಗಿ ಕಂಡಿದ್ದಲ್ಲಿ ಆಶ್ಚರ್ಯವೇನಿಲ್ಲ.

ತನ್ನ ರಣತಂತ್ರದಿಂದಾಗಿ ಎರಡನೆಯ ಫಿಲಿಪ್ ಗ್ರೀಸಿನ ಭೂಭಾಗದಲ್ಲಿ ಪ್ರಭಾವಶಾಲಿಯಾದ; ಅವನ ಮಗ ಅಲೆಗ್ಸಾಂಡರ್ (ಕ್ರಿ.ಪೂ.336–323) ತನ್ನ ತಂದೆಯ ಹಾದಿಯನ್ನೇ ತುಳಿದ. ಒಂದು ಅಸಾಮಾನ್ಯ ಸೇನೆಯೊಂದಿಗೆ ಮಧ್ಯ ಏಷ್ಯಾದ ಮೂಲಕ ಹಾದು ಅಕೆಮೆನಿಡ್ ಸಾಮ್ರಾಜ್ಯದ ಸಮೀಪದಲ್ಲಿ ನಿಂತು ಆ ಸಾಮ್ರಾಜ್ಯಕ್ಕೆ ಸವಾಲಾಗಿ ನಿಂತ. ಈಜಿಪ್ಟ್ ಹಾಗೂ ಟ್ರಾನ್ಸೋಕ್ಸಿಯಾನಗಳ ನಡುವೆ ಹರಡಿದ್ದ ಈ ಸಾಮ್ರಾಜ್ಯದ ವಿರುದ್ಧ ಕ್ರಿ.ಪೂ.334 ರಿಂದ ಕ್ರಿ.ಪೂ.331 ರವರೆಗೆ ಮೂರು ಬಾರಿ ದಾಳಿ ಮಾಡಿದ. ಅಲ್ಲಿನ ರಾಜನಾದ ಮೂರನೇಯ ಡರಯಸ್ (ಕ್ರಿ.ಪೂ.336–330) ಕೊನೆಗೂ ಅಲೆಗ್ಸಾಂಡರ್‌ನ ಕೈಯಲ್ಲಿ ಸೋಲನ್ನೊಪ್ಪಬೇಕಾಯಿತು. ಅಲೆಗ್ಸಾಂಡರ್ ಆ ರಾಜ್ಯದ ಪೂರ್ವಭಾಗದಲ್ಲಿ ಕ್ರಿ.ಪೂ.331ರಲ್ಲಿ ತನ್ನ ಯುದ್ಧಯಾತ್ರೆಯನ್ನು ಆರಂಭಿಸಿದನು. ಮೊದಲು ಅಫ್ಘಾನಿಸ್ತಾನದ ಆರಿಯ (ಹೆರಾಟ್)ವನ್ನು ಆಕ್ರಮಿಸಿದನು; ಅಲ್ಲಿಂದ ಮುಂದೆ ದಕ್ಷಿಣದಲ್ಲಿ ಜರಂಗಿಯದ ಕಡೆಗೆ ಮುನ್ನಡೆದನು. ಹೈಲೆಂಡ್ ನದಿ ಪ್ರಾಂತ್ಯದವರೆವಿಗೂ ತನ್ನ ಸೇನೆಯನ್ನು ನಡೆಸಿ, ಅರಕೋಸಿಯವನ್ನು ವಶಪಡಿಸಿಕೊಂಡನು, ಅದರ ರಾಜಧಾನಿ ಕಾಂದಹಾರ್‌ನಲ್ಲಿ ಮುಂದೆ ಇರಾನಿನ ಮತ್ತು ಗ್ರೀಸ್‌ನ ಜನರು ವಾಸ ಮಾಡಲಾರಂಭಿಸಿದರು. ಆಕಾರಣದಿಂದಲೇ

ಅಶೋಕನು ತನ್ನ ಶಾಸನಗಳಲ್ಲಿ ಅಕೆಮೆನಿಡ್ ಮತ್ತು ಗ್ರೀಕ್ ಎರಡೂ ಭಾಷೆಗಳನ್ನು ಬಳಸಿದನು. ಬಳಸುದಾರಿಯಾದರೂ, ಸುಲಭವಾಗಿಯೇ ಕ್ರಮಿಸಬಹುದಾದ ದಾರಿಯನ್ನು ಹಿಡಿದ ಗ್ರೀಕ್ ಸೈನ್ಯವು ಕಾಬೂಲ್ ನದೀ ಕಣಿವೆಯ ಪ್ರದೇಶವನ್ನು ಪ್ರವೇಶಿಸಿತು. ಬೆಗ್ರಾಂ ಎಂಬಲ್ಲಿ ಒಂದು ನಗರವನ್ನು ನಿರ್ಮಿಸಿದ ಅಲೆಗ್ಸಾಂಡರ್ ಅದನ್ನು ಅಲೆಗ್ಸಾಂಡ್ರಿಯಾ ಎಂದು ಕರೆದ. ತನ್ನ ವಿಜಯ ಯಾತ್ರೆಯನ್ನು ಮುಂದುವರೆಸಿಕೊಂಡು ಮುನ್ನಡೆದು, ಹಿಂದೂ ಕುಷ್ ಪರ್ವತ ಶ್ರೇಣಿಯನ್ನು ದಾಟಿ, ಓಡಿಹೋಗಿದ್ದ ಡರಯಸ್ಸನ್ನು ಕೊಂದಿದ್ದ ಬ್ಯಾಕ್ಟ್ರಿಯಾದ ರಾಜ ಬೆಸ್ಸಸ್‌ನನ್ನು ಸ್ಥಾನಪಲ್ಲಟಗೊಳಿಸಿದ. ಅವನ ಮುಂದಿನ ನಡೆಯು ಟ್ರಾನ್ಸೋಕ್ಸಿಯಾನದ ವಿರುದ್ಧದ ದಾಳಿಯಾಗಿತ್ತು.

ಒಟ್ಟಾರೆ, ಗ್ರೀಸಿನ ಮೇಲೆ ಮಾಸಿಡೋನಿಯದ ಯಜಮಾನಿಕೆಯನ್ನು ಎತ್ತಿ ಹಿಡಿದದ್ದೇ ಅಲ್ಲದೇ ಗ್ರೀಕ್ ಸಂಸ್ಕೃತಿಯ ಪ್ರತಿನಿಧಿಯಾಗಿ ಮತ್ತು ಇರಾನೀಯರು ಗ್ರೀಕರಿಗೆ ಮಾಡಿದ ಕೇಡಿಗೆ ಸೇಡು ತೀರಿಸುವವನಾಗಿ ಅಲೆಗ್ಸಾಂಡರ್ ಎದ್ದು ಕಾಣುವಂತಾದನು. ಇಷ್ಟೆಲ್ಲಾ ಯಶಸ್ಸನ್ನು ಗಳಿಸಿದ ನಂತರ ಅಕೆಮಿನಿಡ್‌ನ ಮಹಾರಾಜ ನೆನ್ನಿಸಿಕೊಳ್ಳುವ ಮಹತ್ವಾಕಾಂಕ್ಷೆ ಅವನಲ್ಲಿ ಮೊಳಗಿತು. ಕೆಲವು ಹುದ್ದೆಗಳು ಸೇರಿದಂತೆ ಇರಾನಿನ ಆಡಳಿತ ಪದ್ಧತಿಯನ್ನು ತನ್ನ ಆಳ್ವಿಕೆಯಲ್ಲಿಯೂ ಅಳವಡಿಸಿಕೊಂಡನು. ಉದಾಹರಣೆಗೆ, ಇರಾನಿನ ಹುದ್ದೆ 'ಕ್ಷತ್ರಪ' ನನ್ನು 'ಸತ್ರಪ'ನನ್ನಾಗಿಸಿ ಮುಂದುವರಿಸಲಾಯಿತು. ಒಂದು ಪ್ರದೇಶದ ಅತ್ಯುನ್ನತ ಅಧಿಕಾರಿಯನ್ನು ಸತ್ರಪನೆಂದು ಕರೆಯಲಾಗುತ್ತಿತ್ತು. ಈ ಹುದ್ದೆಯನ್ನು ಮುಖ್ಯವಾಗಿ ಮಾಸಿಡೋನಿಯದವರಿಗೇ ನೀಡುತ್ತಿದ್ದರೂ ಕೆಲವೊಮ್ಮೆ ಇರಾನಿನ ಉನ್ನತ ಕುಟುಂಬಗಳ ಸದಸ್ಯರಾದವರನ್ನು ಈ ಹುದ್ದೆಗೆ ನೇಮಿಸಲಾಗುತ್ತಿತ್ತು. ಅಲೆಗ್ಸಾಂಡರನ ಸೇನೆಗೆ ಮಾಸಿಡೋನಿಯದಿಂದ ಕಾಲ ಕಾಲಕ್ಕೆ ಹೊಸದಾಗಿ ಸೈನಿಕರು ಬಂದು ಸೇರುತ್ತಿದ್ದ ರೀತಿಯಲ್ಲಿ ಇರಾನಿನವರೂ ಸಹ ಸೇರುತ್ತಿದ್ದರು. ಅದೇ ರೀತಿಯಲ್ಲಿ ಅಲೆಮಾರಿಗಳಾದ ಸಿಥಿಯನ್ನರೂ ಆ ಸೈನ್ಯದ ಭಾಗವಾದರು. ಕುದುರೆ ಸವಾರಿಯಲ್ಲಿ ಅವರ ಪರಿಣತಿ ಗ್ರೀಸಿನ ಸೈನ್ಯಕ್ಕೆ ಅತ್ಯಂತ ಉಪಯುಕ್ತವಾಯಿತು.

ಅದೊಂದು ಬಹುಬಗೆಯ, ಆದರೆ ಶಿಸ್ತುಬದ್ಧ, ಸೈನ್ಯ. ಇಂಥ ಸೈನ್ಯವನ್ನು ಮುನ್ನಡೆಸುತ್ತಾ ಅಲೆಗ್ಸಾಂಡರ್ ಕ್ರಿ.ಪೂ.327ರ ವಸಂತ ಋತುವಿನಲ್ಲಿ ಭಾರತವನ್ನು ಪ್ರವೇಶಿಸಿದನು. ಆ ಹೊತ್ತಿಗೆ ಮಧ್ಯ ಏಷ್ಯಾದಲ್ಲಿ ಅವನ ವಿಜಯ ಯಾತ್ರೆ ಮುಗಿದಿತ್ತು. ಉತ್ತರ ಆಫ್ಘನಿಸ್ತಾನ (ಬಾಕ್ಟ್ರಿಯ) ದಿಂದ ಹೊರಟು ಹಿಂದುಕುಷ್ ಪರ್ವತಗಳನ್ನು ದಾಟಿ ಅಲೆಗ್ಸಾಂಡ್ರಿಯಾವನ್ನು ಬಲಗೊಳಿಸಲು ಅಲ್ಲಿ ಗ್ರೀಕ್ ಮತ್ತು ಮಾಸಿಡೋನಿಯದ ಜನರನ್ನು ನೆಲೆಗೊಳಿಸಿದನು. ಕಾಬೂಲ್ (ಕೋಫೆನ್)ನದಿಯ ಗುಂಟ ಪ್ರಯಾಣ ಮುಂದುವರೆಸಿ ಪೇಶಾವರದ ಉತ್ತರ ಭಾಗದ ಪೂಸಲೋಟಿಸನನ್ನು ಮಣಿಸಿದನು. ತಾನು ಜಯಿಸಿದ ಪ್ರದೇಶದ ಎಡಭಾಗವನ್ನು ರಕ್ಷಿಸಲು ಅಲೆಗ್ಸಾಂಡರ್ ಸ್ವಾಟ್‌ಕಣಿವೆಯನ್ನು ಹೊಕ್ಕಂತೆ ಕಾಣುತ್ತದೆ. ಈ ದಾಳಿಯ ಸಮಯದಲ್ಲಿ ಸೆರೆಸಿಕ್ಕವರು ಗ್ರೀಕರ ಗುಲಾಮರಾದರು; ಅವರ ಉತ್ತಮ ತಳಿಯ ರಾಸುಗಳು ಗ್ರೀಕರ ಸೊತ್ತಾದವು. ಸಮೀಪದಲ್ಲಿಯೇ ಇದ್ದ ಆಸಕೆನೋಯ್ (ಅಸಿಸೀನಿಯ) ಬುಡಕಟ್ಟಿನ ನಾಯಕನನ್ನು ಅಸಸೆನೆಸ್ ಎಂದು

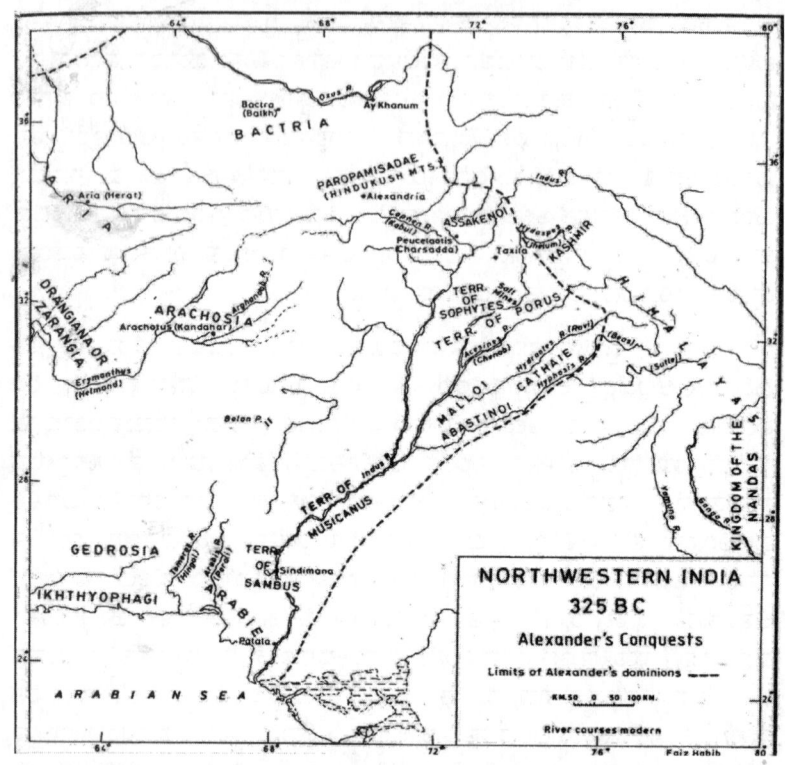

ನಕ್ಷೆ 1.1 : ವಾಯವ್ಯ ಭಾರತ, ಕ್ರಿ.ಪೂ. 325: ಅಲೆಗ್ಸಾಂಡರ್ ಜಯಿಸಿದ ಪ್ರಾಂತ್ಯಗಳು

ಕರೆಯುತ್ತಿದ್ದರು. ಈ ನಾಯಕನು ತನ್ನ ಜನರನ್ನು ಮುನ್ನಡೆಸಿ ಗ್ರೀಕರ ವಿರುದ್ಧ ವಿರೋಚಿತವಾಗಿ ಹೋರಾಡಿದರೂ ಅವರ ಮುಖ್ಯ ಪಟ್ಟಣವಾದ 'ಮಸ್ಸಗ' ಗ್ರೀಕರ ವಶವಾಯಿತು. ಅಯೋರ್ನಾಸ್ (ವರ್ಣ)ನ ಕೋಟೆಗೆ ರಾಜಕೀಯ ಅಥವಾ ಯಾವುದೇ ಪ್ರಾಮುಖ್ಯತೆ ಇಲ್ಲದಿದ್ದರೂ ತನ್ನ ಸಾಹಸ ಪ್ರವೃತ್ತಿಯ ಪ್ರದರ್ಶನೆಗಾಗಿಯೇ ಅಲೆಗ್ಸಾಂಡರ್ ಅದನ್ನು ವಶಪಡಿಸಿಕೊಂಡನು ಎಂದು ಕಾಣುತ್ತದೆ. ಈ ಪ್ರದೇಶಗಳು ಎಲ್ಲಿವೆ ಎಂಬುದು ಇನ್ನೂ ನಿಖರವಾಗಿ ತಿಳಿದುಬಂದಿಲ್ಲ.

ಮುಂದೆ ಅಲೆಗ್ಸಾಂಡರ್ ವಶಪಡಿಸಿಕೊಂಡದ್ದು ಗ್ರೀಕ್ ದೇವರಾದ 'ಡಯೋನಿಸಸ್'ನನ್ನು ನೆನಪಿಗೆ ತರುವ 'ನೈಸಾ' ಪಟ್ಟಣವನ್ನು. ನಂತರ ಗ್ರೀಕ್ ಸೈನ್ಯವು ದೋಣಿಗಳಲ್ಲಿ ಸಿಂಧು ನದಿಯನ್ನು ದಾಟಿ ತಕ್ಷಶಿಲದ ಕಡೆಗೆ ಸಾಗಿತು. ಆದರ ರಾಜನಿಗೆ ಎರಡು ಹೆಸರುಗಳು: ಟಾಕ್ಸಲಸ್ ಮತ್ತು ಓಂಫಿಸ್ (ಅಂಬಿ). ಅವನು ಯಾವುದೇ ಪ್ರತಿರೋಧವನ್ನು ತೋರದೆ ಅಲೆಗ್ಸಾಂಡರನಿಗೆ ಶರಣಾದನು. ವಿಜಯಯಾತ್ರೆಯನ್ನು ಮುಂದುವರೆಸಿದ ಅಲೆಗ್ಸಾಂಡರ್, ಹೈಡಾಸ್ಪೆಸ್ (ವಿತಸ್ತ ಅಥವಾ ಜೀಲಮ್) ನದಿಯನ್ನು ದಾಟಬೇಕಾಗಿತ್ತು.

ಆ ನದಿಯ ಈಚೆಯ ದಡದಲ್ಲಿ ಎರಡು ಪರಸ್ಪರ ಶತ್ರು ರಾಜ್ಯಗಳಿದ್ದವು. 'ಪುರು' ಎಂಬ ಬುಡಕಟ್ಟಿಗೆ ಸೇರಿದ ಈ ರಾಜ್ಯಗಳಲ್ಲಿ ಒಂದು ರಾಜ್ಯದವರು ಜೀಲಮ್‌ನನ್ನು ದಾಟುವ ಗ್ರೀಕ್ ಸೈನ್ಯದ ಪ್ರಯತ್ನಕ್ಕೆ ಅಡ್ಡಿಯಾದರು. ಈ 'ಪುರು' ಬುಡಕಟ್ಟು ಕ್ರಿ.ಪೂ. ಎರಡನೆಯ ಸಹಸ್ರಮಾನದಷ್ಟು ಹಳೆಯದಾಗಿತ್ತು (ವೈದಿಕಯುಗ 1.5) ಗ್ರೀಕರಿಗೂ, ಈ ಬುಡಕಟ್ಟಿನವರಿಗೂ ನಡುವೆ ನಡೆದ ಯುದ್ಧದ ಎಲ್ಲ ವಿವರಗಳೂ ದಾಖಲಾಗಿರುವುದರಿಂದ ಅದು ಭಾರತದ ಮಿಲಿಟರಿ ಚರಿತ್ರೆಯಲ್ಲಿ ತನ್ನದೇ ಆದ ಪ್ರಾಮುಖ್ಯತೆಯನ್ನು ಪಡೆದಿದೆ.

ಪೋರಸ್‌ನ ಸೈನ್ಯದ ಮೇಲೆ ಹುಸಿ ದಾಳಿಗಳನ್ನು ನಡೆಸುವುದರ ಮೂಲಕ ಅವರನ್ನು ತಪ್ಪು ದಾರಿಗೆಳೆದು ಜೀಲಮ್ ನದಿಯನ್ನು ದಾಟುವುದರಲ್ಲಿ ಯಶಸ್ವಿಯಾದ ಅಲೆಗ್ಸಾಂಡರ್ ಮುಂದೆ ತನ್ನನ್ನು ಎದುರಿಸಿದ ಪೋರಸ್‌ನ ಮಗನನ್ನು ಸೋಲಿಸಿದನು. ನಂತರ 120 ರಥಗಳು ಮತ್ತು ದೊಡ್ಡ ಸಂಖ್ಯೆಯಲ್ಲಿ ಕುದುರೆಗಳನ್ನು ಬಳಸಿದರೂ ಪೋರಸ್ ಸಹ ಯುದ್ಧದಲ್ಲಿ ಸೋತನು. ಇದಕ್ಕಿಂತಲೂ ದೊಡ್ಡ ಸೈನ್ಯ – 4000 ಅಶ್ವಗಳು, 30 ರಥಗಳು, 200 ಆನೆಗಳು ಮತ್ತು 30,000 ಕಾಲಾಳುಗಳು – ಮುಂದೆ ಗ್ರೀಕರನ್ನು ಎದುರಿಸಿತು. ಮೊದಲನೆಯ ಸಾಲಿನಲ್ಲಿ ಆನೆಗಳು, ಅವುಗಳ ನಡುವೆ ಅಲ್ಲಲ್ಲಿ ಕಾಲಾಳುಗಳು ಮತ್ತು ಇವರೆಲ್ಲರ ರಕ್ಷಣೆಗಾಗಿ ಇತರ ಸೈನಿಕರು ಮತ್ತು ಅಶ್ವದಳ ಹೀಗೆ ವ್ಯೂಹವನ್ನು ರಚಿಸಲಾಗಿತ್ತು. ರಥಗಳು ಅಶ್ವ ದಳಕ್ಕೆ ಬೆಂಬಲವಾಗಿ ಸಾಲಾಗಿ ನಿಂತಿದ್ದವು. ಇಂಥ ದುರ್ಭೇದ್ಯವಾದ ಸೈನ್ಯವನ್ನು ಸೋಲಿಸಲು, ಅಲೆಗ್ಸಾಂಡರ್ ಮೊದಲಿಗೆ ಮಾಡಿದ್ದು ಶತ್ರು ಸೇನೆಯಲ್ಲಿ ಗೊಂದಲ ಮೂಡಿಸಿದ್ದು. ತನ್ನ ಅಶ್ವದಳದಿಂದ ಮಿಂಚಿನ ದಾಳಿಗಳನ್ನು ಆ ಸೈನ್ಯದ ವಿವಿಧ ಭಾಗಗಳ ಮೇಲೆ ಏಕ ಕಾಲದಲ್ಲಿ ನಡೆಸಿದನು. ಇದರಿಂದಾಗಿ ಪೋರಸ್‌ನ ಸೈನಿಕರು ದಿಕ್ಕು ಕಾಣದಾದರು. ಆನೆಗಳನ್ನು ಕುದುರೆಗಳು ಎದುರಿಸಲಾರವಾದ್ದರಿಂದ ಆ ಮಹಾಕಾಯಗಳನ್ನು ಮತ್ತು ಅವುಗಳ ಮಾವುತರನ್ನು ಮಣಿಸಲು ತನ್ನ ಕಾಲಾಳುಗಳನ್ನು ಬಳಸಿದನು. ನಂತರ ಗ್ರೀಕರ ಅಶ್ವದಳವು ಗಜದಳದ ಮೇಲೆ ಹಿಂದಿನಿಂದ ಆಕ್ರಮಣ ನಡೆಸಿತು (ಚಿತ್ರ 1.1) ಹಿಂದೆ ಇರಾನಿನ ಸೇನೆಯ ರಥದಳವು ಸೋತಂತೆಯೇ, ಈ ಬಾರಿ ಪೋರಸ್‌ನ ರಥ ದಳವೂ ಸಹ ಗ್ರೀಕರ ಮುಂದೆ ನಿಲ್ಲಲಾಗಲಿಲ್ಲ. ಪೋರಸ್‌ನ ಸೈನಿಕರೆಲ್ಲರೂ ಆನೆಗಳ ಸುತ್ತಲೂ ಇದ್ದು, ಆಗ ಉಂಟಾದ ಗೊಂದಲದಲ್ಲಿ ಆನೆಗಳು ಆ ಸೈನಿಕರನ್ನೇ ತುಳಿದು ಹಾಕುವಂತಾಯಿತು. ಪೋರಸ್ ಸೋತು ಗ್ರೀಕ್ ಸೈನ್ಯಕ್ಕೆ ಸೆರೆಸಿಕ್ಕಿದ. ಗ್ರೀಕರು ಗೆದ್ದರು.

ಪೋರಸ್‌ನನ್ನು ತನ್ನ ಸಾಮಂತನನ್ನಾಗಿಸಿಕೊಂಡು ರಾಜ್ಯವನ್ನು ಅವನಿಗೇ ಬಿಟ್ಟುಕೊಟ್ಟು, ಅಲೆಗ್ಸಾಂಡರ್ ಮುಂದೆ ಚಿನಾಬ್ ಮತ್ತು ರಾವಿ ನದಿಗಳನ್ನು ದಾಟುವ ಯೋಜನೆಯನ್ನು ಹಾಕಿಕೊಂಡ. ಹಿಮಾಲಯದ ತಪ್ಪಲಿನ ಈ ಜಾಗದಲ್ಲಿ ಒಂದು ಗುಡ್ಡದ ಮೇಲೆ ಇಟ್ಟಿಗೆಗಳಿಂದ ನಿರ್ಮಿಸಿದ್ದ ಒಂದು ಕೋಟೆಯ ಬಳಿ ಕಾಥೈ ಎಂಬ ಬುಡಕಟ್ಟು ಗ್ರೀಕರನ್ನು ಎದುರಿಸಿತು. ಅದು ಸಂಗಲ ಎಂಬಲ್ಲಿದ್ದು ಸಮೀಪದಲ್ಲಿಯೇ ಒಂದು ದೊಡ್ಡ ಸರೋವರವೂ ಇದ್ದಿತು. ಆದರೆ ಅವರೂ ಅಲೆಗ್ಸಾಂಡರ್ ನ ಸೇನೆಯ

ಚಿತ್ರ 1.1 ಅಲೆಗ್ಸಾಂಡರಿನ ಪದಕ, ಬ್ಯಾಬಿಲೋನ್, ಕ್ರಿ.ಪೂ. 323
ಮುಂಭಾಗ : ಭಾರತದ ಆನೆಯನ್ನು ಎದುರಿಸುತ್ತಿರುವ ಮ್ಯಾಸಿಡೋನಿಯಾದ ಕುದುರೆ ಸವಾರ.
ಹಿಂಭಾಗ : ವಜ್ರಾಯುಧದಂತಹ ಆಯುಧವನ್ನು ಹಿಡಿದು ನಿಂತಿರುವ ಅಲೆಗ್ಸಾಂಡರ್ (ಎ.ಬಿ.ಬೋಸ್‌ವರ್ತ್‌ನನ್ನು ಅನುಸರಿಸಿ)
ಕುದುರೆಯ ಮೈಮೇಲೆ ಜೀನು ಅಥವಾ ರಿಕಾಪು ಇಲ್ಲದಿರುವುದನ್ನು ಗಮನಿಸಿ

ಎದುರು ನಿಲ್ಲಲಾಗಲಿಲ್ಲ. 70,000 ಜನರನ್ನು ಸೆರೆ ಹಿಡಿದು ಎಲ್ಲರನ್ನೂ ಗುಲಾಮರನ್ನಾಗಿ ಮಾಡಲಾಯಿತು. ಗ್ರೀಕರು ಮುಂದೆ ದಾಟಬೇಕಾಗಿದ್ದ ನದಿ ಹೈಫಸಿಸ್ (ವಿಪಾಸ್ ಅಥವಾ ಬಿಯಸ್ ಬಹುಶಃ ಸಟ್ಲೆಜ್-ಬಿಯಸ್‌ಗಳ ಸಂಗಮ)ಅಲ್ಲಿಂದ ಪೂರ್ವಕ್ಕಿದ್ದ ಗಂಗಾ ನದಿ ಮೈದಾನ ಫಲವತ್ತಾದ ಮಣ್ಣಿನಿಂದ ಕೂಡಿದ್ದು, ಆ ಪ್ರದೇಶದಲ್ಲಿ ಭಾರತದ ಬೇರೆಲ್ಲೆಡೆಗಿಂತಲೂ ಹೆಚ್ಚಿನ ಸಂಖ್ಯೆಯಲ್ಲಿ ಆನೆಗಳಿದ್ದವು. ಈ ಹೊತ್ತಿಗೆ ಯುದ್ಧರಂಗದಲ್ಲಿ ಗಜದಳದ ಉಪಯುಕ್ತತೆಯ ಬಗ್ಗೆ ಅಲೆಗ್ಸಾಂಡರ್ ಸಾಕಷ್ಟು ತಿಳಿದಿದ್ದ. ಆದರೆ ಅಲ್ಲಿಂದ ಮುಂದೆ ತನ್ನ ಪ್ರಯಾಣವನ್ನು ಮುಂದುವರೆಸಬೇಕೆಂಬ ಅವನ ಸೂಚನೆ, ಒತ್ತಾಯಗಳಿಗೆ ಸೇನೆಯ ಒಪ್ಪಿಗೆ ಸಿಗಲಿಲ್ಲ. ತಾವು ಸಂಗ್ರಹಿಸಿದ್ದ ಸಂಪತ್ತು ಸಾಕಷ್ಟಿತ್ತು. ಅದಕ್ಕಿಂತಲೂ ಮುಖ್ಯವೆಂದರೆ, ಅವರೆಲ್ಲರೂ ತಮ್ಮ ಕುಟುಂಬಗಳನ್ನು ಬಿಟ್ಟು ಇಷ್ಟು ದೂರ ಬಂದದ್ದು, ದೀರ್ಘಕಾಲ ಮನೆಗಳಿಂದ ದೂರವಿದ್ದದ್ದು ಅವರು ಮುಂದಿನ ಹೆಜ್ಜೆಗಳನ್ನು ಹಾಕುವುದನ್ನು ತಡೆಯಿತು. ಮುಖ್ಯವಾಗಿ ಅವರೆಲ್ಲರೂ ವಿಪರೀತ ದಣಿದಿದ್ದರು.

ಕ್ರಿ.ಪೂ.326 ಸೆಪ್ಟೆಂಬರ್-ಅಕ್ಟೋಬರ್ ವೇಳೆಗೆ ಗ್ರೀಕ್ ಸೈನ್ಯ ಹಿಂದಿರುಗಲಾರಂಭಿಸಿತು. ಹಾದಿಯಲ್ಲಿ ಬಿಯಸ್‌ನವರೆಗೂ ಇದ್ದ ಪ್ರದೇಶದ ಮೇಲಿನ ಅಧಿಕಾರವನ್ನು ಪೋರಸ್‌ನಿಗೆ ಬಳುವಳಿಯಾಗಿ ನೀಡಲಾಯಿತು. ಜೀಲಮ್ ನದಿ ದಂಡೆಯಲ್ಲಿ ತಾನು ಪೋರಸ್‌ನ ಸೈನ್ಯವನ್ನು ಮಣಿಸಿದ ಜಾಗದಲ್ಲಿಯೇ ತನ್ನ ಸೈನ್ಯದೊಡನೆ ಬಿಡಾರ ಹೂಡಿದ ಅಲೆಗ್ಸಾಂಡರ್ ತಾನು ಹಿಂದೆ ನಿರ್ಮಿಸಿದ್ದ ಎರಡು ಪಟ್ಟಣಗಳನ್ನು ಭದ್ರಗೊಳಿಸಿದ. ಜನರ ವಾಸಕ್ಕೆ ಅನುಕೂಲಗಳನ್ನು ಕಲ್ಪಿಸಿಕೊಟ್ಟದ್ದಲ್ಲದೆ, ಭದ್ರತೆಗಾಗಿ ಕೋಟೆಗಳನ್ನು

ಕಟ್ಟಿದ. ಹಿಮಾಲಯದ ತಪ್ಪಲಿನಲ್ಲಿದ್ದ ಅಭಿಸಾರ ಬುಡಕಟ್ಟಿನ ರಾಜನಾದ ಅಬ್ಸಾರೆಸ್ ಅಲೆಗ್ಸಾಂಡರನಿಗೆ ಶರಣಾದ. ಕ್ಷಾರಶ್ರೇಣಿಯ ಪಾಲಕ ಸೋಫೀಥೆಸ್ ಅಥವಾ ಸೊಫೈಟಿಸ್ (ಸೌಭೂತಿ) ಎನ್ನುವವನು ಗ್ರೀಕ್ ರಾಜನಿಗೆ ತನ್ನ ಸ್ನೇಹ ಹಸ್ತವನ್ನು ಚಾಚಿದ. ಇನ್ನು ಸಮುದ್ರದ ಕಡೆಗೆ ಪ್ರಯಾಣಕ್ಕಾಗಿ ದೊಡ್ಡ ಮಟ್ಟದಲ್ಲಿ ಸಿದ್ಧತೆಗಳು ಆರಂಭವಾದವು.

ಮೆಡಿಟರೇನಿಯನ್ ಸಮುದ್ರದ ಪೂರ್ವ ಭಾಗದಿಂದ ಬಂದ ಕೆಲಸಗಾರರು ಈ ಉದ್ದೇಶಕ್ಕಾಗಿ ಹಡಗುಗಳನ್ನು ದೊಡ್ಡ ಸಂಖ್ಯೆಯಲ್ಲಿ ಸಿದ್ಧಪಡಿಸಿದರು. ಅವುಗಳಿಗೆ ಬೇಕಾದ ಮರಮುಟ್ಟುಗಳನ್ನು ಜೀಲಮ್ ನದಿಯಲ್ಲಿ ತೇಲಿಸಿಕೊಂಡು ತರಲಾಯಿತು. ಅಲೆಗ್ಸಾಂಡರ್ ನದೀಯಾನ ಮಾಡುತ್ತಿದ್ದರೆ, ಅವನ ಅಶ್ವ ಬಲ ಮತ್ತು ಕಾಲ್ಬಲಗಳು ಎರಡು ದಂಡೆಗಳಲ್ಲಿ ಮುನ್ನಡೆಯುತ್ತಿದ್ದು ಜತೆಗೆ 200 ಆನೆಗಳುಳ್ಳ ಗಜಬಲವೂ ಇತ್ತು. ಚಿನಾಬ್ ನದಿ ಜೀಲಮ್ ನದಿಯನ್ನು ಸೇರುವ ಕೂಡಲಿಯನ್ನು ದಾಟಿ ನೀರಿಲ್ಲದ ಬಯಲು ಪ್ರದೇಶದಾಚೆಗಿದ್ದ ಮಲ್ಲೋಯ್ (ಮಲ್ಲ) ಜನರ ಮೇಲೆ ಗ್ರೀಕ್ ಸೈನ್ಯ ದಾಳಿ ನಡೆಸಿ ಅವರ ಪಟ್ಟಣವನ್ನು ಸುಲಭವಾಗಿ ವಶಪಡಿಸಿಕೊಂಡಿತು. ಅಸಂಖ್ಯಾತ ಸೈನಿಕರ ಮಾರಣಹೋಮ ನಡೆಯಿತು. ಮಲ್ಲರು ಹಿಂದೆ ಸರಿದು ರಾವಿ ನದಿಯನ್ನು ದಾಟಿದರು. ಆದರೆ ಅವರ ಬೆನ್ನು ಹತ್ತಿದ ಗ್ರೀಕರು ಇಂದಿನ ಮುಲ್ತಾನ್ ನಗರದ ಬಳಿ ಇತ್ತೆಂದು ಊಹಿಸಬಹುದಾದ ಅವರ ಮುಖ್ಯ ನಗರಕ್ಕೆ ಮುತ್ತಿಗೆ ಹಾಕಿದರು. (ರಾವಿ ನದಿಯು ಕ್ರಿ.ಶ.1400 ರಲ್ಲಿಯೂ ಮುಲ್ತಾನ್ ನಗರದ ಸಮೀಪದಲ್ಲಿಯೇ ಹರಿಯುತ್ತಿತ್ತು). ಆ ನಗರವನ್ನು ವಶಪಡಿಸಿಕೊಳ್ಳುವ ಉಮೇದಿನಲ್ಲಿ ಅಲೆಗ್ಸಾಂಡರ್ ಸ್ವತಃ ಯುದ್ಧದಲ್ಲಿ ಪಾಲ್ಗೊಂಡನು. ಆದರೆ ಯುದ್ಧದಲ್ಲಿ ತೀವ್ರವಾಗಿ ಗಾಯಗೊಂಡನು. ಅವನ ಸೈನಿಕರು ಗಾಯಾಳುವಾಗಿದ್ದ ತಮ್ಮ ನಾಯಕನನ್ನು ಕಷ್ಟ ಪಟ್ಟು ರಕ್ಷಿಸಬೇಕಾಯಿತು. ಇದಕ್ಕೆ ಪ್ರತೀಕಾರವಾಗಿ ಆ ನಗರದ ಮಹಿಳೆಯರು, ಮಕ್ಕಳು ಯಾರನ್ನೂ ಬಿಡದೆ ಎಲ್ಲರನ್ನೂ ಗ್ರೀಕರು ಕೊಂದರು. ಯುದ್ಧದಲ್ಲಿ ಸೋತ ಮಲ್ಲರ ನಾಯಕರು ಮತ್ತು 'ಆಕ್ಸಿಡ್ರಾಸೀ' ಎಂದು ಕರೆಯಲಾಗುತ್ತಿದ್ದ ಅವರ ಮಿತ್ರರು ಅಲೆಗ್ಸಾಂಡರನಿಗೆ ತಲೆಬಾಗಿದರು. 500 ರಥಗಳನ್ನು ಕಾಣ್ಕೆಯಾಗಿ ಒಪ್ಪಿಸಿದರು. ಗ್ರೀಕರ ಮುಂದಿನ ಪ್ರಯಾಣ ರಾವಿ, ಚಿನಾಬ್‌ಗಳು ಕೂಡುವ ಸ್ಥಳಕ್ಕೆ ಮತ್ತು ಅವೆರಡೂ ಸಿಂಧು ನದಿಯನ್ನು ಸೇರುವಲ್ಲಿಗೆ. ಹತ್ತಿರದ ಅಬಸ್ತನೋಯ್ (ಅಂಬಷ್ಟರು) ಎನ್ನುವ ಜನಸಮೂಹ ಅಲೆಗ್ಸಾಂಡರನಿಗೆ ಸೋತರು. ನದಿಗಳು ಕೂಡುವಲ್ಲಿ ಪಟ್ಟಣವೊಂದನ್ನು ನಿರ್ಮಿಸಲಾಯಿತು.

ಅಲ್ಲಿಂದ ಸಿಂಧ್ ಪ್ರಾಂತ್ಯವನ್ನು ಪ್ರವೇಶಿಸಿದ ಅಲೆಗ್ಸಾಂಡರನನ್ನು ಸಂಧಿಸಿದ್ದು ಉತ್ತರ ಸಿಂಧ್ ಪ್ರಾಂತ್ಯದ ರಾಜನಾದ ಮ್ಯೂಸಿಕಾನಸ್. ಮೊದಲಿಗೆ ಶರಣಾದ ಇವನು, ಬಹು ಬೇಗನೆ ದಂಗೆ ಎದ್ದನು. ಈ ದಂಗೆಯ ಪರಿಣಾಮ ಅವನ ಸೆರೆ ಮತ್ತು ಗಲ್ಲು. ಅವನ ನಗರದ ಜನರು ಗ್ರೀಕರ ದಾಸರಾದರು. ಆಕ್ಸಿಕಾನಸ್ ಎಂಬ ಮತ್ತೊಬ್ಬ ರಾಜನ ರಾಜ್ಯವೂ ಅಲೆಗ್ಸಾಂಡರ್‌ನ ವಶವಾಯಿತು. ಅಲ್ಲಿಂದ ದಕ್ಷಿಣಕ್ಕಿದ್ದ ಮತ್ತೊಂದು ಪ್ರಾಂತ್ಯದ ರಾಜ ಸಾಂಬಸ್‌ನ ರಾಜಧಾನಿ ಸಿಂಧಿಮನವೆಂಬ ನಗರ. ಆ ರಾಜ್ಯದವರು ಗಿರಿಜನರಾಗಿದ್ದರು. ಆ ಪರ್ವತ ಪ್ರಾಂತ್ಯವು ಇಂದಿನ ಕರ್ಥಾರ್ ಶ್ರೇಣಿಯಾಗಿರಬೇಕು.

ಅಂದಿನ ಸಿಂದಿಮನ ಇಂದಿನ ಸೆಹ್ವಾನ್ ಎಂದು ಊಹಿಸಲಾಗಿದೆ. ರಾಜನು ನಗರವನ್ನು ಬಿಟ್ಟು ಓಡಿದ ಮೇಲೆ ಗ್ರೀಕರು ಆ ನಗರವನ್ನು ಸುಲಭವಾಗಿ ಆಕ್ರಮಿಸಿಕೊಂಡರು.

ದೀರ್ಘ ಪ್ರಯಾಣದ ನಂತರ ಅಲೆಗ್ಸಾಂಡರ್ ಮತ್ತು ಅವನ ನೌಕಾಪಡೆಯ ಯೋಧರು ಸಿಂಧು ನದಿಯ ಮುಖಜಭೂಮಿ (ಡೆಲ್ಟಾ) ಯನ್ನು ತಲುಪಿದರು. ಪಟಲವೆಂಬ ಪಟ್ಟಣದ ಬಳಿ ಸಿಂಧು ನದಿ ಎರಡಾಗಿ ಸೀಳಿತ್ತು. ಆ ಪ್ರದೇಶದಲ್ಲೆಲ್ಲಾ ತಿರುಗಾಡಿದ ಅಲೆಗ್ಸಾಂಡರ್ ಹಿಂದೂ ಮಹಾಸಾಗರದ ಅಲೆಗಳ ಭೋರ್ಗರೆತವನ್ನು ಕಾಣುವುದು ಸಾಧ್ಯವಾಯಿತು.

ಇರಾನ್ ಮತ್ತು ಮೆಸಪೊಟೇಮಿಯಗಳ ಮೂಲಕ ತನ್ನ ತಾಯ್ನಾಡಿಗೆ ಹಿಂದಿರುಗುವ ಯೋಚನೆ ಮಾಡಿದ ಅಲೆಗ್ಸಾಂಡರ್ ಭಾರತದಲ್ಲಿ ತಾನು ಜಯಸಿದ ಪ್ರದೇಶಗಳ ಆಡಳಿತಕ್ಕಾಗಿ ಕೆಲವು ವ್ಯವಸ್ಥೆಗಳನ್ನು ಮಾಡಿದನು. ಸಿಂಧು ಕೊಳ್ಳವನ್ನು ಎರಡು ಪ್ರದೇಶಗಳನ್ನಾಗಿ ವಿಭಜಿಸಲಾಯಿತು. ಸಿಂಧು–ಚಿನಾಬ್‌ಗಳ ಕೂಡಲಿಯವರೆಗೂ ವಿಸ್ತರಿಸಿದ್ದ ಉತ್ತರ ಪ್ರಾಂತ್ಯಕ್ಕೆ ಫಿಲಿಪ್‌ನನ್ನು ಪ್ರತಿನಿಧಿಯಾಗಿ ನೇಮಕ ಮಾಡಲಾಯಿತು. ಅಲ್ಲಿಂದ ಸಮುದ್ರದವರೆಗೂ ಹರಡಿದ್ದ ಪ್ರದೇಶವನ್ನು ಇಬ್ಬರು ಆಳುವ ಏರ್ಪಾಡಾಯಿತು. ಒಬ್ಬರು ಅಲೆಗ್ಸಾಂಡರ್‌ನ ಮಾವ, ಬ್ಯಾಕ್ಟ್ರಿಯದ ಆಕ್ಸ್ಯಾರ್ಟಿಸ್; ಮತ್ತೊಬ್ಬರು ಪೈಥೋನ್. ಆಕ್ಸ್ಯಾರ್ಟಿಸ್‌ನ ಅಧಿಕಾರವು ನಾಮಮಾತ್ರವಾಗಿತ್ತು, ಕಾರಣ ಅವನು ಆ ಪ್ರದೇಶದಲ್ಲಿ ವಾಸವಾಗಿರಲಿಲ್ಲ. ಫಿಲಿಪ್ ಮತ್ತು ಪೈಥೋನ್ ಇಬ್ಬರೂ ಮಾಸಿಡೋನಿಯದವರು. ಇಬ್ಬರೂ ಸೈನ್ಯದ ಕೆಲವು ತುಕಡಿಗಳನ್ನು ಮುನ್ನಡೆಸಿದ್ದವರು. ಆ ತುಕಡಿಗಳಲ್ಲಿ ಗ್ರೀಸ್, ಮಾಸಿಡೋನಿಯ, ಇರಾನ್, ಭಾರತ – ಈ ಎಲ್ಲ ಪ್ರಾಂತ್ಯಗಳವರೂ ಇದ್ದರು. ಇಂಥ ಸನ್ನಿವೇಶವು ಸಮಸ್ಯೆಗಳ ಆಗರವಾಗುವುದರಲ್ಲಿ ಆಶ್ಚರ್ಯವಿಲ್ಲ. ಅದರಂತೆಯೇ ಅಲೆಗ್ಸಾಂಡರ್ ಭಾರತದಿಂದ ಹೊರಟ ಕೆಲವೇ ದಿನಗಳಲ್ಲಿ ಒಂದು ಕುತಂತ್ರದ ಭಾಗವಾಗಿ ಫಿಲಿಪ್‌ನ ಕೊಲೆಯಾಯಿತು. ತಕ್ಷಶಿಲದಲ್ಲಿ ಗ್ರೀಸಿನ ಬಾಡಿಗೆ ಸೈನಿಕರು ನಡೆಸಿದ ಈ ದಂಗೆ ಬೇಗನೆ ಹತೋಟಿಗೆ ಬಂದಿತು. ಫಿಲಿಪ್‌ನ ಮಾಸಿಡೋನಿಯದ ಸೈನಿಕರು ಕುತಂತ್ರಿಗಳನ್ನು ಸೆರೆ ಹಿಡಿದು ಕೊಂದರು. ಫಿಲಿಪ್‌ನ ಜಾಗದಲ್ಲಿ ಮಾಸಿಡೋನಿಯದವನೇ ಆದ ಯೂಡೆಮಸ್‌ನನ್ನು ಅಲೆಗ್ಸಾಂಡರ್ ನೇಮಿಸಿದ. ಯೂಡೆಮಸ್‌ಗೆ ನೆರವು ನೀಡಲು ಭಾರತದ ಟಾಕ್ಸಿಲಸ್ ಎಂಬವನು ನಿಯುಕ್ತನಾದನು. ಸ್ಥಳೀಯರ ಬೆಂಬಲವನ್ನು ದೊರಕಿಸಿಕೊಳ್ಳುವ ಅಲೆಗ್ಸಾಂಡರನ ಉದ್ದೇಶ ಅವನು ತೆಗೆದುಕೊಂಡ ಈ ಕ್ರಮದ ಮೂಲಕ ಸ್ಪಷ್ಟವಾಗುತ್ತದೆ.

ಕ್ರಿ.ಪೂ.325ರಲ್ಲಿ ಸಿಂಧು ಪ್ರಾಂತ್ಯದ ಕೆಳಭಾಗವನ್ನು ತಲುಪಿದ ಅಲೆಗ್ಸಾಂಡರ್ ಒಂದು ಹೊಸ ನಿರ್ಧಾರಕ್ಕೆ ಬಂದ. ತಾನು ಗೆದ್ದಿದ್ದ ಪ್ರದೇಶಗಳ ನಗರಗಳ ರಕ್ಷಣೆಗೆ ತನ್ನ ಸೇನೆಯ ಕೆಲವು ತುಕಡಿಗಳನ್ನು ಆ ಜಾಗಗಳಲ್ಲಿ ನೆಲೆ ನಿಲ್ಲಿಸುವುದು; ಉಳಿದವರು ಕಾರ್ಮೇನಿಯ (ಪೂರ್ವ ಇರಾನಿನ ಕರ್ಮಾನ್) ಕಡೆಗೆ, ಅರಖೋಸಿಯ (ಕಾಂದಹಾರ್) ಮತ್ತು ಜರಂಗಿಯಾ (ಸಿಯೆಸ್ತಾನ್)ಗಳ ಮೂಲಕ ಹೊರಡುವುದು ಆ ನಿರ್ಧಾರವಾಗಿತ್ತು. ಅವರು ಬೋಲನ್ ಕಣಿವೆಯ ಮಾರ್ಗವನ್ನು ಕ್ರಮಿಸಿರಬಹುದೆಂದು

ಊಹಿಸಬಹುದು. ಸಾಗರ ತೀರಕ್ಕೆ ಹತ್ತಿರವಿದ್ದ ಹೆದ್ದಾರಿ ಗುಂಟ ಒಂದು ದೊಡ್ಡ ಸೈನ್ಯವನ್ನು ನಡೆಸುತ್ತಾ ಗೆಡ್ರೊಸಿಯಾ (ಬಲೂಚಿಸ್ತಾನ್)ದ ಮೂಲಕ ಸವೆಸಿದ ಹಾದಿ ತುಂಬ ಅಪಾಯಕಾರಿಯಾಗಿತ್ತು. ಅಸಂಖ್ಯಾತ ಸೈನಿಕರು ಮತ್ತು ಜಾನುವಾರುಗಳು ಗುರಿಯನ್ನು ತಲುಪಲೇ ಇಲ್ಲ. ನಿಯಾರ್ಕಸ್‌ನ ನೇತೃತ್ವದಲ್ಲಿ ಒಂದು ನೌಕಾ ಪಡೆಯನ್ನು ಪರ್ಷಿಯನ್ ಕೊಲ್ಲಿಯ ಕಡೆಗೆ ಮೊದಲೇ ಕಳುಹಿಸಲಾಗಿತ್ತು. ಇಷ್ಟೆಲ್ಲದರ ನಡುವೆ ಗೆಡ್ರೊಫಿಯ ಹಾಗೂ ಅರಕೋಸಿಯಗಳನ್ನು ಒಂದುಗೂಡಿಸಿ ಆ ಪ್ರದೇಶಕ್ಕೆ ಸಿಬಿರ್ಟಿಯಸ್‌ನನ್ನು ಅಧಿಕಾರಿಯನ್ನಾಗಿ ನೇಮಕ ಮಾಡಲಾಯಿತು. ಅಲೆಗ್ಸಾಂಡರ್ ಕಾರ್ಮೇನಿಯವನ್ನು ತಲುಪಿದಾಗ, ಭಾರತದಿಂದ ಹೊರಟಿದ್ದ ಗ್ರೀಸ್ ಸೈನ್ಯದ ಒಂದು ಭಾಗವು ಅವನನ್ನು ಸೇರಿಕೊಂಡಿತು. ಕ್ರಿ.ಪೂ.324ರಲ್ಲಿ ಏಪ್ರಿಲ್–ಮೇ ಮಧ್ಯಭಾಗದಲ್ಲಿ ಇರಾನಿನ ನೈರುತ್ಯ ದಿಕ್ಕಿನ ಸೂಸಾ ತಲುಪಿ ಅಲ್ಲಿಂದ ಇರಾಕಿನ ಬಾಬಿಲೋನಿಗೆ ಹೋಗಿ ನಿಂತ ಅಲೆಗ್ಸಾಂಡರ್ ಹಠಾತ್ತನೆ ರೋಗಗ್ರಸ್ತನಾಗಿ ಕ್ರಿ.ಪೂ.323ರ ಜೂನ್‌ನಲ್ಲಿ ನಿಧನನಾದನು.

ಅಲೆಗ್ಸಾಂಡರ್‌ನ ದಾಳಿಗಳನ್ನು ಅನುಭವಿಸಿದ ವಾಯುವ್ಯ ಭಾರತವು ನರಮೇಧ ಮತ್ತು ಲೂಟಿಗಳಿಂದಾಗಿ ವಿಪರೀತ ಕಷ್ಟಕ್ಕೊಳಗಾಗಿತ್ತು. ಸಂಪತ್ತನ್ನು ಮತ್ತು ಗುಲಾಮರನ್ನು ಸಂಪಾದಿಸುವುದು ಅಲೆಗ್ಸಾಂಡರನ ಈ ದಾಳಿಗಳ ಮುಖ್ಯ ಗುರಿಯಾಗಿದ್ದಿತು. ಭಾರತೀಯ ರಾಜರು ಮತ್ತು ನಾಯಕರಿಗೆ ಅವರ ರಾಜ್ಯಗಳನ್ನು ಹಿಂದಿರುಗಿಸಿದರೂ, ಅಲೆಗ್ಸಾಂಡರ್ ತಾನು ವಶಪಡಿಸಿಕೊಂಡಿದ್ದ ಕೋಟೆಗಳನ್ನು ಕಾಪಾಡಲು ಮತ್ತು ತನ್ನ ಆಸ್ಥಾನಿಕರು ಹಾಗೂ ಸೇನಾಧಿಕಾರಿಗಳು ಸುಖವಾಗಿರಲು ಅವಶ್ಯವಾದ ಸಂಪತ್ತಿನ ಮೇಲೆ ಕಣ್ಣಿಟ್ಟಿದ್ದನು.

ಈ ದಾಳಿಗಳಿಂದಾಗಿ ಜನರು ಹಿಂದೆಂದೂ ಕಂಡರಿಯದ ಸಮಸ್ಯೆಗಳನ್ನು ಎದುರಿಸಬೇಕಾಗಿ ಬಂದರೂ, ಅವುಗಳ ಧನಾತ್ಮಕ ಪರಿಣಾಮವೆಂದರೆ ಸಾಂಸ್ಕೃತಿಕ ಕೊಡುಕೊಳ್ಳುವಿಕೆ. ಈಜಿಪ್ಟ್ ಮತ್ತು ಸಿರಿಯಾಗಳಲ್ಲಿ ಗ್ರೀಕ್ ನಾಗರಿಕತೆಯ ಮುದ್ರೆ ಬಿದ್ದಿತು. ಅಲ್ಲಿನ ಆಡಳಿತ ಭಾಷೆಯಾಗಿ ಗ್ರೀಕ್ ಭಾಷೆ ಒಪ್ಪಿಗೆ ಪಡೆಯಿತು. ಅದು ವಿಜ್ಞಾನದ ಭಾಷೆಯೂ ಆಯಿತು. ಗ್ರೀಕರ ಪ್ರಭಾವ ಪೂರ್ವ ದಿಕ್ಕಿನಲ್ಲಿ ಕಡಿಮೆ ಎಂದೆನಿಸಿದರೂ ಗ್ರೀಕರು ಮತ್ತು ಮಾಸಿಡೋನಿಯದ ಹಲವರು ಈ ಜಾಗಗಳಲ್ಲಿ ಸ್ಥಿರ ನಿವಾಸಿಗಳಾದರು. ಉತ್ತರ ಆಫ್ಘನಿಸ್ತಾನದ ಆಕ್ಸಸ್ ನದಿ ದಂಡೆಯಲ್ಲಿರುವ ಐಖಾನುಮ್ ಇಂಥ ಒಂದು ಪ್ರದೇಶವೆಂದು ಪುರಾತತ್ವ ಸಂಶೋಧನೆಗಳು ತಿಳಿಸಿವೆ. ಸೆಲ್ಯೂಕಸ್ (ಕ್ರಿ.ಪೂ.311–281) ಈ ಪಟ್ಟಣದ ಸ್ಥಾಪಕನಾಗಿದ್ದನು. ಕ್ರೀಡಾ ಪ್ರಾಂಗಣ ಮತ್ತು ರಂಗಮಂದಿರಗಳ ಸಮೇತ ಹಲವು ಅನುಕೂಲಗಳು ಆ ಪಟ್ಟಣದಲ್ಲಿದ್ದದ್ದು ತಿಳಿದು ಬಂದಿದೆ. ಗ್ರೀಸಿನಿಂದ ಕ್ರಿ. ಪೂ. 275ರಲ್ಲಿ ಇಲ್ಲಿಗೆ ಬಂದ ಕ್ಲಿಯಾರ್ಕಸ್ ಎಂಬ ತತ್ವಜ್ಞಾನಿಯು ಇಲ್ಲಿನ ಬಂಡೆಗಳ ಮೇಲೆ ಬರೆಯಿಸಿದ ಗ್ರೀಕ್ ಭಾಷೆಯ ಸೂಕ್ತಿಗಳು ಇಲ್ಲಿನ ವಿಶೇಷ. ಇನ್ನೂ ದಕ್ಷಿಣಕ್ಕೆ, ಕಾಂದಹಾರ್‌ನಲ್ಲಿ, ಕ್ರಿ.ಪೂ.250ರಲ್ಲಿ ಅಶೋಕನು ಗ್ರೀಕ್ ಭಾಷೆಯಲ್ಲಿಯೇ ಕೊರೆಯಿಸಿದ ಸೂಕ್ತಿಗಳು ಮತ್ತು ಅಲ್ಲಿನ ಅಲಂಕಾರಿಕ ಬರವಣಿಗೆ, ಈ ಭಾಗದಲ್ಲಿ ಗ್ರೀಕರ ಪ್ರಭಾವದ ಗುರುತಾಗಿ ನಿಂತಿವೆ. ಅಶೋಕನ ಶಾಸನಗಳಲ್ಲಿ ತನ್ನದೇ ರಾಜ್ಯದ ಯವನರು, ಪಶ್ಚಿಮ

ಏಷ್ಯಾ, ಉತ್ತರ ಆಫ್ರಿಕ ಹಾಗೂ ಗ್ರೀಸಿನ ಐವರು ಯವನ ರಾಜರು – ಇವರೆಲ್ಲರ ಉಲ್ಲೇಖಗಳಿದ್ದು (13ನೆಯ ಶಿಲಾಶಾಸನ; ಉಧೃತ 1.4) ಆ ಕಾಲದಲ್ಲಿ ಭಾರತ ಮತ್ತು ಗ್ರೀಸ್‌ಗಳ ನಡುವಿನ ವ್ಯಾಪಾರಿ ಸಂಬಂಧಗಳಿಗೆ ಸಾಕ್ಷಿಯಾಗಿವೆ. ಈ ಸಂಪರ್ಕ ಮುಂದೆ ಸಾಂಸ್ಕೃತಿಕ ರಾಜಕೀಯ ಆಯಾಮವನ್ನೂ ಪಡೆದುಕೊಂಡಿತು. ಇದರ ವಿವರಗಳನ್ನು ನಂತರ ಪ್ರಸ್ತುತ ಪಡಿಸಲಾಗುವುದು. ಶಕದ ಪರಿಕಲ್ಪನೆ, ಶಿಲ್ಪಕಲೆ ಮತ್ತು ಶಿಲಾ ಶಾಸನಗಳು ಮತ್ತು ಮೌರ್ಯರ ಆಡಳಿತ, ವಿಜ್ಞಾನ – ಈ ಎಲ್ಲ ವಿಷಯಗಳಲ್ಲಿ ಭಾರತದ ಮೇಲೆ ಗ್ರೀಸ್‌ನ ಪ್ರಭಾವವನ್ನು ಸ್ಪಷ್ಟವಾಗಿ ಗುರುತಿಸಬಹುದು. ಭಾರತದ ಮೇಲೆ ದಾಳಿ ನಡೆಸಿದ ಅಲೆಕ್ಸಾಂಡರನೂ ಊಹಿಸಿರದ ಪರಿಣಾಮಗಳು ಇವು.

1.3 ನಂದ ವಂಶ ಮತ್ತು ಚಂದ್ರಗುಪ್ತ ಮೌರ್ಯನ ಪ್ರವೇಶ:

ಕ್ರಿ.ಶ.ನಾಲ್ಕನೆಯ ಶತಮಾನದಲ್ಲಿ ಸಂಕಲಿತಗೊಂಡ ಪುರಾಣಗಳು ನಂದ ವಂಶದ ರಾಜರ ಆಳ್ವಿಕೆಯ ನಂತರ ಮೌರ್ಯ ವಂಶವು ಭಾರತದ ಹಲವು ಭಾಗಗಳನ್ನು ಆಳಿತೆಂದು ಹೇಳುತ್ತವೆ. ಇದನ್ನು ಸೂಚಿಸಿದವರು ಎಫ್.ಇ.ಪಾರ್ಗೆಟರ್. ಹೀಗೆ ಹೇಳಲು ಇರುವ ಮುಖ್ಯ ಆಧಾರವೆಂದರೆ ಆ ಹೊತ್ತಿಗೆ ಪ್ರಾಕೃತ ಭಾಷೆಯಲ್ಲಿ ಲಭ್ಯವಿದ್ದ ರಾಜರ ವಂಶಾವಳಿಗಳ ಪಟ್ಟಿಗಳು (ಉಧೃತ 1.1). ನಂದ ವಂಶದ ಎರಡು ತಲೆಮಾರುಗಳ ರಾಜರು – ಆ ವಂಶದ ಸಂಸ್ಥಾಪಕ ಮತ್ತು ಅವನ ಎಂಟು ಜನ ಮಕ್ಕಳು – ಒಬ್ಬರ ನಂತರ ಒಬ್ಬರಂತೆ ಅಧಿಕಾರದಲ್ಲಿದ್ದರು. ಅಲೆಗ್ಸಾಂಡರನ ಕಾಲದ ಒಂದು ವರದಿಯನ್ನಾಧರಿಸಿ ಗ್ರೀಕ್ ಹಾಗೂ ಲ್ಯಾಟಿನ್ ಭಾಷೆಗಳಲ್ಲಿ ಡಯೋಡೊರಸ್ (XVIII.93) ಮತ್ತು ಕರ್ಟಿಯನ್ ರಫೆಸ್ (IX.2) ಅವರುಗಳು ಸಹ ನಂದ ವಂಶದ ಎರಡು ಪೀಳಿಗೆಯವರು ರಾಜ್ಯವನ್ನಾಳಿದರೆಂದು ಹೇಳುತ್ತಾರೆ. ಆದರೆ ಅವರು ಒಬ್ಬ ತಂದೆ ಮತ್ತು ಅವನ ಮಗನನ್ನು ಮಾತ್ರ ಪ್ರಸ್ತಾಪಿಸಿರುತ್ತಾರೆ. ಶ್ರೀಲಂಕಾದಲ್ಲಿ ಲಭ್ಯವಿರುವ 'ಮಹಾವಂಶ' (V.14–17) ವೆಂಬ ಬೌದ್ಧ ದಾಖಲೆಯೂ ಸಹ ನವನಂದರನ್ನು ಉಲ್ಲೇಖಿಸುತ್ತದೆ. ಈ ಎಲ್ಲ ಆಕರಗಳು ನಂದರು ರಾಜನೊಬ್ಬನ ಶೂದ್ರ ಪತ್ನಿಯ ಮಕ್ಕಳೆಂದು ಹೇಳುತ್ತವೆ. ಅಷ್ಟನ್ನು ಹೊರತು ಪಡಿಸಿದರೆ, ನಂದರ ಮೂಲದ ಬಗ್ಗೆ ಹೆಚ್ಚಿನ ಮಾಹಿತಿ ಇಲ್ಲ. ಗ್ರೀಕರ ಒಂದು ವರದಿ ಮತ್ತು ಜೈನ ವಿದ್ವಾಂಸ ಹೇಮಚಂದ್ರ (ಕ್ರಿ.ಶ.1088–1172)ರ ಪ್ರಕಾರ ಮೊದಲನೆಯ ನಂದನು ಒಬ್ಬ ಕ್ಷೌರಿಕನಾಗಿದ್ದನು, ಅಥವಾ ಕ್ಷೌರಿಕನೊಬ್ಬನ ಮಗನಾಗಿದ್ದನು. ಇನ್ನು, ನಂದರ ಹೆಸರುಗಳ ಬಗ್ಗೆ ಒಮ್ಮತವಿಲ್ಲ. ಉಗ್ಗಸೇನ (ಉಗ್ರಸೇನ) ನಿಂದ ಮೊದಲುಗೊಂಡು ಧನನಂದನವರೆಗೂ ಒಂಬತ್ತು ರಾಜರ ಹೆಸರುಗಳು ಬೌದ್ಧ ಗ್ರಂಥಗಳಲ್ಲಿ ಸಿಗುತ್ತವೆ. ಆದರೆ, ಪುರಾಣಗಳು ಆ ವಂಶದ ಸ್ಥಾಪಕನಾದ ಮಹಾಪದ್ಮ ಮತ್ತು ಅವನ ಜೇಷ್ಠ ಪುತ್ರನಾದ ಸುಕಲ್ಪ ಇವರಿಬ್ಬರನ್ನು ಮಾತ್ರ ಹೆಸರಿಸುತ್ತವೆ. ಅಲೆಗ್ಸಾಂಡರನ ಸಮಕಾಲೀನನಾದ ಅಗ್ರಾಮೆಸ್(ಕ್ಯಾಂಡ್ರಾಮೆಸ್)ನ ಹೆಸರು ಗ್ರೀಕ್ ದಾಖಲೆಗಳಲ್ಲಿ ಕಂಡು ಬರುತ್ತದೆ. ಈ ಹೆಸರು ಔಗ್ರಸೈನ್ಯ (ಉಗ್ರಸೇನನ ಮಗ) ಎಂಬ ಶಬ್ದದ ಅಪಭ್ರಂಶವಾಗಿರುವ ಸಾಧ್ಯತೆ ಇದೆ.

ಪುರಾಣಗಳು ಹೇಳುವಂತೆ ನಂದವಂಶದ ರಾಜರು ಒಟ್ಟು ಒಂದು ನೂರು ವರ್ಷಗಳ ಕಾಲ ರಾಜ್ಯವನ್ನಾಳಿದರು. ಅಷ್ಟೇ ಅಲ್ಲದೆ, ಆ ವಂಶದ ಸ್ಥಾಪಕನೊಬ್ಬನೇ 88 ವರ್ಷಗಳ ಕಾಲ ರಾಜನಾಗಿದ್ದನೆಂಬ, ನಂಬಲು ಸುಲಭವಲ್ಲದ, ಮಾತನ್ನು ಅವು ಹೇಳುತ್ತವೆ. ಆದರೆ, ಬೌದ್ಧ ಮೂಲಗಳು ಆ ವಂಶದ ಆಳ್ವಿಕೆ ಇದ್ದದ್ದು 22 ವರ್ಷ ಎಂದು, ನಂಬಬಹುದಾದ ಮಾಹಿತಿಯನ್ನು ನೀಡುತ್ತವೆ. ಚಂದ್ರಗುಪ್ತನು ಕ್ರಿ.ಪೂ.322 ರಲ್ಲಿ (ಟಿಪ್ಪಣಿ 1.1) ಅಧಿಕಾರವನ್ನು ಪಡೆದನೆಂದು ಒಪ್ಪುವುದಾದರೆ, ಕ್ರಿ.ಪೂ.344ರಿಂದ ಆ ಇಸವಿಯವರೆಗೆ ನಂದರ ಆಡಳಿತವಿತ್ತೆಂದು ಹೇಳಬಹುದು.

ಶ್ರೀಲಂಕಾದ ಬೌದ್ಧ ಆಕರಗಳು, ಜೈನ ದಾಖಲೆಗಳು ಮತ್ತು ವಿಶಾಖದತ್ತನ 'ಮುದ್ರಾರಾಕ್ಷಸ' ನಾಟಕ – ಇವುಗಳೆಲ್ಲವೂ ನಂದರು ಪಾಟಲಿಪುತ್ರವನ್ನು ತಮ್ಮ ರಾಜಧಾನಿ ಯನ್ನಾಗಿಸಿಕೊಂಡಿದ್ದರೆನ್ನುತ್ತವೆ. ಆಧುನಿಕ ಕಾಲದಲ್ಲಿ 'ಪಟ್ನಾ' ಎಂದು ಕರೆಯಲಾಗುತ್ತಿರುವ ಈ ನಗರವು ಪಾಲಿ ಭಾಷೆಯಲ್ಲಿ 'ಪುಷ್ಪಪುರ'ವಾಗಿತ್ತು. ಪುರಾಣಗಳಲ್ಲಿ ಮಹಾಪದ್ಮನ ಹೆಸರು ಶಿಶುನಾಗ ವಂಶದ ಕೊನೆಯ ರಾಜನ ಜತೆ ತಳುಕು ಹಾಕಿಕೊಂಡಿರುವುದರಿಂದ ನಂದರು ಮಗಧದ ರಾಜರಾಗಿದ್ದರೆಂದು ಹೇಳಲಡ್ಡಿ ಇಲ್ಲ. ಅಗ್ರಾಮೆಸ್ 'ಗಂಗಾರಿಡೆ' ಮತ್ತು 'ಪ್ರಾಸೀ'ಯ ರಾಜನಾಗಿದ್ದನೆಂದು ಗ್ರೀಕ್ ಮೂಲಗಳಿಂದ ತಿಳಿದು ಬರುತ್ತದೆ. 'ಪ್ರಾಸೀ' ಎನ್ನುವುದು ಸಂಸ್ಕೃತ ಪದವಾದ 'ಪ್ರಾಚ್ಯ'ದ ಅಪಭ್ರಂಶ ರೂಪ. ಇದರರ್ಥ ಪೂರ್ವ ದಿಕ್ಕಿನವರು ಎಂದು. ಮೆಗಸ್ತನೀಸ್ (ಕ್ರಿ.ಪೂ.300) ಪಾಟಲಿಪುತ್ರವು ಇಂಥ ಪ್ರಾಚ್ಯ ಪ್ರದೇಶದಲ್ಲಿದೆ ಎನ್ನುತ್ತಾನೆ. ಗಂಗಾ ನದಿಯ ಕೆಳಭಾಗದಲ್ಲಿ ವಾಸವಾಗಿದ್ದವರನ್ನು 'ಗಂಗಾರಿಡೆ' ಎಂದು ಗ್ರೀಕ್ ಭಾಷೆಯಲ್ಲಿ ಕರೆದಂತಿದೆ. ಅಗ್ರಮೆಸ್‌ನ ರಾಜ್ಯವು ಇಂದಿನ ಉತ್ತರ ಪ್ರದೇಶದ ಪಶ್ಚಿಮ ಭಾಗದವರೆಗೂ ವ್ಯಾಪಿಸಿತ್ತೆಂದು ತೋರುತ್ತದೆ. ಪಂಜಾಬ್ ಪ್ರದೇಶವನ್ನು ದಾಟಿ ಪೂರ್ವಕ್ಕೆ ಮುಂದುವರೆದಿದ್ದೇ ಆದರೆ ಆ ಪ್ರದೇಶದಲ್ಲಿಯೇ ತನಗೆ ಪ್ರತಿರೋಧ ಎದುರಾಗಬಹುದೆಂದು ಅಲೆಗ್ಸಾಂಡರ್ ನಿರೀಕ್ಷಿಸಿದ್ದ. ಕ್ರಿ. ಪೂ. ಒಂದನೆಯ ಶತಮಾನದ ಖಾರವೇಲನ ಹಾಥಿ ಗುಂಫದ ಶಾಸನವೊಂದರಲ್ಲಿ ಕಳಿಂಗ(ಇಂದಿನ ಒರಿಸ್ಸಾ)ದ ಮೇಲೆ ನಂದರು ಅಧಿಕಾರವನ್ನು ಸ್ಥಾಪಿಸಿದರೆಂದು ಹೇಳಲು ಎರಡು ಉಲ್ಲೇಖಗಳು ಸಿಕ್ಕಿವೆ. ಅಂದಿಗೆ ಸುಮಾರು 300 ವರ್ಷಗಳ ಹಿಂದೆ ನಂದರಾಜನೊಬ್ಬನು ಕಳಿಂಗದ ರಾಜಧಾನಿಗೆ ನೀರನ್ನು ಸರಬರಾಜು ಮಾಡಲು ಕಾಲುವೆಯನ್ನು ಅಗೆಸಿದ್ದನೆಂಬ ಮಾತಿದೆ.

ಇಷ್ಟು ವಿಶಾಲ ಸಾಮ್ರಾಜ್ಯದ ರಾಜನಾದ ನಂದನಿಗೆ ಒಂದು ದೊಡ್ಡ ಸೈನ್ಯವನ್ನು ಹೊಂದಿರುವುದು ಕಷ್ಟವಾಗಿರಲಿಲ್ಲ. ಆಗ್ರಾಮೆಸ್‌ನ ಸೈನ್ಯದಲ್ಲಿ 20,000 ಅಶ್ವಗಳು, 2,00,000 ಕಾಲ್ಬಲ, ಎಳೆಯಲು ನಾಲ್ಕು ಕುದುರೆಗಳು ಬೇಕಾಗುವ 2000 ರಥಗಳು ಮತ್ತು 3000 ದಿಂದ 4000 ಆನೆಗಳು ಇದ್ದವೆಂದು ಅಲೆಗ್ಸಾಂಡರನಿಗೆ ಸಿಕ್ಕ ಮಾಹಿತಿ ಹೇಳಿತು. ಈ ವಿವರಗಳು ಡಿಯೋಡೋರಸ್ ಮತ್ತು ಕರ್ಟಿಯಸ್ ಒದಗಿಸಿದಂಥವು. ಪ್ಲೂಟಾರ್ಕನ ಬರಹಗಳಲ್ಲಿ ಕಾಲ್ಬಲವೊಂದನ್ನು ಹೊರತುಪಡಿಸಿ ಸೇನೆಯ ಉಳಿದ ಎಲ್ಲಾ ವಿಭಾಗಗಳ ವಿವರಗಳನ್ನು ಉತ್ಪ್ರೇಕ್ಷೆ ಮಾಡಲಾಗಿದೆ. ಇದೇ ಮೂಲದ ಪ್ರಕಾರ

ಪೋರಸ್(ಪುರುಷೋತ್ತಮ) ಅಲೆಗ್ಸಾಂಡರನಿಗೆ ಅಗ್ರಾಮೆಸ್‌ನ ತಂದೆಯ ಕೀಳುವೃತ್ತಿಯ ಬಗ್ಗೆ ಮತ್ತು ಅವನು ತನ್ನ ರಾಜನ ಪತ್ನಿಯ ಜತೆಗೂಡಿ ಮೋಸದಿಂದ ಸಿಂಹಾಸನವನ್ನು ಆಕ್ರಮಿಸಿಕೊಂಡದ್ದು ಹೇಗೆ ಎಂಬ ಬಗ್ಗೆಯೂ ತಿಳಿಸಿದನು. ಅಂದರೆ, ಆ ರಾಜನು ಜನಪ್ರಿಯನಾಗಿರಲಿಲ್ಲವೆಂದಾಯಿತು. ಬೌದ್ಧ ಮೂಲಗಳಲ್ಲಿ ಕಂಡು ಬರುವಂತೆ, ನಂದರಾಜರು ಜನಸಾಮಾನ್ಯರ ಮೇಲೆ ವಿಧಿಸಿದ್ದ ತೆರಿಗೆಗಳ ಭಾರದಿಂದಾಗಿ ನಲುಗಿದ ಜನರ ಪ್ರೀತಿ, ವಿಶ್ವಾಸಗಳನ್ನು ಪಡೆಯಲಾಗಲಿಲ್ಲವೆಂದೂ ತಿಳಿದು ಬರುತ್ತದೆ.

ನಂದರ ವಿರುದ್ಧ ಮಡುಗಟ್ಟಿದ್ದ ಜನರ ಕೋಪವು ಆ ವಂಶದವರನ್ನು ಪದಚ್ಯುತಗೊಳಿಸುವಲ್ಲಿ ಚಂದ್ರಗುಪ್ತಮೌರ್ಯನ ನೆರವಿಗೆ ಬಂದಿತು. 'ಮೌರ್ಯ' ಎನ್ನುವುದು ಬುಡಕಟ್ಟು ಒಂದರ ಹೆಸರಾಗಿರುವ ಸಾಧ್ಯತೆ ಇದೆ. ಈ ಹೆಸರು ಮೆಗಸ್ತನೀಸ್‌ನ 'ಇಂಡಿಕಾ' ಸೇರಿ ಯಾವ ಗ್ರೀಕ್ ಆಕರದಲ್ಲಿಯಾಗಲಿ, ಅಶೋಕನ ಶಾಸನಗಳಲ್ಲಿಯಾಗಲಿ ಕಾಣಬರುವುದಿಲ್ಲ. ಆದರೆ ರುದ್ರದಮನನ ಜುನಾಗಡ್ ಶಾಸನದಲ್ಲಿ (ಕ್ರಿ.ಶ.150) ಚಂದ್ರಗುಪ್ತ ಮತ್ತು ಅಶೋಕ ಇಬ್ಬರ ಹೆಸರುಗಳ ಜತೆ ಇದರ ಬಳಕೆಯನ್ನು ಕಾಣುತ್ತೇವೆ. ಕ್ರಿ.ಶ. ನಾಲ್ಕನೆಯ ಶತಮಾನಕ್ಕಿಂತಲೂ ಹಿಂದಿನ ಪುರಾಣಗಳಲ್ಲಿಯೂ 'ಮೌರ್ಯ' ವಂಶದ ಪ್ರಸ್ತಾಪವಿದೆ. ಬೌದ್ಧ ಮೂಲಗಳು ಹೇಳುವಂತೆ ಶಾಕ್ಯರ ಒಂದು ಪಂಗಡವಾದ ಮೋರಿಯ ಎಂಬ ಬುಡಕಟ್ಟಿಗೆ ಸೇರಿದವನು ಚಂದ್ರಗುಪ್ತ. ಈ ಬುಡಕಟ್ಟಿನ ಜನರು ನವಿಲುಗಳು (ಮೋರ್) ಹೆಚ್ಚಾಗಿದ್ದ ಬೆಟ್ಟ ಪ್ರದೇಶದಲ್ಲಿ ವಾಸವಿದ್ದಿದ್ದರಿಂದ ಅವರಿಗೆ ಮೌರ್ಯರೆಂಬ ಹೆಸರು ಬಂತೆಂದು ಈ ಮೂಲಗಳು ಹೇಳುತ್ತವೆ. ಇನ್ನು ಜೈನ ಮೂಲಗಳ ಪ್ರಕಾರ ಚಂದ್ರಗುಪ್ತನು ನವಿಲುಗಳನ್ನು ನೋಡಿಕೊಳ್ಳುತ್ತಿದ್ದವನೊಬ್ಬನ (ಮಯೂರ ಪೋಷಕ) ಮಗನಾಗಿದ್ದರಿಂದ ಮೌರ್ಯನಾದ. ಈ ಎರಡು ಅಭಿಪ್ರಾಯಗಳೂ ಮೌರ್ಯ ಹೆಸರಿನ ಸರಿಯಾದ ವಿವರಣೆ ಅಲ್ಲ; ಆದರೆ, ಕೆಲವು ಸಂಸ್ಕೃತ ಗ್ರಂಥಗಳು ಹೇಳುವಂತೆ, ಚಂದ್ರಗುಪ್ತನು ನಂದರಾಜನೊಬ್ಬನ ಮಗ ಅಥವಾ ಮೊಮ್ಮಗ ಎನ್ನುವುದಕ್ಕಿಂತಲೂ ಹೆಚ್ಚಿಗೆ ನಂಬಲರ್ಹವಾಗಿದೆ.

ಜಸ್ಟಿನ್ ಒಬ್ಬ ರೋಮನ್ ಚರಿತ್ರಕಾರ. ಮಾಸಿಡೋನಿಯನ್ನರ ಬಗ್ಗೆ ಗ್ರಂಥವೊಂದನ್ನು ಬರೆದಿದ್ದಾನೆ. ಆದರೆ ಅದು ಈಗ ಅಲಭ್ಯ. ಅವನು ಹೇಳುವಂತೆ ಚಂದ್ರಗುಪ್ತನು ಸಾಮಾಜಿಕವಾಗಿ ಕೆಳವರ್ಗಕ್ಕೆ ಸೇರಿದವನಾಗಿದ್ದ. (ಉಧೃತ:1.2) ಸೈನ್ಯದಲ್ಲಿ ಅಧಿಕಾರಿಯೂ ಆಗಿದ್ದ ಅವನು ನಂದರಾಜನೊಬ್ಬನ ಕೋಪಕ್ಕೆ ಗುರಿಯಾಗಿ ಶಿಕ್ಷೆಯಿಂದ ಪಾರಾಗಲು ಓಡಿಹೋದ; ನಂತರ ಅದೇ ರಾಜನ ವಿರುದ್ಧ ದಂಗೆ ಎದ್ದ. ಈ ನಂದರಾಜನ ಬದಲಿಗೆ ಅಲೆಗ್ಸಾಂಡರನನ್ನು ಹೆಸರಿಸುವ ಕೆಲವರು ಆಧುನಿಕ ಇತಿಹಾಸಕಾರರ ವ್ಯಾಖ್ಯಾನ ಸರಿಯಾದುದಲ್ಲ, ನಿರಾಧಾರವಾದದ್ದು. ಚಂದ್ರಗುಪ್ತನು ಅಲೆಗ್ಸಾಂಡರನನ್ನು ಭೇಟಿ ಮಾಡಿ ಗ್ರೀಕರು ನಂದರನ್ನು ಸುಲಭವಾಗಿ ಸೋಲಿಸಬಹುದೆಂಬ ಸೂಚನೆಯನ್ನು ನೀಡಿದನೆಂದು ಪ್ಲೂಟಾರ್ಕ್ ಹೇಳಿದ್ದಾನೆ. ಈ ವಿಷಯವೂ ಪ್ರಶ್ನಾರ್ಹವೇ;ಆದರೆ ಚಂದ್ರಗುಪ್ತನ ಶತ್ರುತ್ವವಿದ್ದದ್ದು ನಂದರ ಜತೆ ಎನ್ನುವ ವಿಷಯವನ್ನಂತೂ ಈ ಮಾತು ದೃಢಪಡಿಸುತ್ತದೆ. ಕೊನೆಗೂ ನಂದರನ್ನು ಸೋಲಿಸುವಲ್ಲಿ

ಅವನು ಯಶಸ್ವಿಯಾದ. ತನ್ನ ಈ ಪ್ರಯತ್ನದಲ್ಲಿ ಅವನು ಹಲವು ಕಂಟಕಗಳನ್ನು ಎದುರಿಸಿದನೆಂದು ಬೌದ್ಧ, ಜೈನಮೂಲಗಳಿಂದ ತಿಳಿಯುತ್ತದೆ. 'ಮಿಲಿಂದಪಣ'ವೆಂಬ ಬೌದ್ಧಗ್ರಂಥದಲ್ಲಿ (IV 8.2.6) ಚಂದ್ರಗುಪ್ತನ ಸೈನ್ಯ ಮತ್ತು ನಂದರ ಸೇನಾಪತಿಯಾಗಿದ್ದ ಭದ್ದಸಾಲನೆಂಬುವವನ ಸೈನ್ಯಗಳ ನಡುವೆ ನಡೆದ ಕಾದಾಟದ ಪ್ರಸ್ತಾಪವಿದೆ.

ನಂದರ ವಿರುದ್ಧ ಚಂದ್ರಗುಪ್ತ ನಡೆಸಿದ ಹೋರಾಟದಲ್ಲಿ ಅವನಿಗೆ ನೆರವಾಗಿದ್ದು ಚಾಣಕ್ಯ (ಕೌಟಿಲ್ಯ) ನೆಂದು ಭಾರತೀಯ ಹಾಗೂ ಶ್ರೀಲಂಕಾದ ಬೌದ್ಧ ಆಕರಗಳು ಹೇಳುತ್ತವೆ. ನಂದರ ಬದ್ಧ ವೈರಿಯಾಗಿದ್ದ ಚಾಣಕ್ಯನು ಅವರನ್ನು ಮಣಿಸುವುದಕ್ಕಾಗಿ ಎಲ್ಲ ರೀತಿಯ ಕುಟಿಲೋಪಾಯಗಳನ್ನೂ ಹೂಡಿದನೆಂದೂ, ಅವನ ಕ್ರೌರ್ಯವು ಅಮಿತವಾದದ್ದೆಂದೂ ಹೇಳಲಾಗಿದೆ. ಚಂದ್ರಗುಪ್ತನಿಗೆ ಸಹಾಯ ಮಾಡಲು ತನ್ನ ಮಿತ್ರನಾದ ಪರ್ವತನನ್ನು ವಂಚಿಸಲು ಹಿಂಜರಿಯಲಿಲ್ಲ. ಈ ಪರ್ವತನು ಹಿಮಾಲಯ ಪ್ರದೇಶದವನು. ಭಾರತದ ಆಗ್ನೇಯ ಪ್ರಾಂತ್ಯದವನು ಎನ್ನಲಾಗಿದೆ. ಆದರೆ ಚಾಣಕ್ಯನ ಕ್ರೌರ್ಯ ಕುಟಿಲತೆಗಳ ಬಗೆಗಿನ ಹಲವು ವಿವರಗಳು, ವಿಶಾಖದತ್ತನ 'ಮುದ್ರಾರಾಕ್ಷಸ' (ಕ್ರಿ.ಶ.500 ಅಥವಾ ನಂತರ) ದಲ್ಲಿರುವಂಥವೂ ಸೇರಿರುವಂತೆ, ಕೇವಲ ಐತಿಹ್ಯಗಳು ಮಾತ್ರ. ಹೆಚ್ಚೆಂದರೆ ಚಾಣಕ್ಯನು ಚಂದ್ರಗುಪ್ತನ ಅಮಾತ್ಯನಾಗಿದ್ದನೆಂದೂ, ಕ್ರೌರ್ಯಕ್ಕೆ ಹೆಸರಾಗಿದ್ದನೆಂದೂ ಹೇಳಬಹುದು. ಅರ್ಥಶಾಸ್ತ್ರದ ಲೇಖಕನು ಈ ಕೌಟಿಲ್ಯನೇ ಅಲ್ಲವೇ ಎಂಬ ವಿಷಯವನ್ನು ಟಿಪ್ಪಣಿ 1.2 ರಲ್ಲಿ ಚರ್ಚಿಸಲಾಗಿದೆ.

1.4 ಚಂದ್ರಗುಪ್ತ ಮೌರ್ಯನ (ಕ್ರಿ. ಪೂ. 322–298) ಆಡಳಿತ:

ಅಶೋಕನ ಶಾಸನಗಳನ್ನು ಆಧರಿಸಿ, ಚಂದ್ರಗುಪ್ತನು ಮಗಧ ಸಿಂಹಾಸನವನ್ನು ಕ್ರಿ.ಪೂ.322ರಲ್ಲಿ ವಶಪಡಿಸಿಕೊಂಡನೆಂದು ಹೇಳಬಹುದು. (ಟಿಪ್ಪಣಿ 1.1) ಲಭ್ಯವಿರುವ ಎಲ್ಲ ದಾಖಲೆಗಳೂ ಚಂದ್ರಗುಪ್ತನು ನಂದರ ವಿರುದ್ಧನಾಗಿದ್ದನೆಂದು ಹೇಳುತ್ತವೆಯೇ ಹೊರತು ಯವನರ ಜತೆಗಿನ ಶತೃತ್ವದ ಬಗ್ಗೆ ಪ್ರಸ್ತಾಪಿಸುವುದಿಲ್ಲ. ಅದೇ ರೀತಿಯಲ್ಲಿ ಚಾಣಕ್ಯನು ಯವನರನ್ನು ವಿರೋಧಿಸಿದ ಮಾಹಿತಿಯೂ ಇಲ್ಲ. ಜಸ್ಟಿನ್ (ಉಧೃತ 1.2) ನ ಬರಹಗಳಲ್ಲಿ ಒಂದು ಕಡೆ ಮಾತ್ರ ಅಲೆಗ್ಸಾಂಡರನ ನಂತರ ಅಧಿಕಾರವನ್ನು ವಹಿಸಿಕೊಂಡವರಿಂದ ವಾಯವ್ಯ ಭಾರತವನ್ನು ವಶಪಡಿಸಿಕೊಳ್ಳುವ ಯೋಚನೆ ಚಂದ್ರಗುಪ್ತನಿಗಿತ್ತೆಂದು ಹೇಳಲಾಗಿದೆ. ಇದರ ಸಾಧ್ಯಾಸಾಧ್ಯತೆಗಳನ್ನು ತಿಳಿಯಬೇಕಾದರೆ, ಅಲೆಗ್ಸಾಂಡರ್ ವಶಪಡಿಸಿ ಕೊಂಡಿದ್ದ ಭೂಭಾಗಗಳನ್ನು ಆಳಿದ ಗ್ರೀಕ್ ರಾಜರುಗಳ ಸೇನಾಧಿಕಾರಿಗಳ ನಡುವಿನ ಸ್ಪರ್ಧೆಯ ವಿವರಗಳನ್ನು ಗಮನಿಸಬೇಕು.

ಅಲೆಗ್ಸಾಂಡರ್ ಮರಣಿಸಿದ್ದು ಕ್ರಿ.ಪೂ.323ರಲ್ಲಿ. ತಕ್ಷಣವೇ ಅವನ ಸೈನ್ಯದಲ್ಲಿನ ಅಧಿಕಾರಿಗಳು ಮಾಸಿಡೋನಿಯದ ಸೈನ್ಯದ ಹೆಸರಿನಲ್ಲಿ ಸಾಮ್ರಾಜ್ಯವನ್ನು ಕಬಳಿಸಲು ಯತ್ನಿಸಿದರು. ಅವರುಗಳಲ್ಲಿ ಮೊದಲಿಗನು ಪೆರ್ಡಿಕಾಸ್. ತನ್ನನ್ನು ರಾಜ ಪ್ರಮುಖನೆಂದು (ಕ್ರಿ.ಪೂ.323–321) ಸಾರಿಕೊಂಡು ಅಲೆಗ್ಸಾಂಡರನ ಮಲಸಹೋದರ ಮತ್ತು ಅಲೆಗ್ಸಾಂಡರನ ಮರಣಾ ನಂತರ ಹುಟ್ಟಿದ ಮಗ ಇಬ್ಬರ ಪ್ರತಿನಿಧಿಯಾಗಿ

ರಾಜ್ಯವಾಳಿದನು. ಅಂದಿನ ಗ್ರೀಕ್ ಸಾಮ್ರಾಜ್ಯದ ಏಷ್ಯಾದ ಭಾಗ ಅವನ ಹಿಡಿತದಲ್ಲಿತ್ತು. ಭಾರತವೂ ಒಳಗೊಂಡಂತೆ ಈ ಭಾಗದಲ್ಲಿನ ಸಾಮಂತ ರಾಜರು ಬ್ಯಾಕ್ಟ್ರಿಯಾದಲ್ಲಿ ತಲೆ ಎತ್ತಿದ್ದ ದಂಗೆಯೊಂದನ್ನು ಅಡಗಿಸಲು ಪೆರ್ಡಿಕಾಸ್‌ನ ನೆರವಿಗೆ ತಮ್ಮ ಸೇನೆಗಳನ್ನು ಕಳುಹಿಸಿದರು. ಕ್ರಿ.ಪೂ.321 ರಲ್ಲಿ ಪೆರ್ಡಿಕಾಸ್‌ನ ಕೊಲೆಯಾದ ನಂತರ ಮಾಸಿಡೋನಿಯದಲ್ಲಿ ಬಲಗೊಂಡಿದ್ದ ಅಂತಿಪೇಟರ್ ರಾಜಪ್ರಮುಖನಾದನು. ಇವನ ಕಾಲದಲ್ಲಿ ಭಾರತದಲ್ಲಿ ಅಲೆಗ್ಸಾಂಡರ್ ಗೆದ್ದಿದ್ದ ಪ್ರಾಂತ್ಯಗಳ ಮೇಲೆ ಅಲ್ಲಿನ ರಾಜರುಗಳು ಹೊಂದಿದ್ದ ಅಧಿಕಾರವನ್ನು ಮಾನ್ಯ ಮಾಡಿದನು. ಉದಾಹರಣೆಗೆ ತಕ್ಷಶಿಲ ಮತ್ತು ಸಿಂಧು ಹಾಗೂ ಜೀಲಮ್‌ನದೀ ಪ್ರಾಂತ್ಯಗಳ ಮೇಲೆ ಪೋರಸ್‌ನ ಅಧಿಕಾರ ಮತ್ತು ಸಿಂಧ್ ಪ್ರಾಂತ್ಯ ಮತ್ತು ಹಿಂದೂಕುಷ್‌ಪರ್ವತಗಳ ತಪ್ಪಲಿನಲ್ಲಿನ ಪ್ರದೇಶಗಳ ಮೇಲೆ ಪೈಥೋನನ ಅಧಿಕಾರವನ್ನು ಗುರುತಿಸಲಾಯಿತು. ಡಯೋಡೋರಸ್ (XVIII.39) ನ ಬರಹಗಳಿಂದ ಈ ವಿಷಯ ತಿಳಿದು ಬರುತ್ತದೆ. ಪಂಜಾಬ್ ಪ್ರಾಂತ್ಯದಲ್ಲಿ ಯೂಡೆಮಸ್ ತನ್ನ ಆಡಳಿತವನ್ನು ಮುಂದುವರೆಸಿಕೊಂಡು ಹೋಗುವುದು ಸಾಧ್ಯವಾಯಿತು. ನಂತರ, ಅವನು ವಂಚನೆಯಿಂದ ಪೋರಸ್‌ನನ್ನು ಕೊಲ್ಲಿಸಿದನೆಂದು ತಿಳಿದು ಬರುತ್ತದೆ.

ಕ್ರಿ.ಪೂ.319ರಲ್ಲಿ ಆಂತಿಪೇಟರ್ ನಿಧನನಾದನು. ಆನಂತರ, ಹಲವರು ಸಾಮಂತರ ನಡುವಿನ ಸ್ಪರ್ಧೆ ತೀವ್ರವಾಯಿತು. ಆಗಿನ ಯುದ್ಧಗಳಲ್ಲಿ, ಭಾರತದಿಂದ ಗ್ರೀಕ್ ಸೇನೆಗಳು ಪಡೆದಿದ್ದ ಗಜದಳಗಳು ಮುಖ್ಯ ಭೂಮಿಕೆಯನ್ನು ವಹಿಸಿದವು. ಮಾಸಿಡೋನಿಯದಲ್ಲಿ ಆಂಟಿಪೇಟರ್‌ನ ನಂತರ ಅಧಿಕಾರಕ್ಕೆ ಬಂದ ಪಾಲಿಪರ್ಷಾನ್ ತನ್ನ ಸೇನೆಯಲ್ಲಿ 67 ಆನೆಗಳನ್ನು ಹೊಂದಿದ್ದು, ಇತರರಿಗಿಂತ ಒಂದು ಕೈ ಮೇಲಾಗಿದ್ದ. ಯೂರೋಪಿನಲ್ಲಿ ಯುದ್ಧಗಳಲ್ಲಿ ಆನೆಗಳನ್ನು ದೊಡ್ಡ ಸಂಖ್ಯೆಯಲ್ಲಿ ಬಳಸಿದ್ದನೆಂದು ಹೆಸರಾಗಿರುವ ಹಾನಿಬಲ್ ರೋಮ್ ನಗರಕ್ಕೆ ಮುತ್ತಿಗೆ ಹಾಕಿದ್ದು ಒಂದು ಶತಮಾನದ ನಂತರ.

ಮುಂದಿನ ಅರಸನಾದ ಅಂತಿಗೋನಸ್ ಅಲೆಗ್ಸಾಂಡರನ ಸಾಮ್ರಾಜ್ಯವನ್ನು ಸಂಪೂರ್ಣವಾಗಿ ಆಳಬೇಕೆಂಬ ಮಹತ್ವಾಕಾಂಕ್ಷೆಯನ್ನು ಹೊಂದಿದ್ದನು. ಇವನಿಗೆ ಅಡ್ಡಿಯಾಗಿದ್ದು ಅಲೆಗ್ಸಾಂಡರನ ಮತ್ತೊಬ್ಬ ನಂಬಿಕಸ್ಥ ಅನುಯಾಯಿಯಾದ ಯೂಮೆನೆಸ್. ಕಾಂದಹಾರ್‌ನ ಅರಕೋಸಿಯದ ಸಾಮಂತರಾಜ ಸೈಬರ್ಟಿಯಸ್ ಮೊದಲಿಗೆ ಯೂಮೆನಿಸ್‌ನನ್ನು ಬೆಂಬಲಿಸಿದ್ದರೂ, ಬೇಗನೆ ಅವನ ವಿರುದ್ಧ ನಿಂತನು. ಆಗಿನ ಯುದ್ಧ ಮುಖ್ಯವಾಗಿ ಇರಾನಿನ ಭೂಭಾಗದಲ್ಲಿ ನಡೆಯಿತು. ಪಂಜಾಬಿನ ಯೂಡೆಮಸ್ 114 ಆನೆಗಳೊಂದಿಗೆ ಕ್ರಿ.ಪೂ.317ರಲ್ಲಿ ಗ್ಯಾಬಿಯನ್‌ನ ಕದನದಲ್ಲಿ ಯೂಮೆನೆಸ್‌ನ ನೆರವಿಗೆ ಬಂದನು. ಆದರೆ, ಮಾರನೆಯ ವರ್ಷ, ಅದೇ ಜಾಗದಲ್ಲಿ ನಡೆದ ಕದನದಲ್ಲಿ ಇವರುಗಳ ಸೈನ್ಯ ಸೋತು, ಯೂಮೆನೆಸ್ ಮತ್ತು ಯೂಡೆಮಸ್ ಇಬ್ಬರನ್ನು ಗಲ್ಲಿಗೇರಿಸಲಾಯಿತು. ವಿಜಯಿಯಾದ ಅಂತಿಗೋನಸ್ ಸಿಂಧ್‌ನ ಸಾಮಂತನಾದ ಪೈಥೋನ್‌ಗೆ ಬ್ಯಾಬಿಲೋನ್ ಮೇಲಿನ ಅಧಿಕಾರವನ್ನು ಬಿಟ್ಟುಕೊಟ್ಟನು. ಅದೇ ರೀತಿಯಲ್ಲಿ ಅರಕೋಸಿಯದಲ್ಲಿ ಸೈಬರ್ಟಿಯಸ್‌ನ ಅಧಿಕಾರವನ್ನು ಗಟ್ಟಿಗೊಳಿಸಿದನು, ಮತ್ತು ಆರಿಯದ (ಹೆರಾಟ್) ರಾಜನನ್ನು ಬದಲಾಯಿಸಿದನು. ಕ್ರಿ.ಪೂ.312ರಲ್ಲಿ ಸಿಂಧೂ ಪ್ರಾಂತ್ಯ ಮತ್ತು ಭಾರತದ

ಗಡಿಪ್ರದೇಶಗಳ ಮೇಲೆ ಅಂತಿಗೋನಸ್‌ನ ಅಧಿಕಾರಕ್ಕೆ ಈಜಿಪ್ಟ್‌ನ ಟಾಲೆಮಿಯಿಂದ ಕುತ್ತು ಬಂದಿತು. ಗಾಜಾದ ಬಳಿ ನಡೆದ ಯುದ್ಧದಲ್ಲಿ ಅಂತಿಗೋನಸ್‌ನ ಮಗ ಡೆಮಿಟ್ರಿಯಸ್ 43 ಆನೆಗಳನ್ನು ಬಳಸಿದನು. ಇಂಥ ಗೊಂದಲಮಯ ಸನ್ನಿವೇಶದಲ್ಲಿ ಅಲೆಗ್ಸಾಂಡರನ ಮತ್ತೊಬ್ಬ ಸೇನಾಧಿಪತಿಯಾಗಿದ್ದ ಸೆಲ್ಯೂಕಸ್ ಬಾಬಿಲೋನನ್ನು ವಶಪಡಿಸಿಕೊಂಡನು. ಪರಿಣಾಮವಾಗಿ, ಅಲೆಗ್ಸಾಂಡರನ ಸಾಮ್ರಾಜ್ಯದ ಪೂರ್ವಭಾಗದ ಜತೆ ಅಂತಿಗೋನಸ್ ಹೊಂದಿದ್ದ ನಂಟು ಕಡಿದು ಹೋಯಿತು. ಕ್ರಿ.ಪೂ.312 ಅಥವಾ 311ರಲ್ಲಿ ಸೆಲ್ಯೂಕಸ್ ತನ್ನ ಯಶಸ್ಸನ್ನು ಸಂಭ್ರಮದಿಂದ ಆಚರಿಸಿದನು. ಆದರೆ, ಅಂತಿಗೋನಸ್ ನಿಂದ ಯಾವುದೇ ಸಮಯದಲ್ಲಿ ದಾಳಿ ನಡೆಯುವ ಸಾಧ್ಯತೆ ಇದ್ದಿದ್ದರಿಂದ, ತನ್ನ ಸಮಯವನ್ನೆಲ್ಲ ಯುದ್ಧ ಭೂಮಿಯಲ್ಲಿ ಅಥವಾ ಯುದ್ಧ ಸನ್ನದ್ಧನಾಗುವುದರಲ್ಲಿ ಕಳೆಯುವಂತಾಯಿತು.

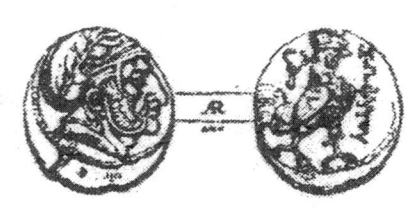

ಚಿತ್ರ 1.2 ಸೊಫೈಟೆಸ್‌ನ ಬೆಳ್ಳಿ ನಾಣ್ಯಗಳು

ಮುಂಭಾಗ : ಸೆಲ್ಯೂಕಸ್‌ನ ರೀತಿಯಲ್ಲಿಯೇ ಶಿರಸ್ತ್ರಾಣವನ್ನು ಧರಿಸಿರುವ ಸೊಫೈಟೆಸ್‌ನ ಚಿತ್ರ

ಹಿಂಭಾಗ : ಹುಂಜ ಮತ್ತು ಅದರ ಕೆಳಭಾಗದಲ್ಲಿ ಗ್ರೀಕ್ ಬರಹ (ಎ. ಕನ್ನಿಂಗ್‌ಹ್ಯಾಮ್‌ನನ್ನು ಅನುಸರಿಸಿ)

ಇಂಥ ಸಂದರ್ಭದಲ್ಲಿ ಭಾರತದ ಗಡಿಪ್ರಾಂತ್ಯಗಳಲ್ಲಿ ಅಧಿಕಾರದಲ್ಲಿದ್ದ ಗ್ರೀಕ್ ಸಾಮಂತರು ದುರ್ಬಲರಾದರು. ಅರಕೋಸಿಯಾದ ಸಾಮಂತನಾದ ಸಿಬರ್ಟಿಯಸ್‌ಗೆ ಅಂತಿಗೋನಸ್‌ನಿಂದ ಯಾವ ನೆರವೂ ಸಿಗಲಿಲ್ಲ. ಪಂಜಾಬಿನಲ್ಲಿ ಸೋಫೈಟೆಸ್ (ಸೌಭೂತಿ) ಅಲೆಗ್ಸಾಂಡರ್ ಬದುಕಿದ್ದಾಗ ಕ್ಷಾರಲವಣ ಶ್ರೇಣಿಯ ಪ್ರದೇಶದ ರಾಜನಾಗಿದ್ದ. ಅವನು ಒಂದು ನಾಣ್ಯವನ್ನು ಮುದ್ರಿಸಿ ಚಲಾವಣೆಗೆ ತಂದನು. ಅದರ ಒಂದು ಕಡೆ ಶಿರಸ್ತ್ರಾಣವನ್ನು ಧರಿಸಿದ ಅವನ ಚಿತ್ರ ಮತ್ತು ಇನ್ನೊಂದು ಪಾರ್ಶ್ವದಲ್ಲಿ ಒಂದು ಹುಂಜದ ಚಿತ್ರವಿದ್ದವು. ಅದರ ಪಕ್ಕದಲ್ಲಿ ಗ್ರೀಕ್ ಲಿಪಿಯಲ್ಲಿ ಸೋಪೈಟೊ ಎಂದು ಮುದ್ರಿಸಲಾಗಿದೆ(ಚಿತ್ರ 1.2). ಬಹುಶಃ ಈ ನಾಣ್ಯವು ಹಿಂದೆ ಸೆಲ್ಯೂಕಸ್ ಹೊರಡಿಸಿದ್ದ ನಾಣ್ಯವೊಂದರ ಮಾದರಿಯಲ್ಲಿ ಹೊರಡಿಸಲಾಗಿದೆ. ಹೀಗಾಗಿ ಅದು ಕ್ರಿ.ಪೂ.312 ರ ನಂತರವೇ ಮುದ್ರಿತವಾಗಿರಬೇಕು. ಸೋಫೈಟೆಸ್ ಕೇವಲ ಗ್ರೀಸಿನ ಸಾಮಂತ ರಾಜ ಮಾತ್ರವಾಗಿದ್ದ, ರಾಜನ ಯಾವುದೇ ಬಿರುದುಗಳನ್ನು ಹೊಂದಿರಲಿಲ್ಲ.

ಹೀಗೆ ಮಾಸಿಡೋನಿಯದ ಶಕ್ತಿ ಕುಗ್ಗುತ್ತಾ ಹೋಗುತ್ತಿದ್ದಂತೆ, ಚಂದ್ರಗುಪ್ತನ ಹಾದಿ ಸುಗಮವಾಯಿತು. ಜಸ್ಟಿನ್ ಹೇಳುವಂತೆ, ಸೆಲ್ಯೂಕಸ್ ತನ್ನ ಭವಿಷ್ಯವನ್ನು ಭದ್ರಪಡಿಸಿಕೊಳ್ಳುವುದರಲ್ಲಿ ಮಗ್ನನಾಗಿದ್ದಾಗಲೇ, ಅಂದರೆ, ಕ್ರಿ.ಪೂ.372 ರ ನಂತರ, ಚಂದ್ರಗುಪ್ತನು ವಾಯವ್ಯ ಭಾರತದ ಒಂದೊಂದೇ ಪ್ರಾಂತ್ಯವನ್ನು ಗೆಲ್ಲುತ್ತಾ, ಅಲ್ಲಿನ ಗ್ರೀಕ್ ಸಾಮಂತರನ್ನು ಮತ್ತು ಸೊಫೈಟಿಸ್‌ನ ತರಹದ ರಾಜರನ್ನು ಸ್ಥಾನಭ್ರಷ್ಟ

ಗೊಳಿಸಿದನು. ಆ ಹೊತ್ತಿಗೆ ಕಣ್ಮರೆಯಾಗಿದ್ದ ನಂದ ವಂಶದ ಜಾಗದಲ್ಲಿ ತನ್ನನ್ನು ತಾನು ಪ್ರತಿಷ್ಠಾಪಿಸಿಕೊಂಡನು. ಅಪ್ಪಟ ಭಾರತೀಯ ಪ್ರದೇಶವೇ ಆಗಿದ್ದ ಸಿಂಧೂ ನದಿಯ ಪ್ರದೇಶವನ್ನು ತನ್ನ ನೇರ ಆಡಳಿತಕ್ಕೆ ಒಳಪಡಿಸಿದನು. ಜತೆಗೆ, ಅದರ ಸುತ್ತಮುತ್ತಲಿನ ಪ್ರದೇಶವೂ ಸಹ ಚಂದ್ರಗುಪ್ತನ ವಶವಾಯಿತು.

ಅತ್ತ, ಅಂತಿಗೋನಸ್ ಈಜಿಪ್ಟ್ ಮತ್ತು ಗ್ರೀಸ್‌ಗಳಲ್ಲಿನ ಪರಿಸ್ಥಿತಿಯ ಕಡೆ ಗಮನ ಹರಿಸಲೇ ಬೇಕಾಯಿತಾದ್ದರಿಂದ ಸೆಲ್ಯೂಕಸ್, ಈ ಭಾಗದಲ್ಲಿ ಬಾಬಿಲೋನ್‌ನಲ್ಲಿ ನೆಲೆ ನಿಂತು ಪೂರ್ವದಲ್ಲಿನ ಸಾಮಂತರನ್ನು ಸುಲಭವಾಗಿ ಬಗ್ಗು ಬಡಿದನು. ಕ್ರಿ.ಪೂ.305 ರ ಸುಮಾರಿನಲ್ಲಿ ಅವನು ಬಾಕ್ಟ್ರಿಯದ ಸಾಮಂತರಾಜನಾದ ಸ್ಟಾಸನಾರ್ ನನ್ನು ಸೋಲಿಸಿ ಹಿಂದೂ ಕುಷ್ ಪರ್ವತ ಶ್ರೇಣಿಯನ್ನು ದಾಟಿದನು. (ಆದರೆ ಅವನು ಸಿಂಧು ನದಿಯನ್ನು ದಾಟಿದನೆಂದು ಖಚಿತವಾಗಿ ಹೇಳಲಾಗದು). ಚಂದ್ರಗುಪ್ತನ ಜತೆ ಅವನು ಯುದ್ಧ ಮಾಡಲಿಲ್ಲ. ಬದಲಿಗೆ ಇಬ್ಬರ ನಡುವೆಯೂ ಒಂದು ಒಪ್ಪಂದವೇರ್ಪಟ್ಟಿತು. ಇದರಂತೆ, ಭಾರತದ ಬಹುಭಾಗ ಮತ್ತು ಆಫ್ಘಾನಿಸ್ತಾನಗಳ ಮೇಲೆ ಚಂದ್ರಗುಪ್ತನ ಅಧಿಕಾರವನ್ನು ಸೆಲ್ಯೂಕಸ್ ಮಾನ್ಯ ಮಾಡಿದನು. ಸ್ಟ್ರಾಬೋ (XV.2.9)ದ ಒಂದು ಉಲ್ಲೇಖ ಹೇಳುವಂತೆ ಸೆಲ್ಯೂಕಸ್ ಪರೋಪಮಿಸದೆ (ಹಿಂದೂಕುಷ್ ಮತ್ತು ಕಾಬೂಲ್) ಅರಕೋಸಿಯ (ಕಾಂದಹಾರ್) ಮತ್ತು ಗೆಡ್ರೋಸಿಯ (ಬಲೂಚಿಸ್ತಾನ್) ಗಳನ್ನು ಚಂದ್ರಗುಪ್ತನ ವಶಕ್ಕೆ ಒಪ್ಪಿಸಲಾಯಿತು. ಈ ಪ್ರದೇಶಗಳ ಮೇಲೆ ಮೌರ್ಯರ ಹತೋಟಿಯ ಬಗ್ಗೆ ಇದ್ದ ಎಲ್ಲ ಸಂಶಯಗಳೂ, ಕಾಬೂಲಿನ ಬಳಿಯ ಮೂರು ಜಾಗಗಳಲ್ಲಿನ ಅಶೋಕನ ಶಾಸನಗಳು ಮತ್ತು ಕಾಂದಹಾರ್ ಬಳಿಯ ಗ್ರೀಕ್ ಹಾಗೂ ಅರಮಿಕ್ ಶಾಸನಗಳು ಬಗೆಹರಿಸಿವೆ. ಹೆರಾಟ್ (ಆರಿಯಾ) ಹೀಗೆ ಹಸ್ತಾಂತರಗೊಂಡ ಪ್ರದೇಶವಾಗಿರಲಿಲ್ಲವೆಂಬುದೂ ಆ ಆಧಾರಗಳ ಮೂಲಕವೇ ತಿಳಿಯುತ್ತದೆ.

ಮೇಲೆ ಹೆಸರಿಸಲಾದ ಪ್ರದೇಶಗಳನ್ನು ಹಸ್ತಾಂತರಿಸಿದ ಸೆಲ್ಯೂಕಸ್ ಚಂದ್ರಗುಪ್ತನಿಂದ 500 ಆನೆಗಳನ್ನು ಉಡುಗೊರೆಯಾಗಿ ಪಡೆದನು. ಶೀಘ್ರದಲ್ಲಿಯೇ ಅವನು ಏಷ್ಯಾ ಮೈನರ್‌ನಲ್ಲಿ ಇಪ್ಸಸ್ ಬಳಿ ಅಂತಿಗೂನಸ್‌ನ ಸೈನ್ಯವನ್ನು ಎದುರಿಸುವವನಿದ್ದ. ಈ ಆನೆಗಳು ಆ ಯುದ್ಧದಲ್ಲಿ ಸೆಲ್ಯೂಕಸ್‌ನಿಗೆ ಅತ್ಯಂತ ಸಹಾಯಕಾರಿಯಾದವು. ಕ್ರಿ.ಪೂ.301ರಲ್ಲಿ ನಡೆದ ಈ ಯುದ್ಧದಲ್ಲಿ ಸೆಲ್ಯೂಕಸ್ ಲಿಸಿಮಾಕಸ್‌ನ ಜತೆಗೂಡಿ ಅಂತಿಗೋನಸ್‌ನನ್ನು ಎದುರಿಸಿ, 480 ಆನೆಗಳನ್ನು ಕಣಕ್ಕಿಳಿಸಿದನು. ಅಂತಿಗೋನಸ್‌ನ 75 ಆನೆಗಳು ಇಷ್ಟು ದೊಡ್ಡ ಗಜದಳದ ಮುಂದೆ ಯಾವ ಪರಿಣಾಮವನ್ನು ಉಂಟು ಮಾಡಲಿಲ್ಲ. ಅಂತಿಗೋನಸ್ ಸೋತ, ಅಂತಿಮವಾಗಿ ಹತನಾದ. ಆ ಮೂಲಕ ಡಯೋಡೋಸಿಯ ರಕ್ತಸಿಕ್ತ ಇತಿಹಾಸದ ಒಂದು ಅಧ್ಯಾಯ ಕೊನೆಗೊಂಡಿತು.

ಸೆಲ್ಯೂಕಸ್ ಮತ್ತು ಚಂದ್ರಗುಪ್ತರ ನಡುವಿನ ಒಪ್ಪಂದದ ಭಾಗವಾಗಿ ಒಂದು ಮದುವೆಯೂ ನಡೆಯಿತು. ಆದರೆ ಯಾರು ಯಾರನ್ನು ಮದುವೆಯಾದರೆಂಬುದು ಸ್ಪಷ್ಟವಾಗಿಲ್ಲ.

ಇದೇ ಒಪ್ಪಂದದ ಮುಂದುವರಿಕೆಯಾಗಿ ಸೆಲ್ಯೂಕಸ್ ಮೆಗಸ್ತನೀಸನನ್ನು ತನ್ನ ಪ್ರತಿನಿಧಿಯಾಗಿ ಚಂದ್ರಗುಪ್ತನ ಆಸ್ಥಾನಕ್ಕೆ ಕಳುಹಿಸಿದ. 'ಮೆಗಸ್ತನೀಸ್ ಹೆಚ್ಚು ಸಮಯ ಅರಕೋಸಿಯದ ರಾಜ ಪ್ರತಿನಿಧಿಯಾದ ಸೈಬರ್ಟಿಸ್‌ನ ಜತೆ ಇದ್ದು, ಅಲ್ಲಿಂದ ಹಲವು ಬಾರಿ ಚಂದ್ರಗುಪ್ತನ ಆಸ್ಥಾನಕ್ಕೆ (ಪಾಟಲಿಪುತ್ರ ಅಥವಾ ಚಂದ್ರಗುಪ್ತನು ಎಲ್ಲಿ ನೆಲೆನಿಂತಿದ್ದರೆ ಅಲ್ಲಿ) ಭೇಟಿಕೊಡುತ್ತಿದ್ದ' (ಅರಿಯನ್, ಅನಬಾಸಿಸ್ V.6) ಈ ಹೇಳಿಕೆಯು ಸೈಬರ್ಟಿಯಸ್ ಅರಕೋಸಿಯದಲ್ಲಿ ರಾಜ ಪ್ರತಿನಿಧಿಯಾಗಿ ಹೊಸ ಆಡಳಿತದ ಕಾಲದಲ್ಲಿಯೂ ಮುಂದುವರೆದಿದ್ದನೆಂದೂ, ಮಾಸಿಡೋನಿಯ ಮತ್ತು ಗ್ರೀಸಿನಿಂದ ಬಂದಿದ್ದ ಹಲವರು ಸ್ಥಿರವಾಗಿ ನಿಂತಿದ್ದ ಆ ಪ್ರದೇಶವೇ ಮೆಗಸ್ತನೀಸನಿಗೂ ವಾಸಸ್ಥಾನವಾಗಿದ್ದಿತೆಂದೂ ತಿಳಿಯುತ್ತದೆ.

ಮೆಗಸ್ತನೀಸ್ ಸಮಕಾಲೀನ ಭಾರತದ ಬಗ್ಗೆ ತನಗೆ ತಿಳಿದಿದ್ದನ್ನು ಬರೆದು ಈ ದೇಶದ ಚರಿತ್ರೆಯನ್ನು ದಾಖಲಿಸುವ ಮೂಲಕ ದೊಡ್ಡ ಸೇವೆಯನ್ನು ಸಲ್ಲಿಸಿದ್ದಾನೆ. ಅವನ ಬರಹಗಳು ನಾಲ್ಕು ಭಾಗಗಳಲ್ಲಿವೆ. ಇಂಡಿಕಾ ಎಂಬ ಗ್ರಂಥವು ಇಂದು ಲಭ್ಯವಿಲ್ಲವಾದರೂ, ಅದರ ಕೆಲವು ಭಾಗಗಳು ದೊರೆತಿವೆ. ಡಯೋಡೋರಸ್, ಸಿಕ್ಯುಲಸ್(ಕ್ರಿ.ಪೂ. ಒಂದನೆಯ ಶತಮಾನದ ಕೊನೆಯ ಭಾಗ), ಸ್ಟ್ರಾಬೋ (ಕ್ರಿ.ಶ. ಒಂದನೆಯ ಶತಮಾನದ ಪ್ರಾರಂಭ) ಪ್ಲಿನಿ (ನಿಧನ ಕ್ರಿ.ಪೂ.79) ಮತ್ತು ಅರಿಯನ್ (ಕ್ರಿ.ಶ.150) ಇವರುಗಳ ಬರಹಗಳಲ್ಲಿ ಇಂಥ ಉಲ್ಲೇಖಗಳಿವೆ. ಲ್ಯಾಟಿನ್ ಭಾಷೆಯಲ್ಲಿ ಬರೆದ ಪ್ಲಿನಿಯನ್ನು ಹೊರತುಪಡಿಸಿ ಉಳಿದವರೆಲ್ಲರೂ ಗ್ರೀಕ್ ಭಾಷೆಯಲ್ಲಿಯೇ ಬರೆದರು. ಮೆಗಸ್ತನೀಸ್ ಭಾರತದ ಬಗ್ಗೆ ಬರೆಯುವಾಗ ಇಲ್ಲಿನ ಹಲವು ವಿಷಯಗಳನ್ನು ಅತಿಮಾನುಷ ವಿದ್ಯಮಾನಗಳೆಂಬಂತೆ ಚಿತ್ರಿಸಿದ್ದಾನೆ. ಬಾಯಿಗಳೇ ಇಲ್ಲದ ಗುಡ್ಡಗಾಡು ಜನ, ನೀರಗುದುರೆಯಂಥ ಕಲ್ಪನೆಯ ಕೂಸುಗಳಾದ ಪ್ರಾಣಿಗಳು, ಚಿನ್ನವನ್ನು ಬಗೆದು ತೆಗೆಯುವ ಇರುವೆಗಳು ಮುಂತಾದವುಗಳ ಬಗ್ಗೆ ಕೇವಲ ಕಥೆಗಳನ್ನು ಕೇಳಿ ಅವುಗಳನ್ನೇ ಆಸಕ್ತಿಕರ ನಿರೂಪಣೆಗೆ ಬಳಸಿಕೊಂಡಿದ್ದಾನೆ. ಇದರಿಂದಾಗಿ ಗ್ರೀಕ್ ಲೇಖಕರ ಗೌರವ ಅವನಿಗೇನೂ ಸಿಗಲಿಲ್ಲ. ಆದರೂ ಅವನ ಕೊಡುಗೆಯನ್ನು ಗೌಣವೆಂದು ಹೇಳಲಾಗದು. ನಿರ್ದಿಷ್ಟ ಸಮುದಾಯಗಳು ನಿಗದಿತ ಕಸುಬುಗಳನ್ನೇ ಕೈಗೆತ್ತಿಕೊಳ್ಳಬೇಕೆಂಬ, ಇಂದು ನಾವು 'ಜಾತಿಪದ್ಧತಿ' ಎಂದು ಕರೆಯುವ ಸಾಮಾಜಿಕ ವ್ಯವಸ್ಥೆ, ಸ್ವಜಾತಿ ವಿವಾಹ ಪದ್ಧತಿ ಮತ್ತು ಅಂದಿನ ತತ್ವಜ್ಞಾನಿಗಳಾಗಿ ಬ್ರಾಹ್ಮಣರು ಹಾಗೂ ಶ್ರಮಣರು (ಅಶೋಕನ ಶಾಸನಗಳನ್ನು ನೆನಪಿಸಿಕೊಳ್ಳಬಹುದು) – ಇವೆಲ್ಲವೂ ಆ ಬರಹಗಳಲ್ಲಿ ಕಂಡು ಬರುತ್ತವೆ. ತಾನೇ ಕಣ್ಣಾರೆ ಕಂಡ ಮೌರ್ಯರ ಆಡಳಿತ, ಭಾರತದ ಅಂದಿನ ಸಾಮಾಜಿಕ ಸ್ಥಿತಿ ಮುಂತಾದ ವಿಷಯಗಳು ಪ್ರಸ್ತಾಪವಾಗಿದ್ದು ಗಮನಾರ್ಹವಾಗಿವೆ. (ನೋಡಿ 1.6 ಮತ್ತು ಅಧ್ಯಾಯ 3).

ಚಂದ್ರಗುಪ್ತನು ಗೆದ್ದ ಹಲವು ಪ್ರದೇಶಗಳಲ್ಲಿ ಮಾಳ್ವ ಮತ್ತು ಗುಜರಾತ್ ಮುಖ್ಯವಾದವು. ಸೌರಾಷ್ಟ್ರ (ಗುಜರಾತ್)ದಲ್ಲಿ ದೊರೆತ ರುದ್ರದಮನನ ಜುನಾಗಡ್ ಶಾಸನ (ಕ್ರಿ.ಶ.150) ದಲ್ಲಿ ವೈಶ್ಯ ಪುಷ್ಯಗುಪ್ತನು ನಿರ್ಮಿಸಿದ ಕೆರೆಯೊಂದರ ಬಗ್ಗೆ

ಹೇಳಲಾಗಿದೆ. ಇವನು ಚಂದ್ರಗುಪ್ತ ಮೌರ್ಯನ ಪ್ರತಿನಿಧಿಯಾಗಿ ಆ ಪ್ರದೇಶವನ್ನು ಆಳಿದವನು. ಅಶೋಕನ ಗಿರ್ನಾರ್ ಶಾಸನವೂ ಸಹ ಅದೇ ಶಿಲೆಯ ಮೇಲೆಯೇ ಇದೆ. ಮಗಧದ ಯಾವುದೇ ರಾಜಕೀಯ ಶಕ್ತಿಯು ಗುಜರಾತನ್ನು ಆಕ್ರಮಿಸಿತ್ತೆಂದರೆ, ಅದೇ ಮಾರ್ಗದಲ್ಲಿನ ಮಾಳ್ವ(ಅವಂತಿ)ವನ್ನೂ ವಶಪಡಿಸಿಕೊಂಡಿತ್ತು ಎಂದೇ ಅರ್ಥಮಾಡಿಕೊಳ್ಳಬೇಕು.

ದಕ್ಕನಿನಲ್ಲಿ ಚಂದ್ರಗುಪ್ತನ ಯಶಸ್ವಿ ಕಾರ್ಯಾಚರಣೆಯ ಬಗ್ಗೆ ಖಚಿತವಾಗಿ ಹೇಳಲಾಗದು; ಆದರೆ ಉತ್ತರ ಭಾರತ ಮತ್ತು ಅಫ್ಘಾನಿಸ್ತಾನದ ಬಹುಭಾಗ ಅವನ ಆಳ್ವಿಕೆಗೆ ಒಳಪಟ್ಟಿತ್ತು ಎನ್ನುವುದಂತೂ ವಾಸ್ತವ. ಯುದ್ಧರಂಗದಲ್ಲಿ ಇಷ್ಟೆಲ್ಲಾ ಯಶಸ್ಸು ಗಳಿಸಿದ ಅವನ ಜೀವನದ ಬಗ್ಗೆ ತಿಳಿದಿರುವುದು ಸ್ವಲ್ಪವೇ. ಮೆಗಸ್ತನೀಸ್, ಚಂದ್ರಗುಪ್ತನ ಆಡಳಿತದ ಕೊನೆಯ ಭಾಗದಲ್ಲಿ ಅವನ ಆಸ್ಥಾನಕ್ಕೂ ಭೇಟಿ ನೀಡಿದ್ದಾಗಿ ಹೇಳಿಕೊಂಡಿದ್ದಾನೆ. ಆದರೆ ಇಂದು ಲಭ್ಯವಿರುವ ಇಂಡಿಕಾದ ಭಾಗಗಳಲ್ಲಿ ಒಬ್ಬ ವ್ಯಕ್ತಿಯಾಗಿ ಚಂದ್ರಗುಪ್ತನ ಬಗೆಗಿನ ವಿವರಗಳು ಸಿಗುವುದಿಲ್ಲ. ಸ್ಟ್ರಾಬೋ ಪ್ರಕಾರ ಯುದ್ಧಗಳಿಗೆ ಹೊರಟ ಚಂದ್ರಗುಪ್ತನ ಜತೆಯಲ್ಲಿ ಸಾಮಾನ್ಯವಾಗಿ 40000 ಸೈನಿಕರು ಇರುತ್ತಿದ್ದರು. ರಾಜ್ಯದಲ್ಲಿ ಕಾನೂನು ಸುವ್ಯವಸ್ಥೆಯ ಸ್ಥಿತಿ ಉತ್ತಮವಾಗಿತ್ತು. ಯಶಸ್ವಿ ಆಡಳಿತಗಾರನಾದ ಚಂದ್ರಗುಪ್ತನು, ಮೊದಲಿಗೆ ನಂದರಾಜರ ನಿರಂಕುಶಾಧಿಕಾರವನ್ನು ಎದುರಿಸಿದವನು, ಅಧಿಕಾರವನ್ನು ಪಡೆದ ನಂತರ ತಾನೇ ಸರ್ವಾಧಿಕಾರಿಯಾದ (ಉಧೃತ 1.2). ತನ್ನ ವಿರುದ್ಧ ನಡೆದ ಪಿತೂರಿಗಳ ಬಗ್ಗೆ ಯಾವಾಗಲೂ ಎಚ್ಚರವಾಗಿರಬೇಕಾಗಿತ್ತು. ಮೆಗಸ್ತನೀಸನ ಬರಹಗಳನ್ನಾಧರಿಸಿದ ಸ್ಟ್ರಾಬೋ, ಚಂದ್ರಗುಪ್ತನು ಹಲವರು ಮಹಿಳೆಯರನ್ನು ತನ್ನ ಅಂಗರಕ್ಷಕರಾಗಿ ನಿಯಮಿಸಿದ್ದರ ಬಗ್ಗೆ ಪ್ರಸ್ತಾಪಿಸುತ್ತಾನೆ. ತನ್ನ ಶತ್ರುಗಳ ಕಣ್ಣಿಗೆ ಮಣ್ಣೆರಚಲು ತನ್ನ ರಾತ್ರಿಯ ವಾಸವನ್ನು ಬೇರೆ ಬೇರೆ ಕಡೆಗಳಲ್ಲಿ ವ್ಯವಸ್ಥೆ ಮಾಡಿಕೊಳ್ಳುತ್ತಿದ್ದನು. ಯುದ್ಧದ ಸಮಯದಲ್ಲಿ ಹೊರತು ಪಡಿಸಿದರೆ ಅವನು ರಾಜಭವನದಿಂದ ಆಚೆ ಬರುತ್ತಿದ್ದದ್ದೇ ಅಪರೂಪವಾಗಿತ್ತು. ಆಸ್ಥಾನದಲ್ಲಿನ ಸಭೆಗಳಿಗೆ, ಪೂಜೆಗಳಿಗೆ, ಸಂತೋಷ ಕೂಟಗಳಿಗೆ ಮಾತ್ರ ತೆರಳುತ್ತಿದ್ದಾಗ ಅಂಗರಕ್ಷಕಿಯರು ರಾಜನನ್ನು ಸುತ್ತುವರೆದಿರುತ್ತಿದ್ದರು.

ಚಂದ್ರಗುಪ್ತನ ಮಂತ್ರಿಯಾದ ಚಾಣಕ್ಯನು ಜೈನನಾಗಿದ್ದನೆಂದು ಜೈನ ಆಕರಗಳು ತಿಳಿಸುತ್ತವೆ. ಸತತ 12 ವರ್ಷಗಳ ಕಾಲ ತನ್ನ ಜನರನ್ನು ಕಾಡಿದ ಕ್ಷಾಮದಿಂದ ತುಂಬ ನೊಂದ ಚಂದ್ರಗುಪ್ತನು ಅಂತಿಮವಾಗಿ ಸನ್ಯಾಸವನ್ನು ಸ್ವೀಕರಿಸಿ ಒಬ್ಬ ಜೈನ ಸನ್ಯಾಸಿಯಾಗಿ ಕರ್ನಾಟಕದ ಒಂದು ಪ್ರದೇಶದಲ್ಲಿ ನೆಲೆಸಿ, ಪ್ರಾಯಶ ಜೈನಪದ್ಧತಿಯಂತೆ, ಕೊನೆಗೆ ಪ್ರಾಣತ್ಯಾಗ (ಸಲ್ಲೇಖನ ವ್ರತ) ಮಾಡಿದನು. ಇದು ಒಂದು ಸಾಧ್ಯತೆಯಾಗಿ ಕಂಡರೂ ಸಂಭವಿಸಿತೆಂದು ನಿಖರವಾಗಿ ಹೇಳಲಾಗುವುದಿಲ್ಲ. ಶ್ರೀಲಂಕಾದ ಆಕರಗಳು ಮತ್ತು ಪುರಾಣಗಳು ಚಂದ್ರಗುಪ್ತನು 24 ವರ್ಷಗಳ ಕಾಲ ಆಳಿದನೆಂದು ಹೇಳುತ್ತವೆ. ಅವನ ನಂತರ ಅವನ ಮಗ ಬಿಂದುಸಾರ ಬಹುಶಃ ಕ್ರಿ.ಪೂ.298ರಲ್ಲಿ ಪಟ್ಟವನ್ನೇರಿದನು.

1.5 ಬಿಂದುಸಾರ ಮತ್ತು ಅಶೋಕನ ಆಳ್ವಿಕೆಯ ಆರಂಭದ ದಿನಗಳು (ಕ್ರಿ.ಪೂ.262 ರವರೆಗೆ)

ಬಿಂದುಸಾರನ ಬಗ್ಗೆ ತಿಳಿದು ಬರುವ ಒಂದು ಅಂಶವೆಂದರೆ ಅವನು 'ಅಮೃತಘೂತ' ನೆಂಬ ಬಿರುದನ್ನು ಧರಿಸಿದನು ಮತ್ತು ಮಾಸಿಡೋನಿಯದ ರಾಜರ ಜತೆ ಉತ್ತಮ ಬಾಂಧವ್ಯವನ್ನು ಹೊಂದಿದ್ದನು ಎಂಬುದು. ನಂತರ ಬಂದ ಅಶೋಕನು ತನ್ನನ್ನು ತಾನು 'ಪ್ರಿಯದರ್ಶಿ' ಎಂದು ಕರೆದುಕೊಂಡದ್ದನ್ನು ಇಲ್ಲಿ ನೆನೆಯಬಹುದು. ಚಂದ್ರಗುಪ್ತನ ಮಗ ಹಾಗೂ ಉತ್ತರಾಧಿಕಾರಿಯಾದ 'ಅಮಿತ್ರೊಕೇಡಸ್'ನ ಆಸ್ಥಾನಕ್ಕೆ ಮೆಗಸ್ತ್‌ನೀಸನ ನಂತರ ಡೈಮಾಕಸ್ ಎಂಬುವನನ್ನು ರಾಯಬಾರಿಯಾಗಿ ಸೆಲ್ಯೂಕಸ್ ನೇಮಕ ಮಾಡಿದನೆಂದು ಸ್ಟ್ರಾಬೋ (II.1.9) ಹೇಳುತ್ತಾನೆ. ಈ ಡೈಮಾಕಸ್ ಭಾರತದ ಬಗ್ಗೆ ಬರೆದ ಗ್ರಂಥವು ಈಗ ಅಲಭ್ಯ. ಆದರೆ ಆನಂತರದ ಕೆಲವರು ಗ್ರೀಕ್ ಇತಿಹಾಸಕಾರರು ಅವನನ್ನು ಉಲ್ಲೇಖಿಸಿದ್ದಾರೆ. ಸೆಲ್ಯೂಕಸ್ ಕ್ರಿ. ಪೂ. 280ರಲ್ಲಿ ನಿಧನನಾದನು. ಆಗಿನಿಂದ ಕ್ರಿ. ಪೂ. 262 ರವರೆಗೆ ಆಳಿದ ಅಂತಿಯೋಕಸ್ ಸೋಟರ್‌ನ ಆಸ್ಥಾನಕ್ಕೆ 'ಅಮಿತ್ರೊಕೇಡಸ್' ತನ್ನ ಪ್ರತಿನಿಧಿಯನ್ನು ಕಳುಹಿಸಿದನು ಮತ್ತು ಸಿಹಿ ದ್ರಾಕ್ಷಾ ಪೇಯ, ಒಣ ಖರ್ಜೂರ ಮತ್ತು ಸೋಫಿಸ್ಟ್‌ನೊಬ್ಬನಿಗಾಗಿ ಬೇಡಿಕೆಯನ್ನೂ ಮುಂದಿಟ್ಟನು. ಗ್ರೀಕ್ ರಾಜನು ಸೋಫಿಸ್ಟನನ್ನು ಕಳುಹಿಸಲಿಲ್ಲ. ಆದರೆ ಬಿಂದುಸಾರನಿಗೆ ಗ್ರೀಕರ ಚಿಂತನೆಯ ವಿಷಯವಾಗಿ ಆಸಕ್ತಿ ಇತ್ತೆಂಬುದು ಈ ಮೂಲಕ ಸ್ಪಷ್ಟವಾಗುತ್ತದೆ. ಈಜಿಪ್ಟಿನ ಟಾಲೆಮಿ ಫಿಲಡೆಲ್ಫಸ್ (ಕ್ರಿ.ಪೂ.285–246) ಸಹ ಡಯೋನಿಸಿಯಸ್ ಎಂಬುವನನ್ನು ರಾಯಭಾರಿಯಾಗಿ ಭಾರತಕ್ಕೆ ಕಳುಹಿಸಿದನೆಂದು ಪ್ಲಿನೀಯ ಬರಹಗಳಿಂದ ತಿಳಿಯುತ್ತದೆ. ಆದರೆ ಆ ರಾಯಭಾರಿಯನ್ನು ಸ್ವಾಗತಿಸಿದ್ದು ಬಿಂದುಸಾರನೇ ಅಥವಾ ಅಶೋಕನೇ ಎನ್ನುವುದು ಸ್ಪಷ್ಟವಾಗಿ ತಿಳಿಯದು. ಅಶೋಕನು ತನ್ನ ಅಧಿಕಾರದ ಕಾಲದಲ್ಲಿ ಹಲವರು ಪ್ರತಿನಿಧಿಗಳನ್ನು ಗ್ರೀಕ್ ರಾಜರ ಆಸ್ಥಾನಕ್ಕೆ ಕಳುಹಿಸುವ ಮೂಲಕ ಈ ಪದ್ಧತಿಯನ್ನು ಮುಂದುವರೆಸಿದನು. ಕ್ರಿ.ಪೂ.260ರಲ್ಲಿಯೂ ಇಂಥ ಕೆಲವು ನೇಮಕಾತಿಗಳು ನಡೆದವು(ನೋಡಿ ಟಿಪ್ಪಣಿ 1.1).

ಚಂದ್ರಗುಪ್ತನು ತನಗೆ ಬಿಟ್ಟುಹೋಗಿದ್ದ ಪ್ರಾಂತ್ಯಗಳಲ್ಲದೇ ಇನ್ನೂ ಕೆಲವು ಪ್ರದೇಶಗಳನ್ನು ಬಿಂದುಸಾರನು ತನ್ನ ಸಾಮ್ರಾಜ್ಯಕ್ಕೆ ಸೇರಿಸಿದನೆಂಬ ವಿಷಯವು ಅಶೋಕನ ಸಾಮ್ರಾಜ್ಯದ ಗಡಿಗಳ ಬಗೆಗಿನ ಶಾಸನಗಳಿಂದ ತಿಳಿದು ಬರುತ್ತದೆ. ಬಿಂದುಸಾರನು 'ಆಂಧ್ರ'ರನ್ನು ಮಟ್ಟಹಾಕಿ, ಅವರ ಪ್ರದೇಶವನ್ನು ವಶಪಡಿಸಿಕೊಂಡಿರಬಹುದು. ಈ ವಿಷಯವು ಅಶೋಕನ 13ನೆಯ ಶಿಲಾಶಾಸನದಿಂದ ತಿಳಿಯುತ್ತದೆ. ಮೆಗಸ್ತನೀಸನ ಬರಹಗಳಿಂದ ಸ್ಟ್ರಾಬೋ ಪಡೆದಿರಬಹುದಾದ ಮಾಹಿತಿಯಂತೆ ಆಂಧ್ರದ ರಾಜ್ಯದಲ್ಲಿ ಸದೃಢವಾದ ಕೋಟೆಗಳಿದ್ದ 30 ಪಟ್ಟಣಗಳಿದ್ದವು. 1,00,000 ಕಾಲಾಳುಗಳು, 2000 ಕುದುರೆಗಳು ಮತ್ತು 1000 ಆನೆಗಳು ಅವರ ಸೇನೆಯಲ್ಲಿದ್ದು ಚಂದ್ರಗುಪ್ತನ ಕಾಲದಲ್ಲಿ ಅವರು ಅತ್ಯಂತ ಶಕ್ತಿಶಾಲಿಗಳಾಗಿರಲಿಕ್ಕೂ ಸಾಕು. ಬಿಂದುಸಾರನು ತಕ್ಷಶಿಲ ಮತ್ತು ಉಜ್ಜಯಿನಿಗಳ ಮೇಲೆಯೂ ಸಹ ಹಿಡಿತವನ್ನು ಹೊಂದಿದ್ದರ ಬಗ್ಗೆ ಬೌದ್ಧ

ಆಕರಗಳಲ್ಲಿ ಪ್ರಸ್ತಾಪವಿದೆ. 'ದಿವ್ಯಾವದಾನ' ವೆಂಬ ಗ್ರಂಥದಲ್ಲಿ ಬಿಂದುಸಾರನು ಅಶೋಕನನ್ನು ತಕ್ಷಶಿಲದಲ್ಲಿ ತಲೆಎತ್ತಿದ್ದ ದಂಗೆಯೊಂದನ್ನು ಮಣಿಸಲು ಕಳುಹಿಸಿದ ಉಲ್ಲೇಖವಿದೆ. ಶ್ರೀಲಂಕಾದ ಆಕರವಾದ 'ಮಹಾವಂಶ'ವು (V.39) ಬಿಂದುಸಾರನು ರೋಗಗ್ರಸ್ತನಾಗಿದ್ದಾಗ ಅಶೋಕನು ಉಜ್ಜಯಿನಿಯಲ್ಲಿ ರಾಜ ಪ್ರತಿನಿಧಿಯಾಗಿದ್ದನೆಂಬ ವಿಷಯವನ್ನು ಹೊರಗೆಡವುತ್ತದೆ.

ಪುರಾಣಗಳು ಹೇಳುವಂತೆ, ಬಿಂದುಸಾರನ ಆಳ್ವಿಕೆಯು 25 ವರ್ಷಗಳ ಕಾಲ ನಡೆಯಿತು. ಆದರೆ ಮಹಾವಂಶವು 28 ವರ್ಷಗಳು ಎನ್ನುತ್ತದೆ. ಈ ಮಾಹಿತಿಯನ್ನೇ (ಟಿಪ್ಪಣಿ 1.1) ಒಪ್ಪಿದರೆ ಕ್ರಿ.ಪೂ.270ರಲ್ಲಿ ಬಿಂದುಸಾರನ ನಿಧನ ಮತ್ತು ಅಶೋಕನ ಸಿಂಹಾಸನಾರೋಹಣ ಸಂಭವಿಸಿದವು ಎಂದು ಹೇಳಬಹುದು.

ಬಿಂದುಸಾರನ ಸಾವಿನ ನಂತರ ನಡೆದ ಹಲವು ಹಿಂಸಾಕೃತ್ಯಗಳ ವಿವರಗಳು ಅಂದಿನ ಬೌದ್ಧ ಐತಿಹ್ಯಗಳ ಮೂಲಕ ತಿಳಿಯುತ್ತವೆ. ಶ್ರೀಲಂಕಾದ ಗ್ರಂಥಗಳಾದ 'ದೀಪವಂಶ' (ಕ್ರಿ.ಶ.400) ಮತ್ತು ಮಹಾವಂಶ (V.18–20,39–40)ಗಳು ಅಶೋಕನು ಅಧಿಕಾರವನ್ನು ಹಿಡಿಯುವುದಕ್ಕಾಗಿ ತನ್ನ ದೊಡ್ಡಣ್ಣನಾದ ಸುಮನನೂ ಸೇರಿ 99 ಜನ ಸೋದರರನ್ನು ಕೊಂದ ವಿಷಯವನ್ನು ಪ್ರಸ್ತಾಪಿಸುತ್ತವೆ. ಮತ್ತೊಬ್ಬ ಅಣ್ಣ ಸುಸೀಮನೆಂಬುವವನು ತಕ್ಷಶಿಲದಿಂದ ರಾಜಧಾನಿಗೆ ಹಿಂದಿರುಗುವ ಮೊದಲೇ ಅಶೋಕನು ಪಾಟಲಿಪುತ್ರವನ್ನು ತನ್ನ ವಶಕ್ಕೆ ತೆಗೆದುಕೊಂಡನೆಂದು 'ದಿವ್ಯಾವದಾನ' ತಿಳಿಸುತ್ತದೆ. ಸುಸೀಮನು ತಕ್ಷಶಿಲದಲ್ಲಿ ನಡೆಯುತ್ತಿದ್ದ ದಂಗೆಯನ್ನು ದಮನಿಸಲು ತೆರಳಿದ್ದನು. ತಂದೆಯ ನಿಧನದ ವಾರ್ತೆ ತಿಳಿದು ಪಾಟಲಿಪುತ್ರಕ್ಕೆ ಹಿಂದಿರುಗಿದರೂ ಆ ಹೊತ್ತಿಗೆ ಅಧಿಕಾರದಲ್ಲಿದ್ದ ಅಶೋಕನ ಕೈಯಲ್ಲಿ ಹತನಾದನು.

ಸಿಂಹಾಸನವೇರಿದ ಅಶೋಕನು ತನ್ನನ್ನು ತಾನು 'ದೇವಾನಾಂಪಿಯ ಪಿಯದಸಿ ರಾಜ' ನೆಂದು ಘೋಷಿಸಿಕೊಂಡನು. ಈ ಅಂಶವು ಅವನ ಶಾಸನಗಳಿಂದ ತಿಳಿಯುತ್ತದೆ. 'ರಾಜ' ಎಂಬುದರ ಜತೆಗೆ, ನಂತರದ ಮೌರ್ಯ ಚಕ್ರವರ್ತಿಗಳು 'ದೇವಾನಾಂಪಿಯ' (ದೇವರಿಗೆ ಪ್ರಿಯವಾದವನು) ಎಂಬ ಬಿರುದನ್ನು ಹೊತ್ತಿದ್ದು, ದಶರಥನೆಂಬುವವನು ಸಹ ಈ ರೀತಿಯಲ್ಲಿಯೇ ತನ್ನನ್ನು ತಾನು ಕರೆದುಕೊಂಡದ್ದು ಕೆಲವು ಗುಹಾಶಾಸನಗಳಿಂದ ತಿಳಿಯುತ್ತದೆ. 'ಪಿಯದಸಿ' (ಆಕರ್ಷಕ ವರ್ಚಸ್ಸುಳ್ಳವನು) ಎಂಬುದು ಅಶೋಕನ ವಿಶಿಷ್ಟ ಬಿರುದು. 'ದೀಪವಂಶ'ದಲ್ಲಿಯೂ ಸಹ ಈ ಪದದ ಬಳಕೆಯನ್ನು ಕಾಣಬಹುದು. ಅಶೋಕನ ಹೆಸರು ಮೊಟ್ಟ ಮೊದಲ ಬಾರಿಗೆ 'ಅಸೋಕ'ನೆಂದು ಉಲ್ಲೇಖವಾಗಿರುವುದು ಮಸ್ಕಿಯ ಒಂದನೆಯ ಗೌಣಶಿಲಾಶಾಸನದಲ್ಲಿ; ನಂತರ ಇನ್ನೂ ಕೆಲವು ಶಾಸನಗಳಲ್ಲಿಯೂ ಇದೇ ಹೆಸರು ಕಾಣಸಿಗುತ್ತದೆ. ಗುಜರ್ರಾ, ನಿಟ್ಟೂರು ಮತ್ತು ಉದೆಗೋಳಂಗಳ ಹತ್ತಿರ ಎರಡನೆಯ ಗೌಣಶಿಲಾಶಾಸನದ ಪ್ರತಿಗಳಲ್ಲಿ ಇದನ್ನು ಕಾಣುತ್ತೇವೆ. ಈ ಗೌಣ ಶಿಲಾಶಾಸನಗಳು ಅಶೋಕನ ಆಳ್ವಿಕೆಯ ಆರಂಭದ ವರ್ಷಗಳಿಗೆ ಸೇರಿದಂಥವು. ನಂತರದ ಕಾಲಕ್ಕೆ ಸೇರಿದ ಶಾಸನಗಳಲ್ಲಿ ಅಶೋಕನ ಹೆಸರು ಪ್ರಸ್ತಾಪವಾಗುವುದಿಲ್ಲ.

ಬೌದ್ಧರ ಐತಿಹ್ಯಗಳು ಅಶೋಕನು ದಮ್ಮದ ಅನುಯಾಯಿಯಾಗುವವರೆಗೂ ಅತ್ಯಂತ ಕ್ರೂರಿಯಾಗಿದ್ದನೆನ್ನುತ್ತವೆ. ಆದರೆ ಕೆಲವು ಇತರ ಮೂಲಗಳು ಈ ಮಾತನ್ನು ಸಮರ್ಥಿಸುವುದಿಲ್ಲ. ಅವನು ಚಕ್ರವರ್ತಿಯಾದ ನಂತರವೂ, ಅವನ ಕೆಲವರು ಸೋದರರು ಉನ್ನತ ಸ್ಥಾನಗಳಲ್ಲಿ ಮುಂದುವರೆದರು. ತನ್ನ ಸೋದರ, ಸೋದರಿಯರ ಅನುಕೂಲಕ್ಕಾಗಿ ಅವರ ಸೇವೆಗಾಗಿಯೇ ಕೆಲವರನ್ನು ನೇಮಕ ಮಾಡಿದ್ದ ವಿಷಯ 5ನೆಯ ಶಿಲಾಶಾಸನದಿಂದ ತಿಳಿದುಬರುತ್ತದೆ. 5ನೆಯ ಸ್ತಂಭಶಾಸನವು ಪ್ರತಿ ವರ್ಷವೂ ಕೆಲವರು ಖೈದಿಗಳನ್ನು ಬಿಡುಗಡೆಗೊಳಿಸುತ್ತಿದ್ದರ ಬಗ್ಗೆ ತಿಳಿಸುತ್ತದೆ. 'ಅರ್ಥಶಾಸ್ತ್ರ'ದಲ್ಲಿಯೂ ಸಹ (II.36.44; XIII.5.11)ಹೀಗೆ ಬಂದಿಗಳನ್ನು ಬಿಡುಗಡೆಗೊಳಿಸುವುದು ಒಳ್ಳೆಯ ಪದ್ಧತಿಯೆಂದು ಹೇಳಲಾಗಿದೆ.

ಅಶೋಕನು ಕಳಿಂಗ (ಈಗಿನ ಒರಿಸ್ಸಾ) ರಾಜ್ಯವನ್ನು ಆಕ್ರಮಿಸಿದ ನಂತರ ಮೌರ್ಯ ಸಾಮ್ರಾಜ್ಯದ ವ್ಯಾಪ್ತಿ ವಿಸ್ತಾರವಾಯಿತು. ಅವನ ಜೀವನದ ಗತಿಯನ್ನೇ ಬದಲಾಯಿಸಿದ ಈ ಯುದ್ಧದ ಪ್ರಸ್ತಾಪವೇ ಬೌದ್ಧ ಮೂಲಗಳಲ್ಲಿ ಕಾಣಬರದಿರುವುದು ನಮ್ಮ ಹಲವು ಪಾರಂಪರಿಕ ಆಕರಗಳು ಸಂಪೂರ್ಣವಾಗಿ ವಿಶ್ವಾಸಾರ್ಹವಲ್ಲವೆಂಬುದಕ್ಕೆ ಒಂದು ಉದಾಹರಣೆ. ಆದರೆ ಈ ಬಗೆಗಿನ ಎಲ್ಲ ಮಾಹಿತಿಯನ್ನೂ ಅವನ 13ನೆಯ ಶಿಲಾ ಶಾಸನವು (ಉಧೃತ 1.4) ಹೊಂದಿದೆ.

ಈ ಶಾಸನದಲ್ಲಿ ಅಶೋಕನು ತಾನು 'ಕಳಿಂಗ'ರ ಮೇಲೆ ಏರಿ ಹೋಗಿದ್ದರ ಬಗ್ಗೆ ಹೇಳುತ್ತಾನೆ. ಒಂದು ಪ್ರದೇಶವನ್ನು ಅಲ್ಲಿ ವಾಸಿಸುವ ಜನರ ಹೆಸರನ್ನೇ ಬಳಸಿ, ಗುರುತಿಸುವ ಪದ್ಧತಿ ಪ್ರಚಲಿತವಾಗಿದ್ದಿತು. ಕಳಿಂಗರ ಸೇನೆಯಲ್ಲಿ 60,000 ಕಾಲಾಳುಗಳು, 1000 ಕುದುರೆಗಳು, 700 ಆನೆಗಳು ಇದ್ದುವೆಂದು ಮೆಗಸ್ತನೀಸನ ಬರಹಗಳ ಮೂಲಕ ತಿಳಿದು ಬರುತ್ತದೆ. ಸ್ಟ್ರಾಬೋ ಸಹ ಆ ವಿವರಗಳನ್ನೇ ಆಧರಿಸಿದ್ದಾನೆ. ಅಶೋಕನು ಯುದ್ಧ ಮಾಡಿದ್ದು ಒಂದು ಸಾಮಾನ್ಯ ಸೈನ್ಯದ ವಿರುದ್ಧವಲ್ಲ ಮತ್ತು ತನ್ನ ಸಾಮ್ರಾಜ್ಯದ ವಿಸ್ತರಣೆಯನ್ನು ಹೊರತು ಪಡಿಸಿ ಬೇರೆ ಯಾವುದೇ ಉದ್ದೇಶವೂ ಅವನಿಗಿರಲಿಲ್ಲ.

ಈ ಯುದ್ಧ ನಡೆದದ್ದು ಕ್ರಿ.ಪೂ.262ರಲ್ಲಿ, ಆಳ್ವಿಕೆಯ 8ನೆಯ ವರ್ಷದಲ್ಲಿ. ಅಲ್ಲಿ ನಡೆದದ್ದು ಒಂದು ನರಮೇಧ. 1,50,000 ಜನರು ಬಂಧಿತರಾದರು. ಒಂದು ಲಕ್ಷಕ್ಕೂ ಹೆಚ್ಚಿನ ಸಂಖ್ಯೆಯಲ್ಲಿ ಜನರು ಯುದ್ಧ ಭೂಮಿಯಲ್ಲಿ ಮತ್ತು ಇತರೆಡೆ ಗಾಯಾಳುಗಳಾದರು ಹಾಗೂ ಹತರಾದರು. ಈ ಮಾತುಗಳಲ್ಲಿ ಸ್ವಲ್ಪ ಮಟ್ಟಿಗಿನ ಅತಿಶಯೋಕ್ತಿ ಇರಬಹುದು. ಆದರೆ, ಅಲ್ಲಿ ನಡೆದ ಮಾರಣ ಹೋಮವಂತೂ ಅಶೋಕನನ್ನು ವಿಪರೀತ ದುಃಖಕ್ಕೆ, ಖಿನ್ನತೆಗೆ ತಳ್ಳಿದ್ದಂತೂ ವಾಸ್ತವ. ಹೀಗಾಗಿಯೇ, ಈ ಯುದ್ಧದ ನಂತರ ಅವನು ಎಲ್ಲ ರೀತಿಯ ದಾಳಿಗಳಿಂದ ದೂರ ಸರಿದನು. ಆಂತರಿಕವಾಗಿಯೂ ಶಾಂತಿಪ್ರಿಯತೆಗೆ ಒತ್ತು ಕೊಟ್ಟನು. ತನ್ನ ಉತ್ತರಾಧಿಕಾರಿಗಳಿಗೂ ಸಹ ಯಾವ ರೀತಿಯ ಯುದ್ಧವನ್ನೂ ಮಾಡದಂತೆ ಸಲಹೆ ಕೊಟ್ಟನು. ಮತ್ತು ಯಾರೆಲ್ಲರಿಗೆ ಕ್ಷಮಾದಾನ ನೀಡಬಹುದೋ ಅವರೆಲ್ಲರನ್ನು ಕ್ಷಮಿಸಿ ಬಿಡುಗಡೆಗೊಳಿಸಿದನು. ಅವನ ಹೊಸ ನೀತಿ ಮತ್ತು ಮಾರ್ಗವು

'ಧಮ್ಮ'ವಾಗಿತ್ತು. ಅದರ ವಿವರಗಳನ್ನು ಎರಡನೆಯ ಅಧ್ಯಾಯದ ಎರಡನೆಯ ಭಾಗದಲ್ಲಿ ನೋಡೋಣ.

ಈ ಹೊತ್ತಿಗೆ ಮೌರ್ಯ ಸಾಮ್ರಾಜ್ಯವು ಅಶೋಕನ ಶಾಸನಗಳಲ್ಲಿ ಹೆಸರಿಸಲಾಗಿರುವ ಸ್ಥಳಗಳು, ಗುರುತಿಸಬಹುದಾದ ಗಡಿಗಳು ಮತ್ತು ಇತರ ಸ್ಥಳಗಳನ್ನು ಸ್ಪಷ್ಟವಾಗಿ ತಿಳಿಯಬಹುದಾದಷ್ಟರ ಮಟ್ಟಿಗೆ ಬೆಳೆದಿತ್ತು. ಎರಡನೆಯ ಹಾಗೂ ಹದಿಮೂರನೆಯ ಶಿಲಾಶಾಸನಗಳ ಪ್ರಕಾರ ಆ ಸಾಮ್ರಾಜ್ಯವು ವಾಯವ್ಯ ದಿಕ್ಕಿನಲ್ಲಿ ಸೆಲ್ಯೂಕಸ್ ಆಳಿದ್ದ ರಾಜ್ಯದವರೆಗೂ ಹರಡಿತ್ತು. ಮೊದಲನೆಯ ಅಥವಾ ಎರಡನೆಯ ಅಂತಿಯೋಕಸ್ ಅಲ್ಲಿನ ರಾಜನಾಗಿದ್ದ. ಅಫ್ಘಾನಿಸ್ತಾನದ ಕಾಂದಹಾರ್‌ನ ಬಳಿಯ ಲಾಘ್‌ಮನ್ ಮತ್ತು ಪಾಕಿಸ್ತಾನದ ವಾಯುವ್ಯ ಗಡಿಭಾಗದಲ್ಲಿನ ಷಾಬಾಜ್‌ಗರಿ ಮತ್ತು ಮಾನ್‌ಸೆರಾಗಳಲ್ಲಿನ ಅಶೋಕನ ಶಾಸನಗಳು ಮೌರ್ಯ ಸಾಮ್ರಾಜ್ಯವು ಈಗಿನ ಅಫ್ಘಾನಿಸ್ತಾನದ ಒಳಭಾಗದವರೆಗೂ ಚಾಚಿ ಕೊಂಡಿತ್ತು ಎನ್ನುವುದನ್ನು ಸ್ಪಷ್ಟಪಡಿಸುತ್ತದೆ. ಹಾಗಾಗಿಯೇ 13 ಮತ್ತು 5ನೆಯ ಶಿಲಾಶಾಸನಗಳಲ್ಲಿ ಯವನರ ಮತ್ತು ಕಾಂಬೋಜರ ಪ್ರಸ್ತಾಪವಿದೆ. ಕಾಶ್ಮೀರವು ಮೌರ್ಯ ಸಾಮ್ರಾಜ್ಯದ ಭಾಗವಾಗಿತ್ತೆಂದು ಸ್ಪಷ್ಟವಾಗಿ ಹೇಳಲಾಗದು. ಆದರೆ ಡೆಹರಾಡೂನಿನ (ಉತ್ತರಾಖಂಡ) ಬಳಿಯ ಕಲ್ಸಿಯಲ್ಲಿನ ಶಾಸನ ಮತ್ತು ನೇಪಾಳದ ರುಮ್ಮಿಂಡೈ ಹಾಗೂ ನಿಗಲಿ ಸಾಗರದ ಬಳಿಯ ಸ್ತಂಭ ಶಾಸನಗಳು ಮೌರ್ಯರು ತಮ್ಮ ಸಾಮ್ರಾಜ್ಯವನ್ನು ಹಿಮಾಲಯದ ತಪ್ಪಲಿನ ಗಂಗಾನದಿ ಪ್ರದೇಶದವರೆಗೂ ವಿಸ್ತರಿಸದ್ದರೆಂಬುದನ್ನು ಸಿದ್ಧಪಡಿಸುತ್ತವೆ. ಈಗಿನ ಬಾಂಗ್ಲಾದೇಶದ ಮಹಾಸ್ಥಾನದ ಬಳಿಯ ಶಾಸನವು ಬಂಗಾಳವೂ ಸಹ ಮೌರ್ಯರ ಆಡಳಿತಕ್ಕೆ ಒಳಪಟ್ಟಿತ್ತು ಎನ್ನುತ್ತದೆ. ಪಶ್ಚಿಮದಲ್ಲಿ ಗುಜರಾತ್ ಆ ಸಾಮ್ರಾಜ್ಯದ ಭಾಗವಾಗಿತ್ತು. ಗಿರ್ನಾರಿನ ಅಶೋಕನ ಶಾಸನ ಮತ್ತು ರುದ್ರದಮನನ ಜುನಾಗಢ್ ಶಾಸನವೂ ಸಹ (ಕ್ರಿ.ಶ.150) ಈ ವಿಷಯವನ್ನು ದೃಢಪಡಿಸುತ್ತದೆ. ಮುಂಬೈ ಬಳಿಯ ಸೋಪಾರಾದ ಶಾಸನವು ಕೊಂಕಣ ಪ್ರಾಂತ್ಯವು ಮೌರ್ಯರ ಆಡಳಿತಕ್ಕೆ ಒಳಪಟ್ಟಿತ್ತು ಎಂದು ತಿಳಿಸುತ್ತದೆ. ಒರಿಸ್ಸಾದಲ್ಲಿ ಧೌಲಿ ಮತ್ತು ಜೌಗಾದಾದ ಶಾಸನಗಳು ಪೂರ್ವಕರಾವಳಿಯಲ್ಲಿನ ಕಳಿಂಗ ದೇಶವು ಅಶೋಕನ ವಶದಲ್ಲಿತ್ತು ಎನ್ನುವುದಕ್ಕೆ ಸಾಕ್ಷ್ಯವನ್ನು ಒದಗಿಸುತ್ತವೆ. ಕರ್ನಾಟಕ ಮತ್ತು ಆಂಧ್ರದ ದಕ್ಷಿಣ ಭಾಗದಲ್ಲಿಯೂ ಅಶೋಕನ ಶಾಸನಗಳು ಗಣನೀಯ ಸಂಖ್ಯೆಯಲ್ಲಿ ದೊರೆತಿವೆ. ಆದರೆ ಇದುವರೆಗೂ ತಮಿಳುನಾಡು ಮತ್ತು ಕೇರಳಗಳಲ್ಲಿ ಅಶೋಕನ ಶಾಸನಗಳ ಸುಳಿವಿಲ್ಲ. 2ನೆಯ ಮತ್ತು 13ನೆಯ ಶಿಲಾಶಾಸನಗಳೂ ಸಹ ಚೋಳರ, ಪಾಂಡ್ಯರ, ಸಾತಿಯ ಪುತ್ರರ ಮತ್ತು ಕೇರಳಪುತ್ರರ ಪ್ರಾಂತ್ಯಗಳು ಮತ್ತು ತಾಮ್ರಪರ್ಣಿ (ಶ್ರೀಲಂಕಾ) ಎಲ್ಲವೂ ಮೌರ್ಯ ಸಾಮ್ರಾಜ್ಯದ ಗಡಿಯಾಚೆಗಿನ ಪ್ರದೇಶಗಳೇ ಎಂದು ಹೇಳುತ್ತವೆ (ನಕ್ಷೆ 1.2)

ತನ್ನ ಸಾಮ್ರಾಜ್ಯ ವ್ಯಾಪ್ತಿಯನ್ನು 'ಮಹಾಲಕ' ಎನ್ನುವ ಪದದ ಮೂಲಕ ಅಶೋಕನು (14ನೆಯ ಶಿಲಾಶಾಸನ)ವಿವರಿಸುತ್ತಾನೆ. ಈ 'ವಿಶಾಲ'ವಾದ ಸಾಮ್ರಾಜ್ಯದ ಆಡಳಿತವು ಯಾವ ರೀತಿಯದ್ದಾಗಿತ್ತು ಎಂಬುದನ್ನು ಈಗ ಪರಿಶೀಲಿಸಬಹುದು.

1.6 ಮೌರ್ಯ ಸಾಮ್ರಾಜ್ಯದ ಆಡಳಿತ ಯಂತ್ರ

ಈ ಕೆಳಗಿನ ಆಕರಗಳು ಮೌರ್ಯ ಸಾಮ್ರಾಜ್ಯದ ಆಡಳಿತದ ವಿವರಗಳನ್ನು ವಿಶ್ವಸನೀಯವಾಗಿ ನೀಡಬಲ್ಲವೆಂದು ತಿಳಿಯಬಹುದು.

1. ಅಶೋಕನ ಶಾಸನಗಳು

2. ಪ್ರಾಚೀನ ಗ್ರೀಕ್ ಹಾಗೂ ಲ್ಯಾಟಿನ್ ಗ್ರಂಥಗಳಲ್ಲಿ ಮೆಗಸ್ತನೀಸನವೆಂದು ಹೇಳಲಾಗಿರುವ ಉಲ್ಲೇಖಗಳು

3. ಅರ್ಥಶಾಸ್ತ್ರ – ಇದರ ಕೆಲವು ಭಾಗಗಳು ಮೌರ್ಯರ ಅಥವಾ ಅದಕ್ಕೂ ಹಿಂದಿನ ಕಾಲಘಟ್ಟಕ್ಕೆ ಸೇರಿದವಾಗಿವೆ (ಟಿಪ್ಪಣಿ 1.2)

ಮೌರ್ಯರು ಆಳಿದ ಪ್ರದೇಶದ ವಿಸ್ತಾರವನ್ನು ದೃಷ್ಟಿಯಲ್ಲಿರಿಸಿಕೊಂಡು, ಅವರ ರಾಜ್ಯವನ್ನು ಯಾವುದೇ ಹಿಂಜರಿಕೆ ಇಲ್ಲದೆ, ಸಾಮ್ರಾಜ್ಯವೆಂದು ಕರೆಯಬಹುದು. ಅಶೋಕನು ತನ್ನ ಹಲವು ಶಾಸನಗಳಲ್ಲಿ (ಒಂದನೆಯ ಶಿಲಾಶಾಸನ) ಭಾರತದ ಪ್ರಾಚೀನ ಹೆಸರಾದ 'ಜಂಬೂ ದ್ವೀಪ'ವನ್ನು ಬಳಸುತ್ತಾನೆ. ಮೂರನೆಯ ಶಿಲಾಶಾಸನದಲ್ಲಿ ತಾನು ಜಯಿಸಿದ ಪ್ರದೇಶಗಳನ್ನು 'ವಿಜಿತ' ಎಂದೂ, ಸಾಮ್ರಾಜ್ಯವನ್ನು ಇಡಿಯಾಗಿ 'ರಾಜವಿಸವ'ವೆಂದೂ ಕರೆದಿದ್ದಾನೆ. ಬೈರಾಟ್ ಶಾಸನದಲ್ಲಿ ತನ್ನನ್ನು ತಾನು ಮಗಧರಾಜನೆಂದು ಕರೆದುಕೊಳ್ಳುವುದರ ಮೂಲಕ, ಸಾಮ್ರಾಜ್ಯದ 'ಮಗಧ'ದ ಜತೆಯ ನಂಟನ್ನು ಉಳಿಸಿಕೊಂಡಿದ್ದಾನೆ. ಸಾಮ್ರಾಜ್ಯದ ರಾಜಧಾನಿ ನಗರವಾದ ಪಾಟಲೀಪುತ್ರವನ್ನು ಮೆಗಸ್ತನೀಸ್ 'ಪಲಿಂಬೋತ್ರ' ಅಥವಾ 'ಪಲಿಬೋತ್ರ' ಎಂದು ಕರೆದಿದ್ದಾನೆ. ಗಿರ್ನಾರಿನ 5ನೆಯ ಶಿಲಾಶಾಸನದಿಂದಲೂ ಸಹ ಅಶೋಕನ ರಾಜಧಾನಿಯು ಪಾಟಲಿಪುತ್ರವೇ ಆಗಿತ್ತೆಂಬುದು ದೃಢಪಡುತ್ತದೆ. ಈ ಶಾಸನದಲ್ಲಿ 'ಇಲ್ಲಿ' ಎಂದು ಹೇಳುವುದಕ್ಕಾಗಿ ಬಳಸಿದ ಪದವು ಪಾಟಲಿಪುತ್ರವನ್ನೇ ಸೂಚಿಸುತ್ತದೆ.

ಅಶೋಕನು 'ಧಮ್ಮ'ದ ಮಾರ್ಗದ ಕಡೆಗೆ ಹೊರಳುವ ಮುನ್ನ ಮೌರ್ಯರಾಜರು ನಡೆಸುತ್ತಿದ್ದ ಆಡಳಿತ ಮತ್ತು ಅಶೋಕನು ತಂದ ಮಾರ್ಪಾಡುಗಳ ಬಗ್ಗೆ (ವಿವರಗಳಿಗಾಗಿ ನೋಡಿ 2.2 ಮತ್ತು 2.3) ಅವನ ಶಾಸನಗಳು ವಿವರಗಳನ್ನು ಒದಗಿಸುತ್ತವೆ. ಉದಾಹರಣೆಗೆ, 8ನೆಯ ಶಾಸನದಲ್ಲಿ ಹಿಂದಿನ ರಾಜರು ಮೃಗಯಾವಿನೋದ (ಸಂತೋಷಕ್ಕಾಗಿ ಬೇಟೆ) ದ ರೀತಿಯ ಮೋಜುಗಳಲ್ಲಿ ಮುಳುಗಿರುತ್ತಿದ್ದರು ಎಂದು ಹೇಳಲಾಗಿದೆ. ಚಂದ್ರಗುಪ್ತನು ತನ್ನ ಅಂಗರಕ್ಷಕಿಯರ ಜತೆಗೂಡಿ ಭೇಟೆಯಲ್ಲಿ ತೊಡಗಿರುತ್ತಿದ್ದನೆಂದು ಮೆಗಸ್ತನೀಸನೂ ಬರೆದಿದ್ದಾನೆ. ಮೌರ್ಯರಾಜರು ಆಹಾರ ಸೇವನೆ ಮಾಡುವಾಗ, ಅಂತಃಪುರದಲ್ಲಿದ್ದಾಗ, ವಿಶ್ರಾಂತಿ ತೆಗೆದುಕೊಳ್ಳುವಾಗ ಹಾಗೂ ಪ್ರಯಾಣ ಮಾಡುವಾಗ ಆಡಳಿತದ ಯಾವ ವಿವರಕ್ಕೂ ಗಮನಕೊಡುತ್ತಿರಲಿಲ್ಲ. (ನಾಲ್ಕನೆಯ ಶಿಲಾಶಾಸನ) ಆದರೆ ಅರಿಯನ್, ಮೆಗಸ್ತನೀಸನನ್ನು ಉಲ್ಲೇಖಿಸುತ್ತಾ, ಚಂದ್ರಗುಪ್ತನು ದಿನಗಟ್ಟಲೆ ನ್ಯಾಯದಾನದಲ್ಲಿ

ನಕ್ಷೆ 1.2 ಮೌರ್ಯ ಸಾಮ್ರಾಜ್ಯ, ಕ್ರಿ.ಪೂ.260

ನಿರತನಾಗಿದ್ದು ತನ್ನ ಖಾಸಗಿ ಜೀವನವು ಕರ್ತವ್ಯ ನಿರ್ವಹಣೆಗೆ ಯಾವುದೇ ರೀತಿಯಲ್ಲಿ ಅಡ್ಡಿಯಾಗದಂತೆ ನೋಡಿಕೊಳ್ಳುತ್ತಿದ್ದನೆಂದು ತಿಳಿಸುತ್ತಾನೆ.

ಅಂದಿನ ಆಡಳಿತದಲ್ಲಿ ರಾಜಕುಟುಂಬವು ಪ್ರಮುಖ ಸ್ಥಾನವನ್ನೇ ಪಡೆದಿತ್ತು ಎನ್ನಲು ಆಧಾರಗಳಿವೆ. ಈ ಕುಟುಂಬದ ಸದಸ್ಯರೇ ಹಲವು ಪ್ರಮುಖ ಸ್ಥಾನಗಳಲ್ಲಿ ನಿಯುಕ್ತರಾಗಿದ್ದರು. ಅಶೋಕನ 5ನೆಯ ಶಿಲಾಶಾಸನದಲ್ಲಿ ತಿಳಿಸಿರುವಂತೆ, ತನ್ನ ಬಂಧು ಬಳಗದವರ ಮನೆವಾರ್ತೆಯನ್ನು ಪಾಟಲಿಪುತ್ರದಲ್ಲಿ ಮತ್ತು ದೂರದ ಪ್ರದೇಶಗಳಲ್ಲಿ, ನೋಡಿಕೊಳ್ಳಲು ವಿಶೇಷ ಅಧಿಕಾರಿಗಳನ್ನು ನೇಮಕಮಾಡಲಾಗಿತ್ತು (ಉಧೃತ 2.3) ಬಿಂದುಸಾರನ ಆಡಳಿತದ ಅವಧಿಯಲ್ಲಿ ಅಶೋಕನು ರಾಜ್ಯದ ಒಂದು ಭಾಗದಲ್ಲಿ ರಾಜಪ್ರತಿನಿಧಿಯಾಗಿದ್ದಂತೆ, ನಂತರವೂ ಸಹ ಇತರ ಯುವ ರಾಜರುಗಳು ಪ್ರಮುಖ ಹುದ್ದೆಗಳನ್ನು ಪಡೆದಿದ್ದರು. ಧೌಲಿಯ ಬಳಿಯ ಒಂದನೆಯ ಶಿಲಾಶಾಸನದಲ್ಲಿ ಒಬ್ಬ 'ಕುಮಾರ' (ಯುವರಾಜ)ನು (ಪಂಗುರಾರಿಯ ಶಾಸನದಲ್ಲಿ ಕುಮಾರಸಂವನೆಂದು

ಹೆಸರಿಸಲಾದವನು ಇವನೇ ಇರಬಹುದು) ಉಜ್ಜಯಿನಿಯಲ್ಲಿಯೂ, ಮತ್ತೊಬ್ಬನು ತಕ್ಷಶಿಲದಲ್ಲಿಯೂ ರಾಜಪ್ರತಿನಿಧಿಗಳಾಗಿದ್ದ ಮಾಹಿತಿ ಸಿಗುತ್ತದೆ. ಎರಡನೆಯ ಪ್ರತ್ಯೇಕ ಶಿಲಾಶಾಸನವು (ಧೌಲಿಯ ಬಳಿಯ ಪ್ರತಿ) ಪ್ರಾಯಶಃ ಕಳಿಂಗಕ್ಕೆ ರಾಜ ಪ್ರತಿನಿಧಿಯಾಗಿ ತೆರಳಿ ತೋಸಾಲಿಯಲ್ಲಿ ನೆಲೆಸಿದ್ದ 'ಕುವಾರ' ನನ್ನು ಕುರಿತಾದದ್ದು. ಮಸ್ಕಿಯ ಬಳಿ ಇತ್ತೆಂದು ಹೇಳಬಹುದಾದ ಸುವರ್ಣ ಗಿರಿಯಲ್ಲಿ ಒಬ್ಬ ಯುವರಾಜನು ರಾಜಪ್ರತಿನಿಧಿಯಾಗಿದ್ದನೆಂದು ಬ್ರಹ್ಮಗಿರಿಯ ಗೌಣಶಿಲಾಶಾಸನಗಳಿಂದ ತಿಳಿದುಬರುತ್ತದೆ. ಅವನನ್ನು 'ಆರ್ಯಪುತ್ರ'ನೆಂದು ಕರೆಯಲಾಗಿದೆ. ಒಟ್ಟಾರೆ ಹೇಳುವುದಾದರೆ, ರಾಜ್ಯದ ಆಡಳಿತ ಯಂತ್ರಾಂಗದಲ್ಲಿ ರಾಜ ಕುಟುಂಬದ ಸದಸ್ಯರ ಪಾತ್ರ ಗಣನೀಯವಾಗಿಯೇ ಇತ್ತು. ಮತ್ತು ಇಂಥ ಅಧಿಕಾರ ಸ್ಥಾನ ತಂದುಕೊಡುವ ಹಲವು ಸುಖ, ಸಂಪತ್ತುಗಳನ್ನು ಈ ಎಲ್ಲರೂ ಅನುಭವಿಸುತ್ತಿದ್ದರು. ಅಶೋಕನ ಎರಡನೆಯ 'ದೇವಿ'(ರಾಣಿ)ಯಾದ ಕಾರುವಾಕೀ ಎನ್ನುವವಳು ತನ್ನ ವಶದಲ್ಲಿದ್ದ ಹಲವು ತೋಟಗಳನ್ನು, ವಿಶ್ರಾಂತಿಗೃಹಗಳನ್ನು, ಅನ್ನದಾನ ಕ್ಷೇತ್ರಗಳನ್ನು ಅವು ತನಗೆ ಸೇರಿದ್ದವು ಎಂದು ಪ್ರಕಟಿಸಿ ದಾನಮಾಡಿದ್ದಾಗಿ ಅಲಹಾಬಾದಿನ 'ರಾಣಿಯ ಶಾಸನ' ತಿಳಿಸುತ್ತದೆ.

ಅಶೋಕನ ಶಾಸನಗಳಲ್ಲಿ ಎರಡು ಕಡೆ 'ಪರಿಸಾ' (ಪರಿಷತ್) ಎನ್ನುವ ಆಡಳಿತ ಘಟಕದ ಪ್ರಸ್ತಾಪವಿದೆ. ಈ ಪರಿಷತ್ತಿನ ಮುಖ್ಯ ಕರ್ತವ್ಯವೆಂದರೆ ಅಧಿಕಾರಿಗಳಿಗೆ ಕಳುಹಿಸಬೇಕಾಗಿರುವ ರಾಜನ ಆದೇಶಗಳನ್ನು ಸೂಕ್ತ ರೀತಿಯಲ್ಲಿ ರೂಪಿಸುವುದು. (ಮೂರನೆಯ ಶಿಲಾಶಾಸನ) ಯುತರು ಎಂದು ಕರೆಯಲಾಗಿದ್ದ ಈ ಅಧಿಕಾರಿಗಳಿಗೆ ತಲುಪಿಸಬೇಕಾದ ಆದೇಶಗಳ ಬಗ್ಗೆ ಸಂಶಯಗಳೇನಾದರೂ ಇದ್ದಲ್ಲಿ ಸ್ಪಷ್ಟೀಕರಣಕ್ಕಾಗಿ ಅವುಗಳನ್ನು ರಾಜನ ಗಮನಕ್ಕೆ ತರಬೇಕಾಗಿತ್ತು. (ನಾಲ್ಕನೆಯ ಶಿಲಾಶಾಸನ; ಉಧೃತ 2.5) ಅಂದರೆ, ಈ ಪರಿಷತ್ತು ರಾಜನ ಆದೇಶಗಳನ್ನು ಪಾಲಿಸುವುದನ್ನು ಬಿಟ್ಟರೆ, ಬೇರೆ ಯಾವುದೇ ಜವಾಬ್ದಾರಿ ಅಥವಾ ಅಧಿಕಾರವನ್ನು ಹೊಂದಿರಲಿಲ್ಲವೆಂದಾಯಿತು. ಅದು ರಾಜನ ಉಪಸ್ಥಿತಿಯಲ್ಲಿ ಕೆಲಸ ಮಾಡುವ ಸಮಿತಿಯೂ ಆಗಿರಲಿಲ್ಲ. ಹಾಗಾಗಿ, ಅರ್ಥಶಾಸ್ತ್ರದಲ್ಲಿ ಹೇಳಲಾಗಿರುವ ಮಂತ್ರಿ ಪರಿಷತ್ತಿಗೂ (1.12.6; 15.47–59; 19.13) ಈ ಪರಿಷತ್ತಿಗೂ ಯಾವ ಹೋಲಿಕೆಯೂ ಇಲ್ಲವೆಂದು ಹೇಳಬೇಕು. ಆಶ್ಚರ್ಯದ ಮತ್ತೊಂದು ಸಂಗತಿಯೆಂದರೆ ಅಶೋಕನ ಯಾವ ಶಾಸನದಲ್ಲಿಯೂ 'ಮಂತ್ರಿ' ಎನ್ನುವ ಶಬ್ದವೇ ಬಳಕೆಯಾಗಿಲ್ಲ.

ಅಶೋಕನ ಮೊದಲನೆಯ ಸ್ತಂಭ ಶಾಸನದಿಂದ ತಿಳಿದುಬರುವಂತೆ, ಸಾಮ್ರಾಜ್ಯದ ಯಾವುದೇ ಹಂತದ **ಆಡಳಿತ ಅಧಿಕಾರಿ**ಯನ್ನು 'ಪುಲಿಸಾ' (ಸಂಸ್ಕೃತದ 'ಪುರುಷ') ಎಂದು ಕರೆಯಲಾಗುತ್ತಿತ್ತು. ಇವರನ್ನೆಲ್ಲಾ ಮೇಲ್ದರ್ಜೆಯ ಮತ್ತು ಕೆಳದರ್ಜೆಯ ಅಧಿಕಾರಿಗಳಾಗಿ ಮತ್ತೆ ವಿಂಗಡಿಸಲಾಗಿತ್ತು. ಈ ಅಧಿಕಾರಿಗಳಲ್ಲಿ ಅತ್ಯಂತ ಪ್ರಮುಖರು ಮಹಾಮಾತ್ರರು. ಚಕ್ರವರ್ತಿಯು ತುಂಬ ಮುಖ್ಯವಾದ ವಿಷಯಗಳನ್ನು ಅವರುಗಳಿಗೇ ಒಪ್ಪಿಸುತ್ತಿದ್ದರು. (ಆರನೆಯ ಶಿಲಾಶಾಸನ) ಅವರುಗಳು ಮಂತ್ರಿಗಳ ರೀತಿಯಲ್ಲಿಯೇ ಕಾರ್ಯನಿರ್ವಹಿಸುತ್ತಿದ್ದರು. ಅದರಿಂದಾಗಿ ಕೆಲವರು ವಿದ್ವಾಂಸರು ಅವರನ್ನು

ಪರಿಷತ್ತಿನ ಸದಸ್ಯರು ಎಂದು ಪರಿಗಣಿಸುತ್ತಾರೆ. ಕಳಿಂಗದ ತೋಸಾಲಿ ಮತ್ತು ದಕ್ಕನಿನ ಸುವರ್ಣಗಿರಿಗಳಲ್ಲಿದ್ದ ರಾಜಪ್ರತಿನಿಧಿಗಳಿಗೆ ಆದೇಶಗಳನ್ನು ಕಳುಹಿಸುವಾಗ ಅವರುಗಳ ಜೊತೆಯೇ ಆಯಾ ಜಾಗಗಳಲ್ಲಿ ನಿಯುಕ್ತರಾಗಿದ್ದ ಮಹಾಮಾತ್ರರನ್ನು ಸಂಬೋಧಿಸಲಾಗಿದೆ. (ಎರಡನೆಯ ಪ್ರತ್ಯೇಕ ಶಿಲಾಶಾಸನ, ಧೌಲಿ; ಒಂದನೆಯ ಗೌಣಶಿಲಾಶಾಸನ, ಬ್ರಹ್ಮಗಿರಿ ಸಮೂಹ). ಈ ಅಂಶವು ಮಹಾಮಾತ್ರರು ಈ ರಾಜ ಪ್ರತಿನಿಧಿಗಳಿಗೆ ಮಂತ್ರಿಗಳಾಗಿಯೇ ವ್ಯವಹರಿಸುತ್ತಿದ್ದರೆಂಬ ಅಭಿಪ್ರಾಯವನ್ನು ಮೂಡಿಸುತ್ತದೆ. ಕಳಿಂಗದ ಸಮಾಪಾ, ಕರ್ನಾಟಕದ ಇಸಿಲ, ಉತ್ತರ ಪ್ರದೇಶದ ಕೊಸಾಂಬಿ(ಕೌಶಾಂಬಿ)ಗಳಲ್ಲಿ ಮಹಾಮಾತ್ರರೇ ಆಡಳಿತವನ್ನು ನಡೆಸುತ್ತಿದ್ದರೆಂಬುದು ಕೆಲವು ಶಾಸನಗಳಿಂದ (ಜೌಗುಡದ ಬಳಿಯ ಪ್ರತ್ಯೇಕ ಶಿಲಾಶಾಸನಗಳು 1 ಮತ್ತು 2; ಬ್ರಹ್ಮಗಿರಿ ಸಮೂಹಕ್ಕೆ ಸೇರಿರುವ ಗೌಣಶಿಲಾಶಾಸನಗಳು 1 ಮತ್ತು ಅಲಹಾಬಾದ್ ಸ್ತಂಭದ ತುಟಿತಶಾಸನ) ತಿಳಿದು ಬರುತ್ತದೆ. ಮೌರ್ಯರ ಆಡಳಿತದ ಕೊನೆಯ ವರ್ಷಗಳಲ್ಲಿ ಶ್ರಾವಸ್ತಿಯಲ್ಲಿ ಧಾನ್ಯದ ಕಣಜಗಳನ್ನು ಸಿದ್ಧಪಡಿಸುವ ಯತ್ನದಲ್ಲಿದ್ದ ಮಹಾಮಾತ್ರರ ಬಗ್ಗೆ ಸೋಗೌರಾದ ಕಂಚಿನ ಫಲಕದ ಶಾಸನದಲ್ಲಿ ಪ್ರಸ್ತಾಪವಿದೆ. ಈ ಎಲ್ಲ ವಿವರಗಳನ್ನು ಗಮನಿಸಿ, ಮಹಾಮಾತ್ರರು ಎಂಬ ಹುದ್ದೆಯ ಹೆಸರು, ಉನ್ನತದರ್ಜೆಯವರೂ ಸೇರಿದಂತೆ, ಹಲವರು ಅಧಿಕಾರಿಗಳನ್ನು ಗುರುತಿಸಲು ಮೌರ್ಯ ಸಾಮ್ರಾಜ್ಯದಲ್ಲಿ ಬಳಕೆಯಲ್ಲಿತ್ತು ಎಂದು ಹೇಳಬಹುದು. ಅರ್ಥಶಾಸ್ತ್ರದಲ್ಲಿ ಸಹ (1.10.7, 12.4; II.5.5, ಇತ್ಯಾದಿ) ಮಹಾಮಾತ್ರರೆಂದು ಕರೆಯಲಾದವರು ಸಾಧಾರಣವಾಗಿ ಮಂತ್ರಿಗಳು ಹಾಗೂ ಇತರ ಮೇಲ್ದರ್ಜೆಯ ಅಧಿಕಾರಿಗಳಾಗಿದ್ದರು.

ಅಶೋಕನ ಶಾಸನಗಳಲ್ಲಿ ಕಂಡು ಬರುವಂತೆ, ಕೆಲವರು ಮಹಾಮಾತ್ರರಿಗೆ ನಿರ್ದಿಷ್ಟ ಜವಾಬ್ದಾರಿಗಳನ್ನು ಹೊರಿಸಲಾಗಿತ್ತು. 12ನೆಯ ಶಿಲಾಶಾಸನದಲ್ಲಿ ಕೆಲವರನ್ನು ಇತಿಧಿಯಖ-ಮಹಾಮಾತ (ಸ್ತ್ರ್ಯಧ್ಯಕ್ಷ-ಮಹಾಮಾತ್ರ) ಎಂದು ಕರೆಯಲಾಗಿದೆ, ಅಂದರೆ ಮಹಿಳೆಯರ ಉಸ್ತುವಾರಿ ಅಧಿಕಾರಿ. ಈ ಅಧಿಕಾರಿಗಳು ಮಹಿಳೆಯರಿಗೆ ನೀಡಬೇಕಾದ ಸಹಾಯದ ಉಸ್ತುವಾರಿ ನೋಡಿಕೊಳ್ಳಬೇಕಾಗಿತ್ತು. ಅರ್ಥಶಾಸ್ತ್ರ (II.27.1) ದಲ್ಲಿ ಹೆಸರಿಸಲಾಗಿರುವ ವಾರಾಂಗನೆಯರ ಉಸ್ತುವಾರಿ ಅಧಿಕಾರಿಗಳಾಗಿದ್ದ 'ಗಣಿಕಾಧ್ಯಕ್ಷ'ರು ಈ ಸ್ತ್ರ್ಯಧ್ಯಕ್ಷ ಮಹಾಮಾತ್ರರಿಗಿಂತ ಬೇರೆಯವರು. 'ಅಂತಮಹಾಮಾತ್ರ'ರು ರಾಜ್ಯದ ಗಡಿಭಾಗಗಳಲ್ಲಿನ ಅಧಿಕಾರಿಗಳಾಗಿದ್ದರು. (ಮೊದಲನೆಯ ಸ್ತಂಭಶಾಸನ) ಆದರೆ ಇವರ ಕರ್ತವ್ಯಗಳನ್ನು ನಿರ್ದಿಷ್ಟವಾಗಿ ಹೇಳಲಾಗಿಲ್ಲ. ನಗರ ಪ್ರದೇಶಗಳ ಮಹಾಪಾತ್ರರು ದಂಡಾಧಿಕಾರಿಗಳೂ ಆಗಿದ್ದರು. ವೊದಲನೆಯ ಪ್ರತ್ಯೇಕ ಶಿಲಾಶಾಸನದಲ್ಲಿ ತೋಸಾಲಿಯಲ್ಲಿನ ಮಹಾಮಾತ್ರರನ್ನು 'ನಗರ-ವಿಯೋಹಾರಕ' ಅಥವಾ ನಗರ ದಂಡಾಧಿಕಾರಿ ಎಂದು ಕರೆಯಲಾಗಿದೆ. ಅರ್ಥಶಾಸ್ತ್ರದಲ್ಲಿ ಇದೇ ರೀತಿಯ ಪೌರ ವ್ಯಾವಹಾರಿಕ ಎನ್ನುವ ಹುದ್ದೆಯನ್ನು ಹೆಸರಿಸಲಾಗಿದೆ (V.3.7)

ಸಾರನಾಥ್‌ನಲ್ಲಿನ ತ್ರುಟಿತ ಶಾಸನದ ಸ್ತಂಭ ಪ್ರತಿಯ ಭಗ್ನ ಭಾಗದಲ್ಲಿ ಪಾಟಲಿಪುತ್ರದ ಮಹಾಮಾತ್ರರ ಉಲ್ಲೇಖವಿರುವ ಸಾಧ್ಯತೆ ಇದೆ. ಸ್ಟ್ರಾಬೋ ಪ್ರಕಾರ

ಮೆಗಸ್ತನೀಸ್ ಬರೆದಿದ್ದಾನೆಂದು ಹೇಳಲಾಗುವ, **ರಾಜಧಾನಿ**ಯ ಆಡಳಿತ ವ್ಯವಸ್ಥೆಯನ್ನು ವಿವರಿಸುವ (ಉದ್ಧೃತ 1.3) ಬರಹವೊಂದು ಲಭ್ಯವಿದೆ. ತಲಾ ಐವರು ಅಧಿಕಾರಿಗಳಿದ್ದ ಆರು ಸಮಿತಿಗಳು ನಗರದ ಆಡಳಿತದ ಉಸ್ತುವಾರಿಯನ್ನು ಹೊತ್ತಿದ್ದವು. (1) ಕೈಗಾರಿಕೆಗಳು (2) ವಿದೇಶೀಯರು (3) ಜನನ ಮರಣಗಳು (ಮಾಹಿತಿಗಾಗಿ ಮತ್ತು ತೆರಿಗೆ ವಸೂಲಿಗಾಗಿ) (4) ವ್ಯಾಪಾರ ಮತ್ತು ಮಾಪನಗಳು (5) ಮಾರಾಟದಲ್ಲಿ ವಂಚನೆಯನ್ನು ತಡೆಯುವುದು ಮತ್ತು (6) ಮಾರಾಟ ತೆರಿಗೆ ವಸೂಲಿ. ಈ ವ್ಯವಹಾರಗಳನ್ನು ನೋಡಿಕೊಳ್ಳಲು ಆರು ಸಮಿತಿಗಳನ್ನು ನೇಮಿಸಲಾಗಿತ್ತು. ಸೇನೆಯ ವ್ಯವಸ್ಥೆಯ ವಿಷಯದಲ್ಲಿರುವಂತೆಯೇ, ಈ ಸಮಿತಿಗಳ ವಿವರಗಳೂ ಸಹ ಊಹಾತ್ಮಕವಾಗಿ ಕಂಡರೂ, ಅಧಿಕಾರಿಗಳ ಮೂಲಕ ಆಡಳಿತವನ್ನು ನಡೆಸುವುದು ಮೌರ್ಯರಿಗೆ ಹೊಸ ಸಂಗತಿಯಾಗಿರಲಿಲ್ಲ. ಅಶೋಕನ 6ನೆಯ ಶಿಲಾಶಾಸನದಲ್ಲಿ ಹೆಸರಿಸಲಾದ ಪರಿಷತ್ ಇಂಥ ಒಂದು ಸಮಿತಿಗೆ ಉದಾಹರಣೆಯಾಗಿದೆ. ಮಾರಾಟದಲ್ಲಿ ವಂಚನೆಯನ್ನು ತಡೆಯಲು ಪ್ರಾಚೀನ ಕಾಲದಲ್ಲಿ 'ಪಂಚಕುಲ'ವೆಂಬ ಐವರು ಅಧಿಕಾರಿಗಳ ಸಮಿತಿಯ ಉಪಸ್ಥಿತಿಯಲ್ಲಿ ಎಲ್ಲ ಸಾರ್ವಜನಿಕ ವಹಿವಾಟುಗಳು ನಡೆಯಬೇಕೆಂಬ ನಿಯಮವನ್ನು ಇಲ್ಲಿ ನೆನಪಿಸಿಕೊಳ್ಳಬಹುದು.

ಮೌರ್ಯರ ಸೈನ್ಯದ ಬಗ್ಗೆ ಅಶೋಕನ ಶಾಸನಗಳಲ್ಲಿ ಹೆಚ್ಚಿಗೆ ಮಾಹಿತಿ ಸಿಗುವುದಿಲ್ಲ. ಅದು ಆಶ್ಚರ್ಯ ಪಡಬೇಕಾದ ಸಂಗತಿಯೂ ಅಲ್ಲ. ಸಾರನಾಥ್‌ನ ಸ್ತಂಭಶಾಸನದಲ್ಲಿ ಮಾತ್ರ 'ಕೋಟವಿಷಯ' ವೆಂದು ಕರೆಯಲಾಗುತ್ತಿದ್ದ ರಕ್ಷಿತ ಪ್ರದೇಶಗಳ ಪ್ರಸ್ತಾಪವಿದೆ. ರಾಜ್ಯದ ವಿವಿಧ ಭಾಗಗಳ ಮೇಲೆ ಹಿಡಿತ ಸಾಧಿಸಲು ಕೆಲವು ಸ್ಥಳಗಳಲ್ಲಿ ಕೋಟೆಗಳನ್ನು ನಿರ್ಮಿಸಿ, ಅಲ್ಲಿ ಸೈನ್ಯವನ್ನು ನೆಲೆಗೊಳಿಸಲಾಗುತ್ತಿತ್ತು. ಗ್ರೀಸಿನ ಮೂಲಗಳು ನಮಗೆ ಮೌರ್ಯರ ಸೇನೆಯ ಕೆಲವು ವಿವರಗಳನ್ನು ಒದಗಿಸುತ್ತವೆ. ಮೆಗಸ್ತನೀಸನ ಬರಹಗಳನ್ನಾಧರಿಸಿ ಪ್ಲಿನಿ ಮತ್ತು ಪ್ಲೂಟಾರ್ಕ್ ಚಂದ್ರಗುಪ್ತನ ಸೇನೆಯಲ್ಲಿ ಕಾಲಾಳುಗಳ ಸಂಖ್ಯೆ 600,000 ಎಂದು ಹೇಳುತ್ತಾರೆ. ಪ್ಲಿನಿ ಪ್ರಕಾರ ಆ ಸೇನೆಯಲ್ಲಿ 30,000 ಕುದುರೆಗಳು, 9,000 ಆನೆಗಳು ಇದ್ದವು. ಈ ಸಂಖ್ಯೆಗಳು ಅತಿಶಯೋಕ್ತಿಯಾಗಿರುವ ಸಾಧ್ಯತೆಯೂ ಇದೆ. ಡಯೋಡೋರಸ್ ಹೇಳುವಂತೆ ಈ ಸೈನ್ಯದ ಮೇಲಿನ ಎಲ್ಲ ಖರ್ಚನ್ನೂ ರಾಜನೇ ಭರಿಸಬೇಕಾಗಿತ್ತು.

ಸೇನೆಯ ವ್ಯವಸ್ಥೆಯ ಬಗ್ಗೆ ಮೆಗಸ್ತನೀಸನನ್ನು ಆಧರಿಸಿ ಸ್ಟ್ರಾಬೋ ಹಲವು ವಿವರಗಳನ್ನು ನೀಡುತ್ತಾನೆ. ಸೇನೆಯಲ್ಲಿ ಕಾಲ್ಬಲ, ಗಜದಳ, ಅಶ್ವದಳ ಮತ್ತು ರಥದಳಗಳೆಂಬ ನಾಲ್ಕು ವಿಭಾಗಗಳಿದ್ದುವೆಂದು ಸ್ಟ್ರಾಬೋ ಹೇಳುವ ಮಾತು ಅರ್ಥಶಾಸ್ತ್ರದಲ್ಲಿಯೂ (230–33) ಪ್ರಸ್ತಾಪಿತವಾಗಿದೆ. ಅರಿಯನ್ ತನ್ನ ಇಂಡಿಕಾ (XVI) ದಲ್ಲಿಯೂ ಹೇಳುವಂತೆ ಕುದುರೆಗಳಿಗೆ ಜೀನುಗಳಾಗಲಿ ಮುಖಗಳಿಗೆ ರಕ್ಷಣಾ ಕವಚಗಳಾಗಲಿ ಇರಲಿಲ್ಲ. ಇದು ತುಂಬ ಅನನುಕೂಲವನ್ನುಂಟುಮಾಡುತ್ತಿತ್ತು. ಆದರೆ, ಭಾರ್‌ಹಟ್ (ಕ್ರಿ.ಪೂ. ಎರಡನೆಯ ಶತಮಾನ) ಮತ್ತು ಸಾಂಚಿ (ಕ್ರಿ.ಪೂ. ಒಂದನೆಯ ಶತಮಾನ) ಶಿಲ್ಪಗಳಲ್ಲಿ ಕುದುರೆಗಳಿಗೆ ಲಗಾಮು ಇದ್ದದ್ದು (ಚಿತ್ರ 1.3) ಸ್ಪಷ್ಟವಾಗಿ ಕಂಡು ಬರುತ್ತದೆ. ಯುದ್ಧ ನಡೆಯುವಾಗ

ಚಿತ್ರ 1.3

(ಅ) ಅಶ್ವಾರೂಢನಾದ ರಾಜಕುಮಾರ, ಉತ್ತರ ದ್ವಾರ, ಸ್ತೂಪ 1, ಸಾಂಚಿ, ಕ್ರಿ.ಪೂ. ಒಂದನೆಯ ಶತಮಾನ (ಕುದುರೆಗೆ ಜೀನು ಮತ್ತು ರಾವುತನು ಕಾಲೂರಲು ಬಳಸುವ ಉಕ್ಕಿನ ಬಳೆ ಇಲ್ಲ).

(ಆ) ಕುದುರೆಯ ಮುಖವಾಡ, ಪಶ್ಚಿಮ ದ್ವಾರ, ಸಾಂಚಿ (ಎಫ್.ಸಿ. ಮೈಸಿಯನ್ ನನ್ನು ಅನುಸರಿಸಿ

ಕುದುರೆಗಳನ್ನು ರಥಗಳಿಗೆ ಕಟ್ಟಲಾಗುತ್ತಿತ್ತು. ಆದರೆ ಒಂದು ಜಾಗದಿಂದ ಮತ್ತೊಂದೆಡೆಗೆ ಸಾಗುವಾಗ ಎತ್ತುಗಳನ್ನು ರಥಗಳಿಗೆ ಹೂಡಲಾಗುತ್ತಿತ್ತು. ರಥದಲ್ಲಿ ಸಾರಥಿಯಲ್ಲದೆ ಇಬ್ಬರು ಯೋಧರಿರುತ್ತಿದ್ದರು (ಚಿತ್ರ 1.4). ಒಂದು ಆನೆಯ ಮೇಲೆ ಮಾವುತನಲ್ಲದೆ ಮೂವರು ಬಿಲುಗಾರರಿರುತ್ತಿದ್ದರು. ಸ್ಟ್ರಾಬೋ (XV.1.52) ಒದಗಿಸುವ ಈ ವಿವರಗಳು ಅಲೆಗ್ಜಾಂಡರ್‌ನ ವಿರುದ್ಧದ ಸೆಣಸಾಟದಲ್ಲಿ ರಥಗಳು ಪರಿಣಾಮಕಾರಿಯಲ್ಲದಿದ್ದರೂ, ಅಂದಿನ ಸೈನ್ಯಗಳಿಗೆ ರಥದಳದ ಮೇಲೆ ಭರವಸೆ ಇತ್ತೆಂಬುದನ್ನು ಸೂಚಿಸುತ್ತವೆ. ಬಹುಶಃ ರಥ ದಳವು ಇತರ ವೈರಿಗಳ ವಿರುದ್ಧ ಯಶಸ್ವಿಯಾಗಿದ್ದಿತು ಎನ್ನಬಹುದು. ನಂತರದ ಕಾಲದ ಕೆಲವು ತಮಿಳು ಆಕರಗಳಲ್ಲಿ ಮೌರ್ಯರ ಸೇನೆಯು ರಥಗಳ ಮೇಲೆ ಬಂದು ದಾಳಿ ನಡೆಸುತ್ತಿದ್ದು, ಅವುಗಳು ಸಾಗಲು ಬೆಟ್ಟಗಳನ್ನೇ ಕಡಿಯಬೇಕಾದ ಪ್ರಸಂಗಗಳನ್ನು ಕಾಣುತ್ತೇವೆ. ಅರ್ಥಶಾಸ್ತ್ರವು (X.5.36) ಮೌರ್ಯರ ಸೇನೆಯ ವ್ಯೂಹದ

ಚಿತ್ರ 1.4 ರಥ, ಉತ್ತರ ದ್ವಾರ, ಸ್ತೂಪ 1, (ಎಫ್.ಸಿ. ಮೈಸಿಯನ್ ನನ್ನು ಅನುಸರಿಸಿ)

ಬಗ್ಗೆ ತಿಳಿಸುತ್ತದೆ. ಮುಂದಿನ ಸಾಲಿನಲ್ಲಿ ಖಡ್ಗಧಾರಿಗಳಾದ ಸೈನಿಕರಿದ್ದು, ಅವರುಗಳ ಹಿಂದೆ ಬಿಲುಗಾರರಿದ್ದದ್ದು ಅಂಥ ಒಂದು ರಚನೆಯಾಗಿತ್ತು. ಇಂಥ ಒಂದು ಸೇನೆಯ ತುಕಡಿ ಕೈಗೆತ್ತಿಕೊಂಡ ಕಾರ್ಯಾಚರಣೆಯ ವಿವರಗಳು ಅರ್ಥಶಾಸ್ತ್ರ (X.5.36)ದಲ್ಲಿ ದೊರಕುತ್ತವೆ. ಆದರೆ ಮಾಸಿಡೋನಿಯನ್ –ಗ್ರೀಕ್ ಪದ್ಧತಿಯಾದ ಅತಿ ಶೀಘ್ರವಾಗಿ ವ್ಯೂಹವನ್ನು ಬದಲಿಸುವ ತಂತ್ರ (ನೋಡಿ 1.2) ದ ಬಗ್ಗೆ ಯಾವುದೇ ಉಲ್ಲೇಖವಿಲ್ಲ. ಮೌರ್ಯರ ಸೇನೆಯಲ್ಲಿಯೂ ಕಾಲ ಕ್ರಮೇಣ ಗ್ರೀಕರು ಮತ್ತಿತರ ವಾಯುವ್ಯ ಪ್ರದೇಶದ ಜನ ಬಾಡಿಗೆ ಬಂಟರಾಗಿ ಸೇರ್ಪಡೆಗೊಂಡಿದ್ದರಿಂದ, ಹೊಸ ವ್ಯೂಹ ರಚನೆಗಳು ಆಚರಣೆಗೆ ಬಂದವೆಂದು ಕಾಣುತ್ತದೆ. ಅದೇ ರೀತಿಯಲ್ಲಿ ಯುದ್ಧದಲ್ಲಿ ಕಲ್ಲುಗಳನ್ನು ಎಸೆಯಲು ಬಳಸುತ್ತಿದ್ದ ಯಂತ್ರದಂಥ ಪರಿಕರಗಳ ಉಪಯೋಗವು ಸಹ ಗ್ರೀಕರ ಪ್ರಭಾವದ ಗುರುತಾಗಿತ್ತು. ಆದರೆ ಇಂಥ ಯಾವ ಯಂತ್ರದ ಪ್ರಸ್ತಾಪವು ಅರ್ಥಶಾಸ್ತ್ರದಲ್ಲಿ ಕೋಟೆಗಳಿಗೆ ಮುತ್ತಿಗೆ ಹಾಕುವುದು ಹೇಗೆ ಎನ್ನುವುದನ್ನು ವಿವರಿಸುವ ಸಂದರ್ಭದಲ್ಲಿಯೂ ಸಹ ಕಂಡುಬರುವುದಿಲ್ಲ. ಮೌರ್ಯರ ಸೈನ್ಯದಲ್ಲಿ ಇವುಗಳ ಬಳಕೆಯಂತೂ ಆಗಿತ್ತು. ಆದರೆ ಆ ಸೈನ್ಯವು ಗ್ರೀಕರ ರೀತಿಯಲ್ಲಿ ಯುದ್ಧ ನೌಕೆಗಳನ್ನು ಬಳಸುವ ಸಾಧ್ಯತೆಯಂತೂ ಇರಲಿಲ್ಲ. ಹೆಚ್ಚೆಂದರೆ ನದಿಯಲ್ಲಿ ತೇಲುವ ತೆಪ್ಪಗಳ ಬಳಕೆಯಾಗಿರಬಹುದಷ್ಟೆ(ಅರ್ಥಶಾಸ್ತ್ರ II.28).

ಸೈನ್ಯದ ನಿರ್ವಹಣೆಯ ಬಗೆಗೆ ನೀಡಿರುವ ವಿವರಗಳ ವಿಷಯದಲ್ಲಿ ಸ್ಟ್ರಾಬೋ ಮೂಲಕ ದೊರಕುವ ಮೆಗಸ್ತನೀಸನ ಬರಹಗಳಿಗೂ, ಅರ್ಥಶಾಸ್ತ್ರಕ್ಕೂ ತುಂಬ ವ್ಯತ್ಯಾಸವಿದೆ. ಮೆಗಸ್ತನೀಸ್ ಹೇಳುವಂತೆ, ಕಾಲ್ಬಲ, ರಥದಳ, ಗಜದಳ ಮತ್ತು ಅಶ್ವದಳಗಳ ಮೇಲ್ವಿಚಾರಣೆಗೆ ತಲಾ ಐವರು ಸದಸ್ಯರಿದ್ದ ನಾಲ್ಕು ಸಮಿತಿಗಳಿದ್ದವು.

ಜತೆಗೆ ನಾವೆಗಳು ಮತ್ತು ಎತ್ತುಗಳ ನಿರ್ವಹಣೆಗಾಗಿಯೂ ಎರಡು ಸಮಿತಿಗಳಿದ್ದವು. ಆದರೆ, ಅರ್ಥಶಾಸ್ತ್ರದಲ್ಲಿ ಇಂಥ ಯಾವುದೇ ಸಮಿತಿಯ ಪ್ರಸ್ತಾಪವಿಲ್ಲ. ಸೈನ್ಯದ ವಿವಿಧ ವಿಭಾಗಗಳನ್ನು ನೋಡಿಕೊಳ್ಳಲು ಪ್ರತ್ಯೇಕವಾಗಿ ಅಧಿಕಾರಿಗಳಿದ್ದರೆಂಬುದು ವಾಸ್ತವ. ಸೈನ್ಯದ ಅಧಿಕಾರಿವರ್ಗದ ಬಗ್ಗೆಯೂ ಸ್ಪಷ್ಟ ಮಾಹಿತಿ ಇಲ್ಲ. ಮೌರ್ಯರ ಕೊನೆಯ ರಾಜನಾದ ಬೃಹದ್ರಥನನ್ನು ಅವನ ಸೇನಾನಿ ಸ್ಥಾನ ಭ್ರಂಶಗೊಳಿಸಿದನೆಂದು ಪುರಾಣಗಳಲ್ಲಿ (ಉಧೃತ 1.1) ಹೇಳಲಾಗಿದೆಯಾರೂ ಆ ಸೈನ್ಯದಲ್ಲಿ 'ಸೇನಾನಿ' ಎಂಬ ಹುದ್ದೆ ಇತ್ತೇ ಎಂಬುದೇ ಖಚಿತವಾಗಿ ತಿಳಿದಿಲ್ಲ.

ಪಾಟಲಿಪುತ್ರವು ಅತ್ಯಂತ ಸುರಕ್ಷಿತ ನಗರವಾಗಿತ್ತು. ಮೆಗಸ್ತನೀಸನಿಂದ ತಿಳಿದಿರುವಂತೆ, ಆ ನಗರವು ನದಿಯ ಗುಂಟ 14.8 ಕಿ.ಮೀಟರ್‌ಗಳ ಉದ್ದ ಮತ್ತು 2.8 ಕಿ.ಮೀಟರುಗಳ ಅಗಲವಿತ್ತು. ಮರದ ಗೋಡೆಗಳು ನಗರವನ್ನು ಆವರಿಸಿದ್ದು ಬಿಲುಗಾರರ ಬಳಕೆಗೆ ಅಲ್ಲಲ್ಲಿ ರಂಧ್ರಗಳಿದ್ದವು. 57 ಕಾವಲು ಬುರುಜುಗಳು, 64 ಪ್ರವೇಶ ದ್ವಾರಗಳು ಇದ್ದವು. ನದಿಯಿದ್ದ ಕಡೆ ಬಿಟ್ಟು ನಗರದ ಸುತ್ತಲೂ 600 ಅಡಿಗಳ ಅಗಲ ಮತ್ತು 30 ಮೊಳಗಳ ಆಳದ ಕಂದಕವಿತ್ತು. ಪುರಾತತ್ವ ಆಕರಗಳು ಮೌರ್ಯರ ಕಾಲದ ಪಾಟಲಿಪುತ್ರದಲ್ಲಿನ ಮರದ ಕೋಟೆ ಮತ್ತು ಕೋಶಾಂಬಿ (ಉತ್ತರಪ್ರದೇಶ) ಮತ್ತು ತಕ್ಷಶಿಲಗಳಲ್ಲಿನ ಮಣ್ಣಿನ ಕೋಟೆಗಳನ್ನು ಪ್ರಸ್ತಾಪಿಸುತ್ತವೆ.

ಮೌರ್ಯ ಸಾಮ್ರಾಜ್ಯದ ವಿವಿಧ ಪ್ರಾಂತ್ಯಗಳ ಆಡಳಿತದ ಬಗ್ಗೆ ತಿಳಿಯಲು ಮತ್ತೆ ನಮಗಿರುವ ಆಧಾರವೆಂದರೆ ಅಶೋಕನ ಶಾಸನಗಳೇ. ಒಂದನೆಯ ಶಿಲಾಶಾಸನದಲ್ಲಿ ಅಶೋಕನಿಂದ ನೇಮಕಗೊಂಡಿದ್ದ ಮಹಾಮಾತ್ರರು ಪ್ರತಿ ಐದು ವರ್ಷಗಳಿಗೊಮ್ಮೆ ಬೇರೆ ಬೇರೆ ಪ್ರದೇಶಗಳಿಗೆ ಭೇಟಿ ನೀಡುತ್ತಿದ್ದ ವಿಷಯ ನಮೂದಾಗಿದೆ. ಉಜ್ಜಯಿನಿ ಮತ್ತು ತಕ್ಷಶಿಲಗಳ 'ಕುಮಾರ'ರು (ರಾಜಪ್ರತಿನಿಧಿಗಳು) ಮೂರು ವರ್ಷಗಳಿಗೊಮ್ಮೆ ತಮ್ಮ ಅಧಿಕಾರಿಗಳನ್ನು ಇಂಥ ಭೇಟಿಯ ಮೇಲೆ ತಮ್ಮ ತಮ್ಮ ಪ್ರಾಂತ್ಯಗಳಲ್ಲಿನ ವಿವಿಧ ಸ್ಥಳಗಳಿಗೆ ಕಳುಹಿಸುತ್ತಿದ್ದ ಬಗ್ಗೆಯೂ ಉಲ್ಲೇಖಗಳಿವೆ. ತನ್ನ ನೇರ ಆಡಳಿತಕ್ಕೆ ಒಳಪಟ್ಟ ಪ್ರದೇಶಗಳಲ್ಲಿ ಚಕ್ರವರ್ತಿಯು ಆಡಳಿತವನ್ನು ನಡೆಸುತ್ತಿದ್ದ ರೀತಿಯಲ್ಲಿಯೇ, ಉಜ್ಜಯನಿ, ತಕ್ಷಶಿಲದಂಥ ದೂರ ಪ್ರದೇಶಗಳ ರಾಜ ಪ್ರತಿನಿಧಿಗಳೂ ನಡೆದುಕೊಳ್ಳಬೇಕಾಗಿತ್ತು. ಧೌಳಿಯ ಎರಡನೆಯ ಪ್ರತ್ಯೇಕ ಶಿಲಾಶಾಸನವು ಒರಿಸ್ಸಾದಲ್ಲಿನ ತೋಸಾಲಿಯ 'ಕುಮಾರ'ನನ್ನು ಪ್ರಸ್ತಾಪಿಸುತ್ತದೆ. ಅವನು ಕಳಿಂಗದಲ್ಲಿ ರಾಜ ಪ್ರತಿನಿಧಿಯಾಗಿದ್ದನೆಂಬುದು ಸ್ಪಷ್ಟ. ಕರ್ನಾಟಕದ ಬ್ರಹ್ಮಗಿರಿ ಸಮೂಹದ ಗೌಣಶಿಲಾ ಶಾಸನಗಳು ಆರಂಭದಲ್ಲಿಯೇ ಸುವರ್ಣಗಿರಿಯಲ್ಲಿ ನೆಲೆಸಿದ್ದ 'ಆರ್ಯಪುತ್ರ'ನು ಪೀಠಭೂಮಿಯ ಒಂದು ಭಾಗದ ಆಡಳಿತಗಾರನಾಗಿದ್ದನ್ನು ತಿಳಿಯಪಡಿಸುತ್ತವೆ. ಜುನಾಗಢದ ರುದ್ರದಮನನ ಶಾಸನವು (ಕ್ರಿ.ಶ.150) ಚಂದ್ರಗುಪ್ತ ಮೌರ್ಯನು ನೇಮಿಸಿದ್ದ 'ರಾಷ್ಟ್ರೀಯ' ಎಂಬ ಸ್ಥಳೀಯ ಅಧಿಕಾರಿಯನ್ನು ಹೆಸರಿಸುತ್ತದೆ. ಇಂಥ ಒಬ್ಬ ಅಧಿಕಾರಿಯು ಗಿರಿನಗರ (ಗಿರ್ನಾರ್) ದಲ್ಲಿ ಸುದರ್ಶನ ಸರೋವರವನ್ನು ನಿರ್ಮಿಸಿದನೆಂದೂ ಮತ್ತು ನಂತರ ಬಂದ ಅಧಿಕಾರಿಯು ಆ ಸರೋವರವನ್ನು ಅಭಿವೃದ್ಧಿಪಡಿಸಿದನೆಂದೂ ತಿಳಿದುಬರುತ್ತದೆ. ಅವರ

ಹೆಸರುಗಳು ಈ ಅಧಿಕಾರಿಯ ಹುದ್ದೆಯು ವಂಶಪಾರಂಪರ್ಯವಾಗಿರಲಿಲ್ಲವೆನ್ನುವುದನ್ನೂ ಸ್ಪಷ್ಟಪಡಿಸುತ್ತವೆ. ಚಂದ್ರಗುಪ್ತನಿಂದ ಹೀಗೆ ನೇಮಕಗೊಂಡಿದ್ದ ಒಬ್ಬ ಅಧಿಕಾರಿ ಪುಷ್ಯಗುಪ್ತ, ಒಬ್ಬ ವೈಶ್ಯ. ಅಶೋಕನು ತುಷಾಸ್ಫ ಎಂಬ ಇರಾನ್ ಮೂಲದ ಗ್ರೀಕನನ್ನು ಇಂಥ ಅಧಿಕಾರಿಯಾಗಿ ನೇಮಿಸಿದ್ದನು.

ಮೌರ್ಯ ಸಾಮ್ರಾಜ್ಯದ ವಿವಿಧ ಸಂಸ್ಥಾನಗಳ ವ್ಯಾಪ್ತಿಯನ್ನು ಗುರುತಿಸಲು ಅಶೋಕನ ಶಾಸನಗಳಲ್ಲಿ ಬಳಕೆಯಾಗಿರುವ ಭಾಷಾ ವೈವಿಧ್ಯವು ಸಹಾಯಕವಾಗುತ್ತದೆ. ಬ್ರಹ್ಮಗಿರಿ ಸಮೂಹದ ಶಿಲಾಶಾಸನವೊಂದರಲ್ಲಿ ಪ್ರಾಸಂಗಿಕವಾಗಿ ಬರೆಯಲಾಗಿರುವ ಮುನ್ನುಡಿ ರೂಪದ ಟಿಪ್ಪಣಿಯಿಂದ, ಈ ಶಾಸನಗಳ ಪಠ್ಯವು ಸಾಮ್ರಾಜ್ಯದ ಕೇಂದ್ರ ಸ್ಥಾನದಿಂದ ರಾಜನು ಕಳುಹಿಸಿದ್ದು ಎಂದು ತಿಳಿಯುತ್ತದೆ. ಈ ಪಠ್ಯವು ಮೊದಲು ಮಸ್ಕಿಯ ಬಳಿಯ ಸುವರ್ಣ ಗಿರಿಯಲ್ಲಿನ ರಾಜಪ್ರತಿನಿಧಿಗೆ ತಲುಪಿ, ಅಲ್ಲಿಂದ ಬ್ರಹ್ಮಗಿರಿ ಸಮೀಪದ ಇಸಿಲಕ್ಕೆ ಅದನ್ನು ಕಳುಹಿಸಲಾಯಿತು. ಅದೇ ರೀತಿಯಲ್ಲಿ ರಾಜನಿಂದ ತನ್ನ ಪ್ರತಿನಿಧಿಗಳಿಗೆ ಕಳುಹಿಸಲಾಗಿ ಶಾಸನಗಳಲ್ಲಿ ಕಂಡುಬರುತ್ತಿದ್ದ ಪಠ್ಯಗಳಿಗೆ ಇದೊಂದು ಉದಾಹರಣೆ. ಅಶೋಕನ ಶಾಸನಗಳು ಮೂಲದಲ್ಲಿ ಪ್ರಾಕೃತದಲ್ಲಿದ್ದು ನಂತರ ಅ ('ಮಾಗಧಿ'), ಆ ('ಉಜ್ಜಯಿನಿ'), ಇ ('ಪಾಶ್ಚಿಮಾತ್ಯ') ಮತ್ತು ಈ ('ಗಾಂಧಾರಿ' ಅಥವಾ 'ವಾಯುವ್ಯದ') ಎಂಬ ಪ್ರಭೇದಗಳಲ್ಲಿ ಸಿದ್ಧಪಡಿಸಲಾದವು ಮತ್ತು ಅ^{1} ('ಕಾಲ್ಸಿ') ಮತ್ತು ಅ^{2} ('ಕಳಿಂಗ') ಎನ್ನುವವು 'ಮಾಗಧಿ'ಯ ಉಪಪ್ರಭೇದಗಳು. ಆ^{1} (ದಾಕ್ಷಿಣಾತ್ಯ) ಎನ್ನುವುದು 'ಉಜ್ಜಯಿನಿ'ಯ ಉಪಪ್ರಭೇದ. ಈ ವಿವರಗಳನ್ನು 3.4ರಲ್ಲಿ ಮತ್ತು ಟಿಪ್ಪಣಿ 3.1ರಲ್ಲಿ ಕಾಣಬಹುದು. ಮಾಗಧಿಯಲ್ಲಿನ ಶಾಸನಗಳನ್ನು ಹೊರತುಪಡಿಸಿ ಇನ್ನುಳಿದ ಎಲ್ಲ ಸಂದರ್ಭಗಳಲ್ಲಿಯೂ ಮೂಲ ಪಠ್ಯಗಳು ಸ್ಥಳೀಯ ಭಾಷಾ ಪ್ರಭೇದಗಳಿಗೆ ಹೊಂದುವಂತೆ, ಆಯಾ ಭಾಷೆಗಳಲ್ಲಿಯೇ ಸಿದ್ಧವಾಗಿವೆ. ಆದರೆ ರಾಜನ ನೇರ ಆಡಳಿತಕ್ಕೆ ಒಳಪಟ್ಟ ಪ್ರದೇಶಗಳಲ್ಲಿ ಪೂರ್ವ ರಾಜಸ್ಥಾನದ ಬೈರಾಟ್‌ನಿಂದ ಈಗಿನ ಬಾಂಗ್ಲಾದೇಶದವರೆಗೂ ಮೂಲಮಾಗಧಿಯೆ ಈ ಶಾಸನಗಳ ಭಾಷೆಯಾಗಿದೆ. ಬೈರಾಟ್ ಶಾಸನದಲ್ಲಿ ಅಶೋಕನು ತನ್ನನ್ನು ತಾನು ಮಗಧರಾಜನೆಂದು ಕರೆದುಕೊಂಡಿದ್ದು ಆ ಪ್ರಾಂತ್ಯವು ಅವನ ನೇರ ಆಡಳಿತದ ಪ್ರಾಂತ್ಯವಾಗಿತ್ತೆಂಬುದನ್ನು ಸ್ಪಷ್ಟಪಡಿಸುತ್ತದೆ. 'ಕಾಲ್ಸಿ' ಪ್ರಭೇದ(ಅ^{1})ವು ಬಳಕೆಯಾಗಿರುವ ಶಾಸನವು ಆ ಪ್ರದೇಶದ ವ್ಯಾಪ್ತಿಯ ಬಗ್ಗೆ ಸರಿಯಾದ ಮಾಹಿತಿಯನ್ನು ನೀಡುವುದಿಲ್ಲ. ಆದರೆ ಕಳಿಂಗ ಉಪಪ್ರಭೇದದಲ್ಲಿನ ಶಾಸನವು ಕಳಿಂಗ ಪ್ರಾಂತ್ಯದ್ದೆಂದು ನಿಖರವಾಗಿ ಹೇಳಲು ಸಾಧ್ಯವಿದೆ.

'ಉಜ್ಜಯಿನಿ' ಪ್ರಭೇದದಲ್ಲಿ ಸಿದ್ಧಪಡಿಸಲಾಗಿರುವ ಶಾಸನಗಳು ಮಧ್ಯಪ್ರದೇಶದ ಉತ್ತರ ಭಾಗದಲ್ಲಿನ ಗುಜರ್ರಾದಿಂದ ಪಶ್ಚಿಮ ಕರಾವಳಿಯ ಮುಂಬೈ ಸಮೀಪದ ಸೋಪಾರಾವರೆಗೂ ಹರಡಿವೆ. ಈ ಎಲ್ಲ ಶಾಸನಗಳ ಪಠ್ಯಗಳನ್ನೂ ಉಜ್ಜಯಿನಿಯಲ್ಲಿನ 'ಕುಮಾರ' (ರಾಜಪ್ರತಿನಿಧಿ)ನಿಂದ ಈ ಪ್ರದೇಶಗಳಿಗೆ ಕಳುಹಿಸಲಾಯಿತೆಂದು ಭಾವಿಸುವುದಾದರೆ, ಆ ಪ್ರಾಂತ್ಯವು ಎಷ್ಟು ವಿಶಾಲವಾಗಿತ್ತು ಮತ್ತು ಪ್ರಮುಖವಾದದ್ದಾಗಿತ್ತು ಎಂಬುದನ್ನು ಅರ್ಥಮಾಡಿಕೊಳ್ಳಬಹುದು. ಕರ್ನಾಟಕದಲ್ಲಿ ಕಂಡು ಬರುವ

ಶಾಸನಗಳಲ್ಲಿ ಬಳಸಲಾದ 'ದಾಕ್ಷಿಣಾತ್ಯ' ಪ್ರಭೇದದಲ್ಲಿ ಈ ಪ್ರಾಂತ್ಯದ ದ್ರಾವಿಡ ಉಚ್ಚಾರಣೆಗೆ ಹೊಂದುವಂತೆ ಭಾಷೆಯನ್ನು ಬಳಸಲಾಗಿದೆ ಮತ್ತು ಈ ಪಠ್ಯಗಳೆಲ್ಲವೂ ಸುವರ್ಣಗಿರಿಯಿಂದ ಬಂದವೆಂದು ಹೇಳಬಹುದು. ಒಂದು ಆಸಕ್ತಿಕರ ವಿಷಯವೆಂದರೆ ಈ ಪ್ರದೇಶದಲ್ಲಿನ ಶಾಸನಗಳಲ್ಲಿ 'ಮಾಗಧಿ' ಹಾಗೂ 'ಉಜ್ಜಯಿನಿ' ಪ್ರಭೇದಗಳೂ ಉಪಯೋಗಿಸಲ್ಪಟ್ಟಿವೆ ಮತ್ತು ಬ್ರಹ್ಮಗಿರಿ ಸಮೂಹದ ಶಾಸನಗಳ ಪಠ್ಯಗಳ ಕೊನೆಯಲ್ಲಿ ಲಿಪಿಕಾರನು ತನ್ನ ಹೆಸರನ್ನೂ ಖರೋಷ್ಠಿ ಲಿಪಿಯಲ್ಲಿ ಕೊರೆದಿದ್ದಾನೆ. ಅಂದರೆ ಅವನು ವಾಯುವ್ಯ ಪ್ರಾಂತ್ಯದಿಂದ ಬಂದವನೇ ಆಗಿರಬೇಕು. ಮತ್ತು ಇದರಿಂದ ಸುವರ್ಣಗಿರಿಯು ಕೇವಲ ಉಜ್ಜಯಿನಿಯ ಒಂದು ವಿಸ್ತರಣೆಯಾಗಿರಲಿಲ್ಲ; ಬದಲಿಗೆ ಅಲ್ಲಿ ಸಾಮ್ರಾಜ್ಯದ ಎಲ್ಲ ಭಾಗಗಳ ಜನರೂ ಇಲ್ಲಿ ಅಧಿಕಾರಿಗಳಾಗಿದ್ದರು ಎಂದೂ ಸಹ ಅರ್ಥ ಮಾಡಿಕೊಳ್ಳಬೇಕು.

'ಪಾಶ್ಚಿಮಾತ್ಯ' ಭಾಷಾ ಪ್ರದೇಶವು ಗಿರ್ನಾರಿನ ಶಿಲಾ ಶಾಸನಗಳಲ್ಲಿ ಮಾತ್ರ ಕಂಡುಬರುತ್ತದೆ. ಮೌರ್ಯರ ಆಡಳಿತಕ್ಕೆ ಒಳಪಟ್ಟು ಸೌರಾಷ್ಟ್ರ (ಗುಜರಾತ್ ಸೇರಿ) ಇತ್ತೆಂಬುದು ಇದರಿಂದ ಸಾಬೀತಾಗುತ್ತದೆ. ಗಾಂಧಾರದ ತಕ್ಷಶಿಲ ಸಂಸ್ಥಾನದಲ್ಲಿ ಅಶೋಕನ ಎರಡು ಶಾಸನಗಳು ವಾಯುವ್ಯ ಗಡಿಯಲ್ಲಿನ ಮಸೆರಾ ಮತ್ತು ಷಾಬಾಜ್‌ಗರಿಗಳಲ್ಲಿ ದೊರೆತಿವೆ. ಇವುಗಳಲ್ಲಿ ಬಳಸಲಾದ ಭಾಷಾ ಪ್ರಭೇದ 'ಗಾಂಧಾರಿ'. ಅದೇ ಅಲ್ಲದೆ, ಈ ಪ್ರಾಂತ್ಯದಲ್ಲಿ ಅರಮಿಕ್ ಭಾಷೆಯನ್ನೂ ಒಂದು ಅಧಿಕೃತ ಭಾಷೆಯಾಗಿ ಬಳಸಲಾಗುತ್ತಿತ್ತು. ಅಶೋಕನ ಶಾಸನಗಳು ಈ ಭಾಷೆಗೆ ಅನುವಾದಗೊಂಡು ರಚಿತವಾಗಿರುವುದು ಇದಕ್ಕೆ ನಿದರ್ಶನ. ತಕ್ಷಶಿಲ, ಕಾಬೂಲ್ ಸಮೀಪದ ದರುಂಟ ಮತ್ತು ಕಾಂದಹಾರ್‌ಗಳಲ್ಲಿ ಈ ಶಾಸನಗಳು ಕಂಡು ಬಂದಿವೆ. ಇದಲ್ಲದೆ, ಕಾಂದಹಾರ್‌ನಲ್ಲಿ ಗ್ರೀಕ್ ಭಾಷೆಯ ಶಾಸನಗಳೂ ದೊರೆತಿವೆ. ಅರಮಿಕ್ ಶಾಸನಗಳಲ್ಲಿ 'ಗಾಂಧಾರಿ'ಯ 'ಪ್ರಿಯದ್ರಸಿ' ಅಪಭ್ರಂಶಗೊಂಡು 'ಫ್ರಿದ್ರಾಷ್' ಎಂದು ಪ್ರಯೋಗಿಸಲಾಗಿದೆಯೇ ಹೊರತು, 'ಮಾಗಧಿ'ಯ 'ಪಿಯದಸಿ'ಯ ರೂಪಾಂತರವಲ್ಲ. ಆದರೆ ಗ್ರೀಕ್ ಪಠ್ಯಗಳಲ್ಲಿ 'ಪಿಯೋದೋಸೆಸ್'ಎಂಬ ಪ್ರಯೋಗವಿದ್ದು, ಅದು ಮಾಗಧಿಯ 'ಪಿಯದಸಿ'ಗೆ ಹತ್ತಿರವಾಗಿದೆ. ಅರಮಿಕ್ ಭಾಷೆಯ ಪಠ್ಯವು ಗಾಂಧಾರದ ರಾಜಧಾನಿಯಾದ ತಕ್ಷಶಿಲದಿಂದ ಕಳುಹಿಸಲಾಗಿತ್ತೆಂದು ಊಹಿಸಬಹುದು. ಆ ಪ್ರಾಂತ್ಯದ ರಾಜಪ್ರತಿನಿಧಿಯು ಸಿಂಧು ನದೀ ಪ್ರದೇಶದಲ್ಲಿ ಸಾಕಷ್ಟು ಅಧಿಕಾರವನ್ನೂ ಅನುಭವಿಸುತ್ತಿದ್ದನೆಂದು ಭಾವಿಸಬಹುದು. ಒಟ್ಟಾರೆ, ಸ್ಥಳೀಯ ಪ್ರಭೇದಗಳ ಇಂಥ ಬಳಕೆಯು ಮೌರ್ಯ ಸಾಮ್ರಾಜ್ಯದ ವಿವಿಧ ಪ್ರದೇಶಗಳ ಮೇಲೆ ರಾಜನ ಅಧಿಕಾರದ ಸ್ವರೂಪವನ್ನು ಸ್ಪಷ್ಟವಾಗಿ ತಿಳಿಯಲು ಸಹಾಯವಾಗುತ್ತದೆ.

ಗ್ರೀಕ್ ಚರಿತ್ರಕಾರರಾದ ಅರಿಯನ್ ಮತ್ತು ಡಿಯೋಡೋರಸ್ ಮೆಗಸ್ತನೀಸನನ್ನು ಉಲ್ಲೇಖಿಸಿ ಸ್ವಾಯತ್ತ ಪ್ರದೇಶಗಳು ಮತ್ತು ನಗರಗಳ ಮೇಲೆ ಅಲ್ಲಿನ ದಂಡಾಧಿಕಾರಿಗಳು ಹೊಂದಿದ್ದ ಅಧಿಕಾರದ ಬಗ್ಗೆ ಹೇಳುತ್ತಾರೆ. ಆ ಪ್ರದೇಶಗಳಲ್ಲಿ ರಾಜನು ನೇಮಿಸಿದ್ದ ಅಧಿಕಾರಿಗಳಿರಲಿಲ್ಲ. ಸ್ವತಃ ಅಶೋಕನೇ ತನ್ನ 5ನೆಯ (ಉಧೃತ 2.3) ಮತ್ತು 13ನೆಯ ಶಿಲಾಶಾಸನಗಳಲ್ಲಿ (ಉಧೃತ 1.4) ತನ್ನ ನೇರ ಆಡಳಿತಕ್ಕೆ ಒಳಪಟ್ಟ ಪ್ರದೇಶಗಳಿಗಿಂತಲೂ

ಭಿನ್ನವಾದ ವ್ಯವಸ್ಥೆಯನ್ನು ಹೊಂದಿದ್ದ ಹಲವು ಪ್ರದೇಶಗಳನ್ನು ಹೆಸರಿಸುತ್ತಾನೆ. ಅವುಗಳೆಂದರೆ (1) ಯವನ, (2)ಕಾಂಬೋಜ, (3)ಗಾಂಧಾರ (4)ರತಿಕ, (5)ಪಿತಿನಿಕ, (6)ಭೋಜ, (7)ನಾಭಕ, (8)ನಾಭಪಂತಿ, (9)ಆಂಧ್ರ ಮತ್ತು (10)ಪರಿಂದ. ಮೊದಲಿನ ನಾಲ್ಕು ಪ್ರದೇಶಗಳು ಪಾಟಲಿಪುತ್ರದ ಪಶ್ಚಿಮದಲ್ಲಿದ್ದುವೆಂದು 5ನೆಯ ಶಿಲಾಶಾಸನದಲ್ಲಿ ಹೇಳಲಾಗಿದೆ. ಮತ್ತು ಈ ಹತ್ತರಲ್ಲಿ 5,7,8 ಮತ್ತು 10ನೆಯ ಸಂಖ್ಯೆಯ ಪ್ರದೇಶಗಳನ್ನು ಗುರುತಿಸಲಾಗಿಲ್ಲ. ವಿವರಗಳಿಗೆ ನಕ್ಷೆ 1.2ನ್ನು ನೋಡಿ.

ಯವನ ಪ್ರದೇಶದ ಬಗೆಗಿನ ಮಾಹಿತಿಯು ಆ ಪ್ರದೇಶದಲ್ಲಿ ಚಕ್ರವರ್ತಿ ಮತ್ತು ಸ್ಥಳೀಯ ಆಡಳಿತಗಾರರ ನಡುವಿನ ಸಂಬಂಧವನ್ನು ವಿವರಿಸುತ್ತದೆ. ಕಾಂದಹಾರ್ ಬಳಿ ದೊರಕಿದ ಗ್ರೀಕ್ ಭಾಷೆಯ ಶಾಸನವು ಯವನ ಪ್ರದೇಶವೆಂದರೆ ಅರಕೋಸಿಯ ಎಂದು ಸ್ಪಷ್ಟವಾಗಿ ತಿಳಿಸುತ್ತದೆ. (ನಕ್ಷೆ 1.1) ಅಲೆಗ್ಸಾಂಡರನಿಂದ ನೇಮಕಗೊಂಡಿದ್ದ ಸಿಬಿರ್ಟಿಯಸ್ ಚಂದ್ರಗುಪ್ತ ನಡಿಯಲ್ಲಿಯೂ ರಾಜಪ್ರತಿನಿಧಿಯ ಹುದ್ದೆಯಲ್ಲಿ ಮುಂದುವರೆದಿದ್ದನ್ನು ಇಲ್ಲಿ ಗಮನಿಸಬೇಕು. ಅವನ ನಂತರದ ಯಾವ ರಾಜ ಪ್ರತಿನಿಧಿಯ ಹೆಸರೂ ಯಾವುದೇ ಶಾಸನದಲ್ಲಿ ಕಾಣುವುದಿಲ್ಲ. ಅಂದರೆ ಅವರು ತಮ್ಮ ಅಧಿಕಾರದ ಬಗ್ಗೆ ಏನನ್ನೂ ಹೇಳಿಕೊಳ್ಳುವ ಹಾಗಿರಲಿಲ್ಲವೆಂದರ್ಥವಾಗುತ್ತದೆ. ಕಾಂದಹಾರ್ ಬಳಿ ದೊರೆತ 12ನೆಯ ಶಿಲಾಶಾಸನದ ಗ್ರೀಕ್ ಆವೃತ್ತಿಯಲ್ಲಿ ಮೂಲದಲ್ಲಿ ಎರಡು ವಾಕ್ಯಗಳಲ್ಲಿ ಧರ್ಮ ಮಹಾಮಾತ್ರರ ಕರ್ತವ್ಯಗಳ ಬಗ್ಗೆ ಹೇಳಲಾಗಿರುವುದನ್ನು ಕೈಬಿಡಲಾಗಿದೆ. ಅಂದರೆ, ಅರಕೋಸಿಯದ ಸಂದರ್ಭದಲ್ಲಿ ಈ ವಿಷಯವು ಅಪ್ರಸ್ತುತವಾಗಿತ್ತೆಂದು ಅರ್ಥಮಾಡಿಕೊಳ್ಳಬಹುದು. ಕಾಂಬೋಜ (ಕಾಬೂಲ್) ಪ್ರಾಂತ್ಯದಲ್ಲಿ ಅರಮಿಕ್ ಭಾಷೆಯನ್ನಾಡುತ್ತಿದ್ದ ಇರಾನಿ ಅಧಿಕಾರಿಗಳನ್ನು ನಿಯಮಿಸಲಾಗಿರುವ ಸಾಧ್ಯತೆಯೂ ಇದೆ. ಲಾಘ್‌ಮನ್‌ನ ಅರಮಿಕ್ ಶಾಸನಗಳಲ್ಲಿ ಸ್ಪಷ್ಟವಾದ ಇರಾನಿ ಹೆಸರನ್ನುಳ್ಳ ಅಧಿಕಾರಿಯ ಪ್ರಸ್ತಾಪವಿದೆ. ಅವನ ಹೆಸರು ವಾಷವ ಅಂದರೆ 'ರಥಸಾರಥಿ', ಇದಲ್ಲದೆ ವಖ್ಷುಪ್ರೀತ, 'ವಖ್ಷು ಎಂಬ ದೇವರಿಗೆ ಪ್ರಿಯವಾದವನು' ಎಂಬ ಹೆಸರಿನ ಒಬ್ಬ ನ್ಯಾಯಾಧಿಕಾರಿಯೂ ಸಹ ಈ ಶಾಸನದಲ್ಲಿ ಪ್ರಸ್ತಾಪಿತನಾಗಿದ್ದಾನೆ. ಆದರೆ ಈ ಪಟ್ಟಿಯಲ್ಲಿ ತಕ್ಷಶಿಲವನ್ನು ಕೇಂದ್ರವಾಗಿ ಹೊಂದಿದ್ದ ಮತ್ತು ರಾಜ್ಯದ ಅತಿ ಪ್ರಮುಖ ಪ್ರದೇಶವಾದ ಗಾಂಧಾರದ ಹೆಸರೂ ಇದೆ ಎನ್ನುವುದು ವಿಸ್ಮಯಕಾರಿಯಾಗಿದೆ. ಇರಾನಿ ಸಮುದಾಯದ ರೀತಿಯಲ್ಲಿ ಜನಾಂಗೀಯ ವಿಶಿಷ್ಟವಾದ ಲಕ್ಷಣಗಳನ್ನು ಹೊಂದಿದ್ದ ಎಲ್ಲ ಪ್ರದೇಶಗಳನ್ನು ಒಂದು ಕಡೆ ಪಟ್ಟಿ ಮಾಡುವ ಅಶೋಕನ ಉದ್ದೇಶ ಇದಕ್ಕೆ ಕಾರಣವಾಗಿರಬಹುದು.

ಈ ವಿಶೇಷ ಪ್ರಾಂತ್ಯಗಳಾಚೆ ಬೇರೆ ಪ್ರದೇಶಗಳಲ್ಲಿ ಸಾಮ್ರಾಟನ ಹತೋಟಿಯಲ್ಲಿ ನೇರವಾದ ಸ್ಥಳೀಯ ಆಡಳಿತವಿತ್ತು. ಸರ್ಕಾರದ ಮುಖ್ಯ ಕೇಂದ್ರಗಳು ಮತ್ತು ಇತರ ಪ್ರಮುಖ ಪಟ್ಟಣಗಳಲ್ಲಿ ಮಹಾಮಾತ್ರರನ್ನು ನಿಯಮಿಸಿದ್ದನ್ನು ಈಗಾಗಲೇ ಗಮನಿಸಲಾಗಿದೆ. ಮೂರನೆಯ ಶಿಲಾಶಾಸನದಲ್ಲಿ ಐದು ವರ್ಷಕ್ಕೊಮ್ಮೆ ತನಿಖೆಗಾಗಿ ಸಾಮ್ರಾಜ್ಯದ ಹಲವು ಸ್ಥಳಗಳಿಗೆ ಭೇಟಿ ನೀಡುವ ಹೊಣೆ ಹೊತ್ತಿದ್ದ ಮೂರು ತರಹದ ಅಧಿಕಾರಗಳನ್ನು

ಹೆಸರಿಸಲಾಗಿದೆ – ಯುತ (ಯುಕ್ತ), ರಜೂಕ(ರಜ್ಜುಕ), ಪಾದೇಸಿಕ(ಪ್ರಾದೇಶಿಕ). ಯುಕ್ತರ ಬಗ್ಗೆ ನಿರ್ದಿಷ್ಟವಾಗಿ ಹೇಳಬಹುದಾದರೆ, ಪರಿಷತ್ತು ತನ್ನ ಸಂದೇಶಗಳ ಮೂಲಕ ತಿಳಿಸುವ ರಾಜಾಜ್ಞೆಗಳನ್ನು ಸರಿಯಾಗಿ ಅರ್ಥಮಾಡಿಕೊಂಡು ದೂರಪ್ರದೇಶಗಳಲ್ಲಿನ ಅಧಿಕಾರಿಗಳಿಗೆ ಅವುಗಳನ್ನು ತಲುಪಿಸುವುದು ಅವರ ಕರ್ತವ್ಯವಾಗಿತ್ತು.

ರಜ್ಜುಕರು ಮತ್ತು ಪ್ರಾದೇಶಿಕರು ದೂರದ ಸಂಸ್ಥಾನಗಳಲ್ಲಿ ನಿಯುಕ್ತರಾಗಿದ್ದಂತೆ ಕಾಣುತ್ತದೆ. ಈ ಪ್ರದೇಶಗಳನ್ನು 7ನೆಯ ಸ್ತಂಭ ಶಾಸನದಲ್ಲಿ 'ದಿಸ' ಎಂದು ಕರೆಯಲಾಗಿದೆ. ಎರ್ರ ಗುಡಿಯ 2ನೆಯ ಗೌಣ ಶಿಲಾಶಾಸನವು ರಜ್ಜುಕನು ಒಂದು 'ಜನಪದ' ದಲ್ಲಿ ವಾಸಿಸುವ ಜನರಿಗೆ ಧಮ್ಮದ ಸೂತ್ರಗಳನ್ನು ತಿಳಿಯಪಡಿಸುವ ಕರ್ತವ್ಯವನ್ನು ನಿರ್ವಹಿಸಬೇಕೆಂದು ನಿರ್ದೇಶಿಸುತ್ತದೆ. ಈ ಸಂಸ್ಥಾನಗಳು ವಿಶಾಲವಾದ ಪ್ರದೇಶಗಳೆಂದೂ, ಅಲ್ಲಿ ಬ್ರಾಹ್ಮಣರು ಮತ್ತು ಶ್ರಮಣರು ಇದ್ದೇ ಇರುತ್ತಾರೆಂದೂ ಹೇಳುವ ಮಾತು 13ನೆಯ ಶಿಲಾಶಾಸನದಲ್ಲಿದೆ. 7ನೆಯ ಶಿಲಾಶಾಸನದಲ್ಲಿ ಹೇಳಿರುವಂತೆ 'ಜನಪದ'ದ ಜನರು ಎಂದರೆ ರಾಜಧಾನಿಯಿಂದ ದೂರದಲ್ಲಿದ್ದ ಪ್ರದೇಶಗಳ ಜನರು ಎಂದೇ ಅರ್ಥ ಬರುತ್ತದೆ. 6 ಮತ್ತು 7ನೆಯ ಶಿಲಾಶಾಸನಗಳಲ್ಲಿ ಒಂದು ಜನಪದದ ವಿಸ್ತಾರವನ್ನು ಸೂಚಿಸಲಾಗಿದೆ. (ಉಧೃತ 2.6 ಮತ್ತು 2.7) 'ರಜ್ಜುಕರು ನೂರು ಸಾವಿರದಷ್ಟು ಜನರ ಜತೆ ವ್ಯವಹರಿಸಬೇಕಾಗಿತ್ತು'. ಹಾಗಾಗಿ, ಜನಪದವೆಂದರೆ ಒಂದು ಸಂಸ್ಥಾನ ಅಥವಾ ದೊಡ್ಡ ಉಪಸಂಸ್ಥಾನ ಎಂದು ಅರ್ಥ ಮಾಡಿಕೊಳ್ಳಬಹುದು. ನಾಲ್ಕನೆಯ ಸ್ತಂಭ ಶಾಸನವು ರಜ್ಜುಕರು ಈ ಸಂಸ್ಥಾನಗಳ ಜನರ ಮೇಲೆ ಯಾವುದೇ ಕ್ರಮ ತೆಗೆದುಕೊಳ್ಳುವ ಅಧಿಕಾರವನ್ನು ಹೊಂದಿದ್ದರೆಂದು ತಿಳಿಸುತ್ತದೆ.

ಪ್ರಾದೇಶಿಕರು ಮತ್ತು ರಥಿಕರು (ಸಂಸ್ಕೃತದ 'ಪ್ರದೇಶ' ಮತ್ತು 'ರಾಷ್ಟ್ರ'ಗಳ ವ್ಯುತ್ಪನ್ನಗಳು) ಕೆಲವು ನಿರ್ದಿಷ್ಟ ಪ್ರದೇಶಗಳಿಗೆ ಸಂಬಂಧಪಟ್ಟವರು ಎಂಬುದು ಸ್ಪಷ್ಟ. ರಥಿಕರು 2ನೆಯ ಗೌಣಶಿಲಾ ಶಾಸನದಲ್ಲಿ (ಎರ್ರಗುಡಿ) ಪ್ರಸ್ತಾಪಿತವಾಗಿದ್ದಾರೆ. ಅರ್ಥಶಾಸ್ತ್ರದಲ್ಲಿ ಈ ಹುದ್ದೆಗಳನ್ನು ನೆನಪಿಸುವ ಯಾವ ಹುದ್ದೆಗಳ ಬಗ್ಗೆಯೂ ಹೇಳಲಾಗಿಲ್ಲವೆಂಬುದನ್ನು ಇಲ್ಲಿ ನೆನಪಿಸಿಕೊಳ್ಳಬೇಕು.

ಸಾರನಾಥ್ ಬಳಿಯ ತ್ರುಟಿತ ಸ್ತಂಭಶಾಸನದಲ್ಲಿ 'ಆಹಾರ' ಮತ್ತು 'ವಿಷಯ' ಎಂಬ ಎರಡು ಉಪವಿಭಾಗಗಳ ಬಗ್ಗೆ ಬರೆಯಲಾಗಿದೆ. ಇವೇ ಪದಗಳನ್ನು, ನಂತರದಲ್ಲಿ 'ಜಿಲ್ಲೆ'ಗಳಿಗೆ ಬಳಸಲಾಗಿದೆ. 'ಕೋಟೆಗಳೊಳಗಿನ ವ್ಯವಸ್ಥೆಯ ಆಡಳಿತ'ದಲ್ಲಿ 'ಕೋಟವಿಷಯ'ಗಳು ಕಂಡುಬರುತ್ತವೆ. ಇವು ಉಪವಿಭಾಗಗಳ ಭಾಗಗಳಾಗಿ ಇಂದಿನ ಜಿಲ್ಲೆಗಳಷ್ಟು ವಿಸ್ತಾರವಾಗಿದ್ದವು. ಮೇಲೆ ತಿಳಿಸಿದ ಶಾಸನದಲ್ಲಿ ಕೌಶಾಂಬಿ ಎಂಬ ಇಂಥ ಪ್ರದೇಶದ ಬಗ್ಗೆ ಪ್ರಸ್ತಾಪವಿದೆ. ಇಲ್ಲಿನ ಮಹಾಮಾತ್ರರು ಮಗಧದ ರಾಜಧಾನಿಯಾದ ಪಾಟಲಿಪುತ್ರದಲ್ಲಿನ ಅಧಿಕಾರಿಗಳಿಂದ ಕೆಲವು ಆದೇಶಗಳನ್ನು ಪಡೆದಿದ್ದರು.

ಸಾಮ್ರಾಜ್ಯದ ಎಲ್ಲ ಭಾಗಗಳೂ ರಾಜಧಾನಿಯ ಜತೆ ಸಂಪರ್ಕವನ್ನು ಹೊಂದಿದ್ದವು. ಸ್ಟ್ರಾಬೋ ಮೆಗಸ್ತನೀಸನನ್ನು ಉಲ್ಲೇಖಿಸಿ, ನಿರ್ದಿಷ್ಟ ಅಂತರದಲ್ಲಿ ಕಂಬಗಳನ್ನು ಹೂಡಿದ್ದರ

ಬಗ್ಗೆ ಮತ್ತು ಉತ್ತಮ ರಸ್ತೆಗಳ ನಿರ್ಮಾಣದ ಬಗ್ಗೆ ಬರೆಯುತ್ತಾನೆ. ಅಶೋಕನ ಸ್ತಂಭಗಳು ಕೇವಲ ರಸ್ತೆಗಳನ್ನು ಗುರುತಿಸುವುದಕ್ಕಾಗಿ ಮಾತ್ರ ನಿರ್ಮಿಸಲಾಗಿಲ್ಲ. ಅದೇ ರೀತಿ, ಶಿಲಾಶಾಸನಗಳೂ ಸಹ ಕೇವಲ ದೂರವನ್ನು ಸೂಚಿಸಲು ನಿರ್ಮಿತವಾಗಿರಲಿಲ್ಲ. ಆಫ್ಘಾನಿಸ್ತಾನದ ಲಾಘ್‌ಮನ್‌ನಲ್ಲಿ ದೊರೆತ ಎರಡು ಶಾಸನಗಳಲ್ಲಿ ಅರಮಿಕ್ ಭಾಷೆಯಲ್ಲಿ 'ಬಾಣ'ಗಳ ಲೆಕ್ಕದಲ್ಲಿ ದೂರವನ್ನು ಸೂಚಿಸಲಾಗಿದೆ. ಈ ರಸ್ತೆಯು ಅಂದಿನ 'ಸೇನೆಯ ಹೆದ್ದಾರಿ'ಯಾಗಿತ್ತೆಂಬುದು ಮುಖ್ಯ. ಎರಡನೆಯ ಶಿಲಾಶಾಸನ ಮತ್ತು 7ನೆಯ ಸ್ತಂಭ ಶಾಸನಗಳಲ್ಲಿ ಹೆದ್ದಾರಿಗಳಲ್ಲಿ ಸುಖಕರವಾದ ಪ್ರಯಾಣಕ್ಕೆ ಅನುಕೂಲ ಮಾಡಿಕೊಡುವ ಬಗ್ಗೆ ಅಶೋಕನಿಗಿದ್ದ ಆಸಕ್ತಿಯ ಪ್ರಸ್ತಾಪವಿದೆ. ಅದಕ್ಕಾಗಿ ಬಾವಿಗಳನ್ನು ತೆಗೆಸುವುದು ಮತ್ತು ನೆರಳು ನೀಡುವ ಮರಗಳನ್ನು ನೆಟ್ಟು ಬೆಳೆಸುವಂಥ ಕಾರ್ಯಕ್ರಮಗಳನ್ನು ಹಮ್ಮಿಕೊಳ್ಳಲಾಗಿತ್ತು. (ಉಧೃತ 2.2) ಅರ್ಥಶಾಸ್ತ್ರವು ಹೆದ್ದಾರಿಗಳಿಗೆ ಎಷ್ಟರಮಟ್ಟಿಗಿನ ಪ್ರಾಮುಖ್ಯತೆಯನ್ನು ನೀಡಿತ್ತೆಂದರೆ, ವಿವಿಧ ಬಗೆಯ ರಸ್ತೆಗಳ ಅಗಲವೆಷ್ಟಿರಬೇಕು ಎಂಬುದನ್ನು ತಿಳಿಸಿದ್ದು (II.4.3–5) ಮಾತ್ರವಲ್ಲದೆ ರಸ್ತೆಗಳಿಗಾಗಿ ಕಾದಿರಿಸಿದ್ದ ಜಾಗವನ್ನು ಅತಿಕ್ರಮಣ ಮಾಡಿದಲ್ಲಿ ವಿಧಿಸಬೇಕಾದ ದಂಡವೆಷ್ಟು ಎನ್ನುವುದನ್ನು ನಿಗದಿ ಪಡಿಸಿದೆ. (II.10.5–7) ಈ ರಸ್ತೆಗಳು ಮುಖ್ಯವಾಗಿ ದೂರಪ್ರದೇಶಗಳಿಂದ ರಾಜನಿಗೆ ಮುಖ್ಯ ಮಾಹಿತಿಯನ್ನು ಕಳುಹಿಸುವ ಮಾರ್ಗಗಳಾದ್ದವು. ಮಾಹಿತಿದಾರರು ಜನರ ಬಗ್ಗೆ ವಿಷಯಗಳನ್ನು ರಾಜನಿಗೆ ನಿರಂತರವಾಗಿ ವರದಿ ಮಾಡಬೇಕೆಂದು ಅಶೋಕನು ತನ್ನ 6ನೆಯ ಶಿಲಾಶಾಸನದಲ್ಲಿ ತನ್ನ ವರದಿಗಾರರಿಗೆ ನಿರ್ದೇಶನವನ್ನು ನೀಡುತ್ತಾನೆ. 3ನೆಯ ಶಿಲಾಶಾಸನ ಮತ್ತು ಒಂದನೆಯ ಪ್ರತ್ಯೇಕ ಶಿಲಾಶಾಸನದಲ್ಲಿ, ಅಧಿಕಾರಿಗಳು ಮೂರು ಅಥವಾ ಐದು ವರ್ಷಗಳಿಗೊಮ್ಮೆ ಎಲ್ಲ ಪ್ರದೇಶಗಳಿಗೂ ಭೇಟಿ ನೀಡಬೇಕೆಂದು ತಿಳಿಸಲಾಗಿದೆ. ಇಂಥ ತನಿಖಾಧಿಕಾರಿಗಳು ಮತ್ತು ಗುಪ್ತಚರರ ಸಂಖ್ಯೆ ಎಷ್ಟಿತ್ತೆಂದರೆ ಅಂದಿನ ಸಮಾಜದ ಏಳು ವಿಭಾಗಗಳಲ್ಲಿ ಆರನೆಯ ವಿಭಾಗದ ತುಂಬೆಲ್ಲ ಈ ಜನರೇ ಇದ್ದರೆಂದು ಮೆಗಸ್ತನೀಸ್ ಬರೆಯುತ್ತಾನೆ. ಈ ವಿಷಯವು ಡಿಯೋಡೊರಸ್, ಸ್ಟ್ರಾಬೋ ಮತ್ತು ಅರಿಯನ್‌ರ ಬರಹಗಳಲ್ಲಿ ಉಲ್ಲೇಖಿತವಾಗಿದೆ. (ಉಧೃತ 3.1) ಅರ್ಥಶಾಸ್ತ್ರವೂ ಸಹ (I.11–14) ಗುಪ್ತಚರರು ಕೇವಲ ಮಾಹಿತಿಯ ಸಂಗ್ರಹ ಮಾಡುವುದು ಮಾತ್ರವಲ್ಲದೆ, ಅವಶ್ಯವಾದಲ್ಲಿ, ವಿವಿಧ ತಂತ್ರಗಾರಿಕೆಗಳಲ್ಲಿಯೂ ತೊಡಗಿರಬೇಕೆಂದು ತಿಳಿಸುತ್ತದೆ. ಆ ಕಾರಣ ಅವರುಗಳು ಆಡಳಿತದಲ್ಲಿ ಅತಿ ಪ್ರಮುಖ ಸ್ಥಾನವನ್ನು ಹೊಂದಿದ್ದರೆಂಬುದು ಸ್ಪಷ್ಟವಾಗುತ್ತದೆ.

ರಾಜ್ಯದ ಅರ್ಥವ್ಯವಸ್ಥೆಯ ಮೂಲವು ಭೂಮಿಯಾಗಿದ್ದು, ಅದು ರಾಜನ ಒಡೆತನದಲ್ಲಿತ್ತು ಎಂಬುದು ಮೆಗಸ್ತನೀಸ್ ತಿಳಿಸುವ ಮತ್ತೊಂದು ಮುಖ್ಯ ವಿಷಯ. ಅವನನ್ನು ಉಲ್ಲೇಖಿಸುತ್ತಾ, ರೈತರು ರಾಜನಿಂದ ಪಡೆದ ಭೂಮಿಗೆ 'ಬಾಡಿಗೆ'ಯನ್ನು ಮಾತ್ರವಲ್ಲದೆ, ತಾನು ಬೆಳೆದ ಬೆಳೆಯ ನಾಲ್ಕನೆಯ ಒಂದು ಭಾಗವನ್ನು ಸಲ್ಲಿಸಬೇಕಾಗಿತ್ತೆಂದು ಡಿಯೋಡೊರಸ್ (II.40) ಹೇಳುತ್ತಾನೆ. ಆದರೆ ಸ್ಟ್ರಾಬೋ (XV.1.40) ಮೆಗಸ್ತನೀಸನನ್ನು ಬೇರೆ ರೀತಿಯಲ್ಲಿ ಅರ್ಥಮಾಡಿಕೊಂಡಂತಿದೆ. ಅವನ

ಪ್ರಕಾರ ರೈತರು ತಾವು ಮಾಡಿದ ಕೆಲಸಕ್ಕೆ ಕೂಲಿಯಾಗಿ ಬೆಳೆಯ ಕಾಲು ಭಾಗವನ್ನು ಪಡೆಯುತ್ತಿದ್ದರು. 'ಮಿಸ್ತೋಸ್' ಎನ್ನುವ ಪದವು 'ಬಾಡಿಗೆ' ಮತ್ತು 'ಕೂಲಿ' ಎಂಬ ಎರಡೂ ಅರ್ಥಗಳನ್ನು ಹೊಂದಿರುವುದಾಗಿ ರೋಮಿಲಾಥಾಪರ್ ವಿವರಿಸಿದ್ದಾರೆ. ಅರ್ಥಶಾಸ್ತ್ರದ ಮೂರನೆಯ ಅಧ್ಯಾಯದ ಮೊದಲ ಭಾಗದಲ್ಲಿ ರಾಜನ ಒಡೆತನದ ಭೂಮಿ ಮತ್ತು ಇತರ ಭೂಮಿ ಎಂದು ಎರಡು ವಿಭಾಗಗಳನ್ನು ಗುರುತಿಸಲಾಗಿದೆ. ಕೃಷಿ ಉಪಕರಣಗಳನ್ನು (ಪಶುಗಳು ಮತ್ತು ಇತರ ಪರಿಕರಗಳು) ಹೊಂದಿದ್ದ ರೈತರು ತಾವು ಬೆಳೆದ ಫಸಲಿನ ಅರ್ಧ ಭಾಗವನ್ನು ರಾಜನಿಗೆ ಒಪ್ಪಿಸಬೇಕಾಗಿತ್ತು. ಕೇವಲ ಕೂಲಿಗಳಾಗಿ ದುಡಿಯುವವರು, ಫಸಲಿನ ನಾಲ್ಕು ಅಥವಾ ಐದನೆಯ ಒಂದು ಭಾಗವನ್ನು ಕೂಲಿಯಾಗಿ ಪಡೆಯುತ್ತಿದ್ದರು. ಅವರು ಬೇರೆ ಯಾವುದೇ ರೀತಿಯ ತೆರಿಗೆಯನ್ನು ಕಟ್ಟಬೇಕಾಗಿರಲಿಲ್ಲ. ಅರ್ಥಶಾಸ್ತ್ರದ ಕೆಲವು ಭಾಗಗಳಲ್ಲಿ (I.13.6 ಮತ್ತು II.15.3) ಬೆಳೆಯ ಆರನೆಯ ಒಂದು ಭಾಗ (ಷಡ್ಭಾಗ) ರಾಜನಿಗೆ ಸೇರಿದ್ದೆಂದು ಹೇಳಲಾಗಿದೆ. ಆದರೆ ಇದು ಅದರ ಹಿಂದಿನ ಪದ್ಧತಿ. ಅರ್ಥಶಾಸ್ತ್ರವೇ ಹೇಳುವಂತೆ (V.2.2) ರಾಜನು ಒಂದು ಪ್ರದೇಶ (ಜನಪದ) ದಿಂದ ಬೆಳೆಯ ಮೂರನೆಯ ಅಥವಾ ನಾಲ್ಕನೆಯ ಒಂದು ಭಾಗವನ್ನು ಪಡೆಯಬಹುದು. ಅಂದರೆ, ರೈತರು ತಮಗೆ ನೀಡಲಾಗಿದ್ದ ಭೂಮಿಯ ಮೇಲೆ ಈ ಲೆಕ್ಕದಲ್ಲಿ ತೆರಿಗೆಯನ್ನು ಸಂದಾಯ ಮಾಡಬೇಕಾಗಿತ್ತು. ಸ್ಟ್ರಾಬೋನ ವಿವರಣೆ ಮತ್ತು ಅರ್ಥಶಾಸ್ತ್ರದಲ್ಲಿನ ನಿಯಮಗಳ ನಡುವೆ ಸಾಮ್ಯವಿದೆ. ಮತ್ತು ಡಿಯೋಡೋರಸ್ ಸಹ ಅರ್ಥಶಾಸ್ತ್ರವು ವಿಧಿಸುವ ತೆರಿಗೆಯನ್ನೇ ತನ್ನ ಬರಹಗಳಲ್ಲಿ ಪ್ರಸ್ತಾಪಿಸುತ್ತಾನೆ. ಅಶೋಕನ ರಮ್ಮಿಂಡೈ ಸ್ತಂಭ ಶಾಸನವು ಬುದ್ಧನ ಜನ್ಮಸ್ಥಳದಲ್ಲಿ ಭೂಮಿಯ ಮೇಲೆ ಯಾವುದೇ ರೀತಿಯ ತೆರಿಗೆಯನ್ನು ವಿಧಿಸಲಾಗಿರಲಿಲ್ಲವೆಂದೂ, ಫಸಲಿನ ಎಂಟನೆಯ ಒಂದು ಭಾಗವನ್ನು ಮಾತ್ರ ರಾಜನಿಗೆ ಸಲ್ಲಿಸಬೇಕಾಗಿತ್ತೆಂದೂ ತಿಳಿಸುತ್ತದೆ. (ಉಧೃತ 3.3) ತೆರಿಗೆಯನ್ನು 'ಬಲಿ' ಎಂದು ಕರೆಯಲಾಗುತ್ತಿತ್ತು.

ಬೆಳೆಯ ಮೂರರಿಂದ ಐದನೆಯ ಒಂದು ಭಾಗವನ್ನು ನೀರಿನ ತೆರಿಗೆ(ಉದಕ ಭಾಗ)ಯಾಗಿ(ಅರ್ಥಶಾಸ್ತ್ರ II.24.18), ನೀರಾವರಿ ಅನುಕೂಲವಿದ್ದ ಭೂಮಿಯ ಮೇಲೆ ಕಟ್ಟಬೇಕಾಗಿತ್ತು. (ನೋಡಿ ಅಧ್ಯಾಯ 3.1) ಈ ತೆರಿಗೆಯು ಈಗಾಗಲೇ ತಿಳಿಸಲಾಗಿರುವ ತೆರಿಗೆಯ ಜತೆಗೆ, ಪ್ರತ್ಯೇಕವಾಗಿ, ಕಟ್ಟಬೇಕಾಗಿರಲಿಲ್ಲ (ಭೂಕಂದಾಯವನ್ನು ನಿಗದಿಪಡಿಸುವ ಒಂದು ರೀತಿ ಎಂದು ಇದನ್ನು ಅರ್ಥಮಾಡಿಕೊಳ್ಳಬಹುದು). ಏಕೆಂದರೆ, ಇದನ್ನು ವಿಶೇಷ ತೆರಿಗೆಯ ರೂಪದಲ್ಲಿ ವಸೂಲು ಮಾಡಿದ್ದರೆ ರೈತರ ಮೇಲೆ ಹೊರೆಯನ್ನು ಹೊರಿಸಿದಂತಾಗುತ್ತಿತ್ತು. ತೆರಿಗೆಗಳನ್ನು ವಿಧಿಸುವ ವಿಷಯವಾಗಿ ಕೆಲವು ಸಾಮಾನ್ಯ ಸೂತ್ರಗಳನ್ನು ಅರ್ಥಶಾಸ್ತ್ರದಲ್ಲಿ (V.2.2) ವಿವರಿಸಲಾಗಿದೆ.

ಮೌರ್ಯರ ಆಡಳಿತವೇ ಕೆಲವು ನೀರಾವರಿ ಸೌಲಭ್ಯಗಳನ್ನು ಒದಗಿಸಿದ್ದ ಬಗ್ಗೆ ಸ್ಟ್ರಾಬೋ (XV.1.50) ಮೆಗಸ್ತನೀಸನ ಬರಹಗಳನ್ನಾಧರಿಸಿ ವಿವರಿಸುತ್ತಾನೆ. ರುದ್ರ ದಮನನ ಜುನಾಗಢ್ ಶಾಸನವೂ ಸಹ (ಕ್ರಿ.ಶ.150) ಈ ವಿಷಯವನ್ನು ಪ್ರಸ್ತಾಪಿಸುತ್ತದೆ. ಅರ್ಥಶಾಸ್ತ್ರವೂ (II.1.20–22) ಇಂಥ ಅನುಕೂಲವನ್ನು ಕಲ್ಪಿಸಿಕೊಡಬೇಕಾದ

ಚಿತ್ರ 1.5 ಸೋಗೌರಾದ ತಾಮ್ರಫಲಕದ ಮೇಲಿನ ಉಗ್ರಾಣಗಳ ಚಿತ್ರಗಳು ಮತ್ತು ವಿವರಣೆ (ಡಿ.ಡಿ.ಕೊಸಾಂಬಿಯನ್ನು ಅನುಸರಿಸಿ)

ಅವಶ್ಯಕತೆಯನ್ನು ತಿಳಿಸುತ್ತದೆ. ಆದರೆ ಈ ಯೋಜನೆಯ ಗಾತ್ರದ ಬಗ್ಗೆಯಾಗಲಿ, ಅದರ ಖರ್ಚನ್ನು ಜನರು ತೆರಿಗೆ ಕಟ್ಟುವ ಮೂಲಕವೇ ಭರಿಸಬೇಕಿತ್ತೇ ಎನ್ನುವ ಬಗ್ಗೆಯಾಗಲಿ ಸ್ಪಷ್ಟ ಮಾಹಿತಿ ದೊರೆಯುವುದಿಲ್ಲ.

ಉತ್ಪನ್ನದ ಭಾಗವಾಗಿ ತೆರಿಗೆಯನ್ನು ನಿಗದಿ ಮಾಡಿರುವುದು, ತೆರಿಗೆಯನ್ನು **ವಸ್ತು ರೂಪ**ದಲ್ಲಿಯೇ ವಸೂಲಿ ಮಾಡಲಾಗುತ್ತಿತ್ತು ಎನ್ನುವುದಕ್ಕೆ ಪುರಾವೆಯಾಗುತ್ತದೆ. ಹೀಗೆ ಸಂದಾಯವಾದ ಧಾನ್ಯವನ್ನು ರಾಜ್ಯದ ಉಗ್ರಾಣಗಳಲ್ಲಿ ಶೇಖರಿಸಿಡಬೇಕಾಗಿತ್ತು. ಪುರಾತನ ಶಾಸನಗಳ ಅಧ್ಯಯನ ಶಾಸ್ತ್ರದನ್ವಯ ಅಶೋಕನ ಆಳ್ವಿಕೆಯ ಕೊನೆಯ ಭಾಗಕ್ಕೆ ಸೇರಿದವು ಎಂದು ಹೇಳಬಹುದಾದ ಎರಡು ಶಾಸನಗಳು (ನೋಡಿ ಟಿಪ್ಪಣಿ 2.1) ಉಗ್ರಾಣಗಳ ನಿರ್ವಹಣೆ ಬಗ್ಗೆ ಕೆಲವು ಸೂಚನೆಗಳನ್ನು ಒಳಗೊಂಡಿವೆ. ಅವುಗಳಲ್ಲಿ ಒಂದು ಬಾಂಗ್ಲಾದೇಶದಲ್ಲಿನ ಮಹಾಸ್ಥಾನದ ಶಿಲಾಫಲಕ ಶಾಸನ. ಇದು ಭಾಗಶಃ ಭಗ್ನಗೊಂಡಿದೆ. ಮತ್ತೊಂದು ಉತ್ತರ ಪ್ರದೇಶದ ಈಶಾನ್ಯ ಭಾಗದಲ್ಲಿನ ಸೋಗೌರಾದ ಕಂಚಿನ ಫಲಕ ಶಾಸನ. ಈ ಫಲಕವು ಒಳ್ಳೆಯ ಸ್ಥಿತಿಯಲ್ಲಿದೆ, ಆದರೆ ಅದರ ಪಠ್ಯವನ್ನು ಇನ್ನೂ ಪೂರ್ತಿಯಾಗಿ ಅರ್ಥಮಾಡಿಕೊಳ್ಳಲಾಗಿಲ್ಲ. ಈ ಶಾಸನಗಳಲ್ಲಿ ಕೋಥಾಗಾಲ / ಕೋಥಗಲ ಎಂದು ಕರೆಯಲಾಗಿರುವ ಉಗ್ರಾಣಗಳು ಕೆಲವು ಬಾರಿ ಮೂರು ಅಂತಸ್ತಿನವೂ ಆಗಿದ್ದವೆಂಬು ತಿಳಿದು ಬರುತ್ತದೆ. (ನೋಡಿ : ಚಿತ್ರ 1.5) ಅಭಾವದ ಕಾಲದಲ್ಲಿ ಬಳಸುವ ಉದ್ದೇಶದಿಂದ ಧಾನ್ಯಗಳನ್ನು ಈ ಉಗ್ರಾಣಗಳಲ್ಲಿ ದಾಸ್ತಾನು ಮಾಡಲಾಗುತ್ತಿತ್ತು.

ಮೇಲಿನ ರೀತಿಯಲ್ಲಿ ಮಾತ್ರವಲ್ಲದೆ, ಆಡಳಿತವು ಇತರ ತೆರಿಗೆಗಳನ್ನು ಸಮಾಜದ ಬೇರೆ ಭಾಗಗಳ ಜನರಿಂದಲೂ ವಸೂಲಿ ಮಾಡುತ್ತಿತ್ತು. ಕುಶಲಕರ್ಮಿಗಳು ತೆರಿಗೆಗಳನ್ನು ಕಟ್ಟುವುದೇ ಅಲ್ಲದೆ, ಶ್ರಮದಾನವನ್ನು ಮಾಡಬೇಕಾಗಿತ್ತು. ರಾಜಧಾನಿಯಲ್ಲಿ ಜನನ ಮರಣಗಳ ಮೇಲೆ ತೆರಿಗೆಯನ್ನು ವಿಧಿಸಲಾಗುತ್ತಿತ್ತು. ವಸ್ತುಗಳ ಮೇಲೆ ಮಾರಾಟ ತೆರಿಗೆಯನ್ನು ಅವುಗಳ ಮಾರಾಟ ಬೆಲೆಯ ಹತ್ತನೆಯ ಒಂದು ಭಾಗದ ಲೆಕ್ಕದಲ್ಲಿ ನಿಗದಿಪಡಿಸಲಾಗುತ್ತಿತ್ತು. ಅರ್ಥಶಾಸ್ತ್ರದಲ್ಲಿ (II.21 ಮತ್ತು 22) ಆಮದು ಸುಂಕದಂಥಾ

ಇತರ ತೆರಿಗೆಗಳ ವಿವರಗಳೂ ಸಿಗುತ್ತವೆ. ರಾಜ್ಯದ ವಿವಿಧ ಭಾಗಗಳಲ್ಲಿ ಕುಶಲಕರ್ಮಿಗಳು, ವ್ಯಾಪಾರಿಗಳು ಮತ್ತು ಇತರ ಜನರ ಮೇಲೆ ವಿಧಿಸುವ ತೆರಿಗೆಗಳ ಮೊತ್ತವೂ ಸಹ ಭಿನ್ನವಾಗಿರುತ್ತಿತ್ತು ಎಂದು ಶಾಸನಗಳಿಂದ ಸ್ಪಷ್ಟವಾಗುತ್ತದೆ.

ತೆರಿಗೆಗಳನ್ನು ಭಾಗಶಃ **ಹಣದ ರೂಪ**ದಲ್ಲಿಯೂ ಸಂಗ್ರಹಿಸಲಾಗುತ್ತಿತ್ತು. ಭಾರತದಲ್ಲಿ ಕ್ರಿ.ಪೂ. ಆರನೆಯ ಶತಮಾನದಿಂದಲೇ ಯಾವುದೇ ಬರಹವಿಲ್ಲದ, ಆದರೆ ಮುದ್ರೆ ಇದ್ದ ಬೆಳ್ಳಿಯ ನಾಣ್ಯಗಳು ಚಲಾವಣೆಯಲ್ಲಿದ್ದವೆಂದು ಅಧ್ಯಯನದಿಂದ ತಿಳಿದು ಬಂದಿದೆ. ಮೌರ್ಯರ ಮತ್ತು ಅವರಿಗೂ ಹಿಂದಿನ ಕಾಲಕ್ಕೆ ಸೇರಿದವೆಂದು ಹೇಳಬಹುದಾದ ಇಂಥ ನಾಣ್ಯಗಳು ತಕ್ಷಶಿಲದ ಭೀರ್ ದಿಣ್ಣೆಯಲ್ಲಿ ದೊರೆತಿವೆ. ಅವು ಬಹುಮಟ್ಟಿಗೆ ಕ್ರಿ.ಪೂ.320ರ ಇಸವಿಗೆ ಸೇರಿದಂಥವು. ಅರ್ಥಶಾಸ್ತ್ರದಲ್ಲಿ (II.12.24) ಈ ಮುದ್ರೆಗಳನ್ನು ರಾಜನ ಟಂಕಸಾಲೆಯಲ್ಲಿ ಟಂಕಿಸಲಾಗುತ್ತಿತ್ತು ಎಂಬ ವಿವರವು ಈ ನಾಣ್ಯಗಳನ್ನು ಸರ್ಕಾರವೇ ಹೊರಡಿಸುತ್ತಿತ್ತು ಎನ್ನುವುದನ್ನು ಖಚಿತಪಡಿಸುತ್ತವೆ. ಈ ನಾಣ್ಯಗಳಲ್ಲಿ ಕಾಲುಭಾಗದಷ್ಟು ತಾಮ್ರವನ್ನು ಬೆಳ್ಳಿಯ ಜತೆ ಬೆರೆಸಲಾಗುತ್ತಿತ್ತು ಎಂದು ಅರ್ಥಶಾಸ್ತ್ರವು ತಿಳಿಸುತ್ತದೆ. ಈ ವಿಷಯವನ್ನು ಮೂರನೆಯ ಅಧ್ಯಾಯದಲ್ಲಿ ವಿವರವಾಗಿ ಪರಿಶೀಲಿಸಲಾಗುತ್ತದೆ. ಕ್ರಿ.ಪೂ.320ರ ನಂತರದ ಮೌರ್ಯರ ಆಡಳಿತದಲ್ಲಿ ನಾಣ್ಯಗಳ ಸಂಖ್ಯೆ ಹೆಚ್ಚಾಯಿತಾದರೂ ನಾಣ್ಯಗಳು ಕಡಿಮೆ ವಿಭಾಗಗಳಾಗಿ ವಿಂಗಡಣೆಗೊಂಡವು. ನಾಣ್ಯಗಳ ವಿತರಣೆಯು ಹೆಚ್ಚು ಕೇಂದ್ರೀಕೃತವಾಯಿತೆಂದು ಈ ವಿವರದ ಮೂಲಕ ಅರ್ಥಮಾಡಿಕೊಳ್ಳಬಹುದು.

ಮೌರ್ಯರ ಸುವಿಶಾಲ ಸಾಮ್ರಾಜ್ಯವನ್ನು ಸಮರ್ಥವಾಗಿ ಆಳಬೇಕಾದರೆ ಸಾಕಷ್ಟು ಸಂಖ್ಯೆಯ **ಅಧಿಕಾರಿ ವರ್ಗ**ದ ಅಗತ್ಯವಿತ್ತು. ಸಿಂಧು ನಾಗರಿಕತೆ ಮತ್ತು ಅಶೋಕನ ಆಳ್ವಿಕೆ – ಈ ಎರಡು ಕಾಲಘಟ್ಟಗಳ ನಡುವೆ ಭಾರತದಲ್ಲಿ ಬಗೆಗಿನ ಲಿಖಿತ ದಾಖಲೆಗಳು ಲಭ್ಯವಾಗಿಲ್ಲವೆಂದು ಮೆಗಸ್ತನೀಸ್ ಹೇಳಿದ ಮಾತು ಗಮನಾರ್ಹ ಮತ್ತು ವಾಸ್ತವ ಸಹ. (ನೋಡಿ 3.4) ಯಾವುದೇ ಬರವಣಿಗೆ ಅಥವಾ ದಾಖಲೆಗಳ ನೆರವಿಲ್ಲದೆ ಅಷ್ಟು ದೊಡ್ಡ ಸಾಮ್ರಾಜ್ಯವನ್ನು ಹೇಗೆ ಆಳುತ್ತಿದ್ದರೆಂಬುದು ಸೋಜಿಗದ ಸಂಗತಿ. ಆದರೆ ಇದು ಅಸಾಧ್ಯದ ಮಾತೇನಲ್ಲ. ಕ್ರಿ.ಶ.15ನೆಯ ಶತಮಾನದಲ್ಲಿಯೂ ಮೆಕ್ಸಿಕೋದ ಅಜ್‌ಟೆಕ್ ಸಾಮ್ರಾಜ್ಯ ಅಥವಾ ಪೆರುವಿನ ಇಂಕಾಗಳು ಯಾವುದೇ ಬರಹವನ್ನು ಬಳಸದೆ ತಮ್ಮ ಆಡಳಿತವನ್ನು ನಡೆಸುತ್ತಿದ್ದರು. ಧಾರ್ಮಿಕ ಗ್ರಂಥಗಳನ್ನು ಪುರೋಹಿತರು ಕಂಠಸ್ಥ ಮಾಡಿದ ಹಾಗೆ ರಾಜ್ಯದ ದಾಖಲೆಗಳನ್ನು ಕೆಲವರು ನೆನಪಿನಲ್ಲಿಟ್ಟುಕೊಂಡಿದ್ದು ಅವರು ಆಡಳಿತದ ಭಾಗವಾಗಿದ್ದರೆಂದು ಹೇಳಬಹುದು. ಇದು ನಿಜವಾದರೆ, ಅಶೋಕನ ಕಾಲದಲ್ಲಿ ಅಥವಾ ಅದಕ್ಕೂ ಹಿಂದೆ ಆಡಳಿತದ ಉದ್ದೇಶಕ್ಕಾಗಿ ಬರಹವನ್ನು ಬಳಕೆಗೆ ತಂದಿದ್ದು ಒಂದು ಕ್ರಾಂತಿಕಾರಕ ಹೆಜ್ಜೆಯೇ ಸರಿ. ಈ ಹೊಸ ಪದ್ಧತಿ ಜಾರಿಗೆ ಬಂದೊಡನೆ ವಾಯುವ್ಯ ಭಾಗದ ಜನರು ಮೌರ್ಯರ ಆಡಳಿತದಲ್ಲಿ ಅಧಿಕಾರಶಾಹಿಯ ಭಾಗವಾದರು. ಇದಕ್ಕೆ ಮುಖ್ಯ ಕಾರಣವೆಂದರೆ ಆ ಪ್ರಾಂತ್ಯದಲ್ಲಿ ಬರಹ ಬಹು ಹಿಂದಿನಿಂದಲೂ – ಅರಮಿಕ್ (ಅದರಿಂದ ಖರೋಷ್ಠಿ) ಮತ್ತು ಗ್ರೀಕ್ ಭಾಷೆಗಳಲ್ಲಿ ಬಳಕೆಯಲ್ಲಿತ್ತು. ಶಾಸನಗಳ

ಅಧ್ಯಯನವು ತಿಳಿಸುವಂತೆ, ಅಶೋಕನ ಕಾಲಕ್ಕೆ ಸಂಬಂಧಿಸಿದಂತೆ ಎಂಟು ಜನರ ಹೆಸರುಗಳು ಅಧಿಕೃತವಾಗಿ ತಿಳಿದುಬಂದಿವೆ; ಅಶೋಕ, ಅವನ ಎರಡನೆಯ ಪತ್ನಿ, ಅವಳ ಮಗ, ಸಂವನೆಂಬ ಯುವರಾಜ (ಕುಮಾರ) ಮತ್ತು ನಾಲ್ವರು ಅಧಿಕಾರಿಗಳು. ಇಬ್ಬರು ಅಧಿಕಾರಿಗಳು ಇರಾನಿ ಹೆಸರುಗಳನ್ನು ಹೊಂದಿದ್ದರು. ಅವರನ್ನು ಅಫ್ಘಾನಿಸ್ತಾನದ ಲಾಘ್ಮನ್‌ನಲ್ಲಿ ನೇಮಕ ಮಾಡಲಾಗಿತ್ತು. ಇದು ಸ್ವಾಭಾವಿಕವಾಗಿ ಕಂಡರೂ ಇನ್ನಿಬ್ಬರು ಸಹ ವಾಯುವ್ಯ ಭಾಗದವರೇ ಆಗಿದ್ದದ್ದು ಗಮನಾರ್ಹ. ಒಬ್ಬನ ಹೆಸರು ತುಷಾಸ್ಫ್, ಗುಜರಾತಿನಲ್ಲಿ ನಿಯುಕ್ತನಾಗಿದ್ದನು. ಮತ್ತೊಬ್ಬನು ಚಪದ. ಅವನನ್ನು ಕರ್ನಾಟಕದಲ್ಲಿ ನೇಮಿಸಲಾಗಿದ್ದರೂ ತನ್ನ ಹೆಸರನ್ನು ಖರೋಷ್ಠಿ ಲಿಪಿಯಲ್ಲಿಯೇ ಬರೆಯುತ್ತಿದ್ದನು. ಮೌರ್ಯರ ಆಡಳಿತದಲ್ಲಿ ವಾಯುವ್ಯ ಭಾಗದ ಜನರ ಪ್ರಭಾವ ಗಣನೀಯವಾಗಿತ್ತು ಎನ್ನುವುದಕ್ಕೆ ಇವೆಲ್ಲವೂ ಪುರಾವೆಗಳು. ಇಷ್ಟೇ ಅಲ್ಲದೆ ವಾಯುವ್ಯ ಭಾಗದ ಈ ಪ್ರಭಾವವು ಇತರ ರಾಜಕೀಯ ವಲಯಗಳಲ್ಲಿ ಮತ್ತು ಸಾಂಸ್ಕೃತಿಕವಾಗಿಯೂ ಸಹ ಗಮನಾರ್ಹ ಮಟ್ಟದಲ್ಲಿತ್ತೆಂಬುದನ್ನು ಈ ಸಂದರ್ಭದಲ್ಲಿ ಗುರುತು ಮಾಡಿಕೊಳ್ಳಬೇಕು.

ಕೋಷ್ಟಕ 1.1.
ಪ್ರಮುಖ ಘಟನೆಗಳ ಕಾಲಾನುಕ್ರಮಣಿಕೆ

	ಕ್ರಿ. ಪೂ
ಮಗಧದಲ್ಲಿ ನಂದರಾಜ್ಯ ಸ್ಥಾಪನೆ	344
ಭಾರತದ ವಾಯುವ್ಯ ಪ್ರದೇಶದ ಮೇಲೆ ಅಲೆಗ್ಸಾಂಡರನ ಯಶಸ್ವಿ ದಾಳಿ	327–325
ಅಲೆಗ್ಸಾಂಡರನ ಮರಣ	323
ನಂದರ ಪತನ ಮತ್ತು ಚಂದ್ರಗುಪ್ತನ ಅಧಿಕಾರ ಗ್ರಹಣ	322
ಚಂದ್ರಗುಪ್ತನು ವಾಯುವ್ಯ ಭಾರತವನ್ನು ವಶಪಡಿಸಿಕೊಂಡದ್ದು	311–305
ಸೆಲ್ಯೂಕಸ್ ಜತೆ ಒಪ್ಪಂದ – ಮೆಗಸ್ತನೀಸ್‌ನ ಆಗಮನ	305
ಚಂದ್ರಗುಪ್ತನ ಮರಣ, ಬಿಂದುಸಾರನ ಸಿಂಹಾಸನಾರೋಹಣ	298
ಬಿಂದುಸಾರನ ಮರಣ, ಅಶೋಕನ ಸಿಂಹಾಸನಾರೋಹಣ	270
ಕಳಿಂಗ ಯುದ್ಧ	262

ಉಧೃತಗಳು

ಉಧೃತ 1.1.
ನಂದರು ಮತ್ತು ಮೌರ್ಯರು : ಪುರಾಣಗಳಲ್ಲಿನ ಕೆಲವು ಭಾಗಗಳು:

ನಂದರು :

ಶಿಶುನಾಗ ವಂಶದ ಕೊನೆಯ ರಾಜನಾದ ಮಹಾನಂದನಿಗೆ ಶೂದ್ರಸ್ತ್ರೀಯೊಬ್ಬಳಿಂದ ಜನಿಸುವ ಮಹಾಪದ್ಮನು ರಾಜನಾದ ನಂತರ ಕ್ಷತ್ರಿಯರನ್ನು ವಧಿಸುತ್ತಾನೆ. ಮಹಾಪದ್ಮನು

ಸರ್ವಾಧಿಕಾರಿಯಾಗುವನು. ಅವನು 88 ವರ್ಷಗಳ ಕಾಲ (ಕೆಲವು ಪ್ರತಿಗಳಲ್ಲಿ 28 ವರ್ಷಗಳು) ಜೀವಿಸುವನು. ರಾಜ್ಯ ವಿಸ್ತರಣೆಗಾಗಿ ಕ್ಷತ್ರಿಯ ರಾಜನನ್ನು ಸ್ಥಾನಭ್ರಷ್ಟಗೊಳಿಸುವನು. ಅವನಿಗೆ ಎಂಟು ಜನ ಮಕ್ಕಳಿರುವರು. ಸುಕಲ್ಪ (ಅಥವಾ ಸಹಲ್ಯ) ಮೊದಲನೆಯವನು. ಮಹಾಪದ್ಮನ ನಂತರ ಅವರೆಲ್ಲರೂ ಒಬ್ಬರ ನಂತರ ಒಬ್ಬರಂತೆ 12 ವರ್ಷಗಳ ರಾಜ್ಯವಾಳುವರು.

ಒಬ್ಬ ಬ್ರಾಹ್ಮಣ, ಕೌಟಿಲ್ಯನೆಂಬುವನು, ಅವರನ್ನು ತೊಲಗಿಸುವನು. ಅವರು ನೂರು ವರ್ಷಗಳ ಕಾಲ ಆಳಿದ ನಂತರ, ರಾಜ್ಯವು ಮೌರ್ಯರ ತೆಕ್ಕೆಗೆ ಬರುವದು.

ಮೌರ್ಯರು :

ಕೌಟಿಲ್ಯನು ಚಂದ್ರಗುಪ್ತನಿಗೆ ರಾಜನಾಗಿ ಪಟ್ಟಾಭಿಷೇಕ ಮಾಡುವನು. ಚಂದ್ರಗುಪ್ತನು 24 ವರ್ಷಗಳ ಕಾಲ ರಾಜನಾಗಿರುವನು. ಬಿಂದುಸಾರನು 25 ವರ್ಷಗಳು, ಅಶೋಕನು 36 ವರ್ಷಗಳು ಆಳುವರು. ಅವನ ಮಗನಾದ ಕುನಾಲ 8 ವರ್ಷಗಳು, ಅವನ ಮಗ ಬಂಧುಪಾಲಿತನು 8 ವರ್ಷಗಳು ಆಳುವರು.

ಅ	ಆ
ಮತ್ಸ್ಯ ಮತ್ತು ವಾಯು ಪುರಾಣಗಳು	ವಾಯು ಮತ್ತು ಬ್ರಹ್ಮಾಂಡ ಪುರಾಣಗಳು
ಅವರುಗಳ (?) ಮೊಮ್ಮಗನಾದ ದಶೋನನು 8 ವರ್ಷಗಳು, ಅವನ (ಅಶೋಕನ) ಮಗ ದಶರಥನು 8 ವರ್ಷಗಳು, ಅವನ ಮಗ ಸಂಪ್ರತಿಯು 9 ವರ್ಷಗಳು, ಶಾಲಿಶುಕನು 13 ವರ್ಷಗಳು, ದೇವಧರ್ಮನು 7 ವರ್ಷಗಳು, ಅವನ ಮಗ ಶತಧನ್ವ (ಶತಂಧನುಸ್) 8 ವರ್ಷಗಳು, ಬೃಹದ್ರಥನು 70(?7) ವರ್ಷಗಳು ಆಳುವರು.	ಬಂಧು ಪಾಲಿತನ ಉತ್ತರಾಧಿಕಾರಿಯಾದ, ಇಂದ್ರಪಾಲಿತನು 10 ವರ್ಷಗಳು, ದೇವವರ್ಮ 7 ವರ್ಷಗಳು, ಅವನ ಮಗ ಶತಧನುಷ್ 8 ವರ್ಷಗಳು, ಬೃಹದ್ರಥ 7 ವರ್ಷಗಳು ಆಳುವರು.

ಈ ಹತ್ತುಜನ (ಆ ಪ್ರಕಾರ 9) ಮೌರ್ಯರು ಒಟ್ಟು 137 ವರ್ಷಗಳ ಕಾಲ ರಾಜ್ಯವನ್ನಾಳುವರು. ಅವರುಗಳ ನಂತರ (ಭೂಮಿಯು) ಶುಂಗರ ವಶವಾಗುವುದು.

ಶುಂಗರು:

ಬೃಹದ್ರಥನ ಸೇನಾಪತಿಯಾದ ಪುಷ್ಯಮಿತ್ರನು ರಾಜನನ್ನು ಕೆಳಗಿಳಿಸಿ ತಾನು ರಾಜನಾಗಿ 36 (ಅಥವಾ 60) ವರ್ಷಗಳ ಕಾಲ ಆಳುತ್ತಾನೆ.

ಉಧೃತ 1.2

ಚಂದ್ರಗುಪ್ತನ ಏಳಿಗೆ : ಜಸ್ಟಿನ್

ಅಲೆಗ್ಸಾಂಡರನ ಸಾಮ್ರಾಜ್ಯವು ಅವನ ಅನುಯಾಯಿಗಳ ನಡುವೆ ಹಂಚಿಕೆಯಾದ ನಂತರ ಸೆಲ್ಯೂಕಸ್ ನಿಕೆಟಾರ್ ಹಲವು ಯುದ್ಧಗಳಲ್ಲಿ ತೊಡಗಿದನು. ಮೊದಲಿಗೆ ಬಾಬಿಲೋನನ್ನು ನಂತರ ಬಾಕ್ಟ್ರಿಯಾವನ್ನು ಆಕ್ರಮಿಸಿಕೊಂಡನು. ಆ ಹೊತ್ತಿಗೆ ಅಲೆಗ್ಸಾಂಡರನು ಭಾರತದಲ್ಲಿ ನೇಮಿಸಿದ್ದ ಪ್ರತಿನಿಧಿಗಳು ನಾಶವಾಗಿದ್ದರು. ಸೆಲ್ಯೂಕಸ್ ಭಾರತವನ್ನು ಪ್ರವೇಶಿಸಿದನು. ಚಂದ್ರಗುಪ್ತನು ಭಾರತೀಯರಿಗೆ (ವಿದೇಶೀಯರಿಂದ) ಬಿಡುಗಡೆಯನ್ನು ದೊರಕಿಸಿಕೊಟ್ಟಿದ್ದನು. ಆದರೆ ತಾನು ದೊರೆಯಾದ ನಂತರ, ಸ್ವತಃ ಸರ್ವಾಧಿಕಾರಿಯಾದನು. ಸಮಾಜದ ಕೆಳಸ್ತರದಿಂದ ಬಂದಿದ್ದ ಚಂದ್ರಗುಪ್ತನು ಒಂದು ದೈವೀಪ್ರೇರಣೆಯಿಂದಾಗಿ ರಾಜನಾಗಬೇಕೆಂದು ಆಶಿಸಿದನು. ತನ್ನ ಅವಿಧೇಯತೆಯಿಂದಾಗಿ ನಂದರಾಜರಿಂದ ಮರಣ ಶಿಕ್ಷೆಗೆ ಗುರಿಯಾಗಿದ್ದ ಚಂದ್ರಗುಪ್ತನು ತಪ್ಪಿಸಿಕೊಂಡು ತಿರುಗುವಾಗ, ಮಲಗಿದ್ದ ಅವನನ್ನು ಸಮೀಪಿಸಿದ ಸಿಂಹವೊಂದು ಅವನ ಬೆವರನ್ನು ನೆಕ್ಕಿ ಚಪ್ಪರಿಸುತ್ತಾ ಅಲ್ಲಿಂದ ದೂರ ಸರಿಯಿತು. ಸಿಂಹದ ಈ ಕೃತ್ಯವು ಚಂದ್ರಗುಪ್ತನಲ್ಲಿ ರಾಜನಾಗಬೇಕೆಂಬ ಆಕಾಂಕ್ಷೆಯನ್ನು ಹುಟ್ಟಿಸಿತು. ಕೆಲವರು ಡಕಾಯಿತರನ್ನು ಕಟ್ಟಿಕೊಂಡು (ಅವರ ನಾಯಕನಾಗಿ) ಜನರ ಬಳಿಗೆ ಹೋಗಿ ಒಬ್ಬ ಹೊಸ ರಾಜನನ್ನು (ತನ್ನನ್ನು) ಸಿಂಹಾಸನದ ಮೇಲೆ ಕೂರಿಸುವಂತೆ ಪ್ರಚೋದಿಸಿದನು. ನಂತರ, ಅಲೆಗ್ಸಾಂಡರನ ಪ್ರತಿನಿಧಿಗಳ ವಿರುದ್ಧ ಯುದ್ಧಕ್ಕೆ ಅಣಿಯಾಗುತ್ತಿದ್ದಾಗ ಕಾಡಾನೆಯೊಂದು ತಾನೇ ಅವನ ಬಳಿ ಬಂದು, ಅವನನ್ನು ತನ್ನ ಮೇಲೆ ಕೂರಿಸಿಕೊಂಡು ಯುದ್ಧದಲ್ಲಿಯೂ ಭಾಗವಹಿಸಿತು. ಹೀಗೆ ಸಿಂಹಾಸನವನ್ನು ಗೆದ್ದ ಚಂದ್ರಗುಪ್ತನು ಭಾರತವನ್ನು ಆಳುತ್ತಿದ್ದರೆ, ಅತ್ತ ಸೆಲ್ಯೂಕಸ್ ತನ್ನ ಭವ್ಯ ಭವಿಷ್ಯತ್ತಿಗಾಗಿ ಪ್ರಯತ್ನಗಳನ್ನು ನಡೆಸುತ್ತಿದ್ದನು. ಚಂದ್ರಗುಪ್ತನ ಜತೆ ಒಪ್ಪಂದವನ್ನು ಮಾಡಿಕೊಂಡ ಸೆಲ್ಯೂಕಸ್, ತನ್ನ ರಾಜ್ಯದ ವ್ಯವಹಾರಗಳನ್ನು ಬಗೆಹರಿಸಿ ಅಂತಿಗೋನಸನ ಜತೆ ಯುದ್ಧ ಮಾಡಲು ಸಿದ್ಧನಾದನು.

ಉಧೃತ 1.3

ಪಾಟಲಿಪುತ್ರದ ನಗರ ಪಾಲಿಕೆಯ ಆಡಳಿತದ ಬಗ್ಗೆ ಮೆಗಸ್ತನೀಸ್ ನೀಡಿರುವ ವಿವರಗಳು : (ಆಧಾರ – ಸ್ಟ್ರಾಬೋ XV.1.5.1)

ನಗರದ ಆಡಳಿತದ ಹೊಣೆ ಹೊತ್ತವರು ಆರು ಸಮಿತಿಗಳಾಗಿ ವಿಂಗಡಣೆಗೊಂಡಿದ್ದರು. ಪ್ರತಿಯೊಂದು ಸಮಿತಿಯಲ್ಲಿಯೂ ಐವರು ಸದಸ್ಯರಿದ್ದರು. ಮೊದಲನೆಯ ಸಮಿತಿಯು ಕೈಗಾರಿಕೆಗಳು ಮತ್ತು ಕಲೆಗಳ ಉಸ್ತುವಾರಿಯನ್ನು ನೋಡಿಕೊಳ್ಳುತ್ತಿತ್ತು. ವಿದೇಶೀಯರ ಎಲ್ಲ ವ್ಯವಹಾರಗಳು, ಅವರ ವಾಸ, ಅವರ ಸೌಕರ್ಯಕ್ಕಾಗಿ ಸಹಾಯಕರ ನೇಮಕ, ಅವರು ತಮ್ಮ ದೇಶಕ್ಕೆ ಹಿಂದಿರುಗಬೇಕೆಂದಾಗ ಸುರಕ್ಷಿತ ಪ್ರಯಾಣದ ಸೌಕರ್ಯಗಳು, ಅವರ ಸಾವಿನ ಸಂದರ್ಭದಲ್ಲಿ ಅವರ ಆಸ್ತಿಯನ್ನು ಬಂಧುಗಳಿಗೆ ತಲುಪಿಸುವುದು, ಅನಾರೋಗ್ಯವಾದಾಗ ಶುಶ್ರೂಷೆ, ಅವರು ನಿಧನರಾದಾಗ ಅಂತ್ಯಕ್ರಿಯೆಗಳು ಈ ಎಲ್ಲವೂ ಎರಡನೆಯ ಸಮಿತಿಯ ಜವಾಬ್ದಾರಿಯಾಗಿತ್ತು. ಮೂರನೆಯ ಸಮಿತಿಯು

ನಗರದಲ್ಲಿ ಜನನ ಮರಣಗಳ ಲೆಕ್ಕವಿಡಬೇಕಾಗಿತ್ತು. ನಾಲ್ಕನೆಯ ಸಮಿತಿಯು ವ್ಯಾಪಾರ ವಹಿವಾಟುಗಳ ವಿವರಗಳನ್ನು ಶೇಖರಿಸಬೇಕಾಗಿತ್ತು. ವಸ್ತುಗಳು ಸರಿಯಾದ ರೀತಿಯಲ್ಲಿ ತೂಕ ಮಾಡಲ್ಪಟ್ಟು ಸಾರ್ವಜನಿಕವಾಗಿ ಮಾರಾಟವಾಗಬೇಕಾಗಿತ್ತು. ವಸ್ತುಗಳನ್ನು ಮಾರಾಟ ಮಾಡಬೇಕೆಂದರೆ, ಎರಡು ಬಾರಿ ತೆರಿಗೆಯನ್ನು ಕಟ್ಟಬೇಕಾಗಿತ್ತು. ವಸ್ತುಗಳ ಉತ್ಪತ್ತಿ ಮತ್ತು ಅವುಗಳ ಬಹಿರಂಗ ಮಾರಾಟ ಐದನೆಯ ಸಮಿತಿಯ ಹೊಣೆಯಾಗಿತ್ತು. ಆರನೆಯ ಸಮಿತಿಯು ಮಾರಾಟವಾದ ವಸ್ತುಗಳ ಬೆಲೆಯ ಹತ್ತನೆಯ ಒಂದು ಭಾಗವನ್ನು ತೆರಿಗೆಯಾಗಿ ವಸೂಲಿ ಮಾಡುವ ಜವಾಬ್ದಾರಿಯನ್ನು ಹೊಂದಿತ್ತು. ಈ ವಿವಿಧ ಹೊಣೆಗಾರಿಕೆಗಳಲ್ಲದೆ, ಸಾರ್ವಜನಿಕ ಸೌಕರ್ಯಗಳ ಉಸ್ತುವಾರಿ, ಜನಕಲ್ಯಾಣ ಕಾರ್ಯಕ್ರಮಗಳು, ಬೆಲೆಗಳ ಹತೋಟಿ ಮತ್ತು ಮಾರುಕಟ್ಟೆ ಪ್ರದೇಶಗಳು, ಬಂದರುಗಳು ಮತ್ತು ದೇವಾಲಯಗಳನ್ನು ನೋಡಿಕೊಳ್ಳಬೇಕಾದದ್ದು ಇವರೆಲ್ಲರ ಕರ್ತವ್ಯವಾಗಿತ್ತು.

ಉಧೃತ 1.4
ಅಶೋಕನ 13ನೆಯ ಶಿಲಾಶಾಸನ:

ರಾಜನಾಗಿ ಪಟ್ಟಾಭಿಷಿಕ್ತನಾದ ಎಂಟು ವರ್ಷಗಳ ನಂತರ ದೇವನಾಂಪಿಯ ಪಿಯದಸಿ ಕಳಿಂಗರನ್ನು ಸೋಲಿಸಿದನು. ನೂರು ಸಾವಿರದ ಒಂದುವರೆ ಪಟ್ಟು ಸಂಖ್ಯೆಯ ಬಂದಿಗಳಾದರು. ನೂರು ಸಾವಿರ ಜನ ಗಾಯಾಳುಗಳಾದರು ಮತ್ತು ಅಂದಾಜು ಅಷ್ಟೇ ಜನ ಹತರಾದರು. ಕಳಿಂಗರನ್ನು ಸೋಲಿಸಿದ ನಂತರ ದೇವಾನಾಂಪಿಯನಲ್ಲಿ 'ಧಮ್ಮ'ದ ಬಗ್ಗೆ ಆಸಕ್ತಿ ಹುಟ್ಟಿ ಧಮ್ಮದ ಬೋಧನೆಯಲ್ಲಿ ಆಸಕ್ತನಾದನು. ಕಳಿಂಗರನ್ನು ಸೋಲಿಸಿದ್ದ ಬಗ್ಗೆ ಅವನಲ್ಲಿ ಪಶ್ಚಾತಾಪ ಮೂಡಿತು. ಯುದ್ಧದಲ್ಲಿ ಸೋಲುವುದೆಂದರೆ ಹತರಾಗುವುದು ಅಥವಾ ಬಂದಿಯಾಗಿ ದಾಸ್ಯವನ್ನು ಅನುಭವಿಸುವುದು. ದೇವಾನಾಂಪಿಯನು ಈ ವಿಷಯವನ್ನು ಗಂಭೀರವಾಗಿ ತೆಗೆದುಕೊಂಡನು ಮತ್ತು ಅತ್ಯಂತ ದುಃಖದಾಯಕವೆಂದು ಭಾವಿಸಿದನು. ಇದಕ್ಕಿಂತಲೂ ಹೆಚ್ಚಿನದೆಂದರೆ, ತನ್ನ ವಶವಾದ ಪ್ರದೇಶದ ಎಲ್ಲ ಜನರು – ಬ್ರಾಹ್ಮಣರು, ಶ್ರಮಣರು, ಗೃಹಸ್ಥರು ಇತ್ಯಾದಿ – ಕಷ್ಟಕ್ಕೊಳಗಾಗುತ್ತಾರೆ, ಹತರಾಗುತ್ತಾರೆ ಮತ್ತು ತಮ್ಮ ಆತ್ಮೀಯರಿಂದ ಬೇರೆಯಾಗುತ್ತಾರೆ. ಈ ಜನರು ಪರಸ್ಪರ ಪ್ರೀತಿ ವಿಶ್ವಾಸಗಳಿದ್ದವರು. ತಂದೆ, ತಾಯಂದಿರಿಗೆ, ಹಿರಿಯರಿಗೆ ವಿಧೇಯರಾಗಿದ್ದವರು. ಸ್ನೇಹಿತರಲ್ಲಿ, ಪರಿಚಯಸ್ಥರಲ್ಲಿ, ಬಂಧುಬಳಗದಲ್ಲಿ, ಗುಲಾಮರು ಮತ್ತು ಸೇವಕರಲ್ಲಿ – ಎಲ್ಲರಲ್ಲಿಯೂ ಸ್ನೇಹಭಾವನೆಯನ್ನು ಹೊತ್ತಿದ್ದವರು. ಯುದ್ಧವೆಂದರೆ, ಈ ಎಲ್ಲ ಜನರಿಗೆ, ಅವರ ಸ್ನೇಹಿತರು, ಬಂಧುಗಳು, ಪರಿಚಯದವರು ಎಲ್ಲರಿಗೂ ಕಷ್ಟನಷ್ಟಗಳನ್ನುಂಟು ಮಾಡುವಂಥದು. ದೇವಾನಾಂಪಿಯನು ಈ ವಿಷಯವನ್ನು ಗಂಭೀರವಾಗಿ ಪರಿಗಣಿಸುತ್ತಾನೆ.

ಯವನರ ಪ್ರದೇಶವೊಂದರಲ್ಲಿ ಬಿಟ್ಟು ಬೇರೆಲ್ಲೆಡೆಯಲ್ಲಿಯೂ ಬ್ರಾಹ್ಮಣರು, ಶ್ರಮಣರು ವಾಸವಿದ್ದರು. ಎಲ್ಲ ಜನಪದಗಳಲ್ಲಿಯೂ ಜನರು ಪರಸ್ಪರ ಪ್ರೀತಿಯಿಂದ ಬಾಳು ನಡೆಸುತ್ತಿರುವವರು. ಕಳಿಂಗರು ಪರಾಭವಗೊಂಡಾಗ, ಅವರಲ್ಲಿ ಹತರು, ಬಂದಿಯಾದವರಲ್ಲಿ ನೂರನೆಯ ಅಥವಾ ಸಾವಿರದ ಒಂದು ಭಾಗದ

ಜನರು ಕಷ್ಟಕ್ಕೀಡಾಗಿದ್ದರೂ ದೇವನಾಂಪಿಯನಿಗೆ ಅದು ಅತ್ಯಂತ ವಿಷಾದಕರ ವಿಷಯವಾಗುತ್ತದೆ.

ಯಾರೇ ಅಪರಾಧವೆಸಗಲಿ ಅವರು ಕ್ಷಮಾರ್ಹರಾದಲ್ಲಿ, ಅವರನ್ನು ಕ್ಷಮಿಸಲು ದೇವಾನಾಂಪಿಯನು ಬಯಸುತ್ತಾನೆ. ತನ್ನ ರಾಜ್ಯದೊಳಗಿನ ಅರಣ್ಯವಾಸಿಗಳನ್ನು ಸಹ ಪ್ರೀತಿಯಿಂದ ಕಂಡು, ಅವರನ್ನೂ ಧ್ಯಾನಾಸಕ್ತರನ್ನಾಗಿಸಲು ಇಚ್ಛಿಸುತ್ತಾನೆ. ಅವರಿಗೂ ಸಹ ದೇವಾನಾಂಪಿಯನ ಅನುಕಂಪದ ಬಗ್ಗೆ, ಶಕ್ತಿಯ ಬಗ್ಗೆ ಸರಿಯಾದ ತಿಳುವಳಿಕೆ ಹುಟ್ಟಬೇಕು; ಇದರಿಂದಾಗಿ ಅವರು ಲಜ್ಜೆಗೀಡಾಗಬಹುದು ಮತ್ತು ಹತರಾಗುವುದರಿಂದ ಪಾರಾಗಬಹುದು. ದೇವಾನಾಂಪಿಯನು ಎಲ್ಲ ಪ್ರಾಣಿಗಳಿಗೂ ಸಂತೋಷವನ್ನು, ಸ್ವಯಂನಿಯಂತ್ರಣವನ್ನು, ಕ್ಷೇಮವನ್ನು ಮಾನಸಿಕ ಸಮತೋಲನವನ್ನು ಬಯಸುತ್ತಾನೆ. ಇವುಗಳನ್ನು ಸಾಧಿಸುವುದು ನಿಜವಾದ ಯಶಸ್ಸು- ಧಮ್ಮ ವಿಜಯ ಎಂದು ದೇವಾನಾಂಪಿಯನು ಭಾವಿಸುತ್ತಾನೆ.

ಇಲ್ಲಿ, ಅಂದರೆ ದೇವಾನಾಂಪಿಯನ ರಾಜ್ಯದಲ್ಲಿ, ಮತ್ತು ಆರುನೂರು ಯೋಜನೆಗಳ ದೂರದಲ್ಲಿನ ಯವನರ ರಾಜ್ಯದಲ್ಲಿ ಈ ವಿಜಯವನ್ನು ಗಳಿಸಿದ್ದಾನೆ. ಅಲ್ಲಿಂದಾಚೆಗೆ ನಾಲ್ವರು ರಾಜರು ಟಾಲೆಮಿ, ಅಂತಿಗೋನಸ್, ಮಗಸ್ ಮತ್ತು ಅಲೆಗ್ಸಾಂಡರ್ ಅವರುಗಳ ರಾಜ್ಯಗಳಲ್ಲಿ ಮತ್ತು ರಾಜ್ಯದ ಇನ್ನೊಂದು ದಿಕ್ಕಿನಲ್ಲಿರುವ ಚೋಳರು ಮತ್ತು ಪಾಂಡ್ಯರ ರಾಜ್ಯದಲ್ಲಿ ಮತ್ತು ತಾಮ್ರ ಪರ್ಣಿಯಲ್ಲಿಯೂ ಸಹ ದೇವಾನಾಂಪಿಯನು ಯಶಸ್ವಿಯಾಗಿದ್ದಾನೆ.

ದೇವಾನಾಂಪಿಯನ ರಾಜ್ಯದಲ್ಲಿ ಮತ್ತು ಯವನರು, ಕಾಂಬೋಜರು, ನಾಭಕ – ನಾಭಪಂತಿಗಳು, ಬೋಜ–ಪಿತಿನಿಕರು ಮತ್ತು ಆಂಧ್ರ ಪರಿಂದರು, ಈ ಎಲ್ಲರ ಪ್ರಾಂತ್ಯಗಳಲ್ಲಿಯೂ ಧಮ್ಮವನ್ನು ಪಾಲಿಸಲಾಗುತ್ತಿದೆ. ದೇವಾನಾಂಪಿಯನ ದೂತರು ಹೋಗದ ಪ್ರದೇಶಗಳಲ್ಲಿನ ಜನರೂ ಸಹ, ಧಮ್ಮದ ಬಗ್ಗೆ ದೇವಾನಾಂಪಿಯನ ನಿರ್ದೇಶನಗಳ ಬಗ್ಗೆ ತಿಳಿದು, ಅವುಗಳನ್ನು ಪಾಲಿಸುತ್ತಾರೆ. ಆ ಮೂಲಕ ಅವನಿಗೆ ಶ್ರೇಷ್ಠ ವಿಜಯ ಸಿಕ್ಕಂತಾಗಿದೆ. ಇಂಥ ಯಶಸ್ಸು ಸಂತೋಷವನ್ನುಂಟು ಮಾಡುತ್ತದೆ. ಈ ಸಂತೋಷವು ಧಮ್ಮದ ಮೂಲಕ ಸಿಗುವಂಥದ್ದು. ಆದರೆ ಈ ಸಂತೋಷವು ಸಣ್ಣ ವಿಷಯ. ಇದೊಂದು ಸಣ್ಣ ವಿಷಯ. ಈ ಲೋಕದಿಂದಾಚೆಗೆ ಸಿಗುವುದೇ ದೊಡ್ಡ ಪ್ರತಿಫಲವೆಂದು ದೇವಾನಾಂಪಿಯನು ಭಾವಿಸುತ್ತಾನೆ.

ನನ್ನ ಮಕ್ಕಳು, ಮರಿ ಮಕ್ಕಳು ಮುಂದೆ ಯಾವುದೇ ಯುದ್ಧಗಳನ್ನು ಮಾಡುವುದರ ಬಗ್ಗೆ ಯೋಚನೆಯನ್ನು ಮಾಡದಿರಲಿ ಎಂಬ ಉದ್ದೇಶದಿಂದ ಧರ್ಮದ ಬಗೆಗಿನ ಈ ಶಾಸನವನ್ನು ಬರೆಸಿದ್ದೇನೆ. ಅಂಥ ಯೋಚನೆ ಇದ್ದದ್ದೇ ಆದಲ್ಲಿಜ ಅವರು ಸಣ್ಣ ಶಿಕ್ಷೆಯನ್ನು ಕೊಟ್ಟು ಅಷ್ಟಕ್ಕೆ ತೃಪ್ತರಾಗಲಿ. ಅದಕ್ಕಿಂತಲು ಮುಖ್ಯವಾಗಿ ಜಯ ಸಾಧಿಸುವುದೆಂದರೆ ಧರ್ಮದ ಜಯ ಎನ್ನುವುದನ್ನು ನೆನಪಿನಲ್ಲಿಡಲಿ. ಅದು ಇಹ,

ಪರಗಳೆರಡಕ್ಕೂ ಹೊಂದುವುದು. ಇಹಪರಗಳಲ್ಲಿ ಒಳ್ಳೆಯದನ್ನು ಮಾಡಲೆಂಬುದೇ ಅವರ ಎಲ್ಲ ಪ್ರಯತ್ನಗಳ ಗುರಿಯಾಗಿರಲಿ.

ಟಿಪ್ಪಣಿ 1.1
ಮೌರ್ಯರ ಕಾಲಾನುಕ್ರಮಣಿಕೆ

ನಮ್ಮ ಜೀವನದಲ್ಲಿ ದಿನಾಂಕಗಳು ಅತ್ಯಂತ ಪ್ರಾಮುಖ್ಯತೆಯನ್ನು ಪಡೆದಿವೆ. ತುಂಬ ಹತ್ತಿರದ ವಿದ್ಯಮಾನಗಳನ್ನು ಸೂಚಿಸುವಾಗ ಕಾಲಘಟ್ಟಗಳನ್ನು (ವಾರ, ತಿಂಗಳು ಇತ್ಯಾದಿ) ಪ್ರಸ್ತಾಪಿಸುತ್ತೇವಾದರೂ, ದೂರದ ಸಂಗತಿಗಳ ಬಗ್ಗೆ ಮಾತನಾಡುವಾಗ ನಿರ್ದಿಷ್ಟ ದಿನಾಂಕವನ್ನು ಹೇಳುತ್ತೇವೆ. ಆದರೂ ಚರಿತ್ರೆಯಲ್ಲಿ ತುಂಬ ದೀರ್ಘ ಕಾಲಘಟ್ಟವನ್ನು ಪ್ರಸ್ತಾಪಿಸುವಾಗ ಇಸವಿಗಳನ್ನು ಬಳಸುತ್ತೇವೆ– 2004, 2005 ಇತ್ಯಾದಿ. ಈಗ ಇದು ಸಾಮಾನ್ಯ ಸಂಗತಿಯಾದರೂ ಹಿಂದೆ ಬೇರೆಯದೇ ಪದ್ಧತಿ ರೂಢಿಯಲ್ಲಿತ್ತು. ಆಗ ಇಸವಿಗಳಿಗಿಂತಲೂ ಆ ಕಾಲದಲ್ಲಿ ನಡೆದ ಘಟನೆಗಳು ಮುಖ್ಯವಾಗಿದ್ದವು. ಬೇರೆ ಬೇರೆ ಪ್ರದೇಶಗಳಲ್ಲಿ ಬೇರೆ ಬೇರೆ ಘಟನೆಗಳು ಮುಖ್ಯವಾಗಿದ್ದು, ಜನರು ಆ ಘಟನೆಗಳ ಮೂಲಕವೇ ಆ ಸಮಯವನ್ನು ನೆನಪಿನಲ್ಲಿಟ್ಟುಕೊಳ್ಳುತ್ತಿದ್ದರು. ಇದರಿಂದಾಗಿ ಹಲವು ಬಾರಿ ಆ ಘಟನೆಗಳು ನಡೆದ ಕ್ರಮವು ಏರುಪೇರಾಗುತ್ತಿತ್ತು. ಹಾಗಾಗಿ ಇಸವಿಗಳನ್ನು ಸಂಖ್ಯೆಗಳ ಮೂಲಕ ಗುರುತಿಸುವುದು ಆರಂಭವಾಯಿತು. ಭಾರತದಲ್ಲಿ ಈ ಪದ್ಧತಿ ಆಚರಣೆಗೆ ಬಂದದ್ದು ಕ್ರಿಸ್ತ ಪೂರ್ವ ಮೂರನೆಯ ಶತಮಾನದ ಅಶೋಕನ ಶಾಸನಗಳಲ್ಲಿ.

ಇಸವಿಗಳಿಗೆ ಸಂಖ್ಯೆಗಳನ್ನು ನಿಗದಿಪಡಿಸುವುದು ಒಂದು ಪ್ರಮುಖಘಟ್ಟದಿಂದ ಶುರುವಾಗಿ ಅಲ್ಲಿಂದ ಮುಂದೆ ಎರಡು, ಮೂರು ಹೀಗೆ ಮುಂದುವರೆಯುತ್ತದೆ. ಆ ಪ್ರಮುಖ ಘಟ್ಟವೇ ಒಂದು ಶಕೆಯ ಆರಂಭವೂ ಆಗಿರುತ್ತದೆ.

ಹಿಂದೆ ಒಬ್ಬ ರಾಜನ ಪಟ್ಟಾಭಿಷೇಕವೇ ಪ್ರಮುಖ ಘಟ್ಟ, ಶಕೆಯ ಆರಂಭವೆಂದು ಪರಿಗಣಿಸಲಾಗುತ್ತಿತ್ತು. ಅಶೋಕನ ಶಾಸನಗಳಲ್ಲಿ ಈ ಪದ್ಧತಿ ಕಂಡು ಬರುತ್ತದೆ. ಪಶ್ಚಿಮ ಏಷ್ಯದಲ್ಲಿ ರಾಜ್ಯವಾಳಿದ ಮಾಸಿಡೋನಿಯದ ಸೆಲ್ಯೂಕಸ್ ಈ ಪದ್ಧತಿಯ ಮೂಲ ಪುರುಷ. ಅವನು ಬಾಬಿಲೋನಿಯದ ಸಿಂಹಾಸನವನ್ನು ಕ್ರಿ.ಪೂ.312–311 ರಲ್ಲಿ ಕೈವಶಮಾಡಿಕೊಂಡ ದಿನದಿಂದ ಹೊಸ ಶಕೆ (ಸೆಲ್ಯೂಕಸ್ ಶಕೆ)ಯೊಂದು ಆರಂಭವಾಯ್ತು.

ಪ್ರಾಚೀನ ಕಾಲದ ಶಕೆಗಳ ಲೆಕ್ಕದಲ್ಲಿ ಒಂದು ವರ್ಷದ ವ್ಯತ್ಯಾಸ ಕಂಡು ಬರುವುದು ಊಹಿಸಬಹುದಾದ ವಿಷಯ. ಪ್ರಸ್ತಾಪಿತವಾದ ಇಸವಿ ನಡೆಯುತ್ತಿರುವ ಕಾಲದ್ದೇ ಅಥವಾ ಮುಗಿದ ಕಾಲದ್ದೇ ಎನ್ನುವುದನ್ನಾಧರಿಸಿ ಈ ವ್ಯತ್ಯಾಸ ಉಂಟಾಗಬಹುದು. ಕ್ರಿಸ್ತಶಕ ಎಂದಾಗ ಕ್ರಿಸ್ತನು ಹುಟ್ಟಿದಂದಿನಿಂದ ಲೆಕ್ಕ ಹಾಕಿ 2003 ವರ್ಷಗಳು ಮುಗಿದ ನಂತರ 2004ನೆಯ ಇಸವಿ ಪ್ರಾರಂಭವಾಯಿತು ಎನ್ನುತ್ತೇವೆ. ಆದರೆ ಎಷ್ಟು ವರ್ಷಗಳು

ಗತಿಸಿವೆ ಎನ್ನುವುದರ ಆಧಾರದಲ್ಲಿ ಲೆಕ್ಕ ಮಾಡುವಾಗ, ಪ್ರಮುಖ ಘಟನೆ ನಡೆದ ವರ್ಷವನ್ನು 'ಶೂನ್ಯ'ವೆಂದು ಭಾವಿಸಿ ಅದರ ಮುಂದಿನ ವರ್ಷದಿಂದ ಶುರುಮಾಡಿ ಒಂದು-ಎರಡು ಎಂದು ಲೆಕ್ಕ ಹಾಕುತ್ತೇವೆ. ಆಗ 2004ನೆಯ ಇಸವಿ 2003 ಆಗುತ್ತದೆ. ಉದಾಹರಣೆಗೆ ಅಶೋಕನ ಶಾಸನಗಳಲ್ಲಿ ಅಶೋಕನು ಅಭಿಷಕ್ತನಾದ ಎಂಟು ವರ್ಷಗಳ ನಂತರ, ಅಂದರೆ ಮುಗಿದ ಎಂಟು ವರ್ಷಗಳು ಎಂದರ್ಥ. ಒಬ್ಬನಿಗೆ ಈಗ 73 ವರ್ಷ ಎಂದರೆ ಅವನ ಹುಟ್ಟಿನಿಂದ ಆರಂಭಿಸಿ 73 ವರ್ಷಗಳು ಕಳೆದಿವೆ ಎಂಬ ಅರ್ಥದಲ್ಲಿಯೇ ಇದನ್ನೂ ಗ್ರಹಿಸಲಾಗಿದೆ. ಕಾಂದಹಾರಿನ ಒಂದು ಶಾಸನದಲ್ಲಿ ಗ್ರೀಕ್ ಭಾಷೆಯಲ್ಲಿ ಬರುವ 'ಹತ್ತು ವರ್ಷಗಳು ಗತಿಸಿವೆ' ಎನ್ನುವ ವಾಕ್ಯ ಈ ಪದ್ಧತಿಗೆ ಒಂದು ನಿದರ್ಶನ. ಆದರೆ 5ನೆಯ ಸ್ತಂಭ ಶಾಸನದಲ್ಲಿ ಅಶೋಕನು 26 ವರ್ಷಗಳ ಕಾಲ ಅಭಿಷಿಕ್ತನಾಗಿದ್ದನೆಂದು ಬರೆಯಲ್ಪಟ್ಟು ಆರಂಭದ ನಂತರ ವರ್ಷಕ್ಕೆ ಒಬ್ಬರಂತೆ ಲೆಕ್ಕ ಹಾಕಿ 25 ಜನ ಖೈದಿಗಳಿಗೆ ಕ್ಷಮಾದಾನ ನೀಡಲಾಯಿತು. ಒಂದೊಮ್ಮೆ ಇಂಥ ಕ್ಷಮಾದಾನ ಕಾರ್ಯಕ್ರಮ ಒಂದು ನಿರ್ದಿಷ್ಟ ದಿನದಂದೇ ನಡೆಯುತ್ತಿದ್ದರೆ (ಅದರ ಬಗ್ಗೆ ಖಚಿತವಾಗಿ ಹೇಳಲಾಗದು) 26 ಎನ್ನುವುದು ಆಗ ನಡೆಯುತ್ತಿದ್ದ ವರ್ಷವೇ ಇರಬೇಕು; ಅಂದರೆ, ಅಶೋಕನು ಅಭಿಷಿಕ್ತನಾಗಿ 25 ವರ್ಷಗಳು ಕಳೆದು 26ನೆಯ ವರ್ಷ ನಡೆಯುತ್ತಿರಬೇಕು. ಹೀಗಾಗಿ, ಇಸವಿಗಳನ್ನು ಪ್ರಸ್ತಾಪಿಸುವಾಗ ಒಂದು ವರ್ಷದ ವ್ಯತ್ಯಾಸವಾಗುವ ಸಾಧ್ಯತೆಯಂತೂ ಇದೆ. ಅಶೋಕನ ಜೀವನದ ಸಂದರ್ಭದಲ್ಲಿ ಇಸವಿಗಳನ್ನು ಪ್ರಸ್ತಾಪಿಸುವಾಗ ಅದು ಗತಿಸಿದ ವರ್ಷಗಳ ಸಂಖ್ಯೆ ಇರಬಹುದು, ಅಥವಾ ನಡೆಯುತ್ತಿರುವ ವರ್ಷದ ಸಂಖ್ಯೆಯಾದರೂ ಆಗಬಹುದು.

ಮೌರ್ಯರ ಭಾರತದ ಕಾಲವನ್ನು ಕ್ರಿಸ್ತಶಕದ ಲೆಕ್ಕಾಚಾರದಲ್ಲಿ ಹೇಳುವಲ್ಲಿ ಅಶೋಕನ 13ನೆಯ ಶಿಲಾಶಾಸನದ (ಉಧೃತ 1.4) ಸಹಾಯಕವಾಗುತ್ತದೆ. ಅಶೋಕನು ತನ್ನ ಪ್ರತಿನಿಧಿಗಳನ್ನು ಯವನರಾಜನಾದ ಅಂತಿಯೋಗನ ರಾಜ್ಯಕ್ಕೆ ಮತ್ತು ಅಲ್ಲಿಂದಾಚೆ ತುಲಮಯ (ತುರಮಯ) ಅಂತೆಕಿನ, ಮಗಾ (ಮಕಾ) ಮತ್ತು ಅರಿಕಸುದರ (ಅಲಿಕ್ಯಸುದರ)ರ ಆಸ್ಥಾನಗಳಿಗೂ ಕಳುಹಿಸಿದನೆಂದು ಈ ಶಾಸನವು ತಿಳಿಸುತ್ತದೆ. ಎರಡನೆಯ ಮತ್ತು ಮೂರನೆಯ ಶಿಲಾಶಾಸನಗಳಲ್ಲಿಯೂ ಈ ವಿಷಯ ಕಂಡು ಬರುತ್ತದೆ ಮತ್ತು ಆ ಹೊತ್ತಿಗೆ ಅಶೋಕನು ರಾಜನಾಗಿ ಹನ್ನೆರಡು ವರ್ಷಗಳು ಕಳೆದಿದ್ದವೆಂದೂ ತಿಳಿದುಬರುತ್ತದೆ. ಅಂದರೆ, ಐವರು ಯವನರ (ಗ್ರೀಕರ) ರಾಜರುಗಳ ಬಳಿಗೆ ಅಶೋಕನ ಆಡಳಿತ ವರ್ಷಗಳು ಹನ್ನೆರಡಾಗುವ ಹೊತ್ತಿಗೆ ಪ್ರತಿನಿಧಿಗಳನ್ನು ನಿಯೋಜಿಸಲಾಗಿತ್ತು ಎಂದರ್ಥ.

ಮೇಲೆ ತಿಳಿಸಿದ ಐವರು ಯವನರಾಜರು ಯಾರು ಮತ್ತು ಅವರುಗಳು ಯಾವ ಕಾಲಘಟ್ಟದಲ್ಲಿ ಆಳ್ವಿಕೆ ನಡೆಸಿದರು ಎಂದು ಸ್ಪಷ್ಟವಾಗಿ ತಿಳಿದರೆ, ಅಶೋಕನು ಸಿಂಹಾಸನವನ್ನು ಏರಿದ್ದು ಯಾವ ಇಸವಿಯಲ್ಲಿ ಎಂದು ಸ್ಪಷ್ಟವಾಗಿ ತಿಳಿಯುವುದು ಸಾಧ್ಯ. ಈ ಐವರು ರಾಜರುಗಳ ಹೆಸರುಗಳು ಈಗ ತಿಳಿದಿದೆ. ಅಂತಿಯೋಕಸ್, ಟಾಲೆಮಿ, ಅಂತಿಗೋನಸ್, ಮಗಸ್ ಮತ್ತು ಅಲೆಗ್ಸಾಂಡರ್. ಅಂತಿಯೋಕಸ್ ಎನ್ನುವುದು

ಸೆಲ್ಯೂಕಸ್‌ನ ಮಗನ ಹೆಸರಾಗಿತ್ತು ಹಾಗೂ ಅವನ ಮಗನೂ ಅಂತಿಯೋಕಸ್ (II) ಎಂಬ ಹೆಸರನ್ನೇ ಹೊತ್ತಿದ್ದ : ಮೊದಲನೆಯ ಅಂತಿಯೋಕಸ್ 280–261ರ ನಡುವೆ ರಾಜ್ಯವಾಳಿದ. ಎರಡನೆಯ ಅಂತಿಯೋಕಸ್ 261–247ರ ನಡುವೆ ರಾಜನಾಗಿದ್ದನು. ಕ್ರಿ. ಪೂ. ಮೂರನೆಯ ಶತಮಾನ ಹಾಗೂ ನಂತರ ಈಜಿಪ್ಟಿನ ರಾಜರಾಗಿದ್ದ ಗ್ರೀಕ್ ದೊರೆಗಳೆಲ್ಲರ ಹೆಸರುಗಳಲ್ಲಿಯೂ 'ಟಾಲೆಮಿ' ಎಂಬದು ಸೇರಿಕೊಂಡಿತ್ತು. ಎರಡನೆಯ ಅಂತಿಗೋನಸ್ ಕ್ರಿ.ಪೂ.283–239ರಲ್ಲಿ ಮಾಸಿಡೋನಿಯದ ರಾಜನಾಗಿದ್ದನು. ಮಗಸ್ ಈಜಿಪ್ಟಿನ ಗಡಿಯ ಪ್ರದೇಶವಾದ ಲಿಬಿಯಾದ ಭಾಗವಾಗಿದ್ದ ಸೈರೆನೈಕಾವನ್ನು ಕ್ರಿ.ಪೂ.274ರಿಂದ ಪ್ರಾಯಶ ಕ್ರಿ.ಪೂ.258ರವರೆಗೆ ಅಥವಾ ಸ್ವಲ್ಪ ಹಿಂದಿನವರೆಗೂ ಆಳಿದನು. ಇನ್ನು ಅಲೆಗ್ಸಾಂಡರ್ ಹೆಸರಿನ ಇಬ್ಬರಿದ್ದರು; ಎಪಿರಸ್‌ನ ಅಲೆಗ್ಸಾಂಡರ್ (ಕ್ರಿ.ಪೂ.272–255) ಮತ್ತು ಕೋರಿಂತ್‌ನ ಅಲೆಗ್ಸಾಂಡರ್ (ಕ್ರಿ.ಪೂ.253–247). ಮಗಾಸ್ ಆಳಿದ ಇಸವಿಗಳು ಸರಿ ಎಂದಾದರೆ ಕೋರಿಂತ್‌ನ ಅಲೆಗ್ಸಾಂಡರನ ಹೆಸರನ್ನು ಕೈಬಿಡಬಹುದು. ಆಗ ಈ ಎಲ್ಲ ರಾಜರುಗಳು ಕ್ರಿ.ಪೂ.275 ಮತ್ತು ಕ್ರಿ.ಪೂ.258ರ ನಡುವೆ ಅಧಿಕಾರದಲ್ಲಿದ್ದರು ಎಂದು ಹೇಳಬಹುದು. ಈ ರಾಜರ ಅಧಿಕಾರ ಗ್ರಹಣ ಅಥವಾ ಮರಣದ ಸಮಾಚಾರ ಅಶೋಕನ ಆಸ್ಥಾನಕ್ಕೆ ತಲುಪಲು ಒಂದು ವರ್ಷ ಹಿಡಿಯಿತೆಂದರೂ ಅವನ ಪಟ್ಟಾಭಿಷೇಕ ಕ್ರಿ.ಪೂ.269ರಲ್ಲಿ ಅಥವಾ ಅದಕ್ಕೂ ಹಿಂದೆ ನಡೆಯಿತು ಎನ್ನಬಹುದು. ಈ ಇಸವಿಯನ್ನು ಇನ್ನೂ ಹೆಚ್ಚು ನಿಖರವಾಗಿ ಹೇಳಲು ಚಂದ್ರಗುಪ್ತ ಮೌರ್ಯನು ಕೊನೆಯ ನಂದರಾಜನನ್ನು ಕ್ರಿ.ಪೂ.326 ರ ನಂತರ ಸ್ಥಾನಭ್ರಷ್ಟನನ್ನಾಗಿಸಿದ್ದನ್ನು ಆಧಾರವಾಗಿಟ್ಟುಕೊಳ್ಳಬಹುದು. ಆ ವರ್ಷದಲ್ಲಿ ಅಲೆಗ್ಸಾಂಡರ್ ಬಿಯಸ್ ನದೀ ತೀರದಲ್ಲಿ ಬೀಡು ಬಿಟ್ಟಿದ್ದನು ಮತ್ತು ನಂದರ ಶಕ್ತಿಯ ಬಗೆಗಿನ ಮಾಹಿತಿಯೂ ಅವನಿಗೆ ತಲುಪಿತ್ತು. ಚಂದ್ರಗುಪ್ತನು ಕ್ರಿ.ಪೂ.325ರಲ್ಲಿ ಸಿಂಹಾಸನಾರೂಢನಾಗಿ, ಲಭ್ಯವಿರುವ ಎಲ್ಲ ದಾಖಲೆಗಳ ಪ್ರಕಾರ – ಶ್ರೀಲಂಕಾದ ದೀಪ ವಂಶ ಮತ್ತು ಪುರಾಣಗಳು – ಇಪ್ಪತ್ತನಾಲ್ಕು ವರ್ಷಗಳ ಕಾಲ ಆಳಿದನೆಂದೂ, ನಂತರ ಬಂದ ಬಿಂದುಸಾರನು ಇಪ್ಪತ್ತೆಂಟು ವರ್ಷ ಆಳಿದನೆಂದೂ (ಮಹಾವಂಶದ ಪ್ರಕಾರ 28, ಆದರೆ ಪುರಾಣಗಳ ಪ್ರಕಾರ 25) ಒಪ್ಪಿಕೊಂಡರೆ, ಅಶೋಕನು ಕ್ರಿ.ಪೂ.277ರಲ್ಲಿ (ಪುರಾಣಗಳ ಪ್ರಕಾರ) ಅಥವಾ ಕ್ರಿ.ಪೂ.274ರಲ್ಲಿ (ಶ್ರೀಲಂಕಾದ ಬೌದ್ಧ ಆಕರಗಳು ಹೇಳುವಂತೆ) ರಾಜನಾದನು ಎನ್ನಬಹುದು. ಇಲ್ಲಿಂದ ಹಿಂದಕ್ಕೆ ನಡೆದರೆ, ಚಂದ್ರಗುಪ್ತನು ಕ್ರಿ.ಪೂ.318ರಲ್ಲಿ ಅಥವಾ ಅದಕ್ಕಿಂತಲೂ ಹಿಂದೆ (269+49 – ಪುರಾಣಗಳ ಲೆಕ್ಕ) ಅಥವಾ ಕ್ರಿ.ಪೂ.321ರಲ್ಲಿ (219+52 – ಮಹಾವಂಶದ ಲೆಕ್ಕ) ಅಧಿಕಾರಕ್ಕೆ ಬಂದನೆನ್ನಬಹುದು. ಚಂದ್ರಗುಪ್ತನು ರಾಜನಾಗಿದ್ದೆಂದು ಈಗ ಸ್ವೀಕೃತವಾಗಿರುವ ಕ್ರಿ.ಪೂ.322 ಎನ್ನುವುದು 325–318 ಅಥವಾ 325–321 ಗಳ ನಡುವೆ ಬರುವುದು. ಈ ಲೆಕ್ಕದಂತೆ, ಎರಡು, ಮೂರು ವರ್ಷಗಳ ವ್ಯತ್ಯಾಸವಿರುವುದನ್ನು ಒಪ್ಪಿಕೊಳ್ಳಬೇಕಾಗುತ್ತದೆ. ಅಂದರೆ ಅಂತಿಮವಾಗಿ ಚಂದ್ರಗುಪ್ತನು ಕ್ರಿ.ಪೂ.322ರಲ್ಲಿ ರಾಜನಾದನೆಂದೂ, ಮಹಾವಂಶ ಒದಗಿಸುವ ವಿವರಗಳನ್ನಾಧರಿಸಿ, ಅಶೋಕನು ಸುಮಾರು ಕ್ರಿ.ಪೂ.270ರಲ್ಲಿ ಅಧಿಕಾರ ವಹಿಸಿಕೊಂಡನೆಂದೂ ಹೇಳಬಹುದು.

ಆದರೆ ಕ್ರಿ.ಪೂ.277–269 ರ ನಡುವೆ ಯಾವ ಇಸವಿಯಲ್ಲಾದರೂ ಅಶೋಕನು ಸಿಂಹಾಸನವೇರಿರುವ ಸಾಧ್ಯತೆಯೂ ಇದೆ.

ಕೆಲವರು ಇತಿಹಾಸಕಾರರು ಶ್ರೀಲಂಕಾದ ಪಾಲಿ ಭಾಷೆಯ ಕೃತಿಯಾದ 'ದೀಪವಂಶ' (ಮತ್ತು ನಂತರದ 'ಮಹಾವಂಶ') ವನ್ನಾಧರಿಸಿ ರಾಜ್ಯದಲ್ಲಿ ರಾಜನಿಲ್ಲದ ನಾಲ್ಕು ವರ್ಷಗಳ ಅವಧಿಯನ್ನು ಗುರುತಿಸುತ್ತಾರೆ. ಅಂದರೆ ಬಿಂದುಸಾರನ ಮರಣದ ನಂತರ ಅಶೋಕ ಅಧಿಕಾರವನ್ನು ವಹಿಸಿಕೊಂಡರೂ ಸಹ ಪಟ್ಟಾಭಿಷಕ್ತನಾಗಿದ್ದು ನಾಲ್ಕು ವರ್ಷಗಳ ನಂತರ. ಮುಂದೆ, ಮೂರು ವರ್ಷಗಳು ಕಳೆದ ಮೇಲೆ ಬೌದ್ಧ ಮತಾವಲಂಬಿಯಾದ ನಂತರ ಮತ್ತೊಂದು ಬಾರಿ ಪಟ್ಟಾಭಿಷಕ್ತನಾದನು. ಆದರೆ, 13ನೆಯ ಶಿಲಾಶಾಸನ (ಉಧೃತ 1.4)ದ ಪ್ರಕಾರ ಅಶೋಕನು ಬೌದ್ಧನಾಗಿದ್ದು ಕಳಿಂಗ ಯುದ್ಧದ ನಂತರ, ಮೊದಲ ಬಾರಿ ಪಟ್ಟಾಭಿಷಕ್ತನಾಗಿ ಎಂಟು ವರ್ಷಗಳು ಮುಗಿದ ಮೇಲೆ. ಅಶೋಕನೇ ಸ್ವತಃ ಲೆಕ್ಕ ಹಾಕಿರುವಂತೆ ತಾನು ಪಟ್ಟಾಭಿಷಕ್ತನಾಗಿ ಎಂಟು ವರ್ಷಗಳು ಮುಗಿದ ಮೇಲೆ ಬೌದ್ಧ ಮತಾವಲಂಬಿಯಾದ. ಹಾಗಾಗಿ ಶ್ರೀಲಂಕಾದ ಆಕರಗಳು ಹೇಳುವ ನಾಲ್ಕು ವರ್ಷಗಳ ಅಂತರವಿರುವ ಸಾಧ್ಯತೆ ಇಲ್ಲ.

ಮೇಲಿನ ಸಂಕೀರ್ಣವಾದ ವಿವರಗಳು ಜಡವಾಗಿಯೂ ಕಾಣಬಹುದು. ಆದರೆ ಮೌರ್ಯರ ಕಾಲವನ್ನು ನಿಖರವಾಗಿ ಗುರುತಿಸಲು ಅವೇ ನಮಗಿರುವ ಆಧಾರಗಳು. ಅಲ್ಲದೆ ಮೌರ್ಯರ ಕಾಲಾನುಕ್ರಮಣಿಕೆಯನ್ನು ನಿರ್ಧರಿಸಲು ಸಾಧ್ಯವಾಗಿರುವುದರಿಂದಲೇ ಪ್ರಾಚೀನ ಭಾರತ ಚರಿತ್ರೆಯಲ್ಲಿ ಹಲವು ಇತರ ಕಾಲಘಟ್ಟಗಳ ನಿರ್ಣಯವೂ ಆಗಿದೆ. ಈ ವಿಷಯದಲ್ಲಿ ಅಶೋಕನ 13ನೆಯ ಶಿಲಾಶಾಸನ ನಮಗೆ ಒದಗಿಸಿರುವ ನೆರವಿನ ಪ್ರಾಮುಖ್ಯತೆಯನ್ನು ಅಲಕ್ಷಿಸುವುದು ಸಾಧ್ಯವಿಲ್ಲ.

ಟಿಪ್ಪಣಿ 1. 2

ಕೌಟಿಲ್ಯನ ಅರ್ಥಶಾಸ್ತ್ರ :

ಸುಮಾರು ಒಂದು ಶತಮಾನದ ಹಿಂದೆ ಮೈಸೂರು ಸರ್ಕಾರದ ಓರಿಯಂಟಲ್ ಗ್ರಂಥಾಲಯದಲ್ಲಿ 'ಅರ್ಥಶಾಸ್ತ್ರ'ವೆಂಬ ಗ್ರಂಥವು ತಮಗೆ ದೊರಕಿತೆಂದು ಆರ್. ಶಾಮಶಾಸ್ತ್ರಿ ಯವರು ಪ್ರಕಟಿಸಿದರು. ಆ ಗ್ರಂಥದಲ್ಲಿಯೇ ಈ ಶೀರ್ಷಿಕೆಯನ್ನು ಬಳಸಲಾಗಿದೆ. 'ಅರ್ಥ'ವೆಂದರೆ ಅಧಿಕಾರ ಮತ್ತು ಸಂಪತ್ತು ಎಂದರ್ಥ. ಭಾರತೀಯ ಪರಂಪರೆಯಲ್ಲಿ ಅರ್ಥವೇ ಅಲ್ಲದೆ ಧರ್ಮ, ಕಾಮ ಮತ್ತು ಮೋಕ್ಷ ಎಂಬ ಇತರ ಮೂರು ಪುರುಷಾರ್ಥಗಳು ಹೆಸರಿಸಲಾಗಿವೆ. 'ಶಾಸ್ತ್ರ'ವೆಂದರೆ ನಿಯಮ ಅಥವಾ ಒಂದು ಗ್ರಂಥ ಅಥವಾ ಜ್ಞಾನದ ಒಂದು ಶಾಖೆ. ಕೌಟಿಲ್ಯನ ಅರ್ಥಶಾಸ್ತ್ರವು ರಾಜನು ಅಧಿಕಾರವನ್ನು ಪಡೆದು ಅದನ್ನು ಭದ್ರಪಡಿಸಿ ಕೊಳ್ಳುವ ಮತ್ತು ಆಮೂಲಕ ಸಂಪತ್ತನ್ನು ಗಳಿಸುವ ಬಗ್ಗೆ ಒತ್ತು ನೀಡಿದೆ. ಒಂದು ಚಿಕ್ಕ ಅಥವಾ ಅದಕ್ಕಿಂತಲೂ ತುಸು ದೊಡ್ಡದಾದ ರಾಜ್ಯದ ರಾಜನು ಅಧಿಕಾರವನ್ನುಳಿಸಿಕೊಳ್ಳುವ ಹಾದಿಯಲ್ಲಿ ತನ್ನ ವಿರುದ್ಧ ನಡೆಯುವ ಕುತಂತ್ರಗಳನ್ನು ಒಡೆಯುವುದು, ತಾನು ಅಂಥ ಕುತಂತ್ರಗಳಲ್ಲಿ ಯಶಸ್ಸು ಗಳಿಸುವುದು,

ಸಂಚು ಹಾಗೂ ಯುದ್ಧಗಳನ್ನು ಹೂಡಿ ಇತರ ರಾಜರನ್ನು ಸೋಲಿಸುವುದು, ಆಡಳಿತ ನಡೆಸಿ ತೆರಿಗೆಗಳನ್ನು ವಿಧಿಸುವುದು, ಸಾಮಾಜಿಕ ಸುವ್ಯವಸ್ಥೆಯನ್ನು ಕಾಪಾಡುವುದು, ಮತ್ತು ಅಪರಾಧಿಗಳಿಗೆ ಮರಣದಂಡನೆಯೂ ಸೇರಿದಂತೆ ಸೂಕ್ತ ಶಿಕ್ಷೆ ವಿಧಿಸುವುದು– ಇವೆಲ್ಲವುಗಳನ್ನು ಅರ್ಥಶಾಸ್ತ್ರ ವಿವರವಾಗಿ ಬಿಡಿಸುತ್ತದೆ. ಆಡಳಿತವನ್ನು ನಡೆಸುವ ಬಗ್ಗೆ ಹೇಳಲಾಗಿದೆಯಾದರೂ, ನಿಜವಾದ ಒತ್ತು ಇರುವುದು ಅರಸನು ತನ್ನ ಅನುಕೂಲಕ್ಕಾಗಿ ಕೈಗೊಳ್ಳಬೇಕಾದ ಕ್ರಮಗಳ ಮೇಲೆ. ರಾಜ್ಯದ ಜನರ ಒಳಿತು ಅಷ್ಟು ಮುಖ್ಯವಾಗಿಲ್ಲ. ಈ ಪ್ರಕ್ರಿಯೆಯಲ್ಲಿ ಯಾವುದೇ ನೈತಿಕತೆ ಇಲ್ಲ – ತನ್ನ ಸಹಾಯಕರನ್ನೂ ಒಳಗೊಂಡಂತೆ, ಯಾರನ್ನೇ ಆಗಲಿ, ಅಗತ್ಯ ಬಿದ್ದಲ್ಲಿ, ಕೊಲ್ಲುವುದು, ಮಹಿಳೆಯರನ್ನು ಬಳಸಿ ಇತರರನ್ನು ಬಲೆಗೆ ಬೀಳಿಸುವುದು, ದೇವಾಲಯಗಳ ಸಂಪತ್ತನ್ನು ದೋಚುವುದು ಇವು ಯಾವುವೂ ರಾಜನ ಮಹಾತ್ವಾಕಾಂಕ್ಷೆಯು ಈಡೇರುವ ಹಾದಿಯಲ್ಲಿ ಅಪರಾಧಗಳಲ್ಲ, ಪಾಪಕೃತ್ಯಗಳಲ್ಲ.

ಗದ್ಯರೂಪದಲ್ಲಿರುವ ಅರ್ಥಶಾಸ್ತ್ರವು ಹಲವು ಸೂತ್ರಗಳನ್ನು ಒಳಗೊಂಡಿದೆ. ಒಂದೊಂದು ಸೂತ್ರವು ಪ್ರತ್ಯೇಕವಾಗಿದ್ದು, ಸಲಹೆಯ ರೂಪದ ಒಂದು ಹೇಳಿಕೆಯಾಗಿದೆ. ವಿವರಗಳು ಸಹ ಸಂಕ್ಷಿಪ್ತವಾಗಿದ್ದು ನೇರವಾದ ಸೂಚನೆಗಳಾಗಿವೆ. ಕೆಲವೆಡೆ, ಉದಾಹರಣೆಗೆ ಅಧಿಕಾರಿಗಳ ನಡುವೆ ಹೊಣೆಗಳನ್ನು ಹಂಚುವುದರ ಬಗ್ಗೆ ಹೇಳುವಾಗ ವಿವರಣಾತ್ಮಕವಾಗಿವೆ. ಮುಖ್ಯವಾಗಿ ಮೂರನೆಯ ಅಧ್ಯಾಯವು ಕಾನೂನಿನ ಕುರಿತಾಗಿದ್ದು ಸೂತ್ರ ರೂಪವು ಇದಕ್ಕೆ ಒಪ್ಪುವಂಥದಾಗಿದೆ.

ಕೌಟಿಲ್ಯನು 'ಅರ್ಥಶಾಸ್ತ್ರ' ದ ಕರ್ತೃವೆಂದು ಆ ಗ್ರಂಥದಲ್ಲಿಯೇ ನಾಲ್ಕು ಕಡೆ ಹೇಳಲಾಗಿದೆ. ಈ ಕೌಟಿಲ್ಯನೇ ನಂದರನ್ನು ಅಧಿಕಾರದಿಂದ ಕೆಳಗಿಳಿಸುವಲ್ಲಿ ಚಂದ್ರಗುಪ್ತನಿಗೆ ನೆರವಾದವನೆಂದೂ ಗ್ರಂಥದ ಕೊನೆಯ ಭಾಗದಲ್ಲಿ ತಿಳಿಸಲಾಗಿದೆ. ನಂತರ ಈ ಗ್ರಂಥಕ್ಕೆ ಸೇರ್ಪಡೆಯಾಗಿರಬಹುದಾದ ಭಾಗದಲ್ಲಿ ಗ್ರಂಥದ ಕರ್ತೃವಿನ ಹೆಸರು ವಿಷ್ಣುಗುಪ್ತ ಎಂದಿದೆ. ಆದರೆ ಹೆಚ್ಚು ಚಲಾವಣೆಯಲ್ಲಿರುವ 'ಚಾಣಕ್ಯ'ನೆಂಬ ಹೆಸರಂತೂ ಎಲ್ಲಿಯೂ ಕಾಣುವುದಿಲ್ಲ. ಹಲವು ವಿಷಯಗಳಲ್ಲಿ ಕೌಟಿಲ್ಯನ ಅಭಿಪ್ರಾಯದ ಉಲ್ಲೇಖವಿದೆ. ಕೆಲವು ಕಡೆ ಇತರರ ಅಭಿಪ್ರಾಯಗಳನ್ನೂ ನಮೂದಿಸಿ, ನಂತರ ಕೌಟಿಲ್ಯನ ಅನಿಸಿಕೆ ಏನೆಂಬುದನ್ನು ಹೇಳಲಾಗಿದೆ. ಅವನ ಅಭಿಪ್ರಾಯವೇ ಅಂತಿಮವೆಂದೂ ಸ್ವೀಕರಿಸಲಾಗಿದೆ. ಈ ವಿವರಗಳು ಮತ್ತು ಗ್ರಂಥದಲ್ಲಿನ ತರ್ಕ ಬದ್ಧವಾದ ವಿವರಣೆಗಳು, ಪರಿವಿಡಿ ಮುಂತಾದವುಗಳನ್ನು ಗಮನಿಸಿದರೆ, ಒಬ್ಬನೇ ವ್ಯಕ್ತಿ ಈ ಗ್ರಂಥದ ಕರ್ತೃವಾಗಿರಬಹುದೆಂದೆನಿಸುತ್ತದೆ ಮತ್ತು ಗ್ರಂಥದಲ್ಲಿ ಹೇಳಿರುವುದು ಸರಿ ಎಂದಾದರೆ, ಆ ವ್ಯಕ್ತಿಯು ಕೌಟಿಲ್ಯನೇ ಎನ್ನುವುದೂ ಸ್ಪಷ್ಟವಾಗುತ್ತದೆ. ಆದರೆ ಈ ಗ್ರಂಥವು ಚಂದ್ರಗುಪ್ತನು ಸಿಂಹಾಸನವನ್ನೇರುವುದರ (ಕ್ರಿ.ಪೂ.322) ಮೊದಲು ಬರೆಯಲಾಯಿತೋ ಅಥವಾ ನಂತರವೇ ಎನ್ನುವುದು ಸ್ಪಷ್ಟವಿಲ್ಲ.

ವಿ. ಎ. ಸ್ಮಿತ್ ಹಾಗೂ ಡಿ. ಡಿ. ಕೋಸಾಂಬಿ ಸೇರಿದಂತೆ ಹಲವರು ಚರಿತ್ರಕಾರರು ಈ ಮಾತನ್ನೇ ಒಪ್ಪಿಕೊಂಡಿದ್ದಾರೆ. ಆದರೆ ಅದು ಪೂರ್ತಿಯಾಗಿ ಸರಿ ಎನ್ನಲು ಹಲವು ಸಮಸ್ಯೆಗಳು ಅಡ್ಡಿಯಾಗುತ್ತವೆ. ಮನುಸ್ಮೃತಿಯು (ಕ್ರಿ.ಪೂ. ಒಂದನೆಯ

ಶತಮಾನ) ಮನು ಎಂಬವನು ಬರೆದ ಧರ್ಮಶಾಸ್ತ್ರವೆಂದೇ ಪ್ರಚಲಿತವಾಗಿದ್ದು, ಹಲವು ವಿಷಯಗಳಲ್ಲಿ ಮನುವಿನ ಅಭಿಪ್ರಾಯಗಳನ್ನೇ ಈ ಗ್ರಂಥದಲ್ಲಿ ಉಲ್ಲೇಖಿಸಲಾಗಿದ್ದರೂ ಮನು ಎಂಬ ಋಷಿಯೇ ಈ ಮನುಸ್ಮೃತಿಯ ಕರ್ತೃವೆಂದು ಹೇಳಲಾಗದು. ಆ ಗ್ರಂಥಕ್ಕೆ ಅಧಿಕೃತತೆಯನ್ನು ಪಡೆಯಲು 'ಮನು'ವಿನ ಹೆಸರನ್ನು ಬಳಸಲಾಗಿದೆ. ಅದೇ ರೀತಿಯಲ್ಲಿ ರಾಜಕೀಯ ಅಧಿಕಾರವನ್ನು ಪಡೆದುಕೊಳ್ಳುವ ಮಾರ್ಗವನ್ನು ತೋರುವ ಅರ್ಥಶಾಸ್ತ್ರಕ್ಕೂ ಸಹ ಅಧಿಕೃತತೆಯನ್ನು ಹಾಗೂ ಮಾನ್ಯತೆಯನ್ನು ಸಂಪಾದಿಸುವ ದೃಷ್ಟಿಯಿಂದ ಆ ಕಾಲಕ್ಕೆ ರಾಜತಂತ್ರಕ್ಕೆ ಹೆಸರಾದ ಕೌಟಿಲ್ಯ ಎಂಬ ಹೆಸರಿನ ಬಳಕೆಯಾಗಿರಬಹುದೆಂದು ಹೇಳಲು ಸಾಧ್ಯವಿದೆ.

ಈಗ ಲಭ್ಯವಿರುವ ಕೆಲವು ಅಂಶಗಳು 'ಅರ್ಥಶಾಸ್ತ್ರ'ವು ಅದರ ಹಿಂದಿನ ಕೆಲವು ಗ್ರಂಥಗಳನ್ನು ಸಂಕಲಿಸಿ ಬರೆಯಲಾದ ಗ್ರಂಥವೆನ್ನುವ ವಾದಕ್ಕೆ ಪುಷ್ಟಿ ನೀಡುತ್ತವೆ. ಗ್ರಂಥದ ಮೊದಲನೆಯ ವಾಕ್ಯವೇ ಆ ಹೊತ್ತಿಗಾಗಲೇ ಆ ಶಾಸ್ತ್ರದ ಕುರಿತು ಬರೆಯಲಾಗಿದ್ದ ವಿಷಯಗಳನ್ನು ಸಂಕಲಿಸಿ ಆ ಪುಸ್ತಕವನ್ನು ಸಿದ್ಧಪಡಿಸಲಾಯಿತು ಎಂದು ಹೇಳುತ್ತದೆ. ಈ ಗ್ರಂಥವನ್ನು ಶೈಲಿಯ ದೃಷ್ಟಿಯಿಂದ ಪರಿಶೀಲಿಸಿದ ಟಿ. ಆರ್. ಟ್ರಾಟ್‌ಮನ್ ಹೇಳುವಂತೆ ಆ ಗ್ರಂಥದ ಎರಡು ಮೂರು ಮತ್ತು ಏಳನೆಯ ಅಧ್ಯಾಯಗಳು ವಿವಿಧ ಲೇಖಕರಿಂದ, ವಿವಿಧ ಸಮಯಗಳಲ್ಲಿ ಲಿಖಿತವಾದವು. ಅವೆಲ್ಲವೂ ಸ್ವತಂತ್ರ ಬರಹಗಳಾಗಿದ್ದು, ಹಿಂದಿನ ಪಠ್ಯಗಳು ಅಲಭ್ಯವಾದ್ದರಿಂದ ಈ ಸಂಕಲನಕಾರನು ಅವುಗಳನ್ನು ಹೇಗೆ ಬಳಸಿಕೊಂಡಿದ್ದಾನೆ ಎಂದು ಹೇಳಲು ಸಾಧ್ಯವಿಲ್ಲವಾಗಿದೆ.

ಆ ಗ್ರಂಥವನ್ನು ಸೂಕ್ಷ್ಮವಾಗಿ ಪರಿಶೀಲಿಸಿದಾಗ ಅದರ ವಿವಿಧ ಭಾಗಗಳು ಕ್ರಿ. ಪೂ. ನಾಲ್ಕನೆಯ ಮತ್ತು ಎರಡನೆಯ ಶತಮಾನಗಳ ನಡುವೆ ಬೇರೆ ಬೇರೆ ಸಮಯಗಳಲ್ಲಿ ಬರೆಯಲಾದವುಗಳು ಎಂದೂ ಸ್ಪಷ್ಟವಾಗುತ್ತದೆ.

ಅರ್ಥಶಾಸ್ತ್ರದಲ್ಲಿ ಪ್ರಸ್ತಾಪಗೊಂಡಿರುವ ರಾಜಕೀಯ ಘಟಕ, ಅಷ್ಟೇನೂ ವಿಸ್ತಾರವಾದ ಪ್ರದೇಶವಲ್ಲದ ರಾಜ್ಯ ಎನ್ನುವುದು ಮೊದಲಿಗೆ ನಮ್ಮ ಗಮನವನ್ನು ಸೆಳೆಯುತ್ತದೆ. ಆ ಗ್ರಂಥವೇ ಹೇಳುವಂತೆ (II.1.4) ಆ ರಾಜ್ಯದ ಅತಿ ದೊಡ್ಡ ಪ್ರಾಂತ್ಯವೆಂದರೆ 800 ಹಳ್ಳಿಗಳ ಒಂದು ವಿಭಾಗ. ಸ್ಥಾನೀಯನೆಂದು ಕರೆಯಲಾದ ಹುದ್ದೆಯಲ್ಲಿದ್ದವನು ಆ ವಿಭಾಗದ ಆಡಳಿತಾಧಿಕಾರಿ. ಅಲ್ಲದೆ 400, 200 ಮತ್ತು 100 ಹಳ್ಳಿಗಳಿದ್ದ ಉಪ ವಿಭಾಗಗಳೂ ಇದ್ದವು. ರಾಜನು ನಡೆಸಿದ ಯಶಸ್ವಿ ಯುದ್ಧಗಳ ಬಗ್ಗೆ ಹೇಳುವಾಗ (IX.1.17–20) ಚಕ್ರವರ್ತಿ ಕ್ಷೇತ್ರ ಎಂಬ ಮಾತನ್ನು ಬಳಸಲಾಗಿದೆ. ಹಿಮಾಲಯದಿಂದ ಸಾಗರದವರೆಗಿನ ಭೂಭಾಗದಲ್ಲಿ ಯುದ್ಧಗಳು ನಡೆದವು ಎನ್ನಲಾಗಿದೆ. ಆದರೆ ಆ ಪ್ರದೇಶವು ಸಂಪೂರ್ಣವಾಗಿ ರಾಜನ ಆಡಳಿತಕ್ಕೂ ಒಳಪಟ್ಟಿತೆಂದು ಹೇಳಲಾಗದು. ಮತ್ತು ರಾಜ ಪ್ರತಿನಿಧಿಗಳ ಮೂಲಕ ವಿಶಾಲ ಪ್ರದೇಶಗಳ ಆಡಳಿತ ನಡೆಸುವ ಪ್ರಸ್ತಾಪವೇ ಕಾಣದು. ಮೌರ್ಯರ ಅಥವಾ ಅವರಿಗಿಂತಲೂ ಹಿಂದಿನ ನಂದರ ಸಾಮ್ರಾಜ್ಯವು ಅತಿ ವಿಶಾಲವಾಗಿದ್ದು ಅರ್ಥಶಾಸ್ತ್ರದಲ್ಲಿ ವಿವರಿಸಲಾಗಿರುವ ರಾಜ್ಯವು ಹೋಲಿಕೆಯಲ್ಲಿ ತುಂಬ ಪರಿಮಿತವಾದ ಪ್ರದೇಶವನ್ನು ಹೊಂದಿತ್ತು. ಹಾಗಾಗಿ

ಈ ಗ್ರಂಥವು ಪ್ರಾಯಶಃ ನಂದರಿಗಿಂತಲೂ ಹಿಂದಿನ ಕಾಲದಲ್ಲಿ ರಚಿತವಾಗಿತ್ತು ಎನ್ನಲು ಸಾಧ್ಯವಿದೆ. ಈ ಗ್ರಂಥವು ನೀಡುವ ಆಗಿನ ಸಂಘಗಳ ಅಥವಾ ಬುಡಕಟ್ಟುಗಳ ಪಟ್ಟಿಯಲ್ಲಿ 'ಸುರಾಷ್ಟ್ರ' ಗಳನ್ನು ಹೊರತುಪಡಿಸಿದರೆ, ಉಳಿದವೆಲ್ಲವೂ ಬುದ್ಧನ ಕಾಲದ ಗಣರಾಜ್ಯಗಳಾದ ಹದಿನಾರು ಮಹಾಜನಪದಗಳನ್ನು ನೆನಪಿಗೆ ತರುತ್ತವೆ. ಇನ್ನು ಹಲವು ನಿದರ್ಶನಗಳನ್ನು ಕೊಡುವುದರ ಮೂಲಕ ಈ ಗ್ರಂಥವು ಸಾಮಾನ್ಯವಾಗಿ ತಿಳಿಯಲಾಗಿರುವ ಕಾಲಘಟ್ಟಕ್ಕಿಂತಲೂ ಹಿಂದಿನದು ಎಂದು ಹೇಳಬಹುದು. ಈ ಗ್ರಂಥದ ಒಂದು ಭಾಗದಲ್ಲಿ (II.12.24) ಮುದ್ರೆಯನ್ನು ಹೊಂದಿದ್ದ, ಶೇಕಡ 25ರಷ್ಟು ತಾಮ್ರ ಬೆರಕೆಯಾಗಿರುವ, ಬೆಳ್ಳಿ ನಾಣ್ಯಗಳ ಪ್ರಸ್ತಾಪವಿದೆ. ಉತ್ತರ ಭಾರತದಲ್ಲಿ ಇಂಥ ನಾಣ್ಯಗಳ ಚಲಾವಣೆಯು ಕ್ರಿ. ಪೂ. ಆರನೆಯ ಶತಮಾನದಲ್ಲಿಯೇ ಇದ್ದಿತು. ಮುಂದೆ, ಕ್ರಿ. ಪೂ. ಮೂರು ಅಥವಾ ಎರಡನೆಯ ಶತಮಾನದಲ್ಲಿ ಈ ನಾಣ್ಯಗಳಲ್ಲಿ ತಾಮ್ರದ ಪಾಲು ಹೆಚ್ಚಾಯಿತು. ಶಾಕ್ಯರು, ಆಜೀವಕರ ಬಗ್ಗೆ ಅಷ್ಟೇನು ಒಳ್ಳೆಯ ಮಾತುಗಳನ್ನು ಹೇಳದಿರುವ ಒಂದು ಸಂದರ್ಭವಿದೆ. ಮೌರ್ಯರ ಕಾಲದ ಶಾಸನಗಳಲ್ಲಿ ಕಾಣಸಿಗುವ ಆಜೀವಕರ ಪ್ರಸ್ತಾಪವು ನಂತರದ ಕಾಲದಲ್ಲಿ ಇಲ್ಲವಾಗುತ್ತದೆ. ಈ ಆಧಾರಗಳನ್ನು ಗಮನಿಸಿ ಹೇಳುವುದಾದರೆ, ಮೌರ್ಯರ ಆಡಳಿತವು ಕೊನೆಗೊಳ್ಳುವ ಮೊದಲೇ ಅರ್ಥಶಾಸ್ತ್ರದ ರಚನೆಯಾಯಿತು ಎನ್ನಬಹುದು, ಮನುಸ್ಮೃತಿಯಲ್ಲಿ ರಾಜನ ಅಧಿಕಾರ ಹಾಗೂ ಕಾನೂನುಗಳಿಗೆ ಸಂಬಂಧಿಸಿದ ವಿಷಯಗಳನ್ನು ಪ್ರಸ್ತುತಪಡಿಸುವಾಗ (ಅಧ್ಯಾಯಗಳು VII. VIII, IX) ಅರ್ಥಶಾಸ್ತ್ರದಲ್ಲಿ ಈ ಅಂಶಗಳ ಕುರಿತು ಹೇಳಿರುವ ಮಾಹಿತಿಯನ್ನು ಬಳಸಿಕೊಳ್ಳಲಾಗಿದೆ. ಅಂದರೆ, ಈ ಗ್ರಂಥದ ಕಾಲವು ಕ್ರಿ. ಪೂ. ಎರಡನೆಯ ಶತಮಾನ ಅಥವಾ ಅದಕ್ಕಿಂತಲೂ ಹಿಂದಕ್ಕೆ ಸರಿಯುತ್ತದೆ. ವಿವಾಹ ವಿಚ್ಛೇದನ ಮತ್ತು ಮರು ಮದುವೆ ಕುರಿತಾಗಿ ಅರ್ಥಶಾಸ್ತ್ರವು ತಳೆಯುವ ಉದಾರವಾದಿ ನಿಲುವು ಸಹ ಅದು ಮನುಸ್ಮೃತಿಯ ಕಾಲಕ್ಕಿಂತಲೂ ಬಹಳ ಹಿಂದಿನ ಕಾಲಘಟ್ಟಕ್ಕೆ ಸೇರಿದ್ದೆಂದು ಹೇಳಲು ಪುರಾವೆಯನ್ನು ಒದಗಿಸುತ್ತದೆ.

ನಂದರ ಅಥವಾ ಮೌರ್ಯರ (ಚಂದ್ರಗುಪ್ತ ಅಥವಾ ಅಶೋಕ) ಕಾಲಕ್ಕೆ ಸಂಬಂಧಪಡದ ಅನೇಕ ವಿಷಯಗಳು ಅರ್ಥಶಾಸ್ತ್ರದಲ್ಲಿವೆ. ಗಂಗಾ ನದೀ ಮೈದಾನದಲ್ಲಿ ಅಥವಾ ಪ್ರಸ್ತ ಭೂಮಿಯಲ್ಲಿ ಕ್ರಿ.ಪೂ.260ಕ್ಕಿಂತಲೂ ಹಿಂದೆ ಯಾವುದೇ ಬರವಣಿಗೆಯ ಕುರುಹುಗಳು ಸಿಕ್ಕಿಲ್ಲ. ಆ ಕಾಲಕ್ಕೆ ಸೇರಿದ ಅಶೋಕನ ಶಾಸನಗಳೇ ಮೊಟ್ಟ ಮೊದಲ ಲಿಖಿತ ದಾಖಲೆಗಳಾಗಿವೆ. ಆದರೂ ಅರ್ಥಶಾಸ್ತ್ರದ ಅಧ್ಯಾಯ II.10 ರಲ್ಲಿ ಕೆಲವು ರಾಜ ಶಾಸನಗಳನ್ನು ಕುರಿತ ಮಾಹಿತಿ ಇರುವುದು ಮಾತ್ರವಲ್ಲದೆ ವರ್ಣಮಾಲೆಯಲ್ಲಿ 63 ಅಕ್ಷರಗಳಿವೆ ಎಂದೂ ಹೇಳಲಾಗಿದೆ. ರಾಜನ ಆಜ್ಞೆಗೆ 'ಶಾಸನ' ಎಂಬ ಪದವನ್ನೇ ಬಳಸಲಾಗಿದೆ. ಅಶೋಕನ ಶಾಸನಗಳಲ್ಲಿ ಈ ಸಂದರ್ಭದಲ್ಲಿ ಬಳಸಲಾದ ಪದ 'ಲಿಪಿ'. ಆಜ್ಞೆ ಎನ್ನುವ ಅರ್ಥದಲ್ಲಿ 'ಶಾಸನ' ಎಂಬ ಪದವನ್ನು ಸಾರನಾಥದಲ್ಲಿನ ತ್ರುಟಿತ ಶಾಸನದಲ್ಲಿ ಉಪಯೋಗಿಸಲಾಗಿದೆ. ಅರ್ಥಶಾಸ್ತ್ರವು ರಾಜನ ಶಾಸನವನ್ನು ಯಾವ ರೀತಿಯಲ್ಲಿ ಬರೆಯಬೇಕು, ಎಂಥ ಪತ್ಯವನ್ನು ಹೊಂದಿರಬೇಕು ಎನ್ನುವುದರ ಬಗ್ಗೆ ಖಚಿತವಾದ ನಿಯಮಗಳನ್ನು ಹೊಂದಿದೆ. ಅಶೋಕನ ಶಾಸನಗಳಲ್ಲಿ ಇಂಥ ನಿಯಮಗಳು

ಕಂಡು ಬರುವುದಿಲ್ಲ. ರಾಜ ಶಾಸನದಲ್ಲಿ ಸಂಸ್ಕೃತವನ್ನೇ ಉಪಯೋಗಿಸಲಾಗುವುದೆಂದು ಅರ್ಥಶಾಸ್ತ್ರವು ತೀರ್ಮಾನಿಸುತ್ತದೆ (II.10.18–22). ಆದರೆ ಅಶೋಕನ ಶಾಸನಗಳಿಂದ ಮೊದಲುಗೊಂಡು ಎಲ್ಲ ಶಿಲಾಶಾಸನಗಳಲ್ಲಿಯೂ ಮೂಲ ಪ್ರಾಕೃತ ಭಾಷೆ ಕಂಡು ಬರುತ್ತದೆ. ಕ್ರಿ.ಶ. ಒಂದನೆಯ ಶತಮಾನದ ಧನದೇವನ ಆಯೋಧ್ಯೆಯ ಶಾಸನವು ಈ ಮಾತಿಗೆ ಒಂದು ಅಪವಾದ. ನಂತರ ಕ್ರಿ.ಶ.150ನೆಯ ಇಸವಿಯ ರುದ್ರದಮನನ ಜುನಾಗಡ್ ಶಾಸನವು ಶಾಸ್ತ್ರೀಯ ಸಂಸ್ಕೃತವನ್ನು ಬಳಸಿದೆ. ಉತ್ತರ ಭಾರತದಲ್ಲಿ ಅಥವಾ ದಕ್ಕನ್‌ನಲ್ಲಿ ಸಂಸ್ಕೃತವು ವ್ಯಾಪಕವಾಗಿ ಬಳಕೆಯಾಗಲು ಆರಂಭವಾಗಿದ್ದು ಕ್ರಿ. ಶ. ನಾಲ್ಕನೆಯ ಶತಮಾನದಲ್ಲಿ.

ಈ ಗ್ರಂಥದಲ್ಲಿನ ಕೆಲವು ಭೌಗೋಳಿಕ ವಿವರಗಳು ಅರ್ಥಶಾಸ್ತ್ರದ ಕೆಲವು ಭಾಗಗಳು ನಂತರದ ಕಾಲಘಟ್ಟದಲ್ಲಿ ರಚಿತವಾಗಿಯೆಂಬ ಅಭಿಪ್ರಾಯವನ್ನುಂಟು ಮಾಡುತ್ತವೆ. ಚೀನದ ರೇಷ್ಮೆ– ಚೀನ ಪಟ್ಟಾ (ಚೀನಭೂಮಿ ಯಿಂದ ಬಂದ ಪದ) ಚೀನದ ಮೊದಲ ಸಾಮ್ರಾಜ್ಯವು ಚಿನ್ (ಕ್ವಿನ್) ವಂಶದವರ ಆಳ್ವಿಕೆಯ ಸ್ಥಾಪನೆಯಾದ ಮೇಲೆ, ಆ ವಂಶದ ಹೆಸರನ್ನೇ ದೇಶಕ್ಕೂ ಬಳಸುವ ಕೆಲವರು ವಿದೇಶೀಯರ ಕಾರಣದಿಂದಾಗಿ ಚಾಲ್ತಿಗೆ ಬಂದಿತು. (II.11.114) ಈ ಚಿನ್ ವಂಶವು (ಕ್ರಿ.ಪೂ.221–207) ರ ನಡುವೆ ಚೀಣವನ್ನು ಆಳಿತು. ಅಲಕನಂದ (ಅಲೆಗ್ಸಾಂಡ್ರಿಯ) ದಿಂದ ಹವಳಗಳನ್ನು ತರಲಾಗುತ್ತಿತ್ತು. (II.11.42) ಅರೇಬಿಯನ್ ಸಮುದ್ರದ ಮೂಲಕ ನಡೆಯುತ್ತಿದ್ದ ಹವಳಗಳ ವ್ಯಾಪಾರಕ್ಕೆ ಅಲೆಗ್ಸಾಂಡ್ರಿಯ ಮುಖ್ಯ ಕೇಂದ್ರವಾಗಿತ್ತು. ಆದರೆ ಆ ವ್ಯಾಪಾರವು ವೃದ್ಧಿಯಾಗಿದ್ದು ಕ್ರಿ. ಪೂ. ಒಂದನೆಯ ಶತಮಾನದಲ್ಲಿ ಅಲ್ಲಿನ ಮುಂಗಾರಿನ ಬಗ್ಗೆ ತಿಳಿವು ಹೆಚ್ಚಿದ ನಂತರವೇ. ಅರ್ಥಶಾಸ್ತ್ರದಲ್ಲಿ ಶ್ರೀಲಂಕಾವನ್ನು 'ಪಾರಸಮುದ್ರ' ವೆಂದು ಕರೆಯಲಾಗಿದೆ. (II.11.28,59) ಅಶೋಕನ ಶಾಸನಗಳಲ್ಲಿನ ಹೆಸರು 'ತಾಮ್ರಪರ್ಣಿ'. ಈ ಹೆಸರನ್ನು ಅರ್ಥಶಾಸ್ತ್ರದಲ್ಲಿ ದಕ್ಷಿಣ ಭಾರತದ ನದಿಯೊಂದಕ್ಕೆ ನೀಡಲಾಗಿದೆ. (II.11.2) ಆದರೆ ಗ್ರೀಕ್ ಆಕರಗಳಲ್ಲಿ ಶ್ರೀಲಂಕಾವು 'ಪಾರಸಮುದ್ರ'ದ ಅಪಭ್ರಂಶ ರೂಪವಾದ ಪಾಲೈಸಿಮಂಡೊ ಎಂಬ ಹೆಸರನ್ನೇ ಹೊತ್ತಿದೆ. ಅನಾಮಕ ರಚನೆಯಾದ 'ಪೆರಿಪ್ಲಸ್ ಆಫ್ ದಿ ಎರಿಟ್ರಿಯನ್ ಸೀ' ಯಲ್ಲಿ (ಕ್ರಿ.ಶ. ಮೊದಲನೆಯ ಶತಮಾನದ ದ್ವಿತೀಯಾರ್ಧ) ಈ ಹೆಸರಿನ ಬಳಕೆ ಕಾಣುತ್ತದೆ. ಅಲ್ಲಿ 'ತಾಪ್ರೆಬೇನ್' (ತಾಮ್ರಪರ್ಣಿ) ಎನ್ನುವುದು ಶ್ರೀಲಂಕಾದ ಹಳೆಯ ಹೆಸರು ಎಂದು ನೆನಪಿಸಿಕೊಳ್ಳಲಾಗಿದೆ. ಕೊನೆಯದಾಗಿ, ಅರ್ಥಶಾಸ್ತ್ರವು ನೇಪಾಳವನ್ನು ಉಣ್ಣೆಯ ಬಟ್ಟೆಗಳ ಕೇಂದ್ರವೆಂದು ಕರೆಯುತ್ತದೆ (II.11.100). ಆದರೆ, ಕ್ರಿ.ಶ.350ರ ಸಮುದ್ರಗುಪ್ತನ ಅಲಹಾಬಾದ್ ಶಾಸನದಲ್ಲಿ ಮಾತ್ರ ಆ ಪ್ರಾಂತ್ಯವನ್ನು ನೇಪಾಳ ಎಂದು ಗುರುತಿಸಲಾಗಿದೆ. ಅಂದರೆ ಕ್ರಿಸ್ತ ಶಕಕ್ಕೂ ಮುನ್ನ ಯಾವುದೇ ಬರಹದಲ್ಲಿಯೂ 'ನೇಪಾಳ' ಎನ್ನುವ ಹೆಸರಿನ ಬಳಕೆ ಅಸಾಧ್ಯವೆನ್ನಬಹುದು.

ಕ್ರಿ.ಶ. 2 ಅಥವಾ 3 ನೇ ಶತಮಾನದವರೆಗೂ ಅರ್ಥಶಾಸ್ತ್ರಕ್ಕೆ ಹೊಸ ವಿಷಯಗಳು ಸೇರ್ಪಡೆಗೊಳ್ಳುತ್ತಲೇ ಇದ್ದವು ಎಂದು ಒಪ್ಪಬೇಕಾಗುತ್ತದೆ. ಮೂರನೆಯ ಶತಮಾನದಲ್ಲಿ ಸಂಕಲನಕಾರನೊಬ್ಬ ಎಲ್ಲ ಭಾಗಗಳನ್ನು ಒಂದುಗೂಡಿಸಿ ಆ ಗ್ರಂಥಕ್ಕೆ ನಿರ್ದಿಷ್ಟ

ರೂಪವನ್ನು ಕೊಟ್ಟಿರುವ ಸಾಧ್ಯತೆ ಇದೆ. ಗ್ರಂಥದ ಕೆಲವು ಭಾಗಗಳು (II.10 ಮತ್ತು II.11) ನಂತರದಲ್ಲಿ ಬರೆಯಲಾಗಿದ್ದವೆಂದು ಖಚಿತವಾಗ ಹೇಳಬಹುದಾದರೂ, ಹಲವು ಭಾಗಗಳು ಇಂಥದೇ ಕಾಲಘಟ್ಟದಲ್ಲಿ ಸಿದ್ಧಗೊಂಡವು ಎಂದು ಹೇಳುವುದು ಕಷ್ಟ. ಅವುಗಳಲ್ಲಿ ಕೆಲವು ಭಾಗಗಳು ಮೌರ್ಯರಿಗಿಂತಲೂ ಹಿಂದಿನ ಕಾಲಕ್ಕೆ ಮತ್ತೆ ಕೆಲವು ಮೌರ್ಯರ ಕಾಲಕ್ಕೆ ಸೇರಿರಬಹುದಾಗಿದೆ.

ಆಡಳಿತದಲ್ಲಿನ ವಿವಿಧ ಅಧಿಕಾರಿ ವರ್ಗಗಳ ಕರ್ತವ್ಯಗಳನ್ನು ವಿವರಿಸುವಾಗಲೂ (ಅಧ್ಯಾಯ II) ಅರ್ಥಶಾಸ್ತ್ರವು ಯಾವುದೇ ರಾಜ್ಯದ ಹಿನ್ನೆಲೆಯನ್ನು ದೃಷ್ಟಿಯಲ್ಲಿರಿಸಿಕೊಳ್ಳುವುದಿಲ್ಲ. ಮೆಗಸ್ತನೀಸನ ಬರಹಗಳು ಅಥವಾ ಅಶೋಕನ ಶಾಸನಗಳ ಒಕ್ಕಣಿಗಳಿಗೆ ಸಂವಾದಿಯಾದ ವಿಷಯಗಳಿಗಾಗಿ ಅರ್ಥಶಾಸ್ತ್ರದಲ್ಲಿ ಹುಡುಕುವ ಮೊದಲು ಆ ಗ್ರಂಥದ ವಿವಿಧ ಭಾಗಗಳು ಬೇರೆ ಬೇರೆ ಕಾಲಘಟ್ಟಗಳಲ್ಲಿ ಒಂದು ದೀರ್ಘ ಕಾಲದಲ್ಲಿ ಸಿದ್ಧಗೊಂಡವು ಎನ್ನುವುದನ್ನು ಮರೆಯಬಾರದು. ವಿವಿಧ ಆಕರಗಳ ನಡುವಿನ ಸಮಾನ ಅಂಶಗಳನ್ನು ಹೇರಲೂಬಾರದು. ಸಾಮಾಜಿಕ ಆಚರಣೆಗಳ ವಿಷಯದಲ್ಲಿ ಅರ್ಥಶಾಸ್ತ್ರವು ಮನುಸ್ಮೃತಿಯ ಹಿಂದಿನ ಕಾಲವೊಂದರ ಆಚರಣೆಗಳನ್ನು ದೃಷ್ಟಿಯಲ್ಲಿರಿಸಿಕೊಂಡಿದೆ ಎಂಬುದು ಇಲ್ಲಿ ಪ್ರಸ್ತುತವಾಗುತ್ತದೆ. ಮತ್ತು ಇದೇ ರೀತಿಯ ಎಚ್ಚರವನ್ನು ಅರ್ಥಶಾಸ್ತ್ರ ಹಾಗೂ ಇತರ ಗ್ರಂಥಗಳನ್ನು ತುಲನಾತ್ಮಕವಾಗಿ ಪರಿಶೀಲಿಸುವಾಗಲೂ ಕಾಪಾಡಿಕೊಳ್ಳುವುದು ಉತ್ತಮ.

ಅರ್ಥಶಾಸ್ತ್ರದ ಬಗೆಗಿನ ಇನ್ನು ಕೆಲವು ವಿವರಗಳಿಗಾಗಿ ಮೂರನೆಯ ಅಧ್ಯಾಯದ ನಾಲ್ಕನೆಯ ಭಾಗವನ್ನು ನೋಡಬಹುದು.

ಟಿಪ್ಪಣಿ 1.3
ಆಕರ ಗ್ರಂಥಗಳು

1. Mauryan India (G. M. Bongard-Levin, New Delhi, 1985): ಈ ಗ್ರಂಥವು ಪ್ರಸ್ತುತ ಕೃತಿಯಲ್ಲಿನ ವಿಷಯವನ್ನೇ ಕುರಿತಾಗಿದ್ದು, ಹಲವು ಪ್ರಾಥಮಿಕ ಮತ್ತು ಅನುಷಂಗಿಕ ಆಧಾರಗಳನ್ನು ಅವಲಂಬಿಸಿದೆ.

2. The History and Culture of the Indian People Vol.II (ed. R. C. Majumdar, Bombay, 1951) ಮತ್ತು A Comprehensive History of India Vol.II (ed. K. A. Nilakanta Sastry, Bombay, 1957) – ಈ ಗ್ರಂಥಗಳಲ್ಲಿ ಮೌರ್ಯರ ಕಾಲದ ಭಾರತದ ಬಗೆಗಿನ ಅಧ್ಯಾಯಗಳು ಪುನರ್ವಿಮರ್ಶೆಯನ್ನು ಬೇಡುತ್ತವೆ.

3 An Introduction to the study of Indian History (D. D. Kosamri, Bombay, 1956 - Chapter 7 - pp. 176-226) ಉತ್ತಮ ಪರಾಮರ್ಶನ ಆಕರವಾಗಿದೆ.

ಇನ್ನು ಮುಂದೆ ಹೆಸರಿಸಲಾಗಿರುವ ಗ್ರಂಥಗಳು ಮೊದಲನೆಯ ಅಧ್ಯಾಯಕ್ಕೆ ಸಂಬಂಧಪಟ್ಟವಾಗಿರುತ್ತವೆ.

1. Early History of India (VA. Smith, First edition, Revised by S. M. Edwardes, Oxford, 1924) - Chapters III and IV ಕಾಲಾನುಕ್ರಮಣಿಕೆಯನ್ನು ಎಲ್ಲ ವಿವರಗಳೊಂದಿಗೆ ಪುನರ್ನಿಮಾಣ ಮಾಡಿ, ಅಲೆಗ್ಸಾಂಡರನ ದಾಳಿಗಳ ಬಗ್ಗೆ ಸ್ಪಷ್ಟ ಚಿತ್ರಣವನ್ನು ನೀಡುತ್ತದೆ.

2. Cambridge Ancient History, VI (ex. J.B.Bury et al, Cambridge, 1964) - Chapter XV by W. W. Tarn – ಅಲೆಗ್ಸಾಂಡರನ ಉತ್ತರಾಧಿಕಾರಿಗಳ ಬಗೆಗಿನ ಮಾಹಿತಿಯನ್ನು ಒದಗಿಸುತ್ತದೆ.

3. The Invasion of India by Alexander the Great, as described by Arrian, Q. Curtius, Diodorus, Plutarch and Justin (Second Edition, Tr. by J. W. Mc Crindle, West Minister, 1893, Indian reprint, 1992) ಅಲೆಗ್ಸಾಂಡರನ ದಾಳಿಗಳನ್ನು ಕುರಿತಾದ ಗ್ರೀಕ್ ಆಕರಗಳ ಅನುವಾದ ಮತ್ತು ಸಂಕಲನ ಈ ಗ್ರಂಥ.

4. Political History of Ancient India (Hemchandra Roy Chaudhuri, with Commentary by B. N. Mukherjee, New Delhi 1996) - chapter IV and pp. 591-617 from the commentary. ನಂದರ ಮತ್ತು ಚಂದ್ರಗುಪ್ತ ಮೌರ್ಯನ ರಾಜಕೀಯ ಇತಿಹಾಸಕ್ಕಾಗಿ ಈ ಗ್ರಂಥವನ್ನು ಸೂಚಿಸಬಹುದು. ಕೆಲವು ಕಡೆ, ಓದುಗರು ತಮ್ಮ ವಿವೇಚನೆಯನ್ನೂ ಬಳಸಬೇಕಾಗುತ್ತದೆ.

5. The Purana Text of the Dyansties of the Kali Age (ed & Tr. by F. E. Pargiter, London, 1913, Indian reprint, Varanasi, 1962) ನಂದರು ಮತ್ತು ಮೌರ್ಯರ ವಂಶಾವಳಿಗಳನ್ನು, ಪುರಾಣಗಳಲ್ಲಿ ಪ್ರಸ್ತಾಪಗೊಂಡಂತೆ, ಈ ಗ್ರಂಥದಲ್ಲಿ ಪಟ್ಟಿ ಮಾಡಲಾಗಿದೆ.

6. Kautilya and the Arthashastra (Thomas R. Trautman, Chapter II) – ನಂದರು ಮತ್ತು ಮೌರ್ಯರ ಬಗೆಗಿನ ದಂತಕತೆಗಳ ವಿಮರ್ಶಾತ್ಮಕ ವಿಶ್ಲೇಷಣೆಯನ್ನು ಇಲ್ಲಿ ಕಾಣಬಹುದು.

7. The Kautilya Arthashastra (ed. & Tr. by R. P. Kangle - Part-I, (Text), Part II - Translation Part III - Study (Bombay 1969, 1972, 1965). ಈ ಅನುವಾದವು ಅದುವರೆವಿಗೂ ಲಭ್ಯವಿದ್ದ ಆರ್. ಶಾಮಶಾಸ್ತ್ರಿಗಳ (ಮೈಸೂರು, 1924) ಅನುವಾದಕ್ಕಿಂತಲೂ ಉತ್ತಮವೆನ್ನಬಹುದಾದರೂ, ಶಾಮಶಾಸ್ತ್ರಿಗಳ ಗ್ರಂಥವು ಅತ್ಯುಪಯುಕ್ತ (ವಿಷಯ) ಸೂಚಿಯನ್ನು ಹೊಂದಿದೆ.

8. Kautilya and the Arthashastra (Thomas R. Trautman, Leiden 1971) – ಅರ್ಥಶಾಸ್ತ್ರದ ರಚನಾ ಕಾಲದ ನಿರ್ಣಯದ ಕುರಿತು ಉಪಯುಕ್ತ ಮಾಹಿತಿಯನ್ನು ಒಳಗೊಂಡಿದೆ.

9. Evolution of Kautilya's Arthashastra - S. C. Mishra (Delhi, 1997) – ಶಾಸನಗಳನ್ನು ಆಧರಿಸಿ ಅರ್ಥಶಾಸ್ತ್ರದ ರಚನಾ ಕಾಲವನ್ನು ನಿರ್ಣಯಿಸುವ ಯತ್ನ ಮಾಡುತ್ತದೆ. ಆದರೆ ಈ ಗ್ರಂಥದಲ್ಲಿನ 'ನಿರ್ಣಯಗಳು' (Conclusions) ಸ್ವಲ್ಪ ಆತುರವಾಗಿ ತೆಗೆದುಕೊಂಡವಾಗಿವೆ ಅನ್ನಿಸುತ್ತದೆ.

10. Ancient India as described by Megasthanes and Arrian, Tr. by Mc Crindle, London, 1877, revised by R. C. Manjumdar, Calcutta, 1960 – ಗ್ರೀಕ್ ಹಾಗೂ ಲ್ಯಾಟಿನ್ ಗ್ರಂಥಗಳಲ್ಲಿ ಸಿಗುವ ಮೆಗಸ್ತನೀಸನ ಭಾರತದ ಬಗೆಗಿನ ಬರಹಗಳಿಗಾಗಿ ಈ ಗ್ರಂಥವನ್ನು ನೋಡಬಹುದು ಮತ್ತು, Ancient India as Described in Classical Literature - Mc Crindle (London 1901) Mc Crindle ನ ಹಲವು ಅನುವಾದಗಳನ್ನು R. C. Majumdar ಅವರು Classical Accounts of India (Calcutta, 1960) ದಲ್ಲಿ ಸಂಕಲಿಸಿದ್ದಾರೆ.

11. Ancient Indian Silver Punch-marked coins of the Magadha-Maurya Karshapana Series (Monograph by P. L. Guptha and T. R. Hardaker (Nashik, 1985) – ಮುದ್ರಿತ ನಾಣ್ಯಗಳ ವಿಶ್ಲೇಷಣೆಯನ್ನು ಒಳಗೊಂಡಿರುವ ಬರಹ.

12. The Mauryas Revisited, Romila Thapar (Calcutta, 1987) – ಮೌರ್ಯ ಸಾಮ್ರಾಜ್ಯದಲ್ಲಿನ ರಾಜನ ಆಡಳಿತದ ಆಳ ಮತ್ತು ವಿಸ್ತಾರಗಳನ್ನು ಅಧ್ಯಯನ ಮಾಡಿ, ಮೌರ್ಯರ ಕಾಲದ ಭಾರತದ ಕುರಿತಾದ ಗ್ರೀಕ್ ಆಕರಗಳನ್ನು ವಿಮರ್ಶಾತ್ಮಕವಾಗಿ ನೋಡಲಾಗಿದೆ. ಮತ್ತು 'Central and Provincial Administration in . . . . the Mauryan Empire by Gerard Fussman, in Indian Historical Review XIV, 1-2, (1987-88), PP. 43-72– ಈ ಲೇಖನವನ್ನು ನೋಡಬಹುದು.

(ಪ್ರಸ್ತುತ ಗ್ರಂಥದ ಎರಡನೆಯ ಅಧ್ಯಾಯವು ಅಶೋಕ ಮತ್ತು ಅವನ ಶಾಸನಗಳನ್ನು ಕುರಿತು ಲಭ್ಯವಿರುವ ಗ್ರಂಥಗಳ ವಿವರಗಳನ್ನು ಒಳಗೊಂಡಿದೆ. Uttankita Sanskrit Vidya Aranya Epigraphs, vol. II: Prakrit and Sanskrit Epigraphs, 257 BC to 320 A. D - ed, by K. G. Krishnan (Mysore 1989) Nos. 37-46 and 135. ಮೌರ್ಯರ ಆಳ್ವಿಕೆಯ ಅಂತಿಮ ಭಾಗದ ಶಾಸನಗಳು ಮತ್ತು ರುದ್ರದಮನನ ಜುನಾಗಡ್ ಶಾಸನ (ಕ್ರಿ.ಶ.150) ಇವುಗಳ ಅನುವಾದಗಳು ಈ ಸಂಕಲನದಲ್ಲಿ ಲಭ್ಯವಿದೆ)

13. ಮಹಾಸ್ತಾನ್ ಶಾಸನದ ವಿವರಗಳನ್ನು Epigraphia Indica, XXI, pp. 83-91 ದಲ್ಲಿ ಮತ್ತು ಸೋಗೌರಾ ಫಲಕದ ವಿವರಗಳನ್ನು Annals of Bhandarkar Oriental Research Institute (Poona) XI, PP. 32–48 ದಲ್ಲಿ ಪಡೆಯಬಹುದು.

2.

ಅಶೋಕ ಮತ್ತು ಮೌರ್ಯಸಾಮ್ರಾಜ್ಯದ ಕೊನೆಯ ದಿನಗಳು

2.1 ಅಶೋಕನ ಶಾಸನಗಳು :

ಅಶೋಕನ ಶಾಸನಗಳ ಪ್ರಾಮುಖ್ಯತೆಗೆ ಹಲವು ವಿಶಿಷ್ಟ ಕಾರಣಗಳಿದ್ದು, ಅವುಗಳೆಲ್ಲವೂ ಸಮಾನವಾಗಿ ಮುಖ್ಯವಾಗಿವೆ. ಅಶೋಕನ ಕಾಲಕ್ಕೂ ಹಿಂದೆ ಲಿಖಿತ ದಾಖಲೆಗಳಿದ್ದವೆನ್ನುವುದಕ್ಕೆ ಪುರಾವೆ ಸಿಕ್ಕಿಲ್ಲ. ಸಿಂಧುನಾಗರಿಕತೆಯ, ಇನ್ನೂ ಬಿಡಿಸಲಾಗದ, ಲಿಪಿ ಮಾತ್ರ ಈ ಮಾತಿಗೆ ಒಂದು ಅಪವಾದ. ಸಂಪೂರ್ಣವಾಗಿ ವಿಭಿನ್ನವಾದ ಮೂರು ಭಾಷೆಗಳಲ್ಲಿ ಈ ಶಾಸನಗಳು ದೊರಕಿವೆ – ಪ್ರಾಕೃತ, ಇರಾನಿನ ಅರಮಿಕ್ ಮತ್ತು ಗ್ರೀಕ್. ಈ ಶಾಸನಗಳಲ್ಲಿ ಕಾಣುವ ಲಿಪಿಗಳು ನಾಲ್ಕು – ಬ್ರಾಹ್ಮಿ, ಖರೋಷ್ಠಿ, ಅರಮಿಕ್ ಮತ್ತು ಗ್ರೀಕ್. ಅಶೋಕನ ಕಾಲದ ಬ್ರಾಹ್ಮಿ ಲಿಪಿಯು ಹಿಂದಿ ಮತ್ತು ಹಲವು ಇತರ ಉತ್ತರ ಭಾರತದ ಹಾಗೂ ದ್ರಾವಿಡ ಭಾಷೆಗಳ ಲಿಪಿಗಳಿಗೆ ಮೂಲವಾಗಿದ್ದು, ಅದನ್ನು ಅಶೋಕನ ಕಾಲದಲ್ಲಿ ಅಥವಾ ಸ್ವಲ್ಪ ಹಿಂದೆ ಬಳಕೆಗೆ ತರಲಾಯಿತು. (ಅಥವಾ ಶ್ರೀಲಂಕಾದಿಂದ ಆಮದು ಮಾಡಿಕೊಳ್ಳಲಾಯಿತು) ಎಂದು ಖಚಿತವಾಗಿ ಹೇಳಬಹುದು. (ನೋಡಿ 2.5 ಮತ್ತು ಅಧ್ಯಾಯ 3.4) ಸ್ತಂಭಗಳು, ಬೃಹತ್ ಶಿಲೆಗಳು ಮತ್ತು ಫಲಕಗಳ ಮೇಲೆ ಈ ಶಾಸನಗಳನ್ನು ಕೊರೆಯಲಾಗಿದೆ. ಆಫ್ಘಾನಿಸ್ತಾನದಿಂದ ಕರ್ನಾಟಕದವರೆಗೂ ವಿಸ್ತರಿಸಿರುವ ನಲವತ್ತು ಪ್ರದೇಶಗಳಲ್ಲಿ ಇವು ಹರಡಿಕೊಂಡಿವೆ.

ವಿಷಯ ವೈವಿಧ್ಯತೆಯು ಈ ಶಾಸನಗಳ ವೈಶಿಷ್ಟ್ಯತೆಯನ್ನು ಇಮ್ಮಡಿಗೊಳಿಸುತ್ತದೆ. ಅವುಗಳ ಒಟ್ಟು ಸಂಖ್ಯೆಯ ಮುಕ್ಕಾಲು ಭಾಗದಷ್ಟು ಶಾಸನಗಳು ಒಂದೇ ವಿಷಯದ ಕುರಿತಂತೆ ಬೇರೆ ಬೇರೆ ಭಾಷೆಗಳಲ್ಲಿವೆ. ಅಶೋಕನು ಮೂಲ ಮಾಗಧಿಯಲ್ಲಿ ಬರೆಸಿದ್ದ ವಿಷಯಗಳೇ ಈ ಭಾಷೆಗಳ ವಿವಿಧ ಪ್ರಭೇದಗಳಲ್ಲಿ ಅಥವಾ ಗ್ರೀಕ್ ಭಾಷೆಯಲ್ಲಿ ದೊರಕುತ್ತವೆ. ಅಶೋಕನು ಈ ಬರಹಗಳ ಮೂಲಕ ಸಾಮ್ರಾಜ್ಯದ ಅಧಿಕಾರಿ ವರ್ಗ ಮತ್ತು ಜನತೆಯ ಜತೆ ಸುಗ್ರಾಹ್ಯವಾದ ಭಾಷೆಯಲ್ಲಿ ಮಾತನಾಡುತ್ತಿರುವಂತಿದೆ. ಅವನ ನಂತರದ ರಾಜರ ಶಾಸನಗಳಲ್ಲಿ ಕಾಣುವ ಕ್ಲಿಷ್ಟ, ಅಲಂಕಾರಿಕ ಭಾಷೆ ಇಲ್ಲಿಲ್ಲ. ಮುಖ್ಯವಾಗಿ ಈ ಕಾರಣಕ್ಕಾಗಿ ಆಧುನಿಕರೂ ಈ ಶಾಸನಗಳ ಕಡೆಗೆ ಆಕರ್ಷಿಕರಾಗುತ್ತಾರೆ. ಹಲವು ಪುನರಾವರ್ತನೆಗಳು, ಬರಹದಲ್ಲಿ ಲೋಪಗಳು ಮುಂತಾದ ದೋಷಗಳಿಂದ ಈ ಶಾಸನಗಳು ಹೊರತಾಗಿಲ್ಲ; ಅಶೋಕನೂ ಸಹ ತನ್ನ ಹದಿನಾಲ್ಕನೆಯ ಶಿಲಾಶಾಸನದಲ್ಲಿ

ಆ ಮಾತನ್ನು ಒಪ್ಪಿಕೊಳ್ಳುತ್ತಾನೆ ಕೂಡ. ಈ ಶಾಸನಗಳ ಹಿನ್ನೆಲೆ ಬಿಡಿಬಿಡಿಯಾಗಿ ಹೇಳಲಾಗದು. ಹಾಗಾಗಿ, ಇಲ್ಲಿನ ಧರ್ಮಬೋಧನೆಯ ಹಿನ್ನೆಲೆಯ ಸಂಕೀರ್ಣ ಸನ್ನಿವೇಶಗಳು ನಮ್ಮ ಗಮನಕ್ಕೆ ಬಾರದಿರಬಹುದು. (ಉಧೃತ 2.1) ಆದರೂ, ಈ ಸರಳ ಧಾರ್ಮಿಕ ಸೂತ್ರಗಳ ಹಿಂದೆ ಗಂಭೀರ ಸಾಮಾಜಿಕ ಹಾಗೂ ರಾಜಕೀಯ ಸಂದೇಶಗಳು ಅಡಗಿವೆ ಎಂಬುದಂತೂ ವಾಸ್ತವ (2.2). ಈ ಶಾಸನಗಳ ರಚನಾ ಕಾಲವು ಅವುಗಳಿಂದಲೇ ತಿಳಿಯುತ್ತದೆಯಾದ್ದರಿಂದ ಮೌರ್ಯರ ಕಾಲಾನುಕ್ರಮಣಿಕೆಯನ್ನು (ಟಿಪ್ಪಣಿ 1.1) ಮತ್ತು ಇತರ ಆಕರಗಳ ಕಾಲವನ್ನು (ಉದಾ: ಅರ್ಥಶಾಸ್ತ್ರ – ಟಿಪ್ಪಣಿ 1.2) ನಿರ್ಣಯಿಸುವಲ್ಲಿ ಅವುಗಳ ನೆರವು ಮುಖ್ಯವಾಗುತ್ತದೆ. ಅಂದಿನ ಸಂದರ್ಭ ನಮಗೆ ಇನ್ನೂ ವಿವರವಾಗಿ ತಿಳಿದದ್ದೇ ಆದರೆ ಅಲ್ಲಿನ ಧರ್ಮ ಬೋಧನೆಯನ್ನು ಇನ್ನೂ ವಿವರವಾಗಿ ಅರ್ಥಮಾಡಿಕೊಳ್ಳುವುದು ಸಾಧ್ಯ. ಈ ಶಾಸನಗಳಲ್ಲಿಯೇ ಸಿಗುವ ಸಾಮಾಜಿಕ, ರಾಜಕೀಯ, ಧಾರ್ಮಿಕ, ಆಡಳಿತಾತ್ಮಕ ವಿವರಗಳು ಈ ಸಂದರ್ಭವನ್ನು ವಿವರಿಸುತ್ತವೆ. ಅತ್ಯಂತ ಮುಖ್ಯವಾಗಿ, ನಮ್ಮ ಚರಿತ್ರೆಯ ಭಾಗವಾದ ವ್ಯಕ್ತಿಯೊಬ್ಬನನ್ನು, ಕೇವಲ ಹೆಸರಿನ ಮೂಲಕ ರಾಜನಾಗಿ ಮಾತ್ರವಲ್ಲದೆ, ಒಬ್ಬ ವ್ಯಕ್ತಿಯನ್ನಾಗಿ ಸಂಧಿಸುವ ಸಂದರ್ಭವನ್ನು ಅವನು ಆಡಿದ ಮಾತುಗಳೇ (ಬರಹದ ಮೂಲಕ) ನಮಗೆ ಪರಿಚಯಿಸುತ್ತವೆ. ಅವನ ಕಾತುರತೆ, ಸ್ವೋತ್ಕರ್ಷ ಮತ್ತು ಸ್ವವಿಮರ್ಶೆಗಳನ್ನೂ ಈ ಮಾತುಗಳು ಪ್ರದರ್ಶಿಸುತ್ತವೆ.

ಹತ್ತೊಂಬತ್ತನೆಯ ಶತಮಾನದಲ್ಲಿ ಈ ಶಾಸನಗಳನ್ನು ಓದಲಾಯಿತು (ಟಿಪ್ಪಣಿ 2.1). ಅವುಗಳ ತುಲನಾತ್ಮಕ ಅಧ್ಯಯನದ ಮೂಲಕ ಅವುಗಳನ್ನು ಹೆಸರಿಸಲು ಸಾಧ್ಯವಾಯಿತು ಮತ್ತು ಒಂದಕ್ಕಿಂತ ಒಂದು ಹೇಗೆ ಬೇರೆ ಎನ್ನುವುದನ್ನೂ ಹೇಳಲಾಯಿತು. ಕ್ರಮಬದ್ಧವಾಗಿ ಪಟ್ಟಿ ಮಾಡಿ ಸಂಖ್ಯೆಗಳಿಂದಲೂ ಗುರುತಿಸಲಾಯಿತು.

ವಿಷಯವನ್ನಾಧರಿಸಿ, ಎರಡು ಶಾಸನಗಳನ್ನು ಗೌಣಶಾಸನಗಳೆಂದೂ ಅವುಗಳು ಪ್ರಪ್ರಥಮವಾಗಿ ಸಿದ್ಧವಾದವೆಂದೂ ಹೇಳಲಾಗಿದೆ. ಇವುಗಳು ಕರ್ನಾಟಕ ಮತ್ತು ಆಂಧ್ರದ ಏಳು ಸ್ಥಳಗಳಲ್ಲಿ ಕಂಡು ಬಂದಿವೆ. ಅದೇ ರೀತಿ, ಹತ್ತು ಶಾಸನಗಳು ಉತ್ತರ ಭಾರತದ ಬಹಪೂರ್ (ದೆಹಲಿ) ಮತ್ತು ಸಹಸ್ರಾಂ(ನೈರುತ್ಯ ಬಿಹಾರ)ಗಳಲ್ಲಿ ಕಂಡು ಬಂದಿದ್ದು ಅವುಗಳು ಒಂದನೆಯ ಗೌಣ ಶಿಲಾಶಾಸನ(ನಕ್ಷೆ 2.1–2.3)ದ ಒಕ್ಕಣೆಯ ನಕಲುಗಳೇ ಆಗಿವೆ. ಮುಂದೆ ವಿವರಿಸಲಾಗಿರುವ ಶಿಲಾ ಮತ್ತು ಸ್ತಂಭ ಶಾಸನಗಳಿಗೆ ಹೋಲಿಸಿದರೆ ಈ ಗೌಣ ಶಿಲಾಶಾಸನಗಳ ಪಠ್ಯವು ವೈವಿಧ್ಯಮಯವಾಗಿದೆ. ಈ ಶಾಸನಗಳನ್ನು ಶಿಲೆಗಳ ಮೇಲೆ ಕೆತ್ತುವವರಿಗೆ ಕಳುಹಿಸಲಾದ ಪಠ್ಯಗಳಲ್ಲಿನ ವ್ಯತ್ಯಾಸಗಳೇ ಈ ವೈವಿಧ್ಯತೆಗೆ ಕಾರಣವಾಗಿರಬಹುದು; ಅಥವಾ ಒಬ್ಬರಿಂದ ಒಬ್ಬರಿಗೆ ಮೌಖಿಕವಾಗಿ ಹರಿದು ಬಂದದ್ದರಿಂದ, ವಿಷಯವೊಂದೇ ಆದರೂ ಪದಗಳು ಬೇರೆ ಬೇರೆಯಾಗಿರುವ ಸಾಧ್ಯತೆಯೂ ಇದೆ. ಈ ಪಠ್ಯಗಳ ಅಸ್ಪಷ್ಟತೆಯ ಸಮಸ್ಯೆ(ಉದಾ: ಒಂದನೆಯ ಗೌಣಶಿಲಾಶಾಸನದಲ್ಲಿನ 256 ಎಂದು ಓದಲಾಗಿರುವ ಸಂಖ್ಯೆ)ಯು ಇನ್ನೂ ತೃಪ್ತಿಕರವಾಗಿ ಬಗೆಹರಿದಿಲ್ಲ. ಈ ಶಾಸನಗಳಲ್ಲಿ ಅವುಗಳನ್ನು ಸಿದ್ಧಪಡಿಸಿದ

ದಿನಾಂಕ ದಾಖಲಾಗಿಲ್ಲ. ಆದರೂ ಅವು ಕ್ರಿ.ಪೂ.260(ಅಶೋಕನ ಅಧಿಕಾರದ 10ನೆಯ ವರ್ಷ)ರಲ್ಲಿ ರಚಿತವಾದವೆನ್ನಬಹುದು. ಕಾಂದಹಾರಿನ ದ್ವಿಭಾಷಿಕ ಶಾಸನದ ಪಠ್ಯವು ಈ ಶಾಸನಗಳ ಪಠ್ಯವನ್ನು ಹೋಲುವುದರಿಂದ ಮತ್ತು ಅದು ಕ್ರಿ.ಪೂ.260ಕ್ಕೆ ಸೇರಿದ್ದೆಂದು ಖಚಿತವಾಗಿರುವುದರಿಂದ ಈ ಎರಡು ಗೌಣ ಶಿಲಾ ಶಾಸನಗಳನ್ನು ಆ ಕಾಲಕ್ಕೇ ಸೇರಿಸಬಹುದು.

ಶಿಲೆಗಳು ಮತ್ತು ಫಲಕಗಳ ಮೇಲೆ ಕಂಡುಬರುವ ಹದಿನಾಲ್ಕು ಶಿಲಾ ಶಾಸನಗಳು ಅಂದಿನ ಭಾರತದ ವಾಯುವ್ಯ ಭಾಗದ ಗಡಿಯಿಂದ ದಕ್ಷಿಣದ ಆಂಧ್ರದವರೆಗೂ (ನಕ್ಷೆ 2.1–2.4) ಹರಡಿಕೊಂಡಿವೆ. ವಾಯುವ್ಯದಲ್ಲಿರುವ ಶಾಬಾಜ್‌ಗಡಿ ಮತ್ತು ಮನ್ಸೆರಾಗಳಲ್ಲಿನ ಎರಡು ಶಾಸನಗಳು ಮಾತ್ರ ಖರೋಷ್ಠಿ ಲಿಪಿಯಲ್ಲಿವೆ. ಕಾಲ್ಸಿ (ಉತ್ತರಾಖಂಡ), ಗಿರ್ನಾರ್ (ಗುಜರಾತ್) ಮತ್ತು ಎರ್ರಗುಡಿ (ಆಂಧ್ರ)ಗಳಲ್ಲಿ ಇತರ ಶಾಸನಗಳು ದೊರೆತಿವೆ. ಮುಂಬೈ ಬಳಿಯ ಸೋಪಾರ್ ಮತ್ತು ಕರ್ನಾಟಕದಲ್ಲಿನ ಸನ್ನತಿ ಬಳಿ ಈ ಶಾಸನಗಳ ಭಾಗಗಳು ಪತ್ತೆಯಾಗಿವೆ. ಒರಿಸ್ಸಾದ ಧೌಲಿ ಮತ್ತು ಜೌಗುಡಾಗಳಲ್ಲಿ ಹನ್ನೊಂದರಿಂದ ಹದಿಮೂರು ಸಂಖ್ಯೆಯ ಶಾಸನಗಳನ್ನು ಹೊರತುಪಡಿಸಿ ಉಳಿದ ಎಲ್ಲಾ ಶಾಸನಗಳೂ ದೊರಕಿವೆ. ಹದಿಮೂರನೆಯ ಶಾಸನದ ವಿಷಯವು ಕಳಿಂಗಯುದ್ಧಕ್ಕೆ ಸಂಬಂಧಿಸಿದ್ದಾದ್ದರಿಂದ ಸೌಜನ್ಯಕ್ಕಾಗಿ ಆ ಶಾಸನವನ್ನು ಒರಿಸ್ಸಾದಲ್ಲಿ ಪ್ರದರ್ಶಿಸಲಿಲ್ಲವೆಂದು ಭಾವಿಸಲಾಗಿದೆ. ಅದೇ ಕಾರಣಕ್ಕಾಗಿಯೇ, ಹನ್ನೊಂದು ಮತ್ತು ಹನ್ನೆರಡನೆಯ ಶಿಲಾಶಾಸನಗಳೂ ಸಹ ಆ ಭಾಗದಲ್ಲಿ ಕಾಣಸಿಗುವುದಿಲ್ಲ. ಒಂದರಿಂದ ನಾಲ್ಕನೆಯ ಶಿಲಾಶಾಸನಗಳು ಆರಂಭದ ದಿನಗಳಿಗೆ ಸೇರಿದವುಗಳಾಗಿರಬಹುದು. ಅವುಗಳು ಕ್ರಿ.ಪೂ.258 (ಅಶೋಕನ ಅಧಿಕಾರದ 12ನೆಯ ವರ್ಷ)ದಲ್ಲಿ ಕೊರೆಯಲಾಗಿರಬಹುದು. ಮೂರನೆಯ ಮತ್ತು ನಾಲ್ಕನೆಯ ಶಿಲಾಶಾಸನಗಳಲ್ಲಿ ಇದೇ ಕಾಲಘಟ್ಟದ ಪ್ರಸ್ತಾವನೆ ಇದೆ. 5ನೆಯ ಶಿಲಾಶಾಸನವು ರಾಜನು ತನ್ನ ಅಧಿಕಾರಾವಧಿಯ 13ನೆಯ ವರ್ಷದಲ್ಲಿ ತೆಗೆದುಕೊಂಡ ಕ್ರಮಗಳನ್ನು ಉಲ್ಲೇಖಿಸಿರುವುದರಿಂದ, ಇವೆಲ್ಲವೂ ಅಶೋಕನ ಅಧಿಕಾರದ 13ನೆಯ ವರ್ಷ (ಕ್ರಿ.ಪೂ.257)ದಲ್ಲಿ ಅಸ್ತಿತ್ವಕ್ಕೆ ಬಂದವೆಂದು ಹೇಳಬಹುದು.

ಒರಿಸ್ಸಾದ ಧೌಲಿ ಮತ್ತು ಜೌಗುಡಾ (ನಕ್ಷೆ 2.1) ಗಳಲ್ಲಿ ಎರಡು ಪ್ರತ್ಯೇಕ ಶಿಲಾಶಾಸನಗಳು ಕಂಡು ಬಂದವು. ಅವುಗಳ ವಿಷಯ ಕಳಿಂಗ ದೇಶಕ್ಕೆ ಮಾತ್ರ ಸಂಬಂಧಿಸಿದೆ ಎಂದು ಭಾವಿಸಲಾಗಿದ್ದು ಅವುಗಳನ್ನು ಕಳಿಂಗ ಶಾಸನಗಳು ಎಂದು ಕರೆಯಲಾಯಿತು. ಆದರೆ, ಅವುಗಳಲ್ಲಿನ ಪಠ್ಯವೇ ದೂರದ ಸನ್ನತಿಯಲ್ಲಿನ ಫಲಕ ಶಾಸನಗಳಲ್ಲಿಯೂ ಕಂಡು ಬಂದಿರುವುದರಿಂದ, ಅ ರೀತಿ ಹೇಳಲಾಗುವುದಿಲ್ಲ. ಜೌಗುಡಾ ಮತ್ತು ಸನ್ನತಿಗಳಲ್ಲಿನ ಶಾಸನಗಳು ಕೆತ್ತಲಾಗಿರುವ ರೀತಿಯನ್ನು ಗಮನಿಸಿದರೆ, ಎರಡನೆಯ ಶಾಸನವು ಮೊದಲನೆಯ ಶಾಸನಕ್ಕೂ ಮೊದಲೇ ಹೊರಡಿಸಲಾಗಿತ್ತೆಂದು ಹೇಳಬಹುದು.

ಮೇಲೆ ತಿಳಿಸಿರುವ ಎರಡು ಸರಣಿಗಳೇ ಅಲ್ಲದೆ ಬೈರಾಟ್ (ರಾಜಸ್ಥಾನದ ಭಬ್ರುವಿನ ಬಳಿ)ನಲ್ಲಿ ಒಂದು ಶಾಸನವು ದೊರಕಿದೆ. ಇದರಲ್ಲಿ ಅಶೋಕನು ಬೌದ್ಧರ

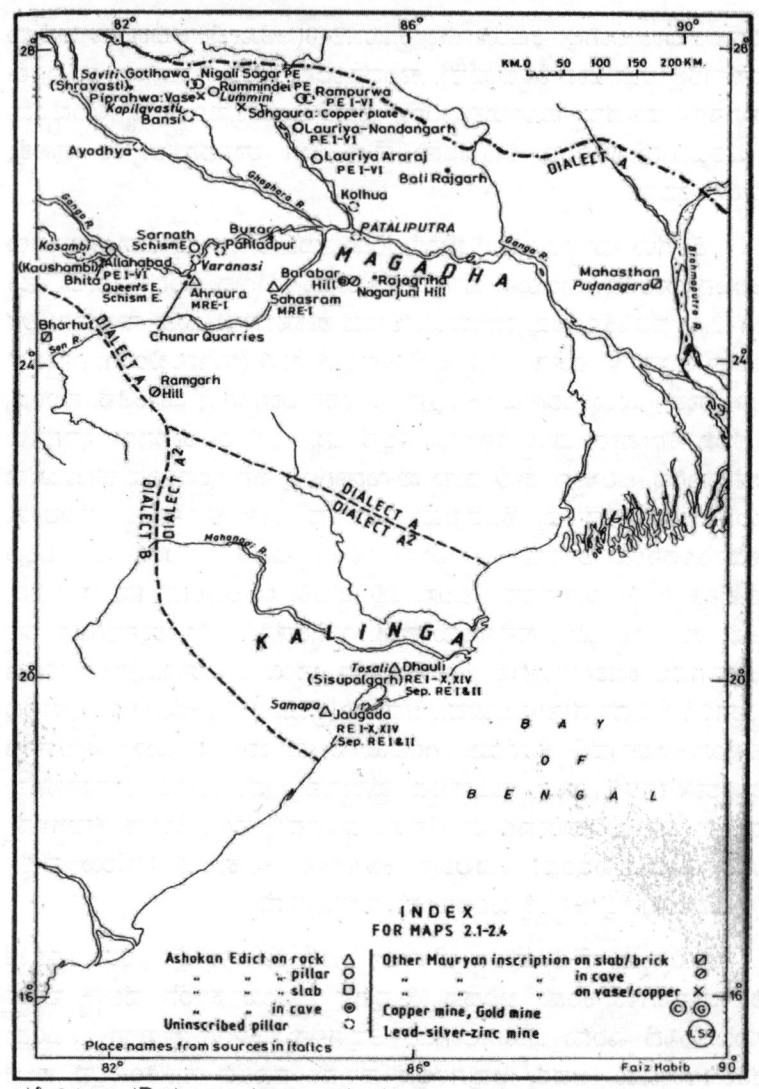

ನಕ್ಷೆ 2.1 – ಮೌರ್ಯ ಸಾಮ್ರಾಜ್ಯ – ಪೂರ್ವ

ಸಂಘವನ್ನುದ್ದೇಶಿಸಿ ಹೇಳಿರುವ ಮಾತುಗಳಿವೆ. ಆದರೆ ಈ ಶಾಸನವು ಯಾವ ಇಸವಿಯದು ಎಂದು ತಿಳಿಯಲಾಗುವುದಿಲ್ಲ. ಮತ್ತು ಆ ಪಠ್ಯವು ಇಲ್ಲಿ ಮಾತ್ರ ಸಿಗುತ್ತದೆ. ಬಿಹಾರದ ಗಯಾದ ಸಮೀಪ ಬರಾಬರ್ ಬೆಟ್ಟಗಳಲ್ಲಿನ ಮೂರು ಗುಹೆಗಳಲ್ಲಿಯೂ ಅಶೋಕನ ದಾನ ಶಾಸನಗಳಿವೆ. ಈ ಗುಹೆಗಳು ಆಜೀವಿಕರಿಗಾಗಿ ನಿರ್ಮಿಸಲಾಗಿದ್ದು ಅವರಿಗೆ ದಾನಮಾಡಲಾಗಿದೆ. ಅವುಗಳಲ್ಲಿ ಎರಡು ಶಾಸನಗಳು ಅಶೋಕನ ಅಧಿಕಾರದ 12ನೆಯ ವರ್ಷ(ಕ್ರಿ.ಪೂ.258)ಕ್ಕೆ ಮತ್ತೊಂದು 19ನೆಯ ವರ್ಷ(ಕ್ರಿ.ಪೂ.251)ಕ್ಕೆ

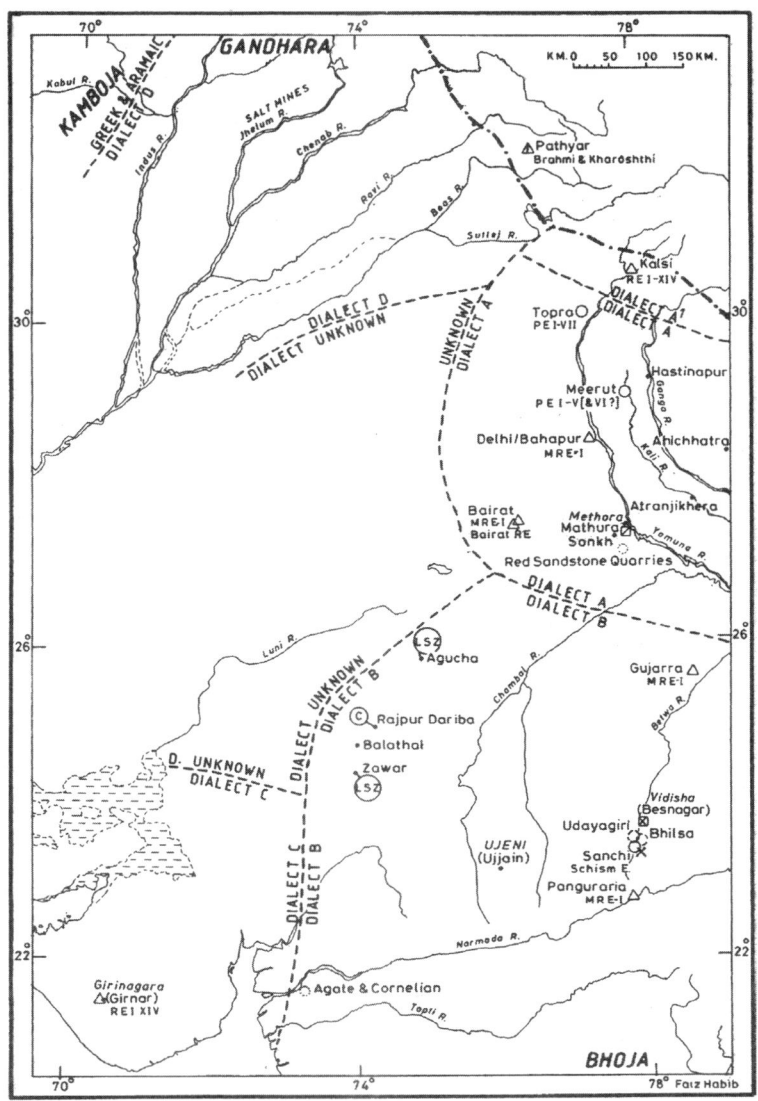

ನಕ್ಷೆ 2.2 – ಮೌರ್ಯ ಸಾಮ್ರಾಜ್ಯ – ಉತ್ತರ

ಸೇರಿದ್ದು, ಈ ಎರಡನೆಯ ಶಾಸನದಲ್ಲಿ ಆಜೀವಿಕರೇ ದಾನವನ್ನು ಪಡೆದವರೆಂಬ ಸ್ಪಷ್ಟ ಪ್ರಸ್ತಾಪವಿಲ್ಲ.

ಸ್ತಂಭ ಶಾಸನಗಳ ಸರಣಿಯ ಮೊದಲ ಆರು ಶಾಸನಗಳು ದೆಹಲಿ, ಉತ್ತರಪ್ರದೇಶ ಮತ್ತು ಬಿಹಾರ(ನೋಡಿ ನಕ್ಷೆಗಳು 2.1–2.2)ದಲ್ಲಿ ದೊರಕಿವೆ. ಇವೆಲ್ಲವೂ ಅಂದಿನ

ಅಶೋಕ ಮತ್ತು ಮೌರ್ಯಸಾಮ್ರಾಜ್ಯದ ಕೊನೆಯ ದಿನಗಳು 63

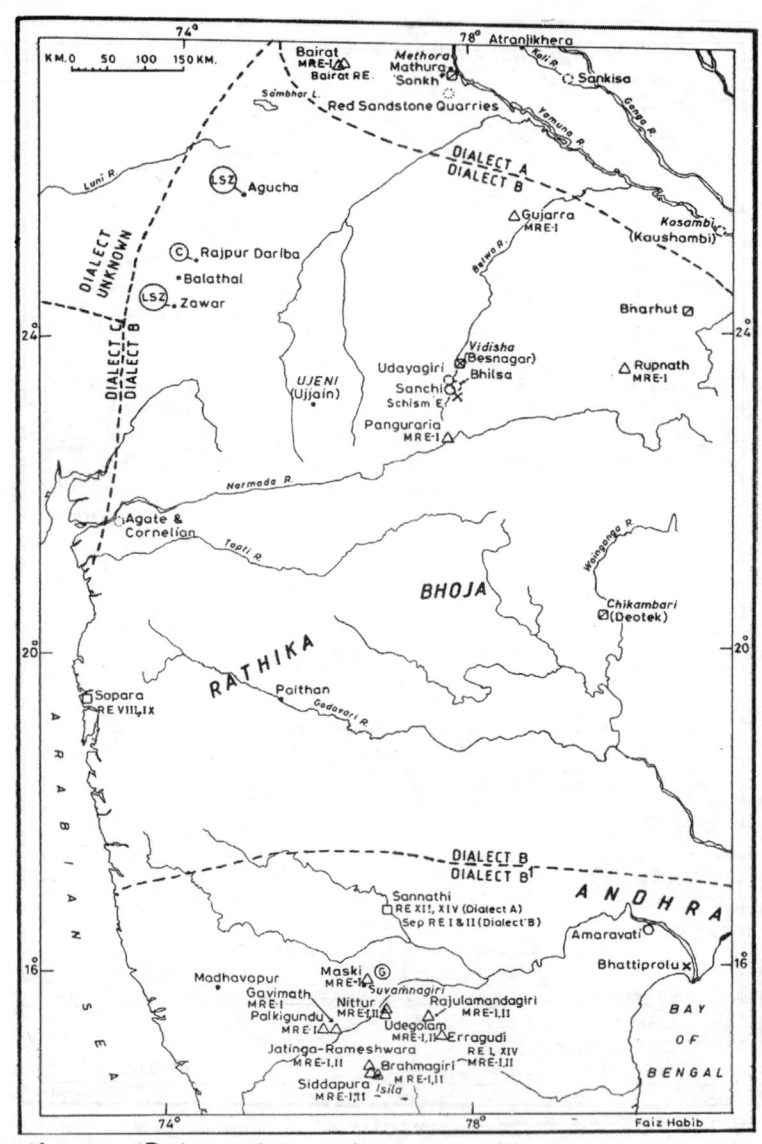

ನಕ್ಷೆ 2.3 – ಮೌರ್ಯ ಸಾಮ್ರಾಜ್ಯ – ದಕ್ಷಿಣ
(ಎರ್ರಗುಡಿಯ ಕೆಳಗೆ REI,XIV ಬದಲಿಗೆ REI-XIV ಎಂದು ಓದುವುದು

ಪ್ರಾಕೃತದ ಮಾಗಧಿ ಲಿಪಿಯಲ್ಲಿದ್ದು ಅವುಗಳ ಪಠ್ಯದಲ್ಲಿ ತುಂಬ ಸಾಮ್ಯವಿದೆ.
ದೆಹಲಿಯಲ್ಲಿನ ಎರಡು ಸ್ತಂಭಗಳಲ್ಲಿ ಒಂದು ಹರ್ಯಾನದ ತೋಪ್ರಾದಿಂದ, ಮತ್ತೊಂದು
ಉತ್ತರಪ್ರದೇಶದ ಮೀರಟ್‌ನಿಂದ, 1351–1388ರಲ್ಲಿ ಸುಲ್ತಾನನಾಗಿದ್ದ ಫಿರೋಜ್

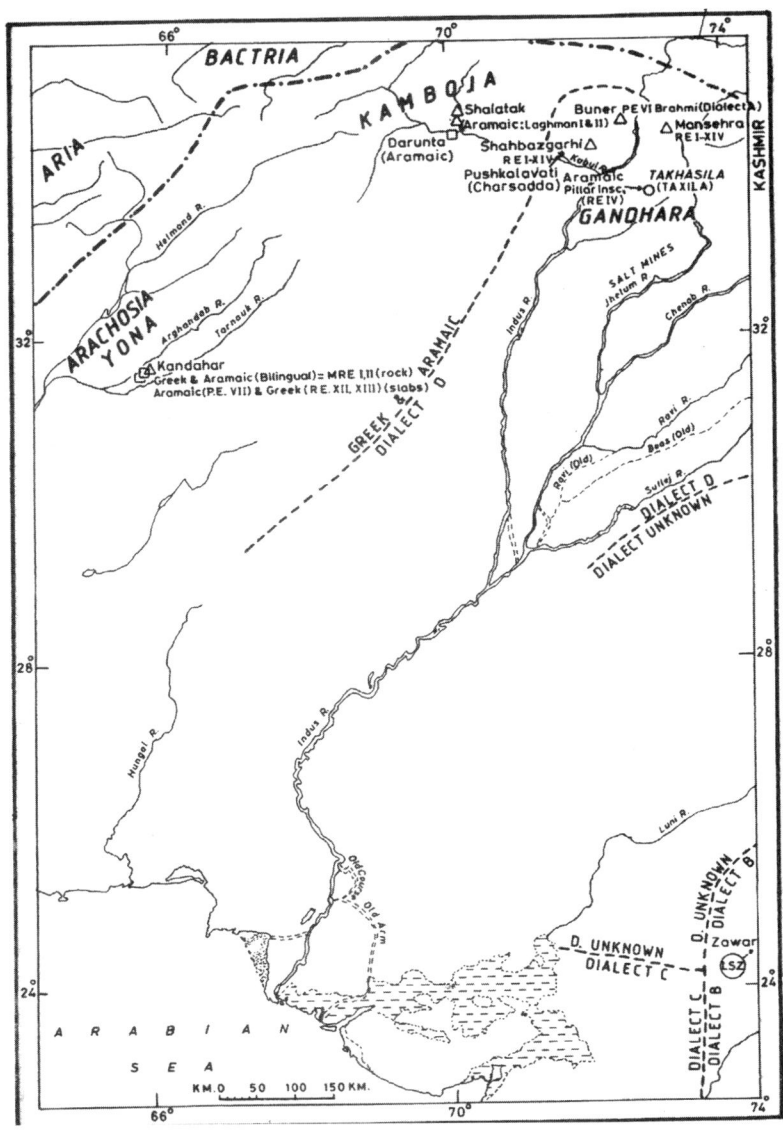

ನಕ್ಷೆ 2.4 – ಮೌರ್ಯ ಸಾಮ್ರಾಜ್ಯ – ಪಶ್ಚಿಮ

ತುಗ್ಲಕ್‌ನ ಆದೇಶದ ಮೇರೆಗೆ ಈಗಿರುವ ಜಾಗಕ್ಕೆ ತರಲಾಯಿತು. ತೋಪ್ರಾದ ಶಾಸನದಲ್ಲಿ ಕಂಡು ಬರುವ ವಿವರಗಳು (ಉದ್ಧೃತ 2.7) ಬೇರೆಲ್ಲಿಯೂ ಸಿಗುವುದಿಲ್ಲ. ಅದನ್ನು 7ನೆಯ ಸ್ತಂಭ ಶಾಸನವೆಂದು ಗುರುತಿಸಲಾಗಿದೆ. ಈ ಆರು ಶಾಸನಗಳ ಸರಣಿಯು ಅಶೋಕನ ಕೊನೆಯ ಶಾಸನಗಳಲ್ಲಿ ಕೆಲವಾಗಿರುವ ಸಾಧ್ಯತೆ ಇದೆ. 1, 4, 5 ಮತ್ತು

6ನೆಯ ಸ್ತಂಭಶಾಸನಗಳಲ್ಲಿ ಅಧಿಕಾರಾವಧಿಯ 26ನೆಯ ವರ್ಷ(ಕ್ರಿ.ಪೂ.244)ವೆಂದೂ, 7ನೆಯ ಸ್ತಂಭಶಾಸನದಲ್ಲಿ ಅಧಿಕಾರಾವಧಿಯ 27ನೆಯ ವರ್ಷ(ಕ್ರಿ.ಪೂ.243)ವೆಂದೂ ನಮೂದಾಗಿದೆ.

ತ್ರುಟಿತಶಾಸನ (Schism Edict)ವೆಂದು ಕರೆಯಲಾಗುವ ಮತ್ತೊಂದು ಶಾಸನವು ಅಲಹಾಬಾದ್, ಸಾರನಾಥ್ (ವಾರಣಾಸಿಯ ಸಮೀಪ) ಮತ್ತು ಭೋಪಾಲದ ಬಳಿಯ ಸಾಂಚಿಯಲ್ಲಿನ ಸ್ತಂಭಗಳ ಮೇಲೆ ಕಂಡುಬಂದಿದೆ. ಆದರೆ ಅವುಗಳ ಒಕ್ಕಣೆಗಳ ನಡುವೆ ಸಾಕಷ್ಟು ವ್ಯತ್ಯಾಸವಿದೆ. ಅವುಗಳಲ್ಲಿ ಯಾವುದೇ ಇಸವಿಯ ಉಲ್ಲೇಖವಿಲ್ಲ. ಆದರೆ ಅಲಹಾಬಾದಿನ ಸ್ತಂಭದಲ್ಲಿನ ಒಕ್ಕಣೆಯೊಂದರ ಮೂಲಕ ಅವುಗಳು ಹಿಂದೆ ತಿಳಿಸಿರುವ ಸ್ತಂಭ ಶಾಸನಗಳ ನಂತರದ ಕಾಲಘಟ್ಟಕ್ಕೆ ಸೇರಿದವೆಂದು ಹೇಳಬಹುದು.

ಅಶೋಕನು ನೇಪಾಳದ ಟೆರಾಯ್‌ಗೆ ಕೈಗೊಂಡ ಯಾತ್ರೆಯ ನೆನಪಿನಲ್ಲಿ ಎರಡು ಸ್ತಂಭಶಾಸನಗಳನ್ನು ಕೆತ್ತಲಾಗಿದೆ. ಅವನ ಅಧಿಕಾರಾವಧಿಯ 20ನೆಯ ವರ್ಷ(ಕ್ರಿ.ಪೂ.250)ದಲ್ಲಿ ಲುಂಬಿನಿ(ಬುದ್ಧನ ಜನ್ಮಸ್ಥಳ–ಪ್ರಾಕೃತದಲ್ಲಿ ಉಮ್ಮಿನಿ)ಗೆ ಅಶೋಕನ ಭೇಟಿಯ ಬಗ್ಗೆ ಉಂಬಿನಿಯಲ್ಲಿನ ಸ್ತಂಭವು ತಿಳಿಸುತ್ತದೆ. ವಿಗಲಿ ಸಾಗರ್‌ನ ಬಳಿಯ ಸ್ತಂಭದಲ್ಲಿ ಬಹುಶಃ ಅದೇ ವರ್ಷದಲ್ಲಿ ಬುದ್ಧ ಕೊನಾಕಮನದ ಸ್ತೂಪದ ದರ್ಶನವನ್ನು ಪಡೆದದ್ದು ಉಲ್ಲೇಖಿತವಾಗಿದೆ. ಅಲಹಾಬಾದ್ ಸ್ತಂಭದ ಮೇಲೆ 'ರಾಣಿಯ ಶಾಸನ' ಎಂಬ ಹೆಸರಿನಲ್ಲಿ ಕೆತ್ತಲಾಗಿರುವ ಶಾಸನವೂ ಯಾವ ಕಾಲದ್ದೆಂದು ತಿಳಿಯುವುದಿಲ್ಲ. ತನ್ನ ಎರಡನೆಯ ರಾಣಿಯಾದ ಕಾಲುವಾಕಿ(ಕಾರುವಾಕಿ)ಯು ದಾನವಾಗಿ ನೀಡಿದವುಗಳ ವಿವರಗಳು ದಾಖಲಾಗಬೇಕೆಂದು ಅಶೋಕನು ಮಾಡಿದ ಆಜ್ಞೆ ಅಲ್ಲಿ ಕಾಣುತ್ತದೆ. ಕರಾವಳಿ ಆಂಧ್ರದ ಅಮರಾವತಿಯಲ್ಲಿ ಬೆಣಚು ಕಲ್ಲಿನ ಫಲಕವೊಂದು ಲಭ್ಯವಾಗಿದೆ. ಆದರೆ ಅದರಲ್ಲಿನ ಕೆತ್ತನೆಯು ಛಿದ್ರಗೊಂಡಿರುವುದರಿಂದ ಅದರಲ್ಲಿನ ಪಠ್ಯವು ಸ್ಪಷ್ಟವಾಗಿ ಕಾಣುವುದಿಲ್ಲ. ಆದರೆ ಅಲ್ಲಿರುವ ಸಾಲುಗಳು ಬೇರೆ ಶಾಸನಗಳ ಪಠ್ಯಗಳಿಂತಲೂ ತೀರ ಭಿನ್ನವಾಗಿದೆ ಎನ್ನಲಡ್ಡಿ ಇಲ್ಲ.

ಅಶೋಕನ ಶಾಸನಗಳಲ್ಲಿ ಮೊದಲನೆಯದೆಂದೇ ಪರಿಗಣಿಸಲಾಗಿರುವ ಒಂದನೆಯ ಗೌಣ ಶಾಸನದಲ್ಲಿ ಅವನು ತನ್ನ ಆದೇಶಗಳನ್ನು ಬಂಡೆಗಳು ಮತ್ತು ಸ್ತಂಭಗಳ ಮೇಲೆ ಕೆತ್ತಿಸುವ ಯೋಚನೆಯನ್ನು ವ್ಯಕ್ತಪಡಿಸಿದ್ದಾನೆ. ಅವನ ಕಟ್ಟಕಡೆಯ ಶಾಸನವೆಂದು ಹೇಳಬಹುದಾದ 7ನೆಯ ಸ್ತಂಭಶಾಸನದಲ್ಲಿ ತನ್ನ ಆದೇಶಗಳನ್ನು ಶಿಲಾಸ್ತಂಭಗಳು ಮತ್ತು ಶಿಲಾಫಲಕಗಳ ಮೇಲೆ ಕೆತ್ತಿಸುವ ಬಗ್ಗೆ ಹೇಳುತ್ತಾನೆ. ಇಲ್ಲಿ ಗಮನಿಸಬೇಕಾದ ಅಂಶವೊಂದಿದೆ. ಅಶೋಕನು ತನ್ನ ಜನರನ್ನು ಅಥವಾ ಅಧಿಕಾರಿಗಳನ್ನು ಉದ್ದೇಶಿಸಿ ಹೇಳಿದ ಮಾತುಗಳು ಶಾಸನಗಳ ರೂಪದಲ್ಲಿ ಶಿಲೆಗಳ ಮೇಲೆ ಅಥವಾ ಸ್ತಂಭಗಳ ಮೇಲೆ ಕೆತ್ತಲಾಗಿವೆಯೇ ಹೊರತು ಒಂದೇ ಒಂದು ಶಾಸನವನ್ನೂ ಶಿಲೆಗಳು ಮತ್ತು ಸ್ತಂಭಗಳ ಮೇಲೆ ಕೆತ್ತಲಾಗಿಲ್ಲ. ಇದು ಹೀಗೇ ಇರಬೇಕೆಂಬ ಬಗ್ಗೆ ಯಾವುದೇ ನಿರ್ದೇಶನವಂತೂ ಸಿಗದು. ಹಾಗಾಗಿ, ಈ ವಿದ್ಯಮಾನವನ್ನು ಅರ್ಥಮಾಡಿಕೊಳ್ಳುವುದು ಅಷ್ಟು ಸುಲಭವಲ್ಲ. ಆದರೆ ಈ ಅಂಶವೇ ಶಾಸನಗಳನ್ನು ವರ್ಗೀಕರಿಸಲು ಸಹಕಾರಿಯಾಗಿದ್ದು ಇಂದು

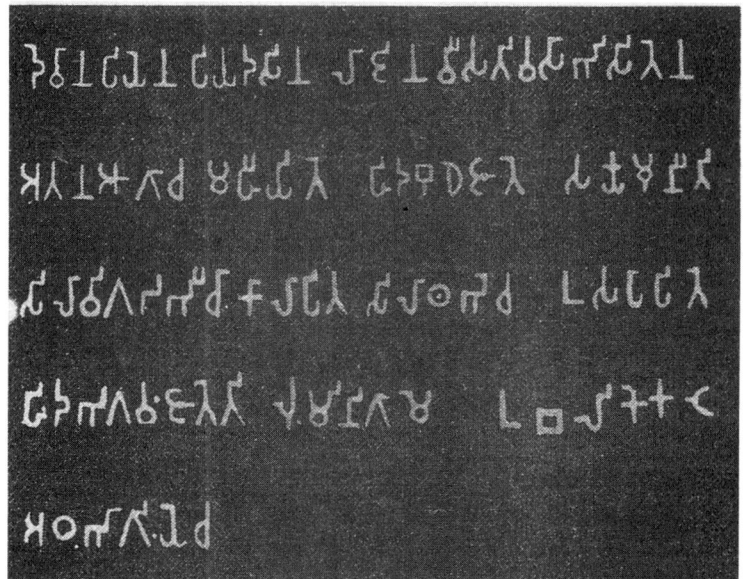

1 (A) **Devāna[pi]yena Piyadasina** lājina **vīsati-vasābhisitena**
2 atana āgācha mahīyite hida **Budhe** jāte **Sakyamunī** ti
3 **(B)** silā vigaḍabhī chā kālāpita silā-thabhe cha usapāpite
4 hida **Bhagavaṁ** jāte ti **(C) Lummini-gāme** ubalike kaṭe
5 atha-bhāgiye cha

ಚಿತ್ರ 2.1. ರುಮ್ಮಿಂಡೈ ಸ್ತಂಭ ಶಾಸನ (ವಿ ಎ ಸ್ಮಿತ್) ರೋಮನ್ ಲಿಪ್ಯಂತರ ಇ ಹಲ್ಟ್ಜ್.

1. ಅ)ದೇವಾನಾಂ (ಪಿ)ಯೇನ ಪಿಯದಸಿನ ಲಾಜಿನ ವಿಸತಿ.ವಿಸಾಭಿಸಿತೇನ
2. ಅತನ ಅಗಾಚ ಮಹೀಯಿತೇ ಹಿದ ಬುಧೇ ಜಾತೆ ಶಾಕ್ಯಮುನಿ ತಿ
3. ಆ)ಸಿಲಾ ವಿಗದಾಭಿ ಚಾ ಕಾಲಾಪಿತ ಸಿಲಾ–ತಾಭೇ ಚ ಉಸಪಾಪಿತೆ
4. ಹಿದ ಭಗವಾಮ್ ಜಾತೆ ತಿ ಇ ಲುಮ್ಮಿನಿ ಗಾಮೆ ಉಬಲಿಕೆ ಕತೆ
5. ಅಥ–ಭಾಗಿಯೇ ಚ

ಅವುಗಳನ್ನು ಶಿಲಾ ಹಾಗೂ ಸ್ತಂಭಶಾಸನಗಳೆಂದು ಗುರುತಿಸಲು ಸಾಧ್ಯವಾಗಿದೆ. ಆದರೆ ಈ ಮಾತಿಗೆ ಅಪವಾದವಾಗಿ ಆಗ್ನೇಯ ಪ್ರಾಂತ್ಯದಲ್ಲಿ ಬ್ಯುನರ್ ಎಂಬಲ್ಲಿ ಒಂದು ಬಂಡೆಯ ಮೇಲೆ ಬ್ರಾಹ್ಮಿಲಿಪಿಯಲ್ಲಿ ದೊರಕಿದ ಶಾಸನವೇ 6ನೆಯ ಸ್ತಂಭ ಶಾಸನವೂ ಆಗಿದೆ. ಮತ್ತು ಅರಮಿಕ್ ಮತ್ತು ಗ್ರೀಕ್ ಭಾಷೆಗಳ ಶಾಸನಗಳ ವಿಷಯದಲ್ಲಿ ಮೇಲಿನ ಮಾತು ಅಷ್ಟಾಗಿ ಅನ್ವಯಿಸುವುದಿಲ್ಲ.

ಅರಮಿಕ್ ಮತ್ತು ಗ್ರೀಕ್ ಶಾಸನಗಳು ತಕ್ಷಶಿಲದ ಬಳಿ ಮತ್ತು ಅಫ್ಘಾನಿಸ್ತಾನದ ನಾಲ್ಕು ಸ್ಥಳಗಳಲ್ಲಿ (ನಕ್ಷೆ 2.4) ಕಂಡುಬಂದಿವೆ. ಅವುಗಳಲ್ಲಿನ ಪಠ್ಯದ ಆಧಾರದ ಮೇಲೆ ಅವುಗಳನ್ನು ಎರಡು ವಿಧವಾಗಿ ವಿಂಗಡಿಸಬಹುದು.

1. ಮೂಲ ಪ್ರಾಕೃತದಲ್ಲಿನ ಶಾಸನಗಳ ನೇರ ಅನುವಾದಗಳು; 2. ಪ್ರಾಕೃತದ ಯಾವುದೇ ಮೂಲದಲ್ಲಿ ಕಂಡುಬರದ ಪಠ್ಯಗಳು. ಕಾಂದಹಾರ್‌ನ ಸಮೀಪದ ಷಾರ್-ಇ-ಕೋನಾ ದಲ್ಲಿನ ದ್ವಿಭಾಷಿಕ ಶಾಸನವು ಮೊದಲ ಗುಂಪಿಗೆ ಸೇರಿದೆ. ಇಲ್ಲಿನ ಗ್ರೀಕ್ ಹಾಗೂ ಅರಮಿಕ್ ಅನುವಾದಗಳು ಮೂಲ ಪ್ರಾಕೃತದ ಅನುವಾದಗಳಾಗಿವೆ. ಒಂದನೆಯ ಗೌಣಶಿಲಾಶಾಸನದ ಪಠ್ಯವನ್ನು ಬದಲಾಯಿಸಲಾಗಿದೆ ಮತ್ತು ಎರಡನೆಯ ಗೌಣಶಿಲಾ ಶಾಸನದ ಪಠ್ಯವನ್ನು ಸಂಕ್ಷಿಪ್ತಗೊಳಿಸಲಾಗಿದೆ. ಭಾರತೀಯರಲ್ಲದವರ ಉಪಯೋಗಕ್ಕಾಗಿ ಹೀಗೆ ಮಾಡಲಾಗಿದೆ. ಇದು ಅಶೋಕನ ಅಧಿಕಾರಾವಧಿಯ 10ನೇ ವರ್ಷ(ಕ್ರಿ.ಪೂ.260)ಕ್ಕೆ ಸೇರಿದ್ದೆಂದು ತಿಳಿದುಬರುತ್ತದೆ (ಅರಮಿಕ್ ಪಠ್ಯಕ್ಕಾಗಿ ಉದ್ಧೃತ 2.1(ಬಿ)ಯನ್ನು ನೋಡಿ). ಕಾಂದಹಾರ್‌ನಲ್ಲಿ ದೊರೆತ ಫಲಕವೊಂದರ ಮೇಲೆ 12ನೆಯ ಶಿಲಾಶಾಸನದ ಒಕ್ಕಣೆಯ ಗ್ರೀಕ್ ಆವೃತ್ತಿ ಕಂಡುಬರುತ್ತದೆ. ಆದರೆ ಮೂಲ ಶಾಸನದ ಕೆಲವು ಭಾಗಗಳು ಇದರಲ್ಲಿ ಕಾಣಸಿಗುವುದಿಲ್ಲ. 13ನೆಯ ಶಿಲಾಶಾಸನದ ಮೊದಲ ಸ್ವಲ್ಪ ಭಾಗವೂ ಸಹ ಇಲ್ಲಿದೆ. ಇದು ಗ್ರೀಕ್ ಭಾಷೆಯಲ್ಲಿ ಸಿದ್ಧಪಡಿಸಿದ್ದ 14 ಶಿಲಾಶಾಸನಗಳ ಸರಣಿಯ ಒಂದು ಭಾಗವಾಗಿರುವ ಸಾಧ್ಯತೆ ಇದೆ. ಕಾಂದಹಾರ್‌ನ ಮಾರುಕಟ್ಟೆಯಲ್ಲಿ ಸುಣ್ಣಕಲ್ಲಿನ ಶಾಸನವೊಂದು ದೊರಕಿದೆ. ಅದರ ಮೇಲಿರುವುದು ಅರಮಿಕ್ ಭಾಷೆಯಲ್ಲಿನ ಬರಹ ಮತ್ತು ಇದು 7ನೆಯ ಸ್ತಂಭ ಶಾಸನದಲ್ಲಿರುವ ಪಠ್ಯವನ್ನೇ ಹೋಲುತ್ತದೆ. ಅರಮಿಕ್ ಭಾಷೆಯ ನಡುವೆಯೇ ಕೆಲವು ಕಡೆ ಪ್ರಾಕೃತ ವಾಕ್ಯ ಖಂಡಗಳನ್ನು ಹಾಗೆಯೇ ಉಳಿಸಿಕೊಂಡಿರುವುದೂ ಕಾಣುತ್ತದೆ. ತಕ್ಷಶಿಲದ ಬಳಿ, ಅಷ್ಟಕೋನಾಕೃತಿಯ ಅಮೃತ ಶಿಲೆಯ ಸ್ತಂಭವೊಂದರ ಮೇಲೆ 4ನೆಯ ಶಿಲಾಶಾಸನದ ಸ್ವಲ್ಪಭಾಗ, ಅರಮಿಕ್ ಭಾಷೆಯಲ್ಲಿ ಬರೆದಿರುವುದು ಕಂಡು ಬಂದಿದೆ.

ಲಾಘ್‌ಮನ್ ಪ್ರಾಂತ್ಯದಲ್ಲಿ ದೊರೆತ ಮೂರು ಅರಮಿಕ್ ಶಾಸನಗಳನ್ನು ಎರಡನೆಯ ವಿಭಾಗಕ್ಕೆ ಸೇರಿಸಬಹುದು. ಫುಲ್-ಇ-ದುರಾಂತ ಎಂಬಲ್ಲಿ ಭಗ್ನ ಸ್ಥಿತಿಯಲ್ಲಿ ದೊರೆತ ಶಿಲಾಫಲಕದ ಮೇಲೆ 5ನೆಯ ಶಿಲಾಶಾಸನ ಮತ್ತು 5ನೆಯ ಹಾಗೂ 7ನೆಯ ಸ್ತಂಭಶಾಸನಗಳಲ್ಲಿನ ಕೆಲವು ಭಾಗಗಳನ್ನು ಮೂಲ ಪ್ರಾಕೃತ ಪದಗಳು ಹಾಗೂ ವಾಕ್ಯಖಂಡಗಳೂ ಸೇರಿದಂತೆ, ಕಾಣಬಹುದು. ಅಂದರೆ ಅದರ ಮೂಲ ಪ್ರಾಕೃತ ಪಠ್ಯವು ಸ್ಥಳೀಯರ ಉಪಯೋಗಕ್ಕಾಗಿ ಸಿದ್ಧಪಡಿಸಲಾಗಿತ್ತೆಂದು ಊಹಿಸಬಹುದು. ಅಶೋಕನ ಅಧಿಕಾರಾವಧಿಯ 16ನೆಯ ವರ್ಷ(ಕ್ರಿ.ಪೂ.254)ಕ್ಕೆ ಸೇರಿದ ಎರಡು ಶಾಸನಗಳಲ್ಲಿ ಬೇಟೆಯಾಡುವುದು ಹಾಗೂ ಹಿಡಿಯುವುದನ್ನು ನಿಷೇಧಿಸಲಾಗಿರುವ ಪ್ರಸ್ತಾಪವಿದೆ.

ಅಶೋಕನು ತನ್ನ ಶಾಸನಗಳನ್ನು ಬರೆಸುವಲ್ಲಿ ತನ್ನ ಹಿಂದಿನ ಅಕೆಮೆನಿಡ್ ಶಾಸನಗಳನ್ನು ಮಾದರಿಯಾಗಿ ಗ್ರಹಿಸಿದನೆಂದು ವಾದಿಸಲಾಗುತ್ತದೆ. ಕ್ರಿ.ಪೂ.522-486 ರ ಕಾಲಘಟ್ಟದ ಮೊದಲನೆಯ ಡರಯಸ್‌ನ ಬಿಸುಟುನ್ ಮತ್ತು ನಕ್ಷ್-ಇ-ರುಸ್ತುಂ ಶಾಸನಗಳನ್ನು ಇದಕ್ಕೆ ಉದಾಹರಣೆಗಳನ್ನಾಗಿ ತೋರಿಸಲಾಗುತ್ತದೆ. ಬಿಸುಟುನ್ ಶಾಸನದ ಹಲವು ನಕಲುಗಳನ್ನು ತಯಾರಿಸಿ ಅರಮಿಕ್ ಮತ್ತು ಅಕಡಿಯನ್‌ನಂಥ ಇತರ ಭಾಷೆಗಳಿಗೆ ತರ್ಜುಮೆ ಮಾಡಿಸಲಾಯಿತೆಂದೂ ತಿಳಿದುಬಂದಿದೆ. ಭಾರತದ

ವಾಯುವ್ಯ ಭಾಗದಲ್ಲಿನ ಇರಾನಿ ಸಮುದಾಯದ ಜತೆಗಿನ ನಂಟಿನಿಂದಾಗಿ ಅಲ್ಲಿನ ಅಕಮೆನಿಡ್ ಪರಂಪರೆಯೂ ಅಶೋಕನ ಅರಿವಿಗೆ ಬಂದಿರುವ ಸಾಧ್ಯತೆ ಇದೆ. ಶಾಬಾಜ್‌ಗಡಿಯ ಶಿಲಾಶಾಸನದಲ್ಲಿ ಲಿಖಿತ ಆದೇಶವೆನ್ನುವ ಅರ್ಥಬರುವ 'ದಿಪಿ' ಮತ್ತು ಬರಹ ಎನ್ನುವ ಅರ್ಥಬರುವ 'ನಿಪೆಸಪಿತ' ಎನ್ನುವ ಎರಡು ಪ್ರಾಚೀನ ಇರಾನಿ ಪದಗಳು ಕಾಣಸಿಗುತ್ತವೆ. ('ದಿಪಿ' ಎನ್ನುವ ಪದವು ಮನ್‌ಸೆರಾದ ಶಾಸನದಲ್ಲಿಯೂ ಬಳಸಲಾಗಿದೆ). ಅದರೆ ಡರಯಸ್ ಮತ್ತು ಅಶೋಕರ ಶಾಸನಗಳ ನಡುವೆ ಅವುಗಳ ಆಶಯಕ್ಕೆ ಸಂಬಂಧಪಟ್ಟಂತೆ ಮೂಲಭೂತ ವ್ಯತ್ಯಾಸವಿದೆ. ಯುದ್ಧಗಳಲ್ಲಿ ತಾನು ಗಳಿಸಿದ ಯಶಸ್ಸು, ತನ್ನ ಅಧಿಕಾರ ಮತ್ತು ತಾನು ನೀಡುವ ಶಿಕ್ಷೆಗಳ ಬಗ್ಗೆ ಹೇಳಿಕೊಳ್ಳುವುದು ಡರಯಸನ ಉದ್ದೇಶವಾಗಿತ್ತು. ಹಾಗಾಗಿ ಸಮಾಜದ ಮೇಲ್‌ಸ್ತರದ ಮತ್ತು ತನ್ನನ್ನು ಎದುರಿಸಬಹುದಾದ ಜನರನ್ನು ಈ ಶಾಸನಗಳಲ್ಲಿ ದೃಷ್ಟಿಯಲ್ಲಿರಿಸಿಕೊಳ್ಳಲಾಗಿದೆ. ತನ ಸಾಮ್ರಾಜ್ಯದಲ್ಲಿ ಬಳಕೆಯಲ್ಲಿದ್ದ ವಿವಿಧ ಭಾಷೆಗಳಲ್ಲಿ ಶಾಸನಗಳನ್ನು ಬರೆಸುವ ಮೂಲಕ ಆ ಜನರನ್ನುದ್ದೇಶಿಸಿ ಮಾತನಾಡುತ್ತಾನೆ ಡರಯಸ್. ಆದರೆ, ಅಶೋಕನ ಉದ್ದೇಶ ಸಂಪೂರ್ಣವಾಗಿ ಬೇರೆ ಬಗೆಯದು. ಅದು ಧಾರ್ಮಿಕ ಸಂದೇಶ. ಅವನ ದೃಷ್ಟಿಯಲ್ಲಿದ್ದದ್ದು ಸಮಾಜದ ಎಲ್ಲ ವರ್ಗಗಳ ಜನರು. ಜನ, ಲೋಕ ಇಂಥ ಪದಗಳು ಮತ್ತು ಎಲ್ಲರಿಗೂ ಬೇಕಾಗುವ ವಿಷಯಗಳು ಒಂದನೆಯ ಗೌಣ ಶಿಲಾಶಾಸನ ಮತ್ತು ಹತ್ತನೆಯ ಶಿಲಾಶಾಸನಗಳಲ್ಲಿ ಮತ್ತು 6ನೆಯ ಶಿಲಾಶಾಸನದಲ್ಲಿ (ಉಧೃತ 2.5) ಕಾಣಸಿಗುತ್ತವೆ. ಆದರೆ, ಬರಹದ ಮೂಲಕ ಹೆಚ್ಚು ಜನರನ್ನು ತಲುಪಲು ಸಾಧ್ಯವಿಲ್ಲವೆನ್ನುವುದು ವಾಸ್ತವ. ಬರಹರೂಪದಲ್ಲಿನ ಈ ಶಾಸನಗಳನ್ನು ಓದಿ ಹೇಳಿದರೂ, ಅವುಗಳಲ್ಲಿ ಬಳಕೆಯಾದ ಶಿಷ್ಟ ಪ್ರಾಕೃತ ಭಾಷೆಯಿಂದಾಗಿ, ವಿಷಯಗಳು ಎಷ್ಟು ಜನರನ್ನು ಮುಟ್ಟುತ್ತಿದ್ದವು ಎನ್ನುವುದೂ ಪ್ರಶ್ನೆಯೇ. ಸಾಮ್ರಾಜ್ಯದ ವಿವಿಧ ಭಾಗಗಳಲ್ಲಿ ಬಳಸಲಾಗುತ್ತಿದ್ದ ಬಗೆಬಗೆಯ ಭಾಷೆಗಳು ಮತ್ತು ಪ್ರಾಂತೀಯ ಪ್ರಭೇದಗಳಿಂದಾಗಿ ಒಂದು ಭಾಷೆಯನ್ನು ಎಲ್ಲರೂ ಅರ್ಥಮಾಡಿಕೊಳ್ಳುವುದು ಸಾಧ್ಯವಿರಲಿಲ್ಲ. ಭಾಷೆ ಎಷ್ಟೇ ಸರಳವಾಗಿರಲಿ, ಪ್ರಾದೇಶಿಕ ವೈವಿಧ್ಯತೆಯಿಂದಾಗಿ, ಸ್ಥಳೀಯ ಭಾಷೆಯನ್ನು ಬಳಸಿದಾಗಲೂ, ಸಾಮಾನ್ಯರ ಆಡುಮಾತಿನಿಂದ ತುಂಬ ಭಿನ್ನವಾಗಿದ್ದುದರಿಂದ ಅವುಗಳನ್ನು ಅರ್ಥಮಾಡಿಕೊಳ್ಳುವುದು ಸುಲಭವಾಗಿರಲಿಲ್ಲ.

ಇಷ್ಟೆಲ್ಲ ಮಿತಿಗಳ ನಡುವೆಯೂ ಅಶೋಕನು ತಾನು ಹೇಳಬಯಸಿದ ವಿಷಯವನ್ನು ಜನರಿಗೆ ತಲುಪಿಸಲು ಯತ್ನಿಸಿದ್ದರ ಹಿಂದೆ ಎರಡು ಮುಖ್ಯ ಉದ್ದೇಶಗಳಿರುವಂತೆ ತೋರುತ್ತದೆ. ಒಂದು: ತನ್ನ ಸಂದೇಶಗಳು ಬಹುಕಾಲ ಉಳಿದಿದ್ದು (7ನೆಯ ಸ್ತಂಭಶಾಸನ), ತನ್ನ ನಂತರದವರು ಆ ಸಂದೇಶಗಳನ್ನು ಪಾಲಿಸುವಂತಾಗಬೇಕು. (5 ಮತ್ತು 6ನೆಯ ಶಿಲಾಶಾಸನಗಳು; ಎರಡು: ಆ ಶಾಸನಗಳು, ಜನರಿಗೆ ಯಾವ ವಿಷಯಗಳನ್ನು ಮೌಖಿಕವಾಗಿ ತಿಳಿಸಬೇಕು ಎನ್ನುವುದಕ್ಕೆ ಒಂದು ಕಾರ್ಯಸೂಚಿಯಾಗಿ ಉಪಯೋಗವಾಗಬೇಕು. ಶಾಸನಗಳು ದೀರ್ಘಕಾಲ ಉಳಿಯುವಂತಾಗಬೇಕು ಎನ್ನುವ ಅವನ ಉದ್ದೇಶ, ಈ ಆಧುನಿಕ ಕಾಲದಲ್ಲಿಯೂ ಅವುಗಳನ್ನು ಓದಿ, ತಿಳಿಯಲು ನಮಗೆ ಸಿಗುತ್ತಿವೆ ಎನ್ನುವುದರ ಮೂಲಕ ಈಡೇರಿದಂತಾಗಿದೆ. ಇಂದಿಗೂ ನಾವು ಆ

ಶಾಸನಗಳಿಂದ ಕಲಿಯುವುದು ಸಾಕಷ್ಟಿದೆ. ಉದಾಹರಣೆಗೆ ಧಾರ್ಮಿಕ ಸಹಿಷ್ಣುತೆಯ ಬಗ್ಗೆ (12ನೆಯ ಶಿಲಾಶಾಸನ–ಉಧೃತ 2.4) ಹೇಳಿರುವ ವಿಷಯವಂತೂ ಇಂದಿಗೂ ಪ್ರಸ್ತುತವಾಗಿದೆ. ಅಶೋಕನ ದೂರದೃಷ್ಟಿಯನ್ನು ಈ ರೀತಿಯಲ್ಲಿ ಗ್ರಹಿಸಿದರೆ ಅವನ ಪ್ರಯತ್ನವು ಸಾಫಲ್ಯತೆಯನ್ನು ಕಂಡಿದೆಯೆಂದೇ ಹೇಳಬಹುದು.

2.2 ಅಶೋಕನ ಧಮ್ಮ :

ದೀರ್ಘಕಾಲ ಬಾಳುವ ಶಿಲೆಗಳ ಮೇಲೆ ತನ್ನ ಧರ್ಮದ ವಿವರಗಳನ್ನು ನೀಡಿರುವ ಮತ್ತು ತನ್ನ ಪ್ರಜೆಗಳು ಹಾಗೂ ನಂತರದವರು ಅವುಗಳನ್ನು ಪಾಲಿಸಬೇಕೆಂದು ಬಯಸಿದ ಅಶೋಕನ ಧಮ್ಮದ ಸಾರವೇನು? 'ಧರ್ಮ' ಎನ್ನುವ ಸಂಸ್ಕೃತ ಪದದ ಪ್ರಾಕೃತ ರೂಪ 'ಧಮ್ಮ'. ಇದು ಅಶೋಕನ ಕಾಲದ ಗಾಂಧಾರಿ ಭಾಷೆಯಲ್ಲಿ 'ಧ್ರಮ' ಎಂದಾಗಿತ್ತು. ಆ ಪದದ ವಾಚ್ಯಾರ್ಥವು 'ನಾವು ತಪ್ಪದೇ ಪಾಲಿಸಬೇಕಾದದ್ದು, ಗಟ್ಟಿಯಾಗಿ, ಹಿಡಿದಿಡಬೇಕಾದದ್ದು'. ಧರ್ಮ (ಹಿಂದಿನ 'ಧರ್ಮನ್' ಎನ್ನುವ ರೂಪದಲ್ಲಿ) ಋಗ್ವೇದ ಮತ್ತು ನಂತರದ ಹಲವು ಕೃತಿಗಳಲ್ಲಿ ಆಚರಣೆ, ಪದ್ಧತಿ ಅಥವಾ ಕಾನೂನು ಎಂಬರ್ಥದಲ್ಲಿ ಬಳಕೆಯಾಗಿದೆ. ಮುಂದೆ ಅದೇ ಶಬ್ದವು ಕಾನೂನಿನ್ವಯ ವಿಹಿತವಾದ ಕರ್ತವ್ಯವೆನ್ನುವ ಅರ್ಥವ್ಯಾಪ್ತಿಯನ್ನು ಪಡೆಯಿತು. ಕ್ರಿ.ಪೂ.ಆರನೆಯ ಶತಮಾನ ಮತ್ತು ನಂತರ ರಚಿತವಾದ ವೈದಿಕ ಗ್ರಂಥಗಳು ಧರ್ಮಶಾಸ್ತ್ರಗಳೆಂದು ಕರೆಯಲ್ಪಟ್ಟಿದ್ದು 'ಧರ್ಮ' ವೆಂದರೆ 'ಕಾನೂನು' ಎಂದೇ ತಿಳಿಯುತ್ತವೆ. ಆದರೆ ಬೌದ್ಧ ಪರಂಪರೆಯಲ್ಲಿ 'ಧಮ್ಮ' ಬುದ್ಧನ ಸಿದ್ಧಾಂತ ಅಥವಾ ಬೋಧನೆ ಎಂಬ ಅರ್ಥವನ್ನು ಪಡೆದಿದೆ. 'ಬುದ್ಧಂ ಶರಣಂ ಗಚ್ಛಾಮಿ, ಧಮ್ಮಂ ಶರಣಂ ಗಚ್ಛಾಮಿ, ಸಂಘಂ ಶರಣಂ ಗಚ್ಛಾಮಿ' ಎನ್ನುವ ಸೂತ್ರ ಇದಕ್ಕೆ ನಿದರ್ಶನವಾಗಿದೆ.

ಆದರೆ, ಎರಡು ಸಂದರ್ಭಗಳನ್ನು ಹೊರತುಪಡಿಸಿದರೆ, ಅಶೋಕನು 'ಧಮ್ಮ'ವನ್ನು ಬಳಸಿರುವುದು ಬೇರೆಯೇ ಅರ್ಥದಲ್ಲಿ. ಬೈರಾಟ್‌ನ ಶಿಲಾಶಾಸನದಲ್ಲಿ ಅಶೋಕನು ಬುದ್ಧ, ಧಮ್ಮ ಮತ್ತು ಸಂಘಗಳಲ್ಲಿನ ತನ್ನ ವಿಶ್ವಾಸವನ್ನು ವ್ಯಕ್ತಪಡಿಸುತ್ತಾನೆ. ಇದು ಅವನ ಬೌದ್ಧ ಧರ್ಮಾವಲಂಬನೆಗೆ ಮೊತ್ತ ಮೊದಲ ನಿದರ್ಶನವಾಗಿ ನಮಗೆ ದೊರೆತಿದೆ. ಇನ್ನು ಎರಡನೆಯ ಸಂದರ್ಭವೆಂದರೆ 12ನೆಯ ಶಿಲಾಶಾಸನ. ಇದರಲ್ಲಿ ಅಶೋಕನು 'ಎಲ್ಲ ಧರ್ಮದವರೂ ಎಲ್ಲ ಧರ್ಮದವರ ನಂಬಿಕೆಗಳನ್ನು ತಿಳಿದು, ಪಾಲಿಸಬೇಕು' ಎಂದು ಸೂಚಿಸುತ್ತಾನೆ. ಈ ಎರಡು ಶಾಸನಗಳಲ್ಲಿಯೂ 'ಧಮ್ಮ' ಎಂದರೆ 'ಸಿದ್ಧಾಂತ' ಎನ್ನುವ ಅರ್ಥವೇ ಸರಿ. ಅಲ್ಲಿ 'ಧಮ್ಮ' ಎಂದರೆ ಕಾನೂನು, ಪದ್ಧತಿ, ಒಂದು ಸಮುದಾಯದ ಕರ್ತವ್ಯ ಎನ್ನುವ ಅರ್ಥಗಳು ಸರಿಹೊಂದುವುದಿಲ್ಲ. ಅಶೋಕನ ಸಮಕಾಲೀನ ಅನುವಾದಕರು ಅವನು ಬಳಸಿದ ಈ ಪದವನ್ನು ಬೇರೆ ಬೇರೆ ಭಾಷೆಗಳಲ್ಲಿ ವಿಭಿನ್ನ ರೀತಿಯಲ್ಲಿ ಉಪಯೋಗಿಸಿದ್ದಾರೆ. ಕಾಂದಹಾರ್‌ನ ದ್ವಿಭಾಷಿಕ ಶಾಸನವೊಂದರಲ್ಲಿ ಅರಮಿಕ್ ಭಾಷೆಯಲ್ಲಿ 'ಸತ್ಯ' ಎಂತಲೂ, ಗ್ರೀಕ್ ಭಾಷೆಯಲ್ಲಿ 'ನೀತಿ, ಉನ್ನತಗುಣ' ಎಂತಲೂ 'ಧಮ್ಮ'ವನ್ನು ಅನುವಾದಿಸಲಾಗಿದೆ. ಕಾಂದಹಾರ್‌ನ ಶಾಸನ ಜನರ ಗಮನಕ್ಕೆ ಬರುವ ಹಿಂದಿನಿಂದಲೂ ಯಾವ ಅರ್ಥದಲ್ಲಿ 'ಧಮ್ಮ' ಬಳಕೆಯಲ್ಲಿತ್ತೋ ಅದೇ

ಅರ್ಥದಲ್ಲಿ ಆ ಪದದ ಅನುವಾದವಾಗಿರುವುದನ್ನು ಈ ಎರಡನೆಯ ಶಾಸನದಲ್ಲಿ ಕಾಣಬಹುದು. ಇಲ್ಲಿ 'ಧಮ್ಮ' ಎಂದರೆ 'ಧರ್ಮದ ಸಾರ'.

ಅಶೋಕನ 'ಧಮ್ಮ'ಜನರ ನೈತಿಕ ನಡವಳಿಕೆ ಮತ್ತು ಮನೋಧರ್ಮಕ್ಕೆ ಸಂಬಂಧಪಟ್ಟಿರುವಂಥದ್ದು (ಉಧೃತ 2.1ರಲ್ಲಿ ಇದರ ಕೆಲವು ಮಾದರಿಗಳನ್ನು ನೋಡಬಹುದು). ಕೋಷ್ಟಕ 2.1ರಲ್ಲಿ ಕೆಲವು ಮುಖ್ಯ ಅಂಶಗಳನ್ನು ಅವು ಎಷ್ಟು ಬಾರಿ ಪ್ರಸ್ತಾವನೆಗೊಂಡಿವೆ ಎನ್ನುವುದರ ಆಧಾರದ ಮೇಲೆ ಪಟ್ಟಿ ಮಾಡಲಾಗಿದೆ.

ಕೋಷ್ಟಕ 2.1
ಧರ್ಮದ ಆಚರಣೆ

ಅಶೋಕನ ಶಾಸನಗಳಲ್ಲಿ ಪ್ರಸ್ತಾಪಿತವಾಗಿರುವ 'ಧರ್ಮ'ದ ಸಿದ್ಧಾಂತದ ವಿಶೇಷಗಳು:

1. ಎಲ್ಲ ಜೀವಿಗಳಲ್ಲಿಯೂ ಕರುಣೆ, ಯಾರಿಗೂ ಕೇಡು ಬಗೆಯದಿರುವುದು	2ನೆಯ ಗೌಣಶಿಲಾಶಾಸನ; 3, 4, 9, 11ನೆಯ ಶಿಲಾಶಾಸನಗಳು; 2,7,ನೆಯ ಸ್ತಂಭಶಾಸನ; ಕಾಂದಹಾರ್‌ನ ದ್ವಿಭಾಷಿಕ ಶಾಸನ.
2. ತಂದೆತಾಯಂದಿರಿಗೆ ವಿಧೇಯರಾಗಿರುವುದು	2ನೆಯ ಗೌಣಶಿಲಾಶಾಸನ, 3, 4, 11, 13ನೆಯ ಶಿಲಾಶಾಸನ; 7ನೆಯ ಸ್ತಂಭಶಾಸನ; ಕಾಂದಹಾರ್‌ನ ದ್ವಿಭಾಷಿಕ ಶಾಸನ.
3. ಹಿರಿಯರಲ್ಲಿ ಗೌರವ, ವಿಧೇಯತೆ	2ನೆಯ ಗೌಣಶಾಸನ, 4, 9, 13ನೆಯ ಶಿಲಾಶಾಸನ, 7ನೆಯ ಸ್ತಂಭಶಾಸನ, ಕಾಂದಹಾರ್‌ನ ದ್ವಿಭಾಷಿಕ ಶಾಸನ.
4. ಬ್ರಾಹ್ಮಣರು ಮತ್ತು ಶ್ರಮಣರ ವಿಷಯದಲ್ಲಿ ಉದಾರಿಯಾಗಿರುವುದು	3,4,9,13ನೆಯ ಶಿಲಾಶಾಸನ, 7ನೆಯ ಸ್ತಂಭಶಾಸನ.
5. ದಾಸರು (ಗುಲಾಮರು) ಮತ್ತು ಸೇವಕರ ಜತೆ ಸೌಜನ್ಯಪೂರ್ವಕವಾಗಿ ನಡೆದುಕೊಳ್ಳುವುದು	9,11,13ನೆಯ ಶಿಲಾಶಾಸನ, 7ನೆಯ ಸ್ತಂಭಶಾಸನ.
6. ಸ್ನೇಹಿತರು, ಬಂಧುಗಳು ಹಾಗೂ ಸಹಕರ್ಮಿಗಳ ಬಗ್ಗೆ ಉದಾರಿಯಾಗಿರುವುದು	3,4,11,13ನೆಯ ಶಿಲಾಶಾಸನಗಳು

7. ಔದಾರ್ಯ	2,4,7ನೆಯ ಸ್ತಂಭಶಾಸನ.
8. ಸತ್ಯಸಂಧತೆ	2ನೆಯ ಗೌಣಶಿಲಾಶಾಸನ; 2,7ನೆಯ ಸ್ತಂಭಶಾಸನ.
9. ಶುದ್ಧತೆ (ಮುಖ್ಯವಾಗಿ ಯೋಚನೆಯಲ್ಲಿ), ಕರುಣೆ	7ನೆಯ ಶಿಲಾಶಾಸನ; 2,7ನೆಯ ಸ್ತಂಭಶಾಸನ.
10. ಸ್ವಯಂನಿಯಂತ್ರಣ (ಮುಖ್ಯವಾಗಿ ಮಾತಿನಲ್ಲಿ)	7,12ನೆಯ ಶಿಲಾಶಾಸನ.
11. ಗುರುಗಳ ಬಗ್ಗೆ ಗೌರವ	2ನೆಯ ಗೌಣಶಿಲಾಶಾಸನ.
12. ಮಿತವ್ಯಯ ಮತ್ತು ಮಿತಸಂಗ್ರಹ	3ನೆಯ ಶಿಲಾಶಾಸನ.
13. ವೃದ್ಧರ ಬಗ್ಗೆ ಗೌರವ	7ನೆಯ ಸ್ತಂಭಶಾಸನ.
14. ಬಡವರು ಹಾಗೂ ನಿರ್ಗತಿಕರಲ್ಲಿ ಸಭ್ಯ ನಡವಳಿಕೆ	7ನೆಯ ಸ್ತಂಭಶಾಸನ.
15. ಉನ್ನತಸ್ಥಾನಗಳಲ್ಲಿರುವವರಿಗೆ ವಿಧೇಯವಾಗಿರುವುದು	13ನೆಯ ಶಿಲಾಶಾಸನ.
16. ಕ್ರೌರ್ಯ, ಆಕ್ರಮಣಕಾರಿ ನಡವಳಿಕೆ, ಕೋಪ, ಅಹಂಕಾರ ಮತ್ಸರಗಳನ್ನು ಬಿಡುವುದು	2ನೆಯ ಸ್ತಂಭಶಾಸನ.
17. ಉಪವಾಸ ನಿಯಮಗಳು	4ನೆಯ ಸ್ತಂಭಶಾಸನ.

ಮೇಲಿನ ಪಟ್ಟಿಯನ್ನು ಸೂಕ್ಷ್ಮವಾಗಿ ಗಮನಿಸಿದರೆ, ಸಕಲ ಜೀವಿಗಳಲ್ಲಿ ಕರುಣೆ ಮತ್ತು ಅವುಗಳಿಗೆ ಹಾನಿ ಉಂಟುಮಾಡದಿರುವುದು ಹೆಚ್ಚಿನ ಶಾಸನಗಳಲ್ಲಿ ಪ್ರಸ್ತಾಪವಾಗಿರುವುದನ್ನು ಕಾಣಬಹುದು. 13ನೆಯ ಶಿಲಾಶಾಸನದಲ್ಲಿ (ಉಧೃತ 1.4) ಕಳಿಂಗ ಯುದ್ಧದಲ್ಲಿ ನಡೆದು ಹೋದ ಪ್ರಾಣ ಹಾನಿಯಿಂದ ಪಶ್ಚಾತಾಪನಾದ ಅಶೋಕನು ವೇದನೆಗೊಂಡು, ಅಂದಿನಿಂದ ರಾಜ್ಯ ವಿಸ್ತರಣಾಕಾಂಕ್ಷೆಯನ್ನೇ ಕೈಬಿಟ್ಟು ಕೇವಲ ಧಮ್ಮ ವಿಜಯದ ಕಡೆ ತನ್ನೆಲ್ಲ ಗಮನವನ್ನು ಕೇಂದ್ರೀಕರಿಸಿದನು. ತನ್ನಿಂದಾಗಿ ನಡೆದ ನರಮೇಧದಿಂದ ನೊಂದ ಅಶೋಕನ ಕರುಣೆ ಎಲ್ಲ ಪ್ರಾಣಿಗಳನ್ನೂ ಒಳಗೊಂಡಿತ್ತು. ಪ್ರಾಣಿವಧೆಯನ್ನು ನಿಲ್ಲಿಸಲು ಅವನು ತನ್ನದೇ ಆದ ರೀತಿಯಲ್ಲಿ ಕೆಲವು ಮಿತಿಗಳೊಳಗೆ, ಪ್ರಯತ್ನಿಸಿದ್ದೂ ಕಂಡುಬರುತ್ತದೆ (ಉಧೃತ 2.3). ಅವನ ಧೋರಣೆ ರೂಪುಗೊಳ್ಳುವಲ್ಲಿ ಬೌದ್ಧ ಧರ್ಮದ (ಹಾಗೂ ಜೈನ ಧರ್ಮದ) ಪ್ರಭಾವ ಸ್ಪಷ್ಟವಾಗಿಯೇ ಇದೆ. ಆದರೆ ಅದು ಶಾಸನಗಳಲ್ಲಿ ಉಲ್ಲೇಖಿತವಾಗಿಲ್ಲ, ಅಷ್ಟೆ.

ನಂತರದಲ್ಲಿ ಹೆಚ್ಚಿನ ಬಾರಿ ಪ್ರಸ್ತಾಪಗೊಂಡ ವಿಷಯವೆಂದರೆ ಹಲವು ಹಂತಗಳಲ್ಲಿ ಮನುಷ್ಯರ ನಡುವಿನ ಸಂಬಂಧಗಳು. ತಾಯಿ ಹಾಗೂ ತಂದೆಯರಿಗೆ ವಿಧೇಯರಾಗಿರುವುದು, ಇವುಗಳಲ್ಲಿ ಮೊದಲನೆಯದು. ಅಂದಿನ ಪುರುಷ ಪ್ರಧಾನ ಸಮಾಜದಲ್ಲಿ ಮೊದಲಿಗೆ ತಾಯಿಯನ್ನು ಹೆಸರಿಸಿರುವುದು ಆಶ್ಚರ್ಯದ ಸಂಗತಿ. ಆದರೆ

ಇಂದಿಗೂ ಸಹ ಹಲವು ಭಾಷೆಗಳಲ್ಲಿ ಮೊದಲು ತಾಯಿಯನ್ನು ನಂತರ ತಂದೆಯನ್ನು ಹೆಸರಿಸುವ (ಉದಾ: ಹಿಂದಿಯ 'ಮಾಯಿಬಾಪ್') ಪರಿಪಾಠವನ್ನು ಕಾಣುತ್ತೇವೆ. ಆದ್ದರಿಂದ ತಾಯಿಗೆ ವಾಸ್ತವವಾಗಿ ಉನ್ನತ ಸ್ಥಾನವನ್ನು ಕೊಡಲಾಗಿದೆ ಎಂದೇನೂ ಅರ್ಥವಲ್ಲ. ತಾಯಿ, ತಂದೆಯರ ನಂತರದ ಮೂರನೆಯ ಸ್ಥಾನ ಹಿರಿಯರಿಗೆ (ಗುರು) ವಿಧೇಯರಾಗಿರುವ ವಿಷಯಕ್ಕೆ ಪ್ರಾಮುಖ್ಯತೆ ದಕ್ಕಿದೆ. ವ್ಯಕ್ತಿಯ ಕುಟುಂಬದಾಚೆಗಿರುವ ಸಾಮಾಜಿಕ ಸಂಬಂಧಗಳನ್ನು ಇದು ಸೂಚಿಸುತ್ತದೆ. 'ಹಿರಿಯರು' ಸಮುದಾಯದ ಪರಂಪರೆಗಳನ್ನು ಮುಂದುವರೆಸಿಕೊಂಡು ಹೋಗುವುದರಿಂದ ತಮ್ಮದೇ ಆದ ಪ್ರಾಮುಖ್ಯತೆಯನ್ನು ಪಡೆದಿರುತ್ತಾರೆ. ನಂತರದ ಸ್ಥಾನ ಸ್ನೇಹಿತರು, ಬಂಧುಗಳು ಮತ್ತು ಸಹಕರ್ಮಿಗಳ ವಿಷಯದಲ್ಲಿ ತೋರಬೇಕಾದ ಔದಾರ್ಯಕ್ಕೆ ದಕ್ಕಿದೆ. ಆಗಲೇ ಅಸ್ತಿತ್ವದಲ್ಲಿದ್ದ ಬ್ರಾಹ್ಮಣೀಯ ಪರಂಪರೆಗೆ ವಿರುದ್ಧವಾದ ಯಾವ ವಿಷಯವೂ ಇಲ್ಲಿ ಇಲ್ಲ; ಆದರೆ, ಗಮನಿಸಬೇಕಾದ ವಿಷಯವೊಂದಿದೆ. ಅದೇಂದರೆ, ವರ್ಣ/ಜಾತಿಗಳ ಪ್ರಸ್ತಾಪ ಈ ಶಾಸನಗಳಲ್ಲಿ ಎಲ್ಲಿಯೂ ನುಸುಳಿಲ್ಲ. ಆದರೂ, ಆಚಾರಗಳನ್ನು, ಪದ್ಧತಿಗಳನ್ನು ಪಾಲಿಸಬೇಕೆಂದು ಹೇಳುವಾಗ, ಅದರಲ್ಲಿ ವರ್ಣ/ಜಾತಿಯಾಧಾರಿತ ಮೇಲು, ಕೀಳುಗಳನ್ನೂ ಒಪ್ಪಿಕೊಳ್ಳಬೇಕು ಎಂಬರ್ಥವಿದೆ ಎಂದು ವಾದಿಸಲಾಗಿದೆ. ಹಾಗೆ ಆಗಿರುವ ಸಾಧ್ಯತೆ ಇದೆ. ಆದರೆ, ಪರೋಕ್ಷವಾಗಿಯಾದರೂ ಜಾತಿ ಪದ್ಧತಿಗೆ ಮಾನ್ಯತೆಯನ್ನು ಏಕೆ ನೀಡಲಾಗಿದೆ ಎನ್ನುವ ಪ್ರಶ್ನೆಯಂತೂ ಉಳಿಯುತ್ತದೆ.

ಆಧುನಿಕ ಕಾಲದ ಓದುಗನಿಗೆ ಆಸಕ್ತಿಕರವಾದ ಅಂಶ, ದಾಸರು ಮತ್ತು ಸೇವಕರ ಜತೆ ಸೌಜನ್ಯದಿಂದ ನಡೆದುಕೊಳ್ಳಬೇಕು ಎನ್ನುವುದು. ಬಡವರು ಮತ್ತು ನಿರ್ಗತಿಕರ ವಿಷಯದಲ್ಲಿಯೂ ಇದೇ ಮಾತನ್ನು ಹೇಳಲಾಗಿದೆ. ಅಂದಿನ ರಾಜರುಗಳ ಯಾವ ಪ್ರಕಟಣೆಯಲ್ಲಿಯೂ ಅತಿಸಾಮಾನ್ಯರ ಜತೆ ಹೇಗೆ ನಡೆದುಕೊಳ್ಳಬೇಕೆಂಬ ಬಗೆಗಿನ ಸೂಚನೆ ಇರುವುದಿಲ್ಲ. ಅಂಥ ಸೂಚನೆ ಮತ್ತು ಸಿರಿವಂತಿಕೆಯನ್ನು ತಾತ್ಸಾರದಿಂದ ಕಾಣುವುದು – ಇವು ಅಶೋಕನ ಶಾಸನಗಳ ವೈಶಿಷ್ಟ್ಯ.

ಇಂಥ ಪ್ರಕಟಣೆಗಳು ಅಶೋಕನ ಧೋರಣೆಯ ಗುರುತುಗಳಾಗಿದ್ದು, ಅವನ ಇತರ ಆದೇಶಗಳನ್ನು ಹೋಲುತ್ತವೆ. ಅವುಗಳನ್ನು ಕೇವಲ ಆಡಂಬರಕ್ಕಾಗಿ ಬಳಸಿದ ಶಬ್ದಗಳೆಂದು ತೆಗೆದುಹಾಕಲಾಗದು. 'ಎಲ್ಲ(ಜನ)ರೂ ನನ್ನ ಮಕ್ಕಳು' ಎಂಬುದು ಅವನ ಎರಡು ಪ್ರತ್ಯೇಕ ಶಾಸನಗಳಲ್ಲಿ ಕಾಣುವ ವಾಕ್ಯ. 'ನನ್ನ ಸಂತಾನಕ್ಕೆ ನಾನು ಹೇಗೆ ಇಹ, ಪರಗಳೆರಡಲ್ಲಿಯೂ ಸುಖವಾಗಿರಲು ಅನುಕೂಲಗಳನ್ನು ಕಲ್ಪಿಸುತ್ತೇನೋ, ಅದೇ ರೀತಿಯಲ್ಲಿ ನನ್ನ (ರಾಜ್ಯದ) ಎಲ್ಲರೂ ಆ ಅನುಕೂಲಗಳನ್ನು ಪಡೆಯಬೇಕೆಂಬುದು ನನ್ನ ಇಚ್ಛೆ'. ಅವನ ಒಂದನೆಯ ಗೌಣಶಿಲಾಶಾಸನದಲ್ಲಿ 'ಎಲ್ಲರೂ' ಅಂದರೆ ಕೇವಲ ಪ್ರತಿಷ್ಠಿತ ವರ್ಗದವರು ಮಾತ್ರವಲ್ಲ, ಅತಿ ಸಾಮಾನ್ಯರೂ ಆ 'ಎಲ್ಲರ'ಲ್ಲಿ ಸೇರಿದ್ದಾರೆ. ಅವರೂ ಸಹ ಧಮ್ಮದ ಮೂಲಕ ಉನ್ನತ ಸ್ಥಾನವನ್ನು ತಲುಪಬಹುದು. 10ನೆಯ ಶಿಲಾಶಾಸನದಲ್ಲಿ ಉನ್ನತ ಸ್ಥಾನದಲ್ಲಿರುವವನಿಗಿಂತಲೂ, ಸಾಮಾನ್ಯರಿಗೆ ಉನ್ನತಿಯನ್ನು ಸಾಧಿಸುವುದು ಹೆಚ್ಚು ಸುಲಭವೆಂದು ಹೇಳಲಾಗಿದೆ. ಆ ಹೊತ್ತಿಗಾಗಲೇ, ಪ್ರಚಲಿತವಾಗಿದ್ದ ಸನಾತನ

ಧರ್ಮದ ಪ್ರಕಾರ ಪ್ರತಿಷ್ಠಿತರಿಗೆ ಮಾತ್ರ ಧಾರ್ಮಿಕ ಔನ್ನತ್ಯವನ್ನು ಪಡೆಯುವುದು ಸಾಧ್ಯ ಎನ್ನಲಾಗಿತ್ತು. ಆದರೆ ಅಶೋಕನ ಮಾತುಗಳು ಈ ನಿಲುವಿಗೆ ಪೂರ್ತಿ ವಿರುದ್ಧ ದಿಕ್ಕಿನಲ್ಲಿದ್ದವು.

'ಧಮ್ಮ' ದ ಬಗ್ಗೆ ಅಶೋಕನು ನೀಡಿದ ಸಂದೇಶಗಳು ಎಲ್ಲ ಧರ್ಮಗಳ ಜನರನ್ನೂ ಉದ್ದೇಶಿಸಿದವುಗಳಾಗಿವೆ ಎಂಬುದನ್ನು 7 ಮತ್ತು 12ನೆಯ ಶಿಲಾಶಾಸನಗಳು ಸ್ಪಷ್ಟಪಡಿಸುತ್ತವೆ. 8ನೆಯ ಶಿಲಾಶಾಸನದಲ್ಲಿ (ಉಧೃತ 2.7) ಬೌದ್ಧ ಧರ್ಮಾವಲಂಬಿಗಳನ್ನು ಮಾತ್ರವಲ್ಲದೆ ಬ್ರಾಹ್ಮಣರು, ಜೈನರು ಮತ್ತು ಆಜೀವಿಕರನ್ನು ಸಹ ಅಶೋಕನು ಪೋಷಿಸುತ್ತಿದ್ದ ಎಂದು ಬೆಳಕಿಗೆ ಬರುವುದು ಇಂಥ ವಿವರಗಳ ಮೂಲಕ. ಹಾಗಾಗಿ ಬ್ರಾಹ್ಮಣರು ಮತ್ತು ಬ್ರಾಹ್ಮಣೇತರರಾದ ಸನ್ಯಾಸಿಗಳನ್ನು, ಸನ್ಯಾಸಿನಿಯರನ್ನು ಒಳಗೊಂಡಂತೆ ಎಲ್ಲ ಶ್ರಮಣರ ವಿಷಯದಲ್ಲಿಯೂ ಅಶೋಕನು ಉದಾರಿಯಾಗುತ್ತಾನೆ. ಅವನ ಈ ಸಂದೇಶ (ಪಟ್ಟಿಯಲ್ಲಿ ನಾಲ್ಕನೆಯದು) ಏಳು ಶಾಸನಗಳಲ್ಲಿ ಸಿಗುತ್ತದೆ. ಅವುಗಳಲ್ಲಿ ಮೂರರಲ್ಲಿ – ಗಿರ್ನಾರ್ ಮತ್ತು ಸೋಪಾರಾಗಳನ್ನು ಬಿಟ್ಟು 4,9, ಮತ್ತು 11ನೆಯ ಶಿಲಾಶಾಸನಗಳಲ್ಲಿ – ಮೊದಲು ಶ್ರಮಣರನ್ನು ಹೆಸರಿಸಲಾಗಿದೆ. 8ನೆಯ ಶಿಲಾಶಾಸನದಲ್ಲಿ ಸಹ ಶ್ರಮಣರನ್ನು ಮೊದಲು ನಂತರ ಬ್ರಾಹ್ಮಣರನ್ನು ಹೆಸರಿಸಲಾಗಿದೆ. ಶ್ರಮಣರ ಜತೆಯಲ್ಲಿ ಬ್ರಾಹ್ಮಣರಿಗೂ ಭಿಕ್ಷೆ ನೀಡುವ ಪ್ರಸ್ತಾಪ ಬಂದಾಗ ಎಲ್ಲ ಬ್ರಾಹ್ಮಣರಿಗೂ ಎಂದರ್ಥವಲ್ಲ, ಬ್ರಾಹ್ಮಣ ಪುರೋಹಿತರಿಗೆ ಎಂದರ್ಥ. ಒಟ್ಟಾರೆ, ಅರ್ಧಭಾಗಕ್ಕಿಂತಲೂ ಹೆಚ್ಚಿನ ಕಡೆಗಳಲ್ಲಿ ಬ್ರಾಹ್ಮಣರಿಗಿಂತಲೂ ಮೊದಲು ಶ್ರಮಣರನ್ನು ಹೆಸರಿಸಿರುವುದು ಬ್ರಾಹ್ಮಣರಿಗೆ ವಿಶೇಷ ಸ್ಥಾನಮಾನವನ್ನೇನೂ ಕೊಡದಿರುವುದರ ನಿದರ್ಶನವಾಗಿದೆ. ಅರ್ಥಶಾಸ್ತ್ರದಲ್ಲಿ ಭೂದಾನದಂಥ ಎಲ್ಲ ದಾನಗಳನ್ನು (ಬ್ರಹ್ಮದೇಶ) 'ಬ್ರಾಹ್ಮಣಪುರೋಹಿತರು, ಬ್ರಾಹ್ಮಣಬೋಧಕರು ಮತ್ತು ವೇದಜ್ಞ ಬ್ರಾಹ್ಮಣರಿಗೆ' ಮಾತ್ರ ನೀಡಬೇಕೆಂದು ಹೇಳಲಾಗಿದ್ದು, ಅಶೋಕನ ಶಾಸನಗಳಲ್ಲಿನ ಮಾತುಗಳು ಆ ನಿರ್ದೇಶನದ ವಿರುದ್ಧವಿರುವುದು ಸ್ಪಷ್ಟವಾಗುತ್ತದೆ.

7ನೆಯ ಶಿಲಾಶಾಸನದಲ್ಲಿ ಅಶೋಕನು ತನ್ನ ಸಾಮ್ರಾಜ್ಯದ ಎಲ್ಲ ಜಾಗಗಳಲ್ಲಿಯೂ, ಎಲ್ಲ ಧರ್ಮಗಳ ಅನುಯಾಯಿಗಳು ನೆಲೆಗೊಳ್ಳಬೇಕೆಂಬ ಬಯಕೆಯನ್ನು ವ್ಯಕ್ತಪಡಿಸಿದ್ದಾನೆ. ಈ ಮಾತೂ ಸಹ ಇದೇ ವಿಷಯಕ್ಕೆ ಸಂಬಂಧಪಟ್ಟಂತೆ ಅರ್ಥಶಾಸ್ತ್ರದಲ್ಲಿ ಹೇಳಿದ ಬ್ರಾಹ್ಮಣರಾದ ಸನ್ಯಾಸಿಗಳನ್ನು ಹೊರತುಪಡಿಸಿ, ಬೇರೆ ಯಾವ ಸಮುದಾಯದ ಸನ್ಯಾಸಿಗಳೂ ಜನಪದಗಳಲ್ಲಿ (ಜನವಸತಿ ಇರುವೆಡೆ) ವಾಸಿಸುವಂತಿಲ್ಲವೆಂಬ ಮಾತಿಗೆ ವಿರುದ್ಧವಾಗಿದೆ. ಪಾಷಂಡರೆಂದು ಕರೆಯಲಾಗಿದ್ದವರು ಚಂಡಾಲರಂತೆ ಸ್ಮಶಾನಗಳ ಸಮೀಪದಲ್ಲಿಯೇ ವಾಸಿಸಬೇಕು. ಅಶೋಕನು, ಈ ಥರದ ಯಾವ ಭೇದಭಾವವನ್ನೂ ತಳೆಯದೆ, ಎಲ್ಲರಿಗೂ ಎಲ್ಲ ಜಾಗಗಳಲ್ಲಿಯೂ ನೆಲೆಯೂರುವ ಸ್ವಾತಂತ್ರ್ಯವನ್ನು ನೀಡಿದ್ದನು. ಆ ಮೂಲಕ ಬೇರೆ ಬೇರೆ ಸಮುದಾಯಗಳ ನಡುವೆ ಉತ್ತಮ ಸ್ನೇಹ ಸಂಬಂಧಗಳನ್ನು ಬೆಳೆಸುವುದು ಅವನ ಆಶಯವಾಗಿತ್ತು. ಇಂಥ ಸ್ನೇಹ ಬೆಳೆಯಬೇಕೆಂದರೆ ಸಂಯಮ ಮುಖ್ಯವೆನ್ನುವುದು ಅವನ ಅಭಿಪ್ರಾಯವಾಗಿತ್ತು.

ಸಂಭಾಷಣೆಯಲ್ಲಿ ತೊಡಗಿದ್ದವರಿಗೆ ಈ ಸಂಯಮ ಇನ್ನೂ ಹೆಚ್ಚು ಅಗತ್ಯ. 12ನೆಯ ಶಿಲಾಶಾಸನದಲ್ಲಿ ಎಲ್ಲರೂ ಸಮಾನವಾಗಿ ಪ್ರಗತಿ ಹೊಂದಬೇಕಾದರೆ ಪರಸ್ಪರ ಸ್ನೇಹ ಮುಖ್ಯವೆಂದು ಹೇಳಲಾಗಿದೆ (ಉಧೃತ 2.4). ಅಂದಿನ ಸಮಾಜದ ವಿಭಿನ್ನ ಗುಂಪುಗಳ ನಡುವೆ ವೈಮನಸ್ಯವಿತ್ತೆಂದೂ, ಅವರುಗಳ ನಡುವೆ ಸ್ನೇಹಮಯ ವಾತಾವರಣವಿದ್ದಿದ್ದರೆ, ಇಂಥ ಮಾತುಗಳ ಅವಶ್ಯಕತೆ ಇರಲಿಲ್ಲವೆಂದೂ ಇದರಿಂದ ಅರ್ಥಮಾಡಿಕೊಳ್ಳಬಹುದು.

ಧಮ್ಮದ ಹೆಸರಿನಲ್ಲಿ ಯಾವುದೇ ರೀತಿಯ ರಾಜಕೀಯ ಉಪದೇಶವನ್ನು ಮಾಡದಿರುವುದು ಅಶೋಕನ ಸಂದೇಶಗಳ ಮತ್ತೊಂದು ಆಸಕ್ತಿದಾಯಕ ವಿಷಯ. ತನ್ನ ಪ್ರಜೆಗಳು ಅವರ ಧಮ್ಮದ ಭಾಗವಾಗಿ ತನ್ನ ಆದೇಶಗಳನ್ನು ಪಾಲಿಸಬೇಕೆಂಬುದು ಅವನ ಸಂದೇಶವಾಗಿರಲಿಲ್ಲ. ಒಂದು ಬಾರಿ ಮಾತ್ರ, ಜನರು ತಮಗಿಂತಲೂ 'ಉನ್ನತ' ಸ್ಥಾನದಲ್ಲಿರುವವರಿಗೆ ವಿಧೇಯರಾಗಿರಬೇಕು ಎಂದು ಹೇಳಲಾಗಿರುವುದೇನೋ ಹೌದು. ಅದರೆ ಇಂಥ ಮಾತು ಒಂದು ಬಾರಿ ಮಾತ್ರ ಬಳಸಲಾಗಿದೆ. 'ಉನ್ನತ' ಸ್ಥಾನದಲ್ಲಿರುವವರು ಎನ್ನಲು ಆ ಶಾಸನದಲ್ಲಿ ಬಳಸಲಾಗಿರುವ ಪದ 'ಅಗಭೂತ' ಎನ್ನುವುದು. ಈ ಪದವನ್ನು ಬೇರೆ ರೀತಿಯಲ್ಲಿಯೂ ಅರ್ಥ ಮಾಡಿಕೊಳ್ಳಬಹುದು. ಕನಿಷ್ಟ ಪಕ್ಷ, ಎರಡು ಸಂದರ್ಭಗಳಲ್ಲಿ ಅಶೋಕನು ತಾನು ಹೇಗೆ ತನ್ನ ಜನರಿಗೆ ಆಭಾರಿಯಾಗಿದ್ದೇನೆ ಎನ್ನುವುದನ್ನೂ, ತಾನು ತನ್ನ ಜನರಿಗೆ ಋಣವನ್ನು ತೀರಿಸಬೇಕಾಗಿದೆ ಎಂದೂ ಹೇಳಿದ್ದಾನೆ. ಅವರ ಜೀವನವನ್ನು ಸುಖ, ಸಂತೋಷಮಯವನ್ನಾಗಿಸುವುದು (4ನೆಯ ಶಿಲಾಶಾಸನ, ಉಧೃತ 2.5) ಮತ್ತು ಅವರನ್ನು ಕರುಣೆಯಿಂದ ನೋಡಿಕೊಳ್ಳುವುದರ ಮೂಲಕ (2ನೆಯ ಪ್ರತ್ಯೇಕ ಶಿಲಾಶಾಸನ) ತಾನು ಋಣಮುಕ್ತನಾಗಬಹುದೆಂದು ಆಶಿಸುತ್ತಾನೆ. ಈ ಸಂದರ್ಭಗಳಲ್ಲಿ ಅವನು ಒಂದು ಬಗೆಯ 'ಸಾಮಾಜಿಕ ಒಪ್ಪಂದ'ದ ಬಗ್ಗೆ ಮಾತನಾಡುತ್ತಿದ್ದಾನೆ ಎನ್ನಬಹುದು. ಈ ಒಪ್ಪಂದದ ಪ್ರಕಾರ ಪ್ರಜೆಗಳು ಸಲ್ಲಿಸುವ ತೆರಿಗೆಗಳಿಗೆ ಪ್ರತಿಯಾಗಿ ತಾನು ಅವರೆಡೆ ತನ್ನ ಕರ್ತವ್ಯವನ್ನು ನಿಭಾಯಿಸಬೇಕು. ಒಂದನೆಯ ಶಿಲಾಶಾಸನದಲ್ಲಿ ಅಶೋಕನು ತನ್ನ ಅಧಿಕಾರಿಗಳಿಗೆ ತಾನು ಅವರಿಗೆ ನೀಡುತ್ತಿದ್ದ 'ಸಂಭಾವನೆ'ಗೆ ಪ್ರತಿಯಾಗಿ ಅವರು ತನ್ನ ಆದೇಶಗಳನ್ನು ಪಾಲಿಸಬೇಕೆಂದು ನಿರ್ದೇಶನ ನೀಡುತ್ತಾನೆ. ಅದೇ ರೀತಿಯಲ್ಲಿ ತಾನು ತನ್ನ ಪ್ರಜೆಗಳಿಂದ ಪಡೆಯುವ ತೆರಿಗೆಗಳಿಗೆ ಪ್ರತಿಯಾಗಿ ಅವರ ಒಳಿತಿಗಾಗಿ ದುಡಿಯಬೇಕು.

ಅಶೋಕನ 'ಧಮ್ಮ' ಸಂದೇಶಗಳ ಮತ್ತೊಂದು ಪ್ರಮುಖ ಅಂಶವು ಮನುಷ್ಯನ ಸ್ವಭಾವಕ್ಕೆ ಸಂಬಂಧಪಟ್ಟದ್ದು. ಮೇಲಿನ ಪಟ್ಟಿಯಲ್ಲಿ ನೋಡಬಹುದಾದಂತೆ, ಸತ್ಯವನ್ನೇ ನುಡಿಯಬೇಕು(8), ಸಂಯಮವನ್ನು, ಮುಖ್ಯವಾಗಿ ಮಾತಿನಲ್ಲಿ, ಪಾಲಿಸಬೇಕು(10), ಶುದ್ಧತೆಯನ್ನು ಮುಖ್ಯವಾಗಿ ನಮ್ಮ ಚಿಂತನೆಯಲ್ಲಿ. ಕಾಪಾಡಿಕೊಳ್ಳಬೇಕು(9) ಮತ್ತು ಕ್ರೌರ್ಯ, ಕ್ರೋಧ, ಅಹಂಕಾರ, ಮಾತ್ಸರ್ಯ ಮುಂತಾದ ಅವಗುಣಗಳನ್ನು ಬಿಡಬೇಕು(16) ಎಂದು ಬೋಧಿಸಲಾಗಿದೆ. 9ನೆಯ ಶಿಲಾಶಾಸನದಲ್ಲಿ ಮಂಗಳಕರವಾದ ಕೆಲವು ಆಚರಣೆಗಳನ್ನು ಕೈಗೊಳ್ಳಬಹುದೆಂದೂ, ಮಹಿಳೆಯರು ಇಂಥ ಆಚರಣೆಗಳಲ್ಲಿ ಈಗಾಗಲೇ ತೊಡಗಿರುವವರೆಂದೂ ಹೇಳಲಾಗಿದೆ. ಆದರೆ ಅಂಥ ಆಚರಣೆಗಳ

ಯಶಸ್ಸಿನ ಬಗ್ಗೆ ಅಶೋಕನಿಗೆ ನಂಬಿಕೆ ಇಲ್ಲ. 'ಧಮ್ಮ' ಹೇಳಿದಂತೆ ನಡೆದುಕೊಂಡಾಗ ಮಾತ್ರ ಸತ್ಫಲ ಪ್ರಾಪ್ತಿಯಾಗುವುದೆನ್ನುತ್ತಾನೆ. ಪ್ರತಿಯೊಬ್ಬರೂ – ತಂದೆ, ಮಗ, ಸೋದರ, ಪತಿ, ಸ್ನೇಹಿತ, ಪರಿಚಯಸ್ಥ ಅಥವಾ ನೆರೆಹೊರೆಯವರೆಲ್ಲರೂ – ತಮ್ಮ ತಮ್ಮ ಪ್ರದೇಶಗಳಲ್ಲಿ ತಮ್ಮ ಕುಟುಂಬಗಳಲ್ಲಿ ಈ ಸಂದೇಶವನ್ನು ಸಾರಬೇಕೆಂದು ವಿನಂತಿಸಿಕೊಳ್ಳುತ್ತಾನೆ. ಒಂದನೆಯ ಶಿಲಾಶಾಸನದಲ್ಲಿ ಧಾರ್ಮಿಕ ಉತ್ಸವಗಳಲ್ಲಿ ಪ್ರಾಣಿ ವಧೆ ಮಾಡುವುದನ್ನು ವಿರೋಧಿಸುವುದು ಮಾತ್ರವಲ್ಲದೆ, ಆ ಆಚರಣೆಯನ್ನು ನಿಷೇಧಿಸುತ್ತಾನೆ. ಇಂಥ ವೈದಿಕ ಆಚರಣೆಗಳು, ಅಶೋಕನು ನಂಬಿದ ಪ್ರಾಣಿಹಿಂಸಾ ವಿರೋಧಿ ತತ್ವದ ವಿರೋಧಿಯಾಗಿದ್ದವು. ದಾನ ನೀಡಿಕೆಯ ಜತೆಗೆ ಅಥವಾ ಬದಲಾಗಿ, ಉಪವಾಸ ಮಾಡುವುದನ್ನು ಮಾತ್ರ (17) ಒಂದು ಆಚರಣೆಯಾಗಿ ಅಶೋಕನು ಎತ್ತಿ ಹಿಡಿಯುತ್ತಾನೆ.

ಧಮ್ಮವನ್ನು ಪಾಲಿಸಬೇಕೆಂದು ತನ್ನ ಪ್ರಜೆಗಳಲ್ಲಿ ವಿನಂತಿಸುವಾಗಲೆಲ್ಲ, ಹಾಗೆ ಪಾಲಿಸುವುದರ 'ಫಲ'ವನ್ನು ಕುರಿತೂ ಅಶೋಕನು ಮಾತನಾಡುತ್ತಾನೆ. ಸತ್ಕಾರ್ಯಗಳಿಂದಾಗಿ ಈ ಲೋಕದಲ್ಲಿ ಸಂತೋಷ ಸಿಗುವುದು ಮಾತ್ರವಲ್ಲದೆ, ಪರಲೋಕದಲ್ಲಿಯೂ ಸತ್ಫಲಗಳ ಪ್ರಾಪ್ತಿಯಾಗುತ್ತದೆ. (9, 13ನೆಯ ಶಿಲಾಶಾಸನಗಳು, ಎರಡೂ ಪ್ರತ್ಯೇಕ ಶಿಲಾಶಾಸನಗಳು ಮತ್ತು 4 ಹಾಗೂ 13ನೆಯ ಸ್ತಂಭ ಶಾಸನಗಳು). ಮಾತ್ರವಲ್ಲದೆ, ಇಂಥ ಸತ್ಕಾರ್ಯಗಳಿಂದಾಗಿ ಸ್ವರ್ಗ ಪ್ರಾಪ್ತಿಯೂ ಆಗುವುದೆನ್ನುತ್ತಾನೆ. (ಒಂದನೆಯ ಗೌಣಶಿಲಾಶಾಸನ, 6 ಹಾಗೂ 9ನೆಯ ಶಿಲಾಶಾಸನಗಳು). ಹೀಗೆ ಹೇಳುವಲ್ಲಿ, ಆಗ ಪ್ರಚಲಿತವಿದ್ದ ಒಂದು ಸಾಮಾನ್ಯ ನಂಬಿಕೆಯನ್ನೇ ಅಶೋಕನು ಇಲ್ಲಿ ಪ್ರಸ್ತಾಪಿಸುತ್ತಿದ್ದಾನೆ ಎನ್ನಬಹುದು. ಅರ್ಥಶಾಸ್ತ್ರದಲ್ಲಿಯೂ ಸಹ (1.3.14) ಇದೇ ನಂಬಿಕೆಯನ್ನು ಉಲ್ಲೇಖಿಸುತ್ತಾ 'ಸ್ವಧರ್ಮವನ್ನು ನಿರ್ವಹಿಸುವವನಿಗೆ ಸ್ವರ್ಗ ಪ್ರಾಪ್ತಿಯಾಗುವುದೇ ಅಲ್ಲದೆ ಅಮಿತಪರಮಾನಂದವೂ ಸಿಗುವುದು' ಎಂಬ ಮಾತಿದೆ. ಕೌಟಿಲ್ಯನ ಧರ್ಮ ಮತ್ತು ಅಶೋಕನ ಪರಿಕಲ್ಪನೆಯಲ್ಲಿ ಧಮ್ಮ ಭಿನ್ನವಾಗಿದ್ದವು ಎಂಬುದನ್ನು ಈ ಸಂದರ್ಭದಲ್ಲಿ ಗಮನದಲ್ಲಿಟ್ಟುಕೊಳ್ಳಬೇಕು. ಈ ಜನ್ಮದ ನಂತರದ ಜೀವನ ಒಬ್ಬ ವ್ಯಕ್ತಿಯ ಕರ್ಮವನ್ನಾಧರಿಸಿದೆಯೆಂಬುದು ಅಶೋಕನ ಚಿಂತನೆ ಎಂದು ನಾವು ತಿಳಿಯಬಹುದು. ಇದನ್ನು ನಿರ್ಧರಿಸುವಲ್ಲಿ ಯಾವುದೇ ಅತಿಮಾನುಷ, ದೈವಿಶಕ್ತಿಯ ಪಾತ್ರವಿಲ್ಲ. ದೇವರುಗಳ ಜತೆ ಒಡನಾಟವಿರುವ ಮನುಷ್ಯರು (ಒಂದನೆಯ ಗೌಣಶಿಲಾಶಾಸನ) ಮತ್ತು ದೈವಿರೂಪಗಳು ಮನುಷ್ಯರಿಗೆ ಕಾಣಿಸಿಕೊಳ್ಳುವಂಥ (4ನೆಯ ಶಿಲಾಶಾಸನ) ವಿಷಯಗಳ ಪ್ರಸ್ತಾಪವೇನಿದ್ದರೂ ಅಲಂಕಾರಿಕ ಅಭಿವ್ಯಕ್ತಿಗಳು ಮಾತ್ರ. ಯಾವ ಸಂದರ್ಭದಲ್ಲಿಯೂ ಆತ್ಮದ ಬಗ್ಗೆ ಮಾತಿಲ್ಲ. ಬುದ್ಧನೂ ಆತ್ಮದ ಪರಿಕಲ್ಪನೆಯನ್ನು ತಿರಸ್ಕರಿಸುವುದೂ ಇದಕ್ಕೊಂದು ಕಾರಣ. ವಿವಿಧ ನಂಬಿಕೆಗಳುಳ್ಳ ಜನರಿಗೆ ಅವರದೇ ಆದ ಮಾತುಗಳಲ್ಲಿ ಸತ್ಕಾರ್ಯಗಳು, ಸತ್ಫಲಗಳ ಬಗ್ಗೆ ಹೇಳಬೇಕಾಗಿತ್ತು. ಉದಾಹರಣೆಗೆ, ಕಾಂದಹಾರಿನ ಗ್ರೀಕ್ ಭಾಷೆಯ ಶಾಸನದಲ್ಲಿ ಜನ್ಮಾಂತರದ ಯಾವ ಪ್ರಸ್ತಾಪವೂ ಕಾಣಸಿಗದು. ಆದರೆ, ಅರಮಿಕ್ ಶಾಸನಗಳಲ್ಲಿ ಬಹುಶಃ ಜೊರಾಷ್ಟ್ರಿಯನ್ ಜನರನ್ನು ದೃಷ್ಟಿಯಲ್ಲಿರಿಸಿಕೊಂಡು ಸಜ್ಜನರು 'ತೀರ್ಪಿನ ದಿನದಿಂದ' (Day of Judgement)

ವಿನಾಯತಿ ಪಡೆಯುತ್ತಾರೆ ಎಂದು ಹೇಳಲಾಗಿದೆ(ಉಧೃತ 2.1ಅ). ಶಾಸನಗಳು ನಿರ್ದಿಷ್ಟ ಸಮುದಾಯಗಳನ್ನುದ್ದೇಶಿಸಿ ಸಿದ್ಧಪಡಿಸಲಾಗಿದ್ದವು ಎನ್ನುವುದಕ್ಕೆ ಇವು ಕೆಲವು ನಿದರ್ಶನಗಳು.

ಅಶೋಕನು ಪ್ರಚಾರ ಮಾಡುವ ನೈತಿಕ ಸೂತ್ರಗಳಿಗೂ, ಇತರ ಧಾರ್ಮಿಕ/ನೈತಿಕ ವ್ಯವಸ್ಥೆಯ ಸೂತ್ರಗಳಿಗೂ ಸಾಮ್ಯತೆ ಕಂಡರೆ ಅದು ತುಂಬ ಸಹಜ ವಿದ್ಯಮಾನ. ಅರ್ಥಶಾಸ್ತ್ರದಲ್ಲಿಯೂ ಸಹ ಅಶೋಕನ ಕೆಲವು ಮಾತುಗಳು ಕಾಣುತ್ತವೆ. 'ಎಲ್ಲರಿಗೂ ಸಮಾನವಾದ ನಡವಳಿಕೆ ಎಂದರೆ ಇತರ ಜೀವಿಗಳಿಗೆ ಹಿಂಸೆ ನೀಡದಿರುವುದು (ಅಹಿಂಸೆ), ಸತ್ಯ, ಪ್ರಾಮಾಣಿಕತೆ, ದ್ವೇಷರಾಹಿತ್ಯ, ಕರುಣೆ ಮತ್ತು ತಾಳ್ಮೆ' (ಅರ್ಥಶಾಸ್ತ್ರ: 1.3.13). ಅರ್ಥಶಾಸ್ತ್ರವು ಅಂತಿಮ ರೂಪಪಡೆಯಲು ಸಾಕಷ್ಟು ದೀರ್ಘಕಾಲ ತೆಗೆದುಕೊಂಡಿದ್ದು, ಅಶೋಕನ ನಂತರವೂ ಈ ಪ್ರಕ್ರಿಯೆಯು ಮುಂದುವರೆದು, ಅವನ ಮಾತುಗಳ ಪಡಿಯಚ್ಚುಗಳಂಥ ಇಂಥ ಹೇಳಿಕೆಗಳು ಅಲ್ಲಿ ಪ್ರತಿಫಲನಗೊಳ್ಳುವುದೂ ಸಾಧ್ಯವೆಂದು ವಾದಮಾಡಬಹುದು. ಹೀಗೆ ಆಗದಿದ್ದರೂ, ಅಶೋಕನ ಶಾಸನಗಳಿಗೂ, ಕೌಟಿಲ್ಯನ ಅರ್ಥಶಾಸ್ತ್ರದಲ್ಲಿ ಜಾತಿ(ವರ್ಣ)ಯ ಆಧಾರದ ಮೇಲೆ ವ್ಯಕ್ತಿಗಳ 'ಧರ್ಮ' (1.3.5–12) ಮತ್ತು ಅವರ ಜೀವನದ ನಾಲ್ಕು ಆಶ್ರಮಗಳಿಗೂ (ಉಧೃತ 3.2) ಅಶೋಕನ 'ಧಮ್ಮ'ದಲ್ಲಿನ ಆದೇಶಗಳಿಗೂ ನಡುವೆ ಹೋಲಿಕೆಗಳಿಲ್ಲ. ಕೆಲವೆಡೆ ಕಾಣುವ ಸಮಾನ ಲಕ್ಷಣಗಳು ಕೇವಲ ಆಕಸ್ಮಿಕವೆಂದೇ ತಿಳಿಯಬೇಕು.

ಆಧುನಿಕ ವಿದ್ವಾಂಸರು ಅಶೋಕನು ಪ್ರಚಾರಮಾಡಿದ ನೈತಿಕ ಸೂತ್ರಗಳ ಮೂಲವನ್ನು ಬೌದ್ಧ ಪರಂಪರೆಯಲ್ಲಿ ಹುಡುಕಲು ಉತ್ಸುಕರಾಗಿರುವುದು ಸಹಜ. ಅಶೋಕನೇ ಬೌದ್ಧ ಧರ್ಮದ ಬಗೆಗಿನ ತನ್ನ ಒಲವನ್ನು ಸ್ಪಷ್ಟವಾಗಿ ತಿಳಿಸುತ್ತಾನೆ(2.3). ಆದರೆ ನಾಲ್ಕು 'ಶ್ರೇಷ್ಠ ಸತ್ಯ'ಗಳನ್ನು ಅಶೋಕನು ಉಲ್ಲೇಖಿಸುವುದಿಲ್ಲ. ಆದರೂ ಒಂದನೆಯ ಪ್ರತ್ಯೇಕ

ಚಿತ್ರ 2.2. ರಾಮಗ್ರಾಮದ ಸ್ತೂಪಕ್ಕೆ ಅಶೋಕನು ಭೇಟಿ ನೀಡಿದ ದೃಶ್ಯ (ಅಶೋಕಾವದಾನ ದಲ್ಲಿ ವಿವರಿಸಲಾಗಿರುವಂತೆ) ಸಾಂಚಿ, 1 ನೆಯ ಸ್ತೂಪ ದಕ್ಷಿಣ ದ್ವಾರ, ಕ್ರಿ.ಪೂ ಒಂದನೆಯ ಶತಮಾನ (ವಿವರಣೆ : ಜೆ ಮಾರ್ಷಲ್ ಮತ್ತು ಎ ಫಾಷರ್)

ಶಿಲಾಶಾಸನದಲ್ಲಿ ಮಧ್ಯಮ ಮಾರ್ಗದ (ಪಕ್ಷಪಾತರಹಿತ, ನ್ಯಾಯಯುತ ಮಾರ್ಗ) ಉಲ್ಲೇಖವಿದೆ. ಈ ಮಾತು ಬುದ್ಧನ ಶ್ರೇಷ್ಠ ಸತ್ಯಗಳ ಬಹುಮುಖ್ಯ ಭಾಗವಾದ ಅಷ್ಟಾಂಗ ಮಾರ್ಗವನ್ನು ಅವನು ಒಪ್ಪಿಕೊಂಡಿದ್ದ ಮತ್ತು ಅದರಿಂದ ಪ್ರಭಾವಿತನಾಗಿದ್ದನೆಂಬುದಕ್ಕೆ ಗುರುತು. ಅಶೋಕನ ಶಾಸನಗಳಲ್ಲಿ ಬಳಕೆಯಾದ ಕೆಲವು ಪದಗಳ ಪ್ರತಿರೂಪಗಳು ಹಿಂದಿನ ಪಾಲಿಭಾಷೆಯ ಸೂತ್ರಗಳಲ್ಲಿ ಕಾಣುತ್ತವೆ. ಈ ಅಂಶವು ಅಶೋಕನ ಮೇಲೆ ಬುದ್ಧನ ಉಪದೇಶಗಳ ಪ್ರಭಾವದ ವ್ಯಾಪಕತೆಯನ್ನು ಸಿದ್ಧಪಡಿಸುತ್ತದೆ (ವಿವರಗಳಿಗೆ ನೋಡಿ 3.3.). ಇಲ್ಲಿ ಪ್ರಮುಖವಾಗಿ ಬೈರಾಟ್‌ನ ಶಾಸನವನ್ನು ಹೆಸರಿಸಬೇಕು. ಈ ಶಾಸನದಲ್ಲಿ ಅಶೋಕನು ಏಳೂ 'ಧಮ್ಮ' ಸೂತ್ರಗಳನ್ನು ಪಟ್ಟಿಮಾಡುತ್ತಾನೆ. ಆದರೆ ಅವುಗಳ ಶೀರ್ಷಿಕೆಗಳು ಬದಲಾಗಿರುವುದರಿಂದಲೂ ಮತ್ತು ಪುನರಾವರ್ತನೆಯಾಗಿರುವುದರಿಂದಲೂ ಆ ಏಳು ಸೂತ್ರಗಳನ್ನು ಸ್ಪಷ್ಟವಾಗಿ ಗುರುತಿಸುವುದು ಸಮಸ್ಯೆಯಾಗಿದೆ. ಬುದ್ಧನ ಉಪದೇಶಗಳಲ್ಲಿ ಅಶೋಕನ ಮಾತುಗಳನ್ನು ಹೋಲುವಂಥ ಸೂತ್ರಗಳನ್ನು ನಿದರ್ಶನಗಳನ್ನಾಗಿಟ್ಟುಕೊಂಡು ಅಶೋಕನ ಮೇಲೆ ಬುದ್ಧನ ಪ್ರಭಾವವನ್ನು ನಿರ್ಧರಿಸುವ ಪ್ರಯತ್ನ ನಡೆದಿದೆ; ಮತ್ತು ಈ ಪ್ರಭಾವವು ವಾಸ್ತವ. ಉದಾಹರಣೆಗೆ, ಬೌದ್ಧ ಧರ್ಮದ 'ದೀಘ ನಿಕಾಯ'ದ 'ಸಿಗಾಲೊವಾದ ಸೂತ್ರ' ಅದೇ ಹೆಸರನ್ನು ಹೊತ್ತು ಅಶೋಕನ ಏಳು ಸಿದ್ಧಾಂತಗಳಲ್ಲಿ ಕಾಣದಿರಬಹುದು. ಆದರೂ ಒಬ್ಬ ವ್ಯಕ್ತಿಯು 1)ಮಾತಾಪಿತೃಗಳು 2)ಗುರುಗಳು 3) ಶ್ರಮಣರು ಹಾಗೂ ಬ್ರಾಹ್ಮಣರು 4) ಬಂಧುಮಿತ್ರರು ಮತ್ತು 5) ಸೇವಕರು ಹಾಗೂ ಗುಲಾಮರ ವಿಷಯದಲ್ಲಿ ಹೇಗೆ ನಡೆದುಕೊಳ್ಳಬೇಕೆಂಬ ಬಗ್ಗೆ ಬುದ್ಧನು ಸಿಗಾಲನಿಗೆ ನೀಡಿದ ಉಪದೇಶವೇ ಅಶೋಕನ ಶಾಸನಗಳಲ್ಲಿಯೂ ಕಂಡುಬರುತ್ತದೆಂಬುದನ್ನಂತೂ ಅಲ್ಲಗೆಳೆಯುವಂತಿಲ್ಲ.

ಬುದ್ಧನ ಉಪದೇಶಗಳು ಮತ್ತು ಅಶೋಕನು ಸಾಮಾನ್ಯ ಜನರ ನಡುವೆ ಪ್ರಸಾರ ಮಾಡಲು ಯತ್ನಿಸಿದ ಧಮ್ಮ – ಈ ಎರಡರ ನಡುವಿನ ಸಾಮ್ಯವನ್ನು ಗುರುತಿಸುತ್ತಲೇ ಮತ್ತೊಂದು ಅಂಶವನ್ನೂ ನೆನಪಿಡಬೇಕು. ಬುದ್ಧನ ಉಪದೇಶಗಳ ಮುಖ್ಯ ಗುರಿ ತನ್ನ ಅನುಯಾಯಿಗಳನ್ನು ನಿರ್ವಾಣ(ನಿಬ್ಬಾಣ)ದೆಡೆಗೆ ಕೊಂಡೊಯ್ಯಲು, ಜನ್ಮ, ಪುನರ್ಜನ್ಮಗಳ ಪುನರಾವರ್ತನೆಯಿಂದ ಬಿಡಿಸುವುದಾಗಿತ್ತು. 'ಸಂಘ'ದ ಸದಸ್ಯರು ಹಾಗೂ ಸದಸ್ಯೆಯರು ಶಿಸ್ತುಬದ್ಧ ಜೀವನವನ್ನು ನಡೆಸುವಂತೆ ಮಾರ್ಗದರ್ಶನ ಮಾಡುವುದು ಆ ಉಪದೇಶಗಳ ಉದ್ದೇಶ. ಆದರೆ ಅಶೋಕನು ಗುರಿಯಾಗಿಟ್ಟುಕೊಂಡಿದ್ದು ಸಾಮಾನ್ಯ ಜನರನ್ನು ಮತ್ತು ಅವರನ್ನು 'ಧಮ್ಮ'ದ ನೆರಳಿಗೆ ತರುವುದನ್ನು. 'ಧಮ್ಮ'ದ ಅನುಯಾಯಿಗಳು 'ಸ್ವರ್ಗ'ವನ್ನು ಪಡೆಯಬೇಕೆಂಬುದು ಅವನ ಸಂದೇಶದ ತಿರುಳಾಗಿತ್ತು, ನಿರ್ವಾಣವನ್ನಲ್ಲ. 'ನಿರ್ವಾಣ'ವೆಂಬ ಪದವೇ ಅಶೋಕನ ಶಾಸನಗಳಲ್ಲಿ ಕಂಡುಬರುವುದಿಲ್ಲ. ಬುದ್ಧನ ಉಪದೇಶಗಳ ಸಾಕಷ್ಟು ಅಂಶಗಳನ್ನು ತನ್ನ ಸಂದೇಶಗಳ ಭಾಗವನ್ನಾಗಿಸಿದ ಅಶೋಕನು ಹಲವು ಕಡೆ ತನ್ನದೇ ಆದ ಚಿಂತನೆಗಳನ್ನೂ ಹರಿಯಬಿಟ್ಟಿದ್ದಾನೆ. ಮೂಲದಲ್ಲಿ ಅಷ್ಟೇನು ಪ್ರಮುಖ ಸ್ಥಾನವನ್ನು ಪಡೆಯದ ವಿಷಯಗಳನ್ನು ಕೇಂದ್ರ ಭಾಗಕ್ಕೆ ತಂದು, ಅವುಗಳ ಕಡೆ ಜನಸಾಮಾನ್ಯರ ದೃಷ್ಟಿಯನ್ನು ಸೆಳೆಯುವುದರಲ್ಲಿ ಅವನು ಯಶಸ್ವಿಯಾಗಿದ್ದಾನೆ. ಉಪದೇಶ ಹಾಗೂ ಆಚರಣೆಗಳು ಒಂದೇ ಆಗಿರಬೇಕೆನ್ನುವುದಕ್ಕೆ ಒತ್ತುಕೊಟ್ಟು, ಸಮಾಜ

ಮತ್ತು ಪ್ರಭುತ್ವ – ಎರಡೂ ವ್ಯವಸ್ಥೆಗಳೂ ಚಿಂತನೆ ಮತ್ತು ಆಚರಣೆಯಲ್ಲಿ ಕರುಣೆಗೆ, ಅನುಕಂಪಕ್ಕೆ ಪ್ರಾಧಾನ್ಯತೆಯನ್ನು ನೀಡುವಂತೆ ಮಾಡಿದ. ಈ ಪ್ರಯತ್ನವನ್ನು ಇಂದು ನಾವು ಯಾವುದೇ ರೀತಿಯಲ್ಲಿ ಅರ್ಥ ಮಾಡಿಕೊಂಡರೂ ಅಂದಿನ ಮಟ್ಟಿಗೆ ಅದೊಂದು ಅಪರೂಪದ ದರ್ಶನವೇ ಆಗಿತ್ತು. ಅಶೋಕನ ಈ ಪ್ರಯತ್ನವನ್ನು ಇನ್ನು ಮುಂದೆ ಇನ್ನೂ ವಿವರವಾದ ಪರಿಶೀಲನೆಗೆ ಒಳಪಡಿಸಬಹುದು.

2.3 ಅಶೋಕನ ಆಡಳಿತ :

ಅಶೋಕನ ಆಡಳಿತವನ್ನು ಅರ್ಥಮಾಡಿಕೊಳ್ಳಲು ನಮಗಿರುವ ಪ್ರಧಾನ ಆಕರ ಅವನ ಶಾಸನಗಳು. ಈ ಶಾಸನಗಳ ಮೂಲಕ ಸಂದೇಶವನ್ನು ನೀಡುವಾಗ ಅವನು ಎಷ್ಟೇ ಪ್ರಾಮಾಣಿಕವಾಗಿ ಹಾಗೂ ವಿನಮ್ರನಾಗಿದ್ದರೂ, ಅವುಗಳ ಸಾಚಾತನವನ್ನು ತಿಳಿಯಲು ಇತರೆ ಪುರಾವೆಗಳ ಅವಶ್ಯಕತೆಯೂ ಇದೆ. ಶ್ರೀಲಂಕಾದಲ್ಲಿರುವ ಥೇರಾವಾದ ಪಂಥದ ವಿಹಾರಗಳಲ್ಲಿ ಮತ್ತು ಉತ್ತರ ಭಾರತದ ಮಹಾಯಾನ ಪಂಥದ ಬರಹಗಳಲ್ಲಿ ಲಭ್ಯವಾಗುವ ಬೌದ್ಧ ಆಕರಗಳು ನಮಗೆ ಈ ಸಾಕ್ಷ್ಯಗಳನ್ನು ಒದಗಿಸುತ್ತವೆ. 'ದೀಪವಂಶ' (ಕ್ರಿ.ಶ.400) ಮತ್ತು ನಂತರದ ಕಾಲದ 'ಮಹಾವಂಶ' (ಕ್ರಿ.ಶ.12ನೆಯ ಶತಮಾನದಲ್ಲಿ ಆರಂಭಿಸಲಾಗಿದ್ದು) ಎಂಬ ಪಾಲಿ ಭಾಷೆಯ ಎರಡು ಪಠ್ಯಗಳು ಶ್ರೀಲಂಕಾದಲ್ಲಿ ಲಭ್ಯವಾದವುಗಳಲ್ಲಿ ಮುಖ್ಯವಾದವು. ಈ ಕೃತಿಗಳು ಹಲವು ಘಟನೆಗಳ ವಿವರಗಳನ್ನು, ಅವು ನಡೆದ ಕಾಲವೂ ಸೇರಿದಂತೆ, ಪ್ರಸ್ತುತ ಪಡಿಸುವ ದಾಖಲೆಗಳಾಗಿವೆ. ಅಶೋಕನ ಕಾಲದ ಘಟನೆಗಳೇ ಹೆಚ್ಚಾಗಿ ಪ್ರಸ್ತಾಪವಾಗಿದ್ದು, ಅವುಗಳೇ ಈ ದಾಖಲೆಗಳ ತಿರುಳು ಎನ್ನಬಹುದು. ಅವುಗಳು ಸಂಪೂರ್ಣವಾಗಿ ವಸ್ತುನಿಷ್ಠವಾಗಿಲ್ಲದೆ, ಹಲವು ಬದಲಾವಣೆಗಳು, ಕಲ್ಪನೆಗಳು, ರಮ್ಯಕಥಾನಕಗಳಿಂದ ಕೂಡಿದ್ದು ಅಶೋಕನ ಶಾಸನಗಳ ಆಧಾರದ ಹಿನ್ನೆಲೆಯಲ್ಲಿಯೇ ಅವುಗಳ ಖಚಿತತೆಯನ್ನು ನಿರ್ಧರಿಸಬೇಕಾಗಿದೆ. ಇದೇ ಮಾತನ್ನು ಉತ್ತರ ಭಾರತದ ಸಂಸ್ಕೃತಕೃತಿಯಾದ 'ದಿವ್ಯಾವದಾನ'ದ ಭಾಗವಾಗಿರುವ 'ಅಶೋಕಾವದಾನ'ದ ಬಗ್ಗೆಯೂ ಹೇಳಬೇಕು. ದಿವ್ಯಾವದಾನವು ಕ್ರಿ.ಶ. ಮೊದಲನೆಯ ಸಹಸ್ರಮಾನದಲ್ಲಿ, ಅಂದರೆ ಅಶೋಕನು ಗತಿಸಿದ ಎಷ್ಟೋ ಕಾಲದ ನಂತರ ಸಂಕಲಿತವಾದ ಕೃತಿ. ಈ ಎರಡೂ ಆಕರಗಳ ಮೂಲವೂ ಒಂದೇ ಆಗಿದ್ದರೂ, ಅವುಗಳ ಭಾಗವೇ ಆಗಿ ಹೋಗಿರುವ ಬದಲಾವಣೆಗಳಿಂದಾಗಿ ಅಂತಿಮವಾಗಿ ಅವು ವಿಭಿನ್ನ ರೂಪಗಳನ್ನು ತಳೆಯುವಂತಾಗಿರುವುದರಿಂದ ಅವುಗಳನ್ನೇ ಪೂರ್ತಿಯಾಗಿ ಆಧರಿಸಿ ಅಶೋಕನ ಶಾಸನಗಳಿಂದ ಲಭ್ಯವಾಗುವ ಮಾಹಿತಿಯನ್ನು ಒರೆಹಚ್ಚಿ ನೋಡಲಾಗುವುದಿಲ್ಲ. ಅವನ ಆಡಳಿತದ ಶೈಲಿಯನ್ನು ಅರಿಯಲು ನಾವು ಮತ್ತೆ ಅವನ ಶಾಸನಗಳಿಗೇ ಹಿಂದಿರುಗುವುದೊಂದೇ ದಾರಿ.

ನಾವು ಹಿಂದಿನ ಅಧ್ಯಾಯದ ಐದನೆಯ ಭಾಗದಲ್ಲಿ ಅಶೋಕನ ಆಳ್ವಿಕೆಯ ಪ್ರಾರಂಭದ ದಿನಗಳನ್ನು ಕಳಿಂಗ ಯುದ್ಧದವರೆಗೆ ಪರಿಶೀಲನೆಗೆ ಒಳಪಡಿಸಿದ್ದೆವು. ಅವನ ಆಡಳಿತದ ಎಂಟನೆಯ ವರ್ಷದಲ್ಲಿ ನಡೆದ ಈ ಯುದ್ಧವೇ ಈಗ ನಮ್ಮ ಆರಂಭಿಕ ಹೆಜ್ಜೆಯಾಗಬಹುದು. ಆ ನರಮೇಧ ಮತ್ತು ಅಪಾರವಾದ ಇತರ ರೀತಿಯ

ಕಷ್ಟನಷ್ಟಗಳು ಅಶೋಕನನ್ನು ಆಳವಾಗಿ ಕದಡಿದವು. ಪರಿಣಾಮವಾಗಿ, ಅಶೋಕನು ರಾಜ್ಯಾಕಾಂಕ್ಷೆಯನ್ನು ಪೂರ್ತಿಯಾಗಿ ಹೊರದೂಡಿ, ಯುದ್ಧಗಳಲ್ಲಿ ವಿಜಯವನ್ನು ಸಾಧಿಸುವ ಬದಲಿಗೆ 'ಧಮ್ಮವಿಜಯ'ವನ್ನು ಸಾಧಿಸಬೇಕೆಂಬ ಪಣ ತೊಟ್ಟನು. ಇದರ ಸಾಧನೆಗೆ ಮುಖ್ಯವಾಗಿ ಮಾಡಬೇಕಾಗಿರುವುದು ಪ್ರಜಾರಂಜಕನಾಗಿರುವುದು ಮತ್ತು 'ಧಮ್ಮ'ದ ಮೂಲ ಸೂತ್ರಗಳನ್ನು ವ್ಯಾಪಕವಾಗಿ ಹರಡುವುದು (ನೋಡಿ 13ನೆಯ ಶಿಲಾಶಾಸನ; ಉದ್ಧೃತ 1.4). ಅಶೋಕನ 'ಧಮ್ಮ'ದ ಪ್ರಮುಖ ಅಂಶಗಳನ್ನು ಈಗಾಗಲೇ ತಿಳಿದಿರುವುದು ಮಾತ್ರವಲ್ಲದೆ (2.2) ಬೌದ್ಧ ಧರ್ಮವು ಸಾಮಾನ್ಯರಿಗಾಗಿ ರೂಪಿಸಿರುವ ಸೂತ್ರಗಳು ಮತ್ತು ಅಶೋಕನ ಸಂದೇಶಗಳ ನಡುವಿನ ಸಾಮ್ಯವನ್ನು ಗಮನಿಸಿದ್ದೇವೆ.

ಅಶೋಕನು ಬೌದ್ಧ ಮತಾವಲಂಬಿಯಾಗಿ ಮಾರ್ಪಟ್ಟ ವಿಷಯವನ್ನು ತಿಳಿಯಲು ನಮಗಿರುವ ಮುಖ್ಯ ಆಧಾರವೆಂದರೆ ಒಂದನೆಯ ಗೌಣಶಿಲಾಶಾಸನ. ಕಾಂದಹಾರಿನಲ್ಲಿ ದೊರೆತ ದ್ವಿಭಾಷಿಕ ಶಾಸನವು ಎರಡು ಗೌಣಶಿಲಾಶಾಸನಗಳ ಸಾರವನ್ನು ಕಟ್ಟಿಕೊಡುತ್ತದೆ. ಅವನ ಆಡಳಿತದ ಹತ್ತನೆಯ ವರ್ಷದಲ್ಲಿ (ಕ್ರಿ.ಪೂ.260) ಸಿದ್ಧಪಡಿಸಲಾದ ಈ ಶಾಸನವು ಅಶೋಕನು ಎರಡು ವರ್ಷಗಳ ಕಾಲ (ಆಡಳಿತದ 7 ಹಾಗೂ 8 ನೆಯ ವರ್ಷಗಳಲ್ಲಿ) ಬೌದ್ಧ ಧರ್ಮದ ಸಾಮಾನ್ಯ ಉಪಾಸಕನಾಗಿದ್ದು ನಂತರವೇ, ಅಂದರೆ, ಆಡಳಿತದ 8, 9ನೆಯ ವರ್ಷದಿಂದ ಬೌದ್ಧ ಧರ್ಮಕ್ಕೆ ತನ್ನನ್ನು ತಾನು ಸಮರ್ಪಿಸಿಕೊಂಡನೆಂಬ ವಿಷಯ ತಿಳಿಸುತ್ತದೆ. ಒಂದನೆಯ ಗೌಣಶಿಲಾಶಾಸನದಲ್ಲಿ ಕಂಡುಬರುವ 256 ಎನ್ನುವ ಸಂಖ್ಯೆಯು 256 ರಾತ್ರಿಗಳ ಕಾಲ ಅಶೋಕನು ವಿವಿಧ ಭಾಗಗಳಲ್ಲಿ ತನ್ನ ಯಾತ್ರೆಯ ಭಾಗವಾಗಿ ಉಳಿದುಕೊಂಡದ್ದನ್ನು ಸೂಚಿಸುತ್ತದೆ. 8ನೆಯ ಶಿಲಾಶಾಸನವು ಸಹ ತನ್ನ ಆಡಳಿತದ 10ನೆಯ ವರ್ಷದಲ್ಲಿ ಅಶೋಕನು ಕೈಗೊಂಡ 'ಧಮ್ಮ' ಯಾತ್ರೆಯ ವಿವರಗಳನ್ನು ನೀಡುತ್ತದೆ. ಈ ಯಾತ್ರೆಗಳ ಕಾಲದಲ್ಲಿ ಬಿಹಾರಿನ ಬುದ್ಧಗಯಾದಲ್ಲಿನ ಬೋಧಿ ವೃಕ್ಷಕ್ಕೆ ನೀಡಿದ ಭೇಟಿ ಅತ್ಯಂತ ಪ್ರಮುಖವಾದ ಘಟನೆ. ತನ್ನ ಈ 'ಧಮ್ಮ' ಯಾತ್ರೆಗಳ ಭಾಗವಾಗಿ ಅಶೋಕನು ಮುಖ್ಯವಾಗಿ ಮಾಡುತ್ತಿದ್ದುದು 'ಶ್ರಮಣರ ಹಾಗೂ ಬ್ರಾಹ್ಮಣರ ಭೇಟಿ, ವೃದ್ಧರಿಗೆ ದಾನ, ಜನಪದಗಳ (ವಿವಿಧ ಪ್ರಾಂತ್ಯಗಳ) ಜನರನ್ನು ಕಂಡು ಅವರಿಗೆ 'ಧಮ್ಮ' ಬೋಧನೆ ಮತ್ತು ಅವರಿಂದ 'ಧಮ್ಮ' ದ ಬಗ್ಗೆ ತಿಳಿದುಕೊಳ್ಳುವುದು. ಇದು ಸಾಮಾನ್ಯವಾಗಿ ನಡೆಸುವ ತೀರ್ಥಯಾತ್ರೆಯಂತಿರಲಿಲ್ಲ. ಬದಲಿಗೆ ಒಬ್ಬ ರಾಜಕಾರಣಿಯ 'ಜನರ ಜತೆ ಮುಖಾಮುಖಿ' ಕಾರ್ಯಕ್ರಮದಂತಿರುತ್ತಿತ್ತು.

ಬೈರಾಟ್‌ನ ಶಿಲಾಶಾಸನವು ಬೌದ್ಧ ಮತಾನುಯಾಯಿಯಾಗಿ ಅಶೋಕನ ಸ್ಪಷ್ಟ ಚಿತ್ರಣವನ್ನು ಕಟ್ಟಿಕೊಡುತ್ತದೆ. ಇಲ್ಲಿ ಅಶೋಕನು ಸಂಘವನ್ನುದ್ದೇಶಿಸಿ ಮಾತನಾಡುತ್ತಾ ಬುದ್ಧನ ಏಳು ಸೂತ್ರಗಳನ್ನು 'ಸಂಘ'ದ ಸದಸ್ಯರಿಗೆ ಮನದಟ್ಟು ಮಾಡಿಕೊಡಲು ಯತ್ನಿಸುತ್ತಾನೆ. ತನ್ನ ಆಳ್ವಿಕೆಯ 14ನೇ ವರ್ಷದಲ್ಲಿ (ಕ್ರಿ.ಪೂ.256) ನೇಪಾಳದ ಟೆರೈನ ಬುದ್ಧಸ್ತೂಪವನ್ನು ಜೀರ್ಣೋದ್ಧಾರ ಮಾಡಿದ್ದಲ್ಲದೇ ಅದನ್ನು ವಿಸ್ತರಿಸಿದನು. ಈ ವಿಷಯವು ನಿಗಾಲಿಸಾಗರದ ಸ್ತಂಭ ಶಾಸನದಿಂದ ತಿಳಿದು ಬರುತ್ತದೆ. ತನ್ನ ಆಡಳಿತದ 20ನೆಯ ವರ್ಷದಲ್ಲಿ (ಕ್ರಿ.ಪೂ.250) ಬುದ್ಧನ ಜನ್ಮಸ್ಥಳವಾದ ಲುಂಬಿನಿಗೂ ಭೇಟಿ

ನೀಡಿದ್ದು, ಇದರ ಪ್ರಸ್ತಾಪವು ರುಮ್ಮಿಂಡೈ ಸ್ತಂಭಶಾಸನ (ಉಧೃತ 3.3) ದಲ್ಲಿ ಕಂಡು ಬರುತ್ತದೆ.

ತನ್ನ ಆಡಳಿತದ 27ನೆಯ ವರ್ಷ(ಕ್ರಿ.ಪೂ.243)ಕ್ಕೆ ಸೇರಿದ 7ನೆಯ ಸ್ತಂಭ ಶಾಸನದಲ್ಲಿ ಧಮ್ಮ ಮಹಾಮಾತ್ರರು ಗಮನಿಸಬೇಕಾದ ವಿಷಯಗಳಲ್ಲಿ ಮೊದಲನೆಯದಾಗಿ ಬೌದ್ಧರ ಸಂಘವನ್ನು ಹೆಸರಿಸಲಾಗಿದೆ. ಸಾರನಾಥ್ ಮತ್ತು ಸಾಂಚಿ, ಮತ್ತು ಅಲಹಾಬಾದ್‌ಗಳ ಬಳಿಯ ಸ್ತಂಭಗಳ ಮೇಲೆ ಕಂಡು ಬಂದ ತ್ರುಟಿತ ಶಾಸನದಲ್ಲಿ (ಆಡಳಿತದ 26ನೆಯ ವರ್ಷ) ಅಶೋಕನು ಸಂಘದ ಐಕ್ಯತೆಯ ಬಗೆಗಿನ ಕಾಳಜಿಯನ್ನು ವ್ಯಕ್ತಪಡಿಸುತ್ತಾನೆ; ಮತ್ತು ವಿಚ್ಛಿದ್ರಕಾರಿ ಕ್ರಿಯೆಗಳಲ್ಲಿ ತೊಡಗುವ ಸನ್ಯಾಸಿಗಳು ಹಾಗೂ ಸನ್ಯಾಸಿನಿಯರನ್ನು ಅಲ್ಲಿಂದ ಹೊರಹಾಕುವ ಮಾರ್ಗಗಳ ಬಗ್ಗೆಯೂ ಪ್ರಸ್ತಾಪಿಸುತ್ತಾನೆ. ಸಾರನಾಥದಲ್ಲಿನ ಶಾಸನದ ಕೊನೆಯಲ್ಲಿ ಮಾಡಿರುವ ದೀರ್ಘ ಟಿಪ್ಪಣಿಯಲ್ಲಿ 'ಮಹಾಮಾತ್ರ'ರು ಈ ವಿಷಯವನ್ನು ಎಲ್ಲ ಕಡೆಯೂ ತಿಳಿಸಬೇಕೆಂಬ ಆಶಯವನ್ನು ವ್ಯಕ್ತಪಡಿಸಲಾಗಿದೆ. ಅಂದರೆ ಅಶೋಕನು ಆ ಮೂಲಕ ಸಂಘದ ವ್ಯವಹಾರದ ಮೇಲೆ ತನಗಿದ್ದ ನಿಯಂತ್ರಣವನ್ನು ಸೂಚಿಸುತ್ತಾನೆ. ಆದರೆ, ಅವನು ಆ ಬೌದ್ಧ ವ್ಯವಸ್ಥೆಯ ಮುಖ್ಯಸ್ಥನ ಸ್ಥಾನವನ್ನು ಪಡೆದಿರಲಿಲ್ಲ. ಇಂಥ ಶಾಸನವನ್ನು ಹೊರಡಿಸಿದ್ದಕ್ಕೆ ಕಾರಣವನ್ನು ಶ್ರೀಲಂಕಾ ಮೂಲದ ಶಾಸನಗಳಲ್ಲಿ ಕಾಣಬಹುದು. ರಾಜನು ಕೊಡ ಮಾಡುತ್ತಿದ್ದ ಅಪಾರ ಸಹಾಯದ ಲಾಭ ಪಡೆಯಲು ಕೆಲವು ಸ್ವಾರ್ಥ ಶಕ್ತಿಗಳು ಸಂಘವನ್ನು ಪ್ರವೇಶಿಸುತ್ತಿದ್ದುದರಿಂದ ಅಂಥ ವಿದ್ಯಮಾನವನ್ನು ತಡೆಯಲು ಈ ರೀತಿಯ ಶಾಸನವನ್ನು ಹೊರಡಿಸಬೇಕಾಯಿತು (ಮಹಾವಂಶ V, 228–230, 268–271) ಶ್ರೀಲಂಕಾಕ್ಕೆ 'ಧರ್ಮ' ಪ್ರಸಾರಕ್ಕಾಗಿ ಭಿಕ್ಕುಗಳನ್ನು ಕಳುಹಿಸುವ ವಿಷಯವೂ ಸಹ ಈ ಶಾಸನಗಳಲ್ಲಿ ಹಾಗೂ ಬೌದ್ಧರ ಕಥೆಗಳಲ್ಲಿ ಕಂಡು ಬರುತ್ತದೆ. 13ನೆಯ ಶಿಲಾಶಾಸನದ ಪ್ರಕಾರ ಭಿಕ್ಕುಗಳನ್ನು ಕಳುಹಿಸುವ ಉದ್ದೇಶವು 'ಧಮ್ಮ'ದ ಸಂದೇಶದ ಪ್ರಸಾರ; ಆದರೆ ಶ್ರೀಲಂಕಾದ ಆಕರಗಳು ಹೇಳುವ ಪ್ರಕಾರ ಆ ಕ್ರಮದ ಉದ್ದೇಶವು ಬೌದ್ಧ ಧರ್ಮದ ಪ್ರಸಾರವೇ ಆಗಿತ್ತು. (ಮಹಾವಂಶ,VII) ಹಲವು ಇತರ ವಿಷಯಗಳಿಗೆ ಸಂಬಂಧಿಸಿದಂತೆ, ಬೌದ್ಧ ಕಥೆಗಳಲ್ಲಿನ ವಿವರಗಳಿಗೆ ಅಶೋಕನ ಶಾಸನಗಳಲ್ಲಿ ಯಾವುದೇ ಪುರಾವೆಗಳು ಸಿಗುವುದಿಲ್ಲ. ಬೌದ್ಧ ಆಕರಗಳು ಅಶೋಕನು 'ಸಂಘ'ಕ್ಕೆ ಅತಿಶಯವಾಗಿ ವಿರಾಳಗಳನ್ನು ನೀಡುತ್ತಿದ್ದನೆಂದು ಹೇಳುತ್ತವೆ ಮತ್ತು ಅಶೋಕನು ಒಟ್ಟು 84,000 ಬೌದ್ಧಾರಾಮಗಳನ್ನು ನಿರ್ಮಿಸಿಕೊಟ್ಟನೆಂದು ಶ್ರೀಲಂಕಾದ ಹಾಗೂ ಉತ್ತರ ಭಾರತದ ಕೆಲವು ಆಕರಗಳು ಹೇಳುತ್ತವೆ. ಅಷ್ಟೇ ಅಲ್ಲದೆ, ಮೂರನೆಯ ಬೌದ್ಧ ಮಹಾಸಭೆಯು ಅಶೋಕನ ಆಡಳಿತದ ಅವಧಿಯಲ್ಲಿಯೇ ನಡೆಯಿತೆಂದು ಶ್ರೀಲಂಕಾದ ಆಕರವೊಂದರಲ್ಲಿ ಹೇಳಲಾಗಿದೆ. ಆದರೆ, ಈ ಯಾವ ವಿಷಯಗಳ ಕುರಿತೂ ಅಶೋಕನ ಶಾಸನಗಳಲ್ಲಿ ಸ್ಪಷ್ಟವಾದ ಯಾವ ಮಾಹಿತಿಯೂ ಸಿಗುವುದಿಲ್ಲ (ಆದರೆ ನೋಡಿ 3.3).

ಬೌದ್ಧ ಧರ್ಮದ ಬಗ್ಗೆ ತನ್ನ ನಿಷ್ಠೆ ಬಲಗೊಳ್ಳುತ್ತಿದ್ದಂತೆ, ಪರಧರ್ಮ ಸಹಿಷ್ಣುತೆಯು ಅಶೋಕನಲ್ಲಿ ಮನೆ ಮಾಡಿತು ಎಂಬುದು ಗಮನಾರ್ಹ ಅಂಶ. ತನ್ನ ಆಳ್ವಿಕೆಯ ಕೊನೆಯ

ಭಾಗಕ್ಕೆ ಸೇರಿದ (ಅಧಿಕಾರದ 27ನೆಯ ವರ್ಷ) ಮುಖ್ಯವಾದ ಒಂದು ಶಾಸನ(7ನೆಯ ಸ್ತಂಭಶಾಸನ)ದಲ್ಲಿ ಎಲ್ಲ ಧಾರ್ಮಿಕ ಪಂಥಗಳ ಬಗ್ಗೆಯೂ ತನಗಿದ್ದ ಅಭಿಮಾನವನ್ನು ವ್ಯಕ್ತಪಡಿಸುತ್ತಾನೆ. ಸಂಘದ ವಿಷಯದಲ್ಲಿದ್ದ ರೀತಿಯಲ್ಲಿಯೇ, ಬ್ರಾಹ್ಮಣರು, ಆಜೀವಿಕರು ಮತ್ತು ಜೈನರ (ಉಧೃತ 2.7) ವಿಷಯದಲ್ಲಿಯೂ ಅಶೋಕನು ತುಂಬ ಉದಾರಿಯಾಗಿದ್ದನು. ತನ್ನ ಅಧಿಕಾರಾವಧಿಯ 10ನೆಯ ವರ್ಷದಲ್ಲಿ ಬೋಧಿವೃಕ್ಷದ ದರ್ಶನಕ್ಕಾಗಿ ಕೈಗೊಂಡ ತೀರ್ಥಯಾತ್ರೆಯ ಸಂದರ್ಭದಲ್ಲಿಯೂ ಸಹ ಹಲವಾರು ಬ್ರಾಹ್ಮಣರನ್ನು ಕಂಡು ಅವರಿಗೆ ಉಡುಗೊರೆಗಳನ್ನು ಕೊಡುವುದನ್ನು ಮರೆಯಲಿಲ್ಲ. ಬೌದ್ಧ ಪರಂಪರೆಯಲ್ಲಿ ಆಜೀವಿಕರ ಬಗ್ಗೆ ವಿರೋಧವೇ ವ್ಯಕ್ತವಾಗಿದ್ದರೂ ಅಶೋಕನು ಅವರನ್ನು ಗೌರವದಿಂದ ಕಾಣುವುದು ಆಸಕ್ತಿದಾಯಕ ವಿಷಯ. ಬುದ್ಧಗಯಾದ ಬಳಿ ಮೂರು ಗುಹೆಗಳನ್ನು ಆಜೀವಿಕರ ಬಳಕೆಗಾಗಿ ಸಿದ್ಧಪಡಿಸಲಾಯಿತು. ಅವುಗಳ ಸುಂದರ ರಚನೆಯಿಂದಾಗಿ ಅಶೋಕನಿಗೆ ಸಂಬಂಧಿಸಿದ ಸ್ಮಾರಕಗಳಲ್ಲಿ ಅವು ಪ್ರಮುಖ ಸ್ಥಾನವನ್ನೇ ಪಡೆದಿವೆ (ನೋಡಿ 3.5). ತನ್ನ 'ಮತಾಂತರ'ದ ಹಲವು ವರ್ಷಗಳ ನಂತರ ಈ ಅನುಕೂಲಗಳನ್ನು ಆಜೀವಿಕರಿಗಾಗಿ ಕಲ್ಪಿಸಿ ಕೊಡಲಾಯಿತು. ಎರಡು ಗುಹೆಗಳು ಅವನ ಆಡಳಿತದ 12ನೆಯ ವರ್ಷ(ಕ್ರಿ.ಪೂ.258)ದಲ್ಲಿ ಮತ್ತೊಂದು 19ನೆಯ ವರ್ಷ(ಕ್ರಿ.ಪೂ.251)ದಲ್ಲಿ ಆಜೀವಿಕರಿಗಾಗಿ ರೂಪುಗೊಂಡವು.

ತನ್ನ 'ಧಮ್ಮ'ವನ್ನು ಪಾಲಿಸುವಲ್ಲಿ ಅಶೋಕನ ಮುಖ್ಯವಾದ ಗುರಿ ಇದ್ದದ್ದು ಅದರ ಪ್ರಚಾರದ ಬಗ್ಗೆ. ಆ ಹೊತ್ತಿಗೆ ಬರವಣಿಗೆ ಚಾಲ್ತಿಯಾಗಿದ್ದು ಆ ಮಾಧ್ಯಮದ ಬಳಕೆ ಅವನಿಗೆ ತುಂಬ ಸಹಕಾರಿಯಾಯಿತು. ದೊಡ್ಡ ಬಂಡೆಗಳು, ಶಿಲಾಫಲಕಗಳು ಮತ್ತು ಸ್ತಂಭಗಳ ಮೇಲೆ ಕೆತ್ತಲಾಗಿದ್ದ ಬರಹಗಳು ಹೆಚ್ಚಿನ ಸಂಖ್ಯೆಯಲ್ಲಿ ಜನರು ಸೇರುತ್ತಿದ್ದ ಜಾಗಗಳಲ್ಲಿ ಸ್ಥಾಪಿತವಾಗುತ್ತಿದ್ದವು ಮತ್ತು ಈ ಮೂಲಕ ಧರ್ಮ ಪ್ರಸಾರದ ತನ್ನ ಉದ್ದೇಶವನ್ನು ಸಹ ಅಶೋಕನು ಕೆಲವು ಶಾಸನಗಳಲ್ಲಿ ಬಹಿರಂಗಪಡಿಸುತ್ತಾನೆ. (ಒಂದನೆಯ ಗೌಣ ಶಿಲಾಶಾಸನ, 7ನೆಯ ಸ್ತಂಭಶಾಸನ). ಅವುಗಳು ಇಂದಿಗೂ ಅವೇ ಜಾಗಗಳಲ್ಲಿ ನಮಗೆ ಸಿಗುತ್ತವೆ. ಆಡಳಿತದ 20ನೆಯ ವರ್ಷ(ಕ್ರಿ.ಪೂ.250)ದಿಂದ ಪ್ರಾಕೃತ ಶಾಸನಗಳು ಸ್ತಂಭಗಳ ಮೇಲೆ ಕಾಣಿಸಿಕೊಂಡವು. ಒಂದು ಅಪವಾದವೆಂದರೆ, ವಾಯುವ್ಯ ದಿಕ್ಕಿನ ಗಡಿಭಾಗದಲ್ಲಿ ಬ್ಯೂನರ್‌ನ ಬಳಿಯ ಶಾಸನಗಳು ಬ್ರಾಹ್ಮಿ ಲಿಪಿಯಲ್ಲಿವೆ. ಶಿಲಾಶಾಸನಗಳಿಗೆ ಹೋಲಿಸಿದರೆ, ಶಿಲೆಗಳ ತುಂಡುಗಳ ಮೇಲಿನ ಈ ಶಾಸನಗಳು ಕಡಿಮೆ ಸಂಖ್ಯೆಯಲ್ಲಿವೆ. ಮುಂದೆ ಬರಹರೂಪದ ಧಾರ್ಮಿಕಸಂದೇಶಗಳನ್ನು ಸಾರ್ವಜನಿಕ ಪ್ರದೇಶಗಳಲ್ಲಿ ಪ್ರದರ್ಶಿಸುವುದು ಕಡಿಮೆಯಾಗಿ, ಸ್ತಂಭ ಶಾಸನಗಳ ರೂಪದಲ್ಲಿ ಕೆಲವು ಆಯ್ದ ಜಾಗಗಳಲ್ಲಿ ಅವುಗಳ ಸ್ಥಾಪನೆಯ ಬಗ್ಗೆ ಗಮನಹರಿಸಲಾಯಿತೆಂದು ಹೇಳಬಹುದು.

ನಿಯಾರ್ಕಸ್‌ನ ಪ್ರಕಾರ, ಶಿಲೆಗಳ ಜತೆಗೆ ಬಟ್ಟೆ ಮತ್ತು ತಾಳಪತ್ರಗಳೂ ಸಹ ಬರವಣಿಗೆಗೆ ಬಳಸಲಾಗುತ್ತಿದ್ದವು. ಹೀಗೆ ಬಳಸಲಾದ ತಾಳಪತ್ರಗಳನ್ನು ದೂರ ಪ್ರದೇಶಗಳಿಗೆ ಕಳುಹಿಸಿ, ಅವುಗಳಲ್ಲಿನ ಸಂದೇಶಗಳನ್ನು ಶಿಲೆಗಳ ಮೇಲೆ ಶಾಸನಗಳನ್ನಾಗಿ ಬರೆಸುವ

ನಿರ್ದೇಶನವನ್ನೂ ನೀಡಲಾಗುತ್ತಿತ್ತು. ಹೀಗೆ ಬಟ್ಟೆ ಹಾಗೂ ತಾಳಪತ್ರಗಳ ಮೇಲೆ ಬರೆಯುವ ಸಂದರ್ಭಗಳಲ್ಲಿ ಪಾಠ್ಯಾಂತರವಾಗುವ ಸಾಧ್ಯತೆಯೂ ಇತ್ತು. 'ಧಮ್ಮ'ವನ್ನು ಮೌಖಿಕವಾಗಿ ಹರಡುವ ಜವಾಬ್ದಾರಿಯನ್ನು ಹೊಂದಿದ್ದ ಅಧಿಕಾರಿಗಳಿಗೂ ಈ ರೀತಿಯ ಬರಹಗಳು ಉಪಯುಕ್ತವಾಗಿದ್ದವು. ಉದಾಹರಣೆಗೆ, ಪ್ರತ್ಯೇಕ ಶಿಲಾಶಾಸನಗಳೆರಡರಲ್ಲಿಯೂ ಈ ಕುರಿತು ಒಂದು ಸ್ಪಷ್ಟ ಆದೇಶವನ್ನು ನೀಡಲಾಗಿದೆ. ಅದರಲ್ಲಿನ ಸಂದೇಶವನ್ನು ಮೂರು ಋತುಗಳಲ್ಲಿ ಹುಣ್ಣಿಮೆಯ ನಾಲ್ಕು ರಾತ್ರಿಗಳಂದು ತಾರಾಪುಂಜ ಕಾಣಿಸಿಕೊಂಡ ಶುಭ ಸಂದರ್ಭಕ್ಕಾಗಿ ಜನಸಮೂಹವು ಒಂದು ಕಡೆ ಸೇರಿದಾಗ ಎಲ್ಲರಿಗೂ ತಿಳಿಯುವಂತೆ ಓದಿ ಹೇಳಬೇಕೆಂದು ಆದೇಶಿಸಲಾಗಿದೆ. ಆದರೆ ಕೆಲವು ಬಾರಿ, ಕೇಳುವ ಜನರ ಸಂಖ್ಯೆ ತೀರಾ ಕಡಿಮೆ ಇದ್ದಾಗಲೂ ಸಹ, ಒಬ್ಬ ಕೇಳುಗನೇ ಇರಲಿ, ಧಮ್ಮದ ಸಂದೇಶವನ್ನು ಓದಿ ತಿಳಿಸಬೇಕಾಗಿತ್ತು. 3ನೆಯ ಶಿಲಾಶಾಸನದಲ್ಲಿ ಯುತರು, ರಜೂಕರು ಮತ್ತು ಪ್ರಾದೇಶಿಕರು ಎಂದು ಕರೆಯಲಾಗುತ್ತಿದ್ದ ಸರ್ಕಾರ ಅಧಿಕಾರಿಗಳು ಐದು ವರ್ಷಗಳಲ್ಲಿ ಕನಿಷ್ಠ ಒಮ್ಮೆಯಾದರೂ ಸಂಚಾರ ಹೊರಟು ಧಮ್ಮ ಪ್ರಚಾರದಲ್ಲಿ ತೊಡಗಿರಬೇಕೆಂದು ಆಜ್ಞಾಪಿಸಲಾಗಿದೆ. ಅಶೋಕನ ಆಡಳಿತದ 13ನೆಯ ವರ್ಷ(ಕ್ರಿ.ಪೂ.257)ದಲ್ಲಿ ಧಮ್ಮ ಮಹಾಮಾತ್ರ ಎಂಬ ಹುದ್ದೆಯೂ ಸೃಷ್ಟಿಯಾಯಿತು. ಈ ಹುದ್ದೆಯಲ್ಲಿದ್ದವರು ತಮ್ಮ ಕರ್ತವ್ಯದ ಭಾಗವಾಗಿ ಧಮ್ಮ ಪ್ರಚಾರವನ್ನು ಮಾಡಬೇಕಾಗಿತ್ತು. ಈ ವಿವರಗಳು 5ನೆಯ ಶಿಲಾಶಾಸನದಲ್ಲಿ (ಉಧೃತ 2.3) ದೊರಕುತ್ತವೆ. ತನ್ನ ಅಧಿಕಾರಾವಧಿಯ 27ನೆಯ ವರ್ಷ(ಕ್ರಿ.ಪೂ.243)ಕ್ಕೆ ಸೇರಿದ 7ನೆಯ ಸ್ತಂಭ ಶಾಸನ (ಉಧೃತ 2.7)ದಲ್ಲಿ ಅಶೋಕನು ಜನರಿಗೆ ಧರ್ಮ ಬೋಧನೆಯನ್ನು ಭಾಷಣಗಳ ಮೂಲಕ ಮಾಡಬೇಕೆಂದು ತನ್ನ ಅಧಿಕಾರಿಗಳಿಗೆ ಆದೇಶ ನೀಡಿದ್ದಾನೆ. ಈ ರೀತಿಯ ಬೋಧನೆಗೂ, ಶಿಲಾಶಾಸನಗಳ ಧಮ್ಮ ಪ್ರಚಾರಕ್ಕೂ ನಡುವಿನ ಮುಖ್ಯ ವ್ಯತ್ಯಾಸವೆಂದರೆ ಭಾಷೆಗೆ ಸಂಬಂಧಿಸಿದ್ದು. ಧಾರ್ಮಿಕ ಉಪನ್ಯಾಸಗಳಲ್ಲಿ ಉಪಯೋಗಿಸುತ್ತಿದ್ದುದು ಆಯಾ ಪ್ರದೇಶದ ಭಾಷೆಯನ್ನು ಎಂದು ಊಹಿಸುವುದು ಸರಿಯೇ ಆದರೂ ಈ ಅಂಶವು ಯಾವುದೇ ಶಾಸನದಲ್ಲಿ ಪ್ರಸ್ತಾಪವಾಗಿಲ್ಲ.

ಮೌರ್ಯ ಸಾಮ್ರಾಜ್ಯದ ಆಚೆಗೆ ಕಳುಹಿಸಲಾಗಿದ್ದ ದೂತರು ಅಥವಾ ಇತರ ರಾಜ ಪ್ರತಿನಿಧಿಗಳು ಲಿಖಿತ ಹಾಗೂ ಮೌಖಿಕ ಮಾರ್ಗಗಳ ಮೂಲಕ ತಮಗೆ ವಹಿಸಲಾಗಿದ್ದ ಕರ್ತವ್ಯವನ್ನು ನಿಭಾಯಿಸಿದರೆಂದು ಹೇಳಬಹುದು. ಅಂತಿಯೋಕಸ್ ಮತ್ತು ಇತರ ಮಾಸಿಡೋನಿಯದ ರಾಜರ ರಾಜ್ಯಗಳು, ದಕ್ಷಿಣ ಭಾರತ ಮತ್ತು ತಾಮ್ರಪರ್ಣಿ (ಶ್ರೀಲಂಕಾ)ಗಳಲ್ಲಿನ ರಾಜಾಸ್ಥಾನಗಳಿಗೆ ಚಕ್ರವರ್ತಿಯ ಆಜ್ಞೆಯ ಮೇರೆಗೆ ಈ ಪ್ರತಿನಿಧಿಗಳು ತೆರಳಿದ ವಿಷಯ 8ನೆಯ ಶಿಲಾಶಾಸನ(ಉಧೃತ 1.4)ದಲ್ಲಿ ಕಾಣಸಿಗುತ್ತದೆ. 2ನೆಯ ಶಿಲಾಶಾಸನ(ಉಧೃತ 2.2)ದಲ್ಲಿಯೂ ಈ ಅಂಶ ಸೂಚ್ಯವಾಗಿಯಾದರೂ ಪ್ರಸ್ತಾಪಗೊಂಡಿದೆ. ಅಶೋಕನ ಆಡಳಿತದ 12ನೆಯ ವರ್ಷ(ಕ್ರಿ.ಪೂ.258)ದಲ್ಲಿ ನಡೆದ ಧರ್ಮ ಪ್ರಸಾರದ ಈ ಪ್ರಯತ್ನವು ಈ ವಿಷಯದಲ್ಲಿ ಅವನ ಅತ್ಯಾಸಕ್ತಿಯ ಗುರುತಾಗಿವೆಯೆನ್ನಬಹುದು. ಆದರೆ ಆಡಳಿತದ ಅವಧಿಯ 26 ಮತ್ತು 27ನೆಯ ವರ್ಷ(ಕ್ರಿ.ಪೂ.244–243)ಗಳಿಗೆ ಸೇರಿದ ಸ್ತಂಭ ಶಾಸನಗಳು ಇಂಥ ಪ್ರಯತ್ನಗಳ

ಬಗ್ಗೆ ಏನನ್ನೂ ಹೇಳುವುದಿಲ್ಲ. ಆಫ್ಘಾನಿಸ್ತಾನದಲ್ಲಿ ಗ್ರೀಕ್ ಹಾಗೂ ಅರಮಿಕ್ ಭಾಷೆಗಳ ಶಾಸನಗಳು ದೊರೆತಿದ್ದು, ಈ ಎರಡು ಭಾಷೆಗಳನ್ನು ಬಲ್ಲ ದೂತರು ಧಮ್ಮ ಪ್ರಚಾರದ ಉದ್ದೇಶದೊಂದಿಗೆ ಗ್ರೀಸ್ ಪ್ರಾಂತ್ಯಕ್ಕೂ ತೆರಳಿದ್ದರೆಂದು ಊಹಿಸಬಹುದು. ಆದರೆ, ಆ ಅಂಶವು ಗ್ರೀಕ್ ಪಠ್ಯಗಳಲ್ಲಿ ಪ್ರಸ್ತಾಪವಾಗಿಲ್ಲ. ಆದರೆ, ಅಶೋಕನ ದೂತರ ಪ್ರಯತ್ನಗಳು ಶ್ರೀಲಂಕಾದಲ್ಲಿ ದೂರಗಾಮಿ ಪರಿಣಾಮಗಳನ್ನುಂಟು ಮಾಡಿದ್ದು, ಅವುಗಳ ವಿವರಗಳು ನಂತರದ ಕಾಲದ ಶ್ರೀಲಂಕಾದ ಹಲವು ಆಕರಗಳಲ್ಲಿ ದೊರೆತಿವೆ. ಅಶೋಕನ ದೂತರು ಗ್ರೀಸಿನ ವಿವಿಧ ಪ್ರದೇಶಗಳಿಗೆ ನೀಡಿರಬಹುದಾದ ಭೇಟಿಯು ಯಾವ ಗ್ರೀಕ್‌ಪಠ್ಯದಲ್ಲಿಯೂ ಉಲ್ಲೇಖಗೊಂಡಿಲ್ಲವಾದರೂ, ಅವನ ನಂತರ ರಾಜ್ಯವಾಳಿದ ಬಿಂದುಸಾರನ ಪ್ರತಿನಿಧಿಗಳು ಮೊದಲನೆಯ ಅಂತಿಯೋಕಸನ ಆಸ್ಥಾನಕ್ಕೆ ಭೇಟಿ ನೀಡಿದ ವಿಷಯವು ಕೆಲವು ಕೃತಿಗಳಲ್ಲಿ ದಾಖಲಾಗಿದೆ.

ಅಶೋಕನು ಪ್ರಚಾರ ಮಾಡಲು ಯತ್ನಿಸಿದ ಧರ್ಮವು ಒಬ್ಬ ವ್ಯಕ್ತಿಯು ತನ್ನ ಜೀವನದಲ್ಲಿ ಅಳವಡಿಸಿಕೊಳ್ಳಬೇಕಾದ ಮೌಲ್ಯಗಳಿಗೆ, ವೈಯಕ್ತಿಕ ನಡವಳಿಕೆಗೆ ಸಂಬಂಧಪಟ್ಟಿದ್ದು, ಒಬ್ಬ ರಾಜನಾದವನೂ ಸಹ ವ್ಯಕ್ತಿಯಾದ್ದರಿಂದ ಅವೇ ಕಟ್ಟುಪಾಡುಗಳನ್ನು ಪಾಲಿಸಬೇಕಾದ್ದು ಅವನ ಕರ್ತವ್ಯವೂ ಸಹ ಎಂದು ಹೇಳುತ್ತದೆ. ಆರನೆಯ ಶಿಲಾಶಾಸನ (ಉಧೃತ 2.5)ದಲ್ಲಿ ತನಗೂ, ಹಿಂದಿನ ರಾಜರುಗಳಿಗೂ ನಡುವಿನ ಮುಖ್ಯ ವ್ಯತ್ಯಾಸವೊಂದನ್ನು ಅಶೋಕನು ತಿಳಿಸುತ್ತಾನೆ. ಅವರು ಮನರಂಜನೆಯಲ್ಲಿ ಮಗ್ನರಾಗಿದ್ದಾಗ ರಾಜ್ಯದ ಯಾವ ವಿಷಯದ ಕಡೆಗೂ ಗಮನ ಹರಿಸುತ್ತಿರಲಿಲ್ಲ. ಆದರೆ, ಜನರ ಜೀವನಕ್ಕೆ ಸಂಬಂಧಪಟ್ಟ ಯಾವುದೇ ವಿಷಯವನ್ನು, ಯಾವುದೇ ಸಮಯದಲ್ಲಿಯೇ ಆಗಲಿ ಅಶೋಕನ ಗಮನಕ್ಕೆ ತರಬಹುದಾಗಿತ್ತು. ಒಂದನೆಯ ಶಿಲಾಶಾಸನದಲ್ಲಿ 'ಸಹಸ್ರಾರು ಪ್ರಾಣಿಗಳು' (ಅತಿಶಯೋಕ್ತಿಯೇ ಇರಬಹುದು) ರಾಜಭವನದಲ್ಲಿ ಆಹಾರಕ್ಕಾಗಿ ಕೊಲ್ಲಲ್ಪಡುತ್ತಿದ್ದು, ತಾನು ಆ ಸಂಖ್ಯೆಯನ್ನು ದಿನವೊಂದಕ್ಕೆ ಎರಡು ನವಿಲುಗಳು ಮತ್ತು ಒಂದು ಜಿಂಕೆಯ ಮಟ್ಟಕ್ಕೆ ಇಳಿಸಿದ್ದಾಗಿ ಅಶೋಕನೇ ಹೇಳಿಕೊಳ್ಳುತ್ತಾನೆ; ಮಾತ್ರವಲ್ಲ ಕಾಲಕ್ರಮೇಣ ಆ ಸಂಖ್ಯೆ ಶೂನ್ಯಕ್ಕೂ ಬರುವಂತೆ ಮಾಡಲು ಪ್ರಯತ್ನಿಸುವುದಾಗಿ ಹೇಳುತ್ತಾನೆ.

ವೈಯಕ್ತಿಕವಾಗಿ ತನ್ನ ಧಮ್ಮವನ್ನು ಪಾಲಿಸುವುದು ಮಾತ್ರವಲ್ಲದೆ, ತನ್ನ ರಾಜ್ಯದ ಜನರೂ ಧಮ್ಮದ ಆಚರಣೆಯಲ್ಲಿ ತೊಡಗಬೇಕಾದ ರೀತಿಯನ್ನು ಅಶೋಕನು ತನ್ನ ಶಾಸನಗಳಲ್ಲಿ ವಿವರಿಸುತ್ತಾನೆ. ಆರನೆಯ ಶಿಲಾಶಾಸನದಲ್ಲಿ ಪ್ರಸ್ತಾಪಿತವಾದ 'ಜನರ ಕಲ್ಯಾಣ' (ಸರ್ವಲೋಕಹಿತ)ವು ಯಾವ ರೀತಿಯಲ್ಲಿ ಸಾಧಿಸಬಹುದು ಎನ್ನುವುದನ್ನು ವಿವರಿಸಲಾಗಿದೆ. ಉಧೃತ 2.2 ಮತ್ತು 2.7(ಆ)ಗಳಲ್ಲಿ ಕ್ರಿ.ಪೂ.258ರ 2ನೆಯ ಶಿಲಾಶಾಸನದ ಒಕ್ಕಣೆಯ ಅನುವಾದವನ್ನು ನೀಡಲಾಗಿದೆ. ಓದುಗರು ಪರಿಶೀಲಿಸಬಹುದು. ಅದೇ ರೀತಿ ಕ್ರಿ.ಪೂ.243ರ 7ನೆಯ ಸ್ತಂಭಶಾಸನದ ಪಠ್ಯದ ಅನುವಾದವೂ ಸಹ ಇದೇ ಉಧೃತಗಳಲ್ಲಿ ಸಿಗುತ್ತದೆ. ಅದೂ ಸಹ ಜನ ಕಲ್ಯಾಣದ

ಬಗ್ಗೆಯೇ ಮುಖ್ಯವಾಗಿ ರಹದಾರಿಗಳಲ್ಲಿ ಜನರ ಕ್ಷೇಮ ಹಾಗೂ ವೈದ್ಯಕೀಯ ಸೌಲಭ್ಯಗಳ ಬಗ್ಗೆ ಪ್ರಸ್ತಾಪಿಸುತ್ತದೆ.

ಅಶೋಕನ ರಾಜ್ಯದಲ್ಲಿನ ಆರೋಗ್ಯ ಸೇವೆಯು ಎರಡು ರೀತಿಯದಾಗಿತ್ತು. ಒಂದು: ಚಿಕಿತ್ಸೆ, ಎರಡು: ಔಷಧಗಳು (ಔಷಧೀಯಗುಣಗಳುಳ್ಳ ಮೂಲಿಕೆಗಳು). ಜನರಿಗೆ ಮತ್ತು ಪ್ರಾಣಿಗಳಿಗೆ ವೈದ್ಯರ ಮೂಲಕ ಚಿಕಿತ್ಸೆಯನ್ನು ಕೊಡಿಸುವುದು ಒಂದು ಭಾಗವಾದರೆ, ಅನಾರೋಗ್ಯವನ್ನು ಹೋಗಲಾಡಿಸಲು ಬೇಕಾದ ಔಷಧಗಳನ್ನು, ಅವು ಸಿಗುವ ಗಿಡಮೂಲಿಕೆಗಳನ್ನು ನೆಟ್ಟು, ಪೋಷಿಸಿ ಕಾಪಾಡುವುದು, ಎರಡನೆಯ ಭಾಗ. ಈ ಗಿಡಮೂಲಿಕೆಗಳನ್ನು ವಿಸ್ತಾರವಾದ ಪ್ರದೇಶಗಳಲ್ಲಿ ಬೆಳೆಸುವುದರ ಮೂಲಕ ಆ ಹೊತ್ತಿಗೆ ಲಭ್ಯವಿದ್ದ ವೈದ್ಯಕೀಯ ಜ್ಞಾನವನ್ನು ಹರಡುವುದು ಸಾಧ್ಯವಾಯಿತು.

ಹೆದ್ದಾರಿಗಳ ಇಕ್ಕೆಲಗಳಲ್ಲಿ ಮರಗಳನ್ನು ಹಲವೆಡೆಗಳಲ್ಲಿ ಮಾವಿನ ತೋಪುಗಳನ್ನು ಬೆಳೆಸುವುದು ಸಾಮಾನ್ಯವಾಗಿತ್ತು. ಅರ್ಧ ಕೋಸಿಗೆ ಒಂದರಂತೆ, ಜನರು ಮತ್ತು ಪ್ರಾಣಿಗಳ ಉಪಯೋಗಕ್ಕಾಗಿ (ಒಂದು ಕೋಸು- ಮೂರು ಅಥವಾ ನಾಲ್ಕು ಕಿಲೋಮೀಟರುಗಳಿಗೆ ಸಮ ಎಂದು ಭಾವಿಸಬಹುದು) ಬಾವಿಗಳನ್ನು ತೆಗೆಸಲಾಯಿತು. ಪ್ರಯಾಣಿಕರು ದಣಿವಾರಿಸಿಕೊಳ್ಳುವ ಸಲುವಾಗಿ ಹಾದಿಯುದ್ದಕ್ಕೂ ವಿಶ್ರಾಂತಿ ಗೃಹಗಳನ್ನು ಕಟ್ಟಿಸಲಾಯಿತು. ಹಲವು ಕಡೆ ಜನರು ಮತ್ತು ಪ್ರಾಣಿಗಳಿಗಾಗಿ ಕುಡಿಯುವ ನೀರಿನ ವ್ಯವಸ್ಥೆಯನ್ನೂ ಕಲ್ಪಿಸಲಾಯಿತು.

ಮೇಲೆ ತಿಳಿಸಿರುವ ಜನಪರ ಕಾರ್ಯಕ್ರಮಗಳು ಎಷ್ಟರ ಮಟ್ಟಿಗೆ ಅನುಷ್ಠಾನಗೊಂಡವೆನ್ನುವುದು ಸ್ಪಷ್ಟವಿಲ್ಲ. ಆದರೆ ಅಂಥ ಅನುಕೂಲಗಳು ಜನರಿಗಾಗಿ ಇರಬೇಕೆನ್ನುವ ನೀತಿ ಆ ರಾಜ್ಯದ್ದಾಗಿತ್ತು ಎನ್ನುವುದಂತೂ ವಾಸ್ತವ. ಏಳನೆಯ ಸ್ತಂಭಶಾಸನದಲ್ಲಿ ತನ್ನ ಹಿಂದಿನವರೂ ಸಹ ಇಂಥ ಕಾರ್ಯಕ್ರಮಗಳನ್ನು ಹಾಕಿಕೊಂಡಿದ್ದರೆಂದು ಹೇಳುವುದರ ಮೂಲಕ ಅಶೋಕನು ಇದರಲ್ಲಿ ತನ್ನ ವೈಶಿಷ್ಟ್ಯ ಅಥವಾ ಹೆಚ್ಚುಗಾರಿಕೆ ಏನಿಲ್ಲ ಎಂದು ಹೇಳಲು ಯತ್ನಿಸಿದ್ದಾನೆ. ಧಮ್ಮದ ಕಡೆ ಜನರನ್ನು ಆಕರ್ಷಿಸಲು ಇಷ್ಟೆಲ್ಲಾ ಮಾಡಿರುವುದಾಗಿ ಹೇಳಿದ್ದಾನೆ, ಮತ್ತು ಅದೇ ಕಾರಣಕ್ಕಾಗಿಯೇ ಹಿಂದಿನವರಿಗಿಂತಲೂ ಈ ವಿಷಯದಲ್ಲಿ ಅಶೋಕನ ಪ್ರಯತ್ನ ಮತ್ತು ಕೊಡುಗೆ ಸಹಜವಾಗಿಯೇ ಹೆಚ್ಚಾಗಿತ್ತು ಎಂದು ಭಾವಿಸಬಹುದು.

ಜನಪರ ಕಾರ್ಯಕ್ರಮಗಳ ಭಾಗವಾಗಿ ನೀರಾವರಿ ಸೌಲಭ್ಯವನ್ನು ಕಲ್ಪಿಸಿದ್ದು ಅಶೋಕನ ಮತ್ತೊಂದು ಸಾಧನೆ. ಚಂದ್ರಗುಪ್ತನ ಕಾಲದಲ್ಲಿ ನಿರ್ಮಿಸಲಾಗಿದ್ದ ಗುಜರಾತಿನ ಗಿರ್ನಾರ್(ಗಿರಿನಗರ)ನ ಸುದರ್ಶನ ಸರೋವರಕ್ಕೆ ನೀರು ಹೊರಹೋಗುವ ಬಾಗಿಲುಗಳನ್ನು ಅಳವಡಿಸಲಾಯಿತು. ಕ್ರಿ.ಶ.150ರಲ್ಲಿ ಜುನಾಗಢದಲ್ಲಿ ರುದ್ರದಮನನು ಕೆತ್ತಿಸಿದ ಶಾಸನವೊಂದರಿಂದ ಈ ವಿವರಗಳು ಸಿಗುತ್ತವೆ. ಈ ಬಾಗಿಲುಗಳು ಸರೋವರದಿಂದ ಸುತ್ತಮುತ್ತಲಿನ ಭೂಮಿಗೆ ನೀರನ್ನು ಹಾಯಿಸುವ ಉದ್ದೇಶವನ್ನು ಹೊಂದಿದ್ದವು.

ಅಶೋಕನ ಆಡಳಿತದ ಮತ್ತೊಂದು ಮುಖ್ಯ ಅಂಶವೆಂದರೆ ನ್ಯಾಯಪ್ರದಾನ. ತನ್ನ ರಾಜ್ಯದ ಜನರೆಲ್ಲರೂ ತನ್ನ ಮಕ್ಕಳೆಂದು (ಹಲವು ಶಾಸನಗಳಲ್ಲಿ) ಹೇಳಿರುವ ಅಶೋಕನು 'ಪಾಪ ಕಾರ್ಯವನ್ನೆಸಗುವುದು ಬಹಳ ಸುಲಭ'ವೆನ್ನುತ್ತಾನೆ (5ನೆಯ ಶಿಲಾಶಾಸನ – ಉಧೃತ 2.3). ಇಲ್ಲಿ ಪಾಪಕಾರ್ಯವೆಂದರೆ ತಾನು ಬೋಧಿಸಿದ ಧಮ್ಮದ ದಾರಿಯನ್ನು ಮರೆತು ನಡೆಯುವುದಾಗಿದ್ದು, ಇತರರಿಗೆ ಅಪಕಾರವೇ ಆಗುವಂಥಾದ್ದರಿಂದ, ಅದು ಶಿಕ್ಷಾರ್ಹ ಅಪರಾಧವಾಗಿತ್ತು. ನಾಲ್ಕನೆಯ ಸ್ತಂಭಶಾಸನ (ಉಧೃತ 2.6)ದಲ್ಲಿ ನ್ಯಾಯಪ್ರದಾನ ಪ್ರಕ್ರಿಯೆಯಲ್ಲಿ ನಿರ್ಣಯವನ್ನು ತೆಗೆದುಕೊಳ್ಳುವಲ್ಲಿ ಹಾಗೂ ಶಿಕ್ಷೆ ನೀಡುವಲ್ಲಿ ಸಮಾನತೆಯನ್ನು ಪಾಲಿಸುವಂತೆ ರಜೂಕರಿಗೆ ಕರೆಕೊಡುತ್ತಾನೆ. ಮರಣದಂಡನೆ ನೀಡಿದ ಸಂದರ್ಭದಲ್ಲಿ ತೀರ್ಪಿನ ಪ್ರಕಟಣೆಯ ಮೂರು ದಿನಗಳ ನಂತರ ಶಿಕ್ಷೆಯು ಜಾರಿಯಾಗಬೇಕೆಂದು ಹೇಳುತ್ತಾನೆ. ಈ ಮೂರು ದಿನಗಳಲ್ಲಿ ಆ ಶಿಕ್ಷೆಗೆ ಗುರಿಯಾದವನು ನ್ಯಾಯಕ್ಕಾಗಿ ಮತ್ತೊಮ್ಮೆ ನ್ಯಾಯಸ್ಥಾನದಲ್ಲಿ ಮನವಿ ಸಲ್ಲಿಸಬಹುದು ಅಥವಾ ತಾನೆಸಗಿದ ಅಪರಾಧಕ್ಕೆ ಪಶ್ಚಾತ್ತಾಪವನ್ನು ವ್ಯಕ್ತಪಡಿಸಬಹುದು; ಪ್ರಾಯಶ್ಚಿತ್ತಕ್ಕಾಗಿ ಉಪವಾಸ ಮಾಡಬಹುದು; ಅಥವಾ ಬಡವರಿಗೆ ದಾನ ನೀಡಬಹುದು. ಅಶೋಕನ ಮಾತುಗಳನ್ನು ಈ ರೀತಿಯಲ್ಲಿ ಅರ್ಥೈಸುವುದು ಒಂದು ಬಗೆಯಾದರೆ, ಕೆ.ಆರ್.ನಾರ್ಮನ್ ಇದಕ್ಕಿಂತ ಭಿನ್ನವಾದ ರೀತಿಯಲ್ಲಿ ಆ ಮಾತುಗಳನ್ನು ವ್ಯಾಖ್ಯಾನಿಸುತ್ತಾರೆ. ಅವರ ಪ್ರಕಾರ 'ವಧ' ಎಂದರೆ ಕೊಲ್ಲುವುದಲ್ಲ, ಹೊಡೆಯುವುದು. ಒಂದನೆಯ ಪ್ರತ್ಯೇಕ ಶಿಲಾಶಾಸನದಲ್ಲಿ ಅಪರಾಧಿಯನ್ನು ಬಂಧನದಲ್ಲಿಡಬಹುದು, ಅಥವಾ ಅವನಿಗೆ ದೈಹಿಕ ಶಿಕ್ಷೆ ನೀಡಬಹುದು ಎಂದು ಹೇಳಲಾಗಿದೆ. ಈ ಸಂದರ್ಭದಲ್ಲಿ 'ಯೋತ' ಎನ್ನುವ ಪದದ ಪ್ರಯೋಗವಾಗಿದೆ. ಕೆಲವರು ಇದನ್ನು 'ವಿರಾಮ' – ಬಿಡುವು – ಎಂದು ಅರ್ಥೈಸಿದರೂ, ನಾರ್ಮನ್ ಈ ಪದಕ್ಕೆ ಕೊಡುಗೆ, – 'ಭತ್ಯೆ' – ಎನ್ನುವ ಅರ್ಥ ಕೊಡುತ್ತಾರೆ. ಈ ಅರ್ಥವನ್ನು ಒಪ್ಪಿಕೊಂಡರೆ ಅಪರಾಧಿಯೊಬ್ಬ ತನ್ನ ಶಿಕ್ಷೆಯನ್ನು ಅನುಭವಿಸಿದನಂತರ ಮೂರುದಿನಗಳ ಕಾಲ ಭತ್ಯೆ ಸಮೇತ ವಿರಾಮವನ್ನು ಅನುಭವಿಸುತ್ತಿದ್ದನೆಂದಾಯಿತು. ಅಂದರೆ, ಅಶೋಕನು ಶಿಕ್ಷೆಯನ್ನು ಅನುಭವಿಸಿದ ಅಪರಾಧಿಗಳ ಬಗ್ಗೆ ಕಾಳಜಿಯನ್ನು ವಹಿಸುತ್ತಿದ್ದನೆಂದು ತಿಳಿಯಬಹುದು. ಆದರೆ ಇದನ್ನೇ 'ಶಿಕ್ಷೆಯ ನಂತರ ಅಪರಾಧಿಗಳ ಯೋಗಕ್ಷೇಮವನ್ನು ನೋಡಿಕೊಳ್ಳಲಾಗುತ್ತಿತ್ತು ಎನ್ನುವ ಅರ್ಥ'ದಲ್ಲಿ ಸ್ವೀಕರಿಸುವುದು ಅತಿಶಯೋಕ್ತಿಯಾದೀತು.

ನಾಲ್ಕನೆಯ ಸ್ತಂಭ ಶಾಸನದಲ್ಲಿ ಎಲ್ಲಿಯೂ ಮರಣದಂಡನೆಯನ್ನು ಶಿಕ್ಷೆಯ ವಿಧಾನವೆಂದು ಹೆಸರಿಸಲಾಗಿಲ್ಲವೆಂದ ಮಾತ್ರಕ್ಕೆ ಅಶೋಕನು ಆ ಶಿಕ್ಷೆಯನ್ನೇ ನಿಷೇಧಿಸಿದ್ದನೆಂದು ತಿಳಿಯಬೇಕಿಲ್ಲ. 8ನೆಯ ಶಿಲಾಶಾಸನ(ಉಧೃತ 1.4)ದಲ್ಲಿ ಅರಣ್ಯ ವಾಸಿಗಳಿಗೆ ಮನವಿ ಮಾಡುತ್ತಾ ಅಂಥ ಶಿಕ್ಷೆಯನ್ನು ವಿಧಿಸಲೇಬೇಕಾದ ಸನ್ನಿವೇಶವನ್ನು ಕಲ್ಪಿಸಬೇಡಿರೆಂದು ಅವರಿಗೆ ಹೇಳುತ್ತಾನೆ.

ಆದರೆ 13ನೆ ಸ್ತಂಭ ಶಾಸನ ಮತ್ತು 2ನೆಯ ಪ್ರತ್ಯೇಕ ಶಿಲಾಶಾಸನಗಳಲ್ಲಿ ಕ್ಷಮಾರ್ಹರೆಲ್ಲರನ್ನೂ ಕ್ಷಮಿಸುವ ತನ್ನ ಇರಾದೆಯನ್ನು ಅಶೋಕನು ವ್ಯಕ್ತಪಡಿಸುತ್ತಾನೆ.

ಜೀವಕಾರುಣ್ಯ ತುಂಬಿದ ತನ್ನ ನೀತಿಯ ಭಾಗವಾಗಿ ಸಾಧ್ಯವಾದಷ್ಟು ಮಟ್ಟಿಗೆ ಶಿಕ್ಷೆಯ ಪರಿಮಾಣವನ್ನು ಕಡಿಮೆಯಾಗಿಸುವ ಮತ್ತು ಬಂದಿಗಳನ್ನು ಬಿಡುಗಡೆಗೊಳಿಸುವುದೂ ತನ್ನ ಇಚ್ಛೆಯೆಂದು ತಿಳಿಸುತ್ತಾನೆ. 5ನೆಯ ಶಿಲಾಶಾಸನದಲ್ಲಿ ಧಮ್ಮ ಮಹಾಮಾತ್ರರ ಕೆಲವು ಕರ್ತವ್ಯಗಳಲ್ಲಿ 'ಸಂಕೋಲೆಗಳಲ್ಲಿ ಬಂಧಿತರಾದವರನ್ನು ಬಂಧಮುಕ್ತಗೊಳಿಸುವುದ'ನ್ನು ಸೇರಿಸಲಾಗಿದೆ. ಹೀಗೆ ಬಂಧಮುಕ್ತರಾಗಲು ಆ ಬಂದಿಗಳು 1) ಮಕ್ಕಳನ್ನು ಅಥವಾ ಇತರ ಅವಲಂಬಿತರನ್ನು ಹೊಂದಿರಬೇಕು; 2) ಮಾಟ ಮಂತ್ರಗಳಿಂದ ಬಾಧಿತರಾಗಿರಬೇಕು, ಅಥವಾ 3) ವೃದ್ಧರಾಗಿರಬೇಕು (ಉಧೃತ 2.3). 5ನೆಯ ಸ್ತಂಭಶಾಸನದಲ್ಲಿ ತನ್ನ ಅಧಿಕಾರಾವಧಿಯ 26 ವರ್ಷಗಳಲ್ಲಿ (ಕ್ರಿ.ಪೂ.244ರ ಹೊತ್ತಿಗೆ) 25 ಬಾರಿ ಹಲವು ಕಾರಣಗಳಿಗೆ ಬಂದಿಗಳಿಗೆ ಕ್ಷಮಾದಾನ ನೀಡಿದ್ದಾಗಿ ಅಶೋಕನು ಹೇಳಿಕೊಂಡಿದ್ದಾನೆ.

ರಾಜನ ನೀತಿಯಲ್ಲಿ ಜೀವಕಾರುಣ್ಯವೂ ಸೇರಿದ್ದು, ಪ್ರಾಣಿ ಬಲಿ ಮತ್ತು ಪ್ರಾಣಿಗಳನ್ನು ಕ್ರೂರವಾಗಿ ನಡೆಸಿಕೊಳ್ಳುವುದರ ವಿರುದ್ಧ ಹಲವು ಕ್ರಮಗಳನ್ನು ತೆಗೆದುಕೊಳ್ಳಲಾಯಿತು. ಇವುಗಳಲ್ಲಿ ಕೆಲವು ಅವನ ಪ್ರಜೆಗಳಲ್ಲಿ ಹಲವರ ಆದಾಯಕ್ಕೆ ಪೆಟ್ಟು ನೀಡಿದ್ದು ಮಾತ್ರವಲ್ಲದೆ, ಇನ್ನು ಕೆಲವರ ನಂಬಿಕೆಗಳು ಹಾಗೂ ಆಚರಣೆಗಳಿಗೂ ಭಂಗ ಉಂಟಾಯಿತು. ತನ್ನ ಆಡಳಿತದ 12ನೆಯ ವರ್ಷ(ಕ್ರಿ.ಪೂ.258)ಕ್ಕೆ ಸೇರಿರಬಹುದಾದ ಒಂದನೆಯ ಸ್ತಂಭ ಶಾಸನದಲ್ಲಿ ರಾಜಭವನದ ಅಡುಗೆ ಮನೆಯಲ್ಲಿ ಪ್ರತಿದಿನವೂ ಕೊಲ್ಲಲ್ಪಡುತ್ತಿದ್ದ ಅಪಾರ ಸಂಖ್ಯೆಯ ಪ್ರಾಣಿಗಳ ಸಂಖ್ಯೆಯನ್ನು ಕೇವಲ ಮೂರಕ್ಕೆ ಮಿತಿಗೊಳಿಸುವ ಬಗ್ಗೆ ತಿಳಿಸಲಾಗಿದೆ. ಮಾತ್ರವಲ್ಲದೆ, ಅವನ ಆಡಳಿತದ 10ನೆಯ ವರ್ಷ(ಕ್ರಿ.ಪೂ.260) ಕ್ಕೆ ಸೇರಿದ, ಕಾಂದಹಾರ್ ಬಳಿಯ, ದ್ವಿಭಾಷಿಕ ಶಾಸನದಲ್ಲಿಯೂ ಇಂಥ ಕ್ರಮದ ಪ್ರಸ್ತಾಪವಿದೆ. ಈ ಶಾಸನದ ಗ್ರೀಕ್ ಆವೃತ್ತಿಯಲ್ಲಿ, ಇಂಥ ಕ್ರಮದ ನಂತರ ರಾಜನ ಬೇಟೆಗಾರರು ಮತ್ತು ಮೀನುಗಾರರು ತಮ್ಮ ವೃತ್ತಿಯನ್ನೇ ಬದಲಿಸಬೇಕಾಯಿತೆಂದು ಹೇಳಲಾಗಿದೆ.

ಒಂದನೆಯ ಶಿಲಾಶಾಸನದಲ್ಲಿ ಹೇಳಿರುವಂತೆ ಬಹುಶ ಕ್ರಿ.ಪೂ.258ರಲ್ಲಿ 'ಇಲ್ಲಿ', ಅಂದರೆ ರಾಜ್ಯದ ರಾಜಧಾನಿಯಾದ ಪಾಟಲಿಪುತ್ರದಲ್ಲಿ, ಯಾವುದೇ ಪ್ರಾಣಿಯ ಬಲಿ ನಡೆಯುವಂತಿಲ್ಲವೆಂಬ ಆದೇಶ ಹೊರಟಿತು. ಪ್ರಾಣಿ ಬಲಿಯನ್ನು ಕೊಡುವ ಸಲುವಾಗಿ ಯಾವುದೇ ಹಬ್ಬವನ್ನು ನಡೆಸುವಂತಿರಲಿಲ್ಲ. ಬುದ್ಧನು ಕಟುವಾಗಿ ವಿಮರ್ಶಿಸಿದ ವೈದಿಕ ಆಚರಣೆಗಳ ಅಂಗವಾಗಿದ್ದ ಬಲಿಗಳನ್ನು ಅಶೋಕನು ನಿಷೇಧಿಸಿದನೆಂಬುದು ಇಲ್ಲಿ ಗಮನಾರ್ಹ ಸಂಗತಿ.

ಮಹಾರಾಷ್ಟ್ರದಲ್ಲಿ ನಾಗಪುರದ ಆಗ್ನೇಯ ದಿಕ್ಕಿನಲ್ಲಿನ ದೇವಟೇಕ್‌ನಲ್ಲಿ ಲಭ್ಯವಾದ ಭಗ್ನಾವಸ್ಥೆಯಲ್ಲಿರುವ ಫಲಕದ ಮೇಲೆ ಇದೇ ರೀತಿಯ ಆದೇಶವನ್ನು ಕೆತ್ತಲಾಗಿದೆ. ಆ ಪ್ರಾಂತ್ಯದ ಅಧಿಕಾರಿ ಹೇಳುವಂತೆ, ಯಾವುದೇ ಪ್ರಾಣಿಯನ್ನು ಬಲಿಗಾಗಿ ಹಿಡಿಯುವುದು ಮತ್ತು ಬಲಿ ಕೊಡುವುದು ನಿಷಿದ್ಧ. ಉಳಿದ ವಿಷಯಗಳು ಅಸ್ಪಷ್ಟವಾಗಿವೆ. 14 ಎಂಬ ದಿನಾಂಕ, ಅಂದರೆ ಅಶೋಕನ ಆಡಳಿತದ 14ನೆಯ ವರ್ಷ (ಕ್ರಿ.ಪೂ.254) ಎನ್ನುವುದು ಕಾಣುತ್ತದೆ. ಈ ಫಲಕವನ್ನು ಅಫ್ಘಾನಿಸ್ತಾನದಲ್ಲಿನ ಲಾಘುಮನ್‌ದಲ್ಲಿ ದೊರೆತ,

ಅಶೋಕನ ಆಡಳಿತದ 16ನೆಯ ವರ್ಷದ, ಅರಮಿಕ್ ಭಾಷೆಯ ಎರಡು ಶಾಸನಗಳ ಜತೆ ಹೋಲಿಸಿ ನೋಡಬಹುದು. ಈ ಶಾಸನಗಳಲ್ಲಿ ಬೇಟೆ ಮತ್ತು ಮೀನುಗಾರಿಕೆಯನ್ನು ವೃತ್ತಿಯನ್ನಾಗಿಸಿಕೊಂಡಿದ್ದವರನ್ನು ಶ್ರೀಮಂತವರ್ಗದಿಂದ ಹೊರಗಿಡಲಾಯಿತು. ಅರಣ್ಯವಾಸಿಗಳು ಮುಖ್ಯವಾಗಿ ಬೇಟೆಗಾರರಾಗಿದ್ದು, ಅಶೋಕನ ಪ್ರಕಾರ, ಅವರಿಗೂ ಕೆಲವು ಎಚ್ಚರಿಕೆಯ ಮಾತುಗಳನ್ನು ಹೇಳಬೇಕಾಗಿತ್ತು. ಹದಿಮೂರನೆಯ ಶಿಲಾಶಾಸನದಲ್ಲಿ ಕಾಣಬರುವ ಇಂಥ ಮಾತುಗಳು ಮತ್ತು ಅವುಗಳ ಸಂದರ್ಭಗಳನ್ನು ಅರ್ಥಮಾಡಿಕೊಳ್ಳುವಲ್ಲಿ ಶಾಸನಗಳು ಸಹಾಯಕವಾಗಿವೆ.

ಮುಂದೆ, ತನ್ನ ಆಡಳಿತದ 26ನೆಯ ವರ್ಷದಲ್ಲಿ (ಕ್ರಿ.ಪೂ.244) ಅಶೋಕನು ಪ್ರಾಣಿ ಬಲಿಯ ಮೇಲೆ ಹೇರಿದ ನಿರ್ಬಂಧವನ್ನು 5ನೆಯ ಸ್ತಂಭಶಾಸನದಲ್ಲಿ ನೋಡಬಹುದು. ಕೊಲ್ಲಬಹುದಾದ ಮತ್ತು ಕೊಲ್ಲಬಾರದ ಪ್ರಾಣಿಗಳ ಪಟ್ಟಿಯನ್ನು ತಯಾರಿಸುವಲ್ಲಿ ಅಶೋಕನು ಆಡಳಿತವು ತುಂಬ ಆಳವಾಗಿ ವಿಚಾರ ಮಂಥನ ನಡೆಸಿರುವುದು ಸ್ಪಷ್ಟವಾಗುತ್ತದೆ. ಉದಾಹರಣೆಗೆ, ಗ್ರಾಮೀಣ ಹಾಗೂ ಪಟ್ಟಣ ಪ್ರದೇಶಗಳಲ್ಲಿ ಆಹಾರಕ್ಕಾಗಿಯೇ ಸಾಕಲಾಗುತ್ತಿದ್ದ ಪ್ರಾಣಿಗಳು ಮತ್ತು ಕೆಳವರ್ಗಗಳ ಜನರು ತಿನ್ನಲಿಕ್ಕೆ ಅಥವಾ ಚರ್ಮಕ್ಕಾಗಿ ಕೊಲ್ಲುವ ಪ್ರಾಣಿಗಳ ನಡುವಿನ ವ್ಯತ್ಯಾಸವನ್ನು ಸ್ಪಷ್ಟ ಮಾತುಗಳಲ್ಲಿ ವಿವರಿಸಲಾಗಿದೆ. ಆಹಾರವಾಗಿ ಉಪಯೋಗಿಸುವ ಉದ್ದೇಶವನ್ನು ಹೊರತು ಪಡಿಸಿ, ಯಾವುದೇ ಚತುಷ್ಪಾದಿಯನ್ನು ಕೊಲ್ಲಬಾರದು ಎಂದು ನಿರ್ದೇಶಿಸುವಾಗ ಮೊದಲಿನ ಗುಂಪಿನ ಜನ ಅಶೋಕನ ದೃಷ್ಟಿಯಲ್ಲಿದ್ದರೆನ್ನಬಹುದು. ಆಹಾರಕ್ಕಾಗಿ ಪ್ರಾಣಿಗಳನ್ನು ಕೊಲ್ಲಬಹುದಾದರೂ, ಹೆಣ್ಣು ಮೇಕೆ, ಕುರಿ ಮತ್ತು ಹಂದಿಗಳನ್ನು ಅವುಗಳು ಗಬ್ಬದಿಂದಿದ್ದಾಗ ಕೊಲ್ಲಬಾರದೆಂಬ ನಿರ್ಬಂಧವನ್ನು ಹೇರಲಾಯಿತು; ಮತ್ತು ಅವುಗಳ ಮರಿಗಳನ್ನು ಅವು ಆರು ತಿಂಗಳು ಪ್ರಾಯವನ್ನು ದಾಟುವವರೆಗೂ ಕೊಲ್ಲಬಾರದಾಗಿತ್ತು. ಎತ್ತು ಮತ್ತು ಕೋಣಗಳನ್ನು ವಧಿಸುವುದನ್ನು ನಿಷೇಧಿಸಿದ ಯಾವ ಆಜ್ಞೆಯೂ ಇರಲಿಲ್ಲ. ಅವು ಆಹಾರಕ್ಕಾಗಿ ಉಪಯೋಗಿಸಲಾದ ಪ್ರಾಣಿಗಳ ಪಟ್ಟಿಯಲ್ಲಿ ಬಾರದಿರುವುದರಿಂದ ಅವುಗಳನ್ನು ವಿಶೇಷವಾಗಿ ಹೆಸರಿಸದಿರುವ ಸಾಧ್ಯತೆ ಇದೆ.

ಮೇಲಿನ ನಿರ್ಬಂಧಗಳೇ ಅಲ್ಲದೆ, ಸಾಕು ಪ್ರಾಣಿಗಳಿಗೆ ಹಿಂಸೆ ಕೊಡುವ ಯಾವುದೇ ಕೃತ್ಯವೂ ನಿಷೇಧಕ್ಕೆ ಒಳಗಾಯಿತು. ಕೋಳಿಗಳನ್ನು ಆಹಾರಕ್ಕಾಗಿಯೇ ಸಾಕುವಂತಿರಲಿಲ್ಲ. ಕೆಲವು ನಿರ್ದಿಷ್ಟ ದಿನಗಳಂದು ಗಂಡು ಮೇಕೆ, ಕುರಿ ಮತ್ತು ಹಂದಿಗಳ ಬೀಜ ಒಡೆಯುವಂತಿರಲಿಲ್ಲ. ಅದೇ ರೀತಿಯಲ್ಲಿ ಕೆಲವು ದಿನಗಳಂದು ಕುದುರೆಗಳು ಮತ್ತು ಎತ್ತುಗಳ ಮೈ ಮೇಲೆ ಬರೆ ಎಳೆಯಬಾರದಾಗಿತ್ತು. ಈ ಎಲ್ಲ ನಿಯಮಗಳೂ ಅಲೆಮಾರಿಗಳ ಮತ್ತು ಅರಣ್ಯವಾಸಿಗಳಿಗಲ್ಲದೆ, ಹಳ್ಳಿಗಳು ಮತ್ತು ಪಟ್ಟಣಗಳಲ್ಲಿ ನೆಲೆ ನಿಂತಿದ್ದವರಿಗೆ ಮಾತ್ರ ಅನ್ವಯಿಸುತ್ತಿದ್ದವು.

ಇನ್ನು, ಕೆಲವು ಪ್ರಾಣಿಗಳ ವಧೆಯನ್ನು ಸಂಪೂರ್ಣವಾಗಿ ನಿಷೇಧಿಸಲಾಗಿದ್ದು ಅವುಗಳ ಪಟ್ಟಿಯೊಂದನ್ನು ಸಿದ್ಧಪಡಿಸಲಾಗಿತ್ತು. ನಾರ್ಮನ್ ಈ ಪಟ್ಟಿಯನ್ನು ಪರಿಶೀಲಿಸಿದ್ದಾನೆ. ಮಾತುಬಲ್ಲ ಹಕ್ಕಿಗಳು ಹಾಗೂ ಪಾರಿವಾಳಗಳ ಮೂರು ತಳಿಗಳು,

ನೀರು ಹಕ್ಕಿಗಳು, ಬಾವಲಿಯ ಒಂದು ತಳಿ, ಕೆಲವು ಜಲಚರಗಳು ಮತ್ತು ಸರೀಸೃಪಗಳು. ಇವೆಲ್ಲವೂ ಅರಣ್ಯವಾಸಿಗಳ ಆಹಾರದ ಭಾಗವಾಗಿದ್ದವು. ಮತ್ತು ನಾಡಿನ ಜನರು ಅವುಗಳನ್ನು ತಿನ್ನುತ್ತಿರಲಿಲ್ಲ. ಇದೇ ಕಾರಣಕ್ಕಾಗಿ ಅವುಗಳನ್ನು ಕೊಲ್ಲುವುದನ್ನು ನಿಷೇಧಿಸುವುದು ಸುಲಭವಾಯಿತು. ಹಾಗಾಗದಿದ್ದಲ್ಲಿ, ಇಂಥ ನಿಷೇಧ, ಆಚರಣೆಗೆ ಬಾರದೆ ಕೇವಲ ಒಂದು ಹಾಸ್ಯಾಸ್ಪದ ಪ್ರಯತ್ನವಾಗುತ್ತಿತ್ತು. ಇನ್ನು ಮೀನುಗಳ ವಿಷಯಕ್ಕೆ ಬಂದರೆ, ಅವುಗಳನ್ನು ಕೆಲವು ದಿನಗಳಂದು ಹಿಡಿದು ಮಾರುವುದನ್ನು ನಿಷೇಧಿಸಲಾಗಿತ್ತು. 'ಆನೆಗಳ ಕಾಡು'ಗಳಲ್ಲಿ ಜಿಂಕೆ, ನವಿಲು ಸೇರಿದಂತೆ ಯಾವ ಪ್ರಾಣಿಯನ್ನೂ ಕೊಲ್ಲುವಂತಿರಲಿಲ್ಲ. ಅವುಗಳು ಹಿಂದೆ ಅಶೋಕನ ಆಹಾರದ ಭಾಗವಾಗಿದ್ದವೆಂಬುದನ್ನು ಗಮನದಲ್ಲಿಡಬೇಕು.

ಅರಣ್ಯವಾಸಿಗಳಿಗೆ ಸಂಬಂಧಿಸಿದಂತೆ, ಮತ್ತೊಂದು ನಿಯಮವೂ ಜಾರಿಯಲ್ಲಿತ್ತು. ಯಾವುದೇ ಉದ್ದೇಶವಿಲ್ಲದೆ, ಅಥವಾ ಕಾಡಿನೊಳಗಿನ ಪ್ರಾಣಿಗಿಗೆ ತೊಂದರೆ ಕೊಡಲೆಂದೇ ಕಾಡ್ಗಿಚ್ಚು ಹಚ್ಚುವಂತಿರಲಿಲ್ಲ. ಕಾಡುಪ್ರಾಣಿಗಳನ್ನು ಹೊರಬರುವಂತೆ ಮಾಡಿ ಆಹಾರಕ್ಕಾಗಿ ಬಳಸುವ ಅಥವಾ ಝೂಮ್ ಪದ್ಧತಿಯ ಕೃಷಿಯ ಭಾಗವಾಗಿ ಕಾಡಿಗೆ ಬೆಂಕಿ ಹಚ್ಚುವ ಕಾಡಿನ ಜನರನ್ನುದ್ದೇಶಿಸಿ ಈ ನಿಯಮವನ್ನು ರೂಪಿಸಲಾಗಿತ್ತು.

ತನ್ನ ಧಮ್ಮ ಪ್ರಚಾರದ ಕಾರ್ಯವನ್ನು ಸರಾಗವಾಗಿ ನಡೆಸಿಕೊಂಡು ಹೋಗಲು ಅಶೋಕನು ಆಡಳಿತದಲ್ಲಿ ಸಾಕಷ್ಟು ಸುಧಾರಣೆಗಳನ್ನು ತರುವುದು ಅಗತ್ಯವಾಗಿತ್ತು. ಶಾಸನಗಳ ಮೂಲಕ ತನ್ನ ಆಡಳಿತಕ್ಕೆ ಮಾನವೀಯ ಸಿಂಚನವನ್ನು ಕೊಡಲು ಅಶೋಕನು ಯತ್ನಿಸಿದ್ದಾನೆ. ತಾನು ತನ್ನ ಪ್ರಜೆಗಳಿಗೆ ಋಣಿಯಾಗಿದ್ದಾಗಿಯೂ, ಅವರಿಗೆ ಅನುಕೂಲಗಳನ್ನು ಕಲ್ಪಿಸಿಕೊಟ್ಟು ಜೀವನವನ್ನು ಸುಖಮಯಗೊಳಿಸುವುದು ತನ್ನ ಹೊಣೆಯೆಂದೂ ತನ್ನ ಶಾಸನಗಳಲ್ಲಿ (4ನೆಯ ಶಿಲಾಶಾಸನ ಮತ್ತು 2ನೆಯ ಪ್ರತ್ಯೇಕ ಶಾಸನ) ಪ್ರಕಟಿಸಿದ್ದಾನೆ(ನೋಡಿ 2.2). ಒಂದನೆಯ ಪ್ರತ್ಯೇಕ ಶಿಲಾಶಾಸನದಲ್ಲಿ ತನ್ನ ಅಧಿಕಾರಿಗಳನ್ನುದ್ದೇಶಿಸಿ, ಅವರು ತನಗೆ (ರಾಜನಿಗೆ) ಆಭಾರಿಯಾಗಿದ್ದು ರಾಜಾಜ್ಞೆಯನ್ನು ಪಾಲಿಸುವುದು ಅವರುಗಳ ಕರ್ತವ್ಯವೆಂದು ಹೇಳುತ್ತಾನೆ. ಹೀಗೆ ಜನರು-ರಾಜ-ಅಧಿಕಾರಿವರ್ಗಗಳ ನಡುವಿನ ಈ ಒಪ್ಪಂದದ ರೂಪದ ಕರ್ತವ್ಯ ನಿರ್ವಹಣೆಗೆ ಒಂದು ಭಾವುಕ ಕಾರಣವನ್ನು ನೀಡಲಾಗಿದೆ. ತನ್ನ ರಾಜ್ಯದ ಎಲ್ಲ ಜನರೂ, ತನ್ನ ಮಕ್ಕಳಂತೆಯೇ; ಆದ್ದರಿಂದ ತಾನು ತನ್ನ ಮಕ್ಕಳ ಸಂತೋಷಕ್ಕಾಗಿ ದುಡಿಯುವ ರೀತಿಯಲ್ಲಿಯೇ ತನ್ನ ರಾಜ್ಯದ ಜನರ ಸಂತೋಷಕ್ಕಾಗಿಯೂ ದುಡಿಯಬೇಕಾಗಿದೆ ಎನ್ನುತ್ತಾನೆ (2 ಪ್ರತ್ಯೇಕ ಶಿಲಾಶಾಸನಗಳು). ಇಂಥ ಹೇಳಿಕೆಗಳನ್ನು ಅಕ್ಷರಶಃ ಸ್ವೀಕರಿಸುವುದು ಸಾಧ್ಯವಾಗದಿದ್ದರೂ, ಅವುಗಳ ಹಿಂದಿನ ಕಾಳಜಿಯನ್ನು, ಪ್ರಾಮಾಣಿಕತೆಯನ್ನು ಅಲ್ಲಗೆಳೆಯುವಂತಿಲ್ಲ.

ಇಷ್ಟೆಲ್ಲ ಜನಕಲ್ಯಾಣ ಕಾರ್ಯಕ್ರಮಗಳ ಹಿಂದಿನ ಮನೋಧರ್ಮವನ್ನು ತನ್ನ ಅಧಿಕಾರಿ ವರ್ಗದಲ್ಲಿಯೂ ಮೂಡಿಸುವಲ್ಲಿ ಅಶೋಕನು ಎಷ್ಟರ ಮಟ್ಟಿಗೆ ಯಶಸ್ವಿಯಾದನೆಂಬುದು ಒಂದು ಪ್ರಮುಖ ಪ್ರಶ್ನೆ. 5ನೆಯ ಶಿಲಾಶಾಸನ (ಉಧೃತ 2.3) ತಿಳಿಸುವಂತೆ, ಇದೇ ಉದ್ದೇಶವನ್ನಿಟ್ಟುಕೊಂಡೇ, ಅಂದರೆ, ಧರ್ಮ ಪ್ರಚಾರಕ್ಕೆಂದೇ,

ಧಮ್ಮ ಮಹಾಮಾತ್ರ ಎಂಬ ಹುದ್ದೆಯನ್ನು ಸೃಷ್ಟಿಸಲಾಯಿತು. 12ನೆಯ ಶಿಲಾಶಾಸನ (ಉಧೃತ 2.4) ಮತ್ತು 7ನೆಯ ಸ್ತಂಭಶಾಸನ(ಉಧೃತ 2.7)ಗಳು ಮಹಾಮಾತ್ರರ ಕರ್ತವ್ಯಗಳೇನು ಎನ್ನುವ ಕುರಿತು ಅಶೋಕನ ಆಡಳಿತಾವಧಿಯ 13ನೆಯ ವರ್ಷಕ್ಕೆ (ಕ್ರಿ.ಪೂ.257) ಸೇರಿದ 5ನೆಯ ಶಿಲಾಶಾಸನ ನೀಡುವ ವಿವರಗಳಿಗೆ ಇನ್ನೂ ಕೆಲವನ್ನು ಸೇರಿಸುತ್ತವೆ. ಮಹಾಮಾತ್ರರ ಮೊದಲನೆಯ ಕರ್ತವ್ಯವೆಂದರೆ, ರಾಜ್ಯದೆಲ್ಲೆಡೆಯಲ್ಲಿಯೂ ಎಲ್ಲ ಜನರ ನಡುವೆ ಧಮ್ಮವನ್ನು ಪ್ರಚಾರ ಮಾಡುವುದೇ ಆಗಿತ್ತು. ಈ ಕೆಲಸವನ್ನು ಅವರು ಮುಖ್ಯವಾಗಿ ಉಪನ್ಯಾಸಗಳ ಮೂಲಕವೇ ಮಾಡುತ್ತಿದ್ದರು; ಜತೆಗೆ, ಬಡವರಿಗೆ ಮತ್ತು ವೃದ್ಧರಿಗೆ ನೆರವಾಗುವುದು, ಬಂದಿಗಳ ನೆರವಿಗೆ ನಿಂತು ಅವರ ಬಿಡುಗಡೆಗೆ ಯತ್ನಿಸುವುದು ಮುಂತಾದ ಸೇವಾಕಾರ್ಯಗಳಲ್ಲಿಯೂ ಅವರು ತೊಡಗಬೇಕಾಗಿತ್ತು. ಅತಿ ಮುಖ್ಯವಾಗಿ, ವಿವಿಧ ಗುಂಪುಗಳ ನಡುವೆ ಸಾಮರಸ್ಯವನ್ನು, ಪರಸ್ಪರ ಅರಿವನ್ನು ಉಂಟುಮಾಡುವುದು ಅವರ ಹೊಣೆಯಾಗಿತ್ತು. 7ನೆಯ ಸ್ತಂಭಶಾಸನವು ಇದೇ ಉದ್ದೇಶದಿಂದಲೇ ಈ ಉದ್ಯೋಗಿಗಳನ್ನು ಬೌದ್ಧ ಸಂಘ, ಬ್ರಾಹ್ಮಣರು, ಆಜೀವಿಕರು ಮತ್ತು ಜೈನರ ನಡುವೆ ಕೆಲಸ ಮಾಡಲು ಕಳುಹಿಸಲಾಗಿತ್ತೆಂದು ಹೇಳುತ್ತದೆ. ಇಷ್ಟೆಲ್ಲ ಕೆಲಸಕ್ಕೂ ಸಂಪನ್ಮೂಲದ ಅಗತ್ಯವೂ ಇತ್ತು. ಹಾಗಾಗಿ ರಾಜ್ಯವು ದಾನವಾಗಿ ಕೊಡುವ ಹಣದ ವಿಲೇವಾರಿಯನ್ನು ಅವರಿಗೇ ವಹಿಸಲಾಗಿತ್ತು. 5ನೆಯ ಶಿಲಾಶಾಸನ ಮತ್ತು 7ನೆಯ ಸ್ತಂಭ ಶಾಸನಗಳಿಂದ ತಿಳಿದುಬರುವಂತೆ, ರಾಣಿಯರು, ಯುವರಾಜ, ಯುವರಾಣಿಯರ ವಾಸಸ್ಥಳಗಳಲ್ಲಿ ಅವರು ನಿಯುಕ್ತರಾಗಿದ್ದು ರಾಜನ ಕುಟುಂಬದ ಸದಸ್ಯರಿಂದ ದಾನವಾಗಿ ಬಂದ ಸಂಪತ್ತನ್ನು ರಾಜಧಾನಿಯಲ್ಲಿ ಮತ್ತು ಇತರ ಪ್ರಾಂತ್ಯಗಳಲ್ಲಿ ತಮ್ಮ ಸಮಾಜ ಸೇವಾ ಕಾರ್ಯಕ್ರಮಗಳಿಗೆ ವಿನಿಯೋಗಿಸಬಹುದಾಗಿತ್ತು. ಅಲಹಾಬಾದ್ ಬಳಿಯ ರಾಣಿಯ ಸ್ತಂಭ ಶಾಸನವು ಈ ದಾನವು 'ಮಾವಿನ ತೋಪುಗಳು, ವಿಶ್ರಾಂತಿ ಗೃಹಗಳು, ಅನ್ನದಾನಗೃಹ'ಗಳ ರೂಪದಲ್ಲಿರುತ್ತಿದ್ದವು ಎಂದು ತಿಳಿಸುತ್ತದೆ.

ಮೇಲಿನ ವಿವರಣೆಯಿಂದ ಒಂದು ವಿಷಯ ಸ್ಪಷ್ಟವಾಗುತ್ತದೆ. ಮಹಾಮಾತ್ರರ ಕರ್ತವ್ಯಗಳು ಇತರೆ ಅಧಿಕಾರಿಗಳ ಕರ್ತವ್ಯಗಳಿಗಿಂತ ಪೂರ್ತಿಯಾಗಿ ಭಿನ್ನವಾಗಿದ್ದವು. ಅವರು ತಮ್ಮ ಕಾರ್ಯಕ್ರಮದ ಭಾಗವಾಗಿ ಶಾಸನಗಳನ್ನು ಬರೆಸುವುದು, ಧರ್ಮ ಪ್ರಚಾರಕ್ಕಾಗಿ ವಿವಿಧ ಪ್ರದೇಶಗಳಿಗೆ ಭೇಟಿ ನೀಡುವುದು, ನ್ಯಾಯದಾನವು ಸಮಾನತೆ ಹಾಗೂ ಕರುಣೆಗಳ ಆಧಾರವಾಗಿರುವಂತೆ ನಿಗಾವಹಿಸುವುದು ಮುಂತಾದ ಹೊಣೆಗಳನ್ನು ಹೊರಬೇಕಾಗಿತ್ತು ಮತ್ತು ಈ ಹೊಣೆಯ ಸಮರ್ಪಕ ನಿರ್ವಹಣೆಗಾಗಿ ವೈಯುಕ್ತಿಕವಾಗಿಯೂ ಈ ಮೌಲ್ಯಗಳನ್ನು ಮೈಗೂಡಿಸಿಕೊಳ್ಳಬೇಕಾಗಿತ್ತು. ಅಶೋಕನ ಈ ಧಮ್ಮ ಪ್ರಚಾರದ ಗುರಿ ಧಮ್ಮ ವಿಜಯವಾಗಿದ್ದು, ಅದು ಎಷ್ಟರಮಟ್ಟಿಗೆ ಈಡೇರಿತು ಎಂದು ಈಗ ಹೇಳುವುದು ಅಷ್ಟು ಸುಲಭವಲ್ಲ.

ಎಂಟನೆಯ ಶಿಲಾಶಾಸನ(ಉಧೃತ 1.4)ವು, ಧಮ್ಮ ವಿಜಯವು ಇತರ ಎಲ್ಲ ರೀತಿಯ ವಿಜಯಗಳಿಗಿಂತಲೂ ಮಿಗಿಲಾದದ್ದು ಎನ್ನುತ್ತದೆ. ಉದಾಹರಣೆಗಾಗಿ

ಯುದ್ಧದಲ್ಲಿ ಪಡೆಯುವ ವಿಜಯವನ್ನು ಸ್ಮರಿಸಲಾಗಿದೆ. ಈ ಪ್ರಸ್ತಾಪವು ನಮ್ಮನ್ನು ಅಶೋಕನ ಆಡಳಿತ ವ್ಯವಸ್ಥೆಯಲ್ಲಿ ಸೈನ್ಯದ ಪಾತ್ರವೇನು ಎಂಬುದರ ಬಗ್ಗೆ ವಿಚಾರ ಮಾಡಲು ಹಚ್ಚುತ್ತದೆ. ಅಶೋಕನ 'ಧಮ್ಮ'ವು ಬ್ರಾಹ್ಮಣೀಯ ಪರಂಪರೆಯ ಧರ್ಮದಂತಲ್ಲ. ಇಲ್ಲಿನ ಧಮ್ಮವಿಜಯವು ಅರ್ಥಶಾಸ್ತ್ರದ (XII.1.11) ಧರ್ಮ ವಿಜಯದ ರೀತಿಯದಲ್ಲ. ಯುದ್ಧದಲ್ಲಿ ಜಯಗಳಿಸಿದ ನಂತರ ವೈರಿಯ ಸಂಪತ್ತು ಹಾಗೂ ರಾಜ್ಯವನ್ನು ಅವನಿಗೇ ಬಿಟ್ಟುಕೊಟ್ಟು ಕೇವಲ ಅವನ ಶರಣಾಗತಿಯಿಂದ ತೃಪ್ತನಾಗುವವರು ಅರ್ಥಶಾಸ್ತ್ರದ ಪ್ರಕಾರ ಧರ್ಮವಿಜಯಿ. ಆದರೆ ಅಶೋಕನ ಧಮ್ಮವಿಜಯವು ವ್ಯಕ್ತಿಯು ನೈತಿಕವಾಗಿ ಸಾಧಿಸುವ ಯಶಸ್ಸು ಮಾತ್ರವಲ್ಲ, ಧಮ್ಮವಿಜಯದ ಕಲ್ಪನೆಯು ರಾಜನೀತಿಯ ಭಾಗವಾಗಿಯೂ ಮಾರ್ಪಟ್ಟಿದ್ದು ಅಶೋಕನ ವೈಶಿಷ್ಟ್ಯವೆನ್ನಬೇಕು. 8ನೆಯ ಶಿಲಾಶಾಸನವು ಈ ವಿಷಯವನ್ನು ಸ್ಪಷ್ಟಗೊಳಿಸುತ್ತದೆ. ಆ ಶಾಸನವು ಇನ್ನು ಮುಂದೆ ರಾಜ್ಯ ವಿಸ್ತರಣೆಗಾಗಿ ಯಾವುದೇ ಯುದ್ಧವನ್ನು ಮಾಡಬಾರದೆಂಬ ಅವನ ನಿರ್ಧಾರವನ್ನು ಪ್ರಕಟಿಸುವುದೇ ಅಲ್ಲದೆ, ತನ್ನ ನಂತರದವರೂ ಇದೇ ನೀತಿಯನ್ನು ಅಳವಡಿಸಿಕೊಳ್ಳಬೇಕೆಂದು ಸಲಹುತ್ತದೆ. ಆದರೆ ಯುದ್ಧವನ್ನು ಸಾರಾಸಗಟಾಗಿ ನಿಷೇಧಿಸುವಷ್ಟು ವ್ಯಾವಹಾರಿಕ ಜ್ಞಾನವಿಲ್ಲದವನಾಗಿರಲಿಲ್ಲ ಅಶೋಕ. ತನ್ನ ನಂತರದ ರಾಜರು ಯುದ್ಧವು ಅವಶ್ಯಕವೆಂದು ಭಾವಿಸಿದರೆ, ಅದು 'ಹೆಚ್ಚು ಕ್ರೌರ್ಯದಿಂದ ಕೂಡಿರಬಾರದು' ಎನ್ನುತ್ತಾನೆ. ಮತ್ತು ಧಮ್ಮವಿಜಯದ ಹೆಸರಿನಲ್ಲಿ ಅಶೋಕನು ಸೈನ್ಯವನ್ನೇ ಬರಖಾಸ್ತು ಮಾಡಿರಲಿಲ್ಲ. ಒಂದನೆಯ ಸ್ತಂಭ ಶಾಸನದಲ್ಲಿ 'ಅಂತ ಮಹಾಮಾತ್ರ'ರನ್ನು ಕುರಿತು ಈ ಮಾತನ್ನು ಹೇಳುತ್ತಾನೆ. ಇವರು ಗಡಿ ಪ್ರದೇಶಗಳಲ್ಲಿ ಕೆಲಸ ಮಾಡುವಂಥವರು; ಗಡಿಗಳಲ್ಲಿ ಯಾವ ರೀತಿಯ ವಾತಾವರಣವಿರುತ್ತದೆ ಮತ್ತು ಯುದ್ಧದ / ಸೈನ್ಯದ ಅನಿವಾರ್ಯತೆ ಎಷ್ಟಿರುತ್ತದೆ ಎನ್ನುವುದು ಆ ರಾಜನಿಗೆ ತಿಳಿಯದ್ದೇನಲ್ಲ. ಈ ಧರ್ಮಮಹಾಮಾತ್ರರೇ ಗಡಿಗಳನ್ನು ಕಾಯಬೇಕೆಂದೂ ಅಶೋಕನು ನಿರೀಕ್ಷಿಸಿರಲಿಲ್ಲ.

ರಾಜ್ಯದೊಳಗೆ ರಾಜನ ಅಧಿಕಾರವನ್ನು ಮೊಟಕುಗೊಳಿಸುವುದೂ ಅಶೋಕನ ಉದ್ದೇಶವಾಗಿರಲಿಲ್ಲ. 13ನೆಯ ಶಿಲಾಶಾಸನದ ಒಕ್ಕಣೆಯು ಈ ವಿಷಯವನ್ನು ಓದುಗರಿಗೆ ಮನದಟ್ಟು ಮಾಡುತ್ತದೆ. ಕ್ಷಮಾರ್ಹರನ್ನು ಕ್ಷಮಿಸುವುದಕ್ಕೆ ಅವನು ಸದಾಸಿದ್ಧನಾಗಿದ್ದನು. ಕಳಿಂಗ ಯುದ್ಧದ ಅಂತ್ಯದಲ್ಲಿ ತಾನು ಪಟ್ಟ ಕ್ಷೋಭೆಯನ್ನು ಅರಣ್ಯವಾಸಿಗಳೆಲ್ಲರೂ ಅರ್ಥಮಾಡಿಕೊಳ್ಳಬೇಕೆಂಬ ಇಚ್ಛೆಯನ್ನೂ ಹೊಂದಿದ್ದನು. ಆದರೆ ಅವರು ರಾಜನ ಶಕ್ತಿಯನ್ನು ತಿಳಿದಿರಬೇಕಾಗಿತ್ತು; ಹಾಗಾದಾಗ ಮಾತ್ರ ಅವರನ್ನು ಕೊಲ್ಲುವ ಪ್ರಸಂಗ ಬರುವುದಿಲ್ಲ. ಗಡಿ ಭಾಗಗಳ ಜನರ ಬಗ್ಗೆಯೂ ಇಂಥದೇ ಭಾವನೆಗಳನ್ನು ತನ್ನ ಒಂದನೆಯ ಸ್ತಂಭಶಾಸನದ ಮೂಲಕ ಅವನು ವ್ಯಕ್ತಪಡಿಸುತ್ತಾನೆ. ಇತರರ ಮನವೊಲಿಕೆಯ ಮೂಲಕ ಶಾಂತಿಸ್ಥಾಪನೆ ಅಶೋಕನ ಮುಖ್ಯನೀತಿ. ಅದು ಸಾಧ್ಯವಾಗದಿದ್ದಲ್ಲಿ ಸೈನ್ಯದ ಬಳಕೆಗೆ ಅಶೋಕನು ಹಿಂಜರಿಯುತ್ತಿರಲಿಲ್ಲ. ಸಾರನಾಥದ ತ್ರುಟಿತ ಶಾಸನವು ಕೋಟೆಗಳಿಂದ ಸುತ್ತವರೆಯಲ್ಪಟ್ಟಿದ್ದ ಪಟ್ಟಣಗಳನ್ನು ಪ್ರಸ್ತಾಪಿಸುತ್ತದೆ. ಅಂದರೆ, ವಿವಿಧ ಪ್ರಾಂತ್ಯಗಳ ರಕ್ಷಣೆಗಾಗಿ ಕೋಟೆ ಕೊತ್ತಲಗಳು ಮತ್ತು ಅವುಗಳ ಒಳಗೆ ಸೇನೆ ಇದ್ದವೆಂಬುದು ಸ್ಪಷ್ಟ.

ಆಫ್ಘಾನಿಸ್ತಾನದ ವಿಶಾಲವಾದ ಪ್ರದೇಶದ ಮೇಲೆ ಅಶೋಕನ ಹಿಡಿತವಿತ್ತೆಂಬುದನ್ನು ಗ್ರೀಕ್ ಮತ್ತು ಅರಮಿಕ್ ಭಾಷೆಗಳ ಶಾಸನಗಳು ತಿಳಿಸುತ್ತವೆ. ಕಾಂದಹಾರ್ ಬಜಾರಿನ ಅರಮಿಕ್ ಭಾಷೆಯ ಶಾಸನವು 7ನೆಯ ಸ್ತಂಭಶಾಸನದ ನಕಲು. ಇದರ ಮೂಲಕ ಅಶೋಕನು ತನ್ನ ಆಳ್ವಿಕೆಯ 27ನೆಯ ವರ್ಷ(ಕ್ರಿ.ಪೂ.243)ದವರೆಗೂ ಆ ಪ್ರಾಂತ್ಯದ ಮೇಲೆ ಆಧಿಪತ್ಯವನ್ನು ಹೊಂದಿದ್ದನೆಂಬುದು ಸ್ಪಷ್ಟವಾಗುತ್ತದೆ. ಅದೇ ರೀತಿ (ಕ್ರಿ.ಪೂ.244ರವರೆಗೂ ಅವನ ಅಧಿಪತ್ಯ ವಾಯುವ್ಯ ಭಾಗದಲ್ಲಿ ಮುಂದುವರೆದಿತ್ತೆಂಬುದನ್ನು 6ನೆಯ ಸ್ತಂಭ ಶಾಸನದ ಒಂದು ಭಾಗವನ್ನು ಬ್ರಾಹ್ಮಲಿಪಿಯಲ್ಲಿ ಹೊತ್ತು ಬುನೇರ್‌ನಲ್ಲಿ ಕಂಡು ಬಂದ ಶಾಸನವು ಹೇಳುತ್ತದೆ. ಆ ಹೊತ್ತಿಗೆ ಅಶೋಕನ ಆಳ್ವಿಕೆಯ 26ನೆಯ ವರ್ಷವು ನಡೆಯುತ್ತಿತ್ತು. ಶಕ್ತಿಶಾಲಿಯಾದ ಸೇನೆಯೊಂದರ ನೆರವಿಲ್ಲದೆ ರಾಜಧಾನಿಯಿಂದ ಬಹುದೂರದಲ್ಲಿರುವ ಪ್ರಾಂತ್ಯದ ಮೇಲೆ ಹತೋಟಿಯನ್ನು ಅಷ್ಟು ಕಾಲ ಮುಂದುವರೆಸಿಕೊಂಡು ಹೋಗುವುದಂತೂ ಅಸಾಧ್ಯದ ಮಾತು.

ಆದರೆ, ದಕ್ಕನ್ ಪ್ರಸ್ಥಭೂಮಿಯ ಮೇಲೆ ಮೌರ್ಯ ರಾಜರ ಅಧಿಕಾರಕ್ಕೆ ಸ್ವಲ್ಪ ಕಾಲದ ನಂತರ ಹಿನ್ನೆಲೆ ಉಂಟಾಯಿತು ಎಂದು ಹೇಳಬಹುದು. ನರ್ಮದಾ ನದಿಯ ದಕ್ಷಿಣ ಭಾಗದಲ್ಲಿ 14 ಶಿಲಾಶಾಸನಗಳ ಸರಣಿ, ಎರಡು ಪ್ರತ್ಯೇಕ ಶಾಸನಗಳು ಮತ್ತು ದೇವ್‌ಟೆಕ್ ಶಾಸನ–ಇವುಗಳು ಮಾತ್ರ ಲಭ್ಯವಿವೆ. ಹಾಗಾಗಿ, ಕ್ರಿ.ಪೂ.256 ನಂತರ ದಕ್ಕನ್ ಪ್ರಾಂತ್ಯದಲ್ಲಿ ಮೌರ್ಯರ ಆಡಳಿತವಿತ್ತು ಎನ್ನಲು ಆಧಾರಗಳಿಲ್ಲ. ಹಾಗಾದರೂ, ಅಮರಾವತಿಯ ಸ್ತಂಭದ ಮೇಲಿನ ಬರಹವು, ಅಶೋಕನ ಶಾಸನವೇ ಎಂದು ಭಾವಿಸಿದರೆ, (ಕ್ರಿ.ಪೂ.250ರವರೆಗೂ ಆಂಧ್ರದ ಕರಾವಳಿಯಲ್ಲಿ ಮೌರ್ಯರ ಅಧಿಕಾರವು ಮುಂದುವರೆಯಿತೆನ್ನಬಹುದು. ಅಶೋಕನ ಶಾಸನಗಳಲ್ಲಿ ಬ್ರಾಹ್ಮಲಿಪಿಯ ಬಳಕೆ ಮೊದಲ ಬಾರಿಯಾಗಿದ್ದು ಇದೇ ಸಮಯದಲ್ಲಿದಲ್ಲಿಯೇ ಎಂಬುದನ್ನು ನೆನಪಿನಲ್ಲಿಡಬೇಕು.

ಹಲವು ಇತಿಹಾಸಕಾರರಲ್ಲಿ ಒಂದು ತಪ್ಪಾದ ಅಭಿಪ್ರಾಯ ಮನೆಮಾಡಿಕೊಂಡಿದೆ. ಅಶೋಕನು 'ಧಮ್ಮ'ದ ವಿಷಯದಲ್ಲಿ ತೋರಿದ ಅತಿಶಯವಾದ ಆಸಕ್ತಿಯಿಂದಾಗಿ ಮೌರ್ಯ ಸೈನ್ಯವು ದುರ್ಬಲಗೊಂಡು, ನಿಧಾನವಾಗಿ ಮೌರ್ಯ ಸಾಮ್ರಾಜ್ಯದ ಅವನತಿಗೆ ಕಾರಣವಾಯಿತೆಂಬ ಈ ವಾದದಲ್ಲಿ ಹುರುಳಿಲ್ಲವೆಂಬುದು ಮೇಲಿನ ವಿವರಗಳಿಂದ ಸ್ಪಷ್ಟವಾಗುತ್ತದೆ. ಈ ಅಭಿಪ್ರಾಯವು ಕೇವಲ ಊಹೆಯಾಗಿದ್ದು, ಇದಕ್ಕೆ ಯಾವುದೇ ಪುರಾವೆಯೂ ಸಿಗುವುದಿಲ್ಲ.

ಪುರಾಣಗಳ ಹಲವು ಪಠ್ಯಗಳು ತಿಳಿಸುವಂತೆ (ಉಧೃತ 1.1) 36 ವರ್ಷಗಳ ಕಾಲ ರಾಜ್ಯವಾಳಿದ ಅಶೋಕನು ಕ್ರಿ.ಪೂ.234ರಲ್ಲಿ ನಿಧನನಾದನು. ಶ್ರೀಲಂಕಾದ ಬೌದ್ಧ ಆಕರಗಳಾದ ದೀಪವಂಶ ಮತ್ತು ಮಹಾವಂಶ ಅಶೋಕನು 37 ವರ್ಷಗಳ ಕಾಲ ಆಳಿದನೆನ್ನುತ್ತವೆ. ಮಹಾವಂಶದಲ್ಲಿನ ಕೆಲವು ಭಾಗಗಳನ್ನು (XX.1-6) ಆಧರಿಸಿ ಹೇಳುವುದಾದರೆ, ದಿನಾಂಕಗಳು ಮತ್ತು ಇಸವಿಗಳ ಲೆಕ್ಕದಲ್ಲಿಯೂ ಅಶೋಕನು ನಿಧನನಾಗಿದ್ದು ಕ್ರಿ.ಪೂ.234ರಲ್ಲಿಯೇ ಎಂದಾಗುತ್ತದೆ.

ಈ ಎಲ್ಲ ವಿವರಗಳ ನಂತರ, ಈಗ ಅಶೋಕನು ತನ್ನ ಪ್ರಯತ್ನಗಳಲ್ಲಿ ಯಾವ ಮಟ್ಟದ ಯಶಸ್ಸನ್ನು ಸಾಧಿಸಿದ್ದೆಂಬುದನ್ನು ಪರಿಶೀಲಿಸಬಹುದು. ಎರಡನೆಯ ಸ್ತಂಭಶಾಸನದಲ್ಲಿ (ಕ್ರಿ.ಪೂ.244) ಅಶೋಕನೇ ತನ್ನ ಯಶಸ್ಸಿನ ಬಗ್ಗೆ ಹೇಳಿಕೊಳ್ಳುತ್ತಾ, ತಾನು ಎಲ್ಲ ಪ್ರಾಣಿಗಳಿಗೂ ಎಷ್ಟು ಸಹಾಯ ಮಾಡಿದನೆಂಬುದನ್ನು ವಿವರಿಸುತ್ತಾನೆ. ಆದರೆ ಈ ಪ್ರಕಟಣೆಯನ್ನು ಕೀರ್ತಿ ಕಂಡೂ ಇರುವ ವ್ಯಕ್ತಿಯ ಆತ್ಮ ಪ್ರಶಂಸೆಯ ಮಾತುಗಳೆಂದಲ್ಲದೆ, ತನ್ನ ಸಾಧನೆಗಳ ಬಗ್ಗೆ ಸಂತೊಷ ಪಟ್ಟ ವ್ಯಕ್ತಿಯೊಬ್ಬನ ತೃಪ್ತಿ ತುಂಬಿದ ಮಾತುಗಳನ್ನಾಗಿ ಸ್ವೀಕರಿಸುವುದೇ ಸರಿ ಎನಿಸುತ್ತದೆ. ಏಳನೆಯ ಸ್ತಂಭಶಾಸನ (ಉಧೃತ 2.7)ದಲ್ಲಿನ ಕೆಲವು ವಿವರಗಳು ಅಶೋಕನ ಆಡಳಿತದ 27ನೆಯ ವರ್ಷ (ಕ್ರಿ.ಪೂ.243) ಆತ್ಮಪ್ರಶಂಸೆಯಲ್ಲ, ಆತ್ಮವಿಮರ್ಶೆಯಲ್ಲಿ ತೊಡಗಿದ್ದಾನೆ ಎಂಬುದನ್ನು ತೋರುತ್ತದೆ. ಧಮ್ಮದ ಬೋಧನೆಗಾಗಿ ತಾನು ಹೊರಡಿಸಿದ ಆಜ್ಞೆಗಳು, ಜನರ ಸುಖಜೀವನಕ್ಕಾಗಿ ತೆಗೆದುಕೊಂಡ ಕ್ರಮಗಳು, ಧರ್ಮ ಸಹಿಷ್ಣುತೆ, ನಿರ್ಗತಿಕರಿಗೆ ದಾನ, ಧರ್ಮ, ಆದೇಶಗಳು ಮತ್ತು ಮನವೊಲಿಕೆ – ಎರಡೂ ಮಾರ್ಗಗಳ ಮೂಲಕ ಧರ್ಮದ ಪ್ರಚಾರ – ಇವೆಲ್ಲವುಗಳ ಕುರಿತು ಈ ಶಾಸನದಲ್ಲಿ ವಿವರಗಳಿವೆ. ಆದರೆ, ಇಷ್ಟೆಲ್ಲದರ ನಡುವೆ, ಕೆಲವು ವಿಷಯಗಳಲ್ಲಿ ತಾನು ಹೊರಡಿಸಿದ ಆದೇಶಗಳಿಗಿಂತಲೂ (ಶಾಸನಗಳ ಮೂಲಕ) – ಉದಾಹರಣೆಗೆ, ಕೆಲವು ಪ್ರಾಣಿಗಳ ವಧೆಯನ್ನು ತಪ್ಪಿಸುವುದು– ಮನವೊಲಿಕೆಯೇ ಹೆಚ್ಚು ಪರಿಣಾಮಕಾರಿ ಎನ್ನುತ್ತಾನೆ. ಅಂದರೆ, ಕೇವಲ ಆಡಳಿತಾತ್ಮಕ ಕ್ರಮಗಳು ಮಾತ್ರ ತನ್ನ ಗುರಿ ಮುಟ್ಟುವಲ್ಲಿ ತನಗೆ ನೆರವಿಗೆ ಬರಲಿಲ್ಲವೆನ್ನುವ ಸತ್ಯವನ್ನು ಒಪ್ಪಿಕೊಳ್ಳುತ್ತಾನೆ. ಈ ಹಿನ್ನೆಲೆಯಲ್ಲಿ ಆಧುನಿಕ ಕಾಲದಲ್ಲಿ ಕೆಲವು ವಿಷಯಗಳಿಗೆ ಪ್ರಚಾರ ನೀಡುವ ವಿಧಾನಗಳಿಗೆ, ಅಶೋಕನು ಪಾಲಿಸಿದ ಮನವೊಲಿಸುವ ನೀತಿ – ಬರಹ ಹಾಗೂ ಮಾತಿನ ಮೂಲಕ – ಒಳ್ಳೆಯ ಮಾದರಿ ಎಂದೂ, ಅದೇ ಅವನ ಮುಖ್ಯ ಸಾಧನೆ ಎಂದೂ ಹೇಳಲಡ್ಡಿಯಿಲ್ಲ.

ಅಶೋಕನ ಈ ಎಲ್ಲ ಪ್ರಯತ್ನಗಳು ಆಗಿನ ಜನರ ಮನೋಧರ್ಮವನ್ನು, ಲೋಕದೃಷ್ಟಿಯನ್ನು ಬದಲಾಯಿಸುವಲ್ಲಿ ಯಶಸ್ವಿಯಾದುವೇ ಎನ್ನುವುದು ಮತ್ತೊಂದು ಮುಖ್ಯ ಪ್ರಶ್ನೆ. ಶ್ರೀಲಂಕಾದ ಮತ್ತು ಮಹಾಯಾನದ ಆಕರಗಳು ವಿಸ್ತಾರವಾಗಿ ಹೇಳುವ ಬೌದ್ಧ ಧರ್ಮದ ಪ್ರಚಾರದ ವಿಷಯದಲ್ಲಿ ಅಶೋಕನು ಹೆಚ್ಚೇನೂ ಹೇಳುವುದಿಲ್ಲ. ಈ ಪ್ರಶ್ನೆಯನ್ನು ಮುಂದಿನ ಅಧ್ಯಾಯದಲ್ಲಿ – 3.3 – ಕೈಗೆತ್ತಿಕೊಳ್ಳೋಣ. ಸದ್ಯಕ್ಕೆ ಇಷ್ಟು ಹೇಳಬಹುದು: ಅಂದು ಪ್ರಬಲವಾಗಿದ್ದ ವೈದಿಕರು ಹೇಗೋ ಸಹಿಸಿಕೊಂಡ ಅಬ್ರಾಹ್ಮಣ ಚಿಂತನೆಯ ಮಟ್ಟದಿಂದ ಮೇಲಕ್ಕೇರಿದ ಬೌದ್ಧ ಧರ್ಮವು, ರಾಜಾಸ್ಥಾನದ ಬೆಂಬಲವನ್ನು ಪಡೆದ ಪ್ರಮುಖ ಧರ್ಮವಾಗಿ ಬೆಳೆಯಿತು. 7ನೆಯ ಸ್ತಂಭಶಾಸನ (ಉಧೃತ 2.7)ದಲ್ಲಿ ಬ್ರಾಹ್ಮಣರು ಮತ್ತು ಇತರ ಸಮುದಾಯಗಳಿಗಿಂತಲೂ ಮೊದಲೇ ಬೌದ್ಧರ ಸಂಘವನ್ನು ಹೆಸರಿಸಿರುವುದು ಈ ಮಾತಿಗೊಂದು ನಿದರ್ಶನ. ಮುಂದಿನ 600 ವರ್ಷಗಳ ಕಾಲ ಬೌದ್ಧ ಧರ್ಮವು ರಾಜರು ಮತ್ತು ಜನಸಾಮಾನ್ಯರ ಆದರವನ್ನು ಪಡೆದದ್ದೇ ಅಲ್ಲದೆ, ಸಮಾಜದ ಹಲವು ಘಟಕಗಳಿಂದ ಉಡುಗೊರೆಗಳನ್ನೂ, ಬೆಂಬಲವನ್ನೂ ಪಡೆಯಿತು.

ಹಲವು ಶಾಸನಗಳು ಮತ್ತು ಸ್ಮಾರಕಗಳು ಈ ಮಾತಿಗೆ ಪುಷ್ಟಿ ನೀಡುತ್ತವೆ. ಈ ಧಾರ್ಮಿಕ ಕ್ರಾಂತಿಯು ಘಟಿಸುವಲ್ಲಿ ಅಶೋಕನ ಪಾತ್ರ ಹಿರಿದಾದದ್ದು.

ಬೌದ್ಧ ಧರ್ಮದ ಪಾರಮ್ಯದ ಬಗ್ಗೆ ಸಾಕಷ್ಟು ಸಾಕ್ಷ್ಯಾಧಾರಗಳು ಲಭ್ಯವಿವೆಯಾದರೂ, ಅಶೋಕನ ಧರ್ಮದ ಸಾಮಾಜಿಕ, ಸಾಂಸ್ಕೃತಿಕ ಪ್ರಭಾವವನ್ನು ಸ್ಪಷ್ಟ ಮಾತುಗಳಲ್ಲಿ, ನಿದರ್ಶನಗಳ ಮೂಲಕ ವಿವರಿಸುವುದು ಕಷ್ಟದ ಕೆಲಸ. ಅಶೋಕನು ಜಾತಿ ಪ್ರಶ್ನೆಗೆ ನೇರವಾಗಿ ಮುಖಾಮುಖಿಯಾಗುವುದಿಲ್ಲ; ಆದರೆ ಕೆಳ ಜಾತಿಗಳ ಬಗ್ಗೆ, ಮುಖ್ಯವಾಗಿ 'ಗುಲಾಮರು' ಹಾಗೂ ಸೇವಕರ ಬಗ್ಗೆ ಒಲವನ್ನು, ಕಾಳಜಿಯನ್ನು ತೋರುತ್ತಾನೆ (ನೋಡಿ 2.2). ಅದೇ ಸಮಯದಲ್ಲಿ, ಅವನ ಕೆಲವು ಆದೇಶಗಳು ಆ ಕಾಲದಲ್ಲಿ ಸಾಕಷ್ಟು ದೊಡ್ಡ ಸಂಖ್ಯೆಯಲ್ಲಿಯೇ ಇದ್ದ ಅರಣ್ಯವಾಸಿಗಳ ವಿರುದ್ಧವೇ ಇದ್ದವು. ಆದರೆ, ಒಟ್ಟಾರೆಯಾಗಿ ಹೇಳಬಹುದಾದರೆ, ಆ ದಿನಗಳಲ್ಲಿ ಗಣನೀಯವಾಗಿ ಬಲಯುತವಾಗಿಯೇ ಇದ್ದಿರಬಹುದಾದ ಜಾತಿವ್ಯವಸ್ಥೆ(ನೋಡಿ 3.2)ಯ ಪ್ರಾಬಲ್ಯಕ್ಕೆ ಪರ್ಯಾಯವಾದ ವ್ಯವಸ್ಥೆಯನ್ನು ತನ್ನ ನೀತಿಯ ಮೂಲಕ ಅಸ್ತಿತ್ವಕ್ಕೆ ತರಲು ಅಶೋಕನು ಸಾಕಷ್ಟು ಪ್ರಯಾಸಪಟ್ಟನು. ಕೇವಲ ತನ್ನ ರಾಜ್ಯದ ಒಳಗಿನ, ತನ್ನ ಜನರು ಮಾತ್ರವಲ್ಲ, ತನ್ನ ರಾಜ್ಯದ ಒಳಗೆ ಮತ್ತು ಅದರಿಂದಾಚೆ ಇದ್ದ ಯವನರೂ ಸಹ ಅವನ ಕಾರ್ಯಸೂಚಿಯ ಚೌಕಟ್ಟಿನ ಒಳಗಿದ್ದರು. ಅಶೋಕನಿಗಿಂತಲೂ ಹಿಂದೆಯೇ ಅಕಮೇನಿಯರ ಒಳನುಸುಳುವಿಕೆ ಮತ್ತು ಅಲೆಗ್ಸಾಂಡರನ ದಾಳಿಗಳಿಂದಾಗಿ ಭಾರತವು ಇರಾನ್ ಹಾಗೂ ಗ್ರೀಸ್‌ಗಳ ಪ್ರಭಾವಕ್ಕೆ ತೆರೆದುಕೊಂಡಿತ್ತು; ಹೊಸದಾಗಿ ಅಶೋಕನು ಈ ಪ್ರಭಾವಕ್ಕೆ ದಾರಿಮಾಡಿಕೊಂಡಬೇಕಾಗಿರಲಿಲ್ಲ. ಅವನು ಈ ಪ್ರಭಾವವನ್ನು ಇನ್ನೂ ವಿಸ್ತಾರಗೊಳಿಸಿದನು. ಅವನ ಕಾಲದಲ್ಲಿ ರಾಜಾಶ್ರಯ ದೊರಕಿದ ಕಲಾ ಪ್ರಕಾರಗಳು ಈ ಮಾತನ್ನು ಸಾಬೀತು ಮಾಡುತ್ತವೆ. ಭಾರತದಲ್ಲಿ ಕಲೆಯ ಇತಿಹಾಸವು ವಾಸ್ತವವಾಗಿ ಶುರುವಾಗುವುದು ಅಶೋಕನ ಕಾಲದಲ್ಲಿ, ಆದ್ದರಿಂದ ಈ ಕ್ಷೇತ್ರದಲ್ಲಿ ಅವನ ಪಾತ್ರವು ಹೆಚ್ಚಿನ ಪ್ರಾಮುಖ್ಯತೆಯನ್ನು ಗಳಿಸುತ್ತದೆ. ಹಾಗಾಗಿ, 7ನೆಯ ಸ್ತಂಭಶಾಸನದಲ್ಲಿ ಅಶೋಕನು ವ್ಯಕ್ತಪಡಿಸಿದ ಆಶಯಗಳಿಗಿಂತಲೂ ಅತಿ ಎತ್ತರದಲ್ಲಿ ಅವನ ಸಾಧನೆಗಳು ನಿಲ್ಲುತ್ತವೆ. ಭಾರತದ ಇತಿಹಾಸದಲ್ಲಿನ ಶ್ರೇಷ್ಠ ವ್ಯಕ್ತಿಗಳಲ್ಲಿ ಅಶೋಕನು ಮೊದಲ ಸಾಲಿನಲ್ಲಿ ನಿಲ್ಲುವಂಥವನೆಂದು ಯಾವುದೇ ಹಿಂಜರಿಕೆ ಇಲ್ಲದೆ ಹೇಳಬಹುದು.

2.4 ಅಶೋಕನ ಉತ್ತರಾಧಿಕಾರಿಗಳು ಮತ್ತು ಮೌರ್ಯ ಸಾಮ್ರಾಜ್ಯದ ಅವನತಿ :

ಅಶೋಕನ ಶಾಸನಗಳಲ್ಲಿ ಅವನ ಕುಟುಂಬದ ಸದಸ್ಯರ ಕುರಿತಾದ ಮಾಹಿತಿ ಹೆಚ್ಚಿಗೆ ದೊರೆಯುವುದಿಲ್ಲ. ಈ ಗ್ರಂಥದ ಮೊದಲನೆಯ ಅಧ್ಯಾಯದಲ್ಲಿ (1.6) ಕುಮಾರರು (ಯುವರಾಜರು) ಉಜ್ಜಯಿನಿ, ತಕ್ಷಶಿಲ ಮತ್ತು ತೋಸಾಲಿಗಳಲ್ಲಿ ರಾಜಪ್ರತಿನಿಧಿಗಳಾಗಿ ನಿಯುಕ್ತರಾಗಿದ್ದನ್ನು ಗುರುತಿಸಿದ್ದೇವೆ. ಅದೇ ರೀತಿ, 'ಆರ್ಯಪುತ್ರ (ರಾಜಪುತ್ರ)ನೊಬ್ಬ ದಕ್ಷಿಣಭಾರತದ ಸುವರ್ಣಗಿರಿಯಲ್ಲಿ ನಿಯುಕ್ತನಾಗಿದ್ದಾಗಿಯೂ ತಿಳಿಯುತ್ತದೆ. ಅವರುಗಳಲ್ಲಿ ಒಬ್ಬರ ಹೆಸರು ಮಾತ್ರ, ಕುಮಾರಸಂವ, ಎಂಬ ಮಾಹಿತಿ

ಇದೆ (ಪಂಗರೂರಿಯಾ ಶಾಸನ). ಆದರೆ ಹಲವರು ಯುವರಾಜರು ಅಶೋಕನ ಜತೆ ಯಾವ ರೀತಿಯ ಸಂಬಂಧವನ್ನು ಹೊಂದಿದ್ದರೆಂಬುದು ಗೊತ್ತಾಗುವುದಿಲ್ಲ ಮತ್ತು, ಈ ನಿಯೋಜನೆಗಳು ಮುಖ್ಯವಾಗಿ ಅಶೋಕನ ಆಡಳಿತಾವಧಿಯ 10 ರಿಂದ 13ನೆಯ ವರ್ಷಗಳ ನಡುವೆ (ಕ್ರಿ.ಪೂ.260–257) ನಡೆದಿವೆ. ನಾಲ್ಕನೆಯ ಶಿಲಾಶಾಸನ (ಉದ್ಧೃತ 2.5) ಮತ್ತು 13ನೆಯ ಶಿಲಾಶಾಸನದಲ್ಲಿ ಅಶೋಕನು ತನ್ನ ಮಕ್ಕಳು ಹಾಗೂ ಮೊಮ್ಮಕ್ಕಳು ತನ್ನ ಉತ್ತರಾಧಿಕಾರಿಗಳಾಗುತ್ತಾರೆ ಎನ್ನುತ್ತಾನೆ. ಆದರೂ, 5ನೆಯ ಶಿಲಾಶಾಸನ(ಉಧೃತ 2.3)ದಲ್ಲಿ ಆಡಳಿತದ 13ನೆಯ ವರ್ಷ(ಕ್ರಿ.ಪೂ.257)ದಲ್ಲಿ ಧಮ್ಮಮಹಾಮಾತ್ರರನ್ನು ಅಂತಃಪುರದಲ್ಲಿ ಮತ್ತು ತನ್ನ ಸೋದರರು, ಸೋದರಿಯರು ಮತ್ತು ಇತರ ಬಂಧುಗಳ ಗೃಹಗಳಲ್ಲಿ ನಿಯೋಜಿಸಿದ್ದಾಗಿ ಹೇಳುತ್ತಾನೆ. ಆ ಹೊತ್ತಿಗೆ ಅವನ ಮಕ್ಕಳು ತೀರ ಚಿಕ್ಕವರಾಗಿದ್ದು ಮದುವೆಯಾಗಿರುವ ಸಾಧ್ಯತೆ ಇಲ್ಲ ಮತ್ತು ಅವರದೇ ಆದ ಮನೆಗಳಲ್ಲಿ ವಾಸವಾಗಿರುವುದೂ ಸಾಧ್ಯವಿರಲಿಲ್ಲ. 7ನೆಯ ಸ್ತಂಭಾಶಾಸನ(ಉಧೃತ 2.7)ವು ಆಡಳಿತದ 27ನೆಯ ವರ್ಷ(ಕ್ರಿ.ಪೂ.243)–'ಅಂತಃಪುರದಲ್ಲಿನ ರಾಣಿಯರು ಮತ್ತು ತನ್ನ ಮಕ್ಕಳು ಹಾಗೂ ಅವರ ಮಕ್ಕಳು' ನೀಡಿದ ಉಡುಗೊರೆಗಳನ್ನು ಪ್ರಸ್ತಾಪಿಸುತ್ತದೆ. ಆದರೆ ಅಲ್ಲಿ ಅಶೋಕನ ಸೋದರ, ಸೋದರಿಯರುಗಳ ಮಾತಿಲ್ಲ. ಆ ಹೊತ್ತಿಗೆ, ಅಶೋಕನ ರಾಣಿಯರು ಮತ್ತು ಅವರ ಮಕ್ಕಳು ತಮ್ಮದೇ ಪ್ರತ್ಯೇಕ ವಾಸಗೃಹಗಳನ್ನು ಹೊಂದಿದ್ದರೆಂದು ಹೇಳಬಹುದು. ಈ ವಾಸಗೃಹಗಳು ರಾಜನ ಇತರ, ಅಷ್ಟು ಮುಖ್ಯವಲ್ಲದ, ರಾಣಿಯರು ಮತ್ತು ಇತರ ಮಹಿಳೆಯರ ವಾಸಸ್ಥಳಗಳಿಗಿಂತ ಭಿನ್ನವಾಗಿದ್ದವು.

ಮೇಲೆ ತಿಳಿಸಿದ ವಿಷಯಕ್ಕೆ ಪುರಾವೆಯು 'ರಾಣಿಯ ಶಾಸನ'ವೊಂದರಲ್ಲಿ ಸಿಗುತ್ತದೆ. ಅಶೋಕನ ಆಳ್ವಿಕೆಯ 26ನೆಯ ವರ್ಷ(ಕ್ರಿ.ಪೂ.244)ದಲ್ಲಿ ಅಲಹಾಬಾದ್‌ನ ಬಳಿಯ ಈ ಸ್ತಂಭವು ಒಂದರಿಂದ ಆರನೆಯ ಸ್ತಂಭಶಾಸನಗಳ ನಂತರ ಸಿದ್ಧಗೊಂಡಿತೆನ್ನಬಹುದು. ಅಶೋಕನ ಎರಡನೆಯ ರಾಣಿ (ದ್ವಿತೀಯ ದೇವಿ)ಹಾಗೂ ತಿವಲ(ತಿವರ)ನ ತಾಯಿಯಾದ ಕಾಲುವಾಕಿ (ಕಾರುವಾಕಿ) ಎಂಬುವವಳು ಮಾವಿನ ತೋಟಗಳು, ವಿಶ್ರಾಂತಿ ಧಾಮಗಳು, ಅನ್ನದಾನ ಛತ್ರಗಳು ಮುಂತಾದವುಗಳನ್ನು ಉದಾರವಾಗಿ ದಾನ ನೀಡಿದ ವಿಷಯ ಈ ಶಾಸನದಲ್ಲಿ ಪ್ರಸ್ತಾಪಗೊಂಡಿದೆ. ಇದರಲ್ಲಿ ಯಾವುದೇ ರಾಜಕೀಯ ಆಯಾಮವನ್ನು ಹುಡುಕಲಾಗದು. ಎರಡನೆಯ ರಾಣಿಯು ಪಟ್ಟದ ರಾಣಿಗಿಂತಲೂ ಪ್ರಾಮುಖ್ಯತೆ, ಅಂತಸ್ತುಗಳಲ್ಲಿ ಕಡಿಮೆಯವಳು ಎನ್ನುವುದು ವಾಸ್ತವ. ಆದರೆ ಆ ಮೊದಲನೆಯ ರಾಣಿಯ ಹೆಸರೇ ತಿಳಿದಿಲ್ಲ. ಬೌದ್ಧ ಆಕರಗಳಲ್ಲಿ ತಿಷ್ಯರಕ್ಷಿತ ಎಂಬ ಹೆಸರಿನ ಕಿರಿಯ ರಾಣಿಯ ಹೆಸರಿದೆ. ಮಹತ್ವಾಕಾಂಕ್ಷೆ ತುಂಬಿದ್ದ ಇವಳು ಸೇಡಿನ ಮನೋಭಾವದವಳಾಗಿ ಚಿತ್ರಿತವಾಗಿದ್ದಾಳೆ. ಕಾರುವಾಕಿ ಮತ್ತು ತಿಷ್ಯರಕ್ಷಿತ ಎರಡೂ ಒಬ್ಬಳೇ ರಾಣಿಯ ಹೆಸರು ಎಂದು ಹೇಳಲು ಯಾವ ಆಧಾರವೂ ಇಲ್ಲ.

ಇಂಥ ಕಾರಣಗಳಿಂದಾಗಿ ಕಟ್ಟುಕಥೆಗಳಿಂದ ತುಂಬಿದ ಬೌದ್ಧ ಆಕರಗಳಿಗೆ ಎಷ್ಟರಮಟ್ಟಿಗಿನ ಬೆಲೆ ಕೊಡಬಹುದೆನ್ನುವ ಪ್ರಶ್ನೆ ಇದೆ. ತಿಷ್ಯರಕ್ಷಿತಳ ಪ್ರಸ್ತಾಪವು ಶ್ರೀಲಂಕಾದ ಮಹಾವಂಶ (XII.3-6) ಮತ್ತು ಮಹಾಯಾನಿಗಳ ದಿವ್ಯಾವದಾನ– ಈ ಎರಡೂ ಗ್ರಂಥಗಳಲ್ಲಿ ಸಿಗುತ್ತದೆ. ಆದರೆ ಶ್ರೀಲಂಕಾದ ಮತ್ತೊಂದು ಪ್ರಮುಖ ಬೌದ್ಧ ಗ್ರಂಥವಾದ ದೀಪವಂಶದಲ್ಲಿ ಇಂಥ ಯಾವುದೇ ಹೆಸರಿಲ್ಲ. ಪವಿತ್ರವೆಂದು ಎಲ್ಲರೂ ತಿಳಿದಿದ್ದ ಬೋಧಿವೃಕ್ಷದ ಬಗ್ಗೆ ಅವಳ ಅಸಹನೆ ಬಹಳ ಹಿಂದಿನದು; ಮತ್ತು ಅಶೋಕನ ಮಗನಾದ ಕುನಾಲನ ಬಗೆಗಿನ ಅವಳ ದ್ವೇಷವು ಸಹ ಜನಜನಿತವಾದದ್ದು. ಕುನಾಲನು ಅಶೋಕನ ಉತ್ತರಾಧಿಕಾರಿ ಮತ್ತು ಹಲವು ಗ್ರಂಥಗಳಲ್ಲಿ ಅವನ ಹೆಸರು ಪ್ರಸ್ತಾಪಗೊಂಡಿರುವುದರಿಂದ ಅವನನ್ನು ಒಬ್ಬ ಚಾರಿತ್ರಿಕ ವ್ಯಕ್ತಿ ಎಂದು ಸ್ವೀಕರಿಸಬಹುದು. ತಂದೆಯಾದ ಅಶೋಕನ ಪ್ರತಿನಿಧಿಯಾಗಿ ತಕ್ಷಶಿಲದಲ್ಲಿ ನೇಮಕಗೊಂಡಿದ್ದು ಇದೇ ಕುನಾಲನಾಗಿರುವ ಸಾಧ್ಯತೆ ಇದೆ. ದಿವ್ಯಾವದಾನದಲ್ಲಿ ಈ ಕುರಿತ ಪ್ರಸ್ತಾಪವೂ ಇದೆ. ಮತ್ತು ಇದೇ ಗ್ರಂಥದಲ್ಲಿ ಹೇಳಲಾಗಿರುವ ಮತ್ತೊಂದು ಮಾತೂ ಇದೆ: ಅಶೋಕನು ಬೌದ್ಧ ಸಂಸ್ಥೆಗಳಿಗೆ ನೀಡಿದ ಅಪಾರ ಕೊಡುಗೆಗಳಿಂದಾಗಿ ರಾಜ್ಯದ ಖಜಾನೆಯೂ ಖಾಲಿಯಾಗುವ ಸ್ಥಿತಿಯೊದಗಿತ್ತು. ಈ ಮಾತೂ ಸ್ವಲ್ಪ ಮಟ್ಟಿಗೆ ನಿಜವೆನಿಸುತ್ತದೆ. ಇಂಥ ಪರಿಸ್ಥಿತಿಯಲ್ಲಿ ಮಂತ್ರಿಗಳು ಕುನಾಲನ ಮಗನಾದ ಸಂಪದಿಯಲ್ಲಿ ಮನವಿ ಮಾಡಿಕೊಂಡಿದ್ದರ ಫಲವಾಗಿ ಅವನು ಅಲ್ಲಿಂದ ಮುಂದೆ ರಾಜ್ಯದ ಖಜಾನೆಯಿಂದ ದಾನ ನೀಡುವ ಉದ್ದೇಶದೊಂದಿಗೆ ಹಣವನ್ನು ತೆಗೆದು ಬಳಸುವಂತಿಲ್ಲವೆಂದು ಆಜ್ಞೆ ಹೊರಡಿಸುತ್ತಾನೆ. ಅಂದರೆ, ತನ್ನ ಕೊನೆಯ ದಿನಗಳವರೆಗೂ (ಕ್ರಿ.ಪೂ.234) ಅಶೋಕನು ಚಕ್ರವರ್ತಿ ಎಂದು ಕರೆಯಿಸಿಕೊಳ್ಳುತ್ತಿದ್ದನಾದರೂ, ನಿಜವಾದ ಅರ್ಥದಲ್ಲಿ ಅಧಿಕಾರವು ಅವನ ಕೈಬಿಟ್ಟಿತ್ತೆಂದು ಹೇಳಬಹುದು. ಸಂಪದಿಯು ಉಜ್ಜನಿಯ ರಾಜನಾಗಿಯೂ ಜೈನ ಧರ್ಮದ ಮಹಾಪೋಷಕನಾಗಿಯೂ ಜೈನ ಆಕರಗಳಲ್ಲಿ ಕಾಣಿಸಿಕೊಳ್ಳುತ್ತಾನೆ. ಈ ವಿಷಯವನ್ನು ಹನ್ನೆರಡನೆಯ ಶತಮಾನದ ಹೇಮಚಂದ್ರನು ದಾಖಲಿಸುತ್ತಾನೆ. ಪುರಾಣಗಳ ಮೊದಲ ಪಟ್ಟಿಯಲ್ಲಿ (ಉಧೃತ 1.1) ಸಂಪದಿಯು ಅಶೋಕನ ಉತ್ತರಾಧಿಕಾರಿಗಳಲ್ಲಿ ಒಬ್ಬನಾಗಿ ಕಂಡು ಬರುತ್ತಾನೆ. ಆದರೆ ಅವನು ಕುನಾಲನ ಮಗನೆಂಬ ಮಾತಿಲ್ಲ, ಬದಲಾಗಿ ದಶರಥನ ಮಗ, ಅಂದರೆ ಅಶೋಕನ ಮರಿಮಗನಾಗಿದ್ದನೆಂದು ಹೇಳಲಾಗಿದೆ.

ದಶರಥನು ಅಧಿಕಾರವಹಿಸಿಕೊಂಡ ವರ್ಷದಿಂದಲೇ ಹಲವು ಶಾಸನಗಳನ್ನು ಬರೆಯಿಸಿದನು. ಅವು ದಕ್ಷಿಣ ಬಿಹಾರಿನ ನಾಗಾರ್ಜುನ ಬೆಟ್ಟಗಳಲ್ಲಿನ ಮೂರು ಗುಹೆಗಳಲ್ಲಿ ದೊರೆತಿವೆ. ಈ ಗುಹೆಗಳನ್ನು ಆಜೀವಿಕರ ಉಪಯೋಗಕ್ಕಾಗಿ ಸಿದ್ಧಪಡಿಸಿಕೊಡಲಾಯಿತು. ಆ ಶಾಸನಗಳಲ್ಲಿ ದಶರಥನು ತನ್ನನ್ನು ತಾನು 'ದೇವಾನಾಂಪಿಯ' ಎಂದು ನಮ್ರತೆಯಿಂದಲೇ ಕರೆದುಕೊಳ್ಳುತ್ತಾನೆ. ಪುರಾಣಗಳಲ್ಲಿನ ಮೊದಲ ಪಟ್ಟಿಯಲ್ಲಿನ ಎಲ್ಲ ಮೌರ್ಯ ರಾಜರು ಆಳಿದ ಕಾಲವನ್ನು ಪ್ರತ್ಯೇಕವಾಗಿ ಲೆಕ್ಕ ಹಾಕಿದರೆ ಅದರ ಮೊತ್ತವು ಅವರೆಲ್ಲರ ಆಡಳಿತ ಕಾಲದ ಒಟ್ಟು ಸಂಖ್ಯೆಯನ್ನು ದಾಟುತ್ತದೆ. ಹಾಗಾಗಿ, ದಶರಥನು ಯಾವ ಇಸವಿಯಲ್ಲಿ ರಾಜನಾದನು ಎಂಬುದನ್ನು ನಿಖರವಾಗಿ ಹೇಳಲಾಗದು.

ಆದರೂ ಕ್ರಿ.ಪೂ.211ಕ್ಕೂ ಮೊದಲೇ ಅವನ ಅಧಿಕಾರ ಗ್ರಹಣ ನಡೆದಿತ್ತು ಎನ್ನಬಹುದು. (ಅಶೋಕನ ನಿಧನ(ಕ್ರಿ.ಪೂ.234)ದ ನಂತರ ಬಂದ ರಾಜರು ಆಳಿದ ಕಾಲವನ್ನು ಮೊತ್ತದಿಂದ ಕಳೆದರೆ, ಈ ಉತ್ತರವನ್ನು ಪಡೆಯಬಹುದು). ದಶರಥನ ಶಾಸನಗಳ ಭಾಷೆ ಮತ್ತು ಲಿಪಿ ಅಶೋಕನ ಶಾಸನಗಳ ಭಾಷೆ ಹಾಗೂ ಲಿಪಿಗಳಿಗೆ ಹತ್ತಿರವಾಗಿವೆ ಎಂಬುದೂ ಅಶೋಕನ ನಿಧನದ ನಂತರ ಶೀಘ್ರದಲ್ಲಿಯೇ ರಾಜನಾದನೆಂಬ ಮಾತಿಗೆ ಪುರಾವೆಯಾಗುತ್ತದೆ.

ಅಶೋಕನ ಉತ್ತರಾಧಿಕಾರಿಗಳು ಹಲವರು, ರಾಜ್ಯದ ವಿವಿಧ ಪ್ರದೇಶಗಳಲ್ಲಿ ಸ್ವತಂತ್ರವಾಗಿ ಆಡಳಿತ ನಡೆಸಿದ್ದೂ, ಪುರಾಣಗಳು ಮತ್ತು 'ದಿವ್ಯಾವದಾನ'ದಲ್ಲಿ ಅವರುಗಳ ಪಟ್ಟಿಯಲ್ಲಿ ಕಾಣುವ ವ್ಯತ್ಯಾಸಗಳಿಗೆ ಕಾರಣ. ಪುರಾಣಗಳಲ್ಲಿನ ಮೊದಲನೆಯ ಪಟ್ಟಿಯಂತೆ ಮಗಧದಲ್ಲಿ ದಶರಥನು ಅಧಿಕಾರದಲ್ಲಿದ್ದನು. ಮತ್ತು ಅವನ ಗುಹಾಶಾಸನವೊಂದರಲ್ಲಿ ಅವನ ಹೆಸರೂ ದಾಖಲಾಗಿದೆ. ಈ ಕಾರಣಗಳಿಂದಾಗಿ ಮಗಧದಲ್ಲಿ ದಶರಥನು ಅಶೋಕನ ನಂತರ ಅಧಿಕಾರ ಪಡೆದನೆನ್ನಬಹುದು.

ಅದೇ ಕಾಲಘಟ್ಟದಲ್ಲಿಯೇ, ರಾಜ್ಯದ ವಾಯುವ್ಯ ಪ್ರದೇಶಗಳು ಸ್ವತಂತ್ರ್ಯಗೊಂಡವೆಂದು ಕಾಣುತ್ತದೆ. ಹನ್ನೆರಡನೆಯ ಶತಮಾನದಲ್ಲಿ ಕಾಶ್ಮೀರದಲ್ಲಿದ್ದು, 'ರಾಜತರಂಗಿಣಿ'ಯನ್ನು ಬರೆದ ಕಲ್ಹಣನು ಅಶೋಕನ ಪ್ರಸ್ತಾಪ(1.101–152)ವನ್ನು ಮಾಡುತ್ತಾನೆ. ಬೌದ್ಧ ಧರ್ಮದ ಬೆಂಬಲಕ್ಕೆ ನಿಂತ ಅಶೋಕನ ನಂತರ ಅವನ ಮಗ ಜಲೌಕನು ಪಟ್ಟಕ್ಕೆ ಬಂದನು. ಶಕ್ತಿಶಾಲಿಯೂ ಆದ ಈ ರಾಜನು ಕಾಶ್ಮೀರವನ್ನು ಆಳಿದನೆಂದು ಹೇಳಲಾಗಿದೆ. ಅವನು ಮಹಾನ್ ಶಿವಭಕ್ತನಾಗಿದ್ದನು ಎನ್ನಲಾಗಿದೆ. ಈ ಮಾತುಗಳೆಲ್ಲವೂ ಸತ್ಯವಾದರೆ, ಹಿಂದೆ ಮೌರ್ಯ ಸಾಮ್ರಾಜ್ಯದ ಭಾಗವಾಗಿದ್ದ ಕಾಶ್ಮೀರವು ಈ ಕಾಲಘಟ್ಟದಲ್ಲಿ ಸ್ವತಂತ್ರವಾಯಿತೆನ್ನಬೇಕು. ಆದರೆ ಈ ವಿವರಗಳು ಅಶೋಕನ ನಿಧನದ ನಂತರ ಎಷ್ಟೋ ಶತಮಾನಗಳ ನಂತರದ ಆಕರಗಳಲ್ಲಿರುವಂಥವು; ಮತ್ತು ಇಲ್ಲಿ ಕಾಣುವ ಜಲೌಕನ ಹೆಸರು ಮತ್ತೆಲ್ಲಿಯೂ ಕಾಣಬರುವುದಿಲ್ಲ.

ರಾಜ್ಯದ ವಾಯುವ್ಯ ಭಾಗವು ಅಶೋಕನ ನಂತರ ಸ್ವತಂತ್ರವಾಯಿತೆನ್ನುವುದಕ್ಕೆ ಪುರಾವೆಗಳು ಗ್ರೀಕ್ ಆಕರಗಳಲ್ಲಿ ಹೇರಳವಾಗಿ ಸಿಗುತ್ತವೆ. ಎರಡನೆಯ ಮತ್ತು ಹದಿಮೂರನೆಯ ಶಿಲಾಶಾಸನಗಳು ಇಮ್ಮಡಿ ಅಂತಿಯೋಕಸನನ್ನು (ಕ್ರಿ.ಪೂ.261–247) ಅಶೋಕನ ನೆರೆಯ ರಾಜನೆಂದು ಉಲ್ಲೇಖಿಸುತ್ತವೆ. ಆದರೆ ಕ್ರಿ.ಪೂ.255ರ ಸುಮಾರಿಗೆ, ಬ್ಯಾಕ್ಟ್ರಿಯದಲ್ಲಿ ಮಾಸಿಡೋನಿಯ(ಉತ್ತರಅಫ್ಘಾನಿಸ್ತಾನ)ದ ರಾಜರು ಡಿಯೋಡೋಟಸನ ನಾಯಕತ್ವದಲ್ಲಿ ಸ್ವತಂತ್ರರಾದರು. ಇನ್ನು ಪಶ್ಚಿಮದಲ್ಲಿ ಪಾರ್ಥಿಯಾ (ಉತ್ತರ ಇರಾನ್) ಸಹ ಸ್ವತಂತ್ರಗೊಂಡು ಪಾರ್ಥಿಯನ್ ಶಕ(ಕ್ರಿ.ಪೂ.248–247ವೊಂದು ಪ್ರತ್ಯೇಕವಾಗಿ ಆರಂಭವಾಯಿತು. ಈ ಬೆಳವಣಿಗೆಯಿಂದಾಗಿ ಮೌರ್ಯ ಸಾಮ್ರಾಜ್ಯದ ಭಾಗವಾಗಿದ್ದ ಅಫ್ಘಾನಿಸ್ತಾನದ ನೆರೆಯ ಪ್ರದೇಶಗಳಲ್ಲಿ ಸೆಲ್ಯೂಕಸನ ವಾರಸುದಾರರು ಅಧಿಕಾರವನ್ನು ಪಡೆಯುವುದಕ್ಕೆ ಅಡ್ಡಿಯುಂಟಾಯಿತು. ಸುಮಾರು ಇದೇ ಸಮಯದಲ್ಲಿ ಗ್ರೀಸಿನ ಭೂಗೋಳಶಾಸ್ತ್ರಜ್ಞನಾದ ಎರಟೋಸ್ತನೀಸ್ ಪೂರ್ವ ಇರಾನ್ ಮತ್ತು

ವಾಯುವ್ಯ ಭಾರತಗಳಿಗೆ ಭೇಟಿ ನೀಡಿದನು. ಆದರೆ ಈ ಭೂಭಾಗದ ಯಾವುದೇ ರಾಜಕೀಯ ಸನ್ನಿವೇಶದ ಯಾವುದೇ ಕುರುಹೂ ಇತರರ ಮೂಲಕ ಲಭ್ಯವಾಗಿರುವ ಅವನ ಬರಹಗಳಲ್ಲಿ ನೋಡಸಿಗುವುದಿಲ್ಲ. ಇಮ್ಮಡಿ ಸೆಲ್ಯೂಕಸ್ (ಕ್ರಿ.ಪೂ.247–226) ತನ್ನ ಆಡಳಿತದ ಕೊನೆಯ ಅವಧಿಯಲ್ಲಿ ಪಾರ್ಥಿಯಾವನ್ನು ಮತ್ತೆ ತನ್ನ ರಾಜ್ಯದ ಭಾಗವನ್ನಾಗಿಸಿ ಕೊಳ್ಳಲು ಯತ್ನಿಸಿ, ಸೋತನೆಂದು ತಿಳಿಯುತ್ತದೆ. ಆದರೆ, ಅವನ ನಂತರ ಮೂರನೆಯ ಅಂತಿಯೋಕಸ್ ಸೆಲ್ಯೂಕಸ್‌ನ ವಂಶದ ಆಡಳಿತವನ್ನು ಪೂರ್ವಭಾಗದಲ್ಲಿ ಪುನಃಸ್ಥಾಪಿಸುವಲ್ಲಿ ಯಶಸ್ವಿಯಾದನು. ಕ್ರಿ.ಪೂ.210–209ರಲ್ಲಿ ಅವನು ಪಾರ್ಥಿಯಾದ ರಾಜನಾದ ಆರ್ಸಸೆಸ್‌ನನ್ನು ತನ್ನ ಸಾಮಂತನನ್ನಾಗಿಸಿ, ಮುಂದೆ ಅರಿಯಾ (ಪಶ್ಚಿಮ ಆಫ್ಘಾನಿಸ್ತಾನ)ದ ಮೂಲಕ ಬ್ಯಾಕ್ಟ್ರಿಯವನ್ನು ತಲುಪಿ ಅಲ್ಲಿನ ರಾಜನಾದ ಯೂಥಿಡೆಮಸ್‌ನನ್ನು ಬಗ್ಗು ಬಡಿದನು. ಆನಂತರ, ಕ್ರಿ.ಪೂ.206ರಲ್ಲಿ ಅವನ ದೃಷ್ಟಿ ಭಾರತದ ಕಡೆ ತಿರುಗಿತು.

ಅಂತಿಯೋಕಸ್‌ನ ಸಮಕಾಲೀನನೆಂದು ಕರೆಯಬಹುದಾದ ಪಾಲಿಬಿಯಸ್ (XI.34) ರಚಿಸಿರುವ ವಿಶ್ವಚರಿತ್ರೆಯ ಒಂದು ಭಾಗದಲ್ಲಿ ಹೇಳುವ ಪ್ರಕಾರ ಹಿಂದೂಕುಷ್ (ಕಾಕಸಸ್) ಪರ್ವತಗಳನ್ನು ದಾಟಿದ ಅಂತಿಯೋಕಸ್ ಬಹುಶಃ ಕಾಬೂಲ್‌ನ ಬಳಿ ತನ್ನ ಹಳೆಯ ಗೆಳೆಯನಾದ 'ಭಾರತೀಯರ ರಾಜನಾದ ಸೋಫಗಸೇನಸ್ (ಸುಭಾಗಸೇನ)' ನ ಜತೆಯ ತನ್ನ ಗೆಳೆತನವನ್ನು ಪುನಃ ಸ್ಥಾಪಿಸಿದನು. ಸುಭಾಗಸೇನನೆಂಬ ಹೆಸರಿನ ಯಾವ ಮೌರ್ಯ ರಾಜನೂ ಚರಿತ್ರೆಯಲ್ಲಿ ದಾಖಲಾಗಿಲ್ಲ. ಹಾಗಾಗಿ, ಆ ಹೊತ್ತಿಗೆ ಪ್ರದೇಶವು ಮೌರ್ಯರ ಕೈತಪ್ಪಿ ಇತರ ರಾಜರ ಆಡಳಿತಕ್ಕೋ ಅಥವಾ ಮುಖ್ಯವಾಹಿನಿಯಿಂದ ದೂರವಾದ ಮೌರ್ಯ ಆಡಳಿತಕ್ಕೋ ಒಳಪಟ್ಟಿರಬಹುದೆಂದು ಊಹಿಸಬಹುದು. ಪಾಲಿಬಿಯಸ್‌ನ ಪ್ರಕಾರ ಅಂತಿಯೋಕಸ್ ಸುಭಾಗಸೇನನಿಂದ ಉಡುಗೊರೆಯಾಗಿ ಹಲವು ಆನೆಗಳನ್ನು ಪಡೆದನು. ಇವುಗಳ ಸೇರ್ಪಡೆಯೊಂದಿಗೆ ಅವನ ಸೇನೆಯಲ್ಲಿ ಆನೆಗಳ ಸಂಖ್ಯೆ 150ಕ್ಕೆ ಏರಿತು. ಕೆಲವು ಆನೆಗಳನ್ನು ಆ ಹೊತ್ತಿಗಾಗಲೇ ಯೂತಿಡಮಸ್‌ನಿಂದ ಪಡೆದಿದ್ದ. ಅಲ್ಲದೆ ಸುಭಾಗಸೇನನು ಸಾಕಷ್ಟು ಹಣವನ್ನು ಅಂತಿಯೋಕಸನಿಗೆ ಅರ್ಪಿಸಿದನೆಂದು ಹೇಳಲಾಗಿದೆ. ಈ ವಿಜಯದ ನಂತರ ಅವನು ಅರಕೋಸಿಯ (ಕಾಂದಹಾರ್) ಮೂಲಕ ಮುನ್ನಡೆದು, ಎರಿಮಂಥಸ್ (ಹೆಲ್ಮಂಡ್) ನದಿಯನ್ನು ದಾಟಿ, ಮುಂದೆ ಜರಾಂಗ್(ಸೀಸ್ಟನ್)ನ ಮೂಲಕ ಇರಾನ್ ಕಡೆಗೆ ಪ್ರಯಾಣ ಬೆಳೆಸಿದನು. ಇದೆಲ್ಲವೂ ನಡೆದದ್ದು ಕ್ರಿ.ಪೂ.205ರಲ್ಲಿ. ಅರಕೋಸಿಯದ ಮೂಲಕ ಆ ರಾಜನು ಮೂನ್ನಡೆದನೆಂದರೆ ಆ ಪ್ರದೇಶವು ಆ ಹೊತ್ತಿಗೆ ಅವನ ಅಧೀನಕ್ಕೆ ಬಂದಿತ್ತೆಂದು ಅರ್ಥವಾಗುತ್ತದೆ.

ಮೇಲಿನ ಘಟನೆಗಳು ನಡೆಯುವ ಹೊತ್ತಿಗೆ ಭಾರತದ ವಾಯುವ್ಯ ಭಾಗದ ಪ್ರದೇಶ ಮೌರ್ಯಸಾಮ್ರಾಜ್ಯದ ಭಾಗವಾಗಿರಲಿಲ್ಲವಾದ್ದರಿಂದ ಅಲ್ಲಿನ ಬೆಳವಣಿಗೆಗಳ ಬಗ್ಗೆ ಪಾಟಲಿಪುತ್ರದಲ್ಲಿದ್ದ ಮೌರ್ಯ ವಂಶದ ರಾಜರು ಗಮನ ಹರಿಸಿರಲಿಲ್ಲ. ಕೊನೆಯ ಮೂವರು ಮೌರ್ಯರಿಗೆ ಒಂದೇ ಹೆಸರಿದ್ದಿದ್ದನ್ನು (ಕೆಲವು ಸೂಕ್ಷ್ಮ ವ್ಯತ್ಯಾಸಗಳೊಡನೆ)

ಪುರಾಣಗಳೂ ಸಾಬೀತು ಪಡಿಸುತ್ತವೆ; ಮತ್ತು ಅವರು ರಾಜ್ಯವಾಳಿದ ಕಾಲದ ಬಗ್ಗೆಯೂ ಅವುಗಳ ನಡುವೆ ಒಮ್ಮತವಿದೆ (ಉಧೃತ 1.1). ಮೌರ್ಯರ ಕೊನೆಯ ದೊರೆಯಾದ ಬೃಹದ್ರಥನು ಏಳು ವರ್ಷಗಳ ಕಾಲ ಆಳಿದ ಮೇಲೆ ತನ್ನ ಸೇನಾನಿಯಾದ ಪುಷ್ಯಮಿತ್ರನಿಂದ ಪದಚ್ಯುತಗೊಂಡನು. ಅವನು ಶುಂಗವಂಶದ ಸ್ಥಾಪಕನೆಂದೂ ಹೆಸರಾಗಿದ್ದಾನೆ. ಪುರಾಣಗಳ ಪ್ರಕಾರವೂ ಸಹ ಮೌರ್ಯವಂಶದ ಆಳ್ವಿಕೆಯು ಒಟ್ಟು 137 ವರ್ಷಗಳು ನಡೆಯಿತು. ಆ ಲೆಕ್ಕದಲ್ಲಿ ಪುಷ್ಯಮಿತ್ರನು ಸಿಂಹಾಸನವನ್ನು ಆಕ್ರಮಿಸಿಕೊಂಡಿದ್ದು ಕ್ರಿ.ಪೂ.185ರಲ್ಲಿ ಎನ್ನಬಹುದು.

ಅಶೋಕನ ನಂತರ ಕೇವಲ ಐವತ್ತು ವರ್ಷಗಳಲ್ಲಿಯೇ ಮೌರ್ಯ ಸಾಮ್ರಾಜ್ಯ ಪತನಗೊಂಡಿದ್ದು ಏಕೆ ಎನ್ನುವ ಪ್ರಶ್ನೆ ಏಳುವುದು ಸಹಜ. ಈ 50 ವರ್ಷಗಳ ಕುರಿತು ನಮಗಿರುವ ಮಾಹಿತಿಯು ಎಷ್ಟು ಸೀಮಿತವೆಂದರೆ ಅದರ ಆಧಾರದ ಮೇಲೆ ಏನನ್ನೇ ಕಲ್ಪಿಸಿಕೊಂಡರೂ ಅದೂ ಸಹ ತುಂಬ ಸೀಮಿತಗೊಳ್ಳುತ್ತದೆ. ಅಶೋಕನು ಶಾಂತಿಯ ಪರವಾದ ತನ್ನ ಧೋರಣೆಯಿಂದಾಗಿ ಸೈನ್ಯವನ್ನು ಅಲಕ್ಷ್ಯ ಮಾಡಿದ್ದರಿಂದ ಅವನ ನಂತರ ಮೌರ್ಯ ಸಾಮ್ರಾಜ್ಯ ಬಹುಕಾಲ ಬಾಳುವುದಾಗಲಿಲ್ಲವೆಂಬುದು ಸಾಮಾನ್ಯವಾಗಿರುವ ತಿಳುವಳಿಕೆ. ಆದರೆ ನಾವು ಈಗಾಗಲೇ ಗಮನಿಸಿರುವಂತೆ ಈ ಮಾತಿಗೆ ಆಧಾರವಿಲ್ಲ. ಅಶೋಕನು ತನ್ನ ಕೊನೆಯ ದಿನಗಳವರೆಗೂ ರಾಜ್ಯದ ವಾಯುವ್ಯ ಭಾಗವನ್ನು ಸೇನೆಯನ್ನು ಬಳಸಿಯೇ ಹತೋಟಿಯಲ್ಲಿಟ್ಟುಕೊಂಡಿದ್ದು ಸೇನೆಯ ಮೇಲೆ ಅವನ ಅವಲಂಬನೆ ಎಷ್ಟಿತ್ತು ಎನ್ನವುದಕ್ಕೆ ನಿದರ್ಶನ.

ಇಷ್ಟೇ ನಿರಾಧಾರವಾದ ಮತ್ತೊಂದು ವಾದವನ್ನು ಮಂಡಿಸಲಾಗುತ್ತದೆ. ಅಶೋಕನು ಧಮ್ಮದ ಪರವಾಗಿ ನಿಂತಿದ್ದರಿಂದ ಬ್ರಾಹ್ಮಣ ಸಮುದಾಯವು ರಾಜನ ಧೋರಣೆಯನ್ನು ವಿರೋಧಿಸಿದ್ದು ನಿಧಾನವಾಗಿ ರಾಜ್ಯವೇ ಬಲಹೀನಗೊಂಡಿತೆಂಬುದು ಆ ವಾದ. ಆದರೆ ಅಶೋಕನ ಕಾಲದಲ್ಲಿ ರಾಜನಿಂದ ಅಥವಾ ಆಡಳಿತದ ಯಾವುದೇ ವಿಭಾಗದಿಂದ ಬ್ರಾಹ್ಮಣರು ಅವಮಾನಕ್ಕೆ ಒಳಗಾದರೆಂಬುದಕ್ಕೆ ಯಾವುದೇ ಆಧಾರವಿಲ್ಲ. ಶ್ರಮಣರಿಗೆ ನೀಡಲಾಗುವಂತೆ ಬ್ರಾಹ್ಮಣರಿಗೂ ಸಹ ಉಡುಗೊರೆಗಳನ್ನು ಕೊಡಬೇಕೆಂದು ಕೊನೆಯ ಪ್ರಮುಖ ಶಾಸನವಾದ 7ನೆಯ ಸ್ತಂಭಶಾಸನದಲ್ಲಿ (ಆಡಳಿತದ ವರ್ಷದ 27ನೆಯ ವರ್ಷ ಕ್ರಿ.ಪೂ.243) ಹೇಳಲಾಗಿದೆ. ನಂತರದ ರಾಜರು ಯಾರೂ ಶಾಸನಗಳನ್ನು ಬರೆಯಿಸುವ ಗೋಜಿಗೆ ಹೋಗಲಿಲ್ಲವಾದರೂ ದಶರಥನು ಬರೆಯಿಸಿದ ಮೂರು ಗುಹಾದಾನಶಾಸನಗಳು ಲಭ್ಯವಾಗಿವೆ. ಅದೇ ರೀತಿಯಲ್ಲಿ ಅವರು ಯಾರೂ ಅಶೋಕನಂತೆ 'ಧಮ್ಮ' ಪ್ರಚಾರದಲ್ಲಿಯೂ ತೊಡಗಲಿಲ್ಲ. ಹಾಗಾಗಿ, ಅವರ ವಿರುದ್ಧ ಬ್ರಾಹ್ಮಣರು ಅಸಂತೋಷಗೊಳ್ಳುವುದಕ್ಕೆ ಕಾರಣವೇ ಇರಲಿಲ್ಲ. ಶುಂಗರ ನಾಯಕತ್ವದಲ್ಲಿ ಬ್ರಾಹ್ಮಣ್ಯದ ಪುನಃ ಸ್ಥಾಪನೆ ನಡೆಯಿತೆಂದಾದರೆ, ಪುರಾಣಗಳಲ್ಲಿ ಆ ಪ್ರಯತ್ನದ ಪ್ರಸ್ತಾಪ ಮತ್ತು ಶ್ಲಾಘನೆ ಇದ್ದೇ ಇರಬೇಕಿತ್ತು. ಆದರೆ ಅಂಥ ಯಾವುದೇ ಪ್ರಸ್ತಾಪವು ಪುರಾಣಗಳಲ್ಲಿ ಸಿಗುವುದಿಲ್ಲ. ಬೌದ್ಧ ಆಕರವಾದ 'ದಿವ್ಯಾವದಾನ'ವು ಪುಷ್ಯಮಿತ್ರನನ್ನು ಮೌರ್ಯವಂಶದವನೆಂದೇ ಕರೆಯುತ್ತದೆ. ಅದೇ ಸಮಯದಲ್ಲಿ ಅವನು ಬೌದ್ಧ ಧರ್ಮದ

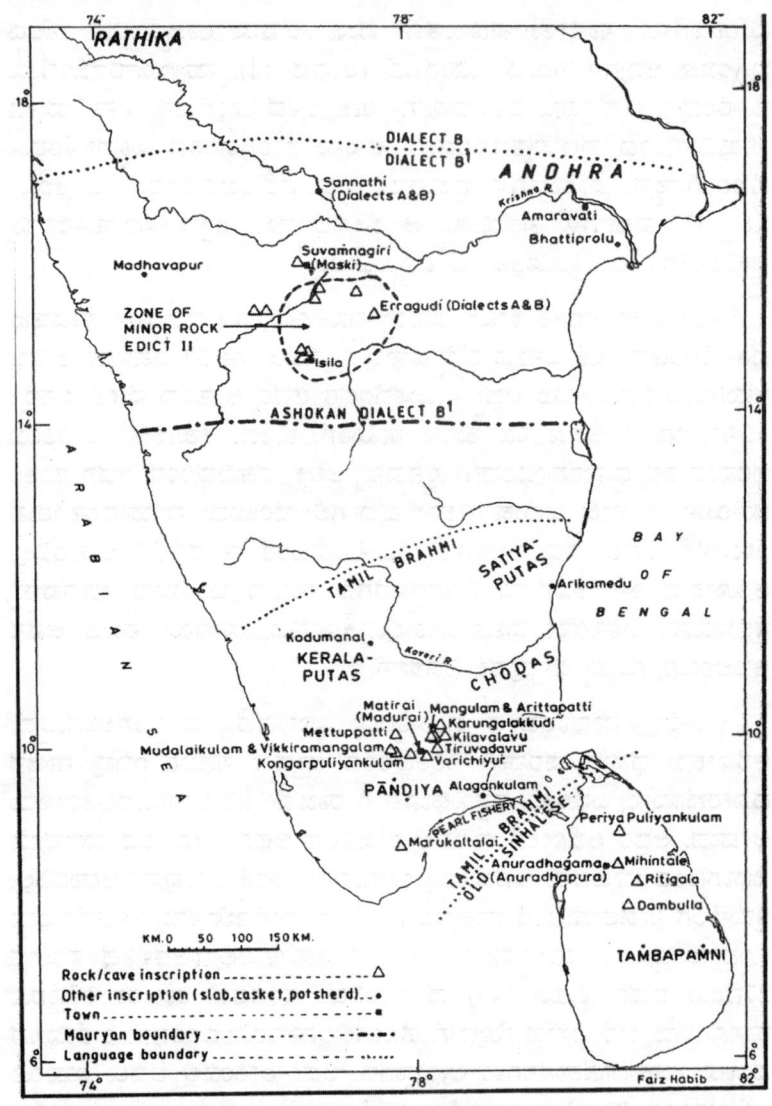

ನಕ್ಷೆ 2.5. ದಕ್ಷಿಣ ಭಾರತ ಮತ್ತು ಶ್ರೀಲಂಕಾ, ಕ್ರಿ.ಪೂ. 300 – 100

ವಿರೊಧಿ ಎಂದೂ ಹೇಳುತ್ತದೆ. ಮಧ್ಯಪ್ರದೇಶದ ಸಾತ್ನಾ ಜಿಲ್ಲೆಯಲ್ಲಿನ ಬಾರ್ಹತ್ ಸ್ತೂಪಗಳ ಸಂಕೀರ್ಣವು ಶುಂಗರ ಕಾಲದಲ್ಲಿಯೇ ನಿರ್ಮಿತವಾದವೆಂಬುದನ್ನು ಮರೆಯುವ ಹಾಗಿಲ್ಲ. ಮೌರ್ಯರ ನಂತರ ಆಂಧ್ರದ ಕರಾವಳಿಯಲ್ಲಿ ಅಧಿಕಾರವನ್ನು ಪಡೆದ ರಾಜರೂ ಸಹ ಅಮರಾವತಿಯ ಸ್ತೂಪಗಳ ಸಂಕೀರ್ಣವನ್ನು ವಿಸ್ತರಿಸುವ ಪ್ರಯತ್ನಕ್ಕೆ ಅಡ್ಡಪಡಿಸಲಿಲ್ಲ. ಆ ಕಾಲದ ಕಟ್ಟಡಗಳ ಶಿಥಿಲಗಳನ್ನು ಪರಿಶೀಲಿಸಿದಾಗ

ಮೌರ್ಯರ ನಂತರವೂ ಸಹ ಬೌದ್ಧರ ಕಟ್ಟಡಗಳು ಹಿಂದಿನಂತೆಯೇ ಇತರ ಧಾರ್ಮಿಕ ಕಟ್ಟಡಗಳಿಗಿಂತಲೂ ಹೆಚ್ಚಿನ ಪ್ರಾಮುಖ್ಯತೆಯನ್ನೇ ಪಡೆದಿದ್ದನ್ನು ಕಾಣಬಹುದು.

ಮೌರ್ಯ ಸಾಮ್ರಾಜ್ಯದ ಪತನಕ್ಕೆ ರಾಜ ವಂಶದ ಸದಸ್ಯರ ನಡುವಿನ ಶತೃತ್ವವೇ ಕಾರಣವಾಗಿರಬಹುದೆಂಬುದು ಒಪ್ಪಿಕೊಳ್ಳಬಹುದಾದ ಅಭಿಪ್ರಾಯ 'ದಿವ್ಯಾವದಾನ'ದಲ್ಲಿನ ಕುನಾಲನ ಕಥೆಯನ್ನು ಪಕ್ಕಕ್ಕೆ ಸರಿಸಿದರೂ, ಹಲವರು ಯುವರಾಜರು (ಕುಮಾರರು, ಆರ್ಯಪುತ್ರರು) ರಾಜ್ಯದ ವಿವಿಧ ಪ್ರದೇಶಗಳಲ್ಲಿ ರಾಜಪ್ರತಿನಿಧಿಗಳಾಗಿದ್ದಿದ್ದನ್ನು ಅಶೋಕನ ಶಾಸನಗಳು ತಿಳಿಸುತ್ತವೆ. 7ನೆಯ ಸ್ತಂಭ ಶಾಸನವು ರಾಜನ ಕುಟುಂಬದ ಹಲವರು ಸದಸ್ಯರು ಪ್ರತ್ಯೇಕವಾದ ಆದಾಯದ ಮೂಲಗಳನ್ನು ಹೊಂದಿದ್ದು ದಾನ ಮಾಡುವಷ್ಟು ಸ್ಥಿತಿವಂತರಾಗಿರಾಗಿದ್ದರೆಂಬುದನ್ನು ತಿಳಿಸುತ್ತದೆ. ಇಂಥ ಸ್ಥಿತಿಯಲ್ಲಿ ಆ ರಾಜಕುಮಾರರು ತಮ್ಮ ತಮ್ಮ ಪ್ರದೇಶಗಳಲ್ಲಿ ತಮ್ಮ ಪ್ರಭಾವವನ್ನು ವಿಸ್ತರಿಸಿಕೊಂಡಿರುವ ಸಾಧ್ಯತೆ ಇದೆ. ಹೀಗೆ ತಮ್ಮದೇ ರೀತಿಯಲ್ಲಿ ಶಕ್ತಿಯನ್ನು ಪಡೆದ ರಾಜ ಕುಟುಂಬದ ಸದಸ್ಯರು ರಾಜ್ಯದ ಸಿಂಹಾಸನವನ್ನು ಪಡೆಯಬೇಕೆಂಬ ಮಹತ್ವಾಕಾಂಕ್ಷೆಯನ್ನು ಹೊಂದಿದ್ದು, ಪರಿಣಾಮವಾಗಿ ರಾಜ್ಯವೇ ಛಿದ್ರಗೊಂಡಿರುವ ಸಾಧ್ಯತೆ ಇದೆ. ಮೌರ್ಯರ ಅಧಿಕಾರಿ ವರ್ಗದಲ್ಲಿಯೂ ಸಹ ಭಾಷಿಕ ಹಾಗೂ ಜನಾಂಗೀಯ ವ್ಯತ್ಯಾಸಗಳಿದ್ದುದನ್ನು ಗಮನಿಸಿದರೆ ಅದರಿಂದಾಗಿಯೂ ಅಷ್ಟು ವಿಶಾಲವಾದ ಸಾಮ್ರಾಜ್ಯದ ಅವನತಿಯಾಗಿರಬಹುದು. ವಾಯುವ್ಯ ಭಾಗಕ್ಕೆ ಸೇರಿದ ಅಧಿಕಾರಿಗಳು ಮತ್ತು ರಾಜ ಕುಟುಂಬಕ್ಕೆ ಸೇರಿದವರು ಇದ್ದು ಅವರುಗಳ ನಡುವೆಯೂ ಸಹ ಗುದ್ದಾಟ ಇದ್ದಿರಬಹುದು. ಕೇಂದ್ರದಲ್ಲಿ ಅಧಿಕಾರವು ಬಲಹೀನಗೊಂಡಾಗ ದೂರದಲ್ಲಿನ ಅಧಿಕಾರ ಕೇಂದ್ರಗಳು ಶಕ್ತಿಶಾಲಿಗಳಾಗಿ ಬೆಳೆಯಬೇಕೆಂಬ ಆಶಯವು ಸಾಮ್ರಾಜ್ಯದ ಪತನಕ್ಕೆ ದಾರಿ ಮಾಡಿಕೊಟ್ಟಿತು.

ಮೌರ್ಯಸಾಮ್ರಾಜ್ಯದ ಪತನಕ್ಕೆ ಕಾರಣವಾಗಿರಬಹುದಾದ ಮತ್ತೊಂದು ಅಂಶವಿದೆ. ಪ್ರಾರಂಭದಲ್ಲಿ ತನ್ನ ಶಕ್ತಿ ಮತ್ತು ಪರಿಣಾಮಕಾರಿ ಯುದ್ಧ ತಂತ್ರಗಳಿಂದಾಗಿ, ಮುಖ್ಯವಾಗಿ ರಥದಳ ಹಾಗೂ ಅಶ್ವದಳಗಳ ಸಹಾಯದಿಂದ, ಕೇಂದ್ರದಿಂದ ಬಹುದೂರವಿದ್ದ ಪ್ರದೇಶಗಳನ್ನೂ ಹತೋಟಿಯಲ್ಲಿಟ್ಟುಕೊಳ್ಳುವುದು ಆಳುವವರಿಗೆ ಸಾಧ್ಯವಾಗಿತ್ತು. ಮುಖ್ಯವಾಗಿ ಗ್ರೀಕರು ಮತ್ತು ಮಾಸಿಡೋನಿಯದವರಿಂದ (ನೋಡಿ 1.6) ಕಲಿತ ಕಾಲ್ಬಲದ ನಿಯೋಜನೆ ಮತ್ತು ಮುತ್ತಿಗೆಯ ತಂತ್ರಗಳಿಂದಾಗಿ ಇದು ಸಾಧ್ಯವಾಯಿತು. ಕಾಲಕಳೆದಂತೆ ಮೌರ್ಯರ ಸೈನ್ಯದ ವಿವಿಧ ಭಾಗಗಳೇ ಒಬ್ಬರಿಗೊಬ್ಬರು ವೈರಿಗಳಾದಾಗ ಈ ತಂತ್ರಗಳು ಅಷ್ಟಾಗಿ ಫಲ ನೀಡಲಿಲ್ಲ. ಅಲ್ಲಿಯವರೆಗೂ ಸಾಮಂತ ರಾಜರಾಗಿದ್ದು, ಮೌರ್ಯರ ಆಧಿಪತ್ಯವನ್ನು ಒಪ್ಪಿದ್ದವರೂ ಇವೇ ತಂತ್ರಗಳನ್ನು ತಿಳಿದವರಾದ್ದರಿಂದ ಯುದ್ಧದಲ್ಲಿ ಮೌರ್ಯರ ಹೆಚ್ಚುಗಾರಿಕೆ ಉಳಿಯಲಿಲ್ಲ. ಇಂಥ ಸ್ಥಿತಿಯಲ್ಲಿ ದೂರವೂ ಒಂದು ಪ್ರಮುಖ ನೇತ್ಯಾತ್ಮಕ ಅಂಶವಾಗಿ ಆ ಪ್ರದೇಶಗಳ ಮೇಲೆ ಕೇಂದ್ರದ ಹಿಡಿತ ಸಡಿಲಗೊಂಡಿತು.

ಮೇಲಿನ ಅಂಶಗಳೇ ಅಲ್ಲದೆ, ಇನ್ನು ಕೆಲವು ಇತರ ಅಂಶಗಳೂ ಸಹ ಕೇಂದ್ರದಿಂದ ಸ್ವತಂತ್ರರಾಗಬಯಸಿದ ಪ್ರಾಂತ್ಯಗಳಿಗೆ ಬೆಂಬಲ ಸಿಗುವಲ್ಲಿ ಸಹಾಯಕಾರಿಯಾದವು.

ಒಂದು ಸಾಮ್ರಾಜ್ಯವು ದೂರದಲ್ಲಿನ ತನ್ನ ಅಧೀನ ಪ್ರಾಂತ್ಯಗಳ ಮೇಲೆ ಹಿಡಿತವನ್ನು ಹೊಂದಿರಬೇಕಾದರೆ, ಹೆದ್ದಾರಿಗಳು, ಸಂಪರ್ಕ ಮಾಧ್ಯಮಗಳು, ಸಾರಿಗೆ ವ್ಯವಸ್ಥೆ- ಇತ್ಯಾದಿ ಮೂಲಭೂತ ಸೌಕರ್ಯಗಳು ಉತ್ತಮ ಸ್ಥಿತಿಯಲ್ಲಿರಬೇಕು. ಸಾಧಾರಣವಾಗಿ ಸಾಮ್ರಾಜ್ಯಗಳು ವಾಣಿಜ್ಯ ಕ್ಷೇತ್ರಕ್ಕೆ ಅನುಕೂಲಕರವಾಗಿ ಕೆಲಸ ಮಾಡುತ್ತವೆ. ಆದರೆ ಕೇಂದ್ರದಲ್ಲಿ ಆರ್ಥಿಕ ವ್ಯವಸ್ಥೆಯು ಬೇರೆ ಬೇರೆ ಪ್ರದೇಶಗಳ ಸ್ಥಳೀಯ ಅಗತ್ಯಕ್ಕೆ ಅನುಗುಣವಾಗಿ ಹೊಂದಿಕೊಳ್ಳುವುದು ಅಷ್ಟು ಸುಲಭವಲ್ಲ. ಮೌರ್ಯರ ಪತನದ ನಂತರ ಒಂದು ಅಥವಾ ಎರಡು ಪೀಳಿಗೆಗಳು ಕಳೆದ ಮೇಲೆ ಕ್ರಿ.ಪೂ.150ರಲ್ಲಿದ್ದ ವೈಯಾಕರಣಿ ಪತಂಜಲಿಯು ತನ್ನ ಮಹಾಭಾಷ್ಯದಲ್ಲಿ (V.3.99) ಮೌರ್ಯರ ಚಿನ್ನದ ದಾಹ ಮತ್ತು ದುರಾಸೆಯನ್ನು ನೆನಪಿಸಿಕೊಳ್ಳುತ್ತಾನೆ. ಕೇಂದ್ರವು ಎಲ್ಲ ಪ್ರಾಂತ್ಯಗಳ ಮೇಲೆ ವಿಧಿಸಿದ್ದ ತೆರಿಗೆಗಳ ಕಾರಣದಿಂದಾಗಿ ಈ ಅಭಿಪ್ರಾಯ ಮೂಡಿರಬಹುದು. ದೇವರುಗಳ ಚಿನ್ನದ ಮೂರ್ತಿಗಳನ್ನು ಮಾರಾಟ ಮಾಡುವ ಸಂದರ್ಭದಲ್ಲಿ ಈ ಮಾತನ್ನು ಹೇಳಲಾಗಿದ್ದು, ಅದನ್ನು ಮೇಲಿನ ರೀತಿಯಲ್ಲಿಯೇ ಅರ್ಥಮಾಡಿಕೊಳ್ಳಬೇಕಿಲ್ಲ. ಆದರೂ ಅಂಥ ಅಭಿಪ್ರಾಯ ಮೂಡಿಬಂದಿದ್ದಂತೂ ವಾಸ್ತವ. ಕೇಂದ್ರದಲ್ಲಿನ ಸರ್ಕಾರದ ಕ್ರಮಗಳಿಗಿಂತಲೂ, ಪ್ರಾದೇಶಿಕ ಸರ್ಕಾರಗಳು ಸ್ಥಳೀಯ ವಿದ್ಯಮಾನಗಳಿಗೆ ಸಕಾರಾತ್ಮಕವಾಗಿ ಪ್ರತಿಕ್ರಿಯಿಸುವುದರಿಂದ ಅವರ ಕ್ರಮಗಳು ಜನರಿಗೆ ಅನಾನುಕೂಲಕರವಾಗಿರುವುದು ಸಾಧ್ಯವಿಲ್ಲ. ಮೌರ್ಯರ ಆಳ್ವಿಕೆಯ ಕೊನೆಯ ಭಾಗದಲ್ಲಿ ದೂರದಲ್ಲಿನ ರಾಜನಿಗೆ ವಿಧೇಯರಾಗಿ ಇರುವುದಕ್ಕಿಂತ ಸ್ಥಳೀಯವಾಗಿ ಸ್ವತಂತ್ರರಾಗುವ ಪ್ರಯತ್ನ ನಡೆಸಿದ ಆಡಳಿತಗಾರರು ಜನರ ಬೆಂಬಲವನ್ನು ಪಡೆಯುವುದು ಸುಲಭವಾಯಿತು.

ಕೊನೆಯದಾಗಿ, ರಾಜ್ಯವನ್ನಾಳುತ್ತಿದ್ದವರ ವೈಯಕ್ತಿಕ ಅಸಮರ್ಥತೆಯೂ ಸಹ ಸಾಮ್ರಾಜ್ಯದ ಪತನಕ್ಕೆ ದಾರಿ ಮಾಡಿಕೊಟ್ಟಿರುವ ಸಾಧ್ಯತೆ ಇದೆ. ಈ ಅಸಮರ್ಥತೆಯಿಂದಾಗಿ ಮೇಲೆ ಪ್ರಸ್ತಾಪವಾಗಿರುವ ಸಮಸ್ಯೆಗಳನ್ನು ಬಗೆಹರಿಸುವುದು ಅವರಿಗೆ ಸಾಧ್ಯವಾಗಲಿಲ್ಲ. ಈ ಮಾತನ್ನು ಒಪ್ಪಿಕೊಳ್ಳುತ್ತಲೇ, ಅಶೋಕನ ಉತ್ತರಾಧಿಕಾರಿಗಳ ಸಾಮರ್ಥ್ಯದ ಬಗ್ಗೆ ನಮಗೆ ಯಾವ ಮಾಹಿತಿಯೂ ಇಲ್ಲವೆಂಬುದನ್ನೂ ಮರೆಯಬಾರದು. ನಿರ್ದಿಷ್ಟವಾಗಿ, ಅಥವಾ ಅಂತಿಮವಾಗಿ ಯಾವುದೇ ರಾಜನ ಸಾಮರ್ಥ್ಯವನ್ನು, ಅವನ ಬಗ್ಗೆ ಪೂರ್ಣ ಮಾಹಿತಿ ಲಭ್ಯವಿಲ್ಲದಿದ್ದಾಗ ಅಳೆಯುವುದು ಸಾಧ್ಯವಾಗುವ ಮಾತಲ್ಲ.

2.5 ದಕ್ಷಿಣ ಭಾರತ ಮತ್ತು ಶ್ರೀಲಂಕಾ

ದಕ್ಷಿಣ ಭಾರತವು ಚರಿತ್ರೆಯ ಪುಟಗಳಲ್ಲಿ ದಾಖಲಾಗಿದ್ದು ಕ್ರಿ.ಪೂ.ನಾಲ್ಕನೆಯ ಶತಮಾನದ ಕೊನೆಯ ಭಾಗದಲ್ಲಿ, ಮೆಗಸ್ತನೀಸ್ ಭಾರತದ ಬಗ್ಗೆ ಬರೆದಾಗ ಎಂದು ಹೇಳಬಹುದು. ಗ್ರೀಕರ ಪುರಾಣಗಳಲ್ಲಿನ ವೀರಯೋಧ ಹೆರ್ಕ್ಯುಲಿಸ್‌ನ ಮಗಳು ಪಾಂಡಿಯ ಎನ್ನುವವಳು, ಭಾರತದಲ್ಲಿದ್ದಳೆಂದು ಮೆಗಸ್ತನೀಸನನ್ನು ಉಲ್ಲೇಖಿಸಿ, ಅರಿಯನ್ ತನ್ನ 'ಇಂಡಿಕಾ'(VIII)ದಲ್ಲಿ ಬರೆಯುತ್ತಾನೆ. ಸಮೃದ್ಧ ಸಂಪತ್ತು, ಮುಖ್ಯವಾಗಿ ಮುತ್ತು ರತ್ನಗಳ ರೂಪದಲ್ಲಿ, ತುಂಬಿದ್ದ ಆ ಭೂಭಾಗದ ರಾಣಿಯಾಗಿ ಹೆರ್ಕ್ಯುಲಿಸ್ ತನ್ನ ಮಗಳನ್ನು ಪ್ರತಿಷ್ಠಾಪಿಸಿದನೆಂದು ಹೇಳಲಾಗಿದೆ. ಮೆಗಸ್ತನೀಸ್‌ನೇ ಹೇಳುವಂತೆ,

ಈ ಮುತ್ತು ರತ್ನಗಳು ಅತ್ಯಮೂಲ್ಯ ಸಂಪತ್ತಾಗಿದ್ದು, ಚಿನ್ನಕ್ಕಿಂತಲೂ ಮೂರು ಪಟ್ಟು ಬೆಲೆ ಬಾಳುವಂಥವಾಗಿದ್ದವು. ಹಾಗಾಗಿ ಭಾರತದಲ್ಲಿ ಅವುಗಳಿಗೆ ಅತ್ಯಂತ ಪ್ರಾಮುಖ್ಯತೆಯನ್ನು ನೀಡಲಾಗುತ್ತಿತ್ತು. ಈ ಸಂದರ್ಭದಲ್ಲಿ ಪ್ರಸ್ತಾಪಗೊಂಡಿರುವುದು ನಂತರದಲ್ಲಿ ಮಧುರೆಯನ್ನು ರಾಜಧಾನಿಯಾಗಿ ಹೊಂದಿದ್ದ ಪಾಂಡ್ಯ ರಾಜ್ಯವೆಂಬುದು ಸ್ಪಷ್ಟ.

ಪಾಂಡ್ಯ ಮತ್ತು ದಕ್ಷಿಣ ಭಾರತದ ಇತರೆ ರಾಜ್ಯಗಳ ಕುರಿತು ನಮಗೆ ಮಾಹಿತಿ ದೊರಕುವುದು ಅಶೋಕನ ಶಾಸನಗಳಿಂದ. ಎರಡನೆಯ ಶಿಲಾಶಾಸನದಲ್ಲಿ ಅಶೋಕ ಸಾಮ್ರಾಜ್ಯದ ಗಡಿಗಳನ್ನು ದಾಟಿ ಚೋಳರ, ಪಾಂಡ್ಯರ, ಸಾತಿಯ ಪುತ್ರರ, ಕೇರಳ ಪುತ್ರರ ಪ್ರದೇಶಗಳಲ್ಲಿ ಮತ್ತು ತಾಮ್ರಪರ್ಣ(ಶ್ರೀಲಂಕಾ)ಯಲ್ಲಿಯೂ ತನ್ನ ಸರ್ಕಾರದ ವೈದ್ಯಕೀಯ ಸೌಲಭ್ಯಗಳನ್ನು ವಿಸ್ತರಿಸಿದ ಬಗ್ಗೆ ತಿಳಿದುಬರುತ್ತದೆ. ಹದಿಮೂರನೆಯ ಶಿಲಾಶಾಸನದಲ್ಲಿ ಧಮ್ಮ ಬೋಧನೆಗಾಗಿ ರಾಜನ ಪ್ರತಿನಿಧಿಗಳು 'ಚೋಳ, ಪಾಂಡ್ಯ ಮತ್ತು ಬಹು ದೂರದ ತಾಮ್ರಪರ್ಣಿ ರಾಜ್ಯಗಳಿಗೂ ಭೇಟಿ ನೀಡಿದ್ದ ವಿಷಯ ಪ್ರಸ್ತಾಪವಾಗಿದೆ. ಚೋಳರು ಮತ್ತು ಪಾಂಡ್ಯರು ದಕ್ಷಿಣ ಭಾರತದ ಎರಡು ಪ್ರಮುಖ ಅಧಿಕಾರ ಕೇಂದ್ರಗಳಾಗಿದ್ದು, ಸಾತಿಯ ಪುತ್ರರು ಮತ್ತು ಕೇರಳಪುತ್ರರು ಅಷ್ಟು ಪ್ರಾಮುಖ್ಯತೆಯನ್ನು ಪಡೆದಿರಲಿಲ್ಲವೆಂದು ಲಭ್ಯ ಮಾಹಿತಿಗಳು ತಿಳಿಸುತ್ತವೆ. ಚೋಳರ ರಾಜ್ಯವು ಪಾರಂಪರಿಕವಾಗಿ ಕಾವೇರಿ ನದೀ ಮುಖಜ ಭೂಮಿ(ಡೆಲ್ಟಾ)ಯಲ್ಲಿ ಹರಡಿತ್ತು. ಅದರ ಕೇಂದ್ರ ತಂಜಾವೂರು ನಗರ. ಈ ರಾಜ್ಯದ ಬಗ್ಗೆ ಹೇಳುವಾಗ ಆಳಿದವರ ವಂಶದ ಮೂಲಕವೇ ರಾಜ್ಯ(ಕಳಿಂಗದ ವಿಷಯದಲ್ಲಿರುವಂತೆ 1.5) ವನ್ನು ಗುರುತಿಸಿದ್ದರೂ, ಅವುಗಳು ಯಾವುದೇ ಬುಡಕಟ್ಟುಗಳ ಹೆಸರುಗಳಾಗಿರಲಿಲ್ಲ. ಹಿಂದೆ ಪ್ರಾಂತ್ಯಗಳನ್ನು ಸೂಚಿಸಲು ಅವುಗಳನ್ನು ಆಳಿದವರ ವಂಶಗಳಿಗೆ ಬಹುವಚನ ರೂಪವನ್ನು ನೀಡುವುದು ಪದ್ಧತಿಯಾಗಿತ್ತು. ಮುಕ್ರಾನ್, ಕರ್ಮಾನ್, ಖುರಾಸಾನ್, ಇರಾನ್ ಮುಂತಾದ ಹೆಸರುಗಳಲ್ಲಿ 'ಆನ್' ಬಹುವಚನವನ್ನು ಸೂಚಿಸುವ ಪ್ರಯೋಗ. ಅದೇ ರೀತಿಯಲ್ಲಿ ಕೆಲವು ಹೆಸರುಗಳ ತುದಿಯಲ್ಲಿ 'ಪುತೋ' (ಪುತ್ರ) ಎನ್ನುವ ಶಬ್ದ ಪ್ರಯೋಗವು ಆಯಾ ವಂಶಗಳ ಮೂಲಪುರುಷರ ವಾರಸುದಾರರು ಎಂದು ಹೇಳುವ ಒಂದು ವಿಧಾನ. (ಉದಾ: ಕೇರಳಪುತ್ರ, ಸಾತಿಯಪುತ್ರ ಇತ್ಯಾದಿ) ಸಾತಿಯಪುತ್ರ ಎನ್ನುವ ಪದವು ತಮಿಳುನಾಡಿನ ವಿಲ್ಲುಪರಂ ಜಿಲ್ಲೆಯಲ್ಲಿನ ಜಂಬೈ ಎಂಬಲ್ಲಿ ದೊರೆತ, ಕ್ರಿ.ಶ.ಒಂದನೆಯ ಶತಮಾನಕ್ಕೆ ಸೇರಿದ ತಮಿಳು ಬ್ರಾಹ್ಮಿ ಶಾಸನದಲ್ಲಿ ಬಳಕೆಯಾಗಿದೆ. ಇದರಿಂದಾಗಿ ಸಾತಿಯಪುತ್ರರ ಪ್ರಾಂತ್ಯವನ್ನು ಗುರುತಿಸುವುದು ಸಾಧ್ಯವಾಗಿದೆ; ಮತ್ತು 'ಸಾತಿಯಪುತ್ರರು' ಅಭಿಜಾತ್ಯ ತಮಿಳು ಶಬ್ದವಾದ 'ಅತಿಯಮಾನ್'ಗೆ ಸಂವಾದಿಯಾಗಿ ಬಳಕೆಯಾಗಿದ್ದೆಂದು ಅರ್ಥಮಾಡಿಕೊಳ್ಳಬಹುದು. ಅದೇ ರೀತಿಯಲ್ಲಿ, ಅಶೋಕನ ಶಾಸನಗಳಲ್ಲಿನ 'ಕೇರಳ ಪುತ್ರ'ರೇ ತಮಿಳಿನ 'ಚೇರಮಾನ್' ಎಂದೂ, ಚೇರರು ಪ್ರಾರಂಭದಲ್ಲಿ ಕೇರಳದಲ್ಲಿರಲಿಲ್ಲ, ಬದಲಿಗೆ ತಮಿಳುನಾಡಿನ ಕೋಯಂಬತ್ತೂರು ಜಿಲ್ಲೆಯ ಪ್ರದೇಶದವರೆಂದೂ ತಿಳಿದು ಬರುತ್ತದೆ (ನಕ್ಷೆ 2.5).

ಕರ್ನಾಟಕ ಮತ್ತು ದಕ್ಷಿಣ ಆಂಧ್ರದಲ್ಲಿಯೂ ಹಲವೆಡೆ ಅಶೋಕನ ಶಾಸನಗಳು ಪತ್ತೆಯಾಗಿವೆ. ಆದರೆ ಇವೆಲ್ಲವೂ ಅಕ್ಷಾಂಶದ ಉತ್ತರಕ್ಕೆ 14 ಡಿಗ್ರಿಗಳ ಮೇಲಿನ ಪ್ರದೇಶಗಳಲ್ಲಿ, ಅಂದರೆ ಕರ್ನಾಟಕದ ಇಂದಿನ ರಾಜಧಾನಿಯಾದ ಬೆಂಗಳೂರಿನಿಂದ ಸಾಕಷ್ಟು ದೂರದಲ್ಲಿ, ಉತ್ತರಕ್ಕೆ ಲಭ್ಯವಾಗಿವೆ. ಆಂಧ್ರದ ಕರಾವಳಿಯ ಅಮರಾವತಿಯ ಬಳಿಯೂ ಒಂದು ಶಾಸನ ದೊರೆತಿದೆ. ಈ ಫಲಕವು ಸ್ತಂಭವೊಂದರ ಭಾಗವೆಂದು ಕಾಣುತ್ತದೆ(ನೋಡಿ 2.1). ಅಮರಾವತಿಯಲ್ಲಿಯೇ ಇನ್ನೂ ಹಲವು ಪ್ರಾಕೃತ ಭಾಷೆಯ ಶಾಸನಗಳೂ ದೊರೆತಿವೆ. ಅವುಗಳಲ್ಲಿ ಬಳಕೆಯಾಗಿರುವುದು ಬ್ರಾಹ್ಮಿ ಲಿಪಿ. ಅವೆಲ್ಲವೂ ಮೌರ್ಯರ ಆಡಳಿತದ ಕೊನೆಯ ಘಟ್ಟಕ್ಕೆ ಅಥವಾ ಕ್ರಿ.ಪೂ. ಎರಡನೆಯ ಶತಮಾನಕ್ಕೆ ಸೇರಿರುವವೆಂದು ಊಹಿಸಲಾಗಿದೆ. ಇವೆಲ್ಲವೂ ಒಂದು ಬೌದ್ಧ ಸ್ತೂಪಕ್ಕೆ ಸಂಬಂಧಿಸಿರುವಂಥವು. ಭಟ್ಟಿಪ್ರೋಲು ಎಂಬ ಅದೇ ಪ್ರದೇಶದ ಮತ್ತೊಂದು ಜಾಗದಲ್ಲಿ ಪ್ರಾಕೃತ ಭಾಷೆಯಲ್ಲಿನ ಬೌದ್ಧ ಸಂಪುಟ ಶಾಸನಗಳೂ ದೊರೆತಿವೆ. ಇದರಲ್ಲಿ ಬಳಸಲಾಗಿರುವ ಬ್ರಾಹ್ಮಿ ಲಿಪಿಯ ಬರಹದಲ್ಲಿ ವ್ಯಂಜನಗಳ ಅಂತರ್ಭಾಗವಾಗಿರುವ 'ಅ' ಸ್ವರವನ್ನು ಕೈಬಿಡಲಾಗಿದೆ. ಈ ವಿಷಯದಲ್ಲಿ ಈ ಬರವಣಿಗೆಯ ಮೇಲೆ ಆರಂಭದ ತಮಿಳು ಲಿಪಿಯ ಅಥವಾ ದ್ರಾವಿಡ ಬರಹದ ಪ್ರಭಾವವು ಸ್ಪಷ್ಟವಾಗಿ ಕಾಣುತ್ತದೆ.

ಇವುಗಳ ಪರಿಶೀಲನೆ ಒಂದು ವಿಷಯವನ್ನಂತೂ ಖಾತ್ರಿ ಪಡಿಸುತ್ತದೆ. ಭಟ್ಟಿಪ್ರೋಲು ಬಳಿಯ ಶಾಸನದಲ್ಲಿನ ಲಿಪಿಯು ತಮಿಳುನಾಡಿನಲ್ಲಿ ನಂತರದಲ್ಲಿ ಕಾಣಿಸಿಕೊಂಡ ತಮಿಳು ಬ್ರಾಹ್ಮಿ ಲಿಪಿಗೆ ದಾರಿ ಮಾಡಿಕೊಡುವಂಥದ್ದಾಗಿತ್ತು. 'ತಮಿಳು ಬ್ರಾಹ್ಮಿ' ಲಿಪಿಯ ಈ ಶಾಸನಗಳ ಒಕ್ಕಣೆಯನ್ನು ಓದಿ, ಅರ್ಥೈಸಲು ಸಾಧ್ಯವಾಗಿದ್ದು ಕೆಲವು ವಿಷಯಗಳು ಸ್ಪಷ್ಟವಾದ ನಂತರವೇ. ಅವುಗಳೆಂದರೆ:

1 ತಮಿಳುನಾಡಿನ ಬ್ರಾಹ್ಮಿ ಲಿಪಿಯಲ್ಲಿ ಬಳಸಿರುವ ವ್ಯಂಜನಗಳಲ್ಲಿ 'ಅ' ಸ್ವರವಿರುವುದಿಲ್ಲ; ಭಟ್ಟಿಪ್ರೋಲುವಿನ ಹತ್ತಿರದ ಶಾಸನದಲ್ಲಿಯೂ ಈ ಅಂಶವನ್ನು ಕಾಣಬಹುದು;

2 ತಮಿಳು ವ್ಯಂಜನಗಳಾದ ಳ್, ಲ್, ನ್, ಮತ್ತು ರ್ ಗಳನ್ನು ಬಿಂಬಿಸಲು ಹೆಚ್ಚುವರಿಯಾಗಿ ಕೆಲವು ಅಕ್ಷರಗಳನ್ನು ಉಪಯೋಗಿಸಲಾಗಿದೆ;

3 ಅಶೋಕನ ಕಾಲದ ಪ್ರಾಕೃತ (ಭಾಷಾ ಪ್ರಭೇದ 'ದ')ದ ಪ್ರಭಾವ ಕಂಡು ಬಂದರೂ ಸಹ, ತಮಿಳುಭಾಷೆಯನ್ನೇ ಬಳಸಲಾಗಿದೆ. ಈ ಭಾಷೆಯು ಅಶೋಕನ ಕಾಲದ ಬ್ರಾಹ್ಮಿಗೆ ಹತ್ತಿರವಾಗಿರುವುದರಿಂದ ಅದನ್ನು ಬಳಸಿರುವ ಶಾಸನಗಳು ಮೌರ್ಯರ ಆಡಳಿತದ ಕೊನೆಯ ವರ್ಷಗಳು ಮತ್ತು ಕ್ರಿ.ಪೂ. ಎರಡನೆಯ ಶತಮಾನಕ್ಕೆ ಸೇರಿದವೆಂದು ಹೇಳಬಹುದು. ಈ ಎಲ್ಲ ಅಂಶಗಳೂ ಶಾಸನಗಳಲ್ಲಿ ಬಳಕೆಯಾದ ಭಾಷೆಗಳಲ್ಲಿ ಪ್ರಾಕೃತವನ್ನು ಹೊರತು ಪಡಿಸಿದರೆ ತಮಿಳು ಭಾರತದ ಅತ್ಯಂತ ಪ್ರಾಚೀನ ಭಾಷೆ ಎಂಬುದನ್ನು ಸಾಬೀತು ಮಾಡುತ್ತವೆ.

ಮೌರ್ಯರ ಆಡಳಿತದ ಕೊನೆಯ ಭಾಗ ಅಥವಾ ಆ ಸಾಮ್ರಾಜ್ಯದ ಪತನದ ನಂತರದ ದಿನಗಳಿಗೆ ಸೇರಿದವು ಎನ್ನಬಹುದಾದ ತಮಿಳು ಬ್ರಾಹ್ಮಿ ಶಾಸನಗಳು ಹೆಚ್ಚಾಗಿ ಕಂಡುಬಂದಿರುವುದು ಮಧುರೈ ಜಿಲ್ಲೆಯಲ್ಲಿ. ಕೇವಲ ಎರಡು ಜಾಗಗಳು ಮಾತ್ರ ಆ ಜಿಲ್ಲೆಯ ಹೊರಗಿವೆ. ಅವುಗಳಲ್ಲಿ ಒಂದು ಆ ಜಿಲ್ಲೆಯ ಉತ್ತರದಲ್ಲಿ ಗಡಿಯ ಹತ್ತಿರದಲ್ಲಿ, ಮತ್ತೊಂದು ದಕ್ಷಿಣ ಭಾಗದಲ್ಲಿ ತಿರುನಲ್ವೇಲಿಯಿಂದ ಸ್ವಲ್ಪ ದೂರದಲ್ಲಿ, ತಾಮ್ರ ಪರ್ಣಿ ನದೀ ತೀರದಲ್ಲಿ ಕಂಡು ಬಂದಿದೆ. ಅಂದರೆ, ಈ ಶಾಸನಗಳೆಲ್ಲವೂ ಪಾರಂಪರಿಕವಾಗಿ ಪಾಂಡ್ಯ ದೇಶವೆಂದು ಕರೆಯಲಾಗುವ ಪ್ರದೇಶದಲ್ಲಿಯೇ ದೊರೆತಿವೆ ಎಂದಾಯಿತು. ಆದರೆ ತಮಿಳು ಬ್ರಾಹ್ಮಿ ಲಿಪಿಯ ಬರಹವನ್ನು ಹೊಂದಿರುವ ಮಡಕೆಯ ಚೂರುಗಳು ಕ್ರಿ.ಪೂ. ಎರಡನೆಯ ಶತಮಾನಕ್ಕೆ ಸೇರಿದ್ದು, ಅವೆಲ್ಲವೂ ದೊರೆತಿರುವುದು ದೂರದ ಪುದುಚೇರಿಯ ಅರಿಕೆಮೇಡು, ಈರೋಡ್ ಜಿಲ್ಲೆಯ ಕೊಡುಮನಲ್ ಮತ್ತು ರಾಮೇಶ್ವರದ ಬಳಿಯ ಅಂಗಂಕುಳಂಗಳಲಿ ಎನ್ನುವುದು ಗಮನಾರ್ಹ ಸಂಗತಿ.

ಸಾಧಾರಣವಾಗಿ ಶಿಲಾಶಾಸನಗಳು ಒಂದು ವರ್ಗದ ಜನ ಮಾಡುವ ದಾನಗಳ ವಿವರಗಳನ್ನೊಳಗೊಂಡಿರುತ್ತವೆ. ಇವು ಮುಖ್ಯವಾಗಿ ಜೈನ ಸನ್ಯಾಸಿಗಳಿಗಾಗಿ ನೀಡಲಾಗಿದ್ದ ಗುಹೆಗಳು ಮತ್ತು ಆಶ್ರಮಗಳಾಗಿರುತ್ತಿದ್ದವು. ಶ್ರೀಲಂಕಾದಲ್ಲಿ ಬೌದ್ಧರಿಗೆ ಸಿಕ್ಕ ಪ್ರೋತ್ಸಾಹಕ್ಕೆ ಹೋಲಿಸಬಹುದಾದಂಥ ರೀತಿಯಲ್ಲಿಯೇ ಪಾಂಡ್ಯರ ರಾಜ್ಯದಲ್ಲಿ ಜೈನರಿಗೂ ಬೆಂಬಲ ದೊರೆತಿತು. ಅಶೋಕನ ಶಾಸನಗಳಲ್ಲಿ ಕಂಡು ಬರುವ 'ಪಾಂಡಿಯ' ಮತ್ತು 'ಮತ್ತಿರೈ' (ಮಧುರೆ) ಈ ಎರಡೂ ಪದಗಳು ಮಹಾಭಾರತದ 'ಪಾಂಡವ' ಹಾಗೂ 'ಮಧುರಾ'ಗಳನ್ನು ನೆನಪಿಸುತ್ತವೆ. ಆ ಹೊತ್ತಿಗೆ ಆ ಪ್ರಾಂತ್ಯದಲ್ಲಿ ಉತ್ತರ ಭಾರತದ ಬ್ರಾಹ್ಮಣೀಯ ಅಂಶಗಳ ಪ್ರಭಾವವನ್ನು ಈ ಶಬ್ದಗಳ ಬಳಕೆಯಲ್ಲಿ ನೋಡಬಹುದು.

ತಮಿಳು ಬ್ರಾಹ್ಮಿ ಶಾಸನಗಳು ಹಲವು ಇತರ ವಿಷಯಗಳ ಕುರಿತಾದ ಮಾಹಿತಿಯನ್ನು ಒಳಗೊಂಡಿವೆ. 'ನೆಡುಂಜೆಳಿಯನ್' ಎನ್ನುವ ಹೆಸರು ಪ್ರಸ್ತಾಪವಾಗಿದ್ದು, ಅದು ಪಾಂಡ್ಯ ರಾಜನೊಬ್ಬನ ಹೆಸರಾಗಿರಬಹುದು. 'ಮುತ್ತು, ರತ್ನಗಳ ಅಧಿಕಾರಿ' (ಕಾಳಿಟಿಕ) ಎನ್ನುವ ಹುದ್ದೆಯೂ ಪಾಂಡ್ಯ ರಾಜ್ಯದ ಆರ್ಥಿಕತೆಯಲ್ಲಿ ಟ್ಯುಟಿಕೋರಿನ್‌ನ ರತ್ನಗಳ ಉದ್ದಿಮೆಯ ಪ್ರಾಮುಖ್ಯತೆಯನ್ನು ಸೂಚಿಸುತ್ತದೆ. ಅದೇ ಅಧಿಕಾರಿಯು ವೃತ್ತಿ ಸಂಘದ ಮುಖ್ಯಸ್ಥನೂ ಆಗಿದ್ದನು. ಈ ವೃತ್ತಿ ಸಂಘವನ್ನು ನಿಕಮ ಎನ್ನಲಾಗುತ್ತದೆ. ಕಟ್ಟಡ ನಿರ್ಮಾಣದ ಕೆಲಸ ಹಲವು ಬಾರಿ ಪ್ರಸ್ತಾಪವಾಗಿದ್ದು, ಅದು ಒಂದು ಕುಟುಂಬದ ವೃತ್ತಿಯಾಗಿ ಕಂಡು ಬರುತ್ತದೆ. ಮತ್ತಿರೈ (ಮಧುರೆ) ಎನ್ನುವ ಹೆಸರು ಬಾರಿ ಬಾರಿ ಪ್ರಸ್ತಾಪವಾಗಿದೆ. ಅದು ಒಂದು ಮುಖ್ಯ ಪಟ್ಟಣವಾಗಿದ್ದು, ಪಾಂಡ್ಯರ ರಾಜಧಾನಿಯಾಗಿರುವ ಸಾಧ್ಯತೆ ಇದೆ. ಕೃಷಿ ಉತ್ಪನ್ನವಾಗಿ ಭತ್ತ (ನೆಲ್)ನ ಹೆಸರು ಮಾತ್ರ ಕಂಡು ಬರುತ್ತದೆ. ಶಾಸನವೊಂದರಲ್ಲಿ ಒಂದು ಹಳ್ಳಿ(ಊರ್)ಯೂ ಪ್ರಸ್ತಾಪವಾಗಿದ್ದು ಆ ಊರಿನ ಜನರೆಲ್ಲಾ ಒಂದು ಗೂಡಿ ಒಂದು ದೊಡ್ಡ ಕೆರೆಯೊಂದನ್ನು ನಿರ್ಮಿಸುವ ಬಗ್ಗೆ ಹೇಳಲಾಗಿದೆ. ಆದರೆ, ಆ ಕೆರೆಯು ಊರಿನ ಬೇಸಾಯಕ್ಕೆ ಬೇಕಾಗುವ ನೀರಿಗಾಗಿಯೇ, ಅಥವಾ ಜೈನ ಸನ್ಯಾಸಿಗಳ

ಉಪಯೋಗಕ್ಕೋ ಎನ್ನವುದು ಸ್ಪಷ್ಟವಿಲ್ಲ. ಆ ಕಾಲದಲ್ಲಿ ಆ ಪ್ರದೇಶದಲ್ಲಿ ಜಾತಿ ವ್ಯವಸ್ಥೆ ಯಾವುದೇ ರೂಪದಲ್ಲಿಯಾದರೂ ಇದ್ದೀತೇ ಎಂದು ಹೇಳಲು ಆಧಾರಗಳಿಲ್ಲ.

'ದೀಪವಂಶ' ಹಾಗೂ 'ಮಹಾವಂಶ' ಶ್ರೀಲಂಕಾದ ಪಾರಂಪರಿಕ ಇತಿಹಾಸವನ್ನು ಪ್ರಸ್ತುತಪಡಿಸುವ ಕೃತಿಗಳಾಗಿದ್ದು ಕ್ರಿ.ಪೂ. ಮೂರನೆಯ ಶತಮಾನದಲ್ಲಿ ಅಶೋಕನ ಪ್ರಯತ್ನಗಳಿಂದಾಗಿ ಬೌದ್ಧ ಧರ್ಮವು ಆ ದ್ವೀಪದಲ್ಲಿ ಮನೆಮಾಡಿದ ಪುರಾಣಗಳಲ್ಲಿ ವಿಜಯ ಎಂಬ ಯುವರಾಜನು ಉತ್ತರ ಭಾರತದಿಂದ ಸಿಂಹಪುರವೆಂಬ ಪಟ್ಟಣಕ್ಕೆ ಬಂದ ವಿಷಯವು ಪ್ರಸ್ತಾಪಿತವಾಗಿದೆ. ಆದರೆ ಈ ಪಟ್ಟಣ ಯಾವ ಸ್ಥಳದಲ್ಲಿದೆ ಎನ್ನುವುದು ತಿಳಿಯುವುದಿಲ್ಲ. ತನ್ನ ಅನುಯಾಯಿಗಳ ಸಹಾಯ ಪಡೆದು ಗೌತಮಬುದ್ಧನ ನಿಧನದ ಸಮಯದಲ್ಲಿ (ಕ್ರಿ.ಪೂ. ಐದನೆಯ ಶತಮಾನದ ಆದಿಭಾಗ) ವಿಜಯನು ರಾಜ್ಯವನ್ನು ಸ್ಥಾಪಿಸಿದನೆಂದು ತಿಳಿಸಲಾಗಿದೆ. ಈ ಮಾಹಿತಿಯನ್ನಾಧರಿಸಿ ಸಿಂಹಳಿ ಭಾಷೆಯು ಸಹ ಇಂಡೋ–ಆರ್ಯನ್ ಗುಂಪಿಗೆ ಸೇರಿದ್ದೆಂದು ವ್ಯಾಖ್ಯಾನಿಸಲಾಗುತ್ತಿದೆ. ಆದರೆ ಶ್ರೀಲಂಕಾದ ಪಾರಂಪರಿಕ ಆಕರಗಳ ಪ್ರಕಾರ, ವಿಜಯನು ಈ ರಾಜ್ಯಕ್ಕೆ ಬಂದ ನಂತರ 'ಮಧುರೆ' ಯನ್ನು ರಾಜಧಾನಿಯಾಗಿ ಹೊಂದಿದ್ದ ಪಾಂಡ್ಯ ರಾಜ್ಯದಿಂದ ಹಲವರು ಮಹಿಳೆಯರನ್ನು ಅಲ್ಲಿಗೆ ಕರೆತಂದನೆನ್ನಲಾಗಿದೆ. (ಮಹಾವಂಶ, VII 48-74) ಸಿಂಹಳ ದೇಶದ ಆಗಿನ ರಾಜಧಾನಿಯಾಗಿದ್ದ ಅನೂರಾಧಪುರ(ಅನುರಾಧಗಾಮ)ದ ಬಳಿ ಪುರಾತತ್ವಶಾಸ್ತ್ರಜ್ಞರು ನಡೆಸಿದ ಶೋಧನೆಯಲ್ಲಿ ಪ್ರಾಚೀನ ಶ್ರೀಲಂಕಾದಲ್ಲಿ ಇಂಡೋ–ಆರ್ಯನರ ಇರುವಿಕೆಯ ಸಾಕ್ಷ್ಯಗಳು ಪತ್ತೆಯಾಗಿವೆ. ಈ ಸಾಕ್ಷ್ಯಗಳಲ್ಲಿ ಅತಿಮುಖ್ಯವಾದದ್ದು ಕ್ರಿ.ಶ.450–275 ಕಾಲಘಟಕ್ಕೆ ಸೇರಿದ ಮಡಕೆಯ ಚೂರುಗಳ ಮೇಲೆ ಕಂಡು ಬಂದ ಬ್ರಾಹ್ಮಿ ಲಿಪಿಯ ಬರವಣಿಗೆ. ಆ ಸಂಶೋಧನೆಯ ಫಲವಾಗಿ ದೊರೆತ ವಸ್ತುಗಳು ಸಂಖ್ಯೆಯಲ್ಲಿ ಕಡಿಮೆ ಇದ್ದರೂ, ಅವುಗಳಲ್ಲಿನ ಭಾಷೆ ನಿಸ್ಸಂದೇಹವಾಗಿ ಪ್ರಾಕೃತವೆಂದು ಸಿದ್ಧಪಟ್ಟಿದೆ. ಮುಂದೆ, ಅನುರಾಧಪುರವು, ರಾಜ್ಯದ ರಾಜಧಾನಿಯಾದ್ದರಿಂದ, ಒಂದು ದೊಡ್ಡ ಪಟ್ಟಣವಾಗಿ ರೂಪುಗೊಳ್ಳುವತ್ತ ಬೆಳೆಯಿತು. ಆ ಪಟ್ಟಣದಲ್ಲಿ ವಸತಿ ಪ್ರದೇಶವೇ 70 ಹೆಕ್ಟೇರುಗಳಷ್ಟು ವಿಶಾಲವಾಗಿತ್ತು. ಅಲ್ಲಿ ನಡೆಯುತ್ತಿದ್ದ ವ್ಯಾಪಾರದಿಂದಾಗಿ ಸಾಕಷ್ಟು ಶ್ರೀಮಂತಪಟ್ಟಣವಾಗಿಯೂ ಬೆಳೆದು, ಆಫ್ಘಾನಿಸ್ತಾನ ಅಥವಾ ಬಲೂಚಿಸ್ತಾನದಿಂದ ಆಮದು ಮಾಡಿಕೊಂಡಿದ್ದ ವೈಢೂರ್ಯಗಳು ಮತ್ತು ಗುಜರಾತಿನಿಂದ ಆಮದಾಗಿದ್ದ ಪ್ರಶಸ್ತ ಶಿಲೆಗಳು ಆಗಿನ ವೈಭವಕ್ಕೆ ನಿದರ್ಶನಗಳಾಗಿ ನಿಂತಿವೆ.

ಮೇಲೆ ಪ್ರಸ್ತಾಪಿಸಿದ ಆಕರಗಳಲ್ಲಿ ಕಂಡು ಬಂದ ಲಿಪಿ ಮತ್ತು ಭಾಷೆಯ ವಿವರಗಳು ಭಾರತದ ಜತೆ ಶ್ರೀಲಂಕಾದ ಸಾಂಸ್ಕೃತಿಕ ನಂಟಿನ ಕುರಿತಾಗಿ ಹಲವು ಆಸಕ್ತಿಕರ ಪ್ರಶ್ನೆಗಳಿಗೆ ದಾರಿ ಮಾಡಿಕೊಡುತ್ತವೆ. ಅಶೋಕನ ಆಳ್ವಿಕೆಯ ಕೊನೆಯ ಭಾಗದ ಕಾಲಘಟ್ಟಕ್ಕೆ ಸೇರಿವೆ ಎನ್ನಬಹುದಾದ ಶ್ರೀಲಂಕಾದ ಆಕರಗಳಲ್ಲಿನ ಪ್ರಾಕೃತದ ಮೇಲೆ ಮಾಗಧಿಯ ಪ್ರಭಾವವು ಹೆಚ್ಚಾಗಿ ಕಂಡುಬರುವುದಿಲ್ಲ. ಮಾಗಧಿಯಂತೆಯೇ ಆ ಪ್ರಾಕೃತದಲ್ಲಿಯೂ ಸಂಯುಕ್ತ ವ್ಯಂಜನಗಳ (ಉದಾ: ಕ್ಲ) ಬಳಕೆ ಇಲ್ಲ. ದೀರ್ಘಸ್ವರಗಳು ಮತ್ತು ಸಂಯುಕ್ತ ಸ್ವರದ್ವಯಗಳು (ಉದಾ ಆ, ಐ, ಔ, ಈ, ಊ) ಸಹ ಶ್ರೀಲಂಕಾದ

ಅಂದಿನ ಪ್ರಾಕೃತದಲ್ಲಿ ಕಾಣುವುದಿಲ್ಲ. ಈ ವಿವರವು ವಾಯುವ್ಯ ಭಾರತದಲ್ಲಿ ಅಶೋಕನ ಶಾಸನಗಳಲ್ಲಿ ಬಳಕೆಯಾದ ಖರೋಷ್ಠಿ ಲಿಪಿಯ ಪ್ರಾಕೃತದ ಜತೆ ಶ್ರೀಲಂಕಾದ ಪ್ರಾಕೃತದ ಸಾಮೀಪ್ಯವನ್ನು ತೋರುತ್ತದೆ. ಶ್ರೀಲಂಕಾದ ಪ್ರಾಕೃತದ ಮತ್ತೊಂದು ಲಕ್ಷಣವೆಂದರೆ ಅದರಲ್ಲಿ ಮಹಾಪ್ರಾಣಗಳು ಬಳಕೆಯಾಗಿಲ್ಲ, ಮತ್ತು 'ಸ' ಶಬ್ದವು ನಿಧಾನವಾಗಿ 'ಹ'ಗೆ ದಾರಿ ಮಾಡಿಕೊಟ್ಟಿದೆ. ಈ ಲಕ್ಷಣವು ಆ ಭಾಷೆಯ ಮೇಲೆ ಇರಾನಿನ ಪ್ರಭಾವಕ್ಕೆ ನಿದರ್ಶನವಾಗುತ್ತದೆ. ಈ ಎಲ್ಲ ವಿವರಗಳಿಂದ ನಮಗೆ ಎರಡು ಅಂಶಗಳು ಸ್ಪಷ್ಟವಾಗುತ್ತವೆ: ಅ) ಶ್ರೀಲಂಕಾದ ಮೂಲ ಪ್ರಾಕೃತವು ಭಾರತದ ವಾಯುವ್ಯ ಪ್ರದೇಶದ ಪ್ರಾಕೃತ ಪ್ರಭೇದದಿಂದ ಜನಿಸಿದ್ದಾಗಿದೆ. ಆ) ಕ್ರಿ.ಪೂ. 5 ಅಥವಾ 4ನೆಯ ಶತಮಾನದ ಶ್ರೀಲಂಕಾದಲ್ಲಿ ಬಳಕೆಯಾದ ಬ್ರಾಹ್ಮಿಲಿಪಿಯು ಅರಮಿಕ್ ಭಾಷೆಯ ಪ್ರಭಾವದಿಂದಲೇ ಸೃಷ್ಟಿಯಾದದ್ದು. ಅರಮಿಕ್ ಭಾಷೆಯಲ್ಲಿನ ಹ್ರಸ್ವಸ್ವರಗಳು, ಶ್ರೀಲಂಕಾದ ಬ್ರಾಹ್ಮಿಯಲ್ಲಿಯೂ ಪ್ರತಿಯೊಂದು ವ್ಯಂಜನದ ಭಾಗವಾಗಿರುವ ಹ್ರಸ್ವಸ್ವರಗಳ ರೂಪದಲ್ಲಿ ಆ ಭಾಷೆಯ ಮೇಲೆ ತಮ್ಮ ಪ್ರಭಾವವನ್ನು ಪ್ರದರ್ಶಿಸಿದವು. ಪುರಾತತ್ವಶಾಸ್ತ್ರೀಯ ಸಾಕ್ಷ್ಯಗಳು ಅಶೋಕನಿಗಿಂತಲೂ ಹಿಂದಿನ ಬ್ರಾಹ್ಮಿ ಬರಹವು ಶ್ರೀಲಂಕಾದಲ್ಲಿ ಮಾತ್ರ ದೊರೆತಿದೆ ಎಂದು ಸಾರುತ್ತವೆ. ಈ ಅಂಶವನ್ನಾಧರಿಸಿ ಹೇಳಬಹುದಾದರೆ, ಆ ಲಿಪಿಯು ಮೌರ್ಯರ ಕಾಲದಲ್ಲಿ ಭಾರತವನ್ನು ಪ್ರವೇಶಿಸಿತೆನ್ನಬಹುದು. ಪಿಪ್ರಾಹ್ವ ಮತ್ತು ಸೋಗಾರಾಗಳಲ್ಲಿ ಮೌರ್ಯರ ಕಾಲದ ಎರಡು ಬ್ರಾಹ್ಮಿ ಲಿಪಿಯ ಶಾಸನಗಳು ಪತ್ತೆಯಾದವು. ಇವೆರಡೂ ಬೇರೆಲ್ಲೆಡೆಯೂ ದೊರೆತ ಅಶೋಕನ ಶಾಸನಗಳ ಸಂಗ್ರಹದಿಂದ ಭಿನ್ನವಾಗಿ ನಿಲ್ಲುವಂಥವು. ಇವುಗಳಲ್ಲಿ ದೀರ್ಘ ಸ್ವರಗಳೂ ಕಾಣುವುದಿಲ್ಲ. ಇದೇ ಲಕ್ಷಣವು ಶ್ರೀಲಂಕಾದ ಬ್ರಾಹ್ಮಿ ಲಿಪಿಯಲ್ಲಿಯೂ ಇರುವುದು ಅವುಗಳ ನಡುವಿನ ಸಾಮ್ಯವನ್ನು ಸ್ಪಷ್ಟಪಡಿಸುತ್ತದೆ. ಒಟ್ಟಾರೆ, ಅಶೋಕನ ಕಾಲದ ಬ್ರಾಹ್ಮಿ ಲಿಪಿಯು ಆಮದಾದ ಲಿಪಿ ಮತ್ತು ಅದರಲ್ಲಿ ಕೆಲವು ಬದಲಾವಣೆಗಳ ಆಧಾರದ ಮೇಲೆ ಪ್ರಮಾಣೀಕೃತ ರೂಪವನ್ನು ಪಡೆಯಿತು. ಕೆಲವು ಹೊಸ ಅಕ್ಷರಗಳು ಮತ್ತು ದೀರ್ಘಸ್ವರ ಚಿಹ್ನೆಗಳ ಸೇರ್ಪಡೆ ಆ ರೀತಿಯ ಬದಲಾವಣೆಗಳಲ್ಲಿ ಮುಖ್ಯವಾದುದು (ನೋಡಿ 3.4).

ಕೋಷ್ಟಕ 2.2 : ಕಾಲಾನುಕ್ರಮಣಿಕೆ

	ಅಶೋಕನ ಆಡಳಿತದ ವರ್ಷ	ಕ್ರಿಸ್ತ. ಪೂರ್ವ
ಅಶೋಕನ ಸಿಂಹಾಸನಾರೋಹಣ	–	270
ಕಳಿಂಗಯುದ್ಧ ಮತ್ತು ಜಯ (13ನೆಯ ಶತಮಾನ)	8	262
ಸಂಬೋಧಿಗೆ ಪಯಣ (8ನೆಯ ಶಿಲಾಶಾಸನ), ಧರ್ಮದ ಘೋಷಣೆ (ಕಾಂದಹಾರ್ ದ್ವಿಭಾಷಿಕ), ಗೌಣಶಿಲಾ ಶಾಸನಗಳ ಸಂಭಾವ್ಯಕಾಲ	10	260

	ಅಶೋಕನ ಆಡಳಿತದ ವರ್ಷ	ಕ್ರಿಸ್ತ. ಪೂರ್ವ
ಇಮ್ಮಡಿ ಅಂತಿಯೋಕಸ್ ಮತ್ತು ಇತರ ಗ್ರೀಕ್‌ರಾಜರ ಬಳಿ ಮತ್ತು ದಕ್ಷಿಣ ಭಾರತ ಮತ್ತು ಶ್ರೀಲಂಕಾಕ್ಕೆ ಪ್ರತಿನಿಧಿಗಳನ್ನು ಕಳುಹಿಸಿದ ಕಾಲ – ಸುಮಾರು (2ನೆಯ ಮತ್ತು 13ನೆಯ ಶಿಲಾಶಾಸನ)	12	258
ಶಿಲಾಶಾಸನಗಳ ಮೊದಲನೆಯ ಸಮೂಹ (3,4 ನೆಯ ಶಿಲಾಶಾಸನ ಮತ್ತು 6ನೆಯ ಸ್ತಂಭಶಾಸನ); ಬಾರಾಬರ್ ಪರ್ವತಗಳಲ್ಲಿನ ಎರಡು ಗುಹೆಗಳನ್ನು ಆಜೀವಿಕರಿಗೆ ಕೊಡುಗೆಯಾಗಿ ನೀಡಿದ್ದು (ಗುಹಾಶಾಸನಗಳು)	12	258
ಧಮ್ಮಮಹಾಮಾತ್ರರ ನೇಮಕ (5ನೆಯ ಶಿಲಾಶಾಸನ)	13	257
5ರಿಂದ 14ನೆಯ ಶಿಲಾಶಾಸನಗಳು ಮತ್ತು 1ನೆಯ ಹಾಗೂ 2ನೆಯ ಪ್ರತ್ಯೇಕ ಶಾಸನಗಳು – ಸುಮಾರು	13	257
ಕೊನಾಕಮನಸ್ತೂಪದ ವಿಸ್ತರಣೆ (ನಿಗಲಿ ಸಾಗರದ ಸ್ತಂಭಶಾಸನ); ಬೇಟೆಯನ್ನು ನಿಷೇಧಿಸುವ ಆಜ್ಞೆ (ದೇವ್‌ಟೆಕ್ ಶಾಸನ)	14	256
ಬೇಟೆಗಾರರು ಹಾಗೂ ಮೀನುಗಾರರ 'ಬಹಿಷ್ಕಾರ' (ಲಘ್‌ಮನ್ ಅರಮಿಕ್ ಶಾಸನಗಳು)	16	254
ಶ್ರೀಲಂಕಾದ ರಾಜನಾಗಿ ದೇವನಾಂಪ್ರಿಯ ತಿಸನ ಅಧಿಕಾರಗ್ರಹಣ(ದೀಪವಂಶ)	18	252
ಬಾರಾಬರ್ ಪರ್ವತಶ್ರೇಣಿಯ 3ನೆಯ ಗುಹೆಯನಿರ್ಮಾಣ	19	251
ಲುಂಬಿನಿಗೆ ಭೇಟಿ (ರುಮ್ಮಿಂಡೈ ಸ್ತಂಭ ಶಾಸನ)	20	250
ಒಂದರಿಂದ ಆರನೆಯ ಸಂಖ್ಯೆಯ ಸ್ತಂಭ ಶಾಸನಗಳ ಪ್ರಕಟಣೆ (1,4–6ನೆಯ ಸ್ತಂಭ ಶಾಸನಗಳ), 25 ಜನ ಖೈದಿಗಳಿಗೆ ಕ್ಷಮಾದಾನ (5ನೆಯ ಸ್ತಂಭಶಾಸನ)	26	244
7ನೆಯ ಸ್ತಂಭಶಾಸನದ ನಿರ್ಮಾಣ	27	243
ತ್ರುಟಿತ ಶಾಸನ ಮತ್ತು ರಾಣಿಯ ಶಾಸನ (ಸುಮಾರು)	27	243
ಅಶೋಕನ ಮರಣ (ಪುರಾಣಗಳು, ಮಹಾವಂಶ)	36	234
ದೇವಾನಾಂಪ್ರಿಯ ತಿಸ್ಸನ ಉತ್ತರಾಧಿಕಾರಿ ಉತ್ತಿಯ ಶ್ರೀಲಂಕಾದ ರಾಜನಾದದ್ದು (ಮಹಾವಂಶ)		213

	ಅಶೋಕನ ಆಡಳಿತದ ವರ್ಷ	ಕ್ರಿಸ್ತ. ಪೂರ್ವ
ಮೌರ್ಯರ ರಾಜನಾದ ದಶರಥನು ಅಧಿಕಾರ ವಹಿಸಿಕೊಂಡದ್ದು (ಪುರಾಣಗಳು)		211 (ಸ್ವಲ್ಪ ಹಿಂದೆ)
ಭಾರತದ ಗಡಿದಾಟಿ ಅಂತಿಯೋಕಸ್‌ನ ಪ್ರವೇಶ (ಪಾಲಿಬಿಯಸ್)		206–205
ಶುಂಗವಂಶದ ಸ್ಥಾಪಕನಾದ ಪುಷ್ಯಮಿತ್ರನಿಂದ ಕೊನೆಯ ಮೌರ್ಯರಾಜನಾದ ಬೃಹದ್ರಥನ ಪದಚ್ಯುತಿ		185

ಸೂಚನೆ : ಯಾವುದೇ ಸಂದರ್ಭದಲ್ಲಿ ವ್ಯಕ್ತಿಯ ಹೆಸರು ನಿರ್ದಿಷ್ಟವಾಗಿ ಪ್ರಸ್ತಾಪವಾಗದಿದ್ದರೆ 'ಅಶೋಕ' ಎಂದು ಸ್ವೀಕರಿಸಬಹುದು

ಉಧೃತಗಳು

ಉಧೃತ 2.1 ಧರ್ಮದ ಸೂತ್ರೀಕರಣ:

ಅ) ಹನ್ನೊಂದನೆಯ ಶಿಲಾಶಾಸನ (ಅಶೋಕನ ಆಡಳಿತದ 13ನೆಯ ವರ್ಷ ಅಥವಾ ನಂತರ)

ದೇವಾನಾಂಪಿಯ ಪಿಯದಸಿ ಮಹಾರಾಜನು ಈ ರೀತಿ ಘೋಷಿಸುತ್ತಾರೆ: ಧಮ್ಮದಂಥ ಉತ್ತಮ ಉಡುಗೊರೆಯೇ ಬೇರೊಂದಿಲ್ಲ; ಧಮ್ಮದಲ್ಲಿ ಗೆಳೆತನ, ಧಮ್ಮದ ಪ್ರಕಾರ ಹಂಚಿಕೊಳ್ಳುವುದು ಅಥವಾ ಧಮ್ಮದ ಆಧಾರದಲ್ಲಿ ಬಾಂಧವ್ಯವನ್ನೂ ಬೆಳೆಸುವುದು – ಇವುಗಳು ಉತ್ಕೃಷ್ಟವಾದವು. ಧಮ್ಮವು ಕೆಳಗಿನ ಅಂಶಗಳನ್ನು ಒಳಗೊಂಡಿದೆ; ಗುಲಾಮರು ಹಾಗೂ ಸೇವಕರ ಜತೆ ಸೌಜನ್ಯಯುತ ನಡವಳಿಕೆ; ತಂದೆ ತಾಯಂದಿರಿಗೆ ವಿಧೇಯತೆ, ಸ್ನೇಹಿತರಿಗೆ, ಪರಿಚಿತರಿಗೆ ಮತ್ತು ಬಂಧುಗಳಿಗೆ, ಬ್ರಾಹ್ಮಣರಿಗೆ, ಶ್ರಮಣರಿಗೆ ದಾನ; ಪ್ರಾಣಿ ಹಿಂಸೆ ಅಥವಾ ಬಲಿ ನೀಡದಿರುವುದು; ಇಂಥ ವಿಷಯಗಳಲ್ಲಿ ತಂದೆ, ಮಗ, ಸೋದರ, ಪತಿ, ಒಡನಾಡಿ ಅಥವಾ ನೆರೆಹೊರೆಯರಾದರೂ ಸರಿ 'ಇದು ಸರಿ, ಇದನ್ನೇ ಮಾಡಬೇಕು' ಎಂದು ಹೇಳಿದಲ್ಲಿ ಈ ಸೂಚನೆಯನ್ನು ಪಾಲಿಸಿದ್ದೇ ಆದಲ್ಲಿ ಇಹ, ಪರಗಳೆರಡಲ್ಲಿಯೂ ಧಮ್ಮದ ಪಾಲನೆಯಿಂದ ಎಲ್ಲ ಒಳ್ಳೆಯದೇ ಆಗುವುದು.

ಆ) ಅರಮಿಕ್ ಭಾಷೆಯಲ್ಲಿ ಧಮ್ಮ ಸೂತ್ರಗಳ ಘೋಷಣೆ : (ಕಾಂದಹಾರ್‌ನ ಗ್ರೀಕ್ / ಅರಮಿಕ್ ದ್ವಿಭಾಷಿಕ ಶಾಸನ : ಅರಮಿಕ್ ಆವೃತ್ತಿ)

ನಮ್ಮ ಮಹಾರಾಜರಾದ ಪ್ರಿಯದರ್ಶಿಯವರು ಸಿಂಹಸನಾರೂಢರಾದ ನಂತರ ಸತ್ಯದ ಪಾಲನೆಯನ್ನು ಕೈಗೊಂಡು ಹತ್ತು ವರ್ಷಗಳು ಕಳೆದಿವೆ. ಅಂದಿನಿಂದ ಎಲ್ಲ ಜನರಲ್ಲಿಯೂ ದುರ್ಗುಣಗಳು ಕಡಿಮೆಯಾಗಿವೆ; ನಮ್ಮ ರಾಜರ ಪ್ರಯತ್ನದಿಂದಾಗಿ

ಶತ್ರುತ್ವ ಮಾಯವಾಗಿ ಭೂಮಿಯ ಮೇಲೆ ಶಾಂತಿ, ಸಂತೋಷಗಳು ತುಂಬಿವೆ. ಆಹಾರದ ಬಗ್ಗೆ ಕೆಳಗಿನ ನೀತಿಯನ್ನು ಪಾಲಿಸಲಾಗುತ್ತಿದೆ. ನಮ್ಮ ರಾಜನಿಗಾಗಿ ಕೊಲ್ಲಲ್ಪಡುವ ಪ್ರಾಣಿಗಳ ಸಂಖ್ಯೆ ಗಣನೀಯವಾಗಿ ಕಡಿತಗೊಂಡಿದೆಯಾದ್ದರಿಂದ ಪ್ರಜೆಗಳೂ ಸಹ ಪ್ರಾಣಿವಧೆಯನ್ನು ಕಡಿಮೆ ಮಾಡಿದ್ದಾರೆ. ಪ್ರಾಣಿಗಳನ್ನು ಜೀವಂತ ಹಿಡಿದಿಡುವುದನ್ನು ನಿಷೇಧಿಸಲಾಗಿದೆ. ಅದೇ ರೀತಿ, ತಮ್ಮ ಮನಸೋ ಇಚ್ಛೆ ನಡೆದುಕೊಳ್ಳುತ್ತಿದ್ದವರು ಈಗ ಒಳ್ಳೆಯ ನಡತೆಯನ್ನು ತೋರುತ್ತಿದ್ದಾರೆ. ತಂದೆ ತಾಯಂದಿರಿಗೆ ಹಿರಿಯರಿಗೆ ಗೌರವ ತೋರುವದು ಸಾಮಾನ್ಯ ಸಂಗತಿಯಾಗಿದೆ. ಧಮ್ಮಶ್ರದ್ಧೆಯುಳ್ಳವರು ಪರಲೋಕದಲ್ಲಿ ಯಾವುದೇ ಶಿಕ್ಷೆಗೆ ಒಳಗಾಗಬೇಕಿಲ್ಲ. ಧಮ್ಮಶ್ರದ್ಧೆ ಎಲ್ಲರಿಗೂ ಒಳ್ಳೆಯದನ್ನೇ ಮಾಡುತ್ತದೆ.

ಸೂಚನೆ: ನೋಡಿ ಉಧೃತ 2.7(ಇ)

ಉಧೃತ 2.2 ಜನಕಲ್ಯಾಣ ಯೋಜನೆಗಳು
ಎರಡನೆಯ ಶಿಲಾಶಾಸನ (ಅಶೋಕನ ಆಡಳಿತದ 12ನೆಯ ವರ್ಷ ಅಥವಾ ಅದಕ್ಕೂ ಮೊದಲು)

ದೇವಾನಾಂಪ್ರಿಯ ಪಿಯದಸಿಯವರು ತಮ್ಮ ರಾಜ್ಯದೆಲ್ಲೆಡೆಯಲ್ಲಿಯೂ ಮನುಷ್ಯರು ಹಾಗೂ ಪ್ರಾಣಿಗಳಿಗೆ ವೈದ್ಯಕೀಯ ಚಿಕಿತ್ಸೆಗೆ ಅನುಕೂಲ ಮಾಡಿಕೊಟ್ಟಿದ್ದಾರೆ; ಎಲ್ಲ ರೀತಿಯ ಚಿಕಿತ್ಸೆಗೆ ಬೇಕಾದ ಔಷಧಿಗಳು ಇಲ್ಲದ ಜಾಗಗಳಲ್ಲಿ ಅವುಗಳನ್ನು ಸರಬರಾಜು ಮಾಡಲಾಗಿದೆ; ಅಥವಾ ಔಷಧೀಯ ಸಸ್ಯಗಳನ್ನು ಬೆಳೆಸುವ ಏರ್ಪಾಡು ಮಾಡಲಾಗಿದೆ. ದಾರಿಗಳ ಉದ್ದಕ್ಕೂ ಮರಗಳನ್ನು ನೆಡಲಾಗಿದೆ ಮತ್ತು ನೀರಿಗಾಗಿ ಬಾವಿಗಳನ್ನು ಅಗೆಯಲಾಗಿದೆ. ಈ ಎಲ್ಲ ಅನುಕೂಲಗಳು ಅಶೋಕ ಸಾಮ್ರಾಜ್ಯದಲ್ಲಿಯೇ ಅಲ್ಲದೆ ನೆರೆಯ ಚೋಳ, ಪಾಂಡ್ಯ ಸಾತಿಯ ಪುತ್ರ, ಕೇರಳ ಪುತ್ರ ಹಾಗೂ ತಾಮ್ರಪರ್ಣಿ ಮತ್ತು ಅಂತಿಯೋಕಸ್ ಮತ್ತು ಆತನ ಸುತ್ತಲಿನ ರಾಜರು – ಈ ಎಲ್ಲರ ರಾಜ್ಯಗಳಲ್ಲಿಯೂ ಅಲ್ಲಿನ ಜನರಿಗೆ ಮತ್ತು ಪ್ರಾಣಿಗಳಿಗೂ ಕಲ್ಪಿಸಿಕೊಡಲಾಗಿದೆ.

ನೋಡಿ : ಉಧೃತ 2.7 (ಬಿ)

ಉಧೃತ 2.3
ಧಮ್ಮ ಮಹಾಮಾತ್ರರ ನೇಮಕ :

5ನೆಯ ಶಿಲಾಶಾಸನ (ಆಡಳಿತ ವರ್ಷ 13)

ಮಹಾರಾಜನಾದ ದೇವಾನಾಂಪಿಯ ಪಿಯದಸಿಯವರು ಹೀಗೆ ಘೋಷಿಸುತ್ತಾರೆ: ಸತ್ಕಾರ್ಯಗಳನ್ನು ಕೈಗೊಳ್ಳುವುದು ಕಷ್ಟ. ಇಂಥ ಒಳ್ಳೆಯ ಕೆಲಸ ಮಾಡಹೊರಡುವವನು ಒಂದು ಕಷ್ಟದ ಕೆಲಸವನ್ನೇ ಮಾಡಿದನೆಂದೇ ಅರ್ಥ. ನಾನು ಹಲವು ಉತ್ತಮ ಕೆಲಸಗಳನ್ನು ಮಾಡಿದ್ದೇನೆ. ನನ್ನ ನಂತರ ಅಧಿಕಾರಕ್ಕೆ ಬರುವ ನನ್ನ ಎಲ್ಲ ಬಂಧುಗಳು ನನ್ನ ಮಾದರಿಯನ್ನು ಸ್ವೀಕರಿಸಿದ್ದಾದರೆ ಅವರು ಒಳ್ಳೆಯ ಕೆಲಸವನ್ನೇ ಮಾಡಿದ್ದಾರೆಂದು ಅರ್ಥ. ಹಾಗೆ ಮಾಡದಿದ್ದರೆ ಅದು ತಪ್ಪು. ಪಾಪಕಾರ್ಯಗಳನ್ನು ಮಾಡುವುದು ಸುಲಭ.

ಇಲ್ಲಿಯವರೆಗೂ ಧಮ್ಮಮಹಾಮಾತ್ರರು ಯಾರೂ ಇರಲಿಲ್ಲ. ನಾನು ಪಟ್ಟಕ್ಕೆ ಬಂದ 13ನೆಯ ವರ್ಷದಲ್ಲಿ ಅವರನ್ನು ನೇಮಕಮಾಡಿದ್ದೇನೆ. ಎಲ್ಲ ಧರ್ಮಗಳಲ್ಲಿಯೂ ಇಂಥ ಅಧಿಕಾರಿಗಳಿದ್ದು ಅವರುಗಳು ಧರ್ಮಸ್ಥಾಪನೆ ಮತ್ತು ಜನರ ಕಲ್ಯಾಣಕ್ಕಾಗಿ ದುಡಿಯುತ್ತಾರೆ. ಯವನರು, ಕಾಂಬೋಜರು, ಗಾಂಧಾರರು ಮತ್ತು ರತಿಕ–ಪಿತಿನಿಕರು ಮತ್ತು ಪಶ್ಚಿಮದ ಗಡಿಯ ಇತರ ಭಾಗಗಳಲ್ಲಿನ ಜನರ ನಡುವೆಯೂ ಸಹ ಈ ಅಧಿಕಾರಿಗಳು ತಮ್ಮ ಕರ್ತವ್ಯವನ್ನು ನಿರ್ವಹಿಸುತ್ತಾರೆ. ಧರ್ಮವನ್ನು ಪಾಲಿಸುವವರು ಯಾರೇ ಇರಲಿ, ಸೇವಕರು (ಭಟ), ಒಡೆಯರು (ಅಯ್ಯ), ಬ್ರಾಹ್ಮಣರು, ಶ್ರೀಮಂತರು, ಬಡವರು, ವೃದ್ಧರು ಇವರೆಲ್ಲರನ್ನೂ ಬಂಧನದಿಂದ ಬಿಡಿಸಲು ಮತ್ತು ಅವರ ಕಲ್ಯಾಣಕ್ಕಾಗಿ ಈ ಅಧಿಕಾರಿಗಳು ದುಡಿಯುತ್ತಾರೆ. ಬಂಧನದಲ್ಲಿರುವವರ ಮೇಲೆ ಅವಲಂಬಿತರಾದವರಿದ್ದಲ್ಲಿ ಅವರಿಗೆ ಆರೈಕೆ ಮಾಡಬೇಕಾದ ಮಕ್ಕಳಿದ್ದಲ್ಲಿ, ಮಾಟಮಂತ್ರಗಳಿಗೆ ಗುರಿಯಾಗಿದ್ದಲ್ಲಿ ಅಥವಾ ವೃದ್ಧರಾಗಿದ್ದಲ್ಲಿ, ಅವರನ್ನೂ ಸಹ ಬಂಧಮುಕ್ತರನ್ನಾಗಿಸಲು ಈ ಅಧಿಕಾರಿಗಳು ಯತ್ನಿಸುತ್ತಾರೆ.

ಈ ಅಧಿಕಾರಿಗಳು ಎಲ್ಲ ಕಡೆಗಳಲ್ಲಿಯೂ ಧಮ್ಮವನ್ನು ಪಾಲಿಸುವವರ ನಡುವೆ, ಇಲ್ಲಿ (ಅಂದರೆ, ಪಾಟಲಿಪುತ್ರದಲ್ಲಿ) ಇತರ ಪಟ್ಟಣಗಳಲ್ಲಿ ನನ್ನ ಪರಿವಾರದ ಎಲ್ಲ ಸದಸ್ಯೆಯರ, ನನ್ನ ಸೋದರ ಸೋದರಿಯರ ಮತ್ತು ಇತರ ಬಂಧುವರ್ಗದ ವಾಸಸ್ಥಾನಗಳಲ್ಲಿ ಕರ್ತವ್ಯ ಮಗ್ನರಾಗಿರುತ್ತಾರೆ. ಧಮ್ಮಮಹಾಮಾತ್ರರು ಧರ್ಮ ಸ್ಥಾಪನೆಯಲ್ಲಿ, ದಾನ ಕಾರ್ಯಗಳಲ್ಲಿ, ನನ್ನ ರಾಜ್ಯದಾದ್ಯಂತ ತೊಡಗಿರುತ್ತಾರೆ. ಈ ಧಮ್ಮಶಾಸನವು (ಧಮ್ಮಲಿಪಿ) ದೀರ್ಘಕಾಲ (ಅಸ್ತಿತ್ವದಲ್ಲಿ) ಇದ್ದು, ನನ್ನ ನಂತರದವರೂ ಅದರಂತೆ ನಡೆದುಕೊಳ್ಳಲಿ ಎಂಬ ಉದ್ದೇಶದೊಂದಿಗೆ ಬರೆಯಲಾಗಿದೆ.

ಸೂಚನೆ : 'ಭಟಮಯೇಸು' ಎಂಬ ಪದದ ಬಳಕೆಯಾಗಿದ್ದು ಅದರಲ್ಲಿನ 'ಅಯ' ಎನ್ನುವುದು ಸಂಸ್ಕೃತದ 'ಆರ್ಯ' ಶಬ್ದಕ್ಕೆ ಸಂವಾದಿಯಾಗಿದೆ. ಬ್ರಹ್ಮಗಿರಿಯ ಬಳಿಯ ಒಂದನೆಯ ಗೌಣಶಿಲಾಶಾಸನದಲ್ಲಿ 'ಅಯಪುತ್ರ' ಎಂಬ ಪ್ರಯೋಗವಿದೆ. 'ಬಂಭನಿಭಿಯೆಸು' ಎಂಬ ಪ್ರಯೋಗ. ಪ್ರಯೋಗದಲ್ಲಿನ ಎರಡನೆಯ ಭಾಗವಾದ 'ಇಭಯ' ಡಿ.ಡಿ.ಕೋಸಾಂಬಿಯವರ ಪ್ರಕಾರ ಕೆಳಸ್ತರದ ಜನರನ್ನು ಸೂಚಿಸುತ್ತದೆ. (ಇಂಡೋ–ಇರಾನಿಯನ್ ಜನರಲ್ VI ಪುಟ 181-184) ಆದರೆ ಸಂಸ್ಕೃತದಲ್ಲಿ 'ಇಭ್ಯ' ಎಂದರೆ ಶ್ರೀಮಂತ ಎಂದರ್ಥ. 'ಇಭಯ' ಎನ್ನುವುದು 'ಇಭ್ಯ'ದ ಪ್ರಾಕೃತ ರೂಪವೆಂದು ತೋರುತ್ತದೆ.

ಉಧೃತ 2.4

ಧಾರ್ಮಿಕ ಸಹಬಾಳ್ವೆ :

ಹನ್ನೆರಡನೆಯ ಶಿಲಾಶಾಸನ (ಅಶೋಕನ ಆಡಳಿತದ 13ನೆಯ ವರ್ಷ ಅಥವಾ ನಂತರ)

ಮಹಾರಾಜ ದೇವನಾಂಪಿಯ ಪಿಯದಸಿಯವರು ಎಲ್ಲ ಧರ್ಮಗಳ ಸನ್ಯಾಸಿಗಳನ್ನು, ಗೃಹಸ್ಥರನ್ನು ಆದರಿಸುತ್ತಾರೆ. ಅವರಿಗೆ ಉಡುಗೊರೆಯನ್ನು ಇತರ ಕೊಡುಗೆಗಳನ್ನು ಕೊಟ್ಟು ಗೌರವಿಸುತ್ತಾರೆ. ದೇವಾನಾಂಪಿಯರು, ಈ ರೀತಿಯ ಉಡುಗೊರೆಗಳು,

ಗೌರವಗಳಿಗಿಂತಲೂ ಎಲ್ಲ ಸಮುದಾಯಗಳಲ್ಲಿಯೂ ಜ್ಞಾನಾಭಿವೃದ್ಧಿಯಾಗುವುದು ಹೆಚ್ಚಿನ ಮಹತ್ವದ್ದು ಎಂದು ಭಾವಿಸುತ್ತಾರೆ. ಜ್ಞಾನಾಭಿವೃದ್ಧಿಯು ವಿವಿಧ ಬಗೆಯದು. ಆದರೆ ಅದರ ಮೂಲದಲ್ಲಿರುವುದು: ಸಂಯಮದಿಂದ ಕೂಡಿದ ಮಾತು. ಆ ಮೂಲಕ ನಮ್ಮ ಧಮ್ಮವನ್ನು ಮಾತ್ರ ಗೌರವಿಸಿ, ಇತರ ಧರ್ಮಗಳನ್ನು ಅಕಾರಣವಾಗಿ ಟೀಕಿಸುವುದನ್ನು ತಡೆಯಬಹುದು. ಸಕಾರಣವಾಗಿ ಅಂಥ ಟೀಕೆ ಮಾಡಿದರೂ ಸಹ, ಅದು ಮಿತಿಗೆ ಒಳಪಟ್ಟಿರಬೇಕು. ಇತರ (ಧಾರ್ಮಿಕ) ಸಮುದಾಯಗಳಿಗೆ (ನಮ್ಮ ಸಮುದಾಯಕ್ಕೆ) ಸಮಾನವಾದ ಗೌರವವನ್ನು ಸಲ್ಲಿಸಬೇಕು. ಈ ರೀತಿ ನಡೆದುಕೊಳ್ಳುವವನು ತನ್ನ ಸಮುದಾಯದ ಬೆಳವಣಿಗೆಯನ್ನು ಸಾಧಿಸುತ್ತಾನೆ ಮತ್ತು ಇತರ ಸಮುದಾಯಗಳಿಗೂ ಒಳ್ಳೆಯದನ್ನು ಮಾಡಿದವನಾಗುತ್ತಾನೆ. (ಹೀಗಲ್ಲದೆ), ಬೇರೆ ರೀತಿಯಲ್ಲಿ ನಡೆದುಕೊಂಡಲ್ಲಿ ತನ್ನ ಸಮುದಾಯಕ್ಕೆ ಅಪಕಾರವನ್ನೂ, ಇತರ ಸಮುದಾಯಗಳಿಗೆ ಕೇಡನ್ನೂ ಎಸಗಿದವನಾಗುತ್ತಾನೆ. ತನ್ನ ಸಮುದಾಯದ ಲಾಭಕ್ಕಾಗಿ ಮತ್ತು ತನ್ನ ಸಮುದಾಯವನ್ನು ಮಾತ್ರ ಗೌರವಿಸುವ ಸಲುವಾಗಿ ಇತರ ಸಮುದಾಯಗಳನ್ನು ಅನಾದರದಿಂದ ಕಾಣುವವನು ತನ್ನ ಸಮುದಾಯಕ್ಕೆ ಅಪಕಾರವನ್ನು ಮಾಡಿದವನಾಗುತ್ತಾನೆ. ಆದುದರಿಂದ 'ಸಂಯಮ' ಅತಿ ಮುಖ್ಯ ಮತ್ತು ಎಲ್ಲರೂ ಪರಸ್ಪರರ ಧರ್ಮಗಳನ್ನು ತಿಳಿಯಬೇಕು ಹಾಗೂ ಪಾಲಿಸಬೇಕು. ಎಲ್ಲ ಸಮುದಾಯಗಳೂ ಬಹುಶೃತಜ್ಞಾನದಲ್ಲಿ ಶ್ರೀಮಂತವಾಗಿರಬೇಕು, ದೇವಾನಾಂಪಿಯ ಮಹಾರಾಜರು ವಿವಿಧ ಸಮುದಾಯಗಳಿಗೆ ಉಡುಗೊರೆಗಳನ್ನು ನೀಡುವುದು, ಅವರುಗಳನ್ನು ಸನ್ಮಾನಿಸುವುದಕ್ಕಿಂತ ಅವರುಗಳಲ್ಲಿ ಜ್ಞಾನಾವೃದ್ಧಿಯಾಗುವುದು ಹೆಚ್ಚು ಮುಖ್ಯವೆಂದು ಭಾವಿಸುತ್ತಾರೆ ಎಂಬುದನ್ನು ಎಲ್ಲ ಸಮುದಾಯಗಳವರೂ ತಿಳಿಯಬೇಕು. ಈ ಉದ್ದೇಶದಿಂದಲೇ ಧಮ್ಮಮಹಾಮಾತ್ರರು ಮಹಿಳೆಯರ ಯೋಗಕ್ಷೇಮ ನೋಡಿಕೊಳ್ಳುವ ಮಹಾಮಾತ್ರರು, ಸಾರ್ವಜನಿಕ ಪ್ರದೇಶಗಳ (ಗೋಶಾಲೆಗಳ) ಮೇಲ್ವಿಚಾರಕರು ಮುಂತಾದ ಅಧಿಕಾರಿಗಳನ್ನು ನೇಮಿಸಲಾಗಿದೆ. ಈ ಎಲ್ಲ ಪ್ರಯತ್ನಗಳ ಪರಿಣಾಮವಾಗಿ ಎಲ್ಲ ಸಮುದಾಯಗಳೂ ಅಭಿವೃದ್ಧಿ ಹೊಂದುತ್ತವೆ ಮತ್ತು ಧಮ್ಮವು ವಿರಾಜಿಸುತ್ತದೆ.

ನೋಡಿ : ಉಧೃತ 2.7(ಸಿ)

ಉಧೃತ 2.5
ಅಶೋಕ ಮತ್ತು ಆಡಳಿತದ ವಿಧಾನ :

ಆರನೆಯ ಶಿಲಾಶಾಸನ (ಆಡಳಿತದ 13ನೆಯ ವರ್ಷ ಅಥವಾ ನಂತರ)

ಮಹಾರಾಜ ದೇವಾನಾಂಪಿಯರು ಕೆಳಕಂಡಂತೆ ಘೋಷಿಸುತ್ತಾರೆ : ಈ ಹಿಂದೆ ರಾಜ್ಯದ ವ್ಯವಹಾರಗಳ ಬಗ್ಗೆ ರಾಜನಿಗೆ ಕೆಲವು ಸಮಯಗಳಲ್ಲಿ ವರದಿಗಳನ್ನು ಸಲ್ಲಿಸುವಂತಿರಲಿಲ್ಲ. ಆದರೆ ನನ್ನ ಹೊಸ ಪ್ರಕಟಣೆ ಇದು: ಯಾವುದೇ ಸಮಯವೇ ಆಗಲಿ – ಭೋಜನದ ಸಮಯವಾಗಲಿ, ರಾಣಿಯರ ಅಂತಃಪುರದಲ್ಲಿರಲಿ, ನನ್ನದೇ ಭವನದಲ್ಲಿರಲಿ – ಜನರ ಕುರಿತಾದ ವರದಿಗಳನ್ನು ನನಗೆ ಸಲ್ಲಿಸಬಹುದು; ನಾನು ಅವುಗಳಿಗೆ ಗಮನ ನೀಡುತ್ತೇನೆ. ದಾನ ನೀಡುವ ಬಗ್ಗೆ, ನಿರ್ದೇಶನಗಳನ್ನು ಪಾಲಿಸುವ

ಬಗ್ಗೆ, ಅಥವಾ ಮಹಾಮಾತ್ರರಿಗೆ ಜರೂರಾದ ವಿಷಯಗಳ ಹೊಣೆಯನ್ನು ಹೊರಿಸಿದ ಸಂದರ್ಭದಲ್ಲಿ ಮಂತ್ರಿ ಪರಿಷತ್ತಿನಲ್ಲಿ ಯಾವುದೇ ವಿವಾದ ಉಂಟಾದಲ್ಲಿ ಆ ವಿಷಯವನ್ನು ನನ್ನ ಗಮನಕ್ಕೆ, ಯಾವುದೇ ಸಮಯದಲ್ಲಿಯೇ ಆಗಲಿ, ತರಬಹುದು. ಇದು ನನ್ನ ಆದೇಶ. ರಾಜ್ಯದ ವ್ಯವಹಾರಗಳನ್ನು ನೋಡಿಕೊಳ್ಳುವುದರಲ್ಲಿ ಎಷ್ಟು ಶ್ರಮಿಸಿದರೂ ನನಗೆ ತೃಪ್ತಿ ಸಿಗದು. ಪ್ರಜೆಗಳೆಲ್ಲರ ಸುಖ ಸಂತೋಷಗಳನ್ನು ಸಾಧಿಸಬೇಕಾದರೆ ಅದು ಅಗತ್ಯ. ಇದು ಸಾಧ್ಯವಾಗುವುದು ರಾಜ್ಯದ ವ್ಯವಹಾರಗಳ ವಿಷಯದಲ್ಲಿ ಶ್ರಮ ವಹಿಸಿ ದುಡಿದಾಗ ಮಾತ್ರ. ಪ್ರಜೆಗಳ ಸುಖ ಸಂತೋಷಗಳಿಗಿಂತ ಮಿಗಿಲಾದದ್ದು ಯಾವುದೂ ಇಲ್ಲ. ನನ್ನ ಎಲ್ಲ ಶ್ರಮವೂ ನನ್ನ ರಾಜ್ಯದ ಎಲ್ಲ ಜನರ ಋಣದಿಂದ ನನ್ನನ್ನು ವಿಮುಕ್ತಗೊಳಿಸುತ್ತದೆ. ಅದರ ಮೂಲಕ ಅವರೆಲ್ಲರೂ ಇಹ ಮತ್ತು ಪರಗಳಲ್ಲಿ ಸಂತೋಷವನ್ನು ಪಡೆಯುವರು. ಈ ಉದ್ದೇಶದಿಂದ ಈ ಧಮ್ಮಶಾಸನವನ್ನು ಬರೆಸಲಾಗುತ್ತಿದೆ. ಈ ಶಾಸನವು ಬಹುಕಾಲ ಅಸ್ತಿತ್ವದಲ್ಲಿದ್ದು, ನನ್ನ ಉತ್ತರಾಧಿಕಾರಿಗಳಾದ ನನ್ನ ಪುತ್ರರು, ಪೌತ್ರರು, ಪ್ರಪೌತ್ರರೆಲ್ಲರೂ ನನ್ನ ನಿರ್ದೇಶನದಂತೆ ಶ್ರಮವಹಿಸಿ ಪ್ರಜೆಗಳ ಸುಖ ಸಂತೋಷಗಳಿಗೆ ಕಾರಣಕರ್ತರಾಗುತ್ತಾರೆಂಬುದು (ಈ ಆದೇಶದ ಹಿಂದಿನ) ಆಶಯ. ಈ ಎಲ್ಲವೂ ಕಠಿಣ ಶ್ರಮದಿಂದ ಮಾತ್ರ ಸಾಧ್ಯ.

ಉಧೃತ 2.6
ಆಡಳಿತ, ನ್ಯಾಯದಾನ ಪದ್ಧತಿ ಮತ್ತು ಶಿಕ್ಷೆ :

ಮಹಾರಾಜ ದೇವಾನಾಂಪಿಯ ಪಿಯದಸಿಯವರು ಹೀಗೆ ಘೋಷಿಸುತ್ತಾರೆ: ನಾನು ಪಟ್ಟಾಭಿಷಿಕ್ತನಾಗಿ 26 ವರ್ಷಗಳ ನಂತರ ಈ ಧಮ್ಮಶಾಸನವನ್ನು ಬರೆಸುತ್ತಿದ್ದೇನೆ. ನನ್ನ ರಜೂಕರು ಜನರ ನಡುವೆ, ಹಲವು ಸಾವಿರ ಜನರ ಮೇಲೆ ನೇಮಕಗೊಂಡಿರುತ್ತಾರೆ. ದೂರುಗಳು ಹಾಗು ಶಿಕ್ಷೆಗಳಿಗೆ ಸಂಬಂಧಿಸಿ ವಿಷಯಗಳ ಹೊಣೆ ಅವರಿಗೆ ನೀಡಲಾಗಿದೆ. ಯಾವುದೇ ಹೆದರಿಕೆ ಇಲ್ಲದೆ ಶಾಂತ ರೀತಿಯಲ್ಲಿ ಅವರು ಜನಪದದ ವಾಸಿಗಳನ್ನು ಸಹೃದಯಿಗಳಾಗಿ ನಡೆಸಿಕೊಂಡು ಅವರಿಗೆ ಸುಖವನ್ನೂ, ಲಾಭವನ್ನೂ ತರುವ ಮುಖ್ಯವಾದ ಕರ್ತವ್ಯವನ್ನು ನಿಭಾಯಿಸುತ್ತಾರೆ.

ಜನರ ಸುಖ ದುಃಖಗಳನ್ನು ಅವರು ಅರ್ಥಮಾಡಿಕೊಳ್ಳುತ್ತಾರೆ. ಧಮ್ಮವನ್ನು ಪಾಲಿಸುವಂತೆ ಮತ್ತು ಆ ಮೂಲಕ ಇಹ, ಪರಗಳಲ್ಲಿ ಆನಂದವನ್ನು ಪಡೆಯಲು ಜನರನ್ನು ಪ್ರೇರೇಪಿಸುತ್ತಾರೆ. ಅವರು ನನ್ನ ಸೇವೆಯನ್ನು ಮಾಡಲೂ ಉತ್ಸುಕರಾಗಿರುತ್ತಾರೆ. ನನ್ನ ಆಶಯಗಳನ್ನು ತಿಳಿದಿರುವ ಅಧಿಕಾರಿಗಳ ನಿರ್ದೇಶನಗಳನ್ನು ಸಹ ಅವರು ಪಾಲಿಸುತ್ತಾರೆ. ಈ ಅಧಿಕಾರಿಗಳು, ರಜೂಕರು ನನ್ನನ್ನು ಸಂತೋಷಪಡಿಸುವಂತೆ ಪ್ರೇರೇಪಿಸುತ್ತಾರೆ. ಮಗುವನ್ನು ಜತನದಿಂದ ನೋಡಿಕೊಳ್ಳಲು ಜಾಣ ದಾದಿಯೊಬ್ಬಳ ಆರೈಕೆಯಲ್ಲಿ ಆ ಮಗುವನ್ನು ಬಿಟ್ಟ ರೀತಿಯಲ್ಲಿಯೇ, ಜನಪದಗಳ ಪ್ರಜೆಗಳನ್ನು ರಜೂಕರ ಪೋಷಣೆಗೆ ಒಳಪಡಿಸಲಾಗಿದೆ. ರಜೂಕರು ಶಾಂತಿಮಯ ವಾತಾವರಣದಲ್ಲಿ ಯಾವುದೇ ಹೆದರಿಕೆ ಇಲ್ಲದೆ ತಮ್ಮ ಕರ್ತವ್ಯವನ್ನು ನಿಭಾಯಿಸಲೆಂಬ ಉದ್ದೇಶದಿಂದ ದೂರು ಮತ್ತು ಶಿಕ್ಷೆಗಳ ವಿಷಯವನ್ನು ನಿರ್ಧರಿಸಲು ಅವರಿಗೆ ಅಧಿಕಾರವನ್ನು

ನೀಡಲಾಗಿದೆ. ಹಾಗಾಗಿ ತೀರ್ಪು ನೀಡುವಲ್ಲಿ ಮತ್ತು ಶಿಕ್ಷೆಗೆ ಒಳಪಡಿಸುವಲ್ಲಿ ಸಮಾನತೆ ಇರುವುದೆಂದು ಆಶಿಸಲಾಗಿದೆ. ಇಲ್ಲಿಯವರೆಗೂ ಇದೇ ನನ್ನ ಪದ್ಧತಿಯಾಗಿದೆ. ಬಂಧಿತರಾಗಿದ್ದು, ಶಿಕ್ಷೆಯನ್ನನುಭವಿಸಿದವರಿಗೆ ಅಥವಾ ಏಟುಗಳನ್ನು ತಿಂದವರಿಗೆ ಮೂರು ದಿನಗಳ ಭತ್ಯವನ್ನು ನೀಡಲಾಗುವುದು. ಅವರ ಬಂಧುಗಳು, ಅವರು ಏಕಾಂತದಲ್ಲಿ ಧ್ಯಾನಸ್ಥರಾಗುವಂತೆ ಮಾಡಿ ತಮ್ಮ ಮುಂದಿನ ಜೀವನವನ್ನು ಸುಗಮಗೊಳಿಸಿಕೊಳ್ಳಲು ಸಹಕರಿಸಬೇಕು. ಜೀವನದ ಅಂತ್ಯವು ಮೃತ್ಯುವೇ ಎಂದು ತಿಳಿದು ಪರಕ್ಕೆ ಸಂಬಂಧಿಸಿದಂತೆ ದಾನ ಮಾಡಬೇಕು ಅಥವಾ ಉಪವಾಸ ವ್ರತವನ್ನು ಕೈಗೊಳ್ಳಬೇಕು. ಈ ಜೀವನದ ಸೀಮಿತ ಅವಧಿಯಲ್ಲಿ ಪರವನ್ನೂ ಸಾಧಿಸುವಂತಾಗಲಿ ಎಂಬುದು ನನ್ನ ಆಶಯ. ಈ ಎಲ್ಲ ಕ್ರಮಗಳ ಮೂಲಕ ಧರ್ಮ ಪಾಲನೆ, ಸಂಯಮ ಮತ್ತು ದಾನ ಈ ವಿಷಯಗಳಲ್ಲಿ ಜನರ ಆಸಕ್ತಿ ಹೆಚ್ಚಿದೆ.

ಉಧೃತ 2.7
ಸಾಧನೆಯ ಘೋಷಣೆ

ಏಳನೆಯ ಸ್ತಂಭಶಾಸನ (ಆಡಳಿತದ 27ನೆಯ ವರ್ಷ)

ಅ) ಮಹಾರಾಜ ದೇವಾನಾಂಪಿಯ ಪಿಯದಸಿ ಹೀಗೆ ಘೋಷಿಸುತ್ತಾರೆ. ಧಮ್ಮದ ವೃದ್ಧಿಯ ಜತೆಗೇ ಪ್ರಜೆಗಳೂ ಅಭಿವೃದ್ಧಿ ಹೊಂದಲಿ ಎಂಬುದು ರಾಜರ ಆಶಯವಾಗಿತ್ತು. ಆದರೆ ಧರ್ಮದಲ್ಲಿ ಕಂಡು ಬಂದಷ್ಟು ಅಭಿವೃದ್ಧಿ ಜನರಲ್ಲಿ ಕಂಡುಬರಲಿಲ್ಲ. ಈ ವಿಷಯದಲ್ಲಿ ಮಹಾರಾಜ ದೇವಾನಾಂಪಿಯ ಪಿಯದಸಿಯವರು ಹೀಗೆ ಘೋಷಿಸುತ್ತಾರೆ : ನನಗೆ ಈ ಕೆಳಕಂಡಂತೆ ಅನ್ನಿಸಿತು. ಬಹುಕಾಲದಿಂದಲೂ ಧಮ್ಮವೃದ್ಧಿಯಾದ ಪ್ರಮಾಣದಲ್ಲಿಯೇ ಪ್ರಜೆಗಳೂ ವೃದ್ಧಿಯಾಗಲಿಲ್ಲ. ಪ್ರಜೆಗಳು ಇದನ್ನು ಸಾಧಿಸುವಂತೆ ಮಾಡುವುದು ಹೇಗೆ? ಧಮ್ಮದ ವೃದ್ಧಿಯ ಪ್ರಮಾಣದಲ್ಲಿಯೇ ಪ್ರಜೆಗಳೂ ಸಹ ವೃದ್ಧಿಯಾಗುವುದು ಹೇಗೆ? ಅವರನ್ನು (ಕೆಲವರನ್ನಾದರೂ) ಧಮ್ಮದ ವೃದ್ಧಿಗೆ ಸರಿಸಮನಾಗಿ ವೃದ್ಧಿಸುವಂತೆ ನಾನು ಏನು ಮಾಡಬಹುದು? ಈ ವಿಷಯದಲ್ಲಿ ಮಹಾರಾಜ ದೇವಾನಾಂಪಿಯ ಪಿಯದಸಿಯುವರು ಹೀಗೆ ಘೋಷಿಸುತ್ತಾರೆ: ನನಗೆ ಈ ಕೆಳಗಿನಂತೆ ಅನ್ನಿಸಿತು : ಧರ್ಮದ ಘೋಷಣೆಗಳನ್ನು ಬೋಧಿಸುವಂತೆ ನೋಡಿಕೊಳ್ಳುತ್ತೇನೆ. ಧರ್ಮದ ಸೂಚನೆಗಳನ್ನು ಆದೇಶಗಳ ರೂಪದಲ್ಲಿ ಪ್ರಕಟಿಸುತ್ತೇನೆ. ಆ ಪ್ರಕಟಣೆಗಳನ್ನು ಕೇಳಿದ ಜನರು, ಅವುಗಳನ್ನು ಪಾಲಿಸುವುದರ ಮೂಲಕ ಧಮ್ಮಕ್ಕೆ ಸಮನಾಗಿ ವೃದ್ಧಿ ಹೊಂದುತ್ತಾರೆ. ಈ ಉದ್ದೇಶದೊಂದಿಗೆ ಧಮ್ಮದ ಬೋಧನೆಗಳನ್ನು, ಆದೇಶಗಳ ರೂಪದಲ್ಲಿ ಧರ್ಮದ ಸೂಚನೆಗಳನ್ನು ಹೊರಡಿಸಿದ್ದೇನೆ. ಜನರ ನಡುವೆ ನೇಮಕಗೊಂಡಿರುವ ಅಧಿಕಾರಿಗಳು ಪ್ರಜೆಗಳಿಗೆ ಆ ವಿಷಯಗಳನ್ನು ಕುರಿತು ವಿವರವಾದ ಸೂಚನೆಗಳನ್ನೂ ನೀಡುವರು. ಸಾವಿರಾರು ಸಂಖ್ಯೆಯಲ್ಲಿ ನೇಮಕಗೊಂಡಿರುವ ರಜೂಕರು ಧರ್ಮದ ಬಗ್ಗೆ ಪ್ರಜೆಗಳಿಗೆ ಮಾರ್ಗದರ್ಶಕರಾಗುತ್ತಾರೆ (ಬೋಧಿಸುತ್ತಾರೆ). ದೇವಾನಾಂಪಿಯ ಪಿಯದಸಿ ಹೀಗೆ ಘೋಷಿಸುತ್ತಾರೆ : ಈ ವಿಷಯುವನ್ನು

ಗಮನದಲ್ಲಿರಿಸಿಕೊಂಡು ಧಮ್ಮಸ್ತಂಭಗಳನ್ನು ಸ್ಥಾಪಿಸಿದ್ದೇನೆ, ಧರ್ಮ ಮಹಾಮಾತ್ರರನ್ನು ನೇಮಕ ಮಾಡಿದ್ದೇನೆ ಮತ್ತು ಧರ್ಮ ಘೋಷಣೆಗಳನ್ನು ಹೊರಡಿಸಿದ್ದೇನೆ.

ಆ) ಮಹಾರಾಜ ದೇವಾನಾಂಪಿಯ ಪಿಯದಸಿ ಹೀಗೆ ಘೋಷಿಸುತ್ತಾರೆ. ಹೆದ್ದಾರಿಯಲ್ಲಿ ನಡೆದಾಡುವ ಜನ ಹಾಗೂ ಪ್ರಾಣಿಗಳಿಗೆ ನೆರಳನ್ನು ಒದಗಿಸಲು ಹಾದಿಯ ಉದ್ದಕ್ಕೂ ಆಲದ ಮರಗಳನ್ನು ನೆಡೆಸಿದ್ದೇನೆ; ಮತ್ತು ಮಾವಿನ ತೋಪುಗಳನ್ನೂ ಸಹ ಬೆಳೆಸಲು ಆದೇಶಿಸಲಾಯಿತು. ಅರ್ಧ ಕೋಸಿಗೆ ಒಂದರಂತೆ ಬಾವಿಗಳನ್ನು ತೆಗೆಸಲಾಯಿತು ಮತ್ತು ಅಲ್ಲಿ ವಿಶ್ರಾಂತಿ ಗೃಹಗಳನ್ನು ನಿರ್ಮಿಸಲಾಯಿತು. ಜನರು ಮತ್ತು ಪ್ರಾಣಿಗಳ ಉಪಯೋಗಕ್ಕಾಗಿ ಅಸಂಖ್ಯಾತ ಅರವಂಟಿಗೆಗಳನ್ನು ಏರ್ಪಡಿಸಲಾಯಿತು. ಇವೆಲ್ಲವೂ ತುಂಬ ಸಾಮಾನ್ಯ ವಿಷಯಗಳು. ಹಿಂದಿನ ರಾಜರುಗಳು ಮತ್ತು ನಾನು ಜನರ ಸಂತೋಷಕ್ಕಾಗಿ ಈ ಎಲ್ಲವನ್ನು ಮಾಡಿದೆವು. ಆದರೆ ನಾನು ಈ ಕ್ರಮಗಳನ್ನು ತೆಗೆದುಕೊಳ್ಳುವ ಹಿಂದೆ ಪ್ರಜೆಗಳು ಧರ್ಮದ ಪ್ರಕಾರವೇ ನಡೆದುಕೊಳ್ಳಬೇಕು ಎಂಬುವ ಮುಖ್ಯ ಉದ್ದೇಶವಿತ್ತು.

ಇ) ದೇವಾನಾಂಪಿಯ ಪಿಯದಸಿ ಹೀಗೆ ಘೋಷಿಸುತ್ತಾರೆ:

ನನ್ನ ಧಮ್ಮ ಮಹಾಮಾತ್ರರು ಸನ್ಯಾಸಿಗಳು ಮತ್ತ ಗೃಹಸ್ಥರೆಲ್ಲರಿಗೂ ಲಾಭ ತರುವಂಥ ಕೆಲಸಗಳಲ್ಲಿ ಮಗ್ನರಾಗಿದ್ದಾರೆ. ಅವರು ಎಲ್ಲ ಧಾರ್ಮಿಕ ಸಮುದಾಯಗಳ ಉತ್ತಮ ಕಾರ್ಯಗಳಲ್ಲಿ ಮಗ್ನರಾಗಿದ್ದಾರೆ. ಅವರು ಬೌದ್ಧ ಸಂಘಗಳ ವ್ಯವಹಾರಗಳಲ್ಲಿ ಮಗ್ನರಾಗಿರುವಂತೆ ಆದೇಶಿಸಲಾಗಿದೆ; ಅವರು ಬ್ರಾಹ್ಮಣರು ಮತ್ತು ಆಜೀವಿಕರ (ವ್ಯವಹಾರಗಳಲ್ಲಿ) ಮಗ್ನರಾಗಿರುವಂತೆ ಅವರನ್ನು ಆದೇಶಿಸಲಾಗಿದೆ. ಹೀಗೆ, ಪ್ರತಿಯೊಂದು ಸಮುದಾಯದ ಅಗತ್ಯಗಳಿಗೆ ತಕ್ಕಂತೆ ಮಹಾಮಾತ್ರರು ವಿವಿಧ ಬಗೆಗಳಲ್ಲಿ (ವ್ಯವಹಾರಗಳಲ್ಲಿ) ಮಗ್ನರಾಗಿದ್ದಾರೆ. (ವಾಸ್ತವವಾಗಿ) ನನ್ನ ಧಮ್ಮಮಹಾಮಾತ್ರರು ಈ ಎಲ್ಲ ಮತ್ತು ಇತರ ಸಮುದಾಯಗಳ (ವ್ಯವಹಾರಗಳಲ್ಲಿ) ಮಗ್ನರಾಗಿದ್ದಾರೆ.

ಈ) ಮಹಾರಾಜ ದೇವಾನಾಂಪಿಯ ಪಿಯದಸಿ ಹೀಗೆ ಘೋಷಿಸುತ್ತಾರೆ : ಈ ಉದ್ದೇಶ ಮತ್ತು ಇತರ ಉದ್ದೇಶಗಳಿಂದ ಹಲವರು ಉನ್ನತ ಅಧಿಕಾರಿಗಳು ನನ್ನ, ನನ್ನ ರಾಣಿಯರ ಮತ್ತು ನನ್ನ (ಅಂತಃಪುರದ) ಇತರ ಮಹಿಳೆಯರ ಉಡುಗೊರೆಗಳನ್ನು ಅವರ ಮಾಹಿತಿಯ ಪ್ರಕಾರ ಯೋಗ್ಯರ ನಡುವೆ, ಇಲ್ಲಿ (ಪಾಟಲಿಪುತ್ರದಲ್ಲಿ) ಮತ್ತು ಇತರ ಪ್ರಾಂತ್ಯಗಳಲ್ಲಿ ಹರಡುವುದರಲ್ಲಿ ತೊಡಗಿದ್ದಾರೆ. ನನ್ನ ಮಕ್ಕಳು ನೀಡಿದ ಉಡುಗೊರೆಗಳನ್ನು ಧಮ್ಮಕಾರ್ಯಗಳಿಗೆ, ಧಮ್ಮಕ್ಕನುಗುಣವಾಗಿ ವಿತರಿಸುವ ಕಾರ್ಯದಲ್ಲಿ ಅವರನ್ನು ನೇಮಿಸಿದ್ದೇನೆ. ಇದು ಧಮ್ಮಕ್ಕಾಗಿ ಧಮ್ಮಕ್ಕನುಗುಣವಾಗಿ ಕರುಣೆ, ಔದಾರ್ಯ, ಸತ್ಯಸಂಧತೆ, ಶುದ್ಧತೆ, ವಿನಮ್ರತೆ ಮತ್ತು ಒಳ್ಳೆಯತನ ಈ ಪ್ರಪಂಚದಲ್ಲಿ ಹೆಚ್ಚಲಿ ಎಂಬ ಉದ್ದೇಶದಿಂದ ಮಾಡಲಾದ ಕೃತ್ಯ.

ಉ) ಮಹಾರಾಜ ದೇವಾನಾಂಪಿಯ ಪಿಯದಸಿ ಹೀಗೆ ಘೋಷಿಸುತ್ತಾರೆ: ನನ್ನಿಂದ ಏನೇ ಸುಕೃತ್ಯಗಳು ಮಾಡಲ್ಪಟ್ಟಿದ್ದರೂ ಈ ಪ್ರಪಂಚವು ಅವುಗಳನ್ನು ಪಾಲಿಸಿದೆ.

ಆ ಮೂಲಕ ತಂದೆ ತಾಯಿಗಳಿಗೆ ಹಿರಿಯರಿಗೆ ವಿಧೇಯತೆ, ವೃದ್ಧರಿಗೆ ಗೌರವ, ಬ್ರಾಹ್ಮಣರು ಮತ್ತು ಶ್ರಮಣರ ಜತೆ ಮತ್ತು ಬಡವರು, ನಿರ್ಗತಿಕರು, ದಾಸರು ಹಾಗೂ ಸೇವಕರ ಜತೆ ಉತ್ತಮ ನಡವಳಿಕೆ ಬೆಳೆದಿದೆ ಮತ್ತು ಬೆಳೆಯುತ್ತದೆ.

ಊ) ಮಹಾರಾಜ ದೇವಾನಾಂಪಿಯ ಪಿಯದಸಿ ಹೀಗೆ ಘೋಷಿಸುತ್ತಾರೆ. ಜನರ (ನಡುವಿನ) ಅಭಿವೃದ್ಧಿ ಎರಡು ವಿಧಗಳಲ್ಲಿ ಸಾಧಿಸಲಾಗಿದೆ. ಧಮ್ಮದ ನಿಯಮಗಳು ಮತ್ತು ಮನವೊಲಿಕೆ. ಇವುಗಳಲ್ಲಿ ಧಮ್ಮದ ನಿಯಮಗಳಿಗಿಂತಲೂ ಮನವೊಲಿಕೆ ಉತ್ತಮವಾದ ಮಾರ್ಗ. ಧರ್ಮದ ನಿಯಮಗಳೆಂದರೆ ಕೆಲವು ನಿರ್ದಿಷ್ಟ ಪ್ರಾಣಿಗಳನ್ನು ಕೊಲ್ಲಬಾರದು ಎಂಬ ರೀತಿಯವು. ಅವುಗಳಲ್ಲದೆ, ಹಲವು ಇತರ ನಿಯಮಗಳೂ ಸಹ ನನ್ನಿಂದ ಪ್ರಕಟಿತಗೊಂಡಿವೆ. ಆದರೆ ಮನವೊಲಿಕೆಯ ಮೂಲಕವೇ ಹೆಚ್ಚಿನ ಸಂಖ್ಯೆಯಲ್ಲಿ ಜನರು ಧಮ್ಮದ ವೃದ್ಧಿಯೊಂದಿಗೆ ತಾವೂ ಸಹ ವೃದ್ಧಿ ಹೊಂದುತ್ತಾರೆ. ಜೀವಿಗಳಿಗೆ ಕೇಡು ಬಗೆಯುವುದರಿಂದ ಮತ್ತು ಪ್ರಾಣಿಗಳನ್ನು ವಧಿಸುವುದರಿಂದ ದೂರವಿರುವುದರ ಮೂಲಕ (ಅವರು) ವೃದ್ಧಿಯನ್ನು ಸಾಧಿಸುತ್ತಾರೆ.

ಎ) ಈ ಶಾಸನವು ನನ್ನ ಪುತ್ರರು, ಪೌತ್ರರು ರಾಜ್ಯವಾಳುವವರೆಗೂ ಮತ್ತು ಸೂರ್ಯ ಚಂದ್ರರಿರುವವರೆಗೂ ಜನರಿಂದ ಪಾಲಿಸಲ್ಪಡಬೇಕೆಂಬ ಉದ್ದೇಶದೊಂದಿಗೆ ಬರೆಸಲ್ಪಟ್ಟಿದೆ. (ಇಲ್ಲಿನ ನಿಯಮಗಳನ್ನು) ಪಾಲಿಸುವುದರ ಮೂಲಕ ಅವರು ಇಹಪರಗಳೆರಡರಲ್ಲಿಯೂ ಲಾಭ ಪಡೆಯುತ್ತಾರೆ. ನಾನು ಪಟ್ಟಾಭಿಷಿಕ್ತನಾದ 26ನೆಯ ವರ್ಷದಲ್ಲಿ ಈ ಧಮ್ಮ ಶಾಸನವನ್ನು ಬರೆಸಿದ್ದೇನೆ. ಈ ವಿಷಯದಲ್ಲಿ ದೇವಾನಾಂಪ್ರಿಯ ಪಿಯದಸಿ ಹೀಗೆ ಘೋಷಿಸುತ್ತಾರೆ. ಈ ಧಮ್ಮಶಾಸನವು ಎಲ್ಲಿ ಒಂದು ಸ್ತಂಭವಿದೆಯೋ, ಅಥವಾ ಶಿಲೆ ಇದೆಯೋ ಅಲ್ಲಿ ದೀರ್ಘ ಕಾಲಬಾಳುವ ರೀತಿಯಲ್ಲಿ ಬರೆಯಲ್ಪಡಲಿ.

ಟಿಪ್ಪಣಿ 2.1

ಶಾಸನಶಾಸ್ತ್ರ (Epigraphy)

ಈ ಪದವೇ ಸೂಚಿಸುವಂತೆ ಈ ಜ್ಞಾನ ವಿಭಾಗವು ಶಾಸನಗಳ ಅಧ್ಯಯನದ ಕುರಿತಾದದ್ದು. ಇಂಗ್ಲೀಷಿನ ಇನ್‌ಸ್ಕ್ರಿಪ್ಷನ್ (inscription) ಎಂದರೆ ಕೆತ್ತಲಾದ ಪಠ್ಯ; ಆದರೆ ಸಾಧಾರಣವಾಗಿ ಈ ಪದವು ಕಲ್ಲು, ಲೋಹ, ಇಟ್ಟಿಗೆ, ಸುಟ್ಟ ಜೇಡಿಮಣ್ಣು, ಮಡಿಕೆ ಅಥವಾ ಹಲಗೆಯಂಥ ಗಟ್ಟಿಯಾದ ವಸ್ತುಗಳ ಮೇಲೆ ಕೆತ್ತಲಾಗಿರುವ ಬರಹವನ್ನು ಸೂಚಿಸಲು ಬಳಕೆಯಾಗುತ್ತದೆ. ಹಲಗೆಯನ್ನು ಹೊರತುಪಡಿಸಿ ಉಳಿದ ವಸ್ತುಗಳು ದೀರ್ಘಕಾಲ ಬಾಳುವಂಥವಾದರೂ ಸಹ ಅವುಗಳ ಮೇಲೆ ಹೆಚ್ಚಿನ ವಿಷಯಗಳನ್ನು ಕೆತ್ತಲು ಸಾಧ್ಯವಿಲ್ಲ. ಈ ಪದವನ್ನು ಪಾಪಿರಸ್, ತಾಳೆಗರಿ, ಚರ್ಮ, ಬಟ್ಟೆ ಅಥವಾ ಕಾಗದದಂಥ ಮೃದುವಾದ ವಸ್ತುಗಳ ಮೇಲೆ ಬರೆದ ವಿಷಯಗಳನ್ನು ಸೂಚಿಸಲು ಬಳಸುವುದಿಲ್ಲ. ಈ ವಸ್ತುಗಳ ಮೇಲೆ ಹೆಚ್ಚಿನ ವಿಷಯಗಳನ್ನೇನೊ ಬರೆಯಬಹುದು. ಆದರೆ ಅವುಗಳು ವಾತಾವರಣದಲ್ಲಿನ ಏರುಪೇರುಗಳಿಂದಾಗಿ ಹೆಚ್ಚುಕಾಲ ಬಾಳುವುದಿಲ್ಲ. ಈ ರೀತಿಯ ಬರಹಗಳನ್ನು ಅಧ್ಯಯನ ಮಾಡುವ ವಿಧಾನವನ್ನು ಚರಿತ್ರೆಯ ಭಾಗವನ್ನಾಗಿ ಅಥವಾ ಹಳೆಯ ದಾಖಲೆಗಳ ಅಧ್ಯಯನವನ್ನಾಗಿ ನೋಡಲಾಗುತ್ತದೆ, ಶಾಸನ ಶಾಸ್ತ್ರವೆಂದಲ್ಲ.

ಪ್ರಾಚೀನ ಭಾರತದ ಲಿಖಿತ ದಾಖಲೆಗಳು ನಮಗೆ ದೊರೆತಿರುವುದು ಶಿಲೆಗಳು ಅಥವಾ ಲೋಹಗಳ ಮೇಲೆ; ಹಾಗಾಗಿ ಅವು ಶಾಸನ ಶಾಸ್ತ್ರದ ವಿಷಯಗಳಾಗಿವೆ.

ಹೀಗೆ ಕೆತ್ತಲಾದ ಬರಹಗಳು (inscription) ಹಲವು ಬಗೆಯಲ್ಲಿ ವರ್ಗೀಕರಣಗೊಂಡಿವೆ. ಇಟಾಲಿಯನ್ ಭಾಷೆಯ ಗ್ರಾಫಿಟೋ (graffito) ಎಂಬ ಪದದ ಬಹುವಚನ ರೂಪವಾದ ಗ್ರಾಫಿಟಿ (graffiti) – ಗೀಚಲಾಗಿರುವುದು– ಎಂದರೆ, ಗೋಡೆಗಳು, ಪದಕಗಳು ಮತ್ತು ಮುದ್ರೆಗಳ ಮೇಲಿನ ಬರಹಗಳು ಎಂದರ್ಥ. ಇವು ಸಾಧಾರಣವಾಗಿ ತುಂಬ ಸಾಮಾನ್ಯವಾದ, ಅನೌಪಚಾರಿಕ ವಿಷಯಗಳಿಗೆ ಸಂಬಂಧಪಟ್ಟಿರುತ್ತವೆ. ನಾಣ್ಯಗಳು, ಪದಕಗಳು ಮತ್ತು ಮುದ್ರೆಗಳ ಮೇಲೆಯೂ ಸಹ ಬರಹಗಳು ಕಂಡುಬರುತ್ತವೆ; ಅವುಗಳನ್ನು ಲೆಜೆಂಡ್ಸ್ (legends) ಎನ್ನುವರು. ನಾಣ್ಯಗಳ ಮೇಲಿನ ಬರಹಗಳು ಅವುಗಳನ್ನು ಮುದ್ರಿಸಿದ ರಾಜರ ಹೆಸರುಗಳನ್ನು ಒಳಗೊಂಡಿರುತ್ತವೆ. ಶಾಸನಗಳ ಅಧ್ಯಯನ (epigraphy) ಮತ್ತು ನಾಣ್ಯಗಳ ಅಧ್ಯಯನ (numismatics) – ಇವು ಈ ಅಧ್ಯಯನದ ಎರಡು ವಿಭಾಗಗಳಾಗಿವೆ.

ಶಾಸನ ಶಾಸ್ತ್ರದಲ್ಲಿ ಹಲವು ವಿಭಾಗಗಳಿದ್ದು, ಅವುಗಳಲ್ಲಿ ಅತ್ಯಂತ ಪ್ರಮುಖವಾಗಿರುವುದು ಪೇಲಿಯೋಗ್ರಫಿ (Palaeography) – ಪುರಾತನ ಲಿಪಿಶಾಸ್ತ್ರ. ಇದು ಪ್ರಾಚೀನ ಕಾಲದ ಬರಹಗಳನ್ನು ಅಥವಾ ಬರಹದ ರೀತಿಗಳನ್ನು ಅಧ್ಯಯನ ಮಾಡುವ ಜ್ಞಾನ ವಿಭಾಗ. ಈಗಾಗಲೇ ತಿಳಿದಿರುವಂತೆ ಬರಹವನ್ನು ಮೂರು ಬಗೆಗಳಾಗಿ ವಿಭಜಿಸಬಹುದು. ಅ) ಸಚಿತ್ರ (ideographic), ಆ) ಶಾಬ್ದಿಕ (syllabic) ಮತ್ತು ಇ) ಅಕ್ಷರ (alphabetic). ಒಂದು ಅಕ್ಷರವು ಒಂದು ನಿರ್ದಿಷ್ಟ ಶಬ್ದವನ್ನು ಸೂಚಿಸಬೇಕು. ಅಂದರೆ ಪ್ರತಿಯೊಂದು ಸ್ವರ ಹಾಗೂ ವ್ಯಂಜನಕ್ಕೆ ಸಂವಾದಿಯಾದ ಒಂದು ಅಕ್ಷರವಿರಬೇಕು. ಆದರೆ, ಪರಿಪೂರ್ಣವಾಗಿ ಶಬ್ದವನ್ನೇ ಸೂಚಿಸುವ ಅಥವಾ ಪ್ರತಿನಿಧಿಸುವ ವ್ಯವಸ್ಥೆ ಯಾವ ಭಾಷೆಯಲ್ಲಿಯೂ ಇಲ್ಲ. ಬ್ರಾಹ್ಮಿಲಿಪಿಯೂ ಇದಕ್ಕೆ ಅಪವಾದವಲ್ಲ. ಬ್ರಾಹ್ಮಿಯಲ್ಲಿ ವ್ಯಂಜನಗಳ ಅಂತ್ಯದಲ್ಲಿ ಸೇರಿಸಲಾಗುವ ಸ್ವರಗಳನ್ನು ಆ ಅಕ್ಷರಗಳನ್ನೇ ವಿಸ್ತರಿಸುವ ಮೂಲಕ ಸೂಚಿಸಲಾಗುತ್ತದೆ. ಆದರೆ ಇಂಥ ಯಾವುದೇ ಸೇರ್ಪಡೆ ಇಲ್ಲದ ವ್ಯಂಜನಗಳೂ ಸಹ ಆಂತರಿಕವಾಗಿ ಒಂದು ಸ್ವರವನ್ನು '–ಅ', ಹೊಂದಿರುತ್ತವೆ. ಹಾಗಾಗಿ ಪ್ರಾರಂಭದಲ್ಲಿ ಬರುವ ವ್ಯಂಜನಗಳನ್ನು ಹೊರತು ಪಡಿಸಿದರೆ, ಬ್ರಾಹ್ಮಿಯೂ ಸಹ ಶಾಬ್ದಿಕ ಲಿಪಿ ಎಂದೇ ಹೇಳಬಹುದು. ಬ್ರಾಹ್ಮಿಯನ್ನವಲಂಬಿಸಿಯೇ ನಂತರ ರೂಪು ತಳೆದ ದೇವನಾಗರಿಯೂ ಸಹ ಇಂಥದೇ ಲಿಪಿಯನ್ನು ಹೊಂದಿದೆ. ಆದರೆ '–ಅ' ಅಲ್ಲದೆ, ಆ, ಇ, ಈ, ಉ, ಊ ಮುಂತಾದ ಸ್ವರಗಳು ವ್ಯಂಜನಗಳಿಗೆ ಸೇರ್ಪಡೆಯಾದಾಗ ಆ ಅಕ್ಷರವು ತನ್ನ ಶಾಬ್ದಿಕ ಲಕ್ಷಣವನ್ನು ತೊರೆದು ಒಂದು ವ್ಯಂಜನವಾಗಿ ಮಾತ್ರ ಉಳಿಯುತ್ತದೆ. ಅಲ್ಲಿ ಬಳಸಲಾರದ ಸ್ವರವು ಒಂದು ಗುರುತಿನ ಮೂಲಕ ಮಾತ್ರ ಸೂಚಿಸಲ್ಪಡುತ್ತದೆ. ಈ ದೃಷ್ಟಿಯಿಂದ ನೋಡಿದರೆ ಬ್ರಾಹ್ಮಿ ಲಿಪಿಯನ್ನು 'ವರ್ಣಮಾಲೆ'ಯನ್ನು ಹೊಂದಿರುವ ಭಾಷೆಗಳ ಗುಂಪಿಗೆ ಸೇರುವ ಭಾಷೆ ಎಂದೇ ಪರಿಗಣಿಸಬೇಕು.

ಪುರಾತನ ಲಿಪಿಶಾಸ್ತ್ರವು (Palaeography) ಎರಡು ಬಗೆಯಲ್ಲಿ ಸಹಾಯಕವಾಗಿದೆ. ಒಂದು – ಅರ್ಥವಿವರಣೆ, ಎರಡು – ಲಿಪಿಗಳ ವಿಕಸನದ ಅಧ್ಯಯನ. ಶಾಬ್ದಿಕವಾದಲ್ಲಿ ಲಿಪಿಗಳ ಸಂದರ್ಭದಲ್ಲಿ, ಅವು ಅಕ್ಷರಗಳನ್ನಾಧರಿಸಲಿ, ಅಥವಾ ಶಬ್ದಗಳನ್ನಾಧರಿಸಲಿ, ಅರ್ಥ ವಿವರಣೆಯು ಎರಡು ಹಂತಗಳಲ್ಲಿ ನಡೆಯುತ್ತದೆ. ಅ) ಪ್ರತಿಯೊಂದು ಅಕ್ಷರದ ಶಾಬ್ದಿಕ ಮೌಲ್ಯದ ನಿರ್ಧಾರ; ಬ್ರಾಹ್ಮಿ ಲಿಪಿಯ ಅಧ್ಯಯನದಲ್ಲಿ ಇದು ಪ್ರಮುಖ ಅಂಶವಾಗುತ್ತದೆ. ಆ) ನಮಗೆ ಲಭ್ಯವಾದ ಪಠ್ಯವನ್ನು ಅರ್ಥಮಾಡಿಕೊಳ್ಳುವುದು. ಹಾಗೆ ನೋಡಿದರೆ, ಇವೆರಡೂ ಹಂತಗಳು ಪರಸ್ಪರ ಬೆಸೆದುಕೊಂಡಿರುವಂಥವು. ಒಂದು ಭಾಷೆಯಲ್ಲಿ ಬಳಸಲಾದ ಪದಗಳನ್ನು ದೃಷ್ಟಿಯಲ್ಲಿರಿಸಿಕೊಂಡು ಅದರೊಳಗಿನ ಅಕ್ಷರಗಳ ಶಾಬ್ದಿಕ ಸ್ವರೂಪವನ್ನು ನಿರ್ಧರಿಸಬಹುದು. ಅಶೋಕನ ಬ್ರಾಹ್ಮಿ ಲಿಪಿಯ ಅಧ್ಯಯನವು ಈ ವಿಷಯದಲ್ಲಿ ಒಂದು ಉತ್ತಮ ಮಾದರಿಯಾಗಿದೆ. ಆಧುನಿಕ ಕಾಲದ ಹೊತ್ತಿಗೆ (19ನೆಯ ಶತಮಾನ) ಬ್ರಾಹ್ಮಿ ಲಿಪಿಯು ಜನರ ನೆನಪಿನಿಂದಲೇ ಮಾಯವಾಗಿತ್ತು. 1836ರಲ್ಲಿ ಸಿ.ಲಾಸೆನ್ ಈ ಲಿಪಿಯನ್ನು ಪುನರಾವಿಷ್ಕರಿಸಿದರೆಂದೇ ಹೇಳಬೇಕು. ಇಂಡೋ–ಗ್ರೀಕ್ ರಾಜನಾದ ಅಗಸೋಕಲ್ಸ್ ಹೊರಡಿಸಿದ ನಾಣ್ಯಗಳ ಮೇಲೆ ಗ್ರೀಕ್ ಹಾಗೂ ಬ್ರಾಹ್ಮಿ ಎರಡೂ ಲಿಪಿಗಳಲ್ಲಿ ತನ್ನ ಹೆಸರನ್ನು ಮುದ್ರಿಸಿದ್ದು ಅವುಗಳನ್ನು ಸಿ.ಲಾಸೆನ್ ಗಮನಿಸಿದರು. 1837ರಲ್ಲಿ ಈ ದಿಕ್ಕಿನಲ್ಲಿ ಮತ್ತೊಂದು ಪ್ರಮುಖ ಬೆಳವಣಿಗೆಯಾಯಿತು. ಜೇಮ್ಸ್ ಪ್ರಿನ್ಸೆಪ್ (1799–1840) ಅಶೋಕನ ಶಾಸನಗಳ ಅಧ್ಯಯನವನ್ನು 1834ರಲ್ಲಿ ಕೈಗೆತ್ತಿಕೊಂಡಿದ್ದರು. 1837ರಲ್ಲಿ ಮೊದಲ ಹಂತದ ಸಾಂಚಿ ಶಾಸನಗಳನ್ನು ಓದುವುದು ಅವರಿಗೆ ಸಾಧ್ಯವಾಯಿತು. ಎರಡು ಚಿಹ್ನೆಗಳು ಕೆಲವು ಶಾಸನಗಳಲ್ಲಿ ತಪ್ಪದೇ ಬಳಕೆಯಾಗಿದ್ದದ್ದೂ ಅವರ ಗಮನವನ್ನು ಸೆಳೆಯಿತು. ಅವು ದಾನ ಶಾಸನಗಳಾಗಿದ್ದವು. ಆ ಚಿಹ್ನೆಗಳು 'ದಾನಂ' ಎನ್ನುವ ಪದವನ್ನು ಸೂಚಿಸುವ ಅಕ್ಷರಗಳಾಗಿದ್ದವು. ಆ ಪದದ ಅಂತ್ಯದಲ್ಲಿನ ಅನುಸ್ವಾರವನ್ನು ಒಂದು 'ಚುಕ್ಕೆ' ಪ್ರತಿನಿಧಿಸುತ್ತದೆ. ಉಚ್ಚಾರ ಚಿಹ್ನೆಗಳನ್ನು ಮತ್ತು ಪ್ರಾರಂಭದ ಬ್ರಾಹ್ಮಿ ಚಿಹ್ನೆಗಳನ್ನು (ಉದಾ: ಸ) ಗುರುತಿಸುವ ಮೂಲಕ ಒಟ್ಟು ವರ್ಣಮಾಲೆಯನ್ನೇ ಗುರುತಿಸುವುದು ಸಾಧ್ಯವಾಯಿತು. ಈ ಮೂಲಕ ಪ್ರಿನ್ಸೆಪ್ ಅಶೋಕನ ದೆಹಲಿ – ತೋಪ್ರಾ ಸ್ತಂಭ ಶಾಸನವನ್ನು, ಆ ನಂತರ ಶಿಲಾಶಾಸನವನ್ನು ಓದುವಲ್ಲಿ ಯಶಸ್ವಿಯಾದರು. 1839ರ ಹೊತ್ತಿಗೆ ಬೌದ್ಧ ಪರಂಪರೆಯಲ್ಲಿನ ಅಶೋಕನನ್ನು ಆ ಶಾಸನಗಳ ಕರ್ತೃವೆಂದೂ ಮತ್ತು 13ನೆಯ ಶಿಲಾಶಾಸನದಲ್ಲಿ ಹೆಸರಿಸಲಾಗಿರುವ ಮಾಸಿಡೋನಿಯದ ರಾಜರನ್ನು ಸ್ಪಷ್ಟವಾಗಿ ಗುರುತಿಸುವುದು ಸಾಧ್ಯವಾಯಿತು.

ಅಶೋಕನ ಶಾಸನಗಳನ್ನು ಓದಲು ಸಾಧ್ಯವಾಗಿದ್ದರಿಂದ ಅಂದಿನ ಮತ್ತೊಂದು ಲಿಪಿಯಾದ ಖರೋಷ್ಠಿಯನ್ನೂ ಓದುವುದು ಸುಗಮವಾಯಿತು. ದ್ವಿಭಾಷಿಕವಾದ ಇಂಡೋ ಗ್ರೀಕ್ ನಾಣ್ಯಗಳಲ್ಲಿನ ಅಕ್ಷರಗಳನ್ನು ಪ್ರಿನ್ಸೆಪ್ ಓದಿದ್ದು ಅವುಗಳಲ್ಲಿನ ಕೆಲವು ಖರೋಷ್ಠಿ ಚಿಹ್ನೆಗಳನ್ನು ಮಾತ್ರ ಗುರುತು ಹಚ್ಚಲಾಗಿತ್ತು. ಆದರೆ, 1846ರಲ್ಲಿ ಎಡ್ವರ್ಡ್ ನೋರಿಸ್ ಅಶೋಕನ ಶಿಲಾಶಾಸನಗಳಲ್ಲಿನ ಬ್ರಾಹ್ಮಿಲಿಪಿಯನ್ನು ಷಾಬಾಜ್‌ಗರಿಯಲ್ಲಿನ

ಖರೋಷ್ಠಿ ಲಿಪಿಯ ಜತೆ ಹೋಲಿಸಿ ನೋಡುವುದರ ಮೂಲಕ ಖರೋಷ್ಠಿ ಲಿಪಿಯ ಎಲ್ಲ ಚಿಹ್ನೆಗಳನ್ನೂ ಅರ್ಥೈಸುವುದರಲ್ಲಿ ಯಶಸ್ವಿಯಾದರು.

ಅಶೋಕನು ತನ್ನ ಶಾಸನಗಳನ್ನು ಹಲವು ಪ್ರದೇಶಗಳಲ್ಲಿ ಪ್ರದರ್ಶಿಸದೆ ಹೋಗಿದ್ದರೆ, ಖರೋಷ್ಠಿ ಲಿಪಿಯನ್ನು ಭೇದಿಸುವುದು ಸುಲಭ ಸಾಧ್ಯವಾಗುತ್ತಿರಲಿಲ್ಲ. ಕಾರಣವೆಂದರೆ, ಬ್ರಾಹ್ಮಿ ಲಿಪಿಯ ರೀತಿಯಲ್ಲಿ ಖರೋಷ್ಠಿ ಲಿಪಿಗೆ ಉತ್ತರಾಧಿಕಾರಿಗಳು ಎನ್ನಬಹುದಾದ ಬೇರೆ ಲಿಪಿಗಳಿಲ್ಲ. ಆಫ್ಘಾನಿಸ್ತಾನದಲ್ಲಿನ ದಷ್ಟ್-ಇ ನಾವುರ್ ಬಳಿ ದೊರೆತ ಕುಷಾಣರ ಕಾಲದ ಪ್ರಾರಂಭದ ದೆಸೆಯ ಒಂದು ಶಾಸನ ಮಾತ್ರ ಲಭ್ಯವಿದೆ. ಈ ಶಾಸನವನ್ನು ಇತ್ತೀಚೆಗೆ ಜೆ.ಹರ್ಮಟ್ಟಾ ಭೇದಿಸಿದ್ದಾರೆ. ಆದರೆ ಬ್ರಾಹ್ಮಿ ಲಿಪಿಯನ್ನು ಮೂಲವಾಗಿ ಹೊಂದಿರುವ ಹದಿನೈದು ಲಿಪಿಗಳು ಭಾರತದಲ್ಲಿ ಇಂದಿಗೂ ಬಳಕೆಯಲ್ಲಿದ್ದು, ಅವು ರಿಜರ್ವ್ ಬ್ಯಾಂಕ್ ಹೊರಡಿಸುವ ನೋಟುಗಳ ಮೇಲೆ ಸಹ ಕಾಣಿಸುತ್ತವೆ. ಉರ್ದು ಮತ್ತು ಕಾಶ್ಮೀರಿ ಮಾತ್ರ ಅರಬಿಕ್ ಲಿಪಿಯಲ್ಲಿ ಮುದ್ರಿತಗೊಂಡಿವೆ. ತಮಿಳಿನಿಂದ ಶುರುವಾಗಿ ಹಿಂದಿಯ ದೇವನಾಗರಿಯವರೆಗೂ ಬಳಕೆಯಲ್ಲಿರುವ ಆ ಲಿಪಿಗಳ ವೈವಿಧ್ಯತೆ ತುಂಬ ಸ್ಪಷ್ಟ. ಇವೆಲ್ಲವುಗಳ ಮೂಲದ ಲಿಪಿಯು ಶತಮಾನಗಳ ಅವಧಿಯಲ್ಲಿ ವಿವಿಧ ಪ್ರದೇಶಗಳಲ್ಲಿ, ವಿವಿಧ ಕಾಲಘಟ್ಟಗಳಲ್ಲಿ ಹಲವು ಬದಲಾವಣೆಗಳನ್ನು ದಾಟಿ ಬಂದಿದೆ. (ಅಶೋಕನ ಕಾಲದ ಬ್ರಾಹ್ಮಿ ಮತ್ತು ಆಧುನಿಕ ದೇವನಾಗರಿಗಳ ನಡುವಿನ ಹೋಲಿಕೆಗಳು ಹಾಗೂ ವ್ಯತ್ಯಾಸಗಳನ್ನು ತಿಳಿಯಲು ನೋಡಿ : ಕೋಷ್ಟಕ 2.3) ಪ್ರಿನ್ಸೆಪ್‌ನ ಸಾಧನೆಯನ್ನು ಗೌಣಗೊಳಿಸದೆ ಒಂದು ಮಾತನ್ನು ಹೇಳಬಹುದು. ಆಧುನಿಕ ಕಾಲದ ಲಿಪಿಶಾಸ್ತ್ರಜ್ಞರು ಇಂದಿನ ಲಿಪಿಯನ್ನು ಆಧರಿಸಿ, ಕಾಲಗತಿಯಲ್ಲಿ ಹಿಂದಿನ ಸಮಯಕ್ಕೆ ಹೋಗಿ ಬ್ರಾಹ್ಮಿ ಲಿಪಿಯನ್ನು ಅರ್ಥಮಾಡಿಕೊಳ್ಳುವುದೂ ಸಾಧ್ಯವಾಗುತ್ತಿತ್ತು. ಆದರೆ ಈ ಮಾತನ್ನು ಖರೋಷ್ಠಿಯ ಬಗ್ಗೆ ಹೇಳಲಾಗದು. ಬ್ರಾಹ್ಮಿ ಲಿಪಿಯನ್ನು ಓದುವುದರಲ್ಲಿ ಪ್ರಿನ್ಸೆಪ್‌ನ ಸಾಧನೆ, ನಂತರದ ವಿದ್ವಾಂಸರಿಗೆ ಸಾಕಷ್ಟು ಸಹಾಯಕವಾಗಿದ್ದು, ಆ ಲಿಪಿಯ ಪ್ರಾರಂಭಿಕ ರೂಪಗಳಿಂದ ಇಂದಿನ ರೂಪಗಳವರೆಗಿನ ಹಲವು ಹಂತಗಳನ್ನು ಅರ್ಥಮಾಡಿಕೊಳ್ಳುವುದು ಸುಲಭ ಸಾಧ್ಯವಾಯಿತು.

ಪುರಾತನ ಲಿಪಿ ಶಾಸ್ತ್ರವು ವಿವಿಧ ಲಿಪಿಗಳಲ್ಲಿನ ಚಿಹ್ನೆಗಳು ವಿಕಸನಗೊಂಡ ರೀತಿಯನ್ನು ಕುರಿತು ಅಧ್ಯಯನ ನಡೆಸುತ್ತದೆ ಮತ್ತು ಅದು ಆ ಶಾಸ್ತ್ರದ ಎರಡನೆಯ ಮುಖ್ಯ ಉದ್ದೇಶ. ಈ ರೀತಿಯ ಅಧ್ಯಯನವು ಕೇವಲ ಪಾಂಡಿತ್ಯದ ದೃಷ್ಟಿಯಿಂದ ಮಾತ್ರವಲ್ಲದೆ, ಇತರ ಕೆಲವು ಅನುಕೂಲಗಳ ದೃಷ್ಟಿಯಿಂದಲೂ ಮುಖ್ಯವಾಗುತ್ತದೆ. ಲಿಪಿಗಳ ಅಧ್ಯಯನ ನಡೆಸುವಾಗ ಆ ಲಿಪಿಗಳು ಚರಿತ್ರೆಯ ಯಾವ ಘಟ್ಟಕ್ಕೆ ಸೇರಿದ್ದೆಂದು ಹೇಳುವುದೂ ಸಾಧ್ಯ. ಆ ಪಠ್ಯದಲ್ಲಿ ಪ್ರಸ್ತಾಪವಾದ ದಿನಾಂಕಗಳ ಮೂಲಕ ಈ ವಿಷಯವನ್ನು ತಿಳಿಯಬಹುದು. ಒಂದು ಲಿಪಿಯ ಕಾಲವನ್ನು ನಿಖರವಾಗಿ ಹೇಳಲು ಸಾಧ್ಯವಾಗದಿದ್ದರೂ, ಆ ಲಿಪಿಯ ವಿವಿಧ ರೂಪಗಳು ಯಾವ ಕಾಲದವು, ಅಂದರೆ ಅವುಗಳ ವಿವಿಧ ಹಂತಗಳು ಯಾವುವು, ಎನ್ನುವುದನ್ನು ತಿಳಿಯಬಹುದು. ಉದಾಹರಣೆಗೆ, ಒರಿಸ್ಸಾದಲ್ಲಿನ ಹಥಿಗುಂಫದಲ್ಲಿ ದೊರೆತನ ಖಾರವೇಲನ ಶಾಸನಗಳು ಅಶೋಕನ ಶಾಸನಗಳ ನಂತರದ

ಕಾಲದವು ಎಂದು ಖಚಿತವಾಗಿ ಹೇಳಬಹುದು. ಹಾಗಾಗಿ, ಖಾರವೇಲನು ಕ್ರಿ.ಪೂ.200 ಅಥವಾ ಕ್ರಿ.ಪೂ.100ಕ್ಕೂ ಹಿಂದೆ ರಾಜನಾಗಿರುವ ಸಾಧ್ಯತೆ ಇಲ್ಲವೆನ್ನುವುದಕ್ಕೂ ಈ ಶಾಸನವೇ ಪುರಾವೆ. ಪ್ರಾಚೀನ ಭಾರತದ ಕಾಲಾನುಕ್ರಮಣಿಕೆಯನ್ನು ನಿರ್ಧರಿಸುವಲ್ಲಿ ಪುರಾತನ ಲಿಪಿ ಶಾಸ್ತ್ರವು ಮಹತ್ವದ ಪಾತ್ರ ವಹಿಸುತ್ತದೆ. ಬರಹದ ವಿವಿಧ ಶೈಲಿಗಳನ್ನು, ಅವುಗಳು ಯಾವಕ್ಕೆ ಸೇರಿದವು ಎಂಬುದನ್ನೂ, ಶಾಸನಗಳು ರಚನೆಗೊಂಡ ದಿನಾಂಕಗಳ ಆಧಾರದ ಮೇಲೆ ಅಧ್ಯಯನ ಮಾಡುವುದು ಸಾಧ್ಯವಿದೆ.

ಶಾಸನಗಳಲ್ಲಿನ ಒಕ್ಕಣೆಗಳ ಭಾಷಿಕ ಹಾಗೂ ಸಾಹಿತ್ಯಿಕ ಅಧ್ಯಯನವು ಶಾಸನ ಶಾಸ್ತ್ರದ, ತನ್ನದೇ ಆದ ವೈಶಿಷ್ಟ್ಯವನ್ನು ಹೊಂದಿರುವ ಶಾಖೆ. ಅಶೋಕನ ಮತ್ತು ನಂತರದ ಕಾಲದಲ್ಲಿ ಬರೆಸಲಾದ ಶಾಸನಗಳು ಭಾರತೀಯ ಭಾಷೆಗಳ ಕುರಿತಾದ ಹೆಚ್ಚಿನ ಜ್ಞಾನವನ್ನೂ ನೀಡುವ ಪ್ರಮುಖ ಆಕರಗಳಾಗಿವೆ. ಅಶೋಕನ ಶಾಸನಗಳಲ್ಲಿನ ಪ್ರಾಕೃತ ಭಾಷೆಯ ಪದಸಂಪತ್ತು ಮತ್ತು ವ್ಯಾಕರಣ ವಿಶೇಷಗಳು ಮಾತ್ರವಲ್ಲದೆ ಆ ಭಾಷೆಯ ಪ್ರಾದೇಶಿಕ ವೈವಿಧ್ಯತೆಗಳು ಮತ್ತು ವಿವಿಧ ಪ್ರದೇಶಗಳಲ್ಲಿನ ಆಡುಮಾತಿನ ಲಕ್ಷಣಗಳನ್ನು ಇವು ನಮ್ಮ ಗಮನಕ್ಕೆ ತರುತ್ತವೆ. ನಂತರದ ಕಾಲದಲ್ಲಿ ಸಾಹಿತ್ಯದ ಭಾಷೆಯಾಗಿ ಸಂಸ್ಕೃತವು ವ್ಯಾಪಕವಾಗಿ ಬಳಕೆಗೆ ಬಂದಿತು. ಕ್ರಿ.ಶ.150ನೇ ಇಸವಿಗೆ ಸೇರಿದ, ರುದ್ರದಮನನ ಜನಾಗಢ್ ಶಾಸನದಿಂದ ಮೊದಲುಗೊಂಡು ಕ್ರಿ.ಶ.ನಾಲ್ಕನೆಯ ಶತಮಾನದ ಸಮುದ್ರಗುಪ್ತನ (ಇಂದಿನ) ಅಲಹಾಬಾದ್ ಶಾಸನಗಳವರೆಗಿನ ಬರಹಗಳನ್ನು ಪರಿಶೀಲಿಸಿದಾಗ ಈ ಅಂಶವು ಸ್ಪಷ್ಟವಾಗುತ್ತದೆ. ಶಾಸನಗಳಲ್ಲಿ ಆಗಿನ ಕಾಲದ ಹೆಸರಾಂತ ಲೇಖಕರ ಕೃತಿಗಳಲ್ಲಿನ ಮಾತುಗಳನ್ನೇ ಉಲ್ಲೇಖಿಸುವುದು ಅಥವಾ ಅವರ ರಚನಾ ಶೈಲಿಯನ್ನೇ ಅನುಕರಿಸುವುದು – ಇವು ಆಯಾ ಲೇಖಕರು ಜೀವಿಸಿದ ಕಾಲವನ್ನೂ ನಿರ್ಣಾಯಕವಾಗಿ ಹೇಳಲು ಸಹಾಯಕವಾಗುತ್ತವೆ.

ಶಾಸನ ಶಾಸ್ತ್ರವು ಅಶೋಕನ ಶಾಸನಗಳನ್ನು ಓದುವಲ್ಲಿ ನಮಗೆ ಸಹಕರಿಸದೆ ಹೋಗಿದ್ದಲ್ಲಿ ಅವನ ಬಗ್ಗೆ ಈಗಿನಷ್ಟು ನಿಖರವಾದ ಮಾಹಿತಿಯನ್ನು ಪಡೆಯಲಾಗುತ್ತಿರಲಿಲ್ಲ. ಅದೇ ರೀತಿ, ಗುಪ್ತವಂಶದ ರಾಜರೂ ಸಹ ತಮ್ಮ ಶಾಸನಗಳಿಂದಾಗಿಯೇ ನಮಗೆ ಪರಿಚಿತರಾಗಿದ್ದಾರೆ. ಕ್ರಿ.ಶ. ನಾಲ್ಕನೆಯ ಶತಮಾನದ ಉತ್ತರ ಭಾಗದಿಂದ ರಾಜರು ಬರೆಯಿಸಿದ ಶಾಸನಗಳಲ್ಲಿ ಆ ರಾಜರನ್ನು ಕೀರ್ತಿಸುವ ಮಾತುಗಳು ದಾಖಲಾಗಿರುವುದರಿಂದ, ಅವರುಗಳ ವಂಶಾವಳಿಗಳ ಬಗ್ಗೆಯೂ ಹೆಚ್ಚಿನ ಮಾಹಿತಿ ಒದಗಿ ಬಂದಿತು. ಕೃಷಿ ಸಂಬಂಧಗಳು, ಆಡಳಿತ ವ್ಯವಸ್ಥೆ, ವೃತ್ತಿ ಸಮೂಹಗಳು, ಕುಶಲಕರ್ಮಿಗಳು ಮುಂತಾಗಿ ಎಲ್ಲ ವಿಷಯಗಳ ಬಗ್ಗೆಯೂ ಶಾಸನಗಳಲ್ಲಿ ವಿವರಗಳಿವೆ. ಶಾಸನಗಳಲ್ಲಿ ನಮೂದಾದ ಸ್ಥಳ ನಾಮಗಳು ಮತ್ತು ಅವುಗಳು ಲಭ್ಯವಾದ ಸ್ಥಳಗಳ ಉಲ್ಲೇಖಗಳು ಚಾರಿತ್ರಿಕ ಭೌಗೋಳಿಕ ಅಧ್ಯಯನಕ್ಕೆ ಸಾಕಷ್ಟು ಆಧಾರಗಳನ್ನೊದಗಿಸುತ್ತವೆ. ದೇವರುಗಳು ಹಾಗೂ ವಿವಿಧ ಧಾರ್ಮಿಕ ಸಮುದಾಯಗಳಿಗೆ ನೀಡಲಾದ ದಾನಗಳ ವಿವರಗಳನ್ನು ಸಹ ಶಾಸನಗಳಿಂದ ಪಡೆಯಬಹುದು; ಮತ್ತು ಆ ಮೂಲಕ ವಿವಿಧ ಕಾಲಘಟ್ಟಗಳಲ್ಲಿ ಯಾವ ಯಾವ ಧರ್ಮಗಳು ಉಳಿದ ಧರ್ಮಗಳಿಗಿಂತಲೂ ಹೆಚ್ಚು

ಕೋಷ್ಟಕ 2.3 :

Roman	*Ashokan Brāhmī*	*Devanagari*	*Roman*	*Ashokan Brāhmī*	*Devanagari*
a	𑀅	अ	ma	𑀫	म
ba	𑀩	ब	na	𑀦	न
bha	𑀪	भ	ṇa	𑀡	ण
cha	𑀘	च	ña	𑀜	ञ
chha	𑀙	छ	o	𑀑	ओ
da	𑀤	द	pa	𑀧	प
dha	𑀥	ध	pha	𑀨	फ
ḍa	𑀟	ड	ra	𑀭	र
ḍha	𑀠	ढ	sa	𑀲	स
e	𑀏	ए	sha	𑀰	श
ga	𑀕	ग	sha	𑀱	ष
gha	𑀖	घ	ta	𑀢	त
ha	𑀳	ह	tha	𑀣	थ
i	𑀇	इ	ṭa	𑀝	ट
ja	𑀚	ज	ṭha	𑀞	ठ
jha	𑀛	झ	u	𑀉	उ
ka	𑀓	क	va	𑀯	व
kha	𑀔	ख	ya	𑀬	य
la	𑀮	ल			

ಉದಾಹರಣೆಗಾಗಿ ಬ್ರಾಹ್ಮಿಲಿಪಿಯ ವ್ಯಂಜನಗಳಿಗೆ ಸ್ವರಾಕ್ಷರಗಳು ಸೇರಿದಾಗ ಅವು ಪಡೆಯುವ ರೂಪಗಳನ್ನು 'ದ' ಮಾದರಿಯಾಗಿ ತೋರಿಸಲಾಗಿದೆ

𑀤 *da* 𑀤𑀸 *dā* 𑀤𑁂 *de* 𑀤𑀺 *di* 𑀤𑀻 *dī* 𑀤𑁄 *do* 𑀤𑀼 *du*

ಜನಪ್ರಿಯವಾಗಿದ್ದವು ಎನ್ನುವುದೂ ತಿಳಿಯುತ್ತದೆ. ಗಣಿತಶಾಸ್ತ್ರದ ಬೆಳವಣಿಗೆಯನ್ನು ತಿಳಿಯುವಲ್ಲಿಯೂ ಶಾಸನಗಳ ಕೊಡುಗೆ ಗಣನೀಯವಾಗಿದೆ. ಶೂನ್ಯ (ಸೊನ್ನೆ) ಮತ್ತು ಇತರ ಸಂಖ್ಯೆಗಳ ಮೌಲ್ಯವನ್ನು ನಿರ್ಧರಿಸುವ ವಿಧಾನವನ್ನು, ಅವುಗಳು ಶಾಸನಗಳಲ್ಲಿ ಬಳಕೆಯಾಗಿರುವ ರೀತಿಯಿಂದ ಅರ್ಥಮಾಡಿಕೊಳ್ಳುವುದು ಸಾಧ್ಯವಿದೆ.

ಹೀಗಾಗಿ, ಕ್ರಿ.ಪೂ.ಮೂರನೆಯ ಶತಮಾನದಿಂದ ಮೊದಲುಗೊಂಡು ಕ್ರಿ.ಶ.12ನೆಯ ಶತಮಾನದವರೆಗೆ, 1400 ವರ್ಷಗಳ ಕಾಲದ ಭಾರತದ ಇತಿಹಾಸದ ಸಮಗ್ರ ಅಧ್ಯಯನವು ಶಾಸನ ಶಾಸ್ತ್ರವನ್ನೇ ಆಧರಿಸಿದೆ ಎಂದು ನಿಸ್ಸಂದೇಹವಾಗಿ ಹೇಳಬಹುದು.

ಟಿಪ್ಪಣಿ 2.2
ಆಕರ ಗ್ರಂಥಗಳು :

ಅಶೋಕನ ಬಗೆಗಿನ ಗ್ರಂಥಗಳು ಹಲವು ಲಭ್ಯವಿವೆ. ಅವುಗಳಲ್ಲಿ ವಿ.ಎ.ಸ್ಮಿತ್ ಅವರ *Asoka* (third edition Oxford, 1920, many reprints) ಗಮನಾರ್ಹವಾದರೂ, ಅದರಲ್ಲಿನ ಮಾಹಿತಿ ಈಗ ಹಳತಾಗಿದೆ. ಡಿ.ಆರ್. ಭಂಡಾರ್ಕರ ಅವರು (1925, third edition, Calcutta, 1955) ಮತ್ತು ರಾಧಾ ಕುಮುದ್ ಮುಖರ್ಜಿ (London, 1928, third editiion, Delhi 1962) ಅವರು ಬರೆದ ಗ್ರಂಥಗಳ ನಂತರ ಬಂದದ್ದು ಬಿ.ಎಮ್. ಬರುವಾ ಅವರ *Ashoka and his Inscriptions* Vol.I (Second edition, Calcutta, 1955) ಹಾಗೂ Vol.II (Calcutta, 1943). ರೊಮಿಲಾ ಥಾಪರ್ ಅವರ *Ashoka and the Decline of the Mauryas* (Oxford, 1963, Second edition, Delhi, 1973, with reprints in paper back) ಅಶೋಕನ ಬಗೆಗಿನ ಬಹು ಮುಖ್ಯ ಕೃತಿ. ಈ ಎಲ್ಲ ಗ್ರಂಥಗಳೂ ಅಶೋಕನ ಶಾಸನಗಳ ಅನುವಾದಗಳನ್ನು ಒಳಗೊಂಡಿವೆ.

E.Hultzsh ಅವರ *Inscriptions of Ashoka*, Vol.I (*Corpus Inscriptionum Indicarum* ಶೀರ್ಷಿಕೆಯ ಸರಣಿಯ ಭಾಗ) – ಇದರಲ್ಲಿನ ಅಶೋಕನ ಶಾಸನಗಳ ಅನುವಾದಗಳು ಉತ್ತಮ ಗುಣಮಟ್ಟದವು. Archaeological Survey of India ಇದನ್ನು ಪ್ರಕಟಿಸಿದೆ. (London, 1925, Indian reprints ಲಭ್ಯವಿವೆ). ಆನಂತರ ದೊರೆತ ಶಾಸನಗಳ ಅನುವಾದಗಳನ್ನು D.C.Sircar ಅವರ *Ashokan Studies* (Calcutta, 1970, reprint, 2000) ನಲ್ಲಿ ಕಾಣಬಹುದು. B.N.Mukherjee ಅವರ *Studies in the Aramic Edicts of Asoka* (Culcutta, 1984) ನಲ್ಲಿ ಅರಮಿಕ್ ಹಾಗೂ ಗ್ರೀಕ್ ಶಾಸನಗಳ ಅನುವಾದಗಳು ಹಾಗೂ ವ್ಯಾಖ್ಯಾನ ಲಭ್ಯವಿವೆ. *Indian Historical Review*, XIV (1990), PP.36-42 (Sannathi inscription, ed. by K.V. Ramesh) ಮತ್ತು *South Asian Studies*, IV (1988), PP.99-102 (Buner rock fragment, ed. by K.R.Norman). ಇವುಗಳಲ್ಲಿ ಇತ್ತೀಚೆಗೆ ದೊರೆತ ಎರಡು ಶಾಸನಗಳ ವಿವರಗಳು ದೊರಕುತ್ತವೆ. Alfred C.Woolner, *Asoka : Text and Glossary* (Calcutta, 1924, reprint, Delhi 1993) – ಒಂದು ಉತ್ತಮ ಪರಾಮರ್ಶನ ಕೃತಿ. Raghavagovinda Barak, *Ashokan Inscriptions* (Calcutta, 1959) ಅಶೋಕನ ಶಾಸನಗಳ ಅನುವಾದ ಹಾಗೂ ಸಾರಸಂಗ್ರಹವನ್ನು ಒಳಗೊಂಡಿದೆ. F.R.Auchin and K.R.Norman, `Guide to the Ashokan Inscriptions', *South Asian Studies*, I (1985), PP-43-50 ಇದರಲ್ಲಿ ಬಹುಮುಖ್ಯವಾದ ಲೇಖನಗಳ ಬಗೆಗಿನ ಮಾಹಿತಿ ದೊರೆಯುತ್ತದೆ.

ಅಶೋಕನ ಬಗ್ಗೆ ಉತ್ತಮ ಕೃತಿಯಾದ 'ಮಹಾವಂಶ'ದ ಅನುವಾದ Wilhchon Geinger (London, 1912; Indian reprints, 1986, 1993) ಅವರಿಂದ ನಡೆದಿದೆ. ಶ್ರೀಲಂಕ

ಹಾಗೂ ಮಹಾಯಾನದ ಮೂಲಕ ಬೌದ್ಧ ಆಕರಗಳ ವಿಶ್ಲೇಷಣೆ ಮಾಡಲಾಗಿರುವ P.H.L. Eggermont ಅವರ *Chronlogoy of the Reign of Asoka Moriya* (Leiden, 1956). ಈ ಕೃತಿಯಲ್ಲಿನ ವಿವರಣೆ ಅಷ್ಟು ಸಮರ್ಪಕ ಎನಿಸುವುದಿಲ್ಲ.

Iravatham Mahadevan, *Early Tamil Epigraphy : From the Earliest Times to the Sixth Century A.D* (Chennai, 2003) ತಮಿಳು ಬ್ರಾಹ್ಮಿಲಿಪಿಯ ಕುರಿತಾದ ಖಚಿತವಾದ ಮಾಹಿತಿಯನ್ನೊದಗಿಸುತ್ತದೆ. S.Paranavitana, *Inscriptiions of Ceylon* (Colombo, 1970) - ಇದರಲ್ಲಿ ಶ್ರೀಲಂಕಾದಲ್ಲಿ ದೊರೆತ ಆರಂಭ ಕಾಲದ ಬ್ರಾಹ್ಮಿಶಾಸನಗಳು, ಅನುವಾದದ ಸಹಿತ ಅಡಕವಾಗಿವೆ. ಇತ್ತೀನ ಶ್ರೀಲಂಕಾದ ಪುರಾತನ ವಿಷಯಗಳಿಗೆ ಸಂಬಂಧಪಟ್ಟ ವಿವರಗಳು F.R.Allchin, *The Archaelogy of Historic South Asia* (Cambridge, 1995), Chapter 9 (R.A.E. Coningham and Allchin) ನಲ್ಲಿ ಕಂಡು ಬರುತ್ತವೆ.

Richard Salomon, *Indian Epigraphy; A Guide to the study of the Inscriptions in Sanskrit, Prakrit and the other Indo-Aryan Languages* (New Delhi, 1998) — ಇದು ಶಾಸನಶಾಸ್ತ್ರದ ಬಗೆಗಿನ ಉತ್ತಮ ಆಕರಗ್ರಂಥ. ಇದರಲ್ಲಿ ಹಿಂದಿನ ಗ್ರಂಥಗಳ ಉಲ್ಲೇಖಗಳೂ ಸಾಕಷ್ಟು ದೊರೆಯುತ್ತವೆ.

****

3.

ಅರ್ಥವ್ಯವಸ್ಥೆ – ಸಮಾಜ – ಸಂಸ್ಕೃತಿ

3.1. ಅರ್ಥವ್ಯವಸ್ಥೆ

ಮೌರ್ಯರ ಕಾಲದ ಅರ್ಥವ್ಯವಸ್ಥೆಯನ್ನು ಅರ್ಥಮಾಡಿಕೊಳ್ಳುವ ನಿಟ್ಟಿನಲ್ಲಿ ಆ ಕಾಲದ ಭೂಹಿಡುವಳಿಯ ರೂಪುರೇಷೆಗಳನ್ನು ಮುಖ್ಯ ಆಧಾರವನ್ನಾಗಿಸಿಕೊಳ್ಳಬಹುದು. ಅಂದು ಭೂಭಾಗದ ಹೆಚ್ಚಿನ ಪಾಲು ಅರಣ್ಯಗಳದ್ದೇ ಆಗಿತ್ತು; ಮತ್ತು ಅರಣ್ಯವಾಸಿಗಳು ರಾಜನ ಅಧಿಕಾರಕ್ಕೆ ಸವಾಲೊಡ್ಡುತ್ತಿದ್ದರ ಬಗ್ಗೆಯೂ ಅಶೋಕನ 13ನೆಯ ಶಿಲಾಶಾಸನದಲ್ಲಿ ವಿಶೇಷವಾಗಿ ಹೇಳಲಾಗಿದೆ. ಅರಣ್ಯದ ಪ್ರಮುಖ ಉತ್ಪನ್ನವಾದ ಕಟ್ಟಿಗೆಯು ಕಟ್ಟಡಗಳ ನಿರ್ಮಾಣದಲ್ಲಿ ಗಾಡಿಗಳು, ರಥಗಳು, ನೇಗಿಲುಗಳು ಮತ್ತಿತರ ಪರಿಕರಗಳ ತಯಾರಿಯಲ್ಲಿ ವಿಶೇಷವಾಗಿ ಉಪಯುಕ್ತವಾಗಿದ್ದು, ಜನವಸತಿಗಳಿರುವ ಪ್ರಾಂತ್ಯಗಳಿಂದ ಅದಕ್ಕೆ ಹೆಚ್ಚಿನ ಬೇಡಿಕೆ ಇತ್ತು. ಮೆಗಸ್ತನೀಸ್‌ನನ್ನು ಆಧರಿಸಿ ಸ್ಟ್ರಾಬೋ ಹೇಳುವಂತೆ ಪಾಟಲಿಪುತ್ರದ ಸುತ್ತಲಿನ ಗೋಡೆಯೇ ಮರದಿಂದ ನಿರ್ಮಿಸಿದ್ದಾಗಿತ್ತು. ಆ ಗೋಡೆಯ ಉದ್ದವನ್ನು ಉತ್ಪ್ರೇಕ್ಷಿಸಿ ಹೇಳಲಾಗಿದೆ ಎಂದು ಭಾವಿಸಿದರೂ ಅದರ ನಿರ್ಮಾಣಕ್ಕಂತೂ ಸಾಕಷ್ಟು ಪ್ರಮಾಣದಲ್ಲಿ ಕಟ್ಟಿಗೆಯನ್ನು ಬಳಸಲಾಗಿದೆಯೆಂಬ ಮಾತನ್ನಂತೂ ತಳ್ಳಿಹಾಕುವಂತಿಲ್ಲ (ನೋಡಿ 1.6). ಮರದ ಈ ನಿರ್ಮಾಣಗಳು ಮತ್ತು ಅವುಗಳ ಮೇಲಿನ ಕೆತ್ತನೆಗಳೇ ಮುಂದೆ (ಕ್ರಿ.ಪೂ. ಎರಡನೆಯ ಶತಮಾನದ ನಂತರ), ಕಲ್ಲಿನ ಕಟ್ಟಡಗಳ ಮೇಲಿನ ಶಿಲ್ಪಗಳಿಗೆ ಸ್ಫೂರ್ತಿಯನ್ನು ಒದಗಿಸಿದವು. ಇವುಗಳನ್ನು ಬಾರ್‌ಹಟ್ ಮತ್ತು ಸಾಂಚಿಗಳ ಬಳಿ ಕಾಣಬಹುದು).

ಅರ್ಥಶಾಸ್ತ್ರದಲ್ಲಿಯೂ (II.17.5-8) ಅರಣ್ಯಗಳ ಇತರ ಉತ್ಪನ್ನಗಳಾದ ಬಿದಿರು ಮತ್ತು ಜೊಂಡಿನ ಪ್ರಸ್ತಾಪವಿದೆ. ಇವುಗಳನ್ನು ಬುಟ್ಟಿಗಳ ತಯಾರಿಯಲ್ಲಿ ಮತ್ತು ಇತರ ಉಪಕರಣಗಳನ್ನು ಮಾಡುವಲ್ಲಿ ಬಳಸಲಾಗುತ್ತಿತ್ತು. ಆಯುಧಗಳನ್ನು ತಯಾರಿಸುವಲ್ಲಿಯೂ ಬಿದಿರು ತುಂಬ ಉಪಯುಕ್ತವಾಗಿತ್ತು. ಅದಲ್ಲದೆ ಅರಣ್ಯಗಳ ಇತರ ಉತ್ಪನ್ನಗಳಿಂದ ಹಗ್ಗಗಳು ಮತ್ತು ಚಾದರಗಳನ್ನು ಹೆಣೆಯಲಾಗುತ್ತಿತ್ತು. ಆದರೆ ಆ ಗ್ರಂಥದಲ್ಲಿ ಹೆಸರಿಸಲಾಗುವ ಎಲ್ಲ ಗಿಡಗಳನ್ನೂ ಗುರುತಿಸುವುದು ಸಾಧ್ಯವಾಗಿಲ್ಲ. ಔಷಧಿ ಸಸ್ಯಗಳು, ಪ್ರಾಣಿಗಳ ಚರ್ಮ ಮತ್ತು ದೇಹದ ಕೆಲವು ಭಾಗಗಳನ್ನು ಸಹ ಕಾಡಿನ ಉತ್ಪನ್ನಗಳೆಂದೇ ಅರ್ಥಶಾಸ್ತ್ರವು (II.17.12-13) ಗುರುತಿಸುತ್ತದೆ. ಪ್ರಾಣಿಗಳ ಚರ್ಮ ಮತ್ತು ಅಂಗಗಳು ಅಲಂಕಾರಿಕ ವಸ್ತುಗಳ ತಯಾರಿಯಲ್ಲಿ ಹಾಗೂ ಕೆಲವು

ಮೌಢ್ಯಾಚರಣೆಗಳಲ್ಲಿ ಬಳಕೆಯಾಗುತ್ತಿದ್ದವು. ಆನೆಗಳ ದಂತಗಳೂ ಸೇರಿದಂತೆ ಹಲವು ಪ್ರಾಣಿಗಳ 'ಹಲ್ಲುಗಳು' ಸಹ ಅಂದಿನ ಜನರ ಉಪಯುಕ್ತ ವಸ್ತುಗಳ ಭಾಗವಾಗಿದ್ದವು.

ದಂತಗಳ 'ಮೂಲಗಳಾದ' ಆನೆಗಳು ಕಾಡಿನ ಅತಿ ಮುಖ್ಯ ಆರ್ಥಿಕ ಉತ್ಪನ್ನವೆಂದೇ ಪರಿಗಣಿತವಾಗಿತ್ತು. ಆನೆಗಳ ಸಂತತಿ ಕಾಡುಗಳಲ್ಲಿ ವೃದ್ಧಿಯಾಗುತ್ತಿತ್ತು. ಅಲ್ಲಿಂದ ಹಿಡಿದು ತಂದ ಆನೆಗಳನ್ನು ಪಳಗಿಸಲಾಗುತ್ತಿತ್ತು. ಹೀಗೆ ಶಿಸ್ತಿಗೊಳಪಟ್ಟ ಆ ದೈತ್ಯ ಕಾಯಗಳು ಪ್ರದರ್ಶನಕ್ಕಾಗಿ ಮತ್ತು ಯುದ್ಧದಲ್ಲಿ ಸೇನೆಯ ಮುಖ್ಯ 'ದಳ'ಗಳಲ್ಲೊಂದಾಗಿ ಬಳಸಲಾಗುತ್ತಿದ್ದವು. ಈ ಅಂಶಗಳು ಮೆಗಸ್ತನೀಸನನ್ನಾಧರಿಸಿ ಸ್ಟ್ರಾಬೋ (XV.1.41-43), ಅರಿಯನ್ ನ ಇಂಡಿಕಾ (XIII), ಅರ್ಥಶಾಸ್ತ್ರ (II.32.1-7) ಗಳಲ್ಲಿ ನಮೂದಾಗಿವೆ. ಹಸ್ತಿವನವೆಂಬ ಹೆಸರನ್ನೂ ಹೊಂದಿದ್ದ ನಾಗವನ (5ನೆಯ ಸ್ತಂಭಶಾಸನ; ಅರ್ಥಶಾಸ್ತ್ರ, (II.2.7,10; II 1.19, II 2.6 ಮತ್ತು II.31.1)ವು ರಾಜ ಕುಟುಂಬಕ್ಕೆ ಮೀಸಲಾಗಿದ್ದ ಅರಣ್ಯವಾಗಿತ್ತು. ಅಲ್ಲಿ ದೊಡ್ಡ ಸಂಖ್ಯೆಯಲ್ಲಿ ಆನೆಗಳನ್ನು ಸೆರೆ ಹಿಡಿಯುವ ಕಾರ್ಯ ನಡೆಯುತ್ತಿತ್ತು. ಆ ದಿನಗಳಲ್ಲಿ ಆನೆಗಳು 'ರಾಷ್ಟ್ರೀಯ ಸಂಪತ್ತು' ಎಂದು ಪರಿಗಣಿಸಲ್ಪಟ್ಟದ್ದು, ಇಂದು ಆ ಮಾತು ವಿಚಿತ್ರವಾಗಿ ಕಾಣಬಹುದು. ಚಂದ್ರಗುಪ್ತನ ಸೇನೆಯಲ್ಲಿ 9000 ಆನೆಗಳಿದ್ದವು ಎಂದು ಪ್ಲಿನೀ ಹೇಳಿದ್ದು ಅತಿಶಯೋಕ್ತಿ ಎನಿಸಬಹುದು. ಆದರೆ, ಸೆಲ್ಯೂಕಸ್ ಚಂದ್ರಗುಪ್ತನಿಂದ 500 ಆನೆಗಳನ್ನು ಪಡೆದು, ಅವುಗಳನ್ನು ಕ್ರಿ.ಪೂ.301ರಲ್ಲಿ ನಡೆದ ಇಪ್ಸಸ್‌ನ ಕದನದಲ್ಲಿ ಪರಿಣಾಮಕಾರಿಯಾಗಿ ಬಳಸಿದ್ದು ಮಾತ್ರ ವಾಸ್ತವವೆನ್ನಬಹುದು. ಯುದ್ಧಗಳಿಗಿಂತಲೂ, ದೈನಂದಿನ ಜೀವನದಲ್ಲಿ ಆನೆಗಳ ಉಪಯುಕ್ತತೆ ಇನ್ನೂ ಹೆಚ್ಚಾಗಿತ್ತು. ಈ ಅಂಶಗಳನ್ನು ಧರಿಸಿ ಅಂದಿನ ಅರಣ್ಯಗಳ ವಿಸ್ತಾರ ಮತ್ತು ಅವುಗಳಲ್ಲಿನ ಅಪಾರ ಸಂಖ್ಯೆಯ ಆನೆಗಳ ಬಗ್ಗೆ ಒಂದು ಸ್ಪಷ್ಟ ಚಿತ್ರಣವನ್ನು ಕಲ್ಪಿಸಿಕೊಳ್ಳಬಹುದು.

ಆದರೆ, ಆ ದಿನಗಳಲ್ಲಿಯೇ ಕಾಡು ನಿಧಾನವಾಗಿ ಕಡಿತಗೊಳ್ಳುತ್ತಿತ್ತು. ಪ್ರಾಣಿಗಳನ್ನು ಕೊಲ್ಲುವುದಕ್ಕಾಗಿ ಅಥವಾ ಯಾವುದೇ ಉದ್ದೇಶವಿಲ್ಲದೆ ಕಾಡನ್ನು ಸುಡುವುದರ ಮೇಲೆ ಅಶೋಕನು ನಿಷೇಧವನ್ನು ಹೇರುತ್ತಾನೆ. (5ನೆಯ ಸ್ತಂಭಶಾಸನ). ಪೋಡು ವ್ಯವಸಾಯ ಮತ್ತು ಕಾಡುಪ್ರಾಣಿಗಳನ್ನು ಹೊರಹಾಕಲು ಕಾಡಿಗೆ ಬೆಂಕಿ ಹಚ್ಚುವ ಪದ್ಧತಿಗಳೇ ಈ ಕ್ರಮದ ಗುರಿ ಎನಿಸುತ್ತದೆ. ಈ ಕಾರಣಕ್ಕಾಗಿ ಕಾಡನ್ನು ಸವರುವ ಜತೆಗೆ ಹೆದ್ದಾರಿಗಳನ್ನು ನಿರ್ಮಿಸಲು ಸಹ ಅರಣ್ಯವನ್ನು ನಾಶಪಡಿಸುತ್ತಿದ್ದರೆಂಬ ವಿಷಯವನ್ನೂ 'ಮನುಷ್ಯರು ಹಾಗೂ ಪ್ರಾಣಿಗಳಿಗೆ' ನೆರಳನ್ನು ನೀಡಲು ಹೆದ್ದಾರಿಗಳ ಇಕ್ಕೆಲಗಳಲ್ಲಿಯೂ ಆಲದಂಥ ದೊಡ್ಡ ಮರಗಳನ್ನು ಬೇಕೆಂದು ಹೇಳಿರುವುದು (2ನೆಯ ಶಿಲಾಶಾಸನ; 7ನೆಯ ಸ್ತಂಭಶಾಸನ; ಉಧೃತಗಳು 2.2 ಮತ್ತು 2.7 (ಆ)) ಸಾಬೀತುಪಡಿಸುತ್ತದೆ.

ಕೃಷಿಭೂಮಿಯನ್ನು ವಿಸ್ತರಿಸುವ ಸಲುವಾಗಿ ಕಾಡನ್ನು ಕಡಿಯುವುದನ್ನು ಪ್ರೋತ್ಸಾಹಿಸಲಾಗಿತ್ತೆಂದು ಹೇಳಲು ಅಶೋಕನ ಶಾಸನಗಳಲ್ಲಿ ಯಾವುದೇ ಪುರಾವೆ ಇಲ್ಲ. ಆದರೆ, ಆರ್ಥಿಕ ಸಂಪನ್ಮೂಲಗಳನ್ನು ಹೆಚ್ಚಿಸಿಕೊಳ್ಳಲು ಕಾಡನ್ನು ಕಡಿಯುವುದಕ್ಕೆ ಸರ್ಕಾರವೇ ಕುಮ್ಮಕ್ಕು ನೀಡುತ್ತಿತ್ತು. ಈ ಸಂಬಂಧ ಅರ್ಥಶಾಸ್ತ್ರ ಹೇಳುವ ಮಾತು (II

1.1-18) ಮೌರ್ಯರ ಸರ್ಕಾರದ ನೀತಿಯೇ ಆಗಿದ್ದಿರಬಹುದು. ಹೊಸ ಜನಪದಗಳ ನಿರ್ಮಾಣಕ್ಕಾಗಿ 100 ರಿಂದ 500 ರಷ್ಟು ಶೂದ್ರ ಕೃಷಿಕ ಸಮುದಾಯವನ್ನು ಈ ಜಾಗಗಳಲ್ಲಿ ನೆಲೆಗೊಳಿಸಲಾಯಿತು. ಕೃಷಿ ಕೆಲಸಗಳಿಗಾಗಿ ಅವರಿಗೆ 'ಬೀಜ, ಪಶುಗಳು ಮತ್ತು ಹಣ'ದ ರೂಪದ ಸಾಲ ಸೌಲಭ್ಯಗಳನ್ನು ಒದಗಿಸಲಾಯಿತು. ಅವರಿಗೆ ನೀಡಲಾಗಿದ್ದ ಭೂಮಿಯ ಮೇಲಿನ ಹಕ್ಕು ಅವರ ಜೀವಿತಕಾಲಕ್ಕೆ ಸೀಮಿತವಾಗಿದ್ದದ್ದು ಮಾತ್ರವಲ್ಲ, ಆ ಭೂಮಿಯಲ್ಲಿ ಕೃಷಿಯನ್ನು ಮುಂದುವರೆಸಲೇಬೇಕೆಂಬ ಷರತ್ತಿಗೆ ಒಳಪಟ್ಟಿತ್ತು. ಸರ್ಕಾರದ ಈ ನೀತಿಯ ಪರಿಣಾಮವಾಗಿ ಹೀಗೆ ನೆಲೆಗೊಂಡವರು ಮತ್ತು ಅದರಿಂದಾಗಿ ತಮ್ಮ ನೆಲೆಯನ್ನು ಕಳೆದುಕೊಂಡ ಅರಣ್ಯವಾಸಿಗಳ ನಡುವೆ ದ್ವೇಷ ಬೆಳೆಯಿತು. (ಅರ್ಥಶಾಸ್ತ್ರ II.1.6)

ಅರ್ಥಶಾಸ್ತ್ರದಲ್ಲಿ ಕೃಷಿ ಉಪಕರಣಗಳ ಹೆಸರುಗಳಿಲ್ಲ. ಆದರೆ ಕೃಷಿಯ ಹಿನ್ನೆಲೆಯಲ್ಲಿಯೇ ಎತ್ತುಗಳ ಪ್ರಸ್ತಾಪವಿದೆ. ಅಂದರೆ, ಎತ್ತುಗಳ ಮತ್ತು ನೇಗಿಲುಗಳ ಬಳಕೆ ಇತ್ತೆಂದಾಯಿತು. ಕಮ್ಮಾರ– ಬಡಗಿಯಂಥ ಕುಶಲ ಕರ್ಮಿಗಳು ಕೃಷಿ ಕೆಲಸದಲ್ಲಿ ಸಹಾಯವಾಗುವಂತೆ ಕಟ್ಟಿಗೆ ಮತ್ತು ಕಬ್ಬಿಣಗಳಿಂದ ಕೆಲವು ಪರಿಕರಗಳನ್ನೂ ಸಿದ್ಧಪಡಿಸುತ್ತಿದ್ದರು. ಪುರಾತತ್ವ ದಾಖಲೆಗಳ ಪ್ರಕಾರವೂ ಸಹ ಆ ಕಾಲದಲ್ಲಿ ಕೃಷಿಯಲ್ಲಿ ಕಬ್ಬಿಣದ ಬಳಕೆಯಿತ್ತೆಂಬುದು ತಿಳಿದು ಬರುತ್ತದೆ. ಉತ್ತರ ಪ್ರದೇಶದ ಪಶ್ಚಿಮ ಭಾಗದಲ್ಲಿನ ಅತ್ರಂಜಿಖೆರಾ ಎಂಬಲ್ಲಿ ನಡೆದ ಉತ್ಖನನಗಳಲ್ಲಿ ಮರದ ಚೌಕಟ್ಟಿಗೆ ಕಬ್ಬಿಣದ ಅಲುಗನ್ನು ತೊಡಿಸಿದ ನೇಗಿಲು ಪತ್ತೆಯಾಗಿರುವುದು ಈ ಮಾತಿಗೆ ಪುರಾವೆಯಾಗಿದೆ(ಚಿತ್ರ 3.1).

ನೀರನ್ನು ಹರಿಸುವ ಪರಿಕರಗಳ ಬಗ್ಗೆ ಆಸಕ್ತಿಕರ ಅಂಶವೊಂದು ಅರ್ಥಶಾಸ್ತ್ರದಲ್ಲಿದೆ (II.24.18). ಈ ಪರಿಕರಗಳನ್ನು ಅವುಗಳನ್ನು ತಯಾರಿಸಲು ತಗಲುವ ವೆಚ್ಚದ ಆಧಾರದಲ್ಲಿ ಪಟ್ಟಿ ಮಾಡಲಾಗಿದೆ. 'ಕೈಗಳನ್ನು ಬಳಸಿ' ನಡೆಸಬೇಕಾದ ಪರಿಕರಗಳ ತಯಾರಿ ಹೆಚ್ಚು ಖರ್ಚಿನಿಂದ ಕೂಡಿದ್ದು, ಅಂಥವುಗಳಿಗೆ ಕಡಿಮೆ ತೆರಿಗೆ ವಿಧಿಸಬೇಕೆಂದು ಹೇಳಲಾಗಿದೆ. ಬಾವಿಯಿಂದ ನೀರನ್ನೆತ್ತಿ ಹೊಲಗಳಿಗೆ ಹರಿಸುವ 'ಕಪಿಲೆಬಾನೆ' ಇದಾಗಿರಬೇಕು. ಇದು ಅದಕ್ಕೂ ಹಿಂದಿನ ಕಾಲದಲ್ಲಿಯೂ ಇತ್ತು (ವೈದಿಕ ಯುಗ 1.3). ಮತ್ತೊಂದು ಇಂಥದೇ ಉದಾಹರಣೆಯೆಂದರೆ, ಮಡಿಕೆಗಳನ್ನು ಚಕ್ರಗಳ ಕೀಲುಗಳಿಗೆ ಕಟ್ಟಿ ನೀರು ತುಂಬಿದ್ದ ಆ ಮಡಿಕೆಗಳನ್ನು ಭುಜಗಳ ಶಕ್ತಿಯಿಂದ ಮೇಲಕ್ಕೆಳೆದು ನೀರು ಹಾಯಿಸುತ್ತಿದ್ದದ್ದು. ಇಂಥ ಪರಿಕರದ ಪ್ರಸ್ತಾಪವೊಂದು ಚುಲ್ಲವಗ್ಗ ನಿಕಾಯ (ಕ್ರಿ.ಪೂ.350) ಎಂಬ ಬೌದ್ಧ ಗ್ರಂಥದಲ್ಲಿ ಸಿಗುತ್ತದೆ. ಅಲ್ಲಿ ಇದನ್ನು 'ಚಕ್ಕವಟ್ಟಕ'(ತಿರುಗುವ ಚಕ್ರ)ವೆಂದು ಕರೆಯಲಾಗಿದೆ. ಸೋರೆ ಬುರುಡೆಯ ಆಕಾರದ ಮಡಕೆಗಳು ದೊಡ್ಡ ಸಂಖ್ಯೆಯಲ್ಲಿ ಮೌರ್ಯರ ಆಡಳಿತ ಭಾಗವಾಗಿದ್ದ ತಕ್ಷಶಿಲದ ಭಿರ್ ದಿಬ್ಬದ ಬಳಿ ದೊರೆತಿವೆ. ಈ ಮಡಕೆಗಳನ್ನು ಚಕ್ರದ ಸುತ್ತಲೂ ಹೊಂದಿಸುವುದಕ್ಕೆ ಯಾವುದೇ ರೀತಿಯ ಸರಪಳಿಯನ್ನು ಬಳಸುತ್ತಿರಲಿಲ್ಲ. ಕೇವಲ ಭುಜಶಕ್ತಿಯಿಂದ ಚಕ್ರಗಳನ್ನು ತಿರುಗಿಸಬೇಕಾಗಿತ್ತು (ನೋಡಿ ಚಿತ್ರ 3.2 – ವಿವರಣೆ ಸಹಿತ). ಇನ್ನು ಮೂರನೆಯ, ಅತ್ಯಂತ ಕಡಿಮೆ ಖರ್ಚಿನ ಉಪಕರಣವೆಂದರೆ, ಪಾದಗಳಿಂದ ಒತ್ತುತ್ತಾ ಹಲಗೆಯ ಚೆಪ್ಪಿನ ಸಹಾಯದಿಂದ ಕಾಲುವೆಗಳಲ್ಲಿ ನೀರನ್ನು ಹಾಯಿಸಲು ಬಳಸುತ್ತಿದ್ದದ್ದು. ಇದನ್ನು 'ಸ್ರೋತೋಯಂತ್ರ'ವೆನ್ನುತ್ತಿದ್ದರು.

ಅರ್ಥಶಾಸ್ತ್ರದ ಈ ಭಾಗದಲ್ಲಿ ಕಾಲುವೆಗಳು ಮತ್ತು ಕೆರೆಗಳ ಪ್ರಸ್ತಾಪವಿಲ್ಲದಿದ್ದರೂ, ಬೇರೆ ಭಾಗಗಳಲ್ಲಿ (II.1.20-22) ಸರ್ಕಾರವು ಅಣೆಕಟ್ಟುಗಳನ್ನು ತಾನೇ ಕಟ್ಟಿಸಬೇಕು, ಅಥವಾ ಅವುಗಳ ನಿರ್ಮಾಣದಲ್ಲಿ ಸಹಾಯವನ್ನು ಒದಗಿಸಬೇಕು ಎಂದು ಸೂಚಿಸಲಾಗಿದೆ. ಅಣೆಕಟ್ಟುಗಳೆಂದ ಮೇಲೆ ಕಾಲುವೆಗಳು ಮತ್ತು ಸರೋವರಗಳ ನೀರನ್ನು ಹೊರಬಿಡುವ ತೂಬುಗಳ ವಿಷಯ ವಿಶೇಷವಾಗಿ ಹೇಳಬೇಕಿಲ್ಲ. ಮೆಗಸ್ತನೀಸನನ್ನು ಆಧರಿಸಿ ಸ್ಟ್ರಾಬೋ 'ಎಲ್ಲರಿಗೂ ಸಮನಾಗಿ ನೀರಿನ ಹಂಚಿಕೆ ಆಗುವಂತೆ ಮುಖ್ಯ ಕಾಲುವೆಗಳಿಂದ ನೀರನ್ನು ಹಾಯಿಸುವ ಜವಾಬ್ದಾರಿಯುಳ್ಳ ಅಧಿಕಾರಿಗಳ ಬಗ್ಗೆ ಹೇಳುತ್ತಾನೆ. ಈಜಿಪ್ಟಿನಲ್ಲಿ ತಾನು ಕಂಡ ವಿಷಯವನ್ನು, ಮೆಗಸ್ತನೀಸ್ ಅಥವಾ ಬೇರೆ ಯಾವುದೇ ಆಧಾರವಿಲ್ಲದೆ ಸ್ಟ್ರಾಬೋ ಭಾರತಕ್ಕೆ ಅನ್ವಯಿಸಿದ್ದಾನೆಂದು ಹೇಳಿದರೆ, ಅವನಿಗೆ ಅಪಚಾರವೆಸಗಿದಂತಾಗುತ್ತದೆ. ಚಂದ್ರಗುಪ್ತನ ಕಾಲದಲ್ಲಿ ನಿರ್ಮಾಣಗೊಂಡು ಅಶೋಕನ ಕಾಲದಲ್ಲಿ ಅಭಿವೃದ್ಧಿಪಡಿಸಲಾದ ಸೌರಾಷ್ಟ್ರದಲ್ಲಿನ ಸುದರ್ಶನ ಸರೋವರದ ಬಗ್ಗೆ ಕ್ರಿ.ಪೂ.150ರ ರುದ್ರದಮನನ ಜುನಾಗಡ್ ಶಾಸನ ಪ್ರಸ್ತಾಪಿಸುತ್ತದೆ. ಅದರ ಪ್ರಕಾರ ಮೌರ್ಯರ ಕಾಲದಲ್ಲಿ ಅಧಿಕಾರಿಗಳೇ ನೀರಾವರಿ ಸೌಲಭ್ಯವನ್ನು ಒದಗಿಸಲು ಕಾಲುವೆಗಳನ್ನು, ಕೆರೆಗಳನ್ನು ಅಗೆಸುತ್ತಿದ್ದರು. ಆದರೆ ಈ ಕಾಲುವೆಗಳಲ್ಲಿ ಹರಿಯುತ್ತಿದ್ದ ನೀರು ತುಂಬ ವಿಶಾಲ ಪ್ರದೇಶಕ್ಕೇನೂ ದೊರೆಯುತ್ತಿರಲಿಲ್ಲವೆನ್ನುವುದೂ ವಾಸ್ತವ.

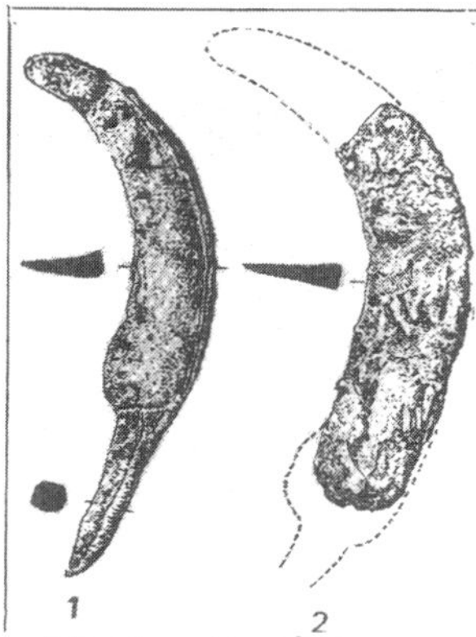

ಚಿತ್ರ 3.1. ಅತ್ರಂಜಖೇರಾ ದಲ್ಲಿ ದೊರೆತ ಕಬ್ಬಿಣದ ಕೊಡಲಿಗಳು (ಆರ್.ಸಿ.ಗೌರ್ ನನ್ನನುಸರಿಸಿ)

ಇನ್ನು ಆಗಿನ ಬೆಳೆಗಳಿಗೆ ಸಂಬಂಧಿಸಿದಂತೆ ಎರಡು ಪಟ್ಟಿಗಳು ಲಭ್ಯವಿವೆ. ಒಂದು ಪಟ್ಟಿಯನ್ನು ತಯಾರಿಸಿದವನು ಇರಾತೋಸ್ಥನೆಸ್. ಕ್ರಿ.ಪೂ.230ರ ಕಾಲದ ಈ ಪಟ್ಟಿಯು ವರ್ಷದಲ್ಲಿ ಎರಡು ಬೆಳೆಗಳ ವಿವರಗಳನ್ನು ಹೊಂದಿದೆ (ಸ್ಟ್ರಾಬೋ XV.1.13) ಮತ್ತೊಂದು ಪಟ್ಟಿಯಿರುವುದು ಅರ್ಥಶಾಸ್ತ್ರದಲ್ಲಿ (II.24.12-14). ಈ ಪಟ್ಟಿಯು ಸಾಕಷ್ಟು ದೊಡ್ಡದಿದ್ದು ಇರಾತೋಸ್ಥನೆಸ್ ಹೆಸರಿಸುವ ಎಲ್ಲ ಬೆಳೆಗಳನ್ನೂ ಒಳಗೊಂಡಿದೆ.

ಇರಾತೋಸ್ಥನೆಸ್‌ನ ಪಟ್ಟಿ:

ಮಳೆಗಾಲದ ಬೆಳೆಗಳು (ಖಾರಿಫ್)	*ಮಾಗಿಯ ಬೆಳೆಗಳು*
ಅಗಸೆ	ಗೋಧಿ
ರಾಗಿ ಮುಂತಾದ ಕಿರುಧಾನ್ಯಗಳು	ಬಾರ್ಲಿ
ಎಳ್ಳು	ಬೇಳೆಗಳು
ಭತ್ತ	ಇತರ ಬೆಳೆಗಳು
ಜೋಳ	

ಇಲ್ಲಿ ಹೆಸರಿಸಿರುವ ಜೋಳದ ಪ್ರಸ್ತಾಪವು ಒನೆಸಿಕ್ರಿಟಿಸ್(ನೋಡಿ 1.1)ನಲ್ಲಿಯೂ

ಚಿತ್ರ 3.2. ನೀರನ್ನೆತ್ತುವ ಪರಿಕರದ (ಕಪಿಲೆ) ಚಿತ್ರ, 12ನೇ ಶತಮಾನ ಮಡಿಕೆಗಳನ್ನು ಆರೆಗಳ ಮೇಲಲ್ಲದೆ ಚಕ್ರದ ಸುತ್ತಲೂ ಅಳವಡಿಸಲಾಗಿದೆ. (ಟಿ. ಷಿಯೋಲರ್ ನನ್ನನುಸರಿಸಿ)

ಸಿಗುತ್ತದೆ. ಇರಾತೋಸ್ಥನೆಸ್ ಕಬ್ಬಿನ ಬಗ್ಗೆ ಹೇಳಿರುವುದು ಸ್ಟ್ರಾಬೋ(XV.1.20)ನಲ್ಲಿ ಉಲ್ಲೇಖಿತವಾಗಿದೆ.

ಅರ್ಥಶಾಸ್ತ್ರದ ಪಟ್ಟಿಯಲ್ಲಿರುವ ಬೆಳೆಗಳು:

ಈ ಬೆಳೆಗಳು ಆಯಾ ಋತುಗಳಲ್ಲಿ ನಾಟಿಯಾಗುವ ಸಮಯವನ್ನು ಆಧಾರವಾಗಿಸಿಕೊಂಡು ಈ ಪಟ್ಟಿಯನ್ನು ತಯಾರಿಸಲಾಗಿದೆ. ಆ ವಿವರಗಳನ್ನು ಕೋಷ್ಟಕ 3.1 ರಲ್ಲಿ ನೋಡಬಹುದು.

ಕೋಷ್ಟಕ 3.1

	ಇಂದಿನ ವಿಂಗಡಣೆ
ಮೊದಲು ನಾಟಿಯಾಗುವ ಬೆಳೆಗಳು	
ಅಕ್ಕಿ (ಭತ್ತ)	ಖಾರಿಫ್
ರಾಗಿ ಮುಂತಾದ ಕಿರುಧಾನ್ಯಗಳು	ಖಾರಿಫ್
ಎಳ್ಳು	ಖಾರಿಫ್ / ರಬಿ
ಪ್ರಿಯಾಂಗು (ಕೌನ್) – ಕಿರುಧಾನ್ಯ	ಖಾರಿಫ್
ಉದಾರಕ (ಯಾವುದೆಂದು ತಿಳಿದಿಲ್ಲ)	–
ವರಗು (ವರಕ) – ಕಿರುಧಾನ್ಯ	ರಬಿ / ಖಾರಿಫ್
ಮಧ್ಯಕಾಲದ ಬೆಳೆಗಳು	
ತೊಗರಿ	ಖಾರಿಫ್
ಉರದ್ (ಮಾಷಾ)	ಖಾರಿಫ್
ಸನ್‌ವಾನ್ (ಶ್ಯೆಂಬ್ಯಾ) – ಕಿರುಧಾನ್ಯ	ಖಾರಿಫ್
ತಡವಾಗಿ ನಾಟಿಯಾಗುವ ಬೆಳೆಗಳು	

	ಇಂದಿನ ವಿಂಗಡಣೆ
ಕುಸುಂಬೆ	ರಬಿ / ಖಾರಿಫ್
ಲೆಂಟಿಲ್	ಖಾರಿಫ್ / ರಬಿ
ಹುರುಳಿ	ರಬಿ / ಖಾರಿಫ್
ಬಾರ್ಲಿ	ರಬಿ
ಕಲಾಯ (ಗುರುತಿಸಲಾಗಿಲ್ಲ)	–
ನಾರಗಸೆ	ಖಾರಿಫ್
ಸಾಸುವೆ	ರಬಿ
ಮತ್ತು (II.24.21-22)	
ಕಬ್ಬು (ಇಕ್ಷು)	ಖಾರಿಫ್
ಮೆಣಸು (ಪಿಪ್ಪಲಿ)	ರಬಿ

ಟಿಪ್ಪಣಿ: ನೋಡಿ ಅರ್ಥಶಾಸ್ತ್ರ II.15.25-30)

ಅಂದಿನ ಆಹಾರ ಧಾನ್ಯಗಳ ಬೆಳೆಗಳ ವಿಷಯದಲ್ಲಿ ಸಮತೋಲನವನ್ನು ಸಾಧಿಸಲಾಗಿತ್ತು ಎನ್ನುವುದು ಮೇಲಿನ ಎರಡು ಪಟ್ಟಿಗಳಿಂದ ತಿಳಿದು ಬರುತ್ತದೆ. ಪ್ರಮುಖ ಬೆಳೆಗಳಾದ ಭತ್ತ, ಗೋಧಿ ಮತ್ತು ಬಾರ್ಲಿ ಮಾತ್ರವಲ್ಲದೆ ಇತರ ಬೆಳೆಗಳೂ ಬೆಳೆಯಲಾಗುತ್ತಿದ್ದವು. ಖಾರಿಫ್ ಮತ್ತು ರಬಿ ಋತುಗಳಿಗೆ ತಕ್ಕಂತೆ ಆ ಬೆಳೆಗಳನ್ನು ಬೆಳೆಯುತ್ತಿದ್ದು, ಆಹಾರ ಧಾನ್ಯಗಳ ಅಭಾವ ಉಂಟಾಗದಂತೆ ನೋಡಿಕೊಳ್ಳುತ್ತಿದ್ದರು. ಭತ್ತದ ಸಸಿಯನ್ನು ನಾಟಿ ಮಾಡುವ ಕಲೆ ಅಂದಿನ ಕೃಷಿಕರಿಗೆ ತಿಳಿದಿತ್ತು ಅಥವಾ ಇಲ್ಲ ಎನ್ನುವುದರ ಬಗ್ಗೆ ಖಚಿತ ಮಾಹಿತಿ ಇಲ್ಲ. ಅರ್ಥಶಾಸ್ತ್ರದಲ್ಲಿ ಇದರ ಬಗೆಗಿನ ಪ್ರಸ್ತಾಪವಿಲ್ಲ. ಆದರೆ, ಸ್ಟ್ರಾಬೋ (XV.1.18) ಕ್ರಿ.ಶ.23ಕ್ಕಿಂತಲೂ ಹಿಂದಿನ ತನ್ನ ಕೃತಿಯಲ್ಲಿ ಮೆಗಿಲ್ಲಸ್ ಎನ್ನುವವನನ್ನು ಉಲ್ಲೇಖಿಸುತ್ತಾ 'ಭಾರತದಲ್ಲಿ ಭತ್ತವು ನೀರಾವರಿ ಮತ್ತು ನಾಟಿ ಮಾಡುವುದರ ಆಧಾರದ ಮೇಲೆ ಬೆಳೆಯುತ್ತಿದೆ' ಎನ್ನುತ್ತಾನೆ. ಕ್ರಿ.ಪೂ.ಒಂದನೆಯ ಶತಮಾನದಲ್ಲಿ ಭತ್ತವನ್ನು ನಾಟಿ ಮಾಡುವ ಪದ್ಧತಿಯು ತಿಳಿದಿತ್ತು ಎನ್ನುವುದಾದರೆ ಮೌರ್ಯರ ಕಾಲದಲ್ಲಿಯೂ ಈ ಪದ್ಧತಿ ಆಚರಣೆಯಲ್ಲಿತ್ತೆನ್ನಬಹುದು.

ಕಬ್ಬನ್ನು ಬೆಳೆಯುವುದು ತುಂಬ ಕಷ್ಟದ ಹಾಗೂ ಖರ್ಚಿನ ಮಾತೆಂದು ಅರ್ಥಶಾಸ್ತ್ರ (II.24.20-21) ಹೇಳುತ್ತದೆ. ಅದು ನಿಜ. ಆದರೆ ಆ ಬೆಳೆಯಿಂದ ಬರುವ ಲಾಭವೂ ಗಣನೀಯವಾಗಿರುವಂಥದ್ದು. ಮೌರ್ಯರ ಕಾಲದಲ್ಲಿಯೇ ಹಲವು ಬಗೆಯ ಸಕ್ಕರೆಯನ್ನು ಉತ್ಪಾದಿಸಲಾಗುತ್ತಿತ್ತು. ಪಾಣಿನಿ(ಕ್ರಿ.ಪೂ.350)ಯಲ್ಲಿ 'ಗುಡ'(ಗಟ್ಟಿ ಸಕ್ಕರೆ) ದ ಪ್ರಸ್ತಾಪವಿದೆ (IV.4.103). ಅರ್ಥಶಾಸ್ತ್ರ(II.15.14)ವು 'ಗುಡ', 'ಖಂಡ' ಮತ್ತು 'ಶರ್ಕರ'ಗಳನ್ನು ಹೆಸರಿಸುತ್ತದೆ. ಮೆಗಸ್ತನೀಸ್ ನೆಲವನ್ನು ಬಗೆದು ತೆಗೆಯಲಾಗುತ್ತಿದ್ದ 'ಸಿಹಿಕಲ್ಲುಗಳ' ಬಗ್ಗೆ ಬರೆದಿದ್ದಾನೆ. ಅವು ನೆಲದಲ್ಲಿ ಹೂತಿಡಲಾಗುತ್ತಿದ್ದ ಸಕ್ಕರೆಯ ಗಟ್ಟಿಗಳಾಗಿರಬಹುದು. ಉತ್ಪಾದನೆಯ ಕೊನೆಯ ಹಂತದಲ್ಲಿ ಹೀಗೆ ಮಾಡಲಾಗುತ್ತಿತ್ತು.

ಸಕ್ಕರೆ ಉತ್ಪನ್ನಗಳ ತಯಾರಿಯಲ್ಲಿ ಭಾರತದ ಪಾರಮ್ಯವು ಹಿಂದಿನಿಂದಲೂ ಮುಂದುವರೆದುಕೊಂಡು ಬಂದಿದೆ.

ಇನ್ನು, ಒಂದು ಬೆಳೆಯಾಗಿ ಹತ್ತಿಯ ಸ್ಥಾನ ಏನು ಎನ್ನುವುದು ಬಗೆಹರಿಯದ ಪ್ರಶ್ನೆಯಾಗಿದೆ. ಎರಾತೋಸ್ಥನೆಸ್ ಮತ್ತು ಅರ್ಥಶಾಸ್ತ್ರಗಳ ಪ್ರಕಾರ ಹತ್ತಿ ಒಂದು 'ಬೆಳೆ' ಎಂದು ಗುರುತಿಸಲಾಗಿಲ್ಲ. ಪಾಣಿನಿಯಲ್ಲಿ ಇದರ ಪ್ರಸ್ತಾಪವೇ ಇಲ್ಲ. ನಾರಗಸೆ ಮತ್ತು ಸೆಣಬು – ಎರಡೂ ಪಾಣಿನಿಯಲ್ಲಿ ಕಾಣುತ್ತವೆ. ಅಲೆಗ್ಸಾಂಡರನ ಸೇನಾನಿಯಾಗಿದ್ದ ನಿಯಾರ್ಕಸ್ ಹತ್ತಿಯು ಗಿಡಗಳಿಂದ ಕೀಳುವಂಥದಾಗಿದ್ದು, ವರ್ಷದ ಅಂತ್ಯದಲ್ಲಿ ತೆಗೆಯುವ ಬೆಳೆಗಿಂತಲೂ ಭಿನ್ನವಾದದ್ದೆಂದು ಹೇಳಿರುವುದನ್ನು ಮೊದಲನೆಯ ಅಧ್ಯಾಯದಲ್ಲಿ (1.1) ಗಮನಿಸಿದ್ದೇವೆ. ಹತ್ತಿಯ ಗಿಡಗಳನ್ನು ದ್ರಾಕ್ಷಿಯ ರೀತಿಯಲ್ಲಿ ಸಾಲುಗಳಲ್ಲಿ ಬೆಳೆಸಲಾಗುತ್ತೆಂದು ಅಲೆಗ್ಸಾಂಡರನ ನಿಕಟವರ್ತಿಗಳ ಮಾಹಿತಿಯ ಆಧಾರದ ಮೇಲೆ ಥಿಯೋಫ್ರಾಸ್ಟಸ್ (ಕ್ರಿ.ಪೂ.300) ಹೇಳಿದ್ದಾನೆ. ಥಿಯೋಫ್ರಾಸ್ಟಸ್ ಅರಿಸ್ಟಾಟಲನ ಅನುಯಾಯಿಯಾಗಿದ್ದವನು. ಅಂದರೆ, ಹತ್ತಿಯ ಬಳಕೆ ಸಾಕಷ್ಟು ಅಭಿವೃದ್ಧಿಗೊಂಡಿತ್ತೆಂದೂ, ಮತ್ತು ಮುಂದೆಯೂ ಆ ಪ್ರಕ್ರಿಯೆ ಜಾರಿಯಲ್ಲಿತ್ತೆಂದೂ ಅರ್ಥಮಾಡಿಕೊಳ್ಳಬಹುದು. ಪಾಣಿನಿಯಲ್ಲಿ (IV.1.42) ಒಂದು ಬಣ್ಣವಾಗಿ ಬಳಸಲಾಗುತ್ತಿದ್ದ 'ನೀಲಿ'ಯ ಪ್ರಸ್ತಾಪವೂ ಇದೆ. ಪಾಣಿನಿಗೆ ವ್ಯಾಖ್ಯಾನ ಬರೆದ ಕಾತ್ಯಾಯನನೂ ಸಹ (ಕ್ರಿ.ಪೂ.250) ನೀಲಿಯ ಬಗ್ಗೆ ಹೇಳುತ್ತಾನೆ.

ತೋಟಗಾರಿಕೆ ಆ ಕಾಲದ ಮತ್ತೊಂದು ಪ್ರಮುಖ ಕೃಷಿ ಚಟುವಟಿಕೆಯಾಗಿತ್ತು. ಅಶೋಕನು ತನ್ನ ಶಾಸನಗಳಲ್ಲಿ (ಉದಾ: 2ನೆಯ ಶಿಲಾಶಾಸನ) ಅಗತ್ಯವಿದ್ದೆಡೆಯಲ್ಲಿ ಔಷಧೀಯ ಗಿಡಗಳನ್ನು ಮತ್ತು ಇತರ ಹಣ್ಣುಗಳ ಗಿಡಗಳನ್ನೂ ಬೆಳೆಸಬೇಕೆಂದು ಸೂಚಿಸಿದ್ದಾನೆ. ಮಾವಿನ ತೋಟಗಳ ಉಲ್ಲೇಖವು 7ನೆಯ ಸ್ತಂಭ ಶಾಸನದಲ್ಲಿದೆ. ರಾಣಿಯ ಶಾಸನವು (ಅಲಹಾಬಾದ್ ಸ್ತಂಭ), ಅಶೋಕನ ಎರಡನೆಯ ರಾಣಿಯು ದಾನ ಮಾಡಿದ್ದ ಮಾವಿನ ತೋಟಗಳ ಬಗ್ಗೆ ಹೇಳುತ್ತದೆ. ಅರ್ಥಶಾಸ್ತ್ರದಲ್ಲಿ (II.24.22) ದ್ರಾಕ್ಷಿ ಬೆಳೆಯ ಪ್ರಸ್ತಾಪವಿದೆಯಾದರೂ ಮಾವಿನ ಮರಗಳ ಮಾತಿಲ್ಲ. ಆದರೆ ಅಶೋಕನ ಶಾಸನಗಳು ಅವುಗಳ ಬಗ್ಗೆ ಖಚಿತವಾದ ಮಾಹಿತಿಯನ್ನು ನೀಡುತ್ತವೆ.

ಹೀಗೆ ಕೃಷಿ ಚಟುವಟಿಕೆ ಬೆಳೆದಿದ್ದರಿಂದ ಆಹಾರ ಧಾನ್ಯಗಳು ಅಧಿಕ ಪ್ರಮಾಣದಲ್ಲಿ ಲಭ್ಯವಾಗುತ್ತಿದ್ದವು. ಪರಿಣಾಮವಾಗಿ, ಸಸಾರಜನಕ (ಪ್ರೋಟೀನ್)ದ ಅಂಶವಿರುವ ಬೇಳೆಕಾಳುಗಳ ಬಳಕೆಯು ಹೆಚ್ಚಾಗಿ, ನಿಧಾನವಾಗಿ ಮಾಂಸದ ಬಳಕೆ ಕಡಿಮೆಯಾಯಿತೆಂದು ಕೋಸಾಂಬಿ ಹೇಳುತ್ತಾರೆ. ಆದರೆ, ಕೃಷಿಯು ಆಗಾಗ ತಲೆದೋರುತ್ತಿದ್ದ ಕ್ಷಾಮದ ಸ್ಥಿತಿಯಿಂದಾಗಿ ಬಳಲುತ್ತಿತ್ತು. ಕಾಡುಗಳಲ್ಲಿ ನೀರನ್ನು ಹಿಡಿದಿಟ್ಟುಕೊಳ್ಳುವ ನೈಸರ್ಗಿಕ ಸವಲತ್ತು ಕೃಷಿ ಭೂಮಿಗಿರಲಿಲ್ಲ. ಕ್ಷಾಮದ ಭಯದಲ್ಲಿದ್ದ ಜನ ಪ್ರತಿ ವರ್ಷದ ಪ್ರಾರಂಭದಲ್ಲಿಯೇ ಆ ವರ್ಷದಲ್ಲಿ ಮಳೆಯ ಅಥವಾ ಬರದ ಸ್ಥಿತಿಯ ಬಗ್ಗೆ ತಮ್ಮ ನಡುವಿನ 'ತಿಳಿದವರಿ'ಂದ ತಿಳಿಯ ಬಯಸುತ್ತಿದ್ದರು. ಮೆಗಸ್ತನೀಸ್ ಈ ವಿಷಯದ ಬಗ್ಗೆ ಮಾತನಾಡುತ್ತಾನೆ (ಡಯೋಡೋರಸ್, ಉಧೃತ 3.1). ಜೈನ

ಆಕರಗಳು ಹೇಳುವಂತೆ, ಇಂಥ ಒಂದು ಕ್ಷಾಮವು ಬಹು ದೀರ್ಘಕಾಲ ಕಾಡಿದ್ದರಿಂದ, ಚಂದ್ರಗುಪ್ತ ಮೌರ್ಯನು ಅಧಿಕಾರವನ್ನು ತ್ಯಜಿಸಿ ಜೈನ ಸನ್ಯಾಸಿಯಾದ.

ಕೃಷಿ ಯಶಸ್ವಿಯಾಗಬೇಕಾದರೆ ದುಡಿಯುವವರು ಬೇಕು, ಅದೂ ಹೆಚ್ಚಿನ ಸಂಖ್ಯೆಯಲ್ಲಿ. ಮೆಗಸ್ತನೀಸ್ ಹೇಳುವಂತೆ, ನಿಜವಾಗಿಯೂ ಸಹ, ರೈತರಾಗಿ ದುಡಿಯುತ್ತಿದ್ದವರ ಸಂಖ್ಯೆ ಇತರರಿಗಿಂತ ಹೆಚ್ಚಾಗಿತ್ತು (ಉಧೃತ 3.1). ಅರ್ಥಶಾಸ್ತ್ರ(II.1.2)ದಲ್ಲಿ ಶೂದ್ರ ಕೃಷಿಕರು ('ಕರ್ಷಕ'ರು) ಭೂಮಿಯನ್ನು ಉತ್ತು, ಬೆಳೆಯನ್ನು ತೆಗೆಯಬೇಕೆಂದು ಹೇಳಲಾಗಿದೆ. ಅವರು ತೆರಿಗೆಯನ್ನೂ ಕಟ್ಟಬೇಕಾಗಿತ್ತು. ಅವರಿಗೆ ನೀಡಲಾಗಿದ್ದ ಭೂಮಿಯಲ್ಲಿ ಕೃಷಿಯನ್ನು ನಡೆಸದಿದ್ದರೆ, ಅವರಿಂದ ಆ ಭೂಮಿಯನ್ನು ಹಿಂಪಡೆಯಲಾಗುತ್ತಿತ್ತು (II.1.8-10). ಬೇಸಾಯ ಮಾಡುವವರು ಸಿಗದಿದ್ದಲ್ಲಿ, ಗ್ರಾಮದಲ್ಲಿನ ಇತರ ಸೇವಕರು ಅಥವಾ ವ್ಯಾಪಾರಿಗಳು ಕೃಷಿಯಲ್ಲಿ ತೊಡಗಬಹುದಾಗಿತ್ತು. ರೈತರು ತಮ್ಮದೇ ಆದ ಪಶುಸಂಪತ್ತನ್ನು, ಬಿತ್ತನೆಬೀಜಗಳನ್ನು ಹೊಂದಿರುತ್ತಿದ್ದರು. ಒಂದೊಮ್ಮೆ ಅವರ ಬಳಿ ಅವು ಇಲ್ಲದಿದ್ದರೆ, ಸುಲಭ ಕಂತುಗಳಲ್ಲಿ ತೀರಿಸಬಹುದಾದ ಸಾಲವನ್ನು, ವಸ್ತು ಅಥವಾ ಹಣದ ರೂಪದಲ್ಲಿ, ನೀಡುವುದು ಸರ್ಕಾರದ ಜವಾಬ್ದಾರಿಯಾಗಿತ್ತು(II.1.18).

ಅರ್ಥಶಾಸ್ತ್ರವು ಕೃಷಿ ನಡೆಯುತ್ತಿದ್ದ ವಿವಿಧ ಬಗೆಗಳ ವಿವರಗಳನ್ನು ನೀಡುತ್ತದೆ. ಉದಾಹರಣೆಗೆ, ಗುಲಾಮರು, ಕಾರ್ಮಿಕರು ಬೇಸಾಯ ಮಾಡುತ್ತಿದ್ದರು. ತಮ್ಮ ಮೇಲೆ ವಿಧಿಸಲಾಗಿದ್ದ ದಂಡವನ್ನು ತೆತ್ತಲು ಸಾಧ್ಯವಿಲ್ಲದವರು ಹೊಲಗಳಲ್ಲಿ ದುಡಿಯುತ್ತಿದ್ದರು. ಕೃಷಿ ಅಧಿಕಾರಿಗಳು (ಸೀತಾಧ್ಯಕ್ಷ) ಇಂಥವರಿಗೆ ಬೇಕಾಗಿದ್ದ ಕೃಷಿ ಸಲಕರಣೆಗಳು ಮತ್ತು ಎತ್ತುಗಳನ್ನು ಒದಗಿಸುತ್ತಿದ್ದರು. ಇಂಥ ದುಡಿಯುವವರ ಕೂಲಿಯು ಅವರುಗಳ ಕುಟುಂಬದಲ್ಲಿದ್ದ ಸದಸ್ಯರ ಸಂಖ್ಯೆಯನ್ನಾಧರಿಸುತ್ತಿತ್ತು. ಇದಲ್ಲದೆ ಪ್ರತಿಯೊಬ್ಬ ಕಾರ್ಮಿಕನೂ ತಿಂಗಳಿಗೆ 1 1/2 ಪಣಗಳ ವೇತನವನ್ನು ಪಡೆಯುತ್ತಿದ್ದನು (II.24.28). ರೈತರು ತಾವು ತೆಗೆಯುತ್ತಿದ್ದ ಫಸಲಿನ ಅರ್ಧಭಾಗವನ್ನು ತಾವೇ ಇಟ್ಟುಕೊಳ್ಳಬಹುದಾಗಿತ್ತು(II.24.16). ತಮ್ಮ ಶ್ರಮವನ್ನು ಮಾತ್ರ ಒದಗಿಸುತ್ತಿದ್ದವರು ಬೆಳೆಯ ನಾಲ್ಕನೆಯ ಅಥವಾ ಐದನೆಯ ಒಂದು ಭಾಗವನ್ನು ಮಾತ್ರ ಇಟ್ಟುಕೊಳ್ಳಬಹುದಾಗಿತ್ತು.

ಮೇಲೆ ತಿಳಿಸಿದ ವ್ಯವಸ್ಥೆಯು ಮುಖ್ಯವಾಗಿ ರಾಜನಿಗೆ ಸೇರಿದ ಜಮೀನಿಗೆ ಸಂಬಂಧಿಸಿದ್ದು. ಅರ್ಥಶಾಸ್ತ್ರದಲ್ಲಿ ಇಂಥ ವ್ಯವಸ್ಥೆಗೆ ಯಾವುದೇ ಹೆಸರನ್ನು ನೀಡಲಾಗಿಲ್ಲ. ಕೋಸಾಂಬಿ 'ಸೀತ' ಎನ್ನುವ ಪದವನ್ನು ಈ ವ್ಯವಸ್ಥೆಯನ್ನು ಸೂಚಿಸಲು ಬಳಸಿದ್ದಾರೆ. ಆದರೆ, ಆ ಪದಕ್ಕೆ ಕೃಷಿ ಅಥವಾ ಕೃಷಿ ಉತ್ಪನ್ನ ಎನ್ನುವ ಅರ್ಥ ಮಾತ್ರವಿದೆ. ಅರ್ಥಶಾಸ್ತ್ರದಲ್ಲಿ ಉನ್ನತ ಅಧಿಕಾರಿಗಳಿಗೆ ಅಥವಾ ಸ್ಥಳೀಯವಾಗಿ ಅಧಿಕಾರದಲ್ಲಿದ್ದವರಿಗೆ ಸೇರಿದ ಭೂಮಿಗೆ ಸಂಬಂಧಪಟ್ಟ ವ್ಯವಸ್ಥೆಯ ವಿವರಗಳಿವೆ. ಕಾಲಕಾಲಕ್ಕೆ ಘಟಿಸುತ್ತಿದ್ದ ರಾಜಕೀಯ ಬೆಳವಣಿಗೆಗಳಿಂದಾಗಿ ಇತರರ ಭೂಮಿಯೂ ರಾಜನದಾಗುತ್ತಿದ್ದ ಸಂದರ್ಭಗಳೂ ಇದ್ದವು. ಇದಲ್ಲದೆ, ರಾಜನು ಕೆಲವರಿಗೆ ಭೂಮಿಯನ್ನು ದಾನವನ್ನಾಗಿ (ಇನಾಮು) ನೀಡುತ್ತಿದ್ದು, ಅದರ ಮೇಲೆ ತೆರಿಗೆಯನ್ನು ಕಟ್ಟಬೇಕಾಗಿರಲಿಲ್ಲ. ಅರ್ಥಶಾಸ್ತ್ರವು

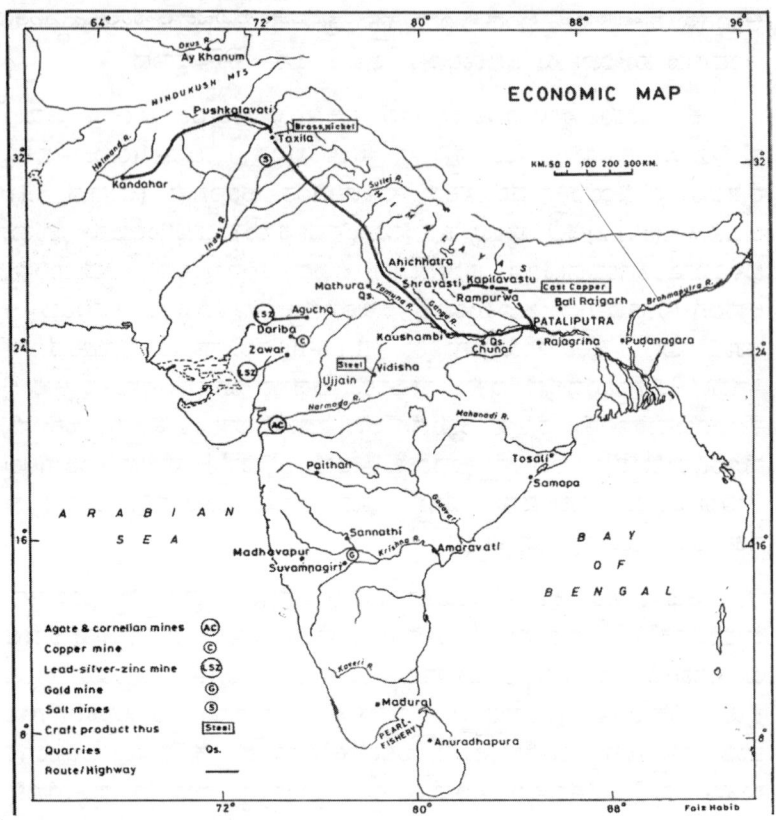

ನಕ್ಷೆ 3.1 ಅರ್ಥವ್ಯವಸ್ಥೆ

ತೆರಿಗೆ ರಹಿತವಾದ 'ಬ್ರಹ್ಮದೇಯ'ವೆಂದು ಕರೆಯಲಾಗುತ್ತಿದ್ದ ಇಂಥ ಭೂಮಿಯನ್ನು ಪ್ರಸ್ತಾಪಿಸುತ್ತದೆ. ಸರ್ಕಾರಿ ಅಧಿಕಾರಿಗಳು, ಬ್ರಾಹ್ಮಣರು, ಮುಂತಾದವರು ಹೀಗೆ ಭೂದಾನವನ್ನು ಪಡೆಯುತ್ತಿದ್ದರು. ಅಶೋಕನ ಶಾಸನಗಳಲ್ಲಿ ಕಾಣುವ ಚಕ್ರವರ್ತಿ ಮತ್ತು ಅವನ ಕುಟುಂಬದವರು ಮಾಡಿದ ಇಂಥ ದಾನಗಳಿಗೆ ಉದಾಹರಣೆಯಾಗಿ ರಾಣಿಯ ಶಾಸನದಲ್ಲಿ ಮಾವಿನ ತೋಟದ ದಾನದ ಪ್ರಸ್ತಾಪವಿದೆ.

ಹೀಗೆ ದಾನವಾಗಿ ಪಡೆಯುತ್ತಿದ್ದ ಭೂಮಿಯು ಪಡೆದವನ ಆಸ್ತಿಯಾಗುತ್ತಿತ್ತು. ಅವನು ಬಂಜರು ಭೂಮಿಯನ್ನು ಅಭಿವೃದ್ಧಿಪಡಿಸಿ, ರಾಜನ ಭೂಮಿಯ ರೀತಿಯಲ್ಲಿ ಅಲ್ಲಿಯೂ ಕೃಷಿಯನ್ನು ಕೈಗೊಳ್ಳಬಹುದಿತ್ತು. ತೆರಿಗೆಯನ್ನು ವಿಧಿಸಿ, ಫಸಲಿನ ಅಧಿಕ ಭಾಗವನ್ನು ಪಡೆಯುವ ರಾಜನ ಅಧಿಕಾರದಿಂದಾಗಿ, ರಾಜನೇ ಆ ಭೂಮಿಯ ಯಜಮಾನನೆನ್ನುವ ನಿರ್ಧಾರಕ್ಕೆ ಬರುವುದು ಸುಲಭ. ಮೆಗಸ್ತನೀಸ್ ಮತ್ತು ಅವನನ್ನನುಕರಿಸಿದ ಡಯೋಡೋರಸ್ (ಉಧೃತ 3.1) ಮತ್ತು ಸ್ಟ್ರಾಬೋ ಹೇಳಿದ

ಮಾತುಗಳಲ್ಲಿ ಇದೇ ಅಭಿಪ್ರಾಯವಿದೆ. ಆದರೆ, ಅರ್ಥಶಾಸ್ತ್ರ ಅಥವಾ ಆ ಕಾಲದ ಭಾರತದ ಇನ್ನಾವುದೇ ಆಕರದಲ್ಲಿ ಆ ರೀತಿಯ ಮಾತಿಲ್ಲ. ತೆರಿಗೆಯನ್ನು ವಿಧಿಸುವ ಮೂಲಕ ರೈತರಿಂದ ಅವರ ಹೆಚ್ಚುವರಿ ಆದಾಯವನ್ನು ಪಡೆದ ನಂತರವೂ ಉಳಿಯಬಹುದಾದ ಆಸ್ತಿಯ ಮೇಲಿನ ಸೀಮಿತ ಹಕ್ಕಿನ ಬಗ್ಗೆ ಆ ಕೃಷಿಕಾರರಿಗೂ ತಿಳಿದಿತ್ತೆನ್ನಬಹುದು. ತೆರಿಗೆದಾರರಾದ ರೈತರು ಅಥವಾ ಆಸ್ತಿಯನ್ನು ಹೊಂದಿದ್ದವರ ಮೇಲೆ ರಾಜನು ಹೊಂದಿದ್ದ ಅಧಿಕಾರವೂ ಕೆಲವು ಮಿತಿಗಳಿಗೆ ಒಳಪಟ್ಟಿತ್ತೆನ್ನಬಹುದು. ಆ ರೈತರನ್ನೂ ಕೇವಲ ಗೇಣಿದಾರರೆನ್ನುವ ಹಾಗಿರಲಿಲ್ಲ. ಇಂಥದೇ ಸನ್ನಿವೇಶವೊಂದು 17ನೆಯ ಶತಮಾನದ ಭಾರತದಲ್ಲಿಯೂ ನಮಗೆ ಎದುರಾಗುತ್ತದೆ. ಆ ಸಮಯದಲ್ಲಿ ಮೊಘಲ್ ಸಾಮ್ರಾಜ್ಯಕ್ಕೆ ಭೇಟಿ ನೀಡಿದ ಯೂರೋಪಿನ ಪ್ರವಾಸಿಗಳು ಚಕ್ರವರ್ತಿ ಇಲ್ಲಿನ ಎಲ್ಲ ಭೂಮಿಯ ಒಡೆಯನೆಂಬ ನಿರ್ಧಾರಕ್ಕೆ ಬಂದರು. ಆದರೆ ಈ ಮಾತನ್ನು ಸಮರ್ಥಿಸುವ ಯಾವ ಇತರೆ ಪುರಾವೆಯೂ ಭಾರತದ ಅಂದಿನ ಯಾವ ಕೃತಿಯಲ್ಲಿಯೂ ಸಿಗುವುದಿಲ್ಲ.

ಮೌರ್ಯರ ಕಾಲದ ಗ್ರಾಮೀಣ ಆರ್ಥಿಕತೆಗೂ ಮತ್ತು ಕೃಷಿಗೂ ಪರಸ್ಪರ ನಂಟಿರುವುದನ್ನು ಕಾಣಬಹುದು. ಕಾಡನ್ನು ಕಡಿದು ಭೂಮಿಯನ್ನು ಕೃಷಿಯೋಗ್ಯವನ್ನಾಗಿಸುವಾಗ ಸಾಕಷ್ಟು ಜಾಗಗಳಲ್ಲಿ ಕಾಡಿನ ಒಳಗೆ ಮತ್ತು ಅದರ ಅಂಚಿನಲ್ಲಿ ಗೋಮಾಳಗಳು ಹುಟ್ಟಿಕೊಂಡವು. ಅಲ್ಲಿ ಕುರಿ, ಆಕಳು ಮುಂತಾದ ಪ್ರಾಣಿಗಳನ್ನು ಮೇಯಿಸುವುದು ಗ್ರಾಮೀಣ ಆರ್ಥಿಕತೆಯ ಒಂದು ಭಾಗವೇ ಆಯಿತು. ಕೃಷಿ ಮತ್ತು ವ್ಯಾಪಾರ ಬೆಳೆದಂತೆಲ್ಲಾ ಗ್ರಾಮೀಣ ಆರ್ಥಿಕತೆಯ ಪ್ರಾಮುಖ್ಯತೆಯೂ ಸಾಪೇಕ್ಷವಾಗಿ ಕಡಿಮೆಯಾಯಿತು. ಆದರೆ, ವೈದಿಕ ಯುಗದ ಕೊನೆಯ ಭಾಗದಲ್ಲಿಯೂ ಸಂಪತ್ತಿನ ಮೌಲ್ಯವು ಪಶುಗಳ ಸಂಖ್ಯೆಯ ಆಧಾರದ ಮೇಲೆಯೇ ನಿರ್ಧಾರವಾಗುತ್ತಿದ್ದನ್ನು ಇಲ್ಲಿ ನೆನೆಯಬಹುದು (ವೈದಿಕಯುಗ 1.1 ಮತ್ತು 2.1). ಮೆಗಸ್ತನೀಸ್ ಪಟ್ಟಿ ಮಾಡಿದ ಏಳು ಜಾತಿಗಳಲ್ಲಿ ದನಗಳನ್ನು ಮತ್ತು ಕುರಿಗಳನ್ನು ಕಾಯುವವರು ಮೂರನೆಯ ವರ್ಗವಾಗಿದ್ದಾರೆ. ಅವರು ಊರ ಹೊರಗೆ ಗುಡಾರಗಳಲ್ಲಿ ವಾಸಿಸಬೇಕಾಗಿತ್ತು (ಉಧೃತ 3.1). ಸ್ಟ್ರಾಬೋ (XVI.1.41) ಹೇಳುವಂತೆ ಇವರು ಪಶುಗಳನ್ನು ರೈತರಿಗೆ ಮಾರಾಟ ಮಾಡುತ್ತಿದ್ದರು ಮತ್ತು ಕಾಡುಪ್ರಾಣಿಗಳ ಬೇಟೆಯಾಡುತ್ತಿದ್ದರು. ಅವರು ರಾಜನಿಗೆ ಸಂದಾಯ ಮಾಡಬೇಕಾಗಿದ್ದ ತೆರಿಗೆಯನ್ನು ಪಶುಗಳ ರೂಪದಲ್ಲಿಯೇ ಕೊಡುತ್ತಿದ್ದರೆಂದು ಅರಿಯನ್ (ಇಂಡಿಕಾ XI) ಹೇಳುತ್ತಾನೆ. ಎಮ್ಮೆಗಳೂ ಸೇರಿದಂತೆ ಪಶುಸಂಪತ್ತಿನ ಉಸ್ತುವಾರಿಯನ್ನು ಹೊತ್ತಿದ್ದವನು ಗೋಧ್ಯಕ್ಷನೆಂದು ಅರ್ಥಶಾಸ್ತ್ರ (II.29.1-4) ಹೇಳುತ್ತದೆ. ನೂರು ಪಶುಗಳ ಉಸ್ತುವಾರಿ ಒಬ್ಬ ಗೋಪಾಲಕನದಾಗಿತ್ತು. ದನಗಳ ಮಂದೆ ದೊಡ್ಡದಾಗಿದ್ದಿದ್ದರಿಂದ ಅವುಗಳ ಮೈಮೇಲೆ ಅವುಗಳ ಮಾಲೀಕರು ಯಾರು ಎನ್ನುವುದನ್ನು ತಿಳಿಸುವ ಮುದ್ರೆಗಳನ್ನು ಹಾಕಲಾಗುತ್ತಿತ್ತು (ಅರ್ಥಶಾಸ್ತ್ರ II.29.9.11). ಅಶೋಕನ ಐದನೆಯ ಸ್ತಂಭಶಾಸನ ಮತ್ತು ಎರತೋಸ್ಥನೆಸ್ (ಅರಿಯನ್, ಅನಬಸಿಸ್, V-3) ಸಹ ಈ ಮಾತನ್ನು ದೃಢಪಡಿಸುತ್ತವೆ. ಪಶುಗಳು ಹಾಲು ಮತ್ತು ಅದರ ಉತ್ಪನ್ನಗಳನ್ನು ಒದಗಿಸುತ್ತಿದ್ದವು ಮತ್ತು ಪಶುಗಳ ಮಾಂಸವು ಸಹ ಆಹಾರವಾಗಿ ಪ್ರಾಮುಖ್ಯತೆಯನ್ನು ಪಡೆದಿತ್ತು. ಪಶುಗಳ ವಧೆಯ ಬಗ್ಗೆ ಮೆಗಸ್ತನೀಸ್ ಮತ್ತು ಇತರ

ಗ್ರೀಕ್ ಬರಹಗಾರರು ಏನೂ ಹೇಳುವುದಿಲ್ಲವಾದರೂ ಅರ್ಥಶಾಸ್ತ್ರದಲ್ಲಿ (II.29.8) ಕಡಿಯುವುದಕ್ಕೆಂದೇ ಗುರುತು ಮಾಡಲಾಗುತ್ತಿದ್ದ ಎಮ್ಮೆಗಳ ಬಗ್ಗೆ ಹೇಳಲಾಗಿದೆ. ಅಶೋಕನ ಐದನೆಯ ಸ್ತಂಭಶಾಸನವು ಸ್ಪಷ್ಟವಾಗಿ ಆಡು, ಕುರಿ ಮತ್ತು ಹಂದಿಗಳ ಮಾಂಸ ಆಹಾರದ ಭಾಗವಾಗಿದ್ದನ್ನು ಪ್ರಸ್ತಾಪಿಸುತ್ತದೆ. ಹೋತಗಳು ಮತ್ತು ಟಗರುಗಳ ರೀತಿಯಲ್ಲಿಯೇ ಹಂದಿಗಳಿಗೂ ಸಹ ಅವುಗಳ ಮಾಂಸದ ರುಚಿಯನ್ನು ಹೆಚ್ಚಿಸುವ ಸಲುವಾಗಿ ಬೀಜ ಒಡೆಯುವ ಪದ್ಧತಿ ಇತ್ತೆಂದರೆ, ಆ ಹೊತ್ತಿಗೆ, ಹಂದಿಗಳು ಸಹ ಸಾಕು ಪ್ರಾಣಿಗಳಾಗಿದ್ದವೆಂದು ಸ್ಪಷ್ಟವಾಗುತ್ತದೆ.

ಅಶೋಕನ ಐದನೆಯ ಸ್ತಂಭ ಶಾಸನದಲ್ಲಿ ಕೋಳಿಗಳ ಸಾಕಾಣಿಕೆಯ ಪ್ರಸ್ತಾಪವಿದೆ. ಯಜುರ್ವೇದದ ವಾಜಸನೇಯ ಸಂಹಿತೆಯಲ್ಲಿ ಹುಂಜದ (ಕುಕ್ಕುಟ) ಕೂಗಿನ ಮಾತಿದೆ. ಅಲ್ಲಿ ಅದು ಇನ್ನೂ ಸಾಕು ಪ್ರಾಣಿಯಾಗಿಲ್ಲದಿರಬಹುದು. ಆದರೆ ಈ ಶಾಸನ ಹೇಳುವ ಪ್ರಕಾರ, ಹುಂಜದ ಬೀಜ ಒಡೆಯುವ ಪದ್ದತಿ ಇತ್ತು; ಅಂದರೆ ಅದು ಒಂದು ಸಾಕುಪ್ರಾಣಿಯಾಗಿತ್ತು. ಆ ಹೊತ್ತಿಗೆ, ಕೋಳಿಯನ್ನು ಅದರ ಮೊಟ್ಟೆಗಾಗಿಯಲ್ಲದಿದ್ದರೂ, ಮಾಂಸಕ್ಕಾಗಿ ಸಾಕಲಾಗುತ್ತಿತ್ತು. ಆದರೆ ರುಚಿಕರವಾದ ಮಾಂಸವನ್ನು ಅಂದಿನವರು ಪಡೆಯುತ್ತಿದ್ದದ್ದು ನವಿಲುಗಳು ಮತ್ತು ಜಿಂಕೆಗಳಿಂದ ಎನ್ನುವುದನ್ನು ಒಂದನೆಯ ಶಿಲಾಶಾಸನದಿಂದ ತಿಳಿಯುತ್ತೇವೆ. ಅವು ಪೂರ್ತಿಯಾಗಿ ಸಾಕುಪ್ರಾಣಿಗಳಾಗಿರಲಿಲ್ಲ.

ಇನ್ನು ಕೃಷಿಯೇತರ ಉತ್ಪನ್ನಗಳ ಬಗೆಗಿನ ಮಾತನ್ನು ಕುಂಬಾರಿಕೆಯೊಂದಿಗೆ ಆರಂಭಿಸಬಹುದು. ಕೃಷಿ ಮತ್ತು ಇತರ ಕೃಷಿ ಸಂಬಂಧಿ ವೃತ್ತಿಗಳ ನಂತರ ಮುಖ್ಯವಾದದ್ದು ಕುಂಬಾರಿಕೆ. ಮೌರ್ಯರ ಕಾಲದ ಕುಂಬಾರಿಕೆಯು ಪಶ್ಚಿಮ ಪಂಜಾಬಿನ ತಕ್ಷಶಿಲದಿಂದ ಒಡಿಶಾದಲ್ಲಿನ ಶಿಶುಪಾಲ್‌ಗಡ್ ಹಾಗೂ ಮಾಳ್ವದ ಉಜ್ಜಯಿನಿಯವರೆಗೂ ಹರಡಿತ್ತು. ಇವುಗಳನ್ನು ಉತ್ತರದ ಹೊಳೆಯುವ ಕಪ್ಪು ಪಾತ್ರೆಗಳೆಂದು (Northern Black Polished Ware - NBP) ಎಂದು ಕರೆಯಲಾಗಿದೆ. ಇವುಗಳ ತಯಾರಿಕೆಯಲ್ಲಿ ಮಣ್ಣಿನ ಜತೆ ಸುಣ್ಣವು ಹದವಾಗಿ ಬೆರೆಯುವಂತೆ ಮಾಡಲು ಹೆಚ್ಚಿನ ಶಾಖದಲ್ಲಿ ಪಾತ್ರೆಗಳನ್ನು ಸುಡಬೇಕಾಗಿತ್ತು. ಅದೊಂದು ತಾಂತ್ರಿಕತೆ. ಕ್ರಿ.ಪೂ ಐದನೆಯ ಶತಮಾನದಲ್ಲಿ ಆರಂಭವಾದ ಈ ಕಲೆಯು ಮೌರ್ಯರ ಕಾಲದಲ್ಲಿ ಪರಿಪೂರ್ಣತೆಯನ್ನು ಪಡೆದಿತ್ತು. ಹಾಗಾಗಿ ಹಿಂದಿನ ಪದ್ಧತಿಗಳ ಜಾಗದಲ್ಲಿ ಈ ಹೊಸ ಪದ್ಧತಿಯೇ ಜನಪ್ರಿಯವಾಯಿತು. ವೈದಿಕ ಯುಗದಲ್ಲಿ ಬಳಕೆಯಲ್ಲಿದ್ದ ಬೂದುಬಣ್ಣದ ಪಾತ್ರೆಗಳು (Painted Greyware) ಮತ್ತು ಕೆಂಪು ಪಾತ್ರೆಗಳು (Red Ware) ಜಾಗವನ್ನು ಈ ಹೊಸ ಹೊಳೆಯುವ ಪಾತ್ರೆಗಳು ಆಕ್ರಮಿಸಿಕೊಂಡವು. ಕುಶಲಕರ್ಮಿಗಳು ವಲಸೆ ಹೋಗುತ್ತಿದ್ದರಿಂದ ಅವರ ಕಲೆಯೂ ಸಹ ಅವರು ಹೋದೆಡೆಯಲ್ಲೆಲ್ಲ ಹರಡುತ್ತಿತ್ತು. ಮತ್ತು ಅದರಿಂದಾಗಿ ಈ ಕಲೆಯ ತಾಂತ್ರಿಕತೆಯೂ ಬದಲಾಗುತ್ತಿತ್ತು. ಇದೆಲ್ಲವೂ ಮೌರ್ಯರ ಕಾಲದಲ್ಲಿ ಮತ್ತು ಸ್ವಲ್ಪ ಹಿಂದೆ ನಡೆದಿರಬಹುದು.

ಲೋಹಗಳನ್ನು ಹೊರತುಪಡಿಸಿದರೆ, ಖನಿಜಗಳ ಬಗ್ಗೆ ಮೌರ್ಯರ ಕಾಲಕ್ಕೆ ಸಂಬಂಧಿಸಿದಂತೆ ನಮಗೆ ಸಿಗುವ ಮಾಹಿತಿ ಸೀಮಿತವಾದದ್ದು. ಮೊದಲನೆಯ

ಅಧ್ಯಾಯದಲ್ಲಿ (1.1) ನೈರುತ್ಯ ಪಂಜಾಬಿನ ಕ್ಷಾರಶ್ರೇಣಿಯಲ್ಲಿನ ಬಂಡೆಗಳಿಂದ ಉಪ್ಪನ್ನು ತಂಬಾರಿಸುವ ಬಗ್ಗೆ ತಿಳಿದಿದೆ. ತಕ್ಷಶಿಲದ ಭೀರ್ ದಿಬ್ಬದಲ್ಲಿ ದೊರೆತ ಅಗೇಟಿನಂಥ ಪ್ರಶಸ್ತ ಶಿಲೆಗಳು ಆ ಜಾಗದಲ್ಲಿ ಬೆಲೆಬಾಳುವ ಕಲ್ಲುಗಳ ಗಣಿಗಾರಿಕೆ ನಡೆಯುತ್ತಿತ್ತೆಂಬುದನ್ನು ತಿಳಿಸುತ್ತವೆ. ದಕ್ಷಿಣ ಗುಜರಾತಿನ ರಾಜಪಿಪ್ಪಲದಲ್ಲಿಯೂ ಕಲ್ಲುಗಳ ಗಣಿಗಾರಿಕೆ ನಡೆಯುತ್ತಿತ್ತು. ಇದೇ ಸಂದರ್ಭದಲ್ಲಿ ಆ ಕಾಲದ ಪಾಂಡ್ಯ ರಾಜ್ಯದ ಕರಾವಳಿಯಲ್ಲಿ ಸಾಗರದೊಳಗಿನಿಂದ ಹೊರತೆಗೆದು, ಟ್ಯುಟಿಕೋರಿನ್‌ನಲ್ಲಿ ರಾಶಿ ಹಾಕಿದ್ದ ಅಮೂಲ್ಯವಾದ ಮುತ್ತುಗಳ ಬಗ್ಗೆಯು ಇಲ್ಲಿ (2.5) ಪ್ರಸ್ತಾಪಿಸಬಹುದು.

ಗಣಿಗಾರಿಕೆ ಹಾಗೂ ಲೋಹಗಳ ಬಳಕೆ ಆ ಕಾಲದಗಣನೀಯವಾಗಿ ಮುಂದುವರೆದಿದ್ದುದಕ್ಕೆ ಸಾಕಷ್ಟು ಪುರಾವೆಗಳಿವೆ. ದಕ್ಕನಿನ ರಾಜಪ್ರತಿನಿಧಿಯ ಕೇಂದ್ರ ಸ್ಥಾನವಾಗಿದ್ದ 'ಸುವರ್ಣ ಗಿರಿ'ಗೆ ಆ ಹೆಸರು ಬಂದಿದ್ದು ಸಮೀಪದಲ್ಲಿಯೇ ಇದ್ದ ಚಿನ್ನದ ಗಣಿಗಳಿಂದಾಗಿ. ಕರ್ನಾಟಕದ ಮಸ್ಕಿ ಇಂಥ ಗಣಿ ಪ್ರದೇಶವಾಗಿದ್ದು ಅಲ್ಲಿ ಚಿನ್ನದ ಕೆಲಸ ನಡೆದಿದ್ದಕ್ಕೆ ಕುರುಹುಗಳು ದೊರೆತಿವೆ. ರಾಜಸ್ತಾನದ ಉದಯಪುರ ಜಿಲ್ಲೆಯಲ್ಲಿನ ಅರಾವಳಿ ಪರ್ವತ ಶ್ರೇಣಿಯಲ್ಲಿ ಜವಾರ್, ಆಗುಚಾ ಮತ್ತು ದರಿಬಾಗಳ ಬಳಿಯ ಗಣಿಗಳಲ್ಲಿ ಮೌರ್ಯರ ಕಾಲದಲ್ಲಿ ಚಿನ್ನದ ಗಣಿಗಾರಿಕೆಯ ಭಾಗವಾಗಿ ನಡೆದಿದ್ದ 100 ಮೀಟರುಗಳಷ್ಟು ಅಗೆತ ಮತ್ತು ಹಲಗೆಗಳಿಂದ ಕಟ್ಟಿದ ಗ್ಯಾಲರಿಗಳು ಕಂಡು ಬಂದಿವೆ. ಈ ಗಣಿಗಳು 'ಹಿಂದಿನ ಕಾಲದ ಅತ್ಯಂತ ವ್ಯವಸ್ಥಿತವಾದ ಮತ್ತು ವಿಸ್ತಾರ'ವಾದವುಗಳೆಂದು ಬ್ರಿಟಿಷ್ ಮ್ಯೂಸಿಯಂನ ವರದಿಯೊಂದು ತಿಳಿಸುತ್ತದೆ. ಕ್ರಿ.ಪೂ. ಐದನೆಯ ಶತಮಾನದಿಂದ ಕ್ರಿ.ಪೂ. ಮೂರನೆಯ ಶತಮಾನದ ಮಧ್ಯಭಾಗದಲ್ಲಿ ಈ ಗಣಿಗಳು ಅಭಿವೃದ್ಧಿಗೊಂಡಿರಬಹುದೆಂದು ಕಾರ್ಬನ್ ಡೇಟಿಂಗ್ ಪ್ರಕ್ರಿಯೆಯ ಮೂಲಕ ತಿಳಿದು ಬಂದಿದೆ. ಕ್ರಿ.ಪೂ. ಒಂದನೆಯ ಶತಮಾನದ ನಂತರ ಬಹುಕಾಲ ಗಣಿಗಾರಿಕೆ ಸ್ಥಗಿತಗೊಂಡಿತ್ತು. ಮುಂದೆ ಗಣಿಗಾರಿಕೆ ಆರಂಭವಾಗಿದ್ದು ಕ್ರಿ.ಶ.13ನೆಯ ಶತಮಾನದಲ್ಲಿ, ಸತುವನ್ನು ಹೊರ ತೆಗೆಯುವುದರ ಮೂಲಕ. ಜವಾರ್ ಗಣಿಗಳಿಂದ ಮೊದಲಿಗೆ ಬೆಳ್ಳಿ ಮತ್ತು ಸೀಸಗಳನ್ನು ಹೊರತೆಗೆಯುತ್ತಿದ್ದರು. ಅಲ್ಲಿ ದೊರೆತ ಸತುವನ್ನು ಕಚ್ಚಾ ಮಾಲಿನಿಂದ ಬೇರ್ಪಡಿಸಲಾಗುತ್ತದೆಂದು ನಂಬಲಾಗಿದ್ದರೂ, ಅದು ಅಂದಿನ ಕಾಲಘಟ್ಟದಲ್ಲಿ ಸಹಜವಾಗಿಯೇ ದೊರೆಯುತ್ತಿದ್ದ ಖನಿಜವಾಗಿತ್ತು. ಅರ್ಥಶಾಸ್ತ್ರದಲ್ಲಿ (II.13-14) ಚಿನ್ನವನ್ನು ಬೇರೆ ಲೋಹದಿಂದ ಬೇರ್ಪಡಿಸಿ ಶುದ್ಧೀಕರಿಸುವ (ಕ್ಯೂಪೆಲೇಷನ್) ಮತ್ತು ಬೇರೆ ಲೋಹದ ಜತೆ ಸಂಯೋಜಿಸುವ (ಸಿಮೆಂಟೇಷನ್) ಪ್ರಕ್ರಿಯೆಗಳೆರಡನ್ನೂ ವಿವರಿಸಲಾಗಿದೆ ಎಂಬುದು ಸಾಮಾನ್ಯವಾದ ತಿಳುವಳಿಕೆ. ಆದರೆ ಆಕೃತಿಯಲ್ಲಿನ ಈ ಭಾಗವು ಪ್ರಕ್ಷಿಪ್ತವಾಗಿರುವ ಸಾಧ್ಯತೆ ಹೆಚ್ಚಾಗಿದೆ. ಆದರೆ ಅರಾವಳಿ ಪರ್ವತ ಶ್ರೇಣಿಯಲ್ಲಿ ನಡೆದ ಉತ್ಖನನಗಳು ಮೌರ್ಯರ ಕಾಲದ ಹೊತ್ತಿಗೆ ಈ ಎರಡು ಪ್ರಕ್ರಿಯೆಗಳು ಜನರಿಗೆ ತಿಳಿದಿದ್ದವೆನ್ನುವುದಕ್ಕೂ ಆಧಾರಗಳಾಗಿವೆ. ತಕ್ಷಶಿಲ(ಭಿರ್ ದಿಬ್ಬ)ದ ಬಳಿಯ ಗಣಿಯಲ್ಲಿ ಕ್ರಿ.ಪೂ.3ನೆಯ ಶತಮಾನದಲ್ಲಿ ಗಣಿಗಾರಿಕೆಗೆ ಒಳಪಟ್ಟಿದ್ದ ಜಾಗದಲ್ಲಿ ಒಂದು ಕಂಚಿನ ಹೂದಾನಿ ದೊರೆತಿದೆ. ತಾಮ್ರ (55%), ಸತು (34%) ಮತ್ತು ಸೀಸ(3%)ಗಳು ಈ ಲೋಹದ ಪಾತ್ರೆಯ ತಯಾರಿಯಲ್ಲಿ ಬಳಕೆಯಾಗಿದ್ದವು. ಈವರೆಗೆ ಭಾರತದಲ್ಲಿ ದೊರೆತ

ಕಂಚಿನ ಪಾತ್ರೆಗಳಲ್ಲಿ ಇದೇ ಮೊದಲನೆಯದೆಂದು ಹೇಳಲಾಗಿದೆ. ಸತು ಮತ್ತು ಸೀಸ ಸಾಕಷ್ಟು ಪ್ರಮಾಣದಲ್ಲಿರುವುದು ಈ ಪಾತ್ರೆಯ ಅರಾವಳಿ ಪರ್ವತದ ಜತೆಗಿನ ನಂಟನ್ನು ಗಮನಕ್ಕೆ ತರುತ್ತದೆ. ರಾಸಾಯನಿಕ ಪ್ರಕ್ರಿಯೆಯ ಮೂಲಕ ಬೆಳ್ಳಿಯಿಂದ ಈ ಎರಡು ಲೋಹಗಳನ್ನು ಬೇರ್ಪಡಿಸಿ, ನಂತರ ತಾಮ್ರದ ಜತೆ ಬೆರೆಸಿ ಅಂತಿಮವಾಗಿ ಕಂಚನ್ನು ಪಡೆಯಲಾಗುತ್ತಿತ್ತು. ಕ್ರಿ.ಪೂ.ಒಂದನೆಯ ಶತಮಾನದಲ್ಲಿ ಬೆಳ್ಳಿಯನ್ನು ನಾಣ್ಯಗಳಲ್ಲಿ ಬಳಸುವುದು ನಿಂತು ಹೋಗಿದ್ದರಿಂದ ಅರಾವಳಿ ಶ್ರೇಣಿಯಲ್ಲಿ ಗಣಿಗಾರಿಕೆಯು ಕುಸಿಯಿತು. ಜತೆಗೆ ಸತು ಮತ್ತು ಸೀಸಗಳ ಸರಬರಾಜು ಸಹ ನಿಂತಿತು. ಪರಿಣಾಮವಾಗಿ ಸುಮಾರು ಒಂದು ಸಾವಿರ ವರ್ಷ ಕಂಚಿನ ತಯಾರಿಕೆಯೂ ಇರಲಿಲ್ಲ. ಆದರೂ ತಾಮ್ರದ ಜತೆ ನಿಕೆಲನ್ನು ಬೆರೆಸಿ ಒಂದು ಲೋಹವನ್ನು ತಯಾರಿಸಲಾಗುತ್ತಿತ್ತು. ಭಿರ್ ದಿಬ್ಬದಲ್ಲಿ ಕ್ರಿ.ಪೂ.3ನೆಯ, ಎರಡನೆಯ ಶತಮಾನಕ್ಕೆ ಸೇರಿದ ಇಂಥ ಲೋಹದ ವಸ್ತು, ಬಳೆ ಮುಂತಾದವು ದೊರೆತವು. ಇವುಗಳಲ್ಲಿ ಕ್ರಮವಾಗಿ 9% ಮತ್ತು 19% ನಿಕೆಲ್‌ನ ಪ್ರಮಾಣವಿತ್ತು. ಕ್ರಿ.ಪೂ. ಎರಡನೆಯ ಶತಮಾನದಲ್ಲಿ ಬ್ಯಾಕ್ಟ್ರಿಯಾವನ್ನು ಆಳಿದ ಕೆಲವರು ರಾಜರು ಹೊರಡಿಸಿದ ನಾಣ್ಯಗಳಲ್ಲಿ ನಿಕೆಲ್‌ನ ಪ್ರಮಾಣ 20% ಆಯಿತು. ಆದರೆ ಈ ಮಿಶ್ರ ಲೋಹದ ಬಳಕೆ ಅಲ್ಲಿಗೇ ನಿಂತಿತು. ಅಲ್ಲಿಯವರೆಗೂ ನಿಕೆಲ್ ಎಲ್ಲಿಂದ ಆಮದಾಗುತ್ತಿತ್ತು ಎನ್ನುವುದು ಪ್ರಶ್ನೆಯಾಗಿಯೇ ಇದೆ. ಚೀಣದ ಯುನಾನ್‌ನಿಂದ ಎಂಬ ಒಂದು ವಿವರಣೆ ಕೊಡಲಾಗಿದೆಯಾದರೂ, ಅಷ್ಟು ದೂರದಿಂದ ಅದನ್ನು ಆಮದು ಮಾಡಿಕೊಳ್ಳುವುದು ಅಸಾಧ್ಯವಾಗಿತ್ತೆಂದೇ ಹೇಳಬಹುದು.

ಅಶೋಕನ ಆಡಳಿತದ ಆರಂಭದ ಹೊತ್ತಿಗೆ ತಾಮ್ರದ ದೊಡ್ಡ ತುಂಡುಗಳನ್ನು ಸಿದ್ಧಪಡಿಸುವ ತಾಂತ್ರಿಕತೆ ಲಭ್ಯವಾಗಿತ್ತು. ಬಿಹಾರಿನ ಚಂಪಾರನ್ ಜಿಲ್ಲೆಯಲ್ಲಿನ ರಾಂಪೂರ್ವಾದ ಬಳಿಯ ಅಶೋಕ ಸ್ತಂಭದಲ್ಲಿ ಇಂಥದೊಂದು 'ಬೃಹತ್' ತಾಮ್ರ ಆಗುಳಿಯ ಬಳಕೆಯಾಗಿದೆ. ಎರಕ ಹೊಯ್ದ ಈ ತಾಮ್ರದ ಪರಿಕರದ ಉದ್ದ 72.33 ಸೆಂ.ಮೀ., ಮಧ್ಯಭಾಗದಲ್ಲಿ 33.66 ಸೆಂ.ಮೀ ದಪ್ಪ, 33.66 ಸೆಂ.ಮೀ ಎರಡು ತುದಿಗಳ ದಪ್ಪ, 27.31 ಸೆಂ.ಮೀ. ಭಾರತೀಯರು ಲೋಹಗಳನ್ನು ಎರಕ ಹೊಯ್ದು ಆ ಮೂಲಕ ಪಾತ್ರೆಗಳನ್ನು ತಯಾರಿಸುವುದನ್ನು ಇಷ್ಟಪಡುತ್ತಿದ್ದರೆಂದು ನಿಯಾರ್ಕಸ್ (ಸ್ಟ್ರಾಬೋ XVI.6.67)ವರದಿ ಮಾಡಿದ್ದಾನೆ. ಆದರೆ ಇವು ಮಣ್ಣಿನ ಮಡಕೆಗಳ ರೀತಿಯಲ್ಲಿಯೇ, ಕೆಳಗೆ ಬಿದ್ದರೆ ಒಡೆದು ಹೋಗುತ್ತಿದ್ದವು. ಭಿರ್ ದಿಬ್ಬ(ತಕ್ಷಶಿಲ)ದಲ್ಲಿ ಸಿಕ್ಕಿ, ತವರ ಬೆರೆತಿದ್ದ ಕಂಚಿನ ವಸ್ತುವೊಂದು ಹೇಗೆ ಸುಲಭವಾಗಿ ಒಡೆಯುವ ಗುಣವನ್ನು ಹೊಂದಿದೆ. ಕೆಲವು ಬಾರಿ ಹೀಗೆ ಅಚ್ಚು ಹಾಕುವಲ್ಲಿ ಸೀಸವನ್ನೂ ಬಳಸುತ್ತಿದ್ದರು. ಮೌರ್ಯರ ಕಾಲದ ಕುಶಲ ಕರ್ಮಿಗಳಿಗೆ ಟೊಳ್ಳು ಎರಕದ ವಿಧಾನ ತಿಳಿದಿರಲಿಲ್ಲ.

ಆಗ ಅತಿ ಹೆಚ್ಚಾಗಿ ಬಳಕೆಯಾಗುತ್ತಿದ್ದ ಲೋಹವೆಂದರೆ ಕಬ್ಬಿಣ. ಭೂಮಿಯ ಮೇಲ್ಪದರದಲ್ಲಿಯೇ ದೊಡ್ಡ ಪರಿಮಾಣದಲ್ಲಿ ಕಬ್ಬಿಣದ ಅದಿರು ಲಭ್ಯವಾಗುವುದು ಭಾರತದ ವೈಶಿಷ್ಟ್ಯ. ಇಲ್ಲಿನ ಕಾಡುಗಳಲ್ಲಿನ ಮರಗಳನ್ನೇ ಬಳಸಿ ಅದಿರನ್ನು ಸುಟ್ಟು ಉತ್ತಮ ಗುಣಮಟ್ಟದ ಕಬ್ಬಿಣವನ್ನು ಪಡೆಯುವುದು ಸಾಧ್ಯವಿದೆ. ಭಿರ್ ದಿಬ್ಬದ

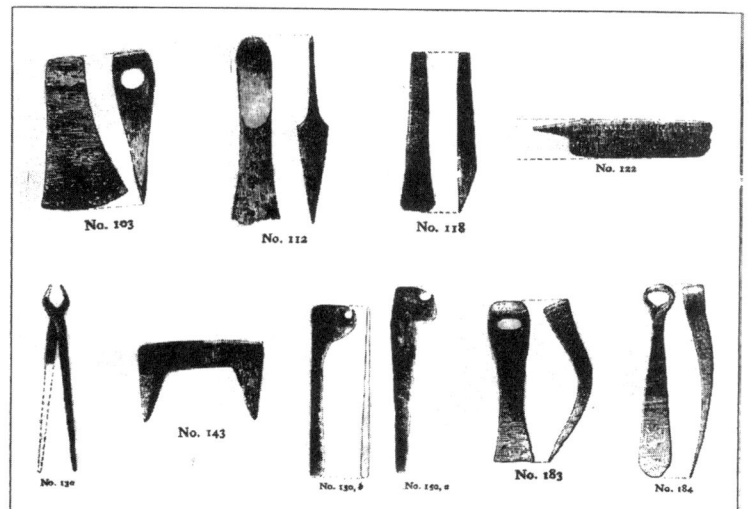

ಚಿತ್ರ 3.3 ತಕ್ಷಶಿಲದಲ್ಲಿ ದೊರೆತ ಕಬ್ಬಿಣದ ಪರಿಕರಗಳು (ಜೆ ಮಾರ್ಷಲ್ನನನ್ನನುಸರಿಸಿ) ಅಗೆತದ ಸಮಯದಲ್ಲಿ ವಸ್ತುಗಳನ್ನು ಗುರುತಿಸಲು ಕೊಟ್ಟಿರುವ ಸಂಖ್ಯೆಗಳನ್ನು ಗಮನಿಸಬಹುದು.

ಬಳಿ ದೊರೆತ ಕಬ್ಬಿಣದಿಂದ ತಯಾರಿಸಿದ ವಸ್ತುಗಳು, ತುಕ್ಕು ಹಿಡಿದ ಸ್ಥಿತಿಯಲ್ಲಿ, ತಾಮ್ರದ ವಸ್ತುಗಳಿಗಿಂತಲೂ ಹೆಚ್ಚಿನ ಸಂಖ್ಯೆಯಲ್ಲಿ ದೊರೆತಿವೆ. ಹಲವು ಬಗೆಯ ರೂಪದ ಪಾತ್ರೆಗಳು, ತಟ್ಟೆಗಳು, ಚಮಚಗಳು, ಭರ್ಜಿಯ ಹಾಗೂ ಬಾಣದ ತುದಿ, ಚುಚ್ಚುಗೋಲು, ಇಕ್ಕಳ, ಆಣಿ, ಉಳಿ, ಸಲಿಕೆ ಮುಂತಾದ ಉಪಕರಣಗಳು ಕಬ್ಬಿಣದಿಂದಲೇ ತಯಾರಾಗಿದ್ದವು (ಭಿರ್ ದಿಬ್ಬದ ಬಳಿ ದೊರೆತ ಉಪಕರಣಗಳಿಗಾಗಿ ನೋಡಿ – ಚಿತ್ರ 3.3). ಈ ಉಪಕರಣಗಳಿಗೆ ಮರದ ಹಿಡಿಗಳನ್ನು ಹೊಂದಿಸಲು ಮತ್ತೆ ಕಬ್ಬಿಣದ ಕುಳಿಗಳನ್ನೇ ಬಳಸಲಾಗುತ್ತಿತ್ತು.

ಮೌರ್ಯರ ಕಾಲದಲ್ಲಿ ಉಕ್ಕು ಸಹ ಉತ್ಪಾದನೆಯಾಗುತ್ತಿತ್ತು ಎಂದು ಹೇಳಬಹುದು. ಕ್ರಿ.ಪೂ.5ನೆಯ ಶತಮಾನದಲ್ಲಿ ಭಾರತಕ್ಕೆ ಬಂದಿದ್ದ ಗ್ರೀಸಿನ ಟೆಸಿಯಸ್ ಅಖೆಮೆನಿಯಾದ ಆಸ್ಥಾನದಿಂದ ಎರಡು ಉಕ್ಕಿನ ಖಡ್ಗಗಳನ್ನು ಉಡುಗೊರೆಯಾಗಿ ಪಡೆದನೆಂದು ಹೇಳಲಾಗಿದೆ. ಸಾಂಚಿ ಬಳಿ ಬೆಸನಗರದಲ್ಲಿ ದೊರೆತ ಹೀಲಿಯೋಡೋರಸ್ ಸ್ತಂಭದ ಬುಡದಲ್ಲಿನ ಕಬ್ಬಿಣದ ಪಟ್ಟಿಗಳನ್ನು, ಇದುವರೆಗೆ ಭಾರತದಲ್ಲಿ ದೊರೆತ ಉಕ್ಕಿನ ವಸ್ತುಗಳಲ್ಲಿ ಅತ್ಯಂತ ಪ್ರಾಚೀನವಾದವುಗಳೆಂದು ಗುರುತಿಸಲಾಗಿದೆ. ಅದು ಕ್ರಿ.ಪೂ.140ನೆಯ ಇಸವಿಗೆ ಸೇರಿದ್ದು. ಈ ಪಟ್ಟಿಗಳಲ್ಲಿ ಕಬ್ಬಿಣದ ಜತೆ ಇಂಗಾಲವೂ ಸಹ ಉಪಯೋಗಿಸಲಾಗಿದೆ. ಈ ಲೋಹದ ಪಟ್ಟಿಯು ಮುರಿದ ಖಡ್ಗದ ಒಂದು ಭಾಗವಾಗಿತ್ತೆಂಬುದು ಸ್ಪಷ್ಟವಾಗಿ ತಿಳಿಯುತ್ತದೆ. ಇದು ತಯಾರಾದ ಕಾಲಘಟ್ಟವು ಮೌರ್ಯರ ಕಾಲಕ್ಕೆ ಅತ್ಯಂತ ಸಮೀಪವಾಗಿತ್ತು.

ಆ ಕಾಲದ ನೇಯ್ಗೆಯ ಕಲೆಯ ಬಗ್ಗೆ ಮಾತನಾಡುವಾಗ, ಹತ್ತಿಯು ಇನ್ನೂ ವಾರ್ಷಿಕ ಬೆಳೆಯಾಗಿ ಪರಿಚಯವಿಲ್ಲದಿದ್ದುದರಿಂದ, ಅದರ ಉತ್ಪಾದನೆಯು ಸೀಮಿತವಾಗಿದ್ದು, ಪರಿಣಾಮವಾಗಿ ವಸ್ತ್ರಗಳ ತಯಾರಿಕೆಯಲ್ಲಿ ಅದೊಂದೇ ಏಕಮಾತ್ರ ಸಂಪನ್ಮೂಲವಾಗಿರಲಿಲ್ಲವೆಂಬುದನ್ನು ನೆನಪಿನಲ್ಲಿಡಬೇಕು. ಅರ್ಥಶಾಸ್ತ್ರ(II.23.2) ದಲ್ಲಿ ನೂಲು ತೆಗೆಯಬಹುದಾದ ಹಲವು ವಸ್ತುಗಳನ್ನು ಪಟ್ಟಿ ಮಾಡಲಾಗಿದೆ: ಉಣ್ಣೆ, ಮರದ ತೊಗಟೆ, ಹತ್ತಿ, ರೇಷ್ಮೆ, ಸೆಣಬು ಮತ್ತು ಅಗಸೆ. ಅದೇ ಕೃತಿಯಲ್ಲಿ (II.23.8) ದುಕೂಲವೆಂಬ ವಸ್ತುವನ್ನು ಹೆಸರಿಸಲಾಗಿದೆ. ಆದರೆ ಅದನ್ನು ಗುರುತು ಹಚ್ಚಲು ಸಾಧ್ಯವಾಗಿಲ್ಲ. ಜತೆಗೆ, ರೇಷ್ಮೆ ಮತ್ತು ಜಿಂಕೆಯ ಕೂದಲುಗಳನ್ನೂ ಬಟ್ಟೆ ತಯಾರಿಯಲ್ಲಿ ಕಚ್ಚಾ ಮಾಲು ಎಂದು ನಮೂದಿಸಲಾಗಿದೆ. ಇಲ್ಲಿ ಹೆಸರಿಸಿರುವ ರೇಷ್ಮೆ ವಸಾಹತು ಪೂರ್ವ ಕಾಲಘಟ್ಟದಲ್ಲಿ ಭಾರತದ ಕಾಡುಗಳಲ್ಲಿ ಸಿಗುತ್ತಿದ್ದ ಒಂದು ಕಾಡುಮರವಿರಬೇಕು. ಪೂರ್ವರಾಜಸ್ತಾನದ ಬೈರಾಟ್ ಮತ್ತು ರೈರ್‌ಗಳ ಬಳಿ ದೊರೆತ ಮುದ್ರಿತ ನಾಣ್ಯಗಳನ್ನು ಸುತ್ತಿಡಲು ಹತ್ತಿಯ ಬಟ್ಟೆಗಳನ್ನು ಮಾತ್ರ ಬಳಸಲಾಗಿದೆ. ಮೌರ್ಯ ಸಾಮ್ರಾಜ್ಯದ ಅಂತಿಮ ಘಟ್ಟದಲ್ಲಿ ಆಗಿನ ಜನರ ಜವಳಿಯ ತಯಾರಿಕೆಯಲ್ಲಿ, ಬಟ್ಟೆಯ ಅಗತ್ಯ ಸೀಮಿತವಾಗಿದ್ದರೂ, ಹತ್ತಿಯ ಪಾಲು ಗಣನೀಯವಾಗಿತ್ತು.

ಅರ್ಥಶಾಸ್ತ್ರ(II.23.2,11)ವು ನೂಲು ತೆಗೆಯುವುದರಲ್ಲಿ ಮಹಿಳೆಯರು ಮಾತ್ರ ಭಾಗಿಯಾಗಿದ್ದರೆಂದು ಹೇಳುತ್ತದೆ. ಅದರಲ್ಲಿಯೂ, ವಿಧವೆಯರು, ಮನೆ ಇಲ್ಲದವರು, ಅನಾಥರು, ಕನ್ಯೆಯರು, ದಂಡವನ್ನು ಕಟ್ಟಲಾರದವರು, ದೇವದಾಸಿಯರು, ರಾಜರ ಅಂತಃಪುರದಲ್ಲಿನ ವಯಸ್ಸಾದ ದಾಸಿಯರು ಮುಂತಾದವರು ಈ ವೃತ್ತಿಯಲ್ಲಿ ತೊಡಗಿದ್ದರು. ಬಟ್ಟೆ ನೇಯುವ ಕೆಲಸ ಪುರುಷರದು (II.23.8).

ಅಲಂಕಾರಿಕ ವಸ್ತುಗಳನ್ನು ತಯಾರಿಸುವ ಕೆಲವರು ಕುಶಲ ಕರ್ಮಿಗಳ ಬಗೆಗಿನ ಪುರಾವೆಗಳು ತಕ್ಷಶೀಲದ ಭಿರ್ ದಿಬ್ಬದ ಹತ್ತಿರ ದೊರೆತಿವೆ. ಬಳೆಗಳು, ಮಣಿಗಳು, ನೀಲಿ, ಹಸಿರು, ಕಪ್ಪು ಮತ್ತು ಕೆಂಪು ಮುದ್ರೆಗಳ ತಯಾರಿಕೆಯಲ್ಲಿ ಗಾಜನ್ನು ಬಳಸುತ್ತಿದ್ದರು. ಬಳೆಗಳು ಮತ್ತು ಮಣಿಗಳನ್ನು ಶಂಖದ ಚಿಪ್ಪುಗಳನ್ನು ಉಪಯೋಗಿಸಿಯೂ ತಯಾರಿಸುತ್ತಿದ್ದು, ಇವುಗಳ ಅಂಗಡಿಯೊಂದು ಉತ್ಖನನದ ಕಾಲದಲ್ಲಿ ಹೊರಬಿದ್ದಿದೆ. ಬೀದಿಯ ಕಡೆಗೆ ಬಾಗಿಲಿರುವ ಈ 'ಅಂಗಡಿ'ಯಲ್ಲಿ ಶಂಖದ ಚಿಪ್ಪುಗಳ ಚೂರುಗಳು, ಮುತ್ತುಗಳು ದೊರೆತಿವೆ. ಅರೆಪ್ರಶಸ್ತಕಲ್ಲುಗಳಿಂದ ಮಣಿಗಳನ್ನು ಸಿದ್ಧಪಡಿಸುವಲ್ಲಿ – ಮುಖ್ಯವಾಗಿ ಕಾರ್ನಿರಿಯ ಮತ್ತು ಅಗೇಟ್ – ಮೌರ್ಯಸಾಮ್ರಾಜ್ಯದ ಕುಶಲಕರ್ಮಿಗಳ ಕೌಶಲ ಗಮನಾರ್ಹವಾಗಿತ್ತು. ಅತ್ಯುತ್ತಮ ಕಲ್ಲುಗಳನ್ನು ಬಳಸಿ ಅವುಗಳನ್ನು ಕತ್ತರಿಸಿ ಹೊಳೆಯುವಂತೆ ಮಾಡುವಲ್ಲಿ ಪರಿಪೂರ್ಣತೆಯನ್ನು ಸಾಧಿಸಿದ್ದರು. ಜಗತ್ತಿನ ಯಾವ ಭಾಗದಲ್ಲಿಯೂ ಅಂದು ಇಂಥ ಉತ್ತಮ ಕಸುಬುದಾರರಿರಲಿಲ್ಲ. ಪದ್ಮರಾಗ, ಅಂಬರು, ಹವಳ ಮತ್ತು ಪಿಂಗಾಣಿಗಳನ್ನೂ ಮಣಿಗಳನ್ನು ತಯಾರಿಸುವಲ್ಲಿ ಉಪಯೋಗಿಸುತ್ತಿದ್ದರು.

ಪುರಾತತ್ವ ಇಲಾಖೆಯ ಅಗೆತಗಳಲ್ಲಿ ಹೊರಬಿದ್ದ ಮತ್ತೊಂದು ಅಂಶ ಅಂದಿನ ಕಟ್ಟಡಗಳ ಕುರಿತಾದದ್ದು. ಸುಟ್ಟ ಇಟ್ಟಿಗೆ, ಮಣ್ಣಿನ ಇಟ್ಟಿಗೆಗಳನ್ನು ಜೋಡಿಸಲು ಬಳಸಿದ

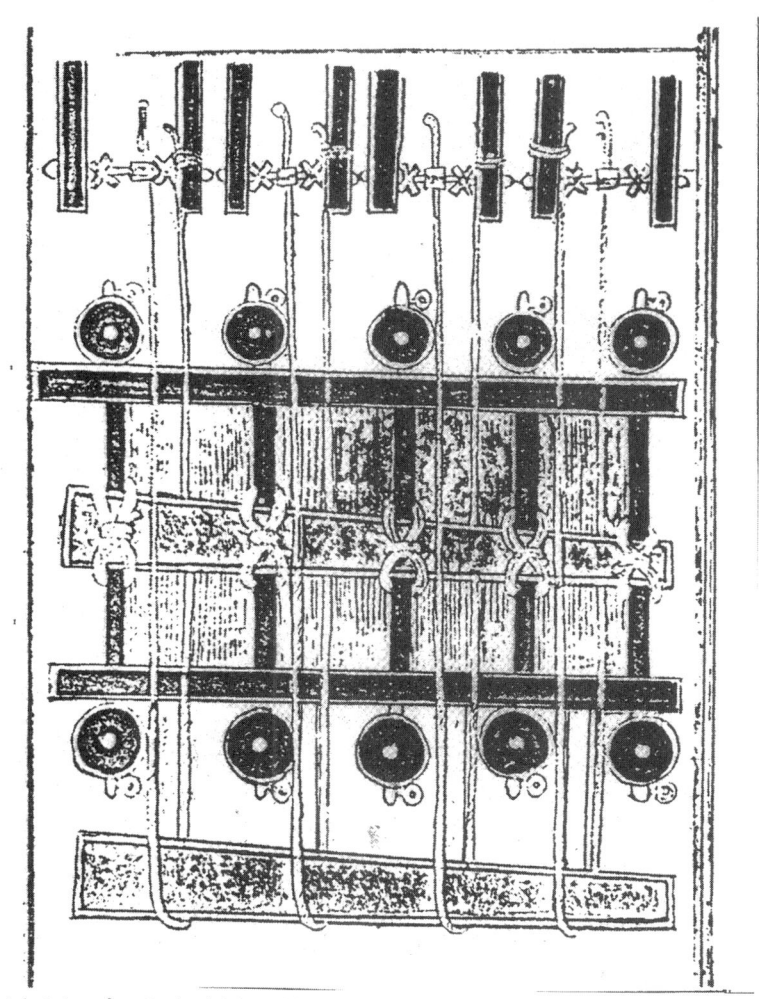

ಚಿತ್ರ 3.4 ಅಶೋಕ ಸ್ತಂಭವನ್ನು ಹತ್ತು ಚಕ್ರಗಳ ಗಾಡಿಯ ಮೇಲೆ ನಿಲ್ಲಿಸಿ ಹಗ್ಗಗಳ ಸಹಾಯದಿಂದ ಮೇಲಕ್ಕೆತ್ತುತ್ತಿರುವುದು. ಸಿರತ್–ಇ–ಫಿರೋಜ್ ಷಾಹಿ ಹಸ್ತಪ್ರತಿಯಲ್ಲಿನ ಚಿತ್ರ (ಸೌಜನ್ಯ: ಖುದಾ ಬಕ್ಷ್ ಓರಿಯೆಂಟಲ್ ಪಬ್ಲಿಕ್ ಲೈಬ್ರರಿ, ಪಟ್ನಾ) ಇದೇ ಹಸ್ತ ಪ್ರತಿಯಲ್ಲಿ ಇನ್ನೂ ಹತ್ತು ಚಕ್ರಗಳಿದ್ದು ಅವುಗಳು 14ನೆಯ ಶತಮಾನದಲ್ಲಿ ಆ ಸ್ತಂಭವನ್ನು ತೋಪ್ರಾದಿಂದ ದೆಹಲಿಗೆ ಸಾಗಿಸುವುದನ್ನು ಬಿಂಬಿಸುತ್ತವೆ

ದೊಡ್ಡ ಕಲ್ಲುಗಳ ಚೂರುಗಳು, ಇಟ್ಟಿಗೆ ಚೂರುಗಳು ಮತ್ತು ಹಲಗೆಯ ಸಾಮಾಗ್ರಿ ದೊರೆತಿವೆ. ಸಿಂಧು ನಾಗರಿಕತೆಯು ಕೊನೆಗೊಂಡ 1500 ವರ್ಷಗಳ ನಂತರ, ಮೌರ್ಯ ಸಾಮ್ರಾಜ್ಯದ ಅವಧಿಗೆ ಸೇರಿದ ಅವಶೇಷಗಳು ಭಿಟ್ (ಅಲಹಾಬಾದ್ ಜಿಲ್ಲೆ),

ಅಹಿಚ್ಚತ್ರ (ಬರೇಲಿಜಿಲ್ಲೆ)ಗಳಲ್ಲಿ 1963–65 ರಲ್ಲಿ ನಡೆದ ಅಗೆತಗಳಲ್ಲಿ ದೊರೆತಿವೆ. ತಕ್ಷಶಿಲ (ಭಿರ್ ದಿಬ್ಬ)ದಲ್ಲಿನ ಕಟ್ಟಡಗಳ ಮೇಲು ಛಾವಣಿಗೆ ಆಧಾರವಾಗಿ ಮರದ ಕಂಬಗಳನ್ನು ನಿಲ್ಲಿಸಿರುವುದು ಕಂಡುಬರುತ್ತದೆ. ಆದರೆ, ಪಾಟಲಿಪುತ್ರದಲ್ಲಿ ಪತ್ತೆಯಾದ ಒಂದು ಸಭಾಂಗಣದಲ್ಲಿ 84 ಹೊಳೆಯುವ ಬೆಣಚುಕಲ್ಲಿನ ಆಧಾರ ಸ್ತಂಭಗಳ ಕುರುಹುಗಳಿವೆ. ಪ್ರತಿಯೊಂದು ಕಂಬವೂ ಸುಮಾರು 9.6 ಮೀಟರುಗಳ ಉದ್ದವಿದ್ದು, ನೆಲದ ಮೇಲೆ ಅವುಗಳ ಉದ್ದ 7 ಮೀಟರುಗಳು. ಗಂಗಾನದಿ ಪಾತ್ರದಲ್ಲಿ ಮತ್ತು ಇತರೆಡೆಗಳಲ್ಲಿ ಹಳೆಯ ಕಟ್ಟಡಗಳ ಕಂಬಗಳು ಹೊರಬಿದ್ದಿವೆ. ಅವುಗಳ ಕಲಾನೈಪುಣ್ಯದ ಕುರಿತು 3.5ರಲ್ಲಿ ವಿವರಿಸಲಾಗಿದೆ. ಚುನಾರ್ ಮತ್ತು ಮಧುರಾಗಳ ಬಳಿಯ ಕಲ್ಲುಗಣಿಗಳಲ್ಲಿನ ಶಿಲೆಗಳನ್ನು ಕರಾರುವಾಕ್ಕಾದ ಅಳತೆಗೆ ಕತ್ತರಿಸಿ, ಅವುಗಳನ್ನು ನೂರಾರು ಕಿ.ಲೋ.ಮೀಟರುಗಳಷ್ಟು ದೂರದ ಪ್ರದೇಶಗಳಿಗೆ ಸಾಗಿಸುವುದರಲ್ಲಿ ತೊಡಗಿದ್ದ ದುಡಿಯುವವರ ಸಂಖ್ಯೆ ಮತ್ತು ಅವರ ಶ್ರಮ ಎರಡೂ ಕುತೂಹಲಕಾರಿಯಾಗಿವೆ. ಹದಿನಾಲ್ಕನೆಯ ಶತಮಾನದಲ್ಲಿ ಇಂಥ ಎರಡು ಸ್ತಂಭಗಳನ್ನು ದೆಹಲಿಗೆ ತರಲು ಫಿರೋಜ್ ತುಗ್ಲಕನ ಕಾಲದಲ್ಲಿ ಬಂಡಿಗಳನ್ನು, ರಾಟಿಗಂಬಗಳನ್ನು, ದೋಣಿಗಳನ್ನು ಬಳಸಿದ್ದು ತಿಳಿದಿದೆ (ಚಿತ್ರ 3.4). ಅಶೋಕನ ಕಾಲದ ಇಂಜಿನಿಯರುಗಳಿಗೂ ಸಹ ಈ ಸಲಕರಣೆಗಳು ತಿಳಿದಿದ್ದವೆಂದು ಹೇಳಬಹುದು. ಅವರು ಅಥವಾ ಅವರ ಹಿಂದಿನವರು ಅಲೆಗ್ಝಾಂಡರನು ಯುದ್ಧದಲ್ಲಿ ಬಳಸುತ್ತಿದ್ದ ಕಲ್ಲುಗಳನ್ನು ಬೀಸುವ ಯಂತ್ರಗಳ ಬಗ್ಗೆ ಅವನ ದಾಳಿಗಳ ವಿವರಗಳಿಂದ ಅಥವಾ ನಂತರದಲ್ಲಿ ಮೌರ್ಯ ಸಾಮ್ರಾಜ್ಯದಲ್ಲಿ ಅಧಿಕಾರಿಗಳಾಗಿ ನೆಲೆ ನಿಂತ ಗ್ರೀಕರು ಮತ್ತು ಮಾಸಿಡೋನಿಯನರಿಂದ ತಿಳಿದಿರಬೇಕು.

ಆಗಿನ ಪಟ್ಟಣಗಳ ಸುಭದ್ರತೆಗಾಗಿ ಕಟ್ಟಿದ ಕೋಟೆಗಳ ನಿರ್ಮಾಣದಲ್ಲಿಯೂ ಸಾಕಷ್ಟು ದುಡಿಮೆ ಮತ್ತು ಇತರ ಸಂಪನ್ಮೂಲಗಳು ಕೊಡುಗೆ ನೀಡಿವೆ. ಪಾಟಲಿಪುತ್ರದ ಸುತ್ತಲಿನ ಗೋಡೆ, ಮೆಗಸ್ತನೀಸ್ ಮತ್ತಿತರರು ಹೇಳಿದಂತೆ, ನಗರವನ್ನು ಸುತ್ತುವರೆದಿದ್ದು ಪೂರ್ತಿಯಾಗಿ ಮರದಿಂದಲೇ ನಿರ್ಮಾಣಗೊಂಡಿದ್ದೇ ವಾಸ್ತವವೆಂದಾದರೆ (ನೋಡಿ 1.6) ಅದರ ನಿರ್ಮಾಣ ಮತ್ತು ಸಂರಕ್ಷಣೆಗಾಗಿ ದೊಡ್ಡ ಮಟ್ಟದಲ್ಲಿಯೇ ಮರದ ಉಪಯೋಗವಾಗಿರಬೇಕು. ಕೌಶಾಂಬಿನಗರದ ಸುತ್ತ ಇದ್ದದ್ದು ಮಣ್ಣಿನ ಗೋಡೆ ಮತ್ತು ಇದು ಸಹ ಮೌರ್ಯರ ಕಾಲದ್ದೇ. ತೋಸಾಲಿ(ಇಂದಿನ ಒರಿಸ್ಸಾದ ಶಿಶುಪಾಲಗಢ್)ಯ ಸುತ್ತಲು ಮೌರ್ಯರ ಆಡಳಿತದ ಅಂತಿಮ ದಿನಗಳಲ್ಲಿ ಮಣ್ಣಿನಿಂದ ಗೋಡೆಯನ್ನು ಕಟ್ಟಲಾಯಿತು. ಉಜ್ಜಯಿನಿಯ ಸುತ್ತ ಇದ್ದ ಗೋಡೆ 5 ಕಿ.ಮೀಗಳಷ್ಟು ಉದ್ದವಾಗಿದ್ದು, ಅದನ್ನು ಇಟ್ಟಿಗೆಗಳಿಂದ ಕಟ್ಟಲಾಗಿತ್ತು. ಅದರ ನಿರ್ಮಾಣವಾಗಿದ್ದು ಮೌರ್ಯರ ಕಾಲಕ್ಕೂ ಹಿಂದೆ. ಮೌರ್ಯ ಸಾಮ್ರಾಜ್ಯದಿಂದಾಚೆ, ಶ್ರೀಲಂಕಾದ ಅನೂರಾಧಪುರದಲ್ಲಿ ಸುಮಾರು ಕ್ರಿ.ಪೂ.350–200 ರ ನಡುವೆ ಒಟ್ಟು 100 ಹೆಕ್ಟೇರುಗಳಷ್ಟು ವಿಶಾಲವಾದ ಪ್ರದೇಶವನ್ನು ಸುತ್ತುವರೆಯುವಂತೆ ಮಣ್ಣಿನ ಪ್ರಾಕಾರವನ್ನು ಕಟ್ಟಲಾಯಿತು.

ಅಶೋಕನ ಶಾಸನಗಳು ಪಟ್ಟಣಗಳನ್ನು 'ನಗರ'ಗಳೆಂದು ಕರೆಯುತ್ತವೆ (5ನೆಯ ಶಿಲಾಶಾಸನ, ಒಂದನೆ ಪ್ರತ್ಯೇಕ ಶಿಲಾ ಶಾಸನ). ಪಾಟಲಿಪುತ್ರವಲ್ಲದೆ, ಇನ್ನೂ

ಏಳು ಇಂಥ 'ನಗರ'ಗಳ ಹೆಸರುಗಳು ಆ ಶಾಸನಗಳಲ್ಲಿ ಉಲ್ಲೇಖಗೊಂಡಿವೆ. ಸಾಮ್ರಾಜ್ಯದ ವಿವಿಧ ಭಾಗಗಳಲ್ಲಿದ್ದ ಈ 'ನಗರ'ಗಳು: ತಕ್ಷಶಿಲ, ಉಜ್ಜಯಿನಿ, ಕೌಶಾಂಬಿ, ತೊಸಾ, ಸಮಾಪಾ, ಸುವರ್ಣಗಿರಿ ಮತ್ತಿ ಇಸಿಲ (ನೋಡಿ 1.6). ಅರಿಯನ್ ತನ್ನ 'ಇಂಡಿಕಾ'ದಲ್ಲಿ ಮೆಗಸ್ತನೀಸನ ಬರಹಗಳ ಆಧಾರದ ಮೇಲೆ ಮಥುರಾವನ್ನು ಹೆಸರಿಸುತ್ತಾನೆ. ಸವಿತಿ(ಶ್ರಾವಶಸ್ತಿ), ವಾರಾಣಾಸಿ, ಪುದಾನಗರ(ಮಹಾಸ್ಥಾನ) ಮತ್ತು ಚಿಕಂಬರಿ(ದೇವಟೆಕ್)ಗಳು ಮೌರ್ಯರ ಕಾಲದ ಇತರ ಶಾಸನಗಳಲ್ಲಿ ಕಂಡುಬರುತ್ತವೆ (ನೋಡಿ ನಕ್ಷೆ 1.2). ಈ ಹನ್ನೆರಡು 'ನಗರ'ಗಳೇ ಅಲ್ಲದೆ ಆಫ್ಘಾನಿಸ್ತಾನದ ಕಾಂದಹಾರ್, ಉತ್ತರಪ್ರದೇಶದ ಅಹಿಚ್ಛತ್ರ, ಶ್ರೀಲಂಕಾದ ಅನುರಾಧಪುರಗಳಲ್ಲಿ ನಡೆದ ಉತ್ಖನನಗಳಲ್ಲಿ ಮೌರ್ಯರ ಕಾಲದ ಕುರುಹುಗಳು ಪತ್ತೆಯಾಗಿವೆ.

ಈ ಕುರುಹುಗಳನ್ನಾಧರಿಸಿ ಎಫ್.ಆರ್.ಅಲ್ಚಿನ್ ಮೌರ್ಯರ ಕಾಲದ ಪಟ್ಟಣಗಳನ್ನು ವಿಂಗಡಿಸುತ್ತಾನೆ.

1ನೆಯ ದರ್ಜೆ: 240 ಹೆಕ್ಟೇರುಗಳಿಗಿಂತಲೂ ಹೆಚ್ಚಿನ ವಿಸ್ತೀರ್ಣ (ಪಾಟಲಿಪುತ್ರ – 340 ಹೆಕ್ಟೇರುಗಳು)

2ನೆಯ ದರ್ಜೆ: 181– 240 ಹೆಕ್ಟೇರುಗಳ ನಡುವಿನ ವಿಸ್ತೀರ್ಣ (ರಾಜಗೃಹ, ಕೌಶಾಂಬಿ, ವಿದಿಶಾ (ಬೆಸನಗರ))

3ನೆಯ ದರ್ಜೆ: 121–180 ಹೆಕ್ಟೇರುಗಳ ನಡುವಿನ ವಿಸ್ತೀರ್ಣ (ಅಹಿಚ್ಛತ್ರ, ಶ್ರಾವಸ್ತಿ, ತೊಸಲಿ, ಪುದನಗರ (ಮಹಾರಾಷ್ಟ್ರ))

4ನೆಯ ದರ್ಜೆ: 61–120 ಹೆಕ್ಟೇರುಗಳ ನಡುವಿನ ವಿಸ್ತೀರ್ಣ (ಉಜ್ಜಯಿನಿ, ಸಮಾಪಾ, ಚೌಗಡ, ಪೈಥಾನ್, ಅನುರಾಧಪುರ (ಶ್ರೀಲಂಕಾ))

5ನೆಯ ದರ್ಜೆ: 31–60 ಹೆಕ್ಟೇರುಗಳ ನಡುವಿನ ವಿಸ್ತೀರ್ಣ (ಕಾಂದಹಾರ್, ತಕ್ಷಶಿಲ, ಬಲಿರಾಜಗಡ್ (ಬಿಹಾರ), ಸನ್ನತಿ, ಮಾಧವಪುರ (ಕರ್ನಾಟಕ), ಧಾನ್ಯಕಟಕ, ಅಮರಾವತಿ (ಆಂಧ್ರ))

6ನೆಯ ದರ್ಜೆ: 16–30 ಹೆಕ್ಟೇರುಗಳ ನಡುವಿನ ವಿಸ್ತೀರ್ಣ (ಕಪಿಲ ವಸ್ತು (ಈಶಾನ್ಯ ಉತ್ತರ ಪ್ರದೇಶ), ಪುಷ್ಕಲಾವತಿ (ಚರ್ಸದ್ದಾ, ವಾಯುವ್ಯಗಡಿ ಪ್ರದೇಶ))

ವಿವಿಧ 'ನಗರ'ಗಳ ವಿಸ್ತೀರ್ಣಗಳ ಆಧಾರದ ಮೇಲೆ ಅಲ್ಲಿನ ಜನಸಂಖ್ಯೆಯನ್ನು, ಸಿಂಧುನಾಗರಿಕತೆಯ ಸಂದರ್ಭದಲ್ಲಿ ಮಾಡಿದಂತೆ (ಸಿಂಧು ನಾಗರಿಕತೆ 2.4), ಹೆಕ್ಟೇರಿಗೆ 400 ಜನರಿದ್ದರೆಂದು ಲೆಕ್ಕ ಹಾಕಬಹುದು. ಈ ನಿಷ್ಪತ್ತಿಯಂತೆ ಅಂದಿನ ಅತಿದೊಡ್ಡ ನಗರವಾದ ಪಾಟಲಿಪುತ್ರದ ಜನಸಂಖ್ಯೆ 140,000 ಆಗಿತ್ತು. ಅತಿ ಚಿಕ್ಕ ನಗರವಾದ ಕಪಿಲವಸ್ತುವಿನಲ್ಲಿ 6,000 ರಿಂದ 12,000 ಜನರಿದ್ದರು. ಅಂದಿನ ಹಲವು ನಗರಗಳಲ್ಲಿ ಹರಡಿದ್ದ ಜನಸಂಖ್ಯೆ ಸಾಕಷ್ಟು ಗಣನೀಯವಾಗಿಯೇ ಇದ್ದಿರಬೇಕು. ಆದರೆ ಒಟ್ಟು

ಜನಸಂಖ್ಯೆಯಲ್ಲಿ ನಗರವಾಸಿಗಳ ಪ್ರಮಾಣವೆಷ್ಟು ಎನ್ನುವುದನ್ನು ನಿರ್ಣಯಿಸಲು ಅಗತ್ಯ ಮಾಹಿತಿ ಲಭ್ಯವಿಲ್ಲ.

'ನಗರ'ಗಳಲ್ಲಿ ವಾಸಿಸುತ್ತಿದ್ದವರು ಆಹಾರಕ್ಕಾಗಿ ಗ್ರಾಮೀಣ ಪ್ರದೇಶಗಳಲ್ಲಿನ ಕೃಷಿ ಉತ್ಪಾದನೆಗಳನ್ನು ಆಧರಿಸಿದ್ದು, ಅದೇ ಅಂದಿನ ವಾಣಿಜ್ಯ, ವ್ಯವಹಾರದ ಮುಖ್ಯ ಭಾಗವಾಗಿತ್ತು. 'ನಗರ'ಗಳು ಕುಶಲಕರ್ಮಿಗಳ ಕೇಂದ್ರಗಳಾಗಿದ್ದು, ಅಲ್ಲಿನ ಉತ್ಪಾದನೆಗಳು ನಗರಗಳು ಹಾಗೂ ಗ್ರಾಮಾಂತರ ಪ್ರದೇಶಗಳ ಬೇಡಿಕೆಯನ್ನು ಪೂರೈಸುತ್ತಿದ್ದವು (ಉದಾ: ಕೃಷಿ ಸಲಕರಣೆಗಳಲ್ಲಿ ಬಳಕೆಯಾಗುತ್ತಿದ್ದ ಕಬ್ಬಿಣ ಮತ್ತು ಆಯುಧಗಳ ತಯಾರಿಯಲ್ಲಿ ಅಗತ್ಯವಾದ ಲೋಹಗಳು). ಅಲ್ಲದೆ, ಈ ಉತ್ಪನ್ನಗಳು ದೂರದ ಮಾರುಕಟ್ಟೆಗಳನ್ನೂ ತಲುಪುತ್ತಿದ್ದವು. ಇದೆಲ್ಲದರಿಂದಾಗಿ ನಗರಗಳು ವ್ಯಾಪಾರ ಕೇಂದ್ರಗಳಾಗಿ ಬೆಳೆದವು. ತಕ್ಷಶಿಲದ ಭಿರ್ ದಿಬ್ಬದಲ್ಲಿ, ಅಂಗಡಿಗಳಿಂದ ಕೂಡಿದ್ದ ಅಂದಿನ ಪೇಟೆ ಎಂದು ಕರೆಯಬಹುದಾದ ಪ್ರದೇಶವೊಂದು ಪತ್ತೆಯಾಗಿದೆ.

ಅರ್ಥಶಾಸ್ತ್ರದಲ್ಲಿ (II.11) ದೂರಪ್ರದೇಶಗಳ ಜತೆಗಿನ ವಾಣಿಜ್ಯದ ಬಗ್ಗೆ ವಿವರಗಳು ದೊರೆತಿವೆ. ಬೆಲೆಬಾಳುವ ವಸ್ತುಗಳನ್ನು ಆಮದು ಮಾಡಿಕೊಳ್ಳುತ್ತಿದ್ದ ವಿವರಗಳಿವೆ. ಅರ್ಥಶಾಸ್ತ್ರದ ಈ ಭಾಗವು ಮೌರ್ಯರ ಆಳ್ವಿಕೆಯ ನಂತರದ ಅವಧಿಗೆ ಸೇರಿದ್ದೆಂದು ಹೇಳಬಹುದು. ಇಲ್ಲಿ ಶ್ರೀಲಂಕಾವನ್ನು ಪಾರಸಮುದ್ರವೆಂದೂ ಕರೆಯಲಾಗಿದೆ. ನೇಪಾಳದ ಉಣ್ಣೆ, ಅಲೆಗ್ಝಾಂಡ್ರಿಯದ ಹವಳ, ಚೀಣದ ರೇಷ್ಮೆ (1.2)ಗಳ ಉಲ್ಲೇಖವೂ ಇದೆ. ಆದರೆ ಮೆಗಸ್ತನೀಸನ ಬರಹಗಳು ಪಾಂಡ್ಯರ ರಾಜ್ಯದ ಮುತ್ತುಗಳು ದಕ್ಷಿಣ ಭಾರತದಲ್ಲಿ ಪ್ರಖ್ಯಾತವಾಗಿದ್ದವೆಂದು ತಿಳಿಸುತ್ತವೆ. ಅದೇ ರೀತಿ, ಪುರಾತತ್ವ ಉತ್ಖನನಗಳು ದಕ್ಷಿಣ ಗುಜರಾತಿನ ಕಾರ್ನೀಲಿಯ ಹಾಗೂ ಅಗೇಟು, ಮತ್ತು ಅರಬೀ ಸಮುದ್ರ ತೀರದ ಚಿಪ್ಪುಗಳು ತಕ್ಷಶಿಲಕ್ಕೆ ಸಾಗಿಸಲ್ಪಟ್ಟು ಅಲ್ಲಿ ಮಣಿಗಳಾಗಿ ಪರಿವರ್ತಿತವಾಗುತ್ತಿದ್ದವೆಂದು ತಿಳಿಸುತ್ತವೆ.

ದೂರಪ್ರದೇಶಗಳ ಜತೆಗಿನ ವ್ಯವಹಾರವು ಭೂ ಹಾಗೂ ಜಲಮಾರ್ಗಗಳ ಮೂಲಕ ನಡೆಯುತ್ತಿತ್ತು. ಸ್ಟ್ರಾಬೋ (XV.1.11) ಮತ್ತು ಅರಿಯನ್ (ಇಂಡಿಕಾ III) ಮೆಗಸ್ತನೀಸನನ್ನಾಧರಿಸಿ ಪಾಟಲಿಪುತ್ರದಿಂದ ಗಂಗಾನದಿಯಲ್ಲಿ 1,110 ಕಿ.ಮೀಗಳು ಕ್ರಮಿಸಿ ಬಂಗಾಳ ಕೊಲ್ಲಿಯನ್ನು ಸೇರುತ್ತಿದ್ದ ಜಲಮಾರ್ಗವಿತ್ತೆಂದು ಹೇಳುತ್ತಾರೆ. ಇದು ಅತಿಶಯೋಕ್ತಿಯೆಂಬುದು ಸ್ಪಷ್ಟ. ರಾಜಧಾನಿಯಾದ ಪಾಟಲಿಪುತ್ರ ಮತ್ತು ಪಶ್ಚಿಮದ ಗಡಿ ಪ್ರದೇಶಗಳ ನಡುವೆ 1,850 ಕಿ.ಮೀ.ಗಳಷ್ಟು ಉದ್ದದ ರಾಜಮಾರ್ಗವಿತ್ತು. ಗಂಗಾ ಮೈದಾನದಲ್ಲಿ ಸಾಗುವ ಈ ಹೆದ್ದಾರಿಯಲ್ಲಿ ಅಶೋಕನ ಶಾಸನಗಳು ಪ್ರಹ್ಲಾದಪುರ, ಸಾರನಾಥ್, ಅಲಹಾಬಾದ್, ಕೌಶಾಂಬಿ, ಸಂಕಿಸ, ಮೀರಟ್ ಮತ್ತು ತೋಪ್ರಾಗಳಲ್ಲಿ ಸ್ಥಾಪಿತವಾಗಿದ್ದವು. ನಂತರದ ಕಾಲದಲ್ಲಿ ಕೊನೆಯ ಎರಡು ಜಾಗಗಳಲ್ಲಿನ ಶಾಸನಗಳನ್ನು ದೆಹಲಿಗೆ ಸಾಗಿಸಲಾಯಿತು. ಆಫ್ಘಾನಿಸ್ತಾನದಲ್ಲಿ ಲಾಘ್‌ಮನ್ ಹೆದ್ದಾರಿಯಲ್ಲಿನ ಅರಮಿಕ್ ಭಾಷೆಯ ಶಾಸನದಲ್ಲಿ ಅಂದು ಈ ರೀತಿಯ ಒಂದು ಹೆದ್ದಾರಿ (ಸೇನೆ ಬಳಸುತ್ತಿದ್ದುದ್ದು) ಇತ್ತೆಂದು ಹೇಳುತ್ತದೆ. ಪಾಟಲಿಪುತ್ರದಿಂದ ಪಶ್ಚಿಮಕ್ಕೆ ಕೊಲ್ಹುವಾ (ವೈಶಾಲಿ ಬಳಿ),

ಲೌರಿಯಾ ಅರರಾಜ್, ಲೌರಿಯಾನಂದನ್‌ಗಡ್, ರಾಂಪೂರ್ವಾ, ರುಮ್ಮಿಂಡೈ ಮತ್ತು ನಿಗಾಲಿ ಸಾಗರಗಳ ಮೂಲಕ ಶ್ರಾವಸ್ತಿಯನ್ನು ಸೇರುವ ಮತ್ತೊಂದು ಹೆದ್ದಾರಿಯೂ ಇತ್ತು. ಇದು ಪ್ರಾಯಶ ಬೌದ್ಧ ಯಾತ್ರಾ ಸ್ಥಳಗಳಿಗೆ ಹೋಗಲು ಅನುಕೂಲವಾಗಲೆಂದು ನಿರ್ಮಾಣವಾಗಿರಬೇಕು (ಸ್ತಂಭಗಳಿದ್ದ ಸ್ಥಳಗಳಿಗಾಗಿಯೇ ನೋಡಿ ನಕ್ಷೆಗಳು 2.1–2.3). ಅಶೋಕನ ಹಲವು ಶಾಸನಗಳು ಹೆದ್ದಾರಿಯ ಗುಂಟವೇ ಸ್ಥಾಪಿಸಲಾಗಿದ್ದವೆಂದು ಹೇಳಬಹುದು. ಆದರೆ ಇವುಗಳ ನಡುವಿನ ದೂರದಿಂದಾಗಿ ಅವುಗಳನ್ನಾಧರಿಸಿ ಗುರುತಿಸುವ ಹೆದ್ದಾರಿಯ ಮಾರ್ಗ ಕೇವಲ ಊಹಾತ್ಮಕವಾಗಬಹುದು.

ಆಗಿನ ರಾಜಮಾರ್ಗಗಳೆಂದು ಕರೆಯಿಸಿಕೊಂಡ ಹೆದ್ದಾರಿಗಳು ಕಾಡುಗಳ, ಪೊದೆಗಳ ನಡುವೆ ಗಿಡ, ಮರಗಳನ್ನು ಸವರಿ ಮಾಡಿದ್ದ ದಾರಿಗಳಾಗಿದ್ದವೆಂದೇ ಹೇಳಬೇಕು. ಭಿರ್‌ದಿಬ್ಬದಲ್ಲಿ ನಡೆದ ಅಗೆತಗಳು ನಗರಗಳ ಒಳಭಾಗದ ರಸ್ತೆಗಳೂ ಸಹ ಕೆಲವು ಜಾಗಗಳನ್ನು ಹೊರತು ಪಡಿಸಿ, ಯಾವುದೇ ರೀತಿಯ ಹೊದಿಕೆ ಇಲ್ಲದೆ, ಕಲ್ಲು ಮುಳ್ಳುಗಳಿಂದ ಕೂಡಿದ್ದ ಕಚ್ಚಾ ರಸ್ತೆಗಳೇ ಆಗಿದ್ದವೆಂದು ತಿಳಿಸುತ್ತವೆ. ಅಶೋಕನ ಎರಡನೆಯ ಶಿಲಾಶಾಸನ ಮತ್ತು ಏಳನೆಯ ಸ್ತಂಭಶಾಸನಗಳು (ಉಧೃತ 2.2. ಮತ್ತು 2.7(ಬಿ) ಹೆದ್ದಾರಿಗಳ ಇಕ್ಕೆಲಗಳಲ್ಲಿ ನೆಡಲಾಗಿದ್ದ ಆಲದ ಮರಗಳು ಹಾಗೂ ತೆಗೆದಿದ್ದ ಬಾವಿಗಳ ಬಗ್ಗೆ ಹೇಳುತ್ತವೆ. ಕೆಲವೆಡೆ ವಿಶ್ರಾಂತಿ ಗೃಹಗಳು ಸಹ ಇದ್ದವು. ಈ ರೀತಿಯ ಸವಲತ್ತುಗಳು ಮತ್ತು ಭದ್ರತಾ ವ್ಯವಸ್ಥೆ ಇವುಗಳಿಂದಾಗಿ ಅವುಗಳನ್ನು ಒಳ್ಳೆಯ ರಸ್ತೆಗಳು ಎನ್ನುತ್ತಿದ್ದರೇ ಹೊರತು ಅವು ನುಣುಪಾದ ರಸ್ತೆಗಳೆಂದಲ್ಲ. ಈ ರಸ್ತೆಗಳನ್ನು ಎಷ್ಟು ಜನ ಬಳಸುತ್ತಿದ್ದರು ಎನ್ನುವುದಂತೂ ಸ್ಪಷ್ಟವಿಲ್ಲ.

ಹೆದ್ದಾರಿಗಳ ಗುಂಟ ಪಶುಗಳಿಗಾಗಿ ನೀರಿನ ವ್ಯವಸ್ಥೆ ಮಾಡಲಾಗಿತ್ತೆಂದು ಈಗಾಗಲೇ ಗಮನಿಸಿದ್ದೇವೆ. ಈ ಪಶುಗಳು ಮುಖ್ಯವಾಗಿ ಮಂದೆಗಳ ಭಾಗವಾಗಿದ್ದವು. ಅವು ಹೆಚ್ಚಾಗಿ ಬಂಡಿಗಳನ್ನು ಮತ್ತು ರಥಗಳನ್ನು ಎಳೆಯುವುದಕ್ಕಾಗಿ ಬಳಕೆಯಾಗುತ್ತಿದ್ದವು. ಒಂಟೆಗಳು ಸಹ ಈ ಉದ್ದೇಶಕ್ಕಾಗಿಯೇ ಇದ್ದ ಪ್ರಾಣಿಗಳಾಗಿದ್ದವು. ಆದರೆ, ಉದಯಗಿರಿಯ ಬಳಿಯ ಅಶೋಕನ ಸ್ತಂಭದಲ್ಲಿ ಕೆತ್ತಲಾಗಿರುವ ಒಂಟೆಯು ಬ್ಯಾಕ್ಟ್ರಿಯದ ಎರಡು ಗೋಪುರಗಳುಳ್ಳ ತಳಿಯಾಗಿತ್ತು. ಭಾರತದ ಬಯಲು ಸೀಮೆಯ ಬಿಸಿಲಿನಲ್ಲಿ ಈ ತಳಿಗಿಂತಲೂ, ಒಂಟಿಗೋಪುರದ ಒಂಟೆಯೇ ಹೆಚ್ಚು ಸಮರ್ಥವಾಗಿ ಕೆಲಸ ಮಾಡಬಲ್ಲದು. ಆದರೆ ಆ ಹೊತ್ತಿಗೆ ಈ ತಳಿಯು ಭಾರತಕ್ಕೆ ಪರಿಚಯವಾಗಿರಲಿಲ್ಲ. ಅಶೋಕನ ಕಾಲದ ಶಿಲ್ಪಗಳಲ್ಲಿ ಕಾಣುವ (ಸಾರನಾಥ್ ಚಿತ್ರ 3.11) ಬಂಡಿಯ ಚಕ್ರವು 24ರಿಂದ 28 ಕೀಲುಗಳನ್ನು ಹೊಂದಿದ್ದು ಸಾಕಷ್ಟು ಕೌಶಲ್ಯಪೂರ್ಣವಾಗಿ ತಯಾರಿಸಲಾಗಿತ್ತು. ಈ ಕೀಲುಗಳನ್ನು ಬಾಗುವಂತೆ ಮಾಡಲಾಗಿದ್ದು ಚಕ್ರಗಳು ರಥಗಳನ್ನು ಎಂಥ ಒರಟು ರಸ್ತೆಗಳ ಮೇಲೆಯೇ ಅಗಲಿ ವೇಗವಾಗಿ ಎಳೆಯುತ್ತಿದ್ದವು. ಅಂದಿನ ಚೀಣದವರಿಗೂ ಈ ಬಗೆಯ ಚಕ್ರಗಳನ್ನು ತಯಾರಿಸುವ ನಿಪುಣತೆ ಇತ್ತು. ಆದರೆ ಯುರೋಪಿನಲ್ಲಿ ಈ ಕಲೆಯು ಕಾಣಿಸಿಕೊಳ್ಳಬೇಕಾದರೆ, ಅವರು ಕ್ರಿ.ಶ.15ನೆಯ ಶತಮಾನದವರೆಗೂ ಕಾಯಬೇಕಾಯಿತು.

ಮೊದಲನೆಯ ಅಧ್ಯಾಯದಲ್ಲಿ (1.6) ಅಂದಿನ ಕಾಲದಲ್ಲಿ ತೆರಿಗೆಯನ್ನು ಪಾವತಿಸಲು ಹಣವನ್ನು ಬಳಸುತ್ತಿದ್ದ ಬಗ್ಗೆ ಮತ್ತು ಬೆಳ್ಳಿ ನಾಣ್ಯಗಳನ್ನು ಮುದ್ರಿಸುತ್ತಿದ್ದ ಬಗ್ಗೆ (ಚಿತ್ರ 3.5) ಹೇಳಿದ್ದೇವೆ. ನಾಣ್ಯಗಳನ್ನು ಮುದ್ರಿಸುವ ಈ ಪದ್ಧತಿಯೇ ವ್ಯಾಪಾರದ ಅಭಿವೃದ್ಧಿಗೂ ನೇರವಾಗಿ, ಆ ನಾಣ್ಯಗಳನ್ನು ಪರಿಶೀಲಿಸಿ ಅವುಗಳಿಗೆ ಅಧಿಕೃತ ಮುದ್ರೆಯನ್ನು ಒತ್ತುತ್ತಿದ್ದ ಒಂದು ವರ್ಗವೂ ಹುಟ್ಟಿಕೊಂಡಿತು. ಅವರು ತಮ್ಮ ಬಳಿ ಇದ್ದ ನಾಣ್ಯಗಳನ್ನು ಬಳಸಿ ಹಣದ ಲಾವಾದೇವಿಯಲ್ಲಿಯೂ ತೊಡಗಿದ್ದರೇ ಎಂಬುದು ತಿಳಿದಿಲ್ಲ. ಮೌರ್ಯರ ಕಾಲದಲ್ಲಿ ಖಾಸಗಿಯಾಗಿ ನಡೆಯುತ್ತಿದ್ದ ಈ ವ್ಯವಹಾರವು ಸರ್ಕಾರದ ಅಧೀನಕ್ಕೆ ಬಂದು ಸರ್ಕಾರವೇ ಹೊರಡಿಸಿದ ನಾಣ್ಯಗಳೇ ಅಧಿಕೃತವೆಂದು ದೃಢಪಡಿಸುವ ಅಧಿಕಾರಿಗಳು ನಿಯುಕ್ತರಾದರು. ಅದೇ ಸಮಯದಲ್ಲಿ ನಾಣ್ಯಗಳ ತಯಾರಿಯಲ್ಲಿ ಕಾಲುಭಾಗದಷ್ಟು ತಾಮ್ರವನ್ನು ಬಳಸಿದರೂ, ಪ್ರತಿಯೊಂದು ನಾಣ್ಯದ ತೂಕವು 3.3 ರಿಂದ 3.5 ಗ್ರಾಮ್‌ಗಳವರೆಗೆ ಇರುವಂತೆ ನೋಡಿಕೊಳ್ಳಲಾಯಿತು. ಹೀಗೆ ಬೆಳ್ಳಿಯ ಜೊತೆಗೆ ತಾಮ್ರವನ್ನು ಬೆರೆಸುವ ಮೂಲಕ ಮೌರ್ಯರ ಆಡಳಿತವು ಲಾಭ ಮಾಡುವ ಯತ್ನವನ್ನೂ ಮಾಡಿತೆಂಬುದು ಸ್ಪಷ್ಟ. ಆದರೆ, ಇಂಥ ಬೆರಕೆ ನಾಣ್ಯಗಳು ಕಾಲಕ್ರಮದಲ್ಲಿ, ಮಾರುಕಟ್ಟೆಯಲ್ಲಿ ಬೆಲೆ ಕಳೆದುಕೊಂಡು ಲಾಭ ಬರುವುದೂ ನಿಂತಿತು. ಖಾಸಗಿಯಾಗಿ ನಾಣ್ಯಗಳನ್ನು ಮುದ್ರಿಸಿ ಸರ್ಕಾರಕ್ಕೆ ನಷ್ಟವುಂಟು ಮಾಡುವವರಿಗೆ ಶಿಕ್ಷೆ ವಿಧಿಸಬೇಕೆಂದು ಅರ್ಥಶಾಸ್ತ್ರ (II 2.28) ಹೇಳುತ್ತದೆ. ಆದರೆ ಅಂದಿನಿಂದ ಇಂದಿನವರೆಗೂ ಇಂಥ ಖೋಟಾ ನಾಣ್ಯಗಳ (ಇಂದು ಖೊಟಾ ನೋಟುಗಳ) ಹಾವಳಿಯಂತೂ ಇದ್ದೇ ಇದೆ. ಈ ದಂಧೆಯಲ್ಲಿ ತೊಡಗಿರುವವರು, ಇಂದಿನಂತೆ ಅಂದೂ ಸಹ, ಹೊಸ ಹೊಸ ತಂತ್ರಗಳನ್ನು ಹುಡುಕುತ್ತಿದ್ದರು. ಇಂಥ ತಂತ್ರದ ಫಲವಾಗಿಯೇ ಅಂದು ತಯಾರಾದ, ಬೆಳ್ಳಿಯ ಲೇಪವನ್ನು ಹೊಂದಿರುವ ಖೋಟಾ ನಾಣ್ಯಗಳು ದೊರೆತಿವೆ.

ನಾಣ್ಯಗಳ ಬಳಕೆಯಿಂದಾಗಿಯೇ ಸಾಲ ನೀಡುವ ವ್ಯವಸ್ಥೆಯೂ ಹುಟ್ಟಿಕೊಂಡಿತು. ಇದಕ್ಕೆ ಸಂಬಂಧಿಸಿದ ಅಂದಿನ ಕಾಗದ ಪತ್ರಗಳು ದೊರೆತಿಲ್ಲ. ಆದರೆ, ಪಾಣಿನಿ (IV.4.31) ದುಬಾರಿ ಬಡ್ಡಿಯನ್ನು ವಸೂಲು ಮಾಡುವ ವಿಷಯವನ್ನು ಪ್ರಸ್ತಾಪಿಸುತ್ತಾನೆ. ದಶ್ಶೈಕಾದಶ, '10:11' ದಷ್ಟು ಬಡ್ಡಿಯನ್ನು, ಪ್ರಾಯಶಃ ತಿಂಗಳಿಗೆ, ವಿಧಿಸುವುದನ್ನು ದುಬಾರಿ ಎನ್ನುತ್ತಾನೆ. ಅರ್ಥಶಾಸ್ತ್ರವು (III.11.1) ವಿವಿಧ ಬಗೆಯ ಸಾಲಗಳಿಗೆ ಬೇರೆ ಬೇರೆ ರೀತಿಯ ಬಡ್ಡಿದರವನ್ನು ಕಾನೂನುಬದ್ಧಗೊಳಿಸುತ್ತದೆ. ಖಚಿತವಾಗಿ ಹಿಂದಿರುಗಿಸಲಾಗುವ ಸಾಲದ ಹಣದ ಮೇಲೆ ತಿಂಗಳಿಗೆ ಶೇಕಡ 1.25, ವ್ಯಾಪಾರಕ್ಕಾಗಿ ನೀಡಲಾದ ಸಾಲದ ಮೇಲೆ ಶೇಕಡ 5, ಕಾಡಿನ ಮೂಲಕ ಪ್ರಯಾಣ ಬೆಳೆಸುವವರಿಗೆ ಶೇಕಡ 10, ಸಮುದ್ರಯಾನ ಮಾಡುವವರಿಗೆ ಶೇಕಡ 20 – ಹೀಗೆ ಸಾಲದ ಹಣವನ್ನು ಹಿಂದಿರುಗುವ ಸಾಧ್ಯಾಸಾಧ್ಯತೆಗಳನ್ನನುಸರಿಸಿ ಬಡ್ಡಿದರವನ್ನು ನಿರ್ಣಯಿಸಲಾಗಿದೆ. ಕೃಷಿಯ ಮೇಲಿನ ಸಾಲಕ್ಕೆ (III.11.4) ಶೇಕಡ 50 ರಷ್ಟು ಬಡ್ಡಿದರ; ಸಮಯಕ್ಕೆ ಸರಿಯಾಗಿ ಸಾಲ ತೀರಿಸದಿದ್ದರೆ ಚಕ್ರಬಡ್ಡಿ, ಪಾಣಿನಿ ಹೇಳುವ ದುಬಾರಿ ಬಡ್ಡಿಗೆ ಇದು ಸೂಕ್ತ ನಿದರ್ಶನ.

3.2 ಸಮಾಜ

ಮೌರ್ಯರ ಆಡಳಿತ (ಅಧ್ಯಾಯ 1.6) ಮತ್ತು ಅಂದಿನ ಆರ್ಥಿಕತೆ (3.1) ಗಳ ವಿವರಗಳು ಒಂದು ಶಕ್ತಿಯುತವಾದ ರಾಜ ಮನೆತನದ ಆಳುವ ವರ್ಗದ ಉಗಮವಾಗಿದ್ದನ್ನು ಸೂಚಿಸುತ್ತದೆ. ಅರ್ಥವ್ಯವಸ್ಥೆಯಲ್ಲಿ ಉಳಿತಾಯದಲ್ಲಿನ ಹೆಚ್ಚಿನ ಭಾಗವನ್ನು ಈ ವರ್ಗವೇ ತನ್ನದಾಗಿಸಿಕೊಳ್ಳುತ್ತಿತ್ತು. ಆರ್ಥಶಾಸ್ತ್ರದ ಎರಡು ಭಾಗಗಳಲ್ಲಿ

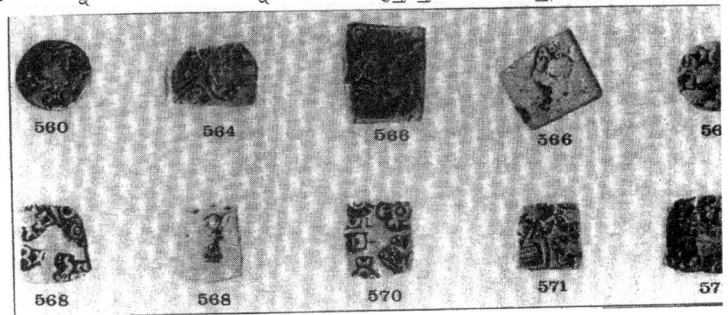

ಚಿತ್ರ 3.5. ಮೌರ್ಯರ ಕಾಲದ ಮುದ್ರಿತ ನಾಣ್ಯಗಳು ಸರಣಿ 6ಬಿ ಗೆ ಸೇರಿದವು.) ಇವುಗಳನ್ನು ವಿಂಗಡಿಸಿ ಪಟ್ಟಿ ಮಾಡಿದವರು ಪಿ.ಎಲ್ ಗುಪ್ತಾ ಮತ್ತು ಹರ್ಡಾಕರ್

ಇಂಥ ವರ್ಗವು ಎರಡು ಗುಂಪುಗಳಿಂದ ಹುಟ್ಟಿದ್ದರ ಬಗೆಗಿನ ವಿವರಗಳಿವೆ. ಒಂದು ಪೌರಜಾನಪದರು (II.14.1) ಅಂದರೆ ನಗರಗಳ, ವಿವಿಧ ಪ್ರಾಂತ್ಯಗಳ ಜನ. ಇವರು ಸಾಮಾನ್ಯರಾಗಿರದೆ ರಾಜವಂಶಕ್ಕೆ ಹತ್ತಿರವಾದವರು ಮತ್ತು ಆಡಳಿತದಲ್ಲಿ ಉನ್ನತ ಹುದ್ದೆಗಳಲ್ಲಿರುವವರಾಗಿದ್ದರು. ಇವರುಗಳು ರಾಜನಿಂದ ಬಿರುದು, ಬಾವಲಿಗಳನ್ನು ಪಡೆಯುತ್ತಿದ್ದರು, ಅಪರಾಧಗಳಿಗೆ ಶಿಕ್ಷೆಗೂ ಗುರಿಯಾಗುತ್ತಿದ್ದರು. ಮೊದಲನೆಯ ಅಧ್ಯಾಯದಲ್ಲಿ (1.6) ಅಶೋಕನ ಶಾಸನಗಳಲ್ಲಿ 'ಜನಪದ' ಎಂಬ ಪದದ ಬಳಕೆಯಾಗಿರುವುದನ್ನು ತಿಳಿಸಿದ್ದೇವೆ. ಅಲ್ಲಿ 'ಜನಪದ' ಎಂದರೆ ಪ್ರದೇಶ ಎಂದರ್ಥ. ಕ್ರಿ.ಪೂ.150ರ ರುದ್ರದಮನನ ಜುನಾಗಡ್ ಶಾಸನದಲ್ಲಿನ 'ಪೌರಜಾನಪದ' ಎಂಬ ಪದವು ಮೌರ್ಯರ ಆಳ್ವಿಕೆಯ ಮೂಲದಿಂದಲೇ ಬಂದದ್ದು. ಇನ್ನು ಎರಡನೆಯ ಗುಂಪು 'ಸಂಘ' ಎನ್ನುವುದು. ಅರ್ಥಶಾಸ್ತ್ರದಲ್ಲಿ (XI.1) ಬರುವ ಈ ಪದವು ಒಂದು ಗಣ ಅಥವಾ ಬುಡಕಟ್ಟು ಎಂಬ ಅರ್ಥವನ್ನು ಹೊಂದಿದೆ (ಕೆಲವರು ಅನುವಾದಕರು ಇದಕ್ಕೆ ಶ್ರೀಮಂತವರ್ಗ ಎಂಬರ್ಥವನ್ನು ಕೊಟ್ಟಿದ್ದಾರೆ). ಸಂಘದಲ್ಲಿ 'ಕಾಂಬೋಜ' ಮತ್ತು 'ಲಿಚ್ಛವಿ' ಎಂಬ ಉಪಸಮೂಹಗಳಿದ್ದವು. ಮೊದಲ ಗುಂಪಿನವರು ತಮ್ಮನ್ನು ತಾವು ಯೋಧರೆಂದು ಕರೆದುಕೊಂಡ ಕುಲೀನರು. ಎರಡನೆಯ ಗುಂಪಿನವರು ಆಳುವವರ್ಗವೆಂದು ತಮ್ಮನ್ನು ತಾವು ಪರಿಗಣಿಸಿದ್ದರು. ಇಂಥ ಕೆಲವು ಗುಂಪುಗಳ ಜನ ಅದಕ್ಕೂ ಹಿಂದಿನ ಕಾಲದಿಂದಲೂ ಇದ್ದವರು. ಈ ಗುಂಪುಗಳ ಒಳಗಿನ ಐಕ್ಯತೆ ಅಭೇದ್ಯವಾಗಿತ್ತು. ಆದ್ದರಿಂದ ಇಂಥ ಜನರ ಐಕ್ಯತೆಯನ್ನು ಹಾಳು ಮಾಡಲು ಅವರಲ್ಲಿ

ಕೆಲವರನ್ನು ತನ್ನ ಕಡೆಗೆ ಸೆಳೆದು, ಇನ್ನಿತರರನ್ನು ಹೇಗೆ ನಾಶಮಾಡಬೇಕೆನ್ನುವುದರ ಬಗ್ಗೆ ಅರ್ಥಶಾಸ್ತ್ರವು ರಾಜನಿಗೆ ಸಲಹೆಗಳನ್ನು ನೀಡುತ್ತದೆ.

ವಿವಿಧ ಪ್ರದೇಶಗಳ ಜನರು ಮತ್ತು ಆಳುವ ವರ್ಗದ ಸದಸ್ಯರು ಮೌರ್ಯರ ಆಡಳಿತದಲ್ಲಿ ಅಧಿಕಾರಿಗಳಾಗಿದ್ದರೆಂಬುದು ತಿಳಿದಿದೆ. ಬ್ರಾಹ್ಮಣನಾದ ಚಾಣಕ್ಯ / ಕೌಟಿಲ್ಯ ಚಂದ್ರಗುಪ್ತನ ಪ್ರಧಾನ ಮಂತ್ರಿಯಾಗಿದ್ದನೆಂದೇ ಹಿಂದಿನಿಂದಲೂ ಹೇಳಿಕೊಂಡು ಬರಲಾಗಿದೆ. ರುದ್ರದಮನನ ಜುನಾಗಡ್ ಶಾಸನದಲ್ಲಿ ಚಂದ್ರಗುಪ್ತನ ಕಾಲದಲ್ಲಿ ಸೌರಾಷ್ಟ್ರದ ರಾಜ್ಯಪಾಲನಾಗಿದ್ದವನು 'ವೈಶ್ಯಪುಷ್ಯಗುಪ್ತ' ಎಂದು ನಮೂದಾಗಿದೆ. ಅವನು ನಗರವಾಸಿಯೆಂದೂ, ವ್ಯಾಪಾರಿ ವರ್ಗಕ್ಕೆ ಸೇರಿದವನೆಂದೂ ಅವನ ಹೆಸರೇ ಹೇಳುತ್ತದೆ (ಪೌರಜನಪದ). ಅವನ ನಂತರದವನು ತುಷಾಸ. ಇರಾನ್ ಮೂಲದ ಇವನು ಕಾಂಬೋಜ ಪ್ರಾಂತ್ಯದವನು. ಈ ಸಮೂಹವು ಅರ್ಥಶಾಸ್ತ್ರದಲ್ಲಿ ಉಲ್ಲೇಖಿತವಾಗಿದೆ. ವಾಯುವ್ಯ ಪ್ರಾಂತ್ಯದ ಜನರು ಮೌರ್ಯರ ಆಡಳಿತದ ಭಾಗವಾಗಿದ್ದನ್ನು ಮೊದಲನೆಯ ಅಧ್ಯಾಯದಲ್ಲಿಯೇ (1.6) ನಾವು ಗಮನಿಸಿದ್ದೇವೆ.

ಈ ಆಳುವ ವರ್ಗದಲ್ಲಿಯೇ ಹಲವು ವೈವಿಧ್ಯಗಳಿದ್ದು, ಅಂದಿನ ಸಮಾಜದ ಮೇಲ್‌ಸ್ತರದ ಭಾಗವಾಗಿತ್ತು. ಆ ಸಮಾಜದಲ್ಲಿ ಜಾತಿವ್ಯವಸ್ಥೆಯ ಮೂರು ಪ್ರಮುಖ ಲಕ್ಷಣಗಳಾದ ಹುಟ್ಟಿನಿಂದ ನಿರ್ಧಾರವಾಗುವ ಅಂತಸ್ತು, ವಂಶಪಾರಂಪರ್ಯವಾದ ಕಸುಬುಗಳು ಮತ್ತು ಸಜಾತಿ ವಿವಾಹ ಪದ್ಧತಿ (ನೋಡಿ : ವೈದಿಕ ಯುಗ / ಟಿಪ್ಪಣಿ 2.1) ಬೇರೂರಿದ್ದವು. ಅಂದಿನ ಜಾತಿ ವ್ಯವಸ್ಥೆಯ ಬಗ್ಗೆ ಮೆಗಸ್ತನೀಸ್ ಹೇಳಿದ್ದನ್ನು ಡಯೋಡೋರಸ್ (ಉಧೃತ 3.1), ಸ್ಟ್ರಾಬೋ (XVI.39-41) ಮತ್ತು ಅರಿಯನ್ (ಇಂಡಿಕಾ XI-XII) ದಾಖಲಿಸಿದ್ದಾರೆ. ಆ ದಾಖಲೆಗಳು ಶ್ರೇಣೀಕೃತ ಜಾತಿವ್ಯವಸ್ಥೆಯಲ್ಲಿ ಅಂದಿನ 'ತತ್ವಜ್ಞಾನಿಗಳು' ಎಲ್ಲರಿಗಿಂತಲೂ 'ಉತ್ತಮ'ರಾಗಿದ್ದುದಾಗಿ ತಿಳಿಸುತ್ತವೆ ಮತ್ತು ಜನ್ಮತ ಬಂದ ವೃತ್ತಿಯನ್ನು ಬದಲಾಯಿಸುವುದಾಗಲೀ, ತನ್ನ ಸಮುದಾಯ(ಜಾತಿ)ದಿಂದಾಚೆ ಮದುವೆಯಾಗುವುದಾಗಲಿ ಅಸಾಧ್ಯವಾಗಿತ್ತೆಂಬುದನ್ನು ಮೆಗಸ್ತನೀಸ್ ಗಮನಿಸುತ್ತಾನೆ. ಸಮಾಜದ ಏಳು ವಿಭಾಗಗಳಲ್ಲಿ ಹಂಚಿಹೋಗಿದ್ದ ಲಕ್ಷಣಗಳನ್ನು ವಿವರಿಸುವಾಗ ಮೆಗಸ್ತನೀಸ್ ಗ್ರೀಕ್ ಭಾಷೆಯಲ್ಲಿ ಯಾವುದೇ ಪದವನ್ನು ಬಳಸಿರಲಿ, ಅದರ ಅರ್ಥವಂತೂ 'ಜಾತಿ' ಎನ್ನುವುದೇ ಆಗಿದೆ.

'ಜಾತಿ' ಎನ್ನುವುದಕ್ಕೆ ಸಮಾನಾರ್ಥಕವಾದ ಪದವನ್ನು ಹುಡುಕುವುದು ಕಷ್ಟವೆನಿಸಿದ್ದು ಗ್ರೀಕರಿಗೆ ಮಾತ್ರವಲ್ಲ, ಭಾರತೀಯರಿಗೂ ಅದು ಸಮಸ್ಯೆಯಾಯಿತು. ಅರ್ಥಶಾಸ್ತ್ರವು ಆರ್ಯರ ಸಮಾಜದಲ್ಲಿನ 'ವರ್ಣ' ವ್ಯವಸ್ಥೆಯ ಬಗೆಗೇ (ಬ್ರಾಹ್ಮಣ, ಕ್ಷತ್ರಿಯ, ವೈಶ್ಯ, ಶೂದ್ರ) ಹೇಳುತ್ತಾ ಅವುಗಳ ವೃತ್ತಿಯನ್ನೂ, ಸಾಮಾಜಿಕ ಅಂತಸ್ತನ್ನೂ ಧರ್ಮಶಾಸ್ತ್ರಗಳನ್ನಾಧರಿಸಿಯೇ ನಿರ್ಧರಿಸುತ್ತದೆ. ಶೂದ್ರನು ಉಳಿದ ಮೂರು ವರ್ಣಗಳ ಸೇವಕ ಮತ್ತು ಬ್ರಾಹ್ಮಣ ಎಲ್ಲರಿಗಿಂತಲೂ ಉತ್ತಮನಾಗಿದ್ದ ಆ ವ್ಯವಸ್ಥೆಯಲ್ಲಿ ಎಲ್ಲ ವರ್ಣಗಳಿಗೂ 'ಸ್ವಧರ್ಮ' ವನ್ನು ಬೋಧಿಸುವುದೇ ಅಲ್ಲದೆ ಆಯಾ ವರ್ಣಗಳ ಒಳಗೇ ವಿವಾಹವಾಗುವಂತೆ ಅರ್ಥಶಾಸ್ತ್ರ ತಾಕೀತು ಮಾಡುತ್ತದೆ (I.3.4-8, ಉಧೃತ 3.2).

ಆದರೆ ಜಾತಿ ಈ ನಾಲ್ಕು ವರ್ಣಗಳಾಚೆಗೂ ಹರಡಿಕೊಂಡಿದ್ದು, ಹಲವು ಜಾತಿಗಳನ್ನು ವರ್ಣ ವ್ಯವಸ್ಥೆಯೊಳಗೆ ಹೊಂದಿಸುವುದೇ ಅಸಾಧ್ಯವಾಯಿತು. ಈ ಸಮುದಾಯಗಳನ್ನು 'ಅಂತರಾಳ'ಗಳೆಂದು ಕರೆಯಲಾಯಿತು. ಅವುಗಳ ಸದಸ್ಯರು ವಿವಿಧ ವರ್ಣಗಳ ಗಂಡು ಹೆಣ್ಣುಗಳ ಮಿಲನದಿಂದ ಹುಟ್ಟಿದವರಾಗಿದ್ದರು. ಅರ್ಥಶಾಸ್ತ್ರವು ಇಂಥ ಹದಿನಾಲ್ಕು ಸಮುದಾಯಗಳನ್ನು ಗುರುತಿಸುತ್ತದೆ (III.7.20-34). ಅವುಗಳಲ್ಲಿ ಕೆಲವು ಶೂದ್ರರಿಗಿಂತಲೂ ಉತ್ತಮವೆಂದೂ, ಇನ್ನೂ ಕೆಲವು ಶೂದ್ರರಿಗಿಂತಲೂ ಕೀಳು ಅಂತಸ್ತಿನವೆಂದೂ, ಚಂಡಾಳರಿಗೆ ಸಮವೆಂದೂ ಹೇಳಲಾಗಿದೆ. ಇವೆಲ್ಲವೂ ಪ್ರತ್ಯೇಕವಾಗಿಯೇ ಉಳಿಯಬೇಕಾಗಿತ್ತು, ಮತ್ತು ತಮ್ಮ ತಮ್ಮೊಳಗೆ ಮಾತ್ರ ವಿವಾಹ ಸಂಬಂಧಗಳನ್ನು ಬೆಳೆಸುವುದು, ಮತ್ತು ತಮಗೆ ಮೀಸಲಾದ ವೃತ್ತಿಗಳಲ್ಲಿ ಮಾತ್ರ ತೊಡಗುವುದು (III.7.36) ಅವುಗಳ ಧರ್ಮವಾಗಿತ್ತು. 'ಜಾತಿ'ಎನ್ನುವ ಪದವು ಪಾಣಿನಿ (V.4.9)ಯಲ್ಲಿ ಇಂಥ ಸಮುದಾಯಗಳಿಗೆ ಬಳಸಲಾಗಿದೆ ಮತ್ತು ಅರ್ಥಶಾಸ್ತ್ರದಲ್ಲಿಯೂ ವಿವಿಧ ಅರ್ಥಗಳಲ್ಲಿ ಬಳಸಲಾಗಿದೆ. ಉದಾಹರಣೆಗೆ, ಈ ಕೃತಿಯ ಒಂದು ಕಡೆ (III.7.40 ಮತ್ತು III.10.45) ಇದರ ಅರ್ಥ ಒಂದು ಪ್ರದೇಶಕ್ಕೆ ಸೀಮಿತವಾದ ಸಮುದಾಯವೆಂದಾದರೆ, ಮತ್ತೊಂದು ಕಡೆ (I.12.21) ವಿವಿಧ ಜಾತಿಗಳು ಎಂದು ಹೇಳುವ ಸಂದರ್ಭದಲ್ಲಿ ವಿದೇಶಿಯರನ್ನು ಅಂದರೆ 'ಮ್ಲೇಚ್ಛ'ರನ್ನು ಒಳಗೊಂಡ ವಿವಿಧ ಜನಾಂಗಗಳಿಗೂ ಈ ಪದ ಅನ್ವಯವಾಗುತ್ತದೆ.

ಈ ಹೊಸ ಗುಂಪುಗಳು ವರ್ಣವ್ಯವಸ್ಥೆಯ ಆಚೆಗೆ ಇದ್ದರೂ, ಜಾತಿಗಳಾಗಿ ಅವು ಕೆಲವು ವ್ಯವಸ್ಥಾತ್ಮಕ ನಿರ್ಬಂಧಗಳಿಗೆ ಒಳಪಡಬೇಕಾಗಿತ್ತು. ಈ ವ್ಯವಸ್ಥೆಯು 'ಚಂಡಾಳ'ರೆಂದು ಕರೆಯಲಾದ ಕೆಲವು 'ಅವರ್ಣೀಯರನ್ನೂ' ಒಳಗೊಂಡಿತ್ತು. ಅರ್ಥಶಾಸ್ತ್ರದಲ್ಲಿ ಸಂಕರದಿಂದಾಗಿ ಹುಟ್ಟುವ ಸಂಬಂಧಗಳ ಬಗ್ಗೆ ಮಾತನಾಡುವಾಗ 'ಚಂಡಾಳ' ಮತ್ತು ಇತರ ಸಮುದಾಯಗಳ ನಡುವೆ ಸಂಬಂಧವಿರಬಹುದಾದ ಬಗ್ಗೆ ಮಾತೇ ಇಲ್ಲ. ಅಂದರೆ 'ಚಂಡಾಳ'ರು ಅತ್ಯಂತ ಹೀನಕುಲಜರು (III.7.36), ಮತ್ತು ಸಂಕರದಿಂದ ಹುಟ್ಟಿದ ಜಾತಿಗಳ ಜನರು ಶೂದ್ರವೃತ್ತಿಗಳನ್ನು ಕೈಗೊಳ್ಳಬಹುದಾಗಿರಬಹುದಾಗಿತ್ತೇ ಹೊರತು ಚಂಡಾಳರ ವೃತ್ತಿಳನ್ನಲ್ಲ. ಚಂಡಾಳರು ಪಟ್ಟಣಗಳ ಹೊರಗೆ, ಸ್ಮಶಾನಗಳ ಬಳಿ ವಾಸಿಸಬೇಕಾಗಿತ್ತು (II.4.23). ಅವರು ಬಳಸಿದ ಬಾವಿಯ ನೀರನ್ನು ಇತರರು ಮುಟ್ಟಲೂಬಾರದು (I.14.10) ಎಂದು ಹೇಳುವಲ್ಲಿ ಅಸ್ಪೃಶ್ಯತೆಯ ಆಚರಣೆಯ ನಿದರ್ಶನವನ್ನೂ ಕಾಣಬಹುದು. ಆರ್ಯ ಸ್ತ್ರೀಯನ್ನು ಮುಟ್ಟಿದ ಅಪರಾಧಕ್ಕೆ (III.20.16) ಚಂಡಾಳನಿಗೆ ಅತಿ ಹೆಚ್ಚಿನ ದಂಡ ವಿಧಿಸಬೇಕು ಎನ್ನುವಲ್ಲಿಯೂ ಅಸ್ಪೃಶ್ಯತೆಯು ಜಾತಿತಾರತಮ್ಯದ ಭಾಗವಾಗಿರುವುದು ಸ್ಪಷ್ಟವಾಗುತ್ತದೆ. ಚಂಡಾಳರೇ ಅಲ್ಲದೆ ಇತರ ಕೆಲವು ಸಮುದಾಯಗಳೂ ಸಹ ಹೀನ ಜಾತಿಗಳೆಂದು ಗುರುತಿಸಲ್ಪಟ್ಟಿದ್ದವು. ವಾಗುರಿಕ, ಶಬರ, ಪುಲಿಂದ ಮತ್ತು ಅರಣ್ಯಚಾರರೆಂದು ಕರೆಯಲ್ಪಡುತ್ತಿದ್ದ ಇವರದು ಕಾವಲು ಕಾಯುವ ಕೆಲಸ (II.1.6). 'ಚಂಡಾಳ'ರಂತೆಯೇ 'ಶ್ವಪಾಕ'ರೂ ಸಹ ಅವರ್ಣೀಯರಾಗಿದ್ದರು (IV.13.34-35). ಆರ್ಯ ಸ್ತ್ರೀಯನ್ನು ತಾಕಿದ ಶ್ವಪಾಕನಿಗೆ ಮರಣದಂಡನೆಯೇ ಶಿಕ್ಷೆ. ಮನುಸ್ಮೃತಿಯ ಪ್ರಕಾರವೂ ಸಹ

(X.51-56) ಚಂಡಾಳರು ಮತ್ತು ಶ್ವಪಾಕರು ಅತ್ಯಂತ ಹೀನಕುಲಜರು ಮತ್ತು ಅವರಿಗೆ ಸಾಮಾಜಿಕವಾದ ಯಾವುದೇ ಸ್ಥಾನ ಮಾನವಿಲ್ಲ.

ಇಲ್ಲಿನ ವರ್ಣವ್ಯವಸ್ಥೆಯಲ್ಲಿ ನಾಲ್ಕು ವರ್ಣಗಳೇ ಅಲ್ಲದೆ, ಹಲವು ಇತರ ಜಾತಿಗಳೂ ಭಾಗವಾಗಿದ್ದವು. ಅವುಗಳಲ್ಲಿ ಕೆಲವು ಮಧ್ಯಮ ಜಾತಿಗಳು ಮತ್ತು ಅಸ್ಪೃಶ್ಯ ಜಾತಿಗಳು ಸೇರಿದ್ದವು. ಈ ಎಲ್ಲ ಜಾತಿಗಳ ಬಗ್ಗೆ ಮಾತನಾಡುವಾಗ ಮೆಗಸ್ತನೀಸ್ ಕೇವಲ ನಾಲ್ಕು ಜಾತಿಗಳನ್ನು ಮಾತ್ರವಲ್ಲದೆ ಒಟ್ಟು ಏಳು ಜಾತಿಗಳನ್ನು ಗುರುತಿಸುತ್ತಾನೆ. ಅಂದಿನ ಜನರ ಕಸುಬುಗಳನ್ನಾಧರಿಸಿ ಸಮಾಜದಲ್ಲಿನ ಜಾತಿಗಳ ವಿಂಗಡನೆಯನ್ನು ಮೆಗಸ್ತನೀಸ್ ಮಾಡಿದ್ದಾನೆಂಬುದು ಸ್ಪಷ್ಟ. ಅವನ ಪ್ರಕಾರ ಮೊದಲನೆಯ ಜಾತಿ 'ತತ್ವಜ್ಞಾನಿ'ಗಳಾದ ಬ್ರಾಹ್ಮಣರು. ಐದನೆಯದು 'ಯೋಧ'ರಾದ ಕ್ಷತ್ರಿಯರು. ಅಂದಿನ 'ಶ್ರಮಣರು' ಯಾವುದೇ ಜಾತಿಯವರಾಗಿರಬಹುದಾಗಿತ್ತು. ಅರ್ಥಶಾಸ್ತ್ರವೇ ಹೇಳುವಂತೆ (IX.2.24) ಕ್ಷತ್ರಿಯರೇ ಅಲ್ಲದೆ ವೈಶ್ಯರು ಮತ್ತು ಶೂದ್ರರು ಸಹ ಉತ್ತಮ ದರ್ಜೆಯ ಯೋಧರಾಗಬಹುದಾಗಿತ್ತು.

ವೈಶ್ಯರು ಮತ್ತು ಶೂದ್ರರಿಗೆ ಸಂಬಂಧ ಪಟ್ಟಂತೆ, ಅವರ ಅಂತಸ್ತಿನ ವಿಷಯದಲ್ಲಿ ಖಚಿತವಾದ ಶ್ರೇಣೀಕರಣವಿತ್ತಾದರೂ ಅವರು ಕೈಗೊಳ್ಳಬಹುದಾದ ವೃತ್ತಿಗಳ ಬಗ್ಗೆ ಖಚಿತತೆ ಇರಲಿಲ್ಲ. ಜನಸಾಮಾನ್ಯರೆಂಬ ಅರ್ಥಕೊಡುವ 'ವಿಶ್'ನ ವಾರಸುದಾರರಾಗಿ ವೈಶ್ಯರು ಕೃಷಿ, ಪಶು ಪಾಲನೆ ಮತ್ತು ವ್ಯಾಪಾರಗಳಲ್ಲಿ ತೊಡಗಬಹುದಾಗಿತ್ತು (ಅರ್ಥಶಾಸ್ತ್ರ I.3.7). ರಥಗಳ ತಯಾರಕರು ಅವರ ವೃತ್ತಿಯಿಂದಾಗಿ ವೈಶ್ಯರೆಂದು ಪರಿಗಣಿಸಲ್ಪಟ್ಟರು. ಆದರೆ ಹಲವರು ಕೃಷಿಕರಿಗೆ ವೈಶ್ಯ ಪಟ್ಟವನ್ನು ನೀಡಲಾಗುತ್ತಿರಲಿಲ್ಲವೆಂಬುದು, ಹೊಸ ಭೂಮಿಗಳನ್ನು ಕೃಷಿಗೆ ಒಳಪಡಿಸಬೇಕಾದದ್ದು ಶೂದ್ರರು ಎಂಬ ಹೇಳಿಕೆಯಿಂದ ಸ್ಪಷ್ಟವಾಗುತ್ತದೆ. ಕ್ರಿ.ಶ. ಒಂದನೆಯ ಶತಮಾನದ ಮನುಸ್ಮೃತಿಯ ಪ್ರಕಾರ (X.80,84) ವ್ಯಾಪಾರವು ವೈಶ್ಯನು ಮಾಡಬಹುದಾದ ಉತ್ತಮ ವೃತ್ತಿ. ಆದರೆ, ಅದೇ ಮನುಸ್ಮೃತಿಯು ವೈಶ್ಯರು ಕೃಷಿಯಲ್ಲಿ ತೊಡಗಬಹುದು ಎಂದು ಹೇಳಿದರೂ, ಅದು ಉತ್ತಮ ವೃತ್ತಿಯಲ್ಲವೆನ್ನುತ್ತದೆ. ಹಾಗಾಗಿ ಮೆಗಸ್ತನೀಸ್ ಉಲ್ಲೇಖಿಸುವ ಕುಶಲಕರ್ಮಿಗಳು ಮತ್ತು ವ್ಯಾಪಾರಿಗಳಿಂದ ಕೂಡಿದ ನಾಲ್ಕನೆಯ ಜಾತಿ ವೈಶ್ಯರೇ ಆಗಿರಬೇಕು; ಮತ್ತು ಬಹುಸಂಖ್ಯಾತ ಕೃಷಿಕರು ಮೆಗಸ್ತನೀಸ್ ಪಟ್ಟಿ ಮಾಡುವ ಎರಡನೆಯ ಜಾತಿಯಾದ ಶೂದ್ರರು. ಕೊನೆಯಲ್ಲಿ ಉಳಿಯುವವರು ದನಗಳನ್ನು, ಕುರಿಗಳನ್ನು ಕಾಯುವವರು ಮತ್ತು ಬೇಟೆಗಾರರು, ಅವರಿಂದ ಕೂಡಿದ ಮೂರನೆಯ ಜಾತಿಯಾದ ಚಂಡಾಲರು. ಅರ್ಥಶಾಸ್ತ್ರವೂ ಸಹ ಬಲೆ ಬೀಸಿ ಮತ್ತು ಇತರ ವಿಧಾನಗಳಿಂದ ಬೇಟೆಯಾಡುವವರು ಮತ್ತು ಕಾಡು ಜನರು ಚಂಡಾಲರಿಗೆ ಸಮ ಎನ್ನುತ್ತದೆ (II.1.6). ಆದರೆ ಗೋಪಾಲಕರು, ಮೀನುಗಾರರು, ಹಕ್ಕಿಗಳನ್ನು ಬೇಟೆಯಾಡುವವರು ಮತ್ತು ಮದ್ಯವನ್ನು ತಯಾರಿಸುವವರು – ಇವರೆಲ್ಲರನ್ನೂ ಒಂದೇ ಗುಂಪಿನಲ್ಲಿ ಸೇರಿಸುತ್ತದೆ (III.4.22). ಈ ಗುಂಪಿನ ಮಹಿಳೆಯರಿಗೆ ವರ್ಣ ವ್ಯವಸ್ಥೆಯ ನಿಯಮಗಳು ಅನ್ವಯವಾಗುವುದಿಲ್ಲ. ಸಾರಾಂಶದಲ್ಲಿ, ಇಲ್ಲಿ ಹೆಸರಿಸುವ ಎಲ್ಲವೂ ಕೆಳ ಜಾತಿಗಳಾಗಿದ್ದವು.

ಮೆಗಸ್ತನೀಸ್ ಪ್ರಸ್ತಾಪಿಸಿದ ಇನ್ನುಳಿದ ಎರಡು ಜಾತಿಗಳಲ್ಲಿ, ಆರನೆಯ ಗುಂಪಿನಲ್ಲಿರುವ ಅಧಿಕಾರಿಗಳು ಮತ್ತು ಏಳನೆಯ ಗುಂಪಿನಲ್ಲಿರುವ ಆಡಳಿತಗಾರರು ಅಂದು ಅತ್ಯಂತ ಪ್ರಭಾವಶಾಲಿಯಾದ ಅಧಿಕಾರಶಾಹಿಯ ಭಾಗವಾಗಿದ್ದರು; ಮತ್ತು ಅವರ ವೃತ್ತಿಯಿಂದ ಅವರನ್ನು ಇಂಥದೇ ವರ್ಣದವರೆಂದು ಗುರುತಿಸುವುದು ಕಷ್ಟವಾಯಿತು. ಬ್ರಾಹ್ಮಣ ಪುರುಷ, ವೈಶ್ಯ ಸ್ತ್ರೀಯರ ಮಿಲನದಿಂದ ಹುಟ್ಟಿದ ಅಂಬಸ್ಥರು ಇಂಥ ಹುದ್ದೆಗಳಲ್ಲಿದ್ದು ಅವರನ್ನು ಮಧ್ಯಮ ಜಾತಿಯವರೆಂದು ಪರಿಗಣಿಸಲಾಯಿತು (ಅರ್ಥಶಾಸ್ತ್ರ III.7.21)

ವರ್ಣವ್ಯವಸ್ಥೆಯು ಎಷ್ಟು ಸಂಕೀರ್ಣವಾದದ್ದು ಎಂಬುದು ತಿಳಿದ ವಿಷಯವೇ. ಈ ಸಂಕೀರ್ಣತೆಯಿಂದಾಗಿ, ಇದು ಒಂದು ತತ್ವದ ಪ್ರತಿಪಾದನೆಯಂತೆ, ಮೆಗಸ್ತನೀಸನ, ಏಳು ಜಾತಿಗಳು ಕಾಣುವಂತೆ, ಕಾಣುತ್ತದೆ. ಆದರೆ ಇದರ ಒಳಗಿನ ಅಂಶಗಳೆಲ್ಲವೂ ವಾಸ್ತವವಾಗಿ ಅಸ್ತಿತ್ವದಲ್ಲಿದ್ದಂಥವು. ಜಾತಿ ವ್ಯವಸ್ಥೆಯ ಮುಖ್ಯ ಲಕ್ಷಣಗಳಾದ – ಶ್ರೇಣೀಕೃತ ಸಂರಚನೆ, ಸಜಾತಿ ವಿವಾಹ ಮತ್ತು ನಿರ್ದಿಷ್ಟ ವೃತ್ತಿಗಳು ಇವೆಲ್ಲವೂ ಕಣ್ಣಿಗೆ ಕಾಣುವ, ಆಚರಣೆಯಲ್ಲಿರುವ ಅಂಶಗಳು. ಅವರ್ಣೀಯರೂ ಸೇರಿದಂತೆ ಕೆಳಜಾತಿಗಳ ವಿಷಯದಲ್ಲಿ ಈ ದಮನಕಾರಿ ವ್ಯವಸ್ಥೆಯ ನಡವಳಿಕೆ ಅತ್ಯಂತ ಅಮಾನವೀಯವಾಗಿತ್ತು. ಕಾನೂನಿನ ದೃಷ್ಟಿಯಲ್ಲಿ ಎಲ್ಲರೂ ಸಮಾನರು ಎಂಬ ನೈಸರ್ಗಿಕ ನ್ಯಾಯದ ಪರಿಕಲ್ಪನೆ ಯಾವ ಧರ್ಮಶಾಸ್ತ್ರದಲ್ಲಿಯಾಗಲಿ, ಅರ್ಥಶಾಸ್ತ್ರದಲ್ಲಿಯಾಗಲೀ ಎಲ್ಲಿಯೂ ಕಾಣುವುದಿಲ್ಲ. ಅಪರಾಧಿಗಳಿಗೆ ನೀಡುವ ಶಿಕ್ಷೆಯು ಅವರ ಹುಟ್ಟನ್ನಾಧರಿಸಿತ್ತು. ಒಂದೇ ಬಗೆಯ ಅಪರಾಧ – ಆದರೆ ಶಿಕ್ಷೆಯ ತೀವ್ರತೆ ಅಪರಾಧಿಯ ಜಾತಿಯನ್ನಾಧರಿಸಿ, ಮೇಲ್ಜಾತಿಯವನಿಗೆ ಕಡಿಮೆ ಶಿಕ್ಷೆ ಕೆಳಜಾತಿಯವರಿಗೆ ಉಗ್ರ ಶಿಕ್ಷೆ. ಸಾಮಾಜಿಕ ಅಂತಸ್ತು ನಿರ್ಧಾರಗೊಂಡ ಮೇಲೆ ಆಯಾ ಸಮುದಾಯಗಳ (ಜಾತಿಗಳ) ಜನರಿಗೆ ವಿಮೋಚನೆ ಸಾಧ್ಯವೇ ಇಲ್ಲ. ಜಾತಿಯ ಕಟ್ಟುಪಾಡುಗಳೇ ಸಂಕೋಲೆಗಳಾಗಿದ್ದವು. ಉದಾಹರಣೆಗೆ, ಅವರ್ಣೀಯರು ಯಾವುದೇ ಸಂದರ್ಭದಲ್ಲಿಯೂ ಶೂದ್ರರ ಅಂತಸ್ತನ್ನು ತಲುಪುವುದು ಸಾಧ್ಯವೇ ಇಲ್ಲವಾದ್ದರಿಂದ ಅವರ ಶ್ರಮವು ಕೃಷಿ ಮತ್ತು ಇತರ ದೈಹಿಕ ಶ್ರಮವನ್ನು ಬೇಡುವ ಕೆಲಸಗಳಿಗೆ ಸುಲಭವಾಗಿ ಸಿಗುತ್ತಿತ್ತು. ಅವರಿಗೆ ಕೊಡಬೇಕಾದ ಕೂಲಿಯನ್ನು ನಿಗದಿಪಡಿಸುವವರೂ ಮೇಲ್ಜಾತಿಯವರೇ ಆಗಿರುತ್ತಿದ್ದರು. ಉತ್ಪಾದನಾ ಖರ್ಚು ಕಡಿಮೆಯಾದ್ದರಿಂದ ಅದರ ಲಾಭ ಬ್ರಾಹ್ಮಣರು ಮತ್ತು ಇತರ ಪ್ರತಿಷ್ಠಿತ ಸಮುದಾಯಗಳ ಪಾಲಾಗುತ್ತಿತ್ತು.

ಜಾತಿ ವ್ಯವಸ್ಥೆಯಲ್ಲಿ ಈ ಜಡತ್ವವನ್ನು ಮಧ್ಯಮನಿಕಾಯ(93)ದ ಒಂದು ಭಾಗವು ವಿಶದೀಕರಿಸುತ್ತದೆ. ಇದರ ರಚನಾ ಕಾಲ ಮೌರ್ಯರ ಅವಧಿ. ಆದರೆ ಅದನ್ನು ಬುದ್ಧನೇ ಹೇಳಿದ್ದಾನೆಂದು ಬಿಂಬಿಸಲಾಗಿದೆ. ಬುದ್ಧನು ಬ್ರಾಹ್ಮಣನೊಬ್ಬನಿಗೆ ಹೇಳುತ್ತಾನೆ: 'ಯವನ, ಕಾಂಬೋಜ ಪ್ರದೇಶ ಮತ್ತು ಸುತ್ತಮುತ್ತಲ ಜನಪದಗಳಲ್ಲಿರುವ ವರ್ಣಗಳು ಎರಡು ಮಾತ್ರ – ಯಜಮಾನರು ಮತ್ತು ಗುಲಾಮರು ('ಅಯ್ಯ' ಮತ್ತು 'ದಾಸ'). ಯಜಮಾನನೊಬ್ಬನು ಗುಲಾಮನಾಗಬಹುದು ಮತ್ತು ಗುಲಾಮನಾದವನು

ಯಜಮಾನನಾಗಬಹುದು. ಅಂದರೆ, ಆ ಸಮಯದಲ್ಲಿ, ಯವನರು ಮತ್ತಿತರ ಸಮುದಾಯಗಳಲ್ಲಿದ್ದದ್ದು ಎರಡು ವರ್ಗಗಳು ಮತ್ತು ಅವುಗಳ ನಡುವೆ ಚಲನೆಯೂ ಸಾಧ್ಯ. ಇದು ಭಾರತದ ಸಂದರ್ಭದಲ್ಲಿದ್ದ ವಿದ್ಯಮಾನಕ್ಕೆ ಸಂಪೂರ್ಣ ವಿರುದ್ಧವಾದ ಸನ್ನಿವೇಶ ಮತ್ತು ಈ ವ್ಯತ್ಯಾಸವನ್ನು ತಿಳಿಸಲೇ ಈ ಉದಾಹರಣೆಯನ್ನು ಇಲ್ಲಿ ಪ್ರಸ್ತಾಪಿಸಲಾಗಿದೆ ಎಂಬುದು ಸ್ಪಷ್ಟ.

ಮಧ್ಯಮ ನಿಕಾಯದಲ್ಲಿನ ಈ ಸಾಲುಗಳು ಯವನರಲ್ಲಿ ಯಜಮಾನ - ಸೇವಕರಿದ್ದ ವರ್ಗಸಮಾಜವಿದ್ದರೆ, ಭಾರತದಲ್ಲಿದ್ದದ್ದು ಶ್ರೇಣೀಕೃತ ಸಮಾಜವಿದ್ದು, ಇಲ್ಲಿ ಗುಲಾಮಗಿರಿ ಒಂದು ಸಮಸ್ಯೆಯಾಗಿರಲಿಲ್ಲವೆಂಬುದನ್ನು ಸ್ಪಷ್ಟಪಡಿಸುತ್ತವೆ. ಮೆಗಸ್ತನೀಸ್ (ಡಯೋಡೋರಸ್ II.39, ಸ್ಟ್ರಾಬೋ XV.1.54, ಅರಿಯನ್ - ಇಂಡಿಕಾ X) ಭಾರತದಲ್ಲಿ ಗುಲಾಮಗಿರಿ ಇರಲಿಲ್ಲವೆಂದು ವಾದಿಸುತ್ತಾನೆ; ಅರಿಯನ್ ಈ ಅಂಶಕ್ಕೆ ತನ್ನದೇ ಆದ ವಿವರಣೆಯನ್ನು ಸೇರಿಸುತ್ತಾನೆ: ಭಾರತದಲ್ಲಿ ಗುಲಾಮರೇನೋ ಇರಲಿಲ್ಲ, ಸರಿ; ಆದರೆ ಇಲ್ಲಿ ಸ್ಪಾರ್ಟಾದಲ್ಲಿರುವಂತೆ ಕೃಷಿ ಕೆಲಸಗಳಿಗೆ ಕಡ್ಡಾಯವಾಗಿ ಸೀಮಿತರಾಗಿದ್ದ ಭೂಹೀನರಿದ್ದರು ಎನ್ನುತ್ತಾನೆ. ಆದರೆ, ಇಬ್ಬರ ಚಿಂತನೆಗಳೂ ಸರಿ ಇಲ್ಲ. ಅರ್ಥಶಾಸ್ತ್ರ(III.13.4)ದಲ್ಲಿನ 'ಆರ್ಯನನ್ನು ಗುಲಾಮನನ್ನಾಗಿ ಮಾಡಬಾರದು' ಎನ್ನುವ ಮಾತನ್ನು ಆಧರಿಸಿ ಮೆಗಸ್ತನೀಸ್ ತನ್ನ ಅಭಿಪ್ರಾಯಕ್ಕೆ ಬಂದಿರಬಹುದು. 'ಆರ್ಯ' ಎನ್ನುವ ಪದ ಇಲ್ಲಿನ ಎಲ್ಲ ನಾಲ್ಕು ವರ್ಣಗಳನ್ನೂ ಒಳಗೊಳ್ಳುತ್ತದೇನೋ ನಿಜ, ಆದರೆ, ಇಲ್ಲಿನ ವರ್ಣಾಶ್ರಮ ವ್ಯವಸ್ಥೆಯ ಆಚೆ ಇದ್ದ ಚಂಡಾಳರು, ಅರಣ್ಯವಾಸಿಗಳು ಮುಂತಾದವರೇ ಗುಲಾಮರಾಗುವುದು ಸಾಧ್ಯವಿತ್ತು. ಅಶೋಕನ ಶಾಸನಗಳು (9,11,13ನೆಯ ಶಿಲಾಶಾಸನಗಳು ಮತ್ತು 7ನೇ ಸ್ತಂಭಶಾಸನ) ದಾಸರು ಅಥವಾ ಗುಲಾಮರು ಮತ್ತು ಸೇವಕರನ್ನು ಪ್ರತ್ಯೇಕವಾಗಿ ಹೆಸರಿಸಿ, ಅವರನ್ನು ಸೌಜನ್ಯದಿಂದ ನಡೆಸಿಕೊಳ್ಳಬೇಕೆನ್ನುತ್ತವೆ. ನಿಸ್ಸಂದೇಹವಾಗಿ ಮೌರ್ಯರ ಕಾಲಕ್ಕೆ ಸೇರಿದ ಕೆಲವು ಬೌದ್ಧ ಪಾಲಿಗ್ರಂಥಗಳಲ್ಲಿ ಮನೆಗೆಲಸ ಮಾಡುತ್ತಿದ್ದ ಗುಲಾಮರಿಗೆ, ಮುಖ್ಯವಾಗಿ ಮಹಿಳೆಯರಿಗೆ, ಅವರುಗಳ ಯಜಮಾನರು ಮತ್ತು ಅವರ ಪತ್ನಿಯರು ಕೊಡುತ್ತಿದ್ದ ಕಿರುಕುಳ, ಅವರ ಮೇಲೆ ನಡೆಸುತ್ತಿದ್ದ ದೌರ್ಜನ್ಯಗಳ ಉಲ್ಲೇಖಗಳಿವೆ. ಅರ್ಥಶಾಸ್ತ್ರ(III.13)ದಲ್ಲಿ ಗುಲಾಮರು ಹಾಗೂ ಸೇವಕರಿಗೆ ಒದಗಿಸಬೇಕಾದ ರಕ್ಷಣೆಯ ಕುರಿತು ಹೇಳಿರುವುದು ಆರ್ಯಸಮಾಜದ ವರ್ಣವ್ಯವಸ್ಥೆಯ ಭಾಗವಾಗಿದ್ದವರಿಗೆ ಮಾತ್ರ. ಇವರು ಮಾಲಿಕರಿಂದ ಹಣವನ್ನು ಪಡೆದು ತಮ್ಮನ್ನು ತಾವು ಅಥವಾ ತಮ್ಮ ಮಕ್ಕಳನ್ನು ಅವರ ಸೇವೆಗೆ ಸಮರ್ಪಿಸಿಕೊಳ್ಳುತ್ತಿದ್ದರು. ಇವರಿಗೆ ಸಂಬಂಧಿಸಿದ ನಿಯಮಗಳು ಅರ್ಥಶಾಸ್ತ್ರ(III.13.5-19)ದಲ್ಲಿ ಸ್ಪಷ್ಟವಾಗಿವೆ. ಆದರೆ ಇತರ ಗುಲಾಮರು–ದಾಸದಾಸಿಯರು– ಅವರ್ಣೀಯರಾಗಿದ್ದು ಅವರು ಯಜಮಾನನ ಸ್ವತ್ತುಗಳೇ ಆಗಿದ್ದರು. ಅವರನ್ನು ಕೊಳ್ಳುವ, ಮಾರುವ ಪದ್ಧತಿ ಇತ್ತು (III.13.20.25). ಕೆಲವರು ದಾಸರು ತಮ್ಮದೇ ಆಸ್ತಿಯನ್ನು ಹೊಂದಿದ್ದರು, ಮತ್ತು ಅದು ಅವರ ವಾರಸುದಾರರಿಗೆ ಸೇರುತ್ತಿತ್ತು (III.13.22). ಆದರೆ ಅವರಿಗೆ ಬೇರೆ ಯಾವುದೇ ಹಕ್ಕು, ಸ್ವಾತಂತ್ರ್ಯವಿರಲಿಲ್ಲ. ಅವರನ್ನು ಮಾಲಿಕರು ದೈಹಿಕವಾಗಿಯೂ ಹಿಂಸಿಸುವ ಅಧಿಕಾರವನ್ನು ಹೊಂದಿದ್ದರು. ಅವರ ಮಹಿಳೆಯರು ಯಜಮಾನರ

ಕಾಮಕ್ಕೆ ಬಲಿಯಾಗುತ್ತಿದ್ದುದುಂಟು (III.13.25). ಯಜಮಾನನಿಂದ ಮಗುವನ್ನು ಪಡೆದರೆ ಮಾತ್ರ ದಾಸಿಯೊಬ್ಬಳಿಗೆ ಬಿಡುಗಡೆ ಸಿಗಬಹುದಿತ್ತು. ರಾಮ್‌ಗಢ್ ಬೆಟ್ಟಗಳ ಜೋಗಿಮರ ಗುಹೆಯಲ್ಲಿನ ಮೌರ್ಯರ ಕಾಲದ ಒಂದು ಶಾಸನವು ವಾರಣಾಸಿಯ ಒಬ್ಬ ಶ್ರೀಮಂತನು ದೇವದಾಸಿಯೊಬ್ಬಳಲ್ಲಿ ಅನುರಕ್ತನಾದ ವಿಷಯವನ್ನು ಹೇಳುತ್ತದೆ. ಅಂದರೆ, ನಂತರದ ದಿನಗಳಲ್ಲಿಯಂತೆ ಈ ದೇವದಾಸಿಯರು, ದೇವಾಲಯಗಳಲ್ಲಿ ನರ್ತಕಿಯರಾಗುವುದು ಮಾತ್ರವಲ್ಲದೆ, ಶ್ರೀಮಂತದ ಉಪಪತ್ನಿಯರಾಗಿದ್ದರು ಎಂಬುದು ಇದರಿಂದ ಸ್ಪಷ್ಟವಾಗುತ್ತದೆ. ವಯಸ್ಸಾದ ದೇವದಾಸಿಯರು ಜೀವನಾಧಾರವಾಗಿ ನೂಲು ತೆಗೆಯುವಂಥ ಕಸುಬುಗಳನ್ನು ಕೈಗೊಳ್ಳುತ್ತಿದ್ದರೆಂದು ಅರ್ಥಶಾಸ್ತ್ರ(II.23.2)ದಿಂದ ತಿಳಿಯುತ್ತದೆ. ಒಟ್ಟಾರೆ, ದಾಸದಾಸಿಯರನ್ನು ಸಮಾಜ ನಡೆಸಿಕೊಳ್ಳುತ್ತಿದ್ದ ರೀತಿಯಂತೂ ಅಮಾನವೀಯವಾಗಿತ್ತೆಂಬುದರಲ್ಲಿ ಅನುಮಾನವಿಲ್ಲ. ಯಾವ ಸಂದರ್ಭದಲ್ಲಿಯೂ, ನಿರ್ದಿಷ್ಟವಾಗಿ ಹೇಳಲಾಗದಿದ್ದರೂ, ಗುಲಾಮರು, ಅಸ್ಪೃಶ್ಯರಲ್ಲದಿದ್ದರೂ ಆರ್ಯರಾಗಿರಲಿಲ್ಲ ಮತ್ತು ಯಾವ ವರ್ಣಕ್ಕೂ ಸೇರಿದವರಾಗಿರಲಿಲ್ಲ.

ಮೌರ್ಯರ ಕಾಲದ ಸಮಾಜದಲ್ಲಿ ಮಹಿಳೆಯರ ಸ್ಥಾನಮಾನ ಇಂಥದೇ ಆಗಿತ್ತು ಎಂದು ಹೇಳುವುದು ಕಷ್ಟ. ಎರಡು ಸಮುದಾಯಗಳು ಕೈಗೊಳ್ಳುತ್ತಿದ್ದ ವೃತಿಗಳಲ್ಲಿ ಮಹಿಳೆಯರ ಪಾತ್ರ ಎಷ್ಟಿರುತ್ತಿತ್ತೆಂದರೆ, ಅವರ ಮೇಲೆ ಯಾವ ನಿರ್ಬಂಧವನ್ನೂ ಹೇರುವುದು ಸಾಧ್ಯವೇ ಇರಲಿಲ್ಲವೆಂದು ಅರ್ಥಶಾಸ್ತ್ರ(III.4.22)ವು ಒಪ್ಪುತ್ತದೆ. 'ಅಲೆಮಾರಿ ಗಾಯಕರು ಮತ್ತು ನಟುವರು' ಅಂಥ ಒಂದು ಸಮುದಾಯ. ಪುರುಷರು ಮತ್ತು ಸ್ತ್ರೀಯರು ಊರೂರು ಅಲೆದಾಡಿ ನೃತ್ಯ ಮತ್ತು ಗಾಯನಗಳನ್ನು ಪ್ರದರ್ಶಿಸಿಯೇ ಜೀವನವನ್ನು ನಡೆಸಬೇಕಾಗಿತ್ತು. ಮತ್ತೊಂದು ಸಮುದಾಯ 'ಮೀನುಗಾರರು, ಹಕ್ಕಿಗಳ ಬೇಟೆಗಾರರು, ಗೋಪಾಲಕರು' ಮುಂತಾದವರು. ಈ ಗುಂಪುಗಳ ಮಹಿಳೆಯರೂ ಸಹ ಪುರುಷರಿಗೆ ಸರಿಸಮನಾಗಿ ದುಡಿಯುತ್ತಿದ್ದರು. ಆದರೆ ಇತರ ವರ್ಣಗಳ ಮಹಿಳೆಯರ ಚಲನವಲನಗಳು ಹಲವು ಕಟ್ಟುಪಾಡುಗಳಿಗೆ ಒಳಪಟ್ಟಿದ್ದವು. ಈ ನಿಯಮಗಳನ್ನು ಮೀರಿದ ಅಪರಾಧಕ್ಕೆ ಶಿಕ್ಷೆಯಾಗಿ ದಂಡವನ್ನೂ ವಿಧಿಸಲಾಗುತ್ತಿತ್ತು (ಅರ್ಥಶಾಸ್ತ್ರ III.4.1-23). ಮನೆಗೆ ಸೀಮೀತರಾದ ಮಹಿಳೆಯರು ಮಾತ್ರ ಮರ್ಯಾದಸ್ಥರೆಂದು ಸಾರಲಾಯಿತು (II.23.11, III.17). ಆದರೆ ಬಡವರ ಮನೆಗಳ ಮಹಿಳೆಯರು ಜೀವನ ನಡೆಸಲು ನೂಲು ತೆಗೆಯುವಂಥ ಕೆಲಸಗಳಲ್ಲಿ ತೊಡಗಿದ್ದರಿಂದ ಮನೆಯಿಂದ ಆಚೆಗೆ ಹೋಗಲೇಬೇಕಾಗಿತ್ತು. ಒಂದು ವೇಳೆ ಅವರು ಕೆಲಸಕ್ಕೆ ಹಾಜರಾಗದಿದ್ದರೆ, ಅವರ ಹೆಬ್ಬೆರಳು ಅಥವಾ ತೋರುಬೆರಳನ್ನು ಕತ್ತರಿಸುವ ಶಿಕ್ಷೆಯನ್ನು ನೀಡಲಾಗುತ್ತಿತ್ತು (II.23.14-15).

ಅಂದಿನ ಸಮಾಜದಲ್ಲಿ ಸ್ತ್ರೀಧನವೆಂಬುದು ಎರಡೇ ವಿಧವಾಗಿತ್ತು: ಆಭರಣಗಳು ಮತ್ತು ವೃತ್ತಿ(ಅರ್ಥಶಾಸ್ತ್ರ III.2.14)ಯಿಂದ ಬರುವ ಆದಾಯ. ತಂದೆಯ ಆಸ್ತಿಯಲ್ಲಿ ಹೆಣ್ಣು ಮಕ್ಕಳಿಗೆ ಪಾಲಿರಲಿಲ್ಲ (III.5.1-29-11), ಮಾತ್ರವಲ್ಲ ತಾಯಿಯ ಸ್ತ್ರೀಧನದ ಮೇಲೆಯೂ ಅವರಿಗೆ ಯಾವ ಹಕ್ಕೂ ಇರಲಿಲ್ಲ (III.2.36). 'ಗಂಡು ಸಂತಾನವನ್ನು

ಪಡೆಯಲು ಮಾತ್ರವೇ ಹೆಂಡತಿಯರಿರುವುದು' ಎಂಬ ಮಾತಿನಲ್ಲಿ (III.2.42) ಪುತ್ರಸಂತಾನವನ್ನು ಹೊಂದುವುದರ ಮೇಲಿನ ಒತ್ತನ್ನು ಗಮನಿಸಬಹುದು. ಮಥುರಾದ ಬಳಿ ಸಿಕ್ಕ ಮೌರ್ಯರ ಆಳ್ವಿಕೆಯ ಕೊನೆಯ ಕಾಲಘಟ್ಟಕ್ಕೆ ಸೇರಿದ ಒಂದು ಶಾಸನದಲ್ಲಿ ಆಡಳಿತದಲ್ಲಿನ ಒಬ್ಬ ಮುಖ್ಯಸ್ಥನ ಮಡದಿ ತನಗೆ ಜೀವಂತರಾಗಿರುವ ಗಂಡು ಮಕ್ಕಳಿದ್ದ ಬಗ್ಗೆ ಹೆಮ್ಮೆಯಿಂದ ಹೇಳಿಕೊಳ್ಳುತ್ತಾಳೆ.

ಅರ್ಥಶಾಸ್ತ್ರದ ಪ್ರಕಾರ ಮದುವೆ ಒಂದು ಒಪ್ಪಂದ. ವಧುವಿನ ತಂದೆ ವರನಿಂದ ಶುಲ್ಕವನ್ನು ಪಡೆದು ತನ್ನ ಮಗಳಿಗೆ ಸ್ತ್ರೀಧನವನ್ನು (III.2.10-11,15.14-15) ಕೊಡುತ್ತಾನೆ. ತಕ್ಷಶಿಲದ ಬಳಿ ಬಡವರು ತಮ್ಮ ಹೆಣ್ಣು ಮಕ್ಕಳನ್ನು ಇಂಥ ಶುಲ್ಕದ ಆಸೆಗಾಗಿ ಮಾರಾಟ ಮಾಡುತ್ತಿದ್ದನ್ನು ಇಲ್ಲಿ ನೆನೆಯಬಹುದು. ಈ ಪದ್ಧತಿಯನ್ನು ಅಲೆಗ್ಸಾಂಡರನ ದಾಳಿಯ ವೇಳೆ ಗಮನಿಸಲಾಯಿತು (ಸ್ಟ್ರಾಬೋ,XV.16.2). ಅರ್ಥಶಾಸ್ತ್ರ(III.3.17-18)ದಲ್ಲಿ ವರನೂ ಸಹ ಇಂಥ ಶುಲ್ಕವನ್ನು ಪಡೆಯುತ್ತಿದ್ದ ಪದ್ಧತಿಯ ಪ್ರಸ್ತಾಪವಿದೆ. ಪತಿಯ ನಿಧನಾನಂತರ ವಿಧವೆಯು ಮರುಮದುವೆಯಾಗಲಿಚ್ಛಿಸಿದಲ್ಲಿ ಸತ್ತವನ ತಂದೆಯ ಅನುಮತಿ ಪಡೆಯುವುದು ಅಗತ್ಯವಾಗಿತ್ತು. ಇಲ್ಲದಿದ್ದಲ್ಲಿ ಆ ಮಹಿಳೆ ತನ್ನ ಮೊದಲ ಮದುವೆಯ ಸಂದರ್ಭದಲ್ಲಿ ತನ್ನ ಗಂಡ ತನಗೆ ನೀಡಿದ್ದನ್ನೆಲ್ಲ ಹಿಂದಿರುಗಿಸಬೇಕಾಗಿತ್ತು (III.2.19-30). ವಿಧವಾ ವಿವಾಹ ಮಾತ್ರವಲ್ಲ, ಗಂಡನಿಂದ ಪರಿತ್ಯಕ್ತಳಾದವಳು ಅಥವಾ ದೀರ್ಘಕಾಲದವರೆಗೆ ಗಂಡ ಕಾಣೆಯಾದರೂ ಸಹ ಮತ್ತೆ ಮದುವೆಯಾಗಬಹುದಿತ್ತು (III.4.24-36). ಆದರೆ ಇಂಥ ಸಂದರ್ಭಗಳಲ್ಲಿ ಸತ್ತ ಗಂಡನ ಸೋದರ ಅಥವಾ ಹತ್ತಿರದ ಸಂಬಂಧಿಯ ಜತೆ ಮದುವೆಯಾಗುವುದು ಸೂಕ್ತವೆಂದು ನಿರ್ದೇಶಿಸಲಾಗಿದೆ (III.4.37-42). ಅರ್ಥಶಾಸ್ತ್ರದ ಪ್ರಕಾರ (III.3.15-19) ಪರಸ್ಪರ ದ್ವೇಷಿಸುವ ಗಂಡ ಹೆಂಡತಿಯರು ವಿಚ್ಛೇದನ ಪಡೆಯಬಹುದಾಗಿತ್ತು. ಇತರ ಕಾರಣಗಳಿಗೂ ವಿಚ್ಛೇದನ ಸಾಧ್ಯವಿತ್ತು. ಮದುವೆಯ ಸಂದರ್ಭದಲ್ಲಿ ತಾನು ಪಡೆದದ್ದನ್ನೆಲ್ಲಾ ಹಿಂದಿರುಗಿಸಬೇಕೆಂಬುದು ಷರತ್ತಾಗಿತ್ತು. ಅದೇ ಸಮಯದಲ್ಲಿ ಬಹುಪತ್ನಿತ್ವವೂ ಸಮ್ಮತವಾಗಿತ್ತು. ಅದರ ಉದ್ದೇಶ ಪುತ್ರ ಸಂತಾನಪ್ರಾಪ್ತಿ (III 2.38-41). ಬಹುಶಃ ಇದೇ ಕಾರಣಕ್ಕಾಗಿಯೇ, ರಾಣಿಯ ಶಾಸನದಲ್ಲಿ ಅಶೋಕನ ಎರಡನೆಯ ರಾಣಿ ತನ್ನ ಮಗನ ಹೆಸರನ್ನು ತನ್ನ ಹೆಸರಿಗೂ ಮೊದಲು ನಮೂದಾಗಿರುವಂತೆ ನೋಡಿಕೊಂಡಿದ್ದಾಳೆ. ಮಹಿಳೆ ತನ್ನ ಹನ್ನೆರಡನೆಯ ವಯಸ್ಸಿನಲ್ಲಿಯೇ ಗರ್ಭಧರಿಸಬೇಕೆಂಬ ನಿರೀಕ್ಷೆ ಇದ್ದಿದ್ದರಿಂದ (ಅರ್ಥಶಾಸ್ತ್ರ, III 3.1-2) ಅಂದಿನ ಮಹಿಳೆಯರು ಅನಾರೋಗ್ಯಕ್ಕೆ ತುತ್ತಾಗುತ್ತಿದ್ದದ್ದು ಸಾಮಾನ್ಯ ಸಂಗತಿಯಾಗಿತ್ತೆಂದೇ ಹೇಳಬೇಕು.

3.3 ಧರ್ಮಗಳು :

ಅಶೋಕನ ಶಾಸನಗಳಲ್ಲಿ ಧಾರ್ಮಿಕ ಸಮುದಾಯಗಳನ್ನು ಬ್ರಾಹ್ಮಣರು ಮತ್ತು ಶ್ರಮಣರು ಎಂದು ಹೆಸರಿಸಲಾಗಿದೆ. 13ನೆಯ ಶಿಲಾಶಾಸನ(ಉಧೃತ 1.4)ದಲ್ಲಿ ಇದು ಸ್ಪಷ್ಟವಾಗಿದೆ. ಯವನರ ಪ್ರಾಂತ್ಯವನ್ನು ಹೊರತುಪಡಿಸಿ, ಬ್ರಾಹ್ಮಣರು ಮತ್ತು ಶ್ರವಣರು ಇಲ್ಲದಿರುವ ಪ್ರದೇಶವೇ ಇಲ್ಲವೆಂದು ಹೇಳಲಾಗಿದೆ. ಎಲ್ಲ ಪ್ರದೇಶಗಳಲ್ಲಿಯೂ ಜನರು

ಯಾವುದೋ ಒಂದು ಧರ್ಮದ ಅನುಯಾಯಿಗಳಾಗಿರುತ್ತಾರೆ. ಈ ಶಾಸನ ಮತ್ತು 7ನೆಯ ಹಾಗೂ 12ನೆಯ ಶಿಲಾಶಾಸನಗಳಲ್ಲಿ 'ಧರ್ಮ' ಎನ್ನುವುದಕ್ಕೆ 'ಷಾಷಂಡ' ಎಂಬ ಪದವನ್ನು ಬಳಸಲಾಗಿದೆ. 7ನೆಯ ಶಿಲಾಶಾಸನ(ಉಧೃತ 2.7(ಇ))ದಲ್ಲಿ ಇದೇ ಪದದ ಮೂಲಕವೇ ಬೌದ್ಧರ ಸಂಘಗಳು, ಬ್ರಾಹ್ಮಣರು, ಶ್ರಮಣರು ಮತ್ತು ಜೈನರು ಸೂಚಿತವಾಗಿದ್ದಾರೆ. ಎಲ್ಲ ಧರ್ಮಗಳಿಗೂ ಸಾಮಾನ್ಯವಾಗಿ ಬಳಕೆಯಾದ ಈ ಪದವು, ಸಂಸ್ಕೃತ ಮತ್ತು ಪ್ರಾಕೃತಗಳಲ್ಲಿ ಬೇರೆ ಬೇರೆ ರೀತಿಯಲ್ಲಿಯೇ ಪ್ರಯೋಗಿಸಲ್ಪಟ್ಟಿದೆ. ಇದರ ವ್ಯುತ್ಪತ್ತಿಯನ್ನು ಗಮನಿಸಿದರೆ 'ಷಾಷಂಡ' ಎನ್ನುವುದು ಸಂಸ್ಕೃತದಲ್ಲಿ ನಕಾರಾತ್ಮಕವಾಗಿ, ಒಂದು ಕೆಟ್ಟ ಧರ್ಮವೆಂಬ ಅರ್ಥವನ್ನು, ಬೌದ್ಧ ಅಥವಾ ಜೈನ ಎಂಬಂತೆ, ಪಡೆದುಕೊಂಡಿದೆ. ವೈದಿಕ ಸಾಹಿತ್ಯದಲ್ಲಿ ಈ ಪದ ಕಾಣಿಸುವುದಿಲ್ಲ ಅರ್ಥಶಾಸ್ತ್ರ(I.18.12; II.4.23)ವು ಈ ಪದವನ್ನು ಉಪಯೋಗಿಸಿದೆ. ಹಣದ ಅವಶ್ಯಕತೆ ಇದ್ದಾಗ ರಾಜನು ಷಾಷಂಡರ ಸಂಘವನ್ನು ಕೊಳ್ಳೆ ಹೊಡೆಯಬಹುದು ಎಂದು ಹೇಳಲಾಗಿದೆ (I.18.9). ಬೌದ್ಧರ ಮತ್ತು ಜೈನರ ಸಂಘಗಳನ್ನು ಈ ಪದ ಸೂಚಿಸುತ್ತದೆ. ಅರ್ಥಶಾಸ್ತ್ರ(III.20.16)ವು ಬೌದ್ಧರು (ಶಾಕ್ಯರು), ಆಜೀವಿಕರು ಮತ್ತು ಇತರ 'ವೃಷಾಲರು' (ಭಿಕ್ಷಾಟನೆಯಿಂದ ಬದುಕುವವರು) ಯಾವುದೇ ಧಾರ್ಮಿಕ ಸಮಾರಂಭದಲ್ಲಿ ಔತಣದಲ್ಲಿ ಭಾಗವಹಿಸಲು ಅನರ್ಹರೆಂದೂ ಹೇಳಲಾಗಿದೆ (III.20.16). ಬೌದ್ಧರ ಪಾಲಿ ಭಾಷೆಯ ಬರಹಗಳಲ್ಲಿ ಬ್ರಾಹ್ಮಣರು ಮತ್ತು ಇತರ ಬೌದ್ಧೇತರರನ್ನು 'ಷಾಷಂಡ'ರೆಂದು ಕರೆಯಲಾಗಿದೆ. ಇಲ್ಲಿಯೂ ಸಹ ಈ ಪದಕ್ಕೆ ನಕಾರಾತ್ಮಕ ಅರ್ಥವೇ ಇದೆ. ಬಹುಶಃ ಆ ಹೊತ್ತಿಗೆ ಎಲ್ಲ ಧಾರ್ಮಿಕ ಗುಂಪುಗಳಿಗೂ ಬಳಸಬಹುದಾದ ಒಂದು ಶಬ್ದ ಲಭ್ಯವಿಲ್ಲದಿದ್ದರಿಂದ ಅಶೋಕನ ಶಾಸನದಲ್ಲಿ ಈ ಶಬ್ದದ ಪ್ರಯೋಗವಾಗಿದೆ ಎಂದು ಹೇಳಬಹುದು. 12ನೆಯ ಶಿಲಾಶಾಸನದಿಂದ ತಿಳಿದು ಬರುವಂತೆ, ಹಲವು ಧರ್ಮಗಳ ಜನರು ಒಟ್ಟಿಗೆ ಜೀವಿಸುತ್ತಿದ್ದು, ಅವರುಗಳನ್ನೆಲ್ಲ ಒಳಗೊಳ್ಳುವಂಥ ಶಬ್ದ ಅಂದಿನ ಕಾಲಕ್ಕೆ ಇನ್ನೂ ರೂಪುಗೊಂಡಿರಲಿಲ್ಲ; ಭಾಷೆ ಅಷ್ಟರಮಟ್ಟಿಗೆ ಬೆಳೆದಿರಲಿಲ್ಲ. ಕ್ರಿ.ಪೂ. ಐದನೆಯ ಶತಮಾನದಲ್ಲಿ ಬ್ರಾಹ್ಮಣರ ಆಧಿಪತ್ಯಕ್ಕೆ ಸವಾಲನ್ನೆಸೆಯುತ್ತಾ, ಪ್ರವರ್ಧಮಾನಕ್ಕೆ ಬಂದ ಬೌದ್ಧ, ಜೈನ ಧರ್ಮಗಳಿಂದಾಗಿ ಧಾರ್ಮಿಕ ಕ್ಷೇತ್ರದಲ್ಲಿ ಕ್ರಾಂತಿ ಉಂಟಾಗಿತ್ತು. ಅಶೋಕನು ಈ ಎಲ್ಲ ಧರ್ಮಗಳನ್ನು ಸಮಾನವೆಂದು ಪರಿಗಣಿಸುವ ಯತ್ನದಲ್ಲಿ ಎಲ್ಲರನ್ನೂ ಒಳಗೊಳ್ಳಬಹುದಾದ ಶಬ್ದವಾಗಿ 'ಷಾಷಂಡ'ವನ್ನು ಬಳಸಿದ್ದಾನೆ ಎನ್ನಬಹುದು (ಹಿಂದುಸ್ತಾನಿ: ಪಾಖಂಡ್)

ಬ್ರಾಹ್ಮಣ್ಯಕ್ಕೆ ಎಷ್ಟೇ ಪ್ರತಿರೋಧ ಎದುರಾದರೂ ಅದರ ವ್ಯಾಪ್ತಿಯಂತೂ ವಿಸ್ತಾರವಾಗಿತ್ತು. ಅದೇ ಸಮಯದಲ್ಲಿ ಬಾಹ್ಯ ಹಾಗೂ ಆಂತರಿಕ ಒತ್ತಡಗಳಿಂದಾಗಿ ಬ್ರಾಹ್ಮಣ್ಯವೂ ಸಹ ಬದಲಾವಣೆಗಳಿಗೆ ಒಳಗಾಗುತ್ತಿತ್ತು ಎಂಬುದೂ ವಾಸ್ತವವಾಗಿತ್ತು. ಉದಾಹರಣೆಗೆ, ಬ್ರಾಹ್ಮಣಗಳ ಕಾಲದಲ್ಲಿದ್ದ ಮೇರೆಗೆ ವೈದಿಕ ಆಚರಣೆಗಳು – ಮುಖ್ಯವಾಗಿ ಬಲಿ – ಪ್ರಾಮುಖ್ಯತೆಯನ್ನು ಹೊಂದಿರಲಿಲ್ಲ. ಅರ್ಥಶಾಸ್ತ್ರದ ಪ್ರಕಾರ (I.9.9) ರಾಜನ ಆಸ್ಥಾನದಲ್ಲಿ ಕುಲಪುರೋಹಿತನಾಗಿದ್ದವನು ವೈದಿಕ ಆಚರಣೆಗಳ ವಿಷಯದಲ್ಲಿ ಮಾತ್ರವಲ್ಲ, ಅಥರ್ವವೇದದಲ್ಲಿ ಹೇಳಲಾಗಿರುವ ಮಂತ್ರಗಳ ವಿಷಯದಲ್ಲಿಯೂ

ಜ್ಞಾನ ಪಡೆದಿರಬೇಕಾಗಿತ್ತು. ಇಂಥ ಪುರೋಹಿತನನ್ನು ಯಜ್ಞ ಮಾಡುವ ಅರ್ಹತೆ ಇಲ್ಲದವನಿಗಾಗಿ (ಪ್ರಾಯಶಃ ಅವನು ಕೆಳಜಾತಿಯವನಾದ್ದರಿಂದ) ಯಜ್ಞವನ್ನು ನಡೆಸಿಕೊಡು ಎಂದು ಕೇಳುವುದು ಅತ್ಯಂತ ಧರ್ಮವಿರೋಧಿ ಸಂಗತಿಯಾಗಿತ್ತು. ಬಲಿ ನೀಡುವ ಸಂದರ್ಭದಲ್ಲಿ ಪುರೋಹಿತರಿಗೆ ನೀಡಬೇಕಾದ ದಕ್ಷಿಣೆಯನ್ನು ಸ್ಪಷ್ಟವಾಗಿ ನಿಗದಿಪಡಿಸಲಾಗಿದೆ (III.14.28-36). ಇಂದ್ರ, ವರುಣ, ಅಗ್ನಿ ಮುಂತಾದ ವೈದಿಕ ದೇವರುಗಳನ್ನು ಈ ಕಾಲದಲ್ಲಿಯೂ ನೆನಪಿಸಿಕೊಳ್ಳಲಾಗಿದೆ (I.15.55-57; IV.13.14, XIV.1.38). ಆದರೆ, ತನ್ನ ಒಂದನೆಯ ಶಿಲಾಶಾಸನದಲ್ಲಿ ಅಶೋಕನು ಯಜ್ಞಗಳಲ್ಲಿ ಪ್ರಾಣಿಗಳನ್ನು ಬಲಿಕೊಡುವುದನ್ನು ಮಾತ್ರವಲ್ಲ, ಇಂಥ ಉದ್ದೇಶದಿಂದ ಜನ ಒಂದು ಕಡೆ ಸೇರುವುದನ್ನು ನಿಷೇಧಿಸಿದ್ದಾನೆ. ಆ ಶಾಸನದ ರಚನೆಯಾಗುವವರೆಗೂ (ಕ್ರಿ.ಪೂ.258) ಬಲಿ ಕೊಡುವ ಪದ್ಧತಿ ಮುಂದುವರೆದಿತ್ತು. ಆದರೆ ಇಂಥ ಆಚರಣೆಗಳಿಗಿದ್ದ ಜನ ಬೆಂಬಲವು ಕಡಿಮೆಯಾಗಿದ್ದರಿಂದ ಇಂಥ ಶಾಸನವೊಂದನ್ನು ಹೊರಡಿಸುವುದು ಸಾಧ್ಯವಾಗಿ ಎಂಬುದೂ ಈ ಶಾಸನದಿಂದ ಸ್ಪಷ್ಟವಾಗುತ್ತದೆ. ಅಹಿಂಸೆಯ ಪರಿಕಲ್ಪನೆ ಹೊಸ ಬ್ರಾಹ್ಮಣೀಯ ಚಿಂತನೆಯ ಭಾಗವಾಗಿದ್ದು ಅರ್ಥಶಾಸ್ತ್ರವೂ ಸಹ (I.3.13) ಎಲ್ಲ ವರ್ಣಗಳವರೂ ಅಹಿಂಸಾ ಧರ್ಮವನ್ನು ಪಾಲಿಸಬೇಕೆಂದು ತಾಕೀತು ಮಾಡುತ್ತದೆ. ಈ ಚಿಂತನೆಯು ಯಾವ ಹಂತವನ್ನು ತಲುಪಿತೆಂದರೆ ಕ್ರಿ.ಪೂ. ಒಂದನೆಯ ಶತಮಾನದ ಮನುಸ್ಮೃತಿಯು (X.84) ಕೃಷಿಯು ಅಗ್ರವರ್ಣಗಳವರು ಕೈಗೊಳ್ಳಬಹುದಾದ ವೃತ್ತಿಯಲ್ಲ ಎನ್ನುತ್ತದೆ. ಭೂಮಿಯನ್ನು ಉಳುವಾಗ ಅಲ್ಲಿನ ಪ್ರಾಣಿಗಳಿಗೆ ಕಂಟಕವನ್ನುಂಟು ಮಾಡಲಾಗುತ್ತದೆ ಎನ್ನುವ ಕಾರಣದಿಂದಾಗಿ ಇಂಥ ನಿಲುವಿಗೆ ಬರಲಾಯಿತು.

ಅರ್ಥಶಾಸ್ತ್ರದಲ್ಲಿನ (I.2.10) ಮತ್ತೊಂದು ಆಸಕ್ತಿಕರ ವಿಷಯವೆಂದರೆ ಅದು ಸಾಂಖ್ಯ, ಯೋಗ ಮತ್ತು ಲೋಕಾಯತಗಳನ್ನು ಆನ್ವೀಕ್ಷಿಕೀ ಎಂದು ಕರೆದು, ಅವುಗಳಿಗೆ ತಾತ್ವಿಕ ಚಿಂತನೆಯ ಮಾನ್ಯತೆಯನ್ನು ನೀಡುತ್ತದೆ. ಮೌರ್ಯರ ಕಾಲಕ್ಕೆ ಸೇರಿದ್ದವು ಎನ್ನಬಹುದಾದ ಸಾಂಖ್ಯ ಅಥವಾ ಯೋಗದ ಕೃತಿಗಳಾಗಲಿ ಲೋಕಾಯತದ ಯಾವ ಮೂಲ ಪಠ್ಯವೇ ಆಗಲಿ ಲಭ್ಯವಾಗಿಲ್ಲ. ವೈದಿಕಯುಗ(2.5)ದಲ್ಲಿ ನಾವೀಗಾಗಲೇ ಗಮನಿಸಿರುವಂತೆ ಸಾಂಖ್ಯದರ್ಶನದ ಮೂಲವನ್ನು ಉಪನಿಷತ್ತುಗಳಲ್ಲಿ ಪ್ರಸ್ತಾಪಿಸಲಾಗಿರುವ ಆತ್ಮಗಳ ಪುನರುಜ್ಜೀವನದ ಪರಿಕಲ್ಪನೆಯಲ್ಲಿ ಕಾಣಬಹುದು. ಇಲ್ಲಿಂದ ಹೊರಟ ಹೊಸ ಚಿಂತನಾಕ್ರಮ ನಾಸ್ತಿಕ ಪರಂಪರೆಯ ಭಾಗವೂ ಆಗಿ ಮೌರ್ಯರ ಕಾಲದಲ್ಲಿ ಕ್ರೋಡೀಕೃತಗೊಂಡಿತು. ಯೋಗವು ಸಾಂಖ್ಯದರ್ಶನದ ಪರಿಣಾಮವಾಗಿದ್ದು ಬುದ್ಧಿ ಮತ್ತು ದೇಹಗಳ ಮೇಲಿನ ಹಿಡಿತವನ್ನು ಪಡೆಯುವ ಮತ್ತು ಆಸ್ತಿಕತೆಗೆ ಒತ್ತು ನೀಡುವ ದರ್ಶನವಾಗಿ ಆನಂತರದ ಕಾಲದಲ್ಲಿ ಬೆಳೆದಿರಬೇಕು. ಯೋಗದ ಪ್ರಮುಖ ಪ್ರತಿಪಾದಕ, ಆಚಾರ್ಯನಾಗಿದ್ದವನು ಪತಂಜಲಿ. ಯೋಗ ಸೂತ್ರದ ಕರ್ತೃವಾದ ಪತಂಜಲಿಯು ವೈಯಾಕರಣಿಯಾಗಿದ್ದ ಪತಂಜಲಿ (ಕ್ರಿ.ಪೂ. 2ನೆಯ ಶತಮಾನ) ಅಲ್ಲ, ಮತ್ತು ಈ ಪತಂಜಲಿಯ ಕಾಲವನ್ನು ನಿರ್ಣಯಿಸುವುದು ಸುಲಭದ ಕೆಲಸವಲ್ಲ. ಇನ್ನು ಲೋಕಾಯತ ದರ್ಶನದ ಬಗ್ಗೆ ತಿಳಿಯಬೇಕಾದರೆ, ಅದನ್ನು ಟೀಕಿಸಿದವರ ಮಾತುಗಳ ಮೊರೆ ಹೋಗಬೇಕು. ಅಸುರರ ಚಿಂತನೆಯೆಂದೂ, ವೇದವಿರೋಧಿಯಾದದ್ದೆಂದೂ

ಲೋಕಾಯುತವನ್ನು ಬಿಂಬಿಸಲಾಗಿದೆ. ಮೌರ್ಯರ ನಂತರದ ಕಾಲಕ್ಕೆ ಸೇರಿದ್ದೆಂದು ಹೇಳಲಾಗದ ಮೈತ್ರಿ ಉಪನಿಷತ್ತಿನಲ್ಲಿ ಈ ದರ್ಶನವನ್ನು ಬೋಧಿಸಿದವನು ಬೃಹಸ್ಪತಿ ಎಂದು ಗುರುತಿಸಲಾಗಿದೆ. ಲೋಕಾಯತಕ್ಕೆ ಅರ್ಥಶಾಸ್ತ್ರವು ಬ್ರಾಹ್ಮಣೀಯ ತತ್ವಜ್ಞಾನದ ಮಾನ್ಯತೆಯನ್ನೂ ನೀಡಿ, ಅದನ್ನೊಂದು ಪ್ರಮುಖ ದರ್ಶನವೆಂದು ಪರಿಗಣಿಸುವುದು ನಿಜವಾಗಿಯೂ ಆಶ್ಚರ್ಯದ ಸಂಗತಿಯೇ.

ದೇವರ ಕೃಪೆಯನ್ನು ಪಡೆಯುವ ಒಂದು ವಿಧಾನವಾಗಿ ಭಕ್ತಿಮಾರ್ಗದ ಆರಂಭದ ಸೂಚನೆಗಳು ಮೌರ್ಯರ ಕಾಲದಲ್ಲಿಯೇ ಸಿಗುತ್ತವೆ ಎಂದು ಹೇಳಲು ಸಾಧ್ಯವಿದೆ. ಸಾಂಚಿಯ ಬಳಿಯ ಹೆಲಿಯೋಡಸನ ಬೆಸನಗರ (ವಿದಿಶಾ)ದ ಸ್ತಂಭದಲ್ಲಿ ಇದಕ್ಕೆ ಖಚಿತ ಪುರಾವೆ ಲಭ್ಯವಿದೆ. ಕ್ರಿ.ಪೂ.140ನೆಯ ಇಸವಿಯದೆನ್ನಲಾದ ಶಾಸನವು ಇದನ್ನು 'ವಾಸುದೇವನಿಗಾಗಿರುವ ಗರುಡ ಸ್ತಂಭ'ವೆಂದು ಕರೆಯುತ್ತದೆ. ಅದರ ದಾನಿ ತನ್ನನ್ನು ತಾನು 'ಭಾಗವತ'(ಭಕ್ತ)ನೆಂದು ಕರೆದುಕೊಂಡಿದ್ದಾನೆ. ಈ ಇಸವಿಯನ್ನು ಆಧರಿಸಿ ಅದಕ್ಕೂ ಹಿಂದೆಯೂ ಈ ವಿಷಯಕ್ಕೆ ಸಂಬಂಧಿಸಿದ ಪುರಾವೆ ಏನಾದರೂ ಸಿಕ್ಕೀತೇ ಎಂದು ನೋಡಬಹುದು. ಪಾಣಿನಿ(IV.3.98)ಯಲ್ಲಿ (ಕ್ರಿ.ಪೂ.350) ವಾಸುದೇವನಲ್ಲಿ ತನ್ನ ಭಕ್ತಿಯನ್ನು ವ್ಯಕ್ತಪಡಿಸುವ ಅರ್ಜುನನ ಉಲ್ಲೇಖವಿದೆ. ಅರ್ಥಶಾಸ್ತ್ರದಲ್ಲಿ (XIV.3.44) ಕೃಷ್ಣನ ಹೆಸರು ಕೆಲವು ಮಂತ್ರಗಳ ಭಾಗವಾಗಿ ಅಷ್ಟೇನೂ ಮುಖ್ಯವಲ್ಲದ ರೀತಿಯಲ್ಲಿ, ಹಲವು ದೈವೀ ಶಕ್ತಿಗಳಲ್ಲಿ ಒಂದಾಗಿ, ಕಾಣಿಸಿಕೊಳ್ಳುತ್ತದೆ. ಆದರೆ ಕೃಷ್ಣನ ಇನ್ನೊಂದು ಹೆಸರಾದ ಸಂಕರ್ಷಣನನ್ನೂ ಭಕ್ತಿಯಿಂದ ನೆನೆಯುವವನ ಪ್ರಸ್ತಾಪವೂ ಇದೆ. ಮೆಗಸ್ತನೀಸನನ್ನು ಆಧರಿಸಿ ಅರಿಯನ್ (ಇಂಡಿಕ VIII) ವಾಸುದೇವನೆಂಬ ಪ್ರಮುಖ ದೈವವನ್ನು ಹೆಸರಿಸುತ್ತಾನೆ. ಮಥುರಾ ಮತ್ತು ಕ್ಲಿಸೋಬೋರಾ(ಆಧುನಿಕ ಹೆಸರು ಯಾವುದೆಂದು ತಿಳಿದಿಲ್ಲ)ದಲ್ಲಿದ್ದ ಶೂರಸೇನಿಗಳು ಪೂಜಿಸುತ್ತಿದ್ದ ಮತ್ತೊಬ್ಬ ದೇವರ ಪ್ರಸ್ತಾಪವನ್ನು ಅರಿಯನ್ ಮಾಡುತ್ತಾನೆ. ಈ ದೇವರನ್ನೂ ಗ್ರೀಕ್ ದೇವರಾದ ಹೆರಾಕ್ಲಿಸ್‌ನೊಂದಿಗೆ ಸಮೀಕರಿಸುತ್ತಾನೆ. ಈ ಸಂದರ್ಭದಲ್ಲಿ ಅವನು ಹೆಸರಿಸಿರುವ ಪಾಂಡಿಯ ಎನ್ನುವ ಯುವತಿ, ಹೆರಾಕ್ಲಿಸ್, ಕೃಷ್ಣ, ಪಾಂಡವ, ಪಾಂಡ್ಯ ರಾಜರು ಇವರೆಲ್ಲರ ಸಂಬಂಧಗಳ ಬಗ್ಗೆ ಸಾಕಷ್ಟು ಗೊಂದಲಕ್ಕೊಳಗಾಗಿದ್ದಾನೆ. ಅದು ಹೇಗೆಯೇ ಇರಲಿ, ಆ ಹೊತ್ತಿಗೆ ಮಥುರಾದಲ್ಲಿ ವಾಸುದೇವ – ಕೃಷ್ಣ ಪಂಥವೊಂದು ನೆಲೆ ಕಂಡುಕೊಂಡಿತ್ತೆಂದು ಹೇಳಬಹುದು.

ಬಹಳ ಹಿಂದಿನಿಂದಲೇ ಶಿವನ ಆರಾಧನೆ ಆಚರಣೆಯಲ್ಲಿದ್ದಂತೆ ಕಾಣುತ್ತದೆ. ಆದರೂ ಅರ್ಥಶಾಸ್ತ್ರ(II.4.17)ದ ಪ್ರಕಾರ ಒಂದು ನಗರದಲ್ಲಿ ನಿರ್ಮಿಸಬೇಕಾದ ಒಂಬತ್ತು ದೇವರುಗಳ ಗುಡಿಗಳಲ್ಲಿ ಶಿವನದೂ ಒಂದು ಎಂದು ಮಾತ್ರವಾಗಿತ್ತು. ಮೌರ್ಯರು ಶಿವ ಸ್ಕಂದ ಮತ್ತು ವಿಶಾಖರ ಪ್ರತಿಮೆಗಳನ್ನು ಮಾರಾಟ ಮಾಡಿದ್ದಾಗಿ ಪತಂಜಲಿ (V.3.99) ಆಪಾದಿಸುತ್ತಾನೆ. ಶಿವಪಂಥದ ಶಿಶ್ನ ಪೂಜೆಯ ಕುರುಹುಗಳು ಆ ಕಾಲದಲ್ಲಿ ದೊರೆತಿಲ್ಲ. ಉಜ್ಜಯಿನಿಯಲ್ಲಿ ದೊರೆತ ಶಿಶ್ನ ಚಿತ್ರವಿರುವ ಕೆಲವು ನಾಣ್ಯಗಳು

ಕ್ರಿ.ಪೂ.3 ಅಥವಾ 2ನೆಯ ಶತಮಾನಕ್ಕೆ ಸೇರಿದವು ಎನ್ನುವುದೇ ನಿಜವಾದರೆ ಆ ಹೊತ್ತಿಗೆ ಶಿವನನ್ನು ಈ ರೂಪದಲ್ಲಿ ಪೂಜಿಸುವ ಪಂಥವೊಂದಿತ್ತೆಂದು ಹೇಳಬಹುದು.

ವಾಯುವ್ಯ ಭಾರತದಲ್ಲಿನ ಯಾವ ದೇವಸ್ಥಾನದ ಪ್ರಸ್ತಾಪವೂ ಅಲೆಗ್ಸಾಂಡರನ ಸಮಕಾಲೀನರಾದ ಚರಿತ್ರಕಾರರ ಬರಹಗಳಲ್ಲಿ ಸಿಗುವುದಿಲ್ಲ ಎಂಬುದನ್ನು ಮೊದಲ ಅಧ್ಯಾಯುದಲ್ಲಿಯೇ (1.1) ಗಮನಿಸಿದ್ದೇವೆ. ಅರ್ಥಶಾಸ್ತ್ರ(I.18.9)ವು ಹಣದ ಅಗತ್ಯವುಂಟಾದಾಗ ರಾಜನು ದೇವಾಲಯಗಳ ಸಂಪತ್ತನ್ನು ದೋಚಬಹುದೆನ್ನುತ್ತದೆ. ಆದರೆ ವಿದ್ವಾಂಸರಾದ ಬ್ರಾಹ್ಮಣರು ಬಳಸುವ ದೇವಾಲಯಗಳಿಗೆ ವಿನಾಯತಿಯನ್ನು ನೀಡಲಾಗಿದೆ. ದೇವಪಶುಗಳ (IV.13.20) ಮತ್ತು ದೇವದಾಸಿಗಳ (II.23.2) ಉಲ್ಲೇಖಗಳೂ ಅರ್ಥಶಾಸ್ತ್ರದಲ್ಲಿ ದೊರಕುತ್ತವೆ. ದೇವಾಲಯವನ್ನು ದೇವಗೃಹವೆಂದು (II.36.28) ಕರೆಯಲಾಗುತ್ತಿತ್ತು. ತಕ್ಷಶಿಲದ ಭಿರ್‌ದಿಬ್ಬದಲ್ಲಿನ ಒಂದು ಜಾಗವನ್ನು ಇಂಥ ದೇವಗೃಹದ ಭಾಗವೆಂದು ಮಾರ್ಷಲ್ ಗುರುತಿಸುತ್ತಾನೆ. ಅದರ ಸುತ್ತಲೂ ಟೆರ್ರಕೋಟಾ ಬಳಸಿ ತಯಾರಿಸಿದ ಹೆಣ್ಣು, ಗಂಡು ದೇವತಾ ಮೂರ್ತಿಗಳು ಪರಸ್ಪರ ಕೈಹಿಡಿದಿರುವ ಭಂಗಿಯಲ್ಲಿವೆ. ಬೆಸ ನಗರದ ಹೆಲಿಯೋಡೋರಸ್ ಸ್ತಂಭದ ಬಳಿಯ ಅಗೆತಗಳಲ್ಲಿ ದೊರೆತ ಅವಶೇಷಗಳು ಮೌರ್ಯರ ಕಾಲದಲ್ಲಿದ್ದ ದೇವಗೃಹವನ್ನು ಸೂಚಿಸುತ್ತದೆ.

ಈ ದೇವಗೃಹಗಳಲ್ಲಿ ಶಿಲೆಯಲ್ಲಿ ಕೆತ್ತಿದ ವಿಗ್ರಹಗಳು ಕಂಡುಬಂದಿಲ್ಲವಾದ್ದರಿಂದ ದೇವರುಗಳ ಮೂರ್ತಿಗಳನ್ನು ತಯಾರಿಸಲು ಮರವನ್ನೇ ಬಳಸುತ್ತಿದ್ದರೆಂದು ಊಹಿಸಬಹುದು. ಇಂಥ ಮರದ ಕೆತ್ತನೆಯ ಮೂರ್ತಿಗಳು ಇಷ್ಟು ದೀರ್ಘ ಕಾಲದ ನಂತರ ಈಗಲೂ ಉಳಿದಿರುವುದಂತೂ ಅಸಾಧ್ಯ. ಅರ್ಥಶಾಸ್ತ್ರ (XIII 2.25)ದಲ್ಲಿ ದೇವಗೃಹವೊಂದರಲ್ಲಿ ಇಂಥ ಪ್ರತಿಮೆಯೊಂದು ಸುಟ್ಟುಹೋಗುವ ಬಗ್ಗೆಯೂ ಹೇಳಿರುವುದರಿಂದ ಅದು ಮರದ ಪ್ರತಿಮೆಯೇ ಎನ್ನಲಡ್ಡಿಯಿಲ್ಲ.

ತಕ್ಷಶಿಲ, ಅಹಿಚ್ಛತ್ರ, ಸೋಂಖ್, ಕಾಶಾಂಬಿ ರಾಜ್‌ಘಾಟ್ (ವಾರಣಾಸಿ) ಬಕ್ಸರ್ ಮತ್ತು ಪಾಟ್ನಾಗಳಲ್ಲಿ ದೊರೆತ ಮೌರ್ಯರ ಕಾಲದ ಸ್ತ್ರೀದೇವರುಗಳ ಟೆರ್ರಕೋಟಾ ವಿಗ್ರಹಗಳನ್ನು ಸಾಮಾನ್ಯ ಮಾತೃದೇವತಾಮೂರ್ತಿಗಳೆಂದು ಕರೆಯುವುದಿದೆ (ಚಿತ್ರ 3.6). ಪ್ರಾಯಶಃ ಇವು ಮನೆಗಳಲ್ಲಿ ಪೂಜೆಗಾಗಿ ಇಟ್ಟುಕೊಂಡ ವಿಗ್ರಹಗಳಾಗಿರಬಹುದು. ಮುಖ್ಯವಾಗಿ ಮಹಿಳೆಯರು ಪ್ರತಿ ದಿನವೂ ಪೂಜೆ ಮಾಡುವುದಕ್ಕಾಗಿ ಬಳಸುತ್ತಿದ್ದ ಪ್ರತಿಮೆಗಳಾಗಿರಬಹುದು. ಒಂಭತ್ತನೆಯ ಶಿಲಾಶಾಸನದಲ್ಲಿ ಅಶೋಕನು ಮಹಿಳೆಯರು "ವಿಧವಿಧವಾದ, ಕೀಳುಮಟ್ಟದ, ಅನುಪಯುಕ್ತ ಆಚರಣೆಗಳಲ್ಲಿ" ಮುಳುಗಿದ್ದರೆಂದು ಹೇಳುತ್ತಾನೆ. ಅರ್ಥಶಾಸ್ತ್ರ(XIV.3.36)ದಲ್ಲಿ ಕಂಡುಬರುವ 'ಅಮಿಲಾ, ಕಿಮಿಲಾ, ವಯುಚಾರಾ, ಪ್ರಯೋಗಾ, ಫಕ್ಕಾ, ವಯುಹ್ವಾ, ವಿಹಾಲಾ ಮತ್ತು ದಂತಕಟಕಾ' ಮುಂತಾದ ಶಕ್ತಿಗಳು ಹಲವು ಆಚರಣೆಗಳಲ್ಲಿ ಪ್ರತಿಮೆಗಳ ರೂಪದಲ್ಲಿ ಪೂಜಿಸಲಾಗುತ್ತಿದ್ದವು. ಯಾವುದೇ ವೈದಿಕ ಗ್ರಂಥಗಳಲ್ಲಿ ಈ ಹೆಸರುಗಳು ಕಾಣುವುದಿಲ್ಲ ಮತ್ತು ನಂತರದ ಕಾಲದಲ್ಲಿ ಅಭಿವೃದ್ಧಿಗೊಂಡ ಪ್ರತಿಮಾಶಾಸ್ತ್ರದಲ್ಲಿ ಹೇಳಲಾದ ಯಾವ ಲಕ್ಷಣಗಳೂ ಈ ಪ್ರತಿಮೆಗಳಲ್ಲಿ ಕಾಣಸಿಗುವುದಿಲ್ಲ.

ಪುರುಷರೂ ಸಹ ಇಂಥ ಮೌಢ್ಯಗಳಿಗೆ ಮಾರುಹೋಗಿದ್ದರು. ಅಶೋಕನ 9ನೆಯ ಶಿಲಾಶಾಸನದಲ್ಲಿ ಇಂಥ ಆಚರಣೆಗಳ ಪಟ್ಟಿಯೇ ಇದೆ. ಖಾಯಿಲೆಗೆ ತುತ್ತಾದಾಗ, ಮಗ/ಮಗಳ ಮದುವೆಯ ಸಂದರ್ಭದಲ್ಲಿ, ಸಂತಾನ ಪ್ರಾಪ್ತಿಯಾದಾಗ ಅಥವಾ ಪ್ರಯಾಣ ಬೆಳೆಸುವ ಮುನ್ನ – ಹೀಗೆ ಹಲವು ಸಂದರ್ಭಗಳಲ್ಲಿ ವಿಧವಿಧವಾದ ಮೌಢ್ಯಾಚರಣೆಗಳು ಚಾಲ್ತಿಯಲ್ಲಿದ್ದವು. ಈ ಮೂಢ ನಂಬಿಕೆಗಳ ಆಚರಣೆಗಳಿಗೆ ಮುಖ್ಯ ಕಾರಣ ದುಷ್ಟಶಕ್ತಿಗಳ ಭಯ ಮತ್ತು ಈ ಆಚರಣೆಗಳ ಮೂಲಕ ಆ ಶಕ್ತಿಗಳನ್ನು ಮಣಿಸಬಹುದು ಎಂಬ ನಂಬಿಕೆ. ರಾಕ್ಷಸರು ಅಥವಾ ದೆವ್ವಗಳು ತಮ್ಮನ್ನೂ ಕಾಡಬಹುದೆಂಬ ಭಯ ಮುಖ್ಯವಾದದ್ದು (ಅರ್ಥಶಾಸ್ತ್ರ, XIII.2.29.32). ಅಥರ್ವವೇದದ ಮಂತ್ರಗಳ ಉಚ್ಚಾರಣೆಯ ಮೂಲಕ ದುಷ್ಟಶಕ್ತಿಗಳನ್ನು ದೂರವಿರಿಸಬಹುದೆಂಬ ನಂಬಿಕೆ ಅವರಲ್ಲಿ ಮನೆ ಮಾಡಿತ್ತು. ಮಂತ್ರಪ್ರಯೋಗ, ಪ್ರಾಣಿಬಲಿಯನ್ನೊಳಗೊಂಡ ವೃಕ್ಷಪೂಜೆ ಮತ್ತು ಇತರ ವಿಧಾನಗಳಿಂದಲೂ ದುಷ್ಟಶಕ್ತಿಗಳ ದಮನ ಸಾಧ್ಯವಾಗುವುದೆಂದು ನಂಬಿದ್ದರು. ಇಂಥ ನಂಬಿಕೆಗಳಿಗೆ ದಾಸರಾದವರನ್ನು ಬಹಳ ಸುಲಭವಾಗಿ ವಿಚಿತ್ರ ಆಚರಣೆಗಳನ್ನು (ತಾಂತ್ರಿಕ ಆಚರಣೆಗಳು) ಕೈಗೊಳ್ಳುವಂತೆ ಪ್ರಭಾವಿತಗೊಳಿಸಬಹುದೆಂದು ಅರ್ಥಶಾಸ್ತ್ರ (IV.4.14.15, V.2.59-63) ಹೇಳುತ್ತದೆ. ಶಕುನಗಳಲ್ಲಿಯೂ ವಿಪರೀತ ನಂಬಿಕೆಯಿದ್ದು, ರಾಜನ ಆಸ್ಥಾನದಲ್ಲಿ ಶಕುನಶಾಸ್ತ್ರ ಬಲ್ಲವರು, ಜ್ಯೋತಿಷಿಗಳು ಮುಂತಾದವರು ಇರಬೇಕೆಂದು ಹೇಳಲಾಗಿದೆ (ಅರ್ಥಶಾಸ್ತ್ರ, V.3.13). ಮೆಗಸ್ತನೀಸ್ ಸಹ ಅಂದಿನ ಜನರು ಪ್ರತಿವರ್ಷದ ಆರಂಭದಲ್ಲಿಯೂ ಆ ವರ್ಷದಲ್ಲಿ ತಮಗೆ ಒದಗಬಹುದಾದ ಆಪತ್ತುಗಳ ಬಗ್ಗೆ 'ತತ್ವಜ್ಞಾನಿ'ಗಳಿಂದ' (ಬ್ರಾಹ್ಮಣರು) ತಿಳಿಯಲು ಕಾತುರರಾಗಿರುತ್ತಿದ್ದರೆಂದು ಹೇಳುತ್ತಾನೆ.

ಬೌದ್ಧ ಧರ್ಮವು ಸುಮಾರು 500 ವರ್ಷಗಳ ಕಾಲ ಉಚ್ಛ್ರಾಯ ಸ್ಥಿತಿಯಲ್ಲಿದ್ದು, ಆ ಸ್ಥಿತಿಯ ಆರಂಭವನ್ನು ಅಶೋಕನ ಶಾಸನಗಳಲ್ಲಿ ಕಾಣಬಹುದು. ಬೌದ್ಧಧರ್ಮವನ್ನು ಪೋಷಿಸುವ ಸಲುವಾಗಿ ನೀಡಲಾದ ದಾನಗಳು ದಾಖಲೆಗಳು ಮತ್ತು ಇಂದಿಗೂ ಲಭ್ಯವಿರುವ ಬೌದ್ಧ ಸ್ಮಾರಕಗಳು ಇತರ ಧರ್ಮಗಳಿಗಿಂತಲೂ ಹೆಚ್ಚಿನ ಪ್ರಾಮುಖ್ಯತೆಯನ್ನು ಬೌದ್ಧ ಧರ್ಮವು ಆ ಕಾಲದಲ್ಲಿ ಹೊಂದಿತ್ತು ಎಂಬುದನ್ನು ಸಾಬೀತು ಪಡಿಸುತ್ತವೆ.

ಬೌದ್ಧರು ತಮ್ಮ ಎಲ್ಲ ಪಂಥಗಳಿಗೆ ನೀಡಿದ ಪ್ರೋತ್ಸಾಹಕ್ಕಾಗಿ ಅಶೋಕನನ್ನು ತುಂಬ ಗೌರವದಿಂದ ಸ್ಮರಿಸುತ್ತಾರೆ. ಬೌದ್ಧ ಧರ್ಮದ ಆಚರಣೆಗಳು ಮತ್ತು ನಂಬಿಕೆಗಳು ಪಾಲಿ ಭಾಷೆಯಲ್ಲಿನ ನಿಯಮಾವಳಿಯಲ್ಲಿ ಯಾವ ಅರ್ಥದಲ್ಲಿ ಉಲ್ಲೇಖಿತವಾಗಿವೆಯೋ ಅದೇ ಅರ್ಥದಲ್ಲಿಯೇ ಅಶೋಕನ ಶಾಸನಗಳಲ್ಲಿಯೂ ಕಾಣಿಸಿಕೊಳ್ಳುತ್ತವೆ (ನೋಡಿ 3.4). ಬುದ್ಧ, ಧಮ್ಮ ಮತ್ತು ಸಂಘಗಳಲ್ಲಿ ಬೌದ್ಧರ ನಂಬಿಕೆಯನ್ನೇ ಆ ಶಾಸನಗಳೂ ಸಾರುತ್ತವೆ (ಬೈರಾಟ್ ಶಿಲಾಶಾಸನ). ಬೌದ್ಧ ಧರ್ಮದ ನಾಲ್ಕು ಶ್ರೇಷ್ಠ ಸತ್ಯಗಳ ನೇರ ಪ್ರಸ್ತಾಪ ಮಾಡಿಲ್ಲವಾದರೂ, ಶಾಸನಗಳು 'ಮಧ್ಯಮ' ಮಾರ್ಗದ ಬಗ್ಗೆ ಹೇಳುತ್ತವೆ. ಒಂದನೆಯ ಪ್ರತ್ಯೇಕ ಶಿಲಾಶಾಸನದಲ್ಲಿ ನ್ಯಾಯಯುತವಾದ, ಶ್ರೇಷ್ಠವಾದ ಮಾರ್ಗವಾಗಿ ಇದನ್ನು ಪ್ರಸ್ತಾಪಿಸಲಾಗಿದೆ. ಈ ಮಧ್ಯಮಮಾರ್ಗವೇ ಅಷ್ಟವಿಧಮಾರ್ಗ.

ಚಿತ್ರ 3.6. ಮಾತೃದೇವತಾ ಮೂರ್ತಿಗಳು .ತಕ್ಷಶಿಲದ ಭಿರ್ ದಿಬ್ಬದಲ್ಲಿ ದೊರೆತ ಟೆರ್ರಕೋಟಾ ಪ್ರತಿಮೆಗಳು(ವಿವರಣೆ: ಜೆ ಮಾರ್ಷಲ್)

ಒಂದನೆಯ ಗೌಣ ಶಿಲಾಶಾಸನ, ಬೈರಾಟ್ ಶಿಲಾಶಾಸನ, ಏಳನೆಯ ಸ್ತಂಭಶಾಸನ ಮತ್ತು ತ್ರುಟಿತಶಾಸನಗಳಲ್ಲಿ ಬೌದ್ಧರ 'ಸಂಘ'ದ ಪ್ರಸ್ತಾಪವಿದೆ. ಬೌದ್ಧ ಸನ್ಯಾಸಿಗಳು ಹಾಗೂ ಸನ್ಯಾಸಿನಿಯರನ್ನು 'ಭಿಕ್ಕುಗಳು' ಮತ್ತು 'ಭಿಕ್ಕುನಿಯರು' ಎಂದು ಕರೆಯಲಾಗಿದೆ. 'ಸಂಘ'ದಿಂದ ಹೊರ ಹಾಕಲ್ಪಟ್ಟವರು ಹಳದಿ ಬಟ್ಟೆಯ ಬದಲಾಗಿ ಬಿಳಿಯ ಬಟ್ಟೆಯನ್ನು ಧರಿಸಬೇಕೆಂಬ ಥೇರಾವಾದದ ಆಚರಣೆಯೂ ಸಹ ತ್ರುಟಿತ ಶಾಸನದಲ್ಲಿ ಪ್ರಸ್ತಾಪವಾಗಿದೆ. 'ಭಿಕ್ಕು'ಗಳು ಅಥವಾ 'ಭಿಕ್ಕುನಿ'ಯರಲ್ಲದವರನ್ನು 'ಉಪಾಸಕರು' ಎಂದು ಒಂದನೆ ಗೌಣಶಿಲಾಶಾಸನ ಮತ್ತು ಸಾರನಾಥನ ತ್ರುಟಿತ ಶಾಸನಗಳು ಕರೆಯುತ್ತವೆ. ರುಮಿಂಡೈ ಶಾಸನವು ಲುಮ್ಮಿನಿ (ಲುಂಬಿನಿ)ಯನ್ನು ಬುದ್ಧನ ಜನ್ಮಸ್ಥಳವೆಂದು ಗುರುತಿಸುತ್ತದೆ. ಈ ಮಾತನ್ನು ಬೌದ್ಧ ಪರಂಪರೆಯೂ ಒಪ್ಪುತ್ತದೆ. ಎಂಟನೆಯ ಶಿಲಾಶಾಸನದಲ್ಲಿ 'ಸಂಬೋಧಿ' ಎನ್ನುವ ಶಬ್ದವು ಹಳೆಯ ಪಾಲಿ ಗ್ರಂಥಗಳಲ್ಲಿ ಹೇಳಲಾಗಿರುವ ಬುದ್ಧಗಯದ ಬಳಿಯ ಬೋಧಿ ವೃಕ್ಷದ ಕುರಿತಾಗಿದೆ. ನಿಗಲಿಸಾಗರ್ ಸ್ತಂಭಶಾಸನವು ಬೌದ್ಧಸ್ತೂಪಗಳ ನಿರ್ಮಾಣವು ಆ ಹೊತ್ತಿಗಾಗಲೇ ಆಚರಣೆಯಲ್ಲಿದ್ದ ಪದ್ಧತಿ ಎನ್ನುವುದನ್ನು ಖಚಿತಪಡಿಸುತ್ತದೆ. ಹಲವು ಬುದ್ಧರಲ್ಲಿ ಒಬ್ಬನಾದ ಕೋನಾಕಮನನ ದಂತಕತೆಯು ಎಲ್ಲರಿಗೂ ತಿಳಿದಿತ್ತು ಎನ್ನುವುದೂ ಈ ಶಾಸನದಿಂದ ಸ್ಪಷ್ಟವಾಗುತ್ತದೆ. ಬುದ್ಧನ ಬೋಧನೆಗಳು ಜನರ ನಡುವೆ ವ್ಯಾಪಕವಾಗಿ ಹರಡಿದ್ದು, ಅವುಗಳಲ್ಲಿ ಏಳು ಪಠ್ಯಗಳನ್ನು, ಅವುಗಳ ಶೀರ್ಷಿಕೆಗಳ ಸಮೇತ, ಅಶೋಕನು ಬಳಸಿಕೊಳ್ಳುತ್ತಾನೆ ಎಂದು ಬೈರಾಟ್ ಶಾಸನದಿಂದ ತಿಳಿಯುತ್ತದೆ. ಇಂದು ನಮಗೆ ತಿಳಿದಿರುವ ರೀತಿಯಲ್ಲಿಯೇ ಪಾಲಿ ಭಾಷೆಯ ತಿಪಿಟಕವು ಜನರ ಜ್ಞಾನದ ಭಾಗವಾಗಿತ್ತೆಂದು ಈ ಎಲ್ಲ ವಿವರಗಳಿಂದ ಅರ್ಥ ಮಾಡಿಕೊಳ್ಳಬಹುದು.

ಎರಡನೆಯ ಅಧ್ಯಾಯದಲ್ಲಿ (2.2) ಬೌದ್ಧಧರ್ಮ ಮತ್ತು ಅಶೋಕನ ಧಮ್ಮಗಳ ನಡುವಿನ ಸಂಬಂಧವನ್ನು ಗಮನಿಸಿದ್ದೇವೆ. ತನ್ನ ಧರ್ಮದ ಮೂಲ ಬೌದ್ಧಧರ್ಮವೆಂದು ಅಶೋಕನು ಹೇಳದಿದ್ದರೂ, ಬೌದ್ಧ ಧರ್ಮದ ಬಗೆಗಿನ ತನ್ನ ಬದ್ಧತೆಯನ್ನು ನಿರ್ದ್ವಂದ್ವವಾಗಿ ಪ್ರಕಟಿಸುತ್ತಾನೆ. ಏಳನೆಯ ಸ್ತಂಭ ಶಾಸನದಲ್ಲಿ ತಾನು ನೆರವು ನೀಡುತ್ತಿದ್ದ ಧರ್ಮಗಳಲ್ಲಿ ಬೌದ್ಧಧರ್ಮವು ಅತಿ ಮುಖ್ಯವಾದದ್ದು ಎಂದು ಹೇಳುತ್ತಾನೆ. ಈ ಶಾಸನಗಳು ಅಶೋಕನು ಬೌದ್ಧ ಧರ್ಮಕ್ಕೆ ನೀಡಿದ ನೆರವಿನ

ಬಗ್ಗೆ ಹೆಚ್ಚು ಮಾತನಾಡುವುದಿಲ್ಲವಾದರೂ ಥೇರಾವಾದ ಮತ್ತು ಮಹಾಯಾನ ಪಂಥಗಳು ಅವನ ಸಹಾಯವನ್ನು ಹಾಡಿಹೊಗಳುತ್ತವೆ. 'ದೀಪವಂಶ' ಮತ್ತು 'ಅಶೋಕಾವದಾನ'ಗಳು ಬೌದ್ಧ ಧರ್ಮವನ್ನು ಸ್ವೀಕರಿಸಿದ ನಂತರ ಅಶೋಕನು 84,000 ವಿಹಾರಗಳನ್ನು ಕಟ್ಟಿಸಿದನೆಂದು ತಿಳಿಸುತ್ತವೆ. ಅವುಗಳನ್ನು ಹಲವು ಪಠ್ಯಗಳಲ್ಲಿ ಸ್ತೂಪಗಳು ಎಂದು ಕರೆಯಲಾಗಿದೆ. ಈ ಸಂಖ್ಯೆಯಲ್ಲಿ ಸ್ವಲ್ಪ ಅತಿಶಯೋಕ್ತಿ ಇದೆ ಎಂದು ಭಾವಿಸಿದರೂ ಬೌದ್ಧ ಧರ್ಮದ ವಿಷಯದಲ್ಲಿ ಅಶೋಕನು ಹೆಚ್ಚಿಗೇ ಧಾರಾಳವಾಗಿದ್ದನೆಂಬುದರಲ್ಲಂತೂ ಸಂಶಯವಿಲ್ಲ. ಈ ಧಾರಾಳ ಕೊಡುಗೆಗಳ ಲಾಭವನ್ನು ಪಡೆಯಲು ಕೆಲವರು 'ಅಧಾರ್ಮಿಕ ವ್ಯಕ್ತಿಗಳು' ಕಾಷಾಯವಸ್ತ್ರಧಾರಿಗಳಾಗಿ ಸಂಘದ ಸದಸ್ಯರಾಗಿದ್ದರೆಂದೂ ಶ್ರೀಲಂಕಾದ ಕೆಲವು ಮೂಲಗಳು ಹೇಳುತ್ತವೆ. ಅವರು ಆ ಸಂಘಗಳಲ್ಲಿ ತಮ್ಮದೇ ಆದ ಪದ್ಧತಿಗಳನ್ನು ಆಚರಣೆಗೆ ತಂದು ಆ ಮೂಲಕ ಅವ್ಯವಸ್ಥೆಗೆ ಕಾರಣರಾದದ್ದೂ ಇದೆ. ಇಂಥ ಸ್ವಾರ್ಥಿಗಳ ಉಪಟಳ ಹೆಚ್ಚಾಗಿದ್ದರಿಂದ ಪಾಟಲಿಪುತ್ರದಲ್ಲಿ ನಡೆದ ಭಿಕ್ಕುಗಳ ಸಮಾವೇಶವೊಂದರಲ್ಲಿ ಅಂಥವರನ್ನು ಗುರುತಿಸಿ ಸಂಘದಿಂದ ಹೊರಹಾಕಲಾಯಿತು. ಸಾರನಾಥ್, ಅಲಹಾಬಾದ್ ಮತ್ತು ಸಾಂಚಿಗಳಲ್ಲಿ ದೊರೆತ ತ್ರುಟಿತ ಶಾಸನದ ಮೂರು ಆವೃತ್ತಿಗಳಲ್ಲಿಯೂ ಇಂಥವರು ಸಂಘದ ಸದಸ್ಯರ ನಡುವೆ ಬಿರುಕು ಮೂಡಿಸಲು ಯತ್ನಿಸುತ್ತಿದ್ದರಿಂದ, ಅವರನ್ನು ಬಹಿಷ್ಕರಿಸಲಾಯಿತೆಂದು ಹೇಳಲಾಗಿದೆ. ಈ ತ್ರುಟಿತಶಾಸನಗಳು ಒಂದರಿಂದ ಆರನೆಯ ಸ್ತಂಭ ಶಾಸನಗಳ ನಂತರದ ಅವಧಿಗೆ, ಅಂದರೆ, ಅಶೋಕನ ಆಳ್ವಿಕೆಯ ಕೊನೆಯ ಹಂತಕ್ಕೆ (ಕ್ರಿ.ಪೂ. 243–234) ಸೇರಿದವು. ಹಾಗಾಗಿ, ಅವುಗಳಲ್ಲಿ ಪ್ರಸ್ತಾಪಿತವಾಗಿರುವ ಬಹಿಷ್ಕಾರಗಳೂ ಸಹ ಶ್ರೀಲಂಕಾದ ಆಕರವಾದ 'ಮಹಾವಂಶ'ದಲ್ಲಿ ಹೇಳಿರುವುದಕ್ಕಿಂತಲೂ ನಂತರದ ಕಾಲದಲ್ಲಿ ನಡೆದವೆನ್ನಬಹುದು.

ಧರ್ಮವಿರೋಧಿಗಳಿಗೆ ಬಹಿಷ್ಕಾರದ ಶಿಕ್ಷೆಯನ್ನು ವಿಧಿಸಿದ ಸಮಾವೇಶವು, ಅದೇ ಸಮಯದಲ್ಲಿ ಥೇರಾವಾದವನ್ನೇ ಹೋಲುವ (ತರ್ಕಬದ್ಧವಾದ) 'ವಿಭಜ್ಜ'ವೇ ಸರಿಯಾದ ಸಿದ್ಧಾಂತವೆಂದು ಪ್ರಕಟಿಸಿತೆಂದೂ ಶ್ರೀಲಂಕಾದ ಪರಂಪರೆ (ಮಹಾವಂಶ,V.268-282) ತಿಳಿಸುತ್ತದೆ. ಕೆಲಕಾಲದ ನಂತರ ಪಾಟಲಿಪುತ್ರದಲ್ಲಿಯೂ ಮೂರನೆಯ ಬೌದ್ಧ ಮಹಾಸಭೆಯು ಮೊಗ್ಗಲಿಪುತ್ತ ತಿಸ್ಸನ ಅಧ್ಯಕ್ಷತೆಯಲ್ಲಿ ನಡೆಯಿತು. ಒಂದು ಸಾವಿರ ಭಿಕ್ಕುಗಳ ಒಂಬತ್ತು ತಿಂಗಳುಗಳ ಶ್ರಮದ ಫಲವಾಗಿ ನಿಜವಾದ ಧಮ್ಮವೆಂದರೆ ಯಾವುದು ಎಂದು ತಿಳಿಸುವ ದಸ್ತಾವೇಜು ತಿಪಿಟಕಗಳ ಆಧಾರದ ಮೇಲೆ ಸಿದ್ಧವಾಯಿತು; ಅಲ್ಲದೆ ಯಾವುದು ಬೌದ್ಧ ಧರ್ಮವಲ್ಲ ಎಂಬುದೂ ಸ್ಪಷ್ಟಪಡಿಸಲಾಯಿತು. ಈ ಸಮಾವೇಶದ ಬಗ್ಗೆ ಮಹಾಯಾನ ಪರಂಪರೆ ಏನೂ ಹೇಳುವುದಿಲ್ಲ. ಆದರೆ, ಇಂಥ ಸಮಾವೇಶ ನಡೆದದ್ದಂತೂ ವಾಸ್ತವ ಮತ್ತು ಇದು ಧರ್ಮವಿರೋಧಿಗಳ ಜತೆಗಿನ ಭಿನ್ನಾಭಿಪ್ರಾಯಗಳ ಕಾರಣವಾಗಿ ಮತ್ತು ವಿಷಯಗಳನ್ನು ಇತ್ಯರ್ಥಪಡಿಸುವ ಸಲುವಾಗಿ ನಡೆದ ಸಮಾವೇಶವಾಗಿತ್ತು. ಅಶೋಕನ ತ್ರುಟಿತ ಶಿಲಾಶಾಸನದಲ್ಲಿ ಇದರ ಉಲ್ಲೇಖವೂ ಇದೆ. ಇಂದು ನಮಗೆ ಲಭ್ಯವಿರುವ ತಿಪಿಟಕವು ಈ ಸಮಾವೇಶದ ಪರಿಣಾಮವಾಗಿಯೇ ರೂಪುಗೊಂಡಿತೆಂದು ಸಹ ಹೇಳಬಹುದು. ಇಲ್ಲಿ ಬರುವ ಯವನ ಸಮಾಜದೊಳಗಿನ

ವರ್ಗಗಳ ಕುರಿತಾದ ಪ್ರಸ್ತಾಪವನ್ನೂ ಅಲೆಗ್ಸಾಂಡರನ ದಾಳಿಯ ನಂತರ (ನೋಡಿ 3.2) ಮಾತ್ರ ಮಾಡಲು ಸಾಧ್ಯ. ಆದರೆ, ಇಲ್ಲಿ ಮತ್ತೊಂದು ಸಮಸ್ಯೆ ಇದೆ. ತಿಪಿಟಕವು ಅಶೋಕನ ನಂತರ ಸಂಕಲನಗೊಂಡಿದ್ದೇ ಆದಲ್ಲಿ ಅದರಲ್ಲಿ ಅಶೋಕನ ಬಗೆಗಿನ ಅಥವಾ ಶ್ರೀಲಂಕಾದ ಮತ್ತು ಮೌರ್ಯರ ಕಾಲದಲ್ಲಿ ಕಾಣಿಸಿಕೊಂಡ ಬುಡಕಟ್ಟುಗಳ ಬಗೆಗಿನ ಯಾವ ಉಲ್ಲೇಖವು ಇಲ್ಲದಿರುವುದು ಆಶ್ಚರ್ಯದ ಸಂಗತಿ. ಬಹುಶಃ ಈ ಗ್ರಂಥದ ಮೂಲದಲ್ಲಿ ಬಳಸಿದ್ದ ಅಶೋಕನ ಕಾಲದ ಪಾಲಿ ಭಾಷೆಯನ್ನು ನಂತರದಲ್ಲಿ ಗ್ರಾಂಥಿಕ ಪಾಲಿಗೆ ಬದಲಾಯಿಸಿರಬಹುದೆಂದು ಕಾಣುತ್ತದೆ.

ಆ ಸಮಾವೇಶದ ನಂತರ ಬೌದ್ಧ ಧರ್ಮವನ್ನು ಜಾಗತಿಕ ಧರ್ಮವಾಗಿ ಬೆಳೆಸುವ ಮಹಾತ್ವಾಕಾಂಕ್ಷಿ ಯೋಜನೆಯೊಂದನ್ನು ಸಿದ್ಧಪಡಿಸಲಾಯಿತು. ಬೌದ್ಧವನ್ನು ತನ್ನ ರಾಜ್ಯದ ಆಚೆಗೂ ಹರಡುವ ಸಲುವಾಗಿ ಅಶೋಕನು ಹಲವರು ದೂತರನ್ನು ತನ್ನ ಆಳ್ವಿಕೆಯ 12ನೆಯ ವರ್ಷದಲ್ಲಿ (ಕ್ರಿ.ಪೂ.258) ಅಥವಾ ಸ್ವಲ್ಪ ಹಿಂದೆ ವಿವಿಧ ದೇಶಗಳಿಗೆ ಕಳಿಸಿದನು. ಶ್ರೀಲಂಕಾದ ಆಕರಗಳಾದ ದೀಪವಂಶ (VIII.10) ಮತ್ತು ಮಹಾವಂಶ (XIII.1-2)ಗಳು ಬೌದ್ಧ ಭಿಕ್ಕುಗಳ ಪ್ರಮುಖನಾದ ಮೊಗ್ಗಲಿಪುತ್ತನು ಮತ ಪ್ರಚಾರಕ್ಕಾಗಿ ಪ್ರಚಾರಕರನ್ನು ವಿದೇಶಗಳಿಗೆ ಕಳಿಸಲು ನಿರ್ಧರಿಸಿದನೆಂದು ಹೇಳುತ್ತವೆ. ಈ ಯೋಜನೆಯ ಭಾಗವಾಗಿ ಯವನ ಭಿಕ್ಕುವಾದ ಧಮ್ಮರಖಿತ ಪಶ್ಚಿಮದ ಗಡಿ ಪ್ರಾಂತ್ಯಕ್ಕೆ, ಮಹಾರಖಿತ ಯವನ ದೇಶಕ್ಕೆ, ಮಧ್ಯಮ(ಮಜ್ಝಿಮ)ನು ಹಿಮವತ (ಹಿಮಾಲಯ) ಕ್ಕೆ, ಸೋನಾ ಮತ್ತು ಉತ್ತರ ಎನ್ನುವವರು ಸುವರ್ಣ ಭೂಮಿಗೆ (ಆಗ್ನೇಯ ಏಷ್ಯಾ) ಮತ್ತು ಅಶೋಕನ ಮಗನಾದ ಮಹಿಂದ (ಮಹೇಂದ್ರ) ಶ್ರೀಲಂಕಾಕ್ಕೆ ಕಳಿಸಲ್ಪಟ್ಟರು. ಸಾಂಚಿಸ್ತೂಪದ ಬಳಿಯ ಕಿರುಕೋಣೆಯೊಂದರಲ್ಲಿ ಸಂದೂಕವೊಂದು ದೊರೆತಿದೆ (ಆದರೆ ಈಗ ಆ ಸಂದೂಕದೊಳಗಿನ ವಸ್ತುಗಳು ಲಭ್ಯವಿಲ್ಲ). ಅದರಲ್ಲಿ ಹೇಮವಂತ, ಮಜ್ಝಿಮ ಮತ್ತು ಹಾರಿತಿಪುತ್ರರ ಗುರುವಾದ ಕೊಸಾಪಗೋತನ ಕೈಬರಹವಿದ್ದು ಅಲ್ಲಿ ಬಳಸಿರುವುದು ಅಶೋಕನ ಕಾಲದ ಪಾಲಿಲಿಪಿ ಎಂದು ಹೇಳಲಾಗಿದೆ. ಶ್ರೀಲಂಕಾದ ದಾಖಲೆಗಳ ಪ್ರಕಾರ ಕಸ್ಸಪಗೋತನುನು ಮಜ್ಝಿಮನ ಜತೆಯಲ್ಲಿ ಹಿಮಾಲಯಕ್ಕೆ ತೆರಳಿದ್ದ. ಹೀಗೆ, ಹಿಮಾಲಯಕ್ಕೆ ಬೌದ್ಧ ಮತ ಪ್ರಚಾರಕರು ಹೋಗಿದ್ದು ಒಂದು ಚಾರಿತ್ರಿಕ ಘಟನೆಯೆಂದೇ ಹೇಳಬೇಕು. ಅಲ್ಲದೆ, ಎರಡನೆಯ ಅಧ್ಯಾಯದಲ್ಲಿ (2.5) ಗಮನಿಸಲಾಗಿರುವಂತೆ, ಅಶೋಕನ ಕಾಲದಲ್ಲಿ ಬೌದ್ಧ ಧರ್ಮವು ಶ್ರೀಲಂಕಾವನ್ನು ಪ್ರವೇಶಿಸಿರುವುದಕ್ಕೂ ಪುರಾವೆಗಳಿವೆ. ಬೌದ್ಧ ಸಂಘಕ್ಕೆ ನೀಡಲಾದ ದೇಣಿಗೆಗಳ ಬಗೆಗಿನ ಉಲ್ಲೇಖಗಳು ಅಲ್ಲಿನ ಗುಹಾಶಾಸನಗಳಲ್ಲಿ ದೊರೆತಿವೆ.

ಮೌರ್ಯರ ಆಡಳಿತದ ಅವಧಿಯಲ್ಲಿ ಜೈನ ಧರ್ಮವು ವಿಸ್ತರಿಸಿದ್ದು ಮಾತ್ರವಲ್ಲ, ಅದರಲ್ಲಿ ಒಡಕೂ ಕಾಣಿಸಿಕೊಂಡಿತು. ಅಶೋಕನ 7ನೆಯ ಸ್ತಂಭ ಶಾಸನ (ಉಧೃತ 2.7 ಸಿ) ಹೇಳುವಂತೆ 'ನಿಗಂಥರು' (ಬಂಧಮುಕ್ತರು – ಜೈನರಿಗೆ ಬಳಸುತ್ತಿದ್ದ ಒಂದು ಪದ) ರಾಜನ ಆಶ್ರಯ ಪಡೆದಿದ್ದ ಧಾರ್ಮಿಕ ಸಮುದಾಯಗಳ ಭಾಗವಾಗಿದ್ದರು. ಜೈನರ ಶ್ವೇತಾಂಬರ ಪರಂಪರೆಯು ಚಂದ್ರಗುಪ್ತಮೌರ್ಯನ ಸಮಯದಲ್ಲಿ ಮಗಧದಲ್ಲಿ ಕ್ಷಾಮ

ಬಂದಿದ್ದಾಗಿಯೂ, ಹಲವರು ಜೈನರು ಭದ್ರಬಾಹುವಿನ ಮುಂದಾಳುತ್ವದಲ್ಲಿ ಕರ್ನಾಟಕಕ್ಕೆ ವಲಸೆ ಹೋಗಿದ್ದಾಗಿಯೂ ತಿಳಿಸುತ್ತದೆ. ದಕ್ಷಿಣ ಭಾರತದಲ್ಲಿ ಜೈನಧರ್ಮವು ಹರಡಿತ್ತು ಎನ್ನುವುದಕ್ಕೆ ಪಾಂಡ್ಯರಾಜ್ಯದ ಮಧುರೆಯ ಸಮೀಪದಲ್ಲಿ ಕ್ರಿ.ಪೂ. 3 ಮತ್ತು 2ನೆಯ ಶತಮಾನದ ತಮಿಳು ಬ್ರಾಹ್ಮಿಲಿಪಿಯ ಗುಹಾಶಾಸನಗಳು ಸಾಕ್ಷ್ಯವನ್ನೊದಗಿಸುತ್ತವೆ. ಈ ಶಾಸನಗಳಲ್ಲಿ ಉಲ್ಲೇಖಗೊಂಡಿರುವ ದೇಣಿಗೆಗಳೆಲ್ಲವೂ ಜೈನ ಸನ್ಯಾಸಿಗಳ ಸಂಸ್ಥೆಗಳಿಗೆ ನೀಡಲಾಗಿದ್ದವೆಂದು ಈ ಶಾಸನಗಳಿಂದ ತಿಳಿದುಬರುತ್ತದೆ (ನೋಡಿ. 2.5).

ಮೇಲೆ ತಿಳಿಸಿದ ಶ್ವೇತಾಂಬರ ಪರಂಪರೆಯ ದಾಖಲೆಗಳು ಆಗ ನಡೆದ ವಲಸೆಯು ಯಾವ ರೀತಿಯಲ್ಲಿ ಜೈನ ಸನ್ಯಾಸಿ ವ್ಯವಸ್ಥೆಯನ್ನು ಪ್ರಭಾವಿಸಿತೆಂದು ತಿಳಿಸುತ್ತದೆ. ಶ್ವೇತಾಂಬರದ ಮುಖ್ಯಸ್ಥನಾದ ಸ್ಥೂಲಭದ್ರನು ಮಹಾವೀರನ ಬೋಧನೆಗಳನ್ನು ಕ್ರೋಢೀಕರಿಸಿ ಕಾಪಾಡುವ ಉದ್ದೇಶದೊಂದಿಗೆ ಪಾಟಲಿಪುತ್ರದಲ್ಲಿ ಬೃಹತ್ ಸಮಾವೇಶವೊಂದನ್ನು ಆಯೋಜಿಸಿದ್ದನು. ಈ ಸಮಾವೇಶದ ಸಂದರ್ಭದಲ್ಲಿಯೇ ಜೈನಸೂತ್ರಗಳನ್ನು ಹನ್ನೆರಡು ಅಂಗಗಳಲ್ಲಿ ಸಂಕಲನಗೊಳಿಸಲಾಯಿತು. ಅದೇ ಸಂದರ್ಭದಲ್ಲಿಯೇ ಜೈನರು ಶ್ವೇತವಸ್ತ್ರಗಳನ್ನು ಧರಿಸುವ ಪದ್ಧತಿಯೂ ಆಚರಣೆಗೆ ಬಂದಿತು. ಆದರೆ ದಕ್ಷಿಣಕ್ಕೆ ವಲಸೆ ಹೋಗಿದ್ದ ಜೈನ ಸನ್ಯಾಸಿಗಳು ಶ್ವೇತಾಂಬರವನ್ನು ಧರಿಸುವುದನ್ನಾಗಲಿ, ಆ ಸಮಾವೇಶದಲ್ಲಿ ಸಿದ್ಧಪಡಿಸಿದ 12 ಅಂಗಗಳ ಬೋಧನೆಗಳನ್ನಾಗಲಿ ಒಪ್ಪಲು ಸಿದ್ಧರಿರಲಿಲ್ಲ. ಇವರನ್ನು ದಿಗಂಬರರೆಂದು ಕರೆಯಲಾಯಿತು. ಪಾಟಲಿಪುತ್ರದ ಸಭೆಯ ನಿರ್ಣಯಗಳನ್ನು ಒಪ್ಪಿದವರು ಶ್ವೇತಾಂಬರರಾದರು. ದಿಗಂಬರರು ಈ ಪರಂಪರೆಯನ್ನು ಒಪ್ಪಲು ಸಿದ್ಧರಿರಲಿಲ್ಲ. ಈ ಮಾತುಗಳಿಗೆ ಚಾರಿತ್ರಿಕ ಪುರಾವೆಗಳಿವೆ.

ಜೈನಧರ್ಮವು ಪ್ರಾಕೃತ ಮತ್ತು ಸಂಸ್ಕೃತ ಸಾಹಿತ್ಯಕ್ಕೆ, ಚಿಂತನೆಗಳಿಗೆ ಮತ್ತು ಕಲೆಗೆ ಗಣನೀಯವಾದ ಕೊಡುಗೆಯನ್ನು ನೀಡಿದೆ. ಆದರೆ ಆಜೀವಿಕರೆಂಬ ಒಂದು ಪಂಥದವರು ಅತಿ ಶೀಘ್ರದಲ್ಲಿಯೇ ಅಂತ್ಯ ಕಂಡರು. ಈ ಪಂಥವು ಬೌದ್ಧ, ಜೈನ ಧರ್ಮಗಳಿಗೆ ಸಮಕಾಲೀನವಾದರೂ ಅದರ ಬಗೆಗಿನ ವಿವರಗಳನ್ನು ತಿಳಿಯಲು ಈ ಪಂಥದ ವಿರೋಧಿಗಳನ್ನೇ ಅವಲಂಬಿಸಬೇಕು. ಆಜೀವಿಕರ ಯಾವ ಕುರುಹುಗಳೂ ಈಗ ಉಳಿದಿಲ್ಲದಿರುವುದೇ ಇದಕ್ಕೆ ಕಾರಣ. ಆಜೀವಿಕರೆನ್ನುವವರು ಸರ್ವಸಂಗಪರಿತ್ಯಾಗಿಗಳಾಗಿ, ಭಿಕ್ಷಾಟನೆಯಿಂದಲೇ ಜೀವನ ನಡೆಸುತ್ತಿದ್ದರು. ವಸ್ತ್ರಗಳೂ ಸೇರಿದಂತೆ ಎಲ್ಲ ಪ್ರಾಪಂಚಿಕ ವಿಷಯಗಳನ್ನೂ ದೂರವಿಟ್ಟವರು. ಜಗತ್ತಿನ ಯಾವ ಪ್ರಾಣಿಯನ್ನೂ ಹಿಂಸಿಸಬಾರದೆಂಬುದು ಅವರ ನಂಬಿಕೆಯಾಗಿತ್ತು. ಮೌರ್ಯರ ಕಾಲದಲ್ಲಿ ಅವರು ಸಾಕಷ್ಟು ಸಂಖ್ಯೆಯಲ್ಲಿದ್ದರು. ಅರ್ಥಶಾಸ್ತ್ರ(III.20.16)ವು ಬೌದ್ಧರ ಬಗ್ಗೆ ಮಾತನಾಡುವ ಹಿನ್ನೆಲೆಯಲ್ಲಿಯೇ ಅವರನ್ನು ಪ್ರಸ್ತಾಪಿಸುತ್ತದೆ. ಆದರೆ ಅವರ ಬಗೆಗಿನ ಹೆಚ್ಚಿನ ವಿವರಗಳು ಸಿಗುವುದು ಮಾತ್ರ ಅಶೋಕನ ಶಾಸನಗಳಿಂದಲೇ.

ಅಶೋಕನು ತನ್ನ ಆಳ್ವಿಕೆಯ 12ನೆಯ ವರ್ಷದಲ್ಲಿ (ಕ್ರಿ.ಪೂ.258) ಆಜೀವಿಕರಿಗೆ ದಕ್ಷಿಣ ಬಿಹಾರ್‌ನಲ್ಲಿ ಗಯಾದ ಬಳಿಯ ಬಾರಾಬರ್ ಬೆಟ್ಟಗಳಲ್ಲಿ ಎರಡು ಗುಹೆಗಳನ್ನು ದೇಣಿಗೆಯನ್ನಾಗಿ ನೀಡಿದನು. ಮೂರನೆಯ ಗುಹೆಯನ್ನು ತನ್ನ ಆಳ್ವಿಕೆಯ 19ನೆಯ

ವರ್ಷದಲ್ಲಿ (ಕ್ರಿ.ಪೂ.251) ನೀಡಿದನು. ಆದರೆ, ಅದಕ್ಕೆ ಸಂಬಂಧಪಟ್ಟ ಶಾಸನದಲ್ಲಿ 'ಆಜೀವಿಕೇಹಿ' (ಆಜೀವಿಕರಿಗಾಗಿ) ಎನ್ನುವ ಪದವನ್ನು ಕಾಣಲಾಗುವುದಿಲ್ಲ. ಆಳ್ವಿಕೆಯ 27ನೆಯ ವರ್ಷದ (ಕ್ರಿ.ಪೂ.243) 7ನೆಯ ಸ್ತಂಭಶಾಸನದಲ್ಲಿ (ಉಧೃತ 2.7) ತಾನು ಆಶ್ರಯ ನೀಡಿದ ಆಜೀವಿಕರ ಬಗ್ಗೆ ಜೈನರ ಬಗೆಗಿನ ವಿಷಯವು ಜೈನರ ಪ್ರಸ್ತಾಪಕ್ಕೂ ಮೊದಲೇ ಕಂಡು ಬರುತ್ತದೆ. ಅಶೋಕನ ನಂತರ ರಾಜ್ಯವಾಳಿದ ದಶರಥನು ತಾನು ಅಧಿಕಾರವಹಿಸಿಕೊಂಡ ವರ್ಷದಲ್ಲಿಯೇ ಆಜೀವಿಕರಿಗೆ ಗಯಾದ ಸಮೀಪದ ನಾಗಾರ್ಜುನ ಬೆಟ್ಟಗಳಲ್ಲಿ ಮೂರು ಗುಹೆಗಳನ್ನು ಕೊಡುಗೆಯಾಗಿ ಕೊಟ್ಟನು. ಮೌರ್ಯರ ಕಾಲದ ಕಲೆಗಳ ಕುರಿತಾದ ಚರ್ಚೆಯ ಸಂದರ್ಭದಲ್ಲಿ ಈ ಮೂರು ಗುಹೆಗಳು ಪ್ರಾಮುಖ್ಯತೆಯನ್ನು ಪಡೆದುಕೊಂಡಿವೆ. ಆ ವಿಷಯವನ್ನು ನಂತರದಲ್ಲಿ (3.5) ನೋಡೋಣ. ತುಂಬ ಆಸ್ಥೆಯನ್ನು ವಹಿಸಿ, ಉತ್ತಮ ದರ್ಜೆಯ ಕುಶಲಕರ್ಮಿಗಳನ್ನು ಆ ಗುಹೆಗಳ ನಿರ್ಮಾಣದಲ್ಲಿ ನೇಮಿಸಿದ್ದನ್ನು ಗಮನಿಸಿದರೆ, ಅಂದಿನ ಸಮಾಜದಲ್ಲಿ ಆಜೀವಿಕರ ಪ್ರಾಮುಖ್ಯತೆ ಸ್ಪಷ್ಟವಾಗುತ್ತದೆ.

ಆದರೆ ಈ ಗುಹೆಗಳೊಳಗಿನ ಶಾಸನಗಳೇ ನಂತರದ ದಿನಗಳಲ್ಲಿ ಆಜೀವಿಕರು ತಮ್ಮ ಸ್ಥಾನವನ್ನು ಕಳೆದುಕೊಂಡಿದ್ದನ್ನೂ ಸೂಚಿಸುತ್ತವೆ. ಐದು ಶಾಸನಗಳಲ್ಲಿ ನಾಲ್ಕರಲ್ಲಿ 'ಆಜೀವಿಕ' ಎನ್ನುವ ಪದವನ್ನು ಅಳಿಸಿ ಹಾಕುವ ಯತ್ನ ಕಂಡು ಬಂದಿದೆ. ಇದು ಅಕ್ಷರಸ್ಥರಾದ, ಅಶೋಕ ಮತ್ತು ದಶರಥರ ಬಗ್ಗೆ ಗೌರವ ಭಾವನೆಯನ್ನು ಹೊಂದಿದ್ದವರ ಕೆಲಸವೇ ಎನ್ನಬಹುದು. ಅದಕ್ಕಾಗಿಯೇ ಆ ಶಾಸನಗಳನ್ನು ಪೂರ್ತಿಯಾಗಿ ಹಾಳುಗೆಡವದೆ, ಕೇವಲ 'ಆಜೀವಿಕ' ಎನ್ನುವ ಪದವನ್ನು ಮಾತ್ರ ಅಳಿಸುವ ಪ್ರಯತ್ನ ಮಾಡಿದಂತೆ ಕಾಣಿಸುತ್ತದೆ. ಇದು ಮೌರ್ಯರ ಆಳ್ವಿಕೆಯ ಕೊನೆಯ ಅವಧಿಯಲ್ಲಿ ನಡೆದಿರಬೇಕು. ಆ ಹೊತ್ತಿಗೆ ಆಜೀವಿಕರ ಸಾಮಾಜಿಕ ಸ್ಥಾನ ಅವನತಿಯ ಹಾದಿ ಹಿಡಿದಿದ್ದು ನಿಧಾನವಾಗಿ ಅವರು ಚರಿತ್ರೆಯಿಂದಲೇ ಅದೃಶ್ಯರಾಗುತ್ತಾರೆ. ಬಹುದೀರ್ಘ ಕಾಲದ ನಂತರ ಆಜೀವಿಕರ ಉಲ್ಲೇಖವಾಗುತ್ತದೆಯಾದರೂ ಅವರಿಗೂ, ಮೌರ್ಯರ ಕಾಲದಲ್ಲಿದ್ದ ಆಜೀವಿಕರಿಗೂ ಯಾವುದೇ ಸಂಬಂಧವಿರುವ ಬಗ್ಗೆ ಖಚಿತವಾಗಿ ಹೇಳಲಾಗದು.

3.4 ಬರವಣಿಗೆ, ಭಾಷೆಗಳು, ಜ್ಞಾನ, ಸಾಹಿತ್ಯ

ಯಾವುದೇ ಸಮಾಜದಲ್ಲಿನ ಯುಗ ಪ್ರವರ್ತಕ ಅಭಿವೃದ್ಧಿಯ ಪ್ರಕ್ರಿಯೆಯಲ್ಲಿ ಲಿಪಿಯ ಪಾತ್ರ ಅತ್ಯಂತ ಪ್ರಮುಖವಾದದ್ದು. ಭಾರತದಲ್ಲಿ ಕ್ರಿ.ಪೂ. ಮೂರನೆಯ ಸಹಸ್ರಮಾನದ ಸಿಂಧು ನಾಗರಿಕತೆಯ ನಂತರ ಇಲ್ಲಿ ಲಿಪಿ ಕಾಣಿಸಿಕೊಂಡಿರುವುದಕ್ಕೆ ನಮಗೆ ಪುರಾವೆ ಸಿಗುವುದು ಅಶೋಕನ ಶಾಸನಗಳಲ್ಲಿ ಮಾತ್ರ. ವೈದಿಕ ಸಾಹಿತ್ಯದಲ್ಲಿ ಎಲ್ಲಿಯೂ ಯಾವುದೇ ಲಿಪಿಯ ಮಾತಿಲ್ಲ. ಪಾಣಿನಿಯ ಅಷ್ಟಾಧ್ಯಾಯಿಯಲ್ಲಿ (III.2.21) 'ಲಿಪಿ' ಎನ್ನುವ ಪದದ ಪ್ರಯೋಗವಿದೆ. ಈ ಗ್ರಂಥದ ರಚನಾಕಾಲ ಕ್ರಿ.ಪೂ.350 ಎಂದು ಹೇಳಲಾಗಿದೆ. ಆದರೆ ಇದರ ಬಗ್ಗೆ ಖಚಿತತೆ ಇಲ್ಲ. ಇದೇ ಗ್ರಂಥದಲ್ಲಿಯೇ 'ಯವನಾನಿ' ಎನ್ನುವ ಶಬ್ದವು ಬಳಕೆಯಾಗಿರುವುದರಿಂದ, ಅದರ ರಚನಾ ಕಾಲವನ್ನು ಕನಿಷ್ಠ ಒಂದು

ಶತಮಾನದಷ್ಟು ಮುಂದಕ್ಕೆ ತಳ್ಳಬೇಕಾಗಿದೆ. ಅಥವಾ ಪಾಣಿನಿಯು ಕ್ರಿ.ಪೂ.350ರಲ್ಲಿಯೇ ಆ ಗ್ರಂಥವನ್ನು ಬರೆದನೆಂದಾದರೆ, ತನ್ನ ಪ್ರಾಂತ್ಯವಾದ ಗಾಂಧಾರದಲ್ಲಿನ ಅರಮಿಕ್ ಬರಹವನ್ನು ಸೂಚಿಸುತ್ತಿದ್ದಾನೆ ಎನ್ನಬಹುದು. ಆರಂಭಿಕ ಪಾಲಿ ಸಾಹಿತ್ಯದಲ್ಲಿ ಲಿಪಿಯ ಪ್ರಸ್ತಾಪವಿದೆಯಾದರೂ, ಪಾಲಿಲಿಪಿ ಬಳಕೆಗೆ ಬಂದಿದ್ದು ಬುದ್ಧನ ನಂತರ, ಮೌರ್ಯರ ಕಾಲದಲ್ಲಿ. ಶ್ರೀಲಂಕಾದಲ್ಲಿ ಕಾಣುವ ಪಾಲಿ ಪಠ್ಯಗಳು ಕ್ರಿ.ಪೂ. ಒಂದನೆಯ ಶತಮಾನಕ್ಕೆ ಸೇರಿದವು. ಅಲೆಗ್ಝಾಂಡರ್ ಮತ್ತು ಚಂದ್ರಗುಪ್ತರ ಸಮಯದಲ್ಲಿ ಇಲ್ಲಿ ಲಿಪಿ ಇತ್ತು ಎನ್ನಲು ಯಾವುದೇ ಸಾಕ್ಷ್ಯವಿಲ್ಲ. ಸ್ಟ್ರಾಬೋ (XV.1.67) ತಿಳಿಸುವಂತೆ 'ಅವರು' (ಭಾರತೀಯರು) ಬರಹವನ್ನು ಹೊಂದಿಲ್ಲವೆಂದೇ ಇತರ ಲೇಖಕರೂ ಹೇಳುತ್ತಾರೆ. ಆದರೂ ಅಲೆಗ್ಝಾಂಡರನ ಸೇನಾನಿಗಳಲ್ಲಿ ಒಬ್ಬನಾಗಿದ್ದ ನಿಯಾರ್ಕಸ್ ಮಾತ್ರ ಭಾರತೀಯರು ಬಟ್ಟೆಯ ಮೇಲೆ ಬರೆಯುತ್ತಿದ್ದರೆನ್ನುತ್ತಾನೆ. ಅದು ಭಾರತದ ವಾಯುವ್ಯ ದಿಕ್ಕಿನ ಪಾಣಿನಿ ಸೂಚಿಸಿದ 'ಅರಮಿಕ್' ಲಿಪಿಯಾಗಿರುವ ಸಾಧ್ಯತೆ ಇದೆ. ಆದರೆ ಮೆಗಸ್ತನೀಸನನ್ನು ಆಧರಿಸಿ ಸ್ಟ್ರಾಬೋ (XVI.1.53) ಭಾರತೀಯರು ಕೇವಲ ತಮ್ಮ ನೆನಪಿನ ಶಕ್ತಿಯನ್ನಾಧರಿಸಿದ್ದರು, ಅದಕ್ಕೆ ಕಾರಣ ಅವರ ಭಾಷೆಗೆ ಲಿಪಿ ಇರಲಿಲ್ಲ ಮತ್ತು ಹಾಗಾಗಿ ಅವರು ಅಲಿಖಿತ ಕಾನೂನನ್ನು ಪಾಲಿಸುತ್ತಿದ್ದರು ಎನ್ನುತ್ತಾನೆ. ಪಾಟಲಿಪುತ್ರದವರೆಗೂ ಪ್ರಯಾಣ ಬೆಳೆಸಿದ ಮೆಗಸ್ತನೀಸ್ ಭಾರತದ ಬಗ್ಗೆ ಇತರ ಎಲ್ಲ ಲೇಖಕರಿಗಿಂತಲೂ ಹೆಚ್ಚಿನ ಮಾಹಿತಿಯನ್ನು ಹೊಂದಿದ್ದನೆಂಬುದು ನಿರ್ವಿವಾದವಾದ ಮಾತು, ಹಾಗಾಗಿ ಅವನ ಅಭಿಪ್ರಾಯಗಳನ್ನು ಮಾನ್ಯ ಮಾಡಬೇಕಾಗುತ್ತದೆ.

ಭಾರತದ ವಾಯುವ್ಯ ಭಾಗದಲ್ಲಿಯೇ ಅಲ್ಲದೆ ಬೇರೆ ಕಡೆಗಳಲ್ಲಿಯ ಜನರಿಗೂ ಸಹ ಪ್ರಾಚೀನ ಕಾಲದಲ್ಲಿಯೇ ಲಿಪಿಯ ಜ್ಞಾನವಿತ್ತು ಎನ್ನುವವರು ಎರಡು ವಾದಗಳನ್ನು ಮಂಡಿಸುತ್ತಾರೆ. 1) ಮೌರ್ಯ ಸಾಮ್ರಾಜ್ಯದಂಥ ವ್ಯವಸ್ಥೆ ಮತ್ತು ಸಂಕೀರ್ಣ ಸಂರಚನೆಯನ್ನು ಹೊಂದಿದ್ದ ನಾಡಿನ ಜನರು ಲಿಪಿಯನ್ನು ತಿಳಿಯದಿರುವುದು ಸಾಧ್ಯವಿಲ್ಲ; 2) ಅತಿ ಪ್ರಾಚೀನ ಕಾಲದಿಂದಲೂ ಭಾರತೀಯರು ತಾಳೆಗರಿ, ಬಟ್ಟೆ ಮುಂತಾದ ಸುಲಭವಾಗಿ ನಾಶವಾಗುವ ವಸ್ತುಗಳ ಮೇಲೆ ಬರೆಯುತ್ತಿದ್ದರಿಂದ, ಲಿಪಿಯ ಪುರಾವೆಗಳು ಇಂದು ಸಿಗುತ್ತಿಲ್ಲ. ಈ ಎರಡೂ ವಾದಗಳೂ ನಕಾರಾತ್ಮಕ ಕೋನದಿಂದಲೇ ಮಾಡಿರುವಂಥವೆನ್ನುವುದು ಸ್ಪಷ್ಟವಾಗಿಯೇ ಇದೆ. ಆದರೆ ಭಾರತದಂಥದೇ ಸಂಕೀರ್ಣ ಸಾಮಾಜಿಕ ವ್ಯವಸ್ಥೆಯನ್ನು ಹೊಂದಿದ್ದ ಮೆಕ್ಸಿಕೋದ ಅಜ್‌ಟೆಕ್ ಮತ್ತು ಪೆರುವಿನ ಇಂಕಾ ನಾಗರಿಕತೆಗಳ ಅವಧಿಯಲ್ಲಿಯೂ ಯಾವುದೇ ಲಿಪಿ ಇರಲಿಲ್ಲವೆನ್ನುವುದನ್ನು ಇಲ್ಲಿ ಸ್ಮರಿಸಬಹುದು. ತಮಗೆ ಅವಶ್ಯವಾದ ವಿಷಯಗಳನ್ನು ಬಗೆ ಬಗೆಯ ಎಳೆಗಳು ಮತ್ತು ಗಂಟುಗಳನ್ನು ಒಳಗೊಂಡಿದ್ದ 'ಕ್ವಿಪು' ಎಂಬ ಪದ್ಧತಿಯ ನೆರವಿನಿಂದ 'ಇಂಕಾ' ಜನರು ನೆನಪಿನಲ್ಲಿಟ್ಟುಕೊಳ್ಳುತ್ತಿದ್ದರು. ಅದೇ ರೀತಿಯಲ್ಲಿ ಮೌರ್ಯಪೂರ್ವ ಕಾಲಘಟ್ಟಕ್ಕೆ ಸೇರಿದ ಮಡಕೆಗಳು ಮತ್ತು ಮುದ್ರೆಗಳ ಮೇಲಿನ ಚಿಹ್ನೆಗಳು ಅಂದಿನ ಜನರಿಗೆ ಸಹಾಯವಾಗಿರಬಹುದೆಂದು ಊಹಿಸಬಹುದು. ಇನ್ನು ಎರಡನೆಯ ವಾದ: ಅಂದಿನ ಮಡಕೆಗಳು ಮ್ತು ಮುದ್ರೆಗಳ ಮೇಲೆ ಸಂಕೇತಗಳನ್ನು ಬರೆಯುವುದು ಸಾಧ್ಯವಾಗಿದ್ದವರಿಗೆ, ಯಾವುದೇ ಅಕ್ಷರಗಳನ್ನು ಬರೆಯುಲು ಏಕೆ ಸಾಧ್ಯವಾಗಲಿಲ್ಲವೆನ್ನುವ

ಪ್ರಶ್ನೆ ಕೇಳಬಹುದು. ಎರಡನೆಯ ಅಧ್ಯಾಯದಲ್ಲಿ (2.5) ಗಮನಿಸಿದಂತೆ, ಪ್ರಾಚೀನ ಶ್ರೀಲಂಕಾದಲ್ಲಿ ಕ್ರಿ.ಪೂ. ನಾಲ್ಕನೆಯ ಶತಮಾನದಲ್ಲಿ ಬ್ರಾಹ್ಮಿಲಿಪಿಯನ್ನು ಬಳಸಿದ್ದಕ್ಕೆ ಪುರಾವೆಗಳು ಅನುರಾಧಪುರದಲ್ಲಿ ದೊರೆತಿವೆ. ಮೌರ್ಯಪೂರ್ವ ಭಾರತದಲ್ಲಿಯೂ ಲಿಪಿ ಇತ್ತು ಎಂದು ಹೇಳಲು ಇರುವ ಒಂದೇ ಒಂದು ಆಧಾರವೆಂದರೆ ಮಧುರೈ (ತಮಿಳುನಾಡು) ಬಳಿ ಮಂಗುಲಂ ಎಂಬಲ್ಲಿ ದೊರಕಿದ ಮಡಕೆಗಳು. ಇವುಗಳ ಮೇಲಿನ ಬ್ರಾಹ್ಮಿಲಿಪಿ ಆ ಕಾಲದಲ್ಲಿ ಆ ಪ್ರದೇಶಕ್ಕೆ ಶ್ರೀಲಂಕಾದ ಜತೆ ಇದ್ದ ಸಾಂಸ್ಕೃತಿಕ ಕೊಡುಕೊಳ್ಳುವಿಕೆಯನ್ನು ಸೂಚಿಸುತ್ತದೆ.

ಭಾರತದಲ್ಲಿ ಬರಹದ ಪ್ರಾಚೀನತೆಯು ಬ್ರಾಹ್ಮಿಲಿಪಿಯ ಆರಂಭದ ಜತೆ ತಳುಕು ಹಾಕಿಕೊಂಡಿದೆ. ಮೌರ್ಯರ ಕಾಲಕ್ಕೂ ಹಿಂದೆಯೇ ಭಾರತದಲ್ಲಿ ಲಿಪಿ ಇತ್ತು ಎನ್ನುವವರು ಬ್ರಾಹ್ಮಿಲಿಪಿಯು ಉತ್ತರ ಭಾರತದಲ್ಲಿ ಹಲವು ಚಿಹ್ನೆಗಳ ಮೂಲದಿಂದ ಅಭಿವೃದ್ಧಿ ಹೊಂದಿತೆಂದು ವಾದಿಸುತ್ತಾರೆ. ಇನ್ನು ಕೆಲವರಂತೂ ಅದಕ್ಕೂ 1500 ವರ್ಷಗಳ ಹಿಂದಿನ ಸಿಂಧು ನಾಗರಿಕತೆಯ ಅವಧಿಯ ಲಿಪಿಯನ್ನು ತೋರುತ್ತಾರೆ. ಆದರೆ ಆ ಲಿಪಿಗೂ ಆನಂತರದಲ್ಲಿ ಬಂದ ಲಿಪಿಗೂ ಯಾವುದೇ ಹೋಲಿಕೆ ಇಲ್ಲ. ಹಾಗಾಗಿ ನಮಗೆ ತಿಳಿದಿರುವ ಮಾಹಿತಿಯನ್ನು ಧರಿಸಿಯೇ ನಮಗೆ ತಿಳಿಯದ ವಿಷಯವನ್ನು ತಿಳಿಯುವ ಪ್ರಯತ್ನ ಒಳ್ಳೆಯದು. ಬ್ರಾಹ್ಮಿಲಿಪಿಯ ಜತೆ ಜತೆಯಲ್ಲಿಯೇ ಬಳಕೆಯಲ್ಲಿದ್ದ ಮತ್ತೊಂದು ಲಿಪಿಯೆಂದರೆ ಖರೋಷ್ಠಿ ಲಿಪಿ. ಅಶೋಕನ ಶಾಸನಗಳಲ್ಲಿನ ಪ್ರಾಕೃತ ಭಾಷೆಯ ಪಠ್ಯಗಳನ್ನು ಈ ಎರಡೂ ಲಿಪಿಗಳಲ್ಲಿ ಬರೆಯಲಾಗಿದೆ. ಜಿ.ಬುಲರ್‌ನಂಥ ಸಂಶೋಧಕರು ಹೇಳುವಂತೆ, ಖರೋಷ್ಠಿ ಹಾಗೂ ಅರಮಿಕ್ ಲಿಪಿಗಳ ನಡುವೆ ಸಾಕಷ್ಟು ಸಾಮ್ಯತೆಗಳಿವೆ. ಈ ಎರಡೂ ಲಿಪಿಗಳ ಹಲವು ಅಕ್ಷರಗಳ ಶಾಬ್ದಿಕ ಮೌಲ್ಯ ಒಂದೇ ಆಗಿದೆ; ಮತ್ತು ಎರಡೂ ಲಿಪಿಗಳನ್ನು ಬಲದಿಂದ ಎಡಕ್ಕೆ ಬರೆಯಲಾಗುತ್ತದೆ. ಅರಮಿಕ್ ಲಿಪಿ ದೊರೆತ ಗಾಂಧಾರ ಪ್ರಾಂತ್ಯದಲ್ಲಿಯೇ ಖರೋಷ್ಠಿ ಲಿಪಿಯ ಬರಹಗಳೂ ದೊರೆತಿವೆ. ಎರಡೂ ಲಿಪಿಗಳಲ್ಲಿಯೂ ವ್ಯಂಜನಗಳ ನಂತರ ಬಳಸಲಾದ ಸ್ವರಗಳನ್ನು ಉಚ್ಚರಿಸುವುದು ಸಮಸ್ಯೆಯಾಗಿದೆ. ಅರಮಿಕ್ ಲಿಪಿಯಲ್ಲಿ ಈ ಸ್ವರಗಳನ್ನು ಬರೆಯುವುದೂ ಇಲ್ಲ. ಓದುವವರು ತಾವೇ ಸೂಕ್ತ ಸ್ವರಗಳನ್ನು ಸೇರಿಸಬೇಕು; ಖರೋಷ್ಠಿಯಲ್ಲಿ ಪ್ರತಿಯೊಂದು ವ್ಯಂಜನವೂ ಒಂದು ಶಬ್ದವನ್ನು ಪ್ರತಿನಿಧಿಸುತ್ತದೆ, ಮತ್ತು ಹ್ರಸ್ವ ಸ್ವರವಾದ 'ಅ' ವನ್ನು ನಾವೇ ಕಲ್ಪಿಸಿಕೊಳ್ಳಬೇಕು. ಇತರ ಸ್ವರಗಳನ್ನು ಉಚ್ಚಾರಣಾ ಚಿಹ್ನೆಗಳ ಮೂಲಕ ಸೂಚಿಸಲಾಗುತ್ತದೆ. ಬ್ರಾಹ್ಮಿಯಲ್ಲಿಯೂ ಈ ಲಕ್ಷಣವನ್ನು ಕಾಣಬಹುದು. ಅಶೋಕನ ಖರೋಷ್ಠಿ, ಶ್ರೀಲಂಕಾದ ಬ್ರಾಹ್ಮಿ ಮತ್ತು ಉತ್ತರ ಭಾರತದಲ್ಲಿ ದೊರೆತ ಅಶೋಕನವಲ್ಲದ ಕ್ರಿ.ಪೂ. ಮೂರನೆಯ ಶತಮಾನದ ಶಾಸನಗಳಲ್ಲಿಯೂ ಸಹ ದೀರ್ಘ ಸ್ವರಗಳು ಕಾಣುವುದಿಲ್ಲ. ಇದರಿಂದ ಏಳುವ ಪ್ರಶ್ನೆಯೊಂದಿದೆ. ಆರಂಭದ ಬ್ರಾಹ್ಮಿಲಿಪಿಯು ಖರೋಷ್ಠಿಯನ್ನು ಮಾದರಿಯಾಗಿಟ್ಟುಕೊಂಡು ಅಥವಾ ಪರ್ಯಾಯವಾಗಿ ಅರಮಿಕ್ ಲಿಪಿಯ ಮೂಲದಿಂದ ಬೆಳೆಯಿತೇ ಎನ್ನುವುದೇ ಆ ಪ್ರಶ್ನೆ. ಶ್ರೀಲಂಕಾದಲ್ಲಿ ಕ್ರಿ.ಪೂ.ನಾಲ್ಕನೆಯ ಶತಮಾನದಲ್ಲಿ ಬ್ರಾಹ್ಮಿಲಿಪಿಯು ಅಸ್ತಿತ್ವದಲ್ಲಿತ್ತು ಎನ್ನುವುದಕ್ಕೆ ಪುರಾವೆಗಳಿವೆ. ವಾಯುವ್ಯ ಭಾರತದ ಪ್ರಭಾವದಿಂದಲೇ ಈ ಲಿಪಿಯು

ರೂಪು ತಳೆಯಿತು ಮತ್ತು ಕ್ರಿ.ಪೂ.ಮೂರನೆಯ ಶತಮಾನದ ಪ್ರಾರಂಭದ ಕಾಲದಲ್ಲಿ ಶ್ರೀಲಂಕಾದಿಂದ ಭಾರತಕ್ಕೆ ಬಂದಿತೆಂದೂ ಹೇಳಬಹುದು. ಶ್ರೀಲಂಕಾದ ಸಾಕ್ಷ್ಯವನ್ನೇ ಒಪ್ಪುವುದಾದರೆ, ಖರೋಷ್ಠಿ ಮತ್ತು ಗ್ರೀಕ್ ಭಾಷೆಯ ಪ್ರಭಾವದಿಂದಾಗಿ ಅಶೋಕನ ಕಾಲದಲ್ಲಿ ಬ್ರಾಹ್ಮಿಲಿಪಿಯನ್ನು ಸೃಷ್ಟಿಸಲಾಯಿತು ಮತ್ತು ಅದೇ ಕಾರಣದಿಂದಾಗಿ ಅದನ್ನು ಎಡದಿಂದ ಬಲಕ್ಕೆ ಬರೆಯಲಾಗುತ್ತದೆ ಎನ್ನುವ ಎಚ್.ಫಾಕ್ ಇತ್ತೀಚೆಗೆ ವ್ಯಕ್ತಪಡಿಸಿದ ಅಭಿಪ್ರಾಯವನ್ನು ಅಲಕ್ಷಿಸಬಹುದು. ಆದರೆ ಅಂದಿನ ಬರಹಗಳಲ್ಲಿ ದೀರ್ಘ ಸ್ವರಗಳ ಸಂಜ್ಞೆಗಳನ್ನು ಹಾಗೂ 'ಶ್', 'ಷ್', 'ಜ್ಞ', 'ಞ' ಎಂಬ ಹೊಸ ವ್ಯಂಜನಗಳನ್ನು ಸೇರಿಸಿದರೆಂಬುದಂತೂ ಸತ್ಯ. ಅಲ್ಲದೆ, ಅವರು ಈ ಬರಹದಲ್ಲಿನ ಪದಗಳ ಕಾಗುಣಿತವನ್ನು ರೂಪಿಸಿದರೆಂದೂ ಹೇಳಬಹುದು.

ಅಶೋಕನಿಗಿಂತಲೂ ಸ್ವಲ್ಪ ಹಿಂದೆ ಅಥವಾ ಅವನ ಕಾಲದಲ್ಲಿ ಲಿಪಿಯು ಬಳಕೆಯಾಗಿದ್ದು, ಅದು ಬಹು ಬೇಗನೆ ಹರಡಿತು. ಅಶೋಕನು ತನ್ನ ಶಾಸನಗಳನ್ನು ರಾಜ್ಯದಾದ್ಯಂತ ಬರೆಸಿದ್ದನೆಂದರೆ, ಎಲ್ಲ ಕಡೆಯೂ ಕೆಲವರಾದರೂ ಓದು ಬರಹ ಬಲ್ಲವರಿದ್ದು, ಅವರು ಅವುಗಳನ್ನು ಇತರರಿಗೂ ಓದಿ ಹೇಳುತ್ತಾರೆಂದು ನಂಬಿದ್ದನೆನ್ನಬಹುದು. ಈ ಶಾಸನಗಳನ್ನು ಶಿಲೆಗಳ ಮೇಲೆ ಮಾತ್ರವಲ್ಲದೆ ಕೆಲವು ಮೃದುವಾದ ವಸ್ತುಗಳ ಮೇಲೆಯೂ ಬರೆಸಿ ಹಂಚಲಾಯಿತು. ಸಾರನಾಥದಲ್ಲಿನ ತ್ರುಟಿತ ಶಾಸನದ ಸ್ತಂಭದ ಆವೃತ್ತಿಯಲ್ಲಿ ಈ ಪತ್ರವನ್ನು ಎಲ್ಲರೂ ಒಂದುಗೂಡುವಲ್ಲಿಟ್ಟು ಅದರ ನಕಲನ್ನು ಸಾಮಾನ್ಯ ಜನರಿಗೆ (ಉಪಾಸಕರು) ದೊರೆಯುವಂತೆ ಮಾಡಬೇಕೆಂದು ಹೇಳಲಾಗಿದೆ. ತ್ರುಟಿತ ಶಾಸನವನ್ನು ಕಳಿಸಿದ ಎಲ್ಲ ಕಡೆಗಳಲ್ಲಿಯೂ ಈ ಏರ್ಪಾಡನ್ನು ಮಾಡಲಾಗಿತ್ತೆನ್ನಬಹುದು. ಗೌಣಶಿಲಾ ಶಾಸನಗಳು ಬ್ರಹ್ಮಗಿರಿಯ ಬಳಿ ದೊರೆತಿದ್ದು ಅವುಗಳನ್ನು ಬರೆದ 'ಚಪದ'ನೆನ್ನುವವನು ಬ್ರಾಹ್ಮಿ ಮತ್ತು ಖರೋಷ್ಠಿ ಎರಡೂ ಲಿಪಿಗಳಲ್ಲಿ, ತನ್ನನ್ನು ತಾನು 'ಲಿಪಿಕಾರ' ನೆಂದು ಕರೆದುಕೊಂಡಿದ್ದಾನೆ. ಆಡಳಿತ ವ್ಯವಹಾರಗಳು ಬರಹದ ಮೂಲಕ ನಡೆಯುತ್ತಿದ್ದವೆನ್ನಲು ಮಹಾಸ್ಥಾನ ಮತ್ತು ಸೋಗೌರಾಗಳ ಫಲಕಗಳ ಮೇಲಿನ ಬರಹಗಳು ಸಾಕ್ಷ್ಯವನ್ನು ಒದಗಿಸುತ್ತವೆ. ಪಿಪ್ರಾಹ್ವಾದ ಬಳಪದ ಕಲ್ಲಿನ ಮತ್ತು ಭಟ್ಟಿ ಪ್ರೋಲುವಿನ ಸಂದೂಕದ ಶಾಸನಗಳು ಬೌದ್ಧ ಸಂಘಗಳಲ್ಲಿಯೂ ಬರಹದ ಬಳಕೆಯಾಗುತ್ತಿದ್ದ ಪರಿಯನ್ನು ತಿಳಿಸುತ್ತವೆ. ಜೈನ ಸನ್ಯಾಸಿಗಳ ನಡುವೆ ಲಿಪಿಯ ಬಳಕೆಯಿದ್ದುದರ ಬಗ್ಗೆ ತಮಿಳು ಬ್ರಾಹ್ಮಿ ಶಾಸನಗಳು ತಿಳಿಸುತ್ತವೆ. ಅಥವಾ ಅವರಿಗೆ ಕೊಡುಗೆಗಳನ್ನು ನೀಡಿದವರು ಲಿಪಿಯನ್ನು ಬಳಸಿರುವ ಸಾಧ್ಯತೆಯೂ ಇದೆ. ರಾಮ್‌ಗಡ್ ಬೆಟ್ಟದಲ್ಲಿನ ಜೋಗಿಮರ ಗುಹೆಯಲ್ಲಿನ ಶಾಸನವೊಂದು ಜನರು ಎಷ್ಟರಮಟ್ಟಿಗೆ ಅಕ್ಷರಸ್ಥರಾಗಿದ್ದರೆನ್ನುವುದನ್ನು ಹೇಳುತ್ತದೆ. ವಾರಣಾಸಿಯ ದೇವದಿನನೆಂಬುವನು ಸುತನುಕ ಎಂಬ ದೇವದಾಸಿಯ ಬಗ್ಗೆ ತನ್ನ ಪ್ರೀತಿಯನ್ನು ಇದರಲ್ಲಿ ಪ್ರಕಟಿಸಿದ್ದಾನೆ (ನೋಡಿ ಚಿತ್ರ–3.7). ಅಲ್ಲಿನ ಲಿಪಿ ಅಶೋಕನ ಬ್ರಾಹ್ಮಿ; ಭಾಷೆ ಅಶೋಕನ ಪ್ರಭೇದ ಅ. ಆದರೆ ಈ ಭಾಷಾ ಪ್ರಭೇದವು ಮೌರ್ಯರ ನಂತರ ಬಳಕೆಯಲ್ಲಿರಲಿಲ್ಲ; ಈ ಪ್ರಕಟಣೆಯು ಒಬ್ಬ ಸಾಮಾನ್ಯ ಕುಶಲಕರ್ಮಿ ಮತ್ತು

ಗಣಿಕಾ ಸ್ತ್ರೀಯೊಬ್ಬಳ ನಡುವಿನ ಪ್ರೀತಿಯ ಅಭಿವ್ಯಕ್ತಿಗೂ ಲಿಪಿಯ ಬಳಕೆಯಾಗಿದ್ದನ್ನು ಸೂಚಿಸುತ್ತದೆ.

ಬರಹದ ಈ ರೀತಿಯ ವಿಸ್ತೃತ ಬಳಕೆಯು ಸಮಾಜದ ವಿವಿಧ ಕ್ಷೇತ್ರಗಳಲ್ಲಿ ಹಲವು ಇತರ ಪರಿಣಾಮಗಳಿಗೂ ಎಡೆ ಮಾಡಿಕೊಟ್ಟಿತೆಂಬುದನ್ನು ಗಮನಿಸಬೇಕು. ಆಡಳಿತ ಯಂತ್ರಾಂಗದಲ್ಲಿ ಹಿಂದೆ ಇದ್ದದ್ದು ಮಾಹಿತಿಯನ್ನು ನೆನಪಿನಲ್ಲಿಟ್ಟುಕೊಳ್ಳಬಲ್ಲವರ ಪ್ರಾಬಲ್ಯ. ಆದರೆ, ಬರಹದ ಪ್ರವೇಶದ ನಂತರ ಲಿಪಿಕಾರರು ಮುಖ್ಯರಾದರು. ದಾಖಲೆಗಳನ್ನು ಸಿದ್ಧಪಡಿಸಿ ಕಾಪಾಡುವುದು ಸುಲಭವಾಗಿದ್ದು ಸಮರ್ಥ ಆಡಳಿತ ನೀಡುವುದು ಸಾಧ್ಯವಾಯಿತು. ಇನ್ನು ವೈದಿಕ/ಬ್ರಾಹ್ಮಣೀಯ ಸಾಹಿತ್ಯವೂ ಸೇರಿದಂತೆ ಎಲ್ಲ ಧರ್ಮಗಳ ಕೃತಿಗಳೂ ಬರಹಕ್ಕೆ ಇಳಿಸಲ್ಪಟ್ಟವು. ಆದರೆ ಈ ಕ್ಷೇತ್ರದಲ್ಲಿ ಬರಹದ ಪ್ರಯೋಗವಾಗಿದ್ದು ಸ್ವಲ್ಪ ತಡವಾಗಿ. ಇತರ ಪ್ರಾಪಂಚಿಕ ವಿಷಯಗಳಿಗೆ ಸಂಬಂಧಿಸಿದ ಪಠ್ಯಗಳು ಲಿಖಿತ ರೂಪವನ್ನು ಪಡೆದುಕೊಂಡ ಮೇಲೆ ಅವುಗಳನ್ನು ಕಾಪಾಡುವುದು ಸುಲಭವಾಯಿತು. ಸಾಮಾನ್ಯವಾಗಿ ಗದ್ಯದಲ್ಲಿನ ಪಠ್ಯಗಳನ್ನು ನೆನಪಿನಲ್ಲಿಟ್ಟುಕೊಳ್ಳುವುದು ಸುಲಭವಲ್ಲ. ಆದರೆ ಬರವಣಿಗೆ ಪ್ರಚಾರಕ್ಕೆ ಬಂದ ನಂತರ ಗದ್ಯದ ಬರಹಗಳು ಕಾನೂನು ಮತ್ತು ಇತರ ಬೌದ್ಧಿಕ ವಿಷಯಗಳನ್ನು ಬರಹದ ರೂಪದಲ್ಲಿ ಜೋಪಾನ ಮಾಡಬಹುದಾಯಿತು. ಲೆಕ್ಕ ಪತ್ರಗಳನ್ನು ಬರೆದಿಡುವುದು ಆರಂಭವಾದ ಮೇಲೆ ವಾಣಿಜ್ಯವೂ ಬೆಳೆಯಿತೆನ್ನಬಹುದು. ಹಣದ ವಿನಿಮಯಕ್ಕೆ ಸಂಬಂಧಿಸಿದ ಪತ್ರಗಳನ್ನು ಬರೆಯುವುದು ಸಾಧ್ಯವಾಗಿದ್ದು ಮತ್ತೊಂದು ಪ್ರಮುಖ ಬೆಳವಣಿಗೆಯಾಯಿತಾದರೂ, ಮೌರ್ಯರ ಕಾಲಕ್ಕೆ ಸಂಬಂಧಿಸಿದಂತೆ ಅವುಗಳ ಬಗೆಗಿನ ಸ್ಪಷ್ಟ ಪುರಾವೆಗಳು ಲಭ್ಯವಾಗಿಲ್ಲ.

ಆ ಕಾಲದ ಬರಹಗಳನ್ನು ಗಮನಿಸಿದಾಗ ಒಂದು ವಿಷಯ ಸ್ಪಷ್ಟವಾಗುತ್ತದೆ. ಕ್ರಿ.ಪೂ. ಮೂರನೆಯ ಶತಮಾನದಿಂದಲೂ ಸಾಕಷ್ಟು ಸಂಖ್ಯೆಯಲ್ಲಿ ರಚಿತವಾದ ಯಾವ ಶಾಸನದಲ್ಲಿಯೂ ಸಂಸ್ಕೃತ ಲಿಪಿ ಕಾಣುವುದಿಲ್ಲ. ಸಂಸ್ಕೃತ ಶಾಸನಗಳಲ್ಲಿ ಮೊದಲನೆಯದು ಎಂದು ಹೇಳಲಾಗಿರುವ ಅಯೋಧ್ಯದ ಧನದೇವನ ಶಾಸನವು ಕ್ರಿ.ಶ ಒಂದನೆಯ ಶತಮಾನದ್ದೆನ್ನಲಾಗುತ್ತಿದೆ. ಆಶ್ಚರ್ಯದ ಸಂಗತಿಯೆಂದರೆ ಕ್ರಿ.ಪೂ.140ರ ಶಾಸನವೊಂದು ಬೆಸನಗರದ ಹಿಲಿಯೋಡೋರಸನ ಸ್ತಂಭದ ಮೇಲೆ ಕಾಣಿಸಿದೆ. ಅದನ್ನು ಭಕ್ತನೊಬ್ಬನು ವಾಸುದೇವನಿಗೆ ಅರ್ಪಿಸಿದ್ದಾನೆ. ಅದರಲ್ಲಿಯೂ ಪ್ರಾಕೃತವೇ ಬಳಕೆಯಾಗಿದೆ. ಆ ದೇವಸ್ಥಾನವು ಬ್ರಾಹ್ಮಣೀಯ ಪರಂಪರೆಯ ಭಾಗವಾಗಿದ್ದರೂ ಅಲ್ಲಿ ಸಂಸ್ಕೃತವಿಲ್ಲ. ಮೌರ್ಯರ ಹೊತ್ತಿಗೆ ಸಂಸ್ಕೃತವನ್ನು ಬಲ್ಲವರ ಸಂಖ್ಯೆ ತುಂಬ ಸೀಮಿತವಾಗಿದ್ದು, ಆ ಭಾಷೆಯಲ್ಲಿ ಶಾಸನಗಳನ್ನು ಬರೆದರೂ ಅವುಗಳು ಕೆಲವೇ ಮಂದಿಗೆ ಮಾತ್ರ ಅರ್ಥವಾಗುವ ಪರಿಸ್ಥಿತಿ ಇತ್ತು. ಆದರೆ ಕ್ರಿ.ಪೂ.350ರಲ್ಲಿದ್ದ ಪಾಣಿನಿಯು ಸಂಸ್ಕೃತವನ್ನು 'ಭಾಷಾ' ಎಂದು ಕರೆದು ಅಂದಿನ ದಿನಗಳಲ್ಲಿ ಆ ಭಾಷೆಯನ್ನು ಮಾತನಾಡುತ್ತಿದ್ದ ರೀತಿಯನ್ನು ವಿವರಿಸುತ್ತಾನೆ. ಅಲ್ಲದೆ, ಸಂಭಾಷಣೆಯ ವಿವಿಧ ಸಂದರ್ಭಗಳಲ್ಲಿ ಪದಗಳ ಬಳಕೆ ಹೇಗೆ ಆಗುತ್ತದೆಯೆಂಬುದನ್ನೂ ವಿಶ್ಲೇಷಿಸುತ್ತಾನೆ.

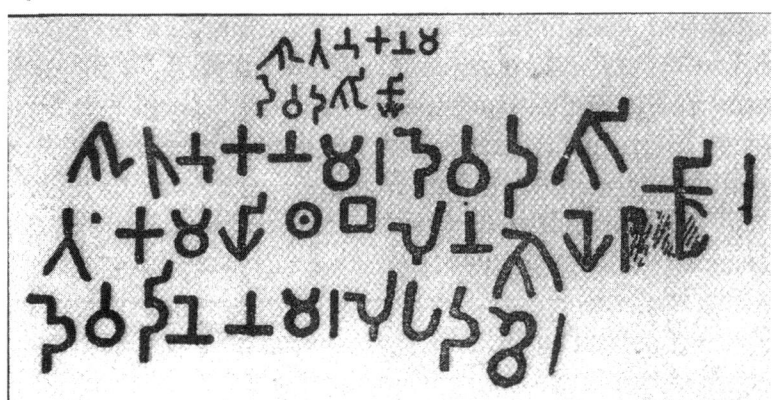

ಚಿತ್ರ 3.7. ರಾಮಗಡ್ ಬೆಟ್ಟದಲ್ಲಿ ಜೋಗಿಮರ ಗುಹೆಯಲ್ಲಿನ ಶಾಸನ (ಎ ಕನ್ನಿಂಗ್ಹ್ಯಾಮ್ ನನ್ನನುಸರಿಸಿ) (ವಾರಣಾಸಿಯ ಕಲಾವಿದನಾದ ದೇವಾದಿನನೆಂಬ ನಾನು ಅವಳನ್ನು ಪ್ರೀತಿಸುತ್ತೇನೆ) – ಭಾರತದಲ್ಲಿ ಪ್ರೇಮಪ್ರಸಂಗದ ಕುರಿತಾದ ಮೊಟ್ಟ ಮೊದಲ (ಕಲ್ಲಿನ ಮೇಲಿನ) ಬರಹ (?)

ಕಾತ್ಯಾಯನ (ಕ್ರಿ.ಪೂ.ಮೂರನೆಯ ಶತಮಾನ) ಮತ್ತು ಪತಂಜಲಿ(ಕ್ರಿ.ಪೂ.150) ಯಲ್ಲಿಯೂ ಸಹ ಇಂಥ ಪದಗಳು ಕಾಣಸಿಗುತ್ತವೆ. ಪತಂಜಲಿಯ ಒಂದು ಮಾತು ಅಂದಿನ ಭಾಷೆಯ ಸಂದರ್ಭವನ್ನು ಅರಿಯಲು ಸಹಾಯಕವಾಗುತ್ತದೆ. ಅಂದಿನ 'ಶಿಷ್ಟರು' ದೈನಂದಿನ ಜೀವನದಲ್ಲಿ 'ಶುದ್ಧ' ಸಂಸ್ಕೃತವನ್ನು ಮಾತನಾಡಬಲ್ಲವರಾಗಿದ್ದರು ಎನ್ನುವ ಮಾತು ಆ ಭಾಷೆಯ ಸೀಮಿತ ವ್ಯಾಪ್ತಿಯನ್ನು ತಿಳಿಸುತ್ತದೆ. ಈ 'ಶಿಷ್ಟ'ರೆಂದರೆ ಆರ್ಯಾವರ್ತದಲ್ಲಿ (ಉತ್ತರ ಭಾರತ) ನೆಲೆಸಿದ್ದ ಬ್ರಾಹ್ಮಣರು. ಅಂದರೆ ಸಂಸ್ಕೃತವು ವೈದಿಕ ಬ್ರಾಹ್ಮಣರ ಆಡುಮಾತಾಗಿತ್ತು. ಇತರ ಜನರು 'ಅಶುದ್ಧ' ಸಂಸ್ಕೃತ ಅಥವಾ ಪ್ರಾಕೃತವನ್ನು ಬಳಸುತ್ತಿದ್ದರು. 'ಕೃಷಿ' ಎನ್ನುವ ಬದಲಿಗೆ 'ಕಸಿ' ಎನ್ನುತ್ತಾರೆ ಎನ್ನುವ ಒಂದು ನಿದರ್ಶನ ಪತಂಜಲಿಯಲ್ಲಿ ಸಿಗುತ್ತದೆ. ಇಂಥವರು ಅರ್ಥ ಮಾಡಿಕೊಳ್ಳುತ್ತಿದ್ದ ಭಾಷೆ ಪ್ರಾಕೃತ; ಹಾಗಾಗಿ ಶಾಸನಗಳು ಪ್ರಾಕೃತದಲ್ಲಿಯೇ ಇರಬೇಕಿತ್ತು, ಇದ್ದುವು.

ಹಾಗಾಗಿ, ಅಶೋಕನ ಹೆಚ್ಚಿನ ಸಂಖ್ಯೆಯ ಶಾಸನಗಳು ಪ್ರಾಕೃತದಲ್ಲಿಯೇ ಅಥವಾ ನಿರ್ದಿಷ್ಟವಾಗಿ ಅಶೋಕನ ಪ್ರಾಕೃತದಲ್ಲಿಯೇ ರಚನೆಗೊಂಡಿವೆ. ಅಂದರೆ, ಪ್ರಾಕೃತವೇ ಅಂದಿನ ಆಡಳಿತ ಭಾಷೆ, ಮತ್ತು ಜನ ಜೀವನದ ಎಲ್ಲ ಕ್ಷೇತ್ರಗಳಲ್ಲಿಯೂ – ಬೀದಿಗಳಲ್ಲಿ, ವ್ಯವಹಾರದಲ್ಲಿ ಬಳಕೆಯಾಗುತ್ತಿದ್ದ ಭಾಷೆ. ಅಶೋಕನ ಪ್ರಾಕೃತಕ್ಕೆ ಒಂದು ಪ್ರತ್ಯೇಕವಾದ ವ್ಯಾಕರಣವಿದ್ದು, ಅದರಲ್ಲಿನ ಹಲವು ಪದಗಳು ಸಂಸ್ಕೃತವನ್ನೂ ಹೋಲುತ್ತಿದ್ದವು. ಆದರೆ ಆ ಪದಗಳ ರೂಪದಲ್ಲಿ, ವ್ಯಂಜನಗಳ ಬಳಕೆಯಲ್ಲಿ ಸಾಕಷ್ಟು ವ್ಯತ್ಯಾಸಗಳಿದ್ದವು.

ಅಶೋಕನ ಪ್ರಾಕೃತದಲ್ಲಿ ನಾಲ್ಕು ಪ್ರತ್ಯೇಕ ಭಾಷಾ ಪ್ರಭೇದಗಳು ಕಂಡು ಬರುತ್ತವೆ. ಇವುಗಳನ್ನು 'ಅ', 'ಆ', 'ಇ', 'ಈ' ಪ್ರಭೇದಗಳು (ಎ,ಬಿ,ಸಿ,ಡಿ)(ನೋಡಿ ಟಿಪ್ಪಣಿ 3.1 ಮತ್ತು ನಕ್ಷೆ 3.2) ಎಂದು ಕರೆಯಬಹುದು. 'ಅ' ಮತ್ತು 'ಆ'ಗಳ ನಡುವೆ ಹೆಚ್ಚಿನ

ವ್ಯತ್ಯಾಸವಿಲ್ಲ. ಇರುವ ವ್ಯತ್ಯಾಸವೆಂದರೆ 'ಅ' ದಲ್ಲಿ 'ರ'ಕಾರವಿಲ್ಲ. ಅದರ ಜಾಗದಲ್ಲಿ 'ಲ' ಬಳಕೆಯಾಗಿದೆ. ಆದರೆ 'ಆ'ನಲ್ಲಿ 'ಲ' ಮತ್ತು 'ರ' ಎರಡೂ ಶಬ್ದಗಳೂ ಇವೆ. 'ಅ' ಪ್ರಭೇದವು ಗಂಗಾನದಿಯ ಪಾತ್ರದಲ್ಲಿನ ಮತ್ತು ಒರಿಸ್ಸಾದಲ್ಲಿನ ಎಲ್ಲ ಶಾಸನಗಳಲ್ಲಿ ಕಂಡುಬಂದಿದ್ದು ಅದು ಅಂದಿನ ಪ್ರಾಕೃತದ ಅಧಿಕೃತ ರೂಪವಾಗಿತ್ತು. ಬಹುಶಃ ಅದು ಮಗಧದ ಆಡು ಮಾತಿನಿಂದ ಬೆಳೆದಿದ್ದು, ಅದರಿಂದಾಗಿಯೇ 'ಮಾಗಧಿ' ಎಂದು ಕರೆಯಲ್ಪಟ್ಟಿತು. 'ಆ' ಪ್ರಭೇದವು ಮಧ್ಯಭಾರತ ಮತ್ತು ಮೌರ್ಯ ಸಾಮ್ರಾಜ್ಯದ ದಕ್ಷಿಣ ಭಾಗದಲ್ಲಿ ಬಳಸಲ್ಪಡುತ್ತಿತ್ತು. 'ಇ' ಪ್ರಭೇದವು ಸಂಸ್ಕೃತದ ಕೆಲವು ಛಾಯೆಗಳನ್ನು ಹೊಂದಿದ್ದು, ಗಿರ್ನಾರ್‌ದ ಸ್ತಂಭಶಾಸನದಲ್ಲಿ ಕಾಣಸಿಗುತ್ತದೆ. ಈ ಲಕ್ಷಣವು 'ಈ' ಪ್ರಭೇದದಲ್ಲಿ ಇನ್ನೂ ಹೆಚ್ಚಿನ ಮಟ್ಟದಲ್ಲಿ ಕಂಡು ಬಂದಿದ್ದು ವಾಯುವ್ಯದ ಗಡಿಭಾಗದಲ್ಲಿನ ಎರಡು ಖರೋಷ್ಠಿ ಲಿಪಿಯ ಶಾಸನಗಳಲ್ಲಿ ಉಪಯೋಗಿಸಲಾಗಿದೆ; ಮತ್ತು ಈ ಪ್ರಭೇದವನ್ನೇ ಗಾಂಧಾರಿ ಪ್ರಾಕೃತದ ಆರಂಭಿಕ ರೂಪವೆಂದೂ ತಿಳಿಯಲಾಗಿದೆ.

ಈ ಎಲ್ಲ ಭಾಷಾ ಪ್ರಭೇಧಗಳನ್ನೂ, ಅವುಗಳು ಬಳಕೆಯಲ್ಲಿದ್ದ ಪ್ರದೇಶಗಳನ್ನು ಗುರುತಿಸುವ ಪ್ರಯತ್ನವು, ಅಂದಿನ ಜನಸಾಮಾನ್ಯರ ಆಡು ಮಾತು ಆ ಭಾಷೆಯೇ ಆಗಿತ್ತು ಎಂದು ಹೇಳುವ ಪ್ರಯತ್ನವೆಂದು ತಿಳಿಯಬೇಕಾಗಿಲ್ಲ. ಗಂಗಾ ಪಾತ್ರದಲ್ಲಿ ಸಾಕಷ್ಟು ಸಂಖ್ಯೆಯಲ್ಲಿ ಅಶೋಕನ ಶಾಸನಗಳು ದೊರೆತಿದ್ದು ಅವುಗಳಲ್ಲಿ 'ಅ' ಪ್ರಭೇದ ಕಂಡು ಬಂದಿದೆಯಾದರೂ ಅದು ಆ ಭಾಗದ ಜನರ ಆಡುಮಾತಾಗಿತ್ತೆನ್ನಲಾಗದು. ಅದೇ ಜನಸಾಮಾನ್ಯರ ಭಾಷೆಯಾಗಿದ್ದಲ್ಲಿ ಈಗ ನಮಗೆ ತಿಳಿದಿರುವುದಕ್ಕಿಂತಲೂ ಹೆಚ್ಚು ಕಾಲ 'ರ' ಜಾಗದಲ್ಲಿ 'ಲ' ಬಳಕೆಯಾಗುತ್ತಿತ್ತು. ಮೌರ್ಯರ ಆಳ್ವಿಕೆಯ ನಂತರ ಈ ಲಕ್ಷಣ ಯಾವ ಶಾಸನದಲ್ಲಿಯೂ ಕಂಡು ಬರುವುದಿಲ್ಲ. 'ರ'ಕಾರವನ್ನು ಉಳಿಸಿಕೊಳ್ಳುವುದರ ಮೂಲಕ 'ಆ' ಪ್ರಭೇದವು 'ಅ'ಗಿಂತ ಭಿನ್ನವಾಗಿದೆ ಎನ್ನಲಾಗಿದ್ದು, ಈ ಎರಡೂ ಪ್ರಭೇದಗಳೇ ಅಂದಿನ ಆಡಳಿತದ ಭಾಷೆಯಾಗಿದ್ದು ಅವುಗಳೇ ಅಂದಿನ ಜನಸಾಮಾನ್ಯರ ಭಾಷೆಗಳಾಗಿರಲಿಲ್ಲವೆನ್ನುವುದು ಸ್ಪಷ್ಟ. ಈ ಎರಡು ಪ್ರಭೇದಗಳೇ ಭಾರತದ ಬಹು ಭಾಗದಲ್ಲಿ ಆಡು ಮಾತಾಗಿತ್ತು ಎಂದು ಹೇಳುವುದೂ ಕಷ್ಟ. 'ಆ' ಪ್ರಭೇದದಲ್ಲಿ 'ರ'ಕಾರವನ್ನು ಉಳಿಸಿಕೊಂಡಿದ್ದು ಆಡಳಿತದಲ್ಲಿ ಬಳಸಲಾಗುತ್ತಿದ್ದ ಪ್ರಾಕೃತದ ಪ್ರಭಾವ ಇದಕ್ಕೆ ಕಾರಣವೆಂದು ಹೇಳಬಹುದು. ಈ ಪ್ರಾಕೃತವು ಹಿಂದಿನ ಅವಂತಿ(ಮಾಳ್ವ) ರಾಜ್ಯದಲ್ಲಿ ಬಳಕೆಯಲ್ಲಿತ್ತು. ಇದೇ ರೀತಿಯಲ್ಲಿ 'ಅ' ಪ್ರಭೇದದ ಕೆಲವು ಲಕ್ಷಣಗಳು 'ಇ' ಮತ್ತು 'ಈ' ಪ್ರಭೇದಗಳಲ್ಲಿ ಸ್ಪಷ್ಟವಾಗಿವೆ. ಈ 'ಅ' ಪ್ರಭೇದವು ಹಿಂದೆ ಸಮಾಜದ ಪ್ರತಿಷ್ಠಿತ ವರ್ಗಗಳ ಜನರು ಬಳಸುತ್ತಿದ್ದ ಹಿಂದಿನ ಪ್ರಾಕೃತದ ಪ್ರಭಾವಕ್ಕೆ ಒಳಗಾಗಿತ್ತು. ಇನ್ನು 'ಈ' ಪ್ರಭೇದದ ಬಗ್ಗೆ ಹೇಳಬೇಕಾದರೆ, ಅದು ಬಳಕೆಯಲ್ಲಿದ್ದ ಪ್ರಾಂತ್ಯದ ಗಾಂಧಾರಿ ಭಾಷೆಯ ಪ್ರಭಾವದ ರೂಪುರೇಷೆಯನ್ನು ತಿಳಿಯಲು ಸಾಧ್ಯವಾಗಿಲ್ಲ. ಇದಕ್ಕೆ ಒಂದು ಕಾರಣವೆಂದರೆ, ಅಲ್ಲಿ ಲಭ್ಯವಾದ ಎರಡು ಶಾಸನಗಳಲ್ಲಿ 'ಅ' ಪ್ರಭೇದವನ್ನು ಬಳಸಿದ್ದ ಶಾಸನಗಳಲ್ಲಿನ ಹಲವು ಪದಗಳನ್ನು ಉಳಿಸಿಕೊಳ್ಳಲಾಗಿದೆ, ಆ ಪದಗಳ ರೂಪದಲ್ಲಿ ಸ್ವಲ್ಪ ಬದಲಾವಣೆಯಾಗಿರಬಹುದಷ್ಟೆ. ಆದರೆ ಷಾಬಾಜ್‌ಗರಿಯಲ್ಲಿನ ಶಾಸನದ ಭಾಷೆ 'ಈ' ಪ್ರಭೇದ. ಈ ಶಾಸನವು ಎಲ್ಲ

LANGUAGES AND ASHOKAN PRAKRIT DIALECTS

ನಕ್ಷೆ 3.2. ಭಾಷೆಗಳು ಮತ್ತು ಅಶೋಕನ ಪ್ರಾಕೃತದ ಪ್ರಭೇದಗಳು

ಇತರ ಶಾಸನಗಳಿಗಿಂತಲೂ ಬೇರೆಯಾಗಿದ್ದು ಉದಾಹರಣೆಗೆ ಹನ್ನೆರಡು ಎಂದು ಹೇಳಲು ಬೇರೆಲ್ಲ ಕಡೆ ಬಳಸಿರುವಂತೆ 'ದುವಾದಶ'(ಮತ್ತು ಅದರ ಇತರ ರೂಪಗಳಾದ 'ದ್ವಾದಶ' ಇತ್ಯಾದಿ)ದ ಬದಲಿಗೆ ಇಲ್ಲಿ 'ಬಡಯ' ಎಂದು ಹೇಳಲಾಗಿದೆ. ಗಾಂಧಾರದ ಜನ ಈ ಸಂಖ್ಯೆಯನ್ನು ಸೂಚಿಸಲು ಅಂದಿನ ಅಧಿಕೃತ ಭಾಷೆಯಾದ ಪ್ರಾಕೃತದ ಪದದ ಬದಲಿಗೆ ಪ್ರಾಚೀನ ಹಿಂದುಸ್ಥಾನಿಯ 'ಬಾರಾ' ಎನ್ನುವುದನ್ನೇ ಉಪಯೋಗಿಸುತ್ತಿದ್ದರು. 'ಈ' ಪ್ರಭೇದವನ್ನು ಗಮನಿಸಿದರೆ ಗಾಂಧಾರಿ ಭಾಷೆಯ ವ್ಯಾಕರಣವು 'ಅ' ಮತ್ತು 'ಆ' ಪ್ರಭೇದಗಳ ವ್ಯಾಕರಣಕ್ಕಿಂತಲೂ ಭಿನ್ನವಾಗಿತ್ತೆಂಬುದು ತಿಳಿದು ಬರುತ್ತದೆ. ಮತ್ತು ಸಂಸ್ಕೃತವನ್ನು ನೆನಪಿಸುವ ಸಂಯುಕ್ತಾಕ್ಷರಗಳು ಅದರಲ್ಲಿ ಬೇರೆ ಪ್ರಭೇದಗಳಲ್ಲಿಗಿಂತಲೂ ಹೆಚ್ಚಾಗಿ ಬಳಸಲಾಗಿದ್ದವು. ಸಂಸ್ಕೃತದೊಂದಿಗಿನ ಈ ಹತ್ತಿರದ ನಂಟಿಗೆ ಕಾರಣವಾಗಿದ್ದದ್ದು ಸ್ಥಳೀಯವಾಗಿ ಶಕ್ತಿಯುತವಾಗಿ ಬೆಳೆದಿದ್ದ ಸಂಸ್ಕೃತದ ಪ್ರಭಾವ. ವೈಯಾಕರಣಿಯಾದ ಪಾಣಿನಿ ಈ ಪರಂಪರೆಯ ಪ್ರತಿನಿಧಿಯಾಗಿದ್ದ. ಅದೇ ರೀತಿಯಲ್ಲಿ ಆ ಕಾಲದ ಬೌದ್ಧಿಕ ವಲಯಗಳಲ್ಲಿ ಜ್ಞಾನಕೇಂದ್ರವಾಗಿದ್ದ ತಕ್ಷಶಿಲಕ್ಕೂ ಈ ಭಾಷೆಗೂ ನಂಟು ಬೆಳೆಯಿತು.

ಸಂಯುಕ್ತಾಕ್ಷರಗಳು ಹೇರಳವಾಗಿ ಬಳಕೆಯಾಗುವ ಇರಾನಿ ಭಾಷೆಗಳ ಪ್ರಭಾವದಿಂದಾಗಿ ಹಲವು ಪ್ರಾಕೃತ ಶಬ್ದಗಳ ಬೆಳವಣಿಗೆ ಕುಂಠಿತವಾಯಿತೆಂದು ಸಹ ಹೇಳಬಹುದು.

ತಕ್ಷಶಿಲ ಬಳಿಯ ಮತ್ತು ಆಫ್ಘಾನಿಸ್ತಾನದಲ್ಲಿನ ಅಶೋಕನ ಅರಮಿಕ್ ಶಾಸನಗಳು ಅಂದಿನ ಇರಾನಿ ಭಾಷೆಗಳ ಇರುವಿಕೆಯ ಪುರಾವೆಗಳಾಗುತ್ತವೆ. ಅರಮಿಕ್ ಭಾಷೆಯು ಸೆಮೆಟಿಕ್ ಮೂಲದಿಂದ ಬಂದಿದ್ದು ತನ್ನ ಲಿಪಿಯ ಸಮೇತ ಸಿರಿಯಾದಿಂದ ಅಕೆಮೆನಿಡ್ ಸಾಮ್ರಾಜ್ಯದ ಪೂರ್ವಭಾಗದ ಗಡಿಯವರೆವಿಗೂ ಅಂತರ್ ಪ್ರಾದೇಶಿಕ ಮತ್ತು ಅಧಿಕೃತ ಸಂವಹನ ಮಾಧ್ಯಮವಾಗಿ ವ್ಯಾಪಕವಾಗಿ ಹರಡಿತ್ತು. ಅಶೋಕನ ಅರಮಿಕ್ ಭಾಷೆಯ ಶಾಸನಗಳನ್ನು ಕೆತ್ತನೆ ಮಾಡಿದವರಿಗೆ ಆ ಭಾಷೆಯ ವ್ಯಾಕರಣದ ಪರಿಚಯವೂ ಇತ್ತು ಮತ್ತು ಆ ಭಾಷೆಯ ಮೇಲಿನ ಪ್ರೀತಿಯಿಂದಾಗಿ ಅವರು ಅರಮಿಕ್ ಪದಗಳನ್ನೇ (ಉದಾ: 'ರಾಜ' ಎನ್ನಲು 'ಮಾಲಿಕ್') ಬಳಸಿದರು. ಅರಮಿಕ್ ಭಾಷೆಯಲ್ಲಿ ಅವರು ಇರಾನಿ ಮೂಲದ ಹಲವು ಅವೆಸ್ತ ಮತ್ತು ಪ್ರಾಚೀನ ಪರ್ಷಿಯನ್ ಶಬ್ದಗಳನ್ನು ಸೇರಿಸಿದ್ದರಿಂದಾಗಿ ಅವರು ಅಭಿವೃದ್ಧಿಪಡಿಸಿದ ಭಾಷೆಯನ್ನು 'ಇರಾನೋ ಅರಮಿಕ್' ಎಂದು ಕರೆಯಬಹುದು. ಜೆ.ಹರ್ಮಟ್ಟಾ ಎನ್ನುವ ವಿದ್ವಾಂಸ ಹೇಳುವಂತೆ ಇರಾನಿ ಪದಗಳಲ್ಲಿ ಅವೆಸ್ತದ ಲಕ್ಷಣಗಳು ಎಷ್ಟು ಪ್ರಮುಖವಾಗಿದ್ದವೆಂದರೆ ಅಂದಿನ ಆಫ್ಘಾನಿಸ್ತಾನದಲ್ಲಿ ಆಡುತ್ತಿದ್ದ ಭಾಷೆಗಳು ಮುಖ್ಯವಾಗಿ ಅವೆಸ್ತಾವನ್ನೇ ಆಧರಿಸಿದ್ದವು, ಮತ್ತು ಕೆಲವು ಕಡೆ ಮಾತ್ರ ಪಶ್ಚಿಮ ಇರಾನಿನ ಪ್ರಾಚೀನ ಪರ್ಷಿಯನ್ ಭಾಷೆಯ ಕುರುಹುಗಳು ಕಾಣುತ್ತವೆ.

ಆಫ್ಘಾನಿಸ್ತಾನದಲ್ಲಿ ನೆಲೆಕಂಡ ಮತ್ತೊಂದು ಭಾಷೆಯೆಂದರೆ ಗ್ರೀಕ್. ಅಕೆಮೆನಿಡ್ ಸಾಮ್ರಾಜ್ಯದ ಪೂರ್ವ ಭಾಗದಲ್ಲಿ ಗ್ರೀಕ್ ಸಮುದಾಯಗಳು ನೆಲೆಯೂರಿದ್ದರೆಂದು ಕೆಲವರು ಗ್ರೀಕ್ ಲೇಖಕರು ಹೇಳಿದ್ದಾರಾದರೂ ಅಲೆಗ್ಸಾಂಡರನ ದಾಳಿಗೂ ಹಿಂದೆ ಗ್ರೀಕರು ಭಾರತದ ಗಡಿಯಲ್ಲಿ ವಾಸಿಸುತ್ತಿದ್ದರೆನ್ನಲು ಯಾವ ಪುರಾತತ್ವ ಸಾಕ್ಷ್ಯವು ದೊರೆತಿಲ್ಲ. ಕಾಂದಹಾರ್‌ನ ಬಳಿ ಸಿಕ್ಕ ಅಶೋಕನ ಶಾಸನವೊಂದು ಗ್ರೀಕ್ ಭಾಷೆಯಲ್ಲಿದೆ. ಇದೇ ಆ ಪ್ರದೇಶದಲ್ಲಿ ಗ್ರೀಕರಿದ್ದರೆಂದು ಹೇಳಲು ಇರುವ ಮೊದಲ ಪುರಾವೆ. ಆ ಶಾಸನದಲ್ಲಿನ ಸಾಲುಗಳನ್ನು ಸುಂದರವಾದ ಗ್ರೀಕ್ ಲಿಪಿಯಲ್ಲಿ 'ಕೋಯ್ನೆ' ಪ್ರಭೇದವನ್ನು ಬಳಸಿ ಬರೆಯಲಾಗಿದೆ. ಈ ಪ್ರಭೇದವೇ ಅಂದಿನ ಗ್ರೀಕ್ (ಹೆಲೆನಿಸ್ಟಿಕ್) ನಾಗರಿಕತೆ ಹರಡಿದ್ದ ಎಲ್ಲ ಜಾಗಗಳಲ್ಲಿಯೂ ಬಳಕೆಯಲ್ಲಿತ್ತು. ಹನ್ನೆರಡನೆಯ ಹಾಗೂ ಹದಿಮೂರನೆಯ ಶಿಲಾಶಾಸನಗಳ ಪಠ್ಯಗಳ ಅನುವಾದವನ್ನೇ ಹೊಂದಿರುವ ಗ್ರೀಕ್ ಭಾಷೆಯ ಶಾಸನವು ಅತ್ಯಂತ ಆಸಕ್ತಿದಾಯಕವಾಗಿದೆ. ಹನ್ನೆರಡನೆಯ ಶಿಲಾಶಾಸನದ ಭಾಷಾಂತರಕಾರನು ಆಟಿಕ್(ಅಥೆನ್ಸ್)ನ ಗ್ರೀಕ್ ಪ್ರಭೇದದ ಮೇಲಿನ ತನ್ನ ಪ್ರಭುತ್ವವನ್ನು ಪ್ರದರ್ಶಿಸಿದರೆ, ಹದಿಮೂರನೆಯ ಶಿಲಾಶಾಸನದ ಭಾಷಾಂತರಕಾರನು ಶುದ್ಧ ಕೋಯ್ನೆ ಪ್ರಭೇದದ ಉಪಯೋಗಕ್ಕೆ ಒತ್ತು ನೀಡುತ್ತಾನೆ. ಈ ಇಬ್ಬರು ಅನುವಾದಕರೂ ಸಾಕಷ್ಟು ಪಾಂಡಿತ್ಯವನ್ನು ಪಡೆದಿದ್ದು ಗ್ರೀಕ್ ಸಾಹಿತ್ಯ ಹಾಗೂ ಬೌದ್ಧಿಕ ವಲಯಗಳಲ್ಲಿನ ಹಲವು ಶಬ್ದಗಳ ಪ್ರಯೋಗದಲ್ಲಿಯೂ ನಿಷ್ಣಾತರೆಂಬುದು ಸ್ಪಷ್ಟವಾಗುತ್ತದೆ.

ಮೌರ್ಯ ಸಾಮ್ರಾಜ್ಯದ ಗಡಿಯ ಆಚೆಗಿನ ಭಾಷೆಗಳ ಬಗ್ಗೆ ಹೇಳುವುದಾದರೆ ಎರಡು ಭಾಷೆಗಳು (ನೋಡಿ 2.5) ಎದ್ದು ಕಾಣುತ್ತವೆ. ಭಾರತದ ಭಾಷಾ ಇತಿಹಾಸದ ದೃಷ್ಟಿಯಿಂದ ನೋಡಿದಲ್ಲಿ, ಕ್ರಿ.ಪೂ ಮೂರನೆಯ ಶತಮಾನದ ಹೊತ್ತಿಗೆ ತಮಿಳು ತನ್ನದೇ ಆದ ಶಬ್ದ ಭಂಡಾರವನ್ನು ಮತ್ತು ವ್ಯಾಕರಣವನ್ನು ಬೆಳೆಸಿಕೊಂಡಿತ್ತು. ಪ್ರಾಚೀನ ತಮಿಳು ಶಾಸನಗಳು 'ಹಳೆಯ ತಮಿಳು ಭಾಷೆಯಲ್ಲಿ ರಚಿತವಾಗಿದ್ದು, ಆ ಭಾಷೆಯು ನಂತರದ ತಮಿಳು ಭಾಷೆಗಿಂತಲೂ, ಧ್ವನಿ, ಆಕೃತಿ ಮತ್ತು ವಾಕ್ಯ ರಚನಾವಿನ್ಯಾಸಗಳಲ್ಲಿ ಹೆಚ್ಚೇನೂ ಭಿನ್ನವಾಗಿಲ್ಲ'ವೆಂಬುದು ಐ.ಮಹಾದೇವನ್‌ರ ಅಭಿಪ್ರಾಯ. ತಮಿಳು ಬ್ರಾಹ್ಮಿ ಭಾಷೆಯ ಶಾಸನಗಳಲ್ಲಿ ಒಟ್ಟು ಪದಗಳಲ್ಲಿ ಕಾಲುಭಾಗದಷ್ಟು ಪದಗಳು ಪ್ರಾಕೃತ ಭಾಷೆಯಿಂದ ಎರವಲು ಪಡೆದವೇ ಆಗಿವೆಯಾದರೂ, ಈ ಅಭಿಪ್ರಾಯವನ್ನು ಒಪ್ಪಲಡ್ಡಿಯಿಲ್ಲ.

ಸುಮಾರು ಅದೇ ಕಾಲಘಟ್ಟದಲ್ಲಿ, ಅಂದರೆ, ಕ್ರಿ.ಪೂ. ಮೂರನೆಯ ಶತಮಾನದ ದ್ವಿತೀಯಾರ್ಧದಲ್ಲಿ ಗುಹಾಶಾಸನಗಳು ಶ್ರೀಲಂಕಾದಲ್ಲಿ ಸಿದ್ಧಗೊಂಡವು. ಅವುಗಳಲ್ಲಿ ಬಳಸಲಾಗಿರುವುದು ಹಳೆಯ ಸಿಂಹಳಿ ಭಾಷೆ. ಇಂಡೋ ಆರ್ಯನ್ ಶಬ್ದಗಳ ಇರುವಿಕೆ ಮತ್ತು ಸಂಯುಕ್ತಾಕ್ಷರಗಳ ಇಲ್ಲದಿರುವಿಕೆಯಿಂದಾಗಿ ಈ ಭಾಷೆಯನ್ನು ಸಹಪ್ರಾಕೃತದ ಒಂದು ಪ್ರಭೇದವೆಂದೇ ಗುರುತಿಸಬಹುದು. ಆದರೆ 'ಸ'ಕಾರಕ್ಕೆ ಪರ್ಯಾಯವಾಗಿ 'ಹ'ಕಾರದ ಬಳಕೆ, ಮತ್ತು ಮಹಾಪ್ರಾಣಗಳು ಹಾಗೂ ದೀರ್ಘ ಸ್ವರಗಳ ಗೈರುಹಾಜರಿಯಂಥ ವೈಶಿಷ್ಟ್ಯಗಳಿಂದಾಗಿ ಇದನ್ನು ಒಂದು ಸ್ವತಂತ್ರ ಭಾಷೆಯೆಂದೇ ಪರಿಗಣಿಸಬೇಕು.

ಭಾಷೆಗಳಿಂದ ಈಗ ನಮ್ಮ ಗಮನವನ್ನು ಅಂದಿನ ಜ್ಞಾನದ ಬೆಳವಣಿಗೆಯ ಕಡೆ ತಿರುಗಿಸೋಣ. ವ್ಯಾಕರಣ ಮತ್ತು ರಾಜಕೀಯ ಆಡಳಿತ ಈ ಎರಡೂ ಕ್ಷೇತ್ರಗಳಲ್ಲಿನ ಸಾಧನೆಗಳು ಸ್ಪಷ್ಟವಾಗಿವೆ. ಪಾಣಿನಿಯ ಅಷ್ಟಾಧ್ಯಾಯಿಯು ಎಂಟು ಅಧ್ಯಾಯಗಳನ್ನು, ನಾಲ್ಕು ಸಾವಿರ ಸೂತ್ರಗಳನ್ನು ಹೊಂದಿದ್ದು, ಆ ಸೂತ್ರಗಳನ್ನು ನೆನಪಿನಲ್ಲಿಡಲು ಸುಲಭವಾಗುವಂತೆ ರಚಿಸಲಾಗಿದೆ. ವ್ಯಾಕರಣದ ಬಗ್ಗೆ ಇಷ್ಟು ಯೋಜನಾಬದ್ಧವಾಗಿ ಬರೆಯಲಾದ ಗ್ರಂಥಗಳಲ್ಲಿ ಜಗತ್ತಿನಲ್ಲಿಯೇ ಇದು ಮೊದಲನೆಯದು. ಪದಗಳ ವ್ಯುತ್ಪತ್ತಿ, ಅವುಗಳಲ್ಲಿ ಮೂಡುವ ಬದಲಾವಣೆಗಳು ಮತ್ತು ಉಚ್ಚಾರಗಳ ಬಗ್ಗೆ ಸ್ಪಷ್ಟ ವಿವರಗಳನ್ನು ಪಾಣಿನಿ ನೀಡುತ್ತಾನೆ. ಕಾಲಕ್ರಮದಲ್ಲಿ ಭಾಷಾ ಪ್ರಯೋಗದ ವಿಷಯದಲ್ಲಿ ಪಾಣಿನಿಯ ಮಾತುಗಳು ಅಧಿಕೃತತೆಯನ್ನು ಪಡೆದುಕೊಂಡವು. ಸಂಸ್ಕೃತದಲ್ಲಿ ಸರಿ, ತಪ್ಪುಗಳ ವಿವೇಚನೆಯಲ್ಲಿ ತೊಡಗಿದ್ದರಿಂದ, ವೈದಿಕ ಸಂಸ್ಕೃತವು ಸೃಜನಶೀಲವಾಗಿದ್ದರೂ ಸಹ ಅದರಲ್ಲಿ ಮನೆ ಮಾಡಿದ್ದ ಕೆಲವು ಗೊಂದಲಗಳನ್ನು ಪರಿಹರಿಸುವ ಉದ್ದೇಶದಿಂದ ಪಾಣಿನಿಯು ತಾನೇ ಕೆಲವು ಪದಗಳನ್ನು ಸೃಷ್ಟಿಸಿ ಅವುಗಳನ್ನು ಬಳಕೆಗೆ ತರುವ ಯತ್ನವನ್ನು ಮಾಡಿದನೆಂಬ ಅಭಿಪ್ರಾಯವೂ ಇದೆ. ಆದರೆ ಪಾಣಿನಿಗೆ ಅಂಥ ಯಾವ ಉದ್ದೇಶವು ಇರಲಿಲ್ಲ. ಪೂರ್ವಸೂರಿಗಳಿಂದ ಅಥವಾ ಸ್ವಾನುಭವದಿಂದ ದೊರೆತ ಮಾಹಿತಿಯನ್ನಾಧರಿಸಿ ಭಾಷೆಯ ಪ್ರಯೋಗದಲ್ಲಿ ಸರಿ ತಪ್ಪುಗಳನ್ನು ನಿರ್ಧರಿಸುವ ಪ್ರಯತ್ನಪಟ್ಟಂತೆ ಮಾತ್ರ ತೋರುತ್ತದೆ. ಪಾಣಿನಿಯು

ಕ್ರಿ.ಪೂ.350 ಅಂದರೆ ಮೌರ್ಯರಿಗಿಂತಲೂ ಹಿಂದಿನ ಕಾಲಘಟ್ಟದವನು ಎಂಬುದು ಸಾಮಾನ್ಯವಾದ ನಂಬಿಕೆ. ಆದರೆ ಯವನಾನಿ, ಯವನ(IV.1.49) ಮತ್ತು ಲಿಪಿ (III.2.21)ಯಂಥ ಪದಗಳ ಪ್ರಯೋಗದಿಂದಾಗಿ ಅಲೆಗ್ಸಾಂಡರನ ದಾಳಿಯ ನಂತರದ ಕಾಲಘಟ್ಟಕ್ಕೆ ಸೇರಿದವನೆಂದೂ ಹೇಳಬಹುದು. ಆದರೆ ಈ ಗ್ರಂಥದಲ್ಲಿಯೂ ಪ್ರಕ್ಷಿಪ್ತಗಳ ಸಾಧ್ಯತೆಯನ್ನು ಅಲ್ಲಗಳೆಯುವಂತಿಲ್ಲವಾದ್ದರಿಂದ ಪಾಣಿನಿಯ ಕಾಲದ ಬಗೆಗಿನ ಪ್ರಶ್ನೆಯು ಇನ್ನೂ ಬಗೆಹರಿದಿಲ್ಲ.

ಕಾತ್ಯಾಯನನು ಪಾಣಿನಿಯ ಗ್ರಂಥವನ್ನು ಆಮೂಲಾಗ್ರವಾಗಿ ಪುನಃ ಪರಿಶೀಲನೆಗೆ ಒಳಪಡಿಸಿದನು. ತನ್ನ 'ವಾರ್ತಿಕ'ಗಳ ಮೂಲಕ ಪಾಣಿನಿಯ 1,245 ಸೂತ್ರಗಳಿಗೆ ಟೀಕಾತ್ಮಕ ಟಿಪ್ಪಣಿಗಳನ್ನು ಒದಗಿಸಿದ್ದಾನೆ. ಪತಂಜಲಿಯ ಮಹಾಭಾಷ್ಯದಲ್ಲಿ (ಕ್ರಿ.ಪೂ.150) ಇವುಗಳನ್ನು ಕಾಣುತ್ತೇವೆ. ಅಂದರೆ ಪಾಣಿನಿ ಹಾಗೂ ಪತಂಜಲಿ ಈ ಇಬ್ಬರ ನಡುವಿನ ಅವಧಿಯಲ್ಲಿ ಕಾತ್ಯಾಯನನು ಜೀವಿಸಿದ್ದನೆನ್ನಬಹುದು. ಸಂಸ್ಕೃತ ಭಾಷೆಯು ಹಲವು ಪ್ರದೇಶಗಳಲ್ಲಿ ಜನರ ನಡುವೆ ಸಾಕಷ್ಟು ಪ್ರಮಾಣದಲ್ಲಿ ಬದಲಾಗಿದ್ದು ಅವುಗಳು ಕಾತ್ಯಾಯನನಲ್ಲಿ ದಾಖಲಾಗಿರುವುದರಿಂದ ಅವನು ಪಾಣಿನಿಗಿಂತಲೂ ಪತಂಜಲಿಗೆ ಕಾಲದಲ್ಲಿ ಹತ್ತಿರದವನು ಎನ್ನಬಹುದು. ಅಶೋಕನ 'ದೇವಾನಾಂಪ್ರಿಯ' ಎಂಬ ಬಿರುದನ್ನೂ ತನ್ನ ಗಮನಕ್ಕೆ ತಂದುಕೊಂಡಿರುವುದರಿಂದ ಅವನು ಮೌರ್ಯರ ಕಾಲದಲ್ಲಿ ಇದ್ದನೆಂದೂ ಹೇಳಬಹುದು. ಅವನು ಪಾಣಿನಿಯನ್ನು ವಿಮರ್ಶೆಗೆ ಒಳಪಡಿಸುವಾಗ ಭಾಷಾಸಂಬಂಧಿ ಪುರಾವೆಗಳ ಸಮರ್ಥನೆಯಿಲ್ಲದ ನಿಯಮಗಳು ಮತ್ತು ಸೂತ್ರಗಳನ್ನು ಮಾತ್ರ ಬದಲಾಯಿಸುವುದಕ್ಕೆ ತನ್ನನ್ನು ತಾನು ಸೀಮಿತಗೊಳಿಸಿಕೊಳ್ಳುತ್ತಾನೆ. ಪತಂಜಲಿಯೂ ಸಹ ಇದೇ ತೆರನಾದ ವಿಮರ್ಶೆಯ ಮಾರ್ಗವನ್ನು ಹಿಡಿಯುತ್ತಾನೆ. ಪಾಣಿನಿಯ ಬಗ್ಗೆ ಹೆಚ್ಚಿನ ಒಲವಿನಿಂದ ಬರೆಯುವ ಪತಂಜಲಿಯು ಕಾತ್ಯಾಯನನಿಗೂ ಸಲ್ಲಬೇಕಾದ ಪ್ರಾಧಾನ್ಯತೆಯನ್ನು ನೀಡುತ್ತಾನೆ.

ಆಡಳಿತದ ಅಧ್ಯಯನಕ್ಕೆ ಸಂಬಂಧಿಸಿದಂತೆ 'ಅರ್ಥಶಾಸ್ತ್ರ'ವು ಪ್ರಮುಖ ಕೃತಿಯಾಗಿ ನಿಲ್ಲುತ್ತದೆ. ಈ ಕೃತಿಯ ರಚನಾ ಕಾಲದ ಬಗ್ಗೆ ಮೊದಲನೆಯ ಅಧ್ಯಾಯದಲ್ಲಿ (1.2) ಚರ್ಚಿಸುತ್ತಾ, ಅದರ ಅಂತಿಮ ರೂಪವು ಕ್ರಿ.ಶ 300 ರಲ್ಲಿ ಸಿದ್ಧವಾಗಿರಬಹುದೆಂದು ಹೇಳಿದ್ದೇವೆ. ಅದರ ಹಿಂದಿನ ಹಲವು ಪಠ್ಯಗಳನ್ನು, ಕ್ರಿ.ಪೂ ಮೂರನೆಯ ಶತಮಾನಕ್ಕೆ ಸೇರಿದ ಆಕರಗಳನ್ನು ಒಳಗೊಳ್ಳುತ್ತಾ ಸಾಗಿದ ಈ ಕೃತಿಯು 5–6 ಶತಮಾನಗಳ ಅವಧಿಯಲ್ಲಿ ಸಂಕಲಿತಗೊಂಡಿದ್ದರಿಂದ ಮೌರ್ಯರ ಕಾಲದಲ್ಲಿ ಅದು ಯಾವ ತಿರುಳನ್ನು ಪಡೆದಿತ್ತು ಎಂದು ಹೇಳುವುದು ಕಷ್ಟವಾದರೂ ಕೆಲವು ಸಂಗತಿಗಳನ್ನು ಹೇಳಬಹುದು. ಕ್ರಿ.ಪೂ 500–200ರ ಅವಧಿಗೆ ಸೇರಿದ ಧರ್ಮ ಸೂತ್ರಗಳಲ್ಲಿ ರಾಜನ ಹಾಗೂ ಆಡಳಿತದಲ್ಲಿನ ಅಧಿಕಾರಿಗಳ ಕರ್ತವ್ಯಗಳು, ತೆರಿಗೆಗಳು, ಸೈನ್ಯ, ನ್ಯಾಯಪ್ರದಾನ ಮುಂತಾದ ವಿಷಯಗಳು ಪ್ರಸ್ತಾಪಗೊಂಡಿವೆ. ಈ ಎಲ್ಲ ವಿಷಯಗಳೂ ಅರ್ಥಶಾಸ್ತ್ರದ ಆರಂಭದ ಪಠ್ಯಗಳಲ್ಲಿಯೂ ಇದ್ದುವೆಂದು ಊಹಿಸಬಹುದು. ಆದರೆ ಆರಂಭದಿಂದಲೂ ಅರ್ಥಶಾಸ್ತ್ರ ಮತ್ತು ಪುರೋಹಿತಶಾಹಿಗಳ ಧರ್ಮಶಾಸ್ತ್ರಗಳ ನಡುವೆ

ಲೋಕದೃಷ್ಟಿಗೆ ಸಂಬಂಧಿಸಿ ಒಂದು ಪ್ರಮುಖ ವ್ಯತ್ಯಾಸವಂತೂ ಎದ್ದು ಕಾಣುತ್ತದೆ. ಅರ್ಥಶಾಸ್ತ್ರದಲ್ಲಿ ಹೇಳಿರುವಂತೆ (I.7.6-7). "ಧರ್ಮ ಮತ್ತು ಕಾಮಗಳನ್ನು ಸಾಧಿಸುವಲ್ಲಿ ಅರ್ಥವು ಸಹಕಾರಿಯಾಗಿರುವುದರಿಂದ ಅರ್ಥವೇ ಶ್ರೇಷ್ಠ ಪುರುಷಾರ್ಥವಾಗಿದೆ." ಈ ಧೋರಣೆಯನ್ನೇ ಆಧಾರವಾಗಿಟ್ಟುಕೊಂಡ ಅರ್ಥಶಾಸ್ತ್ರವು ರಾಜನು ತನ್ನ ಜೀವನದಲ್ಲಿ ಯಶಸ್ಸನ್ನು ಪಡೆಯುವ ಮಾರ್ಗವನ್ನು ತೋರುತ್ತದೆ. ಮೇಲಿನ ಸೂತ್ರವು ಜೀವನದಲ್ಲಿ ಯಶಸ್ಸಿಗೂ 'ಧರ್ಮ'ವೆಂಬ ಪುರುಷಾರ್ಥಕ್ಕೂ ಯಾವುದೇ ವೈರುಧ್ಯವಿಲ್ಲವೆನ್ನುತ್ತದೆ. ಆದರೆ ವ್ಯವಸ್ಥೆಯ ಭಾಗವಾದ ವರ್ಣಾಶ್ರಮ ಧರ್ಮವನ್ನು (ನೋಡಿ ಉಧೃತ 3.2) ಮತ್ತು ವೈದಿಕಾಚರಣೆಗಳನ್ನು ಮಾತ್ರ ತಪ್ಪದೆ ಪಾಲಿಸಬೇಕೆನ್ನುವುದು ಇಲ್ಲಿನ ಮುಖ್ಯ ಪೂರ್ವ ಷರತ್ತು. ಈ ಷರತ್ತಿಗೊಳಪಟ್ಟು ಸಾಧಿಸುವ ಪ್ರಾಪಂಚಿಕ ಯಶಸ್ಸು ವರ್ಣಾಶ್ರಮ ಧರ್ಮ ಹಾಗೂ ವೈದಿಕ ಆಚರಣೆಗಳಿಗೆ ಸಮರ್ಥನೆಯನ್ನೂ, ರಕ್ಷಣೆಯನ್ನೂ ಒದಗಿಸುತ್ತದೆ. ಪ್ರಾಪಂಚಿಕ ಯಶಸ್ಸನ್ನು ಗಳಿಸುವ ಯತ್ನದಲ್ಲಿ ಕೆಲವು ಬಾರಿ ಧರ್ಮದ ನೈತಿಕ ಮಾರ್ಗವನ್ನು ಉಲ್ಲಂಘಿಸಬೇಕಾಗಿ ಬರಬಹುದೆಂದೂ ಹೇಳಲಾಗಿದೆ. ವಂಚನೆ, ಕುತಂತ್ರ, ಕೊಲೆ, ದರೋಡೆ ಮುಂತಾದ ಮಾರ್ಗಗಳ ಮೂಲಕ ಯಶಸ್ಸನ್ನು ಗಳಿಸುವುದನ್ನು ಅರ್ಥಶಾಸ್ತ್ರವು ಮಾನ್ಯ ಮಾಡುತ್ತದೆ ಎಂಬುದನ್ನು ಗಮನಿಸಬೇಕು. ಆದರೆ ಈ ಕೃತಿಯು ಕುತಂತ್ರ ಮತ್ತು ಇತರ ಅಪರಾಧಗಳಿಗೆ ಸಮರ್ಥನೆಯನ್ನು ಮಾತ್ರ ಒದಗಿಸುತ್ತದೆ ಎಂದಲ್ಲ. ಆಡಳಿತದಲ್ಲಿ ಔದಾರ್ಯ, ಉತ್ತಮ ಆಡಳಿತ, ಸಂತೃಪ್ತರಲ್ಲದಿದ್ದರೂ ಕ್ಷೋಭೆಗೆ ಒಳಗಾಗದಿರುವ ಜನತೆ – ಇವುಗಳನ್ನು ಸಾಧಿಸುವ ಮೂಲಕ ರಾಜನು ಅಧಿಕಾರವನ್ನು ಮತ್ತು ಸಂಪತ್ತನ್ನು ಪಡೆದು ಭದ್ರಪಡಿಸಿಕೊಳ್ಳಬಹುದು ಎನ್ನುತ್ತದೆ; ಮಾತ್ರವಲ್ಲದೆ, ಆಡಳಿತಕ್ಕೆ ಸಂಬಂಧಿಸಿದ ಎಲ್ಲ ವಿಷಯಗಳನ್ನು – ಕೃಷಿ, ಕಾನೂನು, ಸೇನಾಡಳಿತ ಇತ್ಯಾದಿ – ಕುರಿತು ರಾಜ ಮತ್ತು ಅವನ ಅಧಿಕಾರಿಗಳು ತಿಳಿಯಲೇಬೇಕಾದ ವಿಷಯಗಳನ್ನು ವಿಶದಪಡಿಸುವ ಗ್ರಂಥ ಅರ್ಥಶಾಸ್ತ್ರ. ಇಲ್ಲಿ ಸಿಗುವ ಕೆಲವು ಮಾಹಿತಿಗಳು ಮೌರ್ಯರ ಕಾಲಕ್ಕೆ ಸೇರಿದವೆಂದೂ ಹೇಳಬಹುದು. ರಾಜಕೀಯ ಅಧ್ಯಯನ ಕ್ಷೇತ್ರದಲ್ಲಿ ಈ ಗ್ರಂಥಕ್ಕೆ ನೀಡುವ ವಿಶಿಷ್ಟ ಸ್ಥಾನ ಕೆಲವು ಬಾರಿ ಅತಿಯಾಯಿತು ಎಂದೆನಿಸಿದರೂ, ರಾಜಧರ್ಮ, ಅಂದಿನ ವ್ಯವಸ್ಥೆಯಲ್ಲಿನ ವೈರುಧ್ಯಗಳು ಮತ್ತು ಅಗತ್ಯಗಳನ್ನು ವಿವರಿಸುವಲ್ಲಿ ಮತ್ತು ಅಂದಿನ ಸಾಮಾಜಿಕ ಸಂರಚನೆಯನ್ನು ಕಾಪಾಡುವ ದಾರಿ ತೋರುವಲ್ಲಿ ಅರ್ಥಶಾಸ್ತ್ರದ ಪಾತ್ರವು ಗಣನೀಯವಾದದ್ದು.

ವೈದ್ಯವಿಜ್ಞಾನ (ವೈದ್ಯಕ)ವನ್ನು ಪತಂಜಲಿ (ಕ್ರಿ.ಪೂ.150) ಒಂದು ಪ್ರಮುಖ ಜ್ಞಾನ ಶಾಖೆಯಾಗಿ ಗುರುತಿಸುತ್ತಾನೆ. ವೈದ್ಯಕೀಯ ಜ್ಞಾನದ ಬಗೆಗಿನ ಆರಂಭಿಕ ಗ್ರಂಥಗಳು ಅಲಭ್ಯವಾದರೂ ಅದಕ್ಕೂ 170 ವರ್ಷಗಳ ಹಿಂದೆ ನಿಯಾರ್ಕಸ್ (ಅರಿಯನ್, ಇಂಡಿಕಾ XV) ಅಂದಿನ ಭಾರತೀಯ ವೈದ್ಯರ ಬಗ್ಗೆ ತಿಳಿಸುತ್ತಾನೆ. ಭಾರತೀಯ ವೈದ್ಯರು ಹಾವಿನ ಕಡಿತಕ್ಕೆ ಮದ್ದನ್ನು ನೀಡಬಲ್ಲರೆಂಬ ವಿಷಯವನ್ನು ತಿಳಿದ ಅಲೆಗ್ಸಾಂಡರ್ ತನ್ನ ಸೈನಿಕರಿಗೆ ಅವರಿಂದ ಚಿಕಿತ್ಸೆ ಕೊಡಿಸುತ್ತಾನೆ. ಅವರು ಇತರ ಖಾಯಿಲೆಗಳನ್ನೂ ಗುಣಪಡಿಸುತ್ತಾರೆ. ಅಶೋಕನ ಎರಡನೆಯ ಶಿಲಾಶಾಸನ(ಕ್ರಿ.ಪೂ.258)ದಲ್ಲಿ ಮನುಷ್ಯರಿಗೆ ಹಾಗೂ ಪ್ರಾಣಿಗಳಿಗೆ ಅಗತ್ಯವಾದ ಚಿಕಿತ್ಸೆಗೆ ಬೇಕಾದ ಔಷಧಿಗಳು ಹಾಗೂ ಹಣ್ಣುಗಳು

ರಾಜ್ಯದೆಲ್ಲೆಡೆಯಲ್ಲಿಯೂ ಲಭ್ಯವಿರಬೇಕೆಂದು ಹೇಳುತ್ತದೆ (ಉಧೃತ 2.2). ವೈದ್ಯವಿಜ್ಞಾನದ ಜತೆಗೆ, ಪಶುವೈದ್ಯಕೀಯ ಶಾಸ್ತ್ರ ಮತ್ತು ಔಷಧ ವಿಜ್ಞಾನಗಳು, ನಯವಿಲ್ಲದ ರೀತಿಯಲ್ಲಿ ಆಗಲಿ, ಅಂದಿನ ಸಮಾಜದ ಜ್ಞಾನಭಂಡಾರದ ಭಾಗವಾಗಿದ್ದವು.

ಶುಲ್ಬಸೂತ್ರಗಳು **ಗಣಿತ ಶಾಸ್ತ್ರ**ದ ಆಧಾರ ಸ್ತಂಭಗಳಾಗಿದ್ದು, ಅವು ಪ್ರಮುಖವಾಗಿ ವೈದಿಕ ಆಚರಣೆಗಳಲ್ಲಿ ಹೋಮ ಕುಂಡಗಳನ್ನು ನಿರ್ಮಿಸುವ ಉದ್ದೇಶದ ಲೆಕ್ಕಾಚಾರಗಳಾಗಿದ್ದವು. ಇವುಗಳಲ್ಲಿ ಅತಿಪ್ರಾಚೀನವಾದ ಬೌಧಾಯನ ಶುಲ್ಬಸೂತ್ರಗಳು ಕ್ರಿ.ಪೂ.ಆರನೆಯ ಶತಮಾನದಲ್ಲಿ ರಚನೆಗೊಂಡವೆಂದು ಹೇಳಲಾಗಿದೆಯಾದರೂ ಸುಟ್ಟ ಇಟ್ಟಿಗೆಗಳ ಉಪಯೋಗ ಮೌರ್ಯರ ಕಾಲಕ್ಕೂ ಹಿಂದೆ ಇದ್ದುದಕ್ಕೆ ಪುರಾತತ್ವ ಪುರಾವೆಗಳು ಸಿಕ್ಕಿಲ್ಲ (ನೋಡಿ 3.1). ಹಾಗಾಗಿ ಈ ಎಲ್ಲ ಸೂತ್ರಗಳೂ ಕ್ರಿ.ಪೂ.350–150ರ ಮಧ್ಯದ ಅವಧಿಗೆ ಸೇರಿದವೆನ್ನಬಹುದು. ಗಣಿತದಲ್ಲಿ ಮುಖ್ಯವಾದ ಸಂಕಲನ, ಗುಣಾಕಾರಗಳಲ್ಲಿ ಭಿನ್ನಾಂಶದ ಮತ್ತು ಕ್ಷೇತ್ರ ವಿಸ್ತೀರ್ಣವನ್ನು ನಿರ್ಧರಿಸುವಲ್ಲಿ ವರ್ಗದ ಪ್ರಯೋಗ ಈ ಸೂತ್ರಗಳಲ್ಲಿ ಕಾಣಬಹುದು. ಹೋಮಕುಂಡದ ಸುತ್ತಳತೆಯನ್ನು ಲೆಕ್ಕ ಹಾಕುವಲ್ಲಿ ರೇಖಾಗಣಿತದ ಹಲವು ಅಂಶಗಳೂ ಹೊರಬಂದು ಪೈಥಾಗೋರಸ್‌ನ ಸಿದ್ಧಾಂತಕ್ಕೆ ದಾರಿ ಮಾಡಿಕೊಟ್ಟವು. ಬೌಧಾಯನನು ಒಂದು ಚೌಕದ ಎರಡು ಭುಜಗಳ ವರ್ಗಗಳ ಮೊತ್ತವು ಅದರ ಕರ್ಣದ ವರ್ಗಕ್ಕೆ ಸಮನೆಂದು ಸೂತ್ರೀಕರಿಸುತ್ತಾನೆ. ಅಂದರೆ ಎರಡು ಭುಜಗಳ (3,4) ವರ್ಗಗಳ ಮೊತ್ತವು ಕರ್ಣ (5) ದ ವರ್ಗಕ್ಕೆ ಸಮ. ಈ ಎಲ್ಲವೂ ಪೂರ್ಣಸಂಖ್ಯೆಗಳೇ ಆಗಿರುತ್ತವೆ. ಆಸಕ್ತಕರವಾದ ವಿಷಯವೆಂದರೆ, ಸುಮಾರು ಅದೇ ಕಾಲಘಟ್ಟದಲ್ಲಿ (ಕ್ರಿ.ಪೂ. ನಾಲ್ಕನೆಯ ಶತಮಾನದ ಕೊನೆಯ ಭಾಗ) ಚೀಣಾದ *ಝೌ ಬಿ* ಎಂಬ ಕೃತಿಯು ಇವೇ ಸಂಖ್ಯೆಗಳನ್ನೇ ಬಳಸಿ ($3^2+4^2=5^2$) ಬೌಧಾಯನನ ವಿವರಣೆಯಂಥದೇ ವಿವರಣೆಯನ್ನು ನೀಡುತ್ತದೆ. ಈ ಎರಡೂ ಸಂದರ್ಭಗಳಲ್ಲಿಯೂ ಒಂದು ಚೌಕದ ಭುಜಗಳ ಅಳತೆಗಳನ್ನು ಅಳೆದು ಆ ಮೂಲಕ ಈ ಸಿದ್ಧಾಂತವನ್ನು ಪಡೆಯಬೇಕಾಗುತ್ತದೆ. ತರ್ಕದ ಸಹಾಯದಿಂದಲೇ ವಿವರಗಳನ್ನು ಕಲ್ಪಿಸಿಕೊಳ್ಳುವ ಯೂಕ್ಲಿಡ್‌ನ ರೇಖಾಗಣಿತದ ವಿಧಾನಕ್ಕಿಂತ ಭಿನ್ನವಾದ ವಾಸ್ತವ ನೆಲೆಯಲ್ಲಿ ಶುಲ್ಬಸೂತ್ರಗಳು ನಿಲ್ಲುತ್ತವೆ.

ಕ್ರಿ.ಪೂ.200ಕ್ಕೂ ಹಿಂದಿನ ಶ್ಲೋಕ ರೂಪದಲ್ಲಿನ 'ವೇದಾಂಗ ಜ್ಯೋತಿಷ'ವೆಂಬ ಗ್ರಂಥವು **ಖಗೋಳ ಶಾಸ್ತ್ರ**ದ ಜ್ಞಾನವನ್ನಾಧರಿಸಿದ ಪಂಚಾಂಗದಲ್ಲಿ ಆ ಕಾಲದ ನಂಬಿಕೆ ಅಥವಾ ಆ ವಿಷಯದ ಜ್ಞಾನವನ್ನು ಬಿಂಬಿಸುತ್ತದೆ. ಅರ್ಥಶಾಸ್ತ್ರದಂತೆಯೇ (II.20.46-50, 66) ಈ ಗ್ರಂಥವೂ ಸಹ ಸೌರಮಾನ ಸಂವತ್ಸರದಲ್ಲಿ 366 ದಿನಗಳೆಂದೂ, ಚಂದ್ರಮಾನ ಸಂವತ್ಸರದಲ್ಲಿ 354 ದಿನಗಳೆಂದೂ ಲೆಕ್ಕ ಹಾಕುತ್ತದೆ. 2 1/2 ವರ್ಷಗಳಿಗೊಮ್ಮೆ ಅಧಿಕ ಮಾಸವೊಂದನ್ನು ಸೇರಿಸಿ ಈ ಎರಡೂ ಲೆಕ್ಕಗಳ ಎಣಿಕೆಯನ್ನು ಸರಿಹೊಂದಿಸಬೇಕು ಎನ್ನಲಾಗಿದೆ. ಈ ಎರಡೂ ಗ್ರಂಥಗಳ ಪ್ರಕಾರ ನಕ್ಷತ್ರಗಳು 27. ಅಶೋಕನ ಕಾಲದಲ್ಲಿ ಚಾಂದ್ರಮಾನವನ್ನು ಆಧರಿಸಿಯೇ ವರ್ಷಗಳನ್ನು ಲೆಕ್ಕಹಾಕುತ್ತಿದ್ದರೆಂಬುದು ಪ್ರತ್ಯೇಕ ಶಿಲಾಶಾಸನ ಮತ್ತು 5ನೆಯ ಶಿಲಾಶಾಸನಗಳಿಂದ ತಿಳಿದು ಬರುತ್ತದೆ. ನಕ್ಷತ್ರಗಳಿಗೂ

ಪ್ರಾಶಸ್ತ್ಯ ನೀಡಲಾಗಿದ್ದು ತ್ರಿಷ್ಯ ಮತ್ತು ಪುನರ್ವಸುಗಳು ಶುಭ ನಕ್ಷತ್ರಗಳೆಂದು ಪರಿಗಣಿಸಲಾದವು. ಸೆಲ್ಯೂಕಸ್‌ನ ಆಡಳಿತದ ಪ್ರಭಾವದಿಂದಾಗಿ ಕಾಲದ ವಿಭಜನೆಯೂ ಆರಂಭವಾಯಿತು. ಅಶೋಕನ ಆಡಳಿತದ ಅವಧಿಯಲ್ಲಿ ವರ್ಷಗಳನ್ನು ಸಂಖ್ಯೆಗಳಿಂದ ಗುರುತಿಸಲಾಯಿತು. ಭಾರತದಲ್ಲಿ ಮೊದಲ ಬಾರಿಗೆ ಅಶೋಕನ 'ಯುಗ'ವನ್ನು 'ಯುಗ'ದ ಪರಿಕಲ್ಪನೆಯ ಮೂಲಕ ಬಿಂಬಿಸಲಾಯಿತು.

ಇಂದು ಲಭ್ಯವಿರುವ ಆ ಕಾಲದ ಸಾಹಿತ್ಯ ಕೃತಿಗಳ ರಚನಾ ಕಾಲವನ್ನು ನಿರ್ಧರಿಸುವುದು ಸಮಸ್ಯಾತ್ಮಕವಾದ್ದರಿಂದ ಮೌರ್ಯರ ಕಾಲದ ಸಂಸ್ಕೃತ ಅಥವಾ ಪ್ರಾಕೃತ ಸಾಹಿತ್ಯದ ತೃಪ್ತಿಕರ ಚಿತ್ರವನ್ನು ಮೂಡಿಸುವುದು ಕಷ್ಟ. ಮಹಾಭಾರತದ ಕೆಲವು ಭಾಗಗಳಲ್ಲಿನ ಸಂಸ್ಕೃತ ಭಾಷೆಯಲ್ಲಿನ ಪ್ರಾಚೀನ ಪ್ರಯೋಗಗಳಿಂದಾಗಿ ಅದರ ರಚನೆಯು ಮೌರ್ಯರ ಅವಧಿಯಲ್ಲಿಯೇ ಆರಂಭವಾದರೂ ಅದರ ಅಂತಿಮ ರೂಪ ಸಿದ್ಧವಾಗಿದ್ದು ಆನಂತರದಲ್ಲಿಯೇ ಎಂದು ಹೇಳಬಹುದು. ಮಹಾಭಾರತಕ್ಕೂ ಹಿಂದೆಯೇ ರಾಮಾಯಣವು ಕಥೆಯ ರೂಪವನ್ನು ಪಡೆದುಕೊಂಡಿದ್ದರೂ ಅದು ರಚನೆಗೊಂಡಿದ್ದು ಮೌರ್ಯೋತ್ತರ ಕಾಲದಲ್ಲಿ (ಮುಖ್ಯವಾಗಿ ಎರಡನೆಯ ಕಾಂಡದಿಂದ 6ನೆಯ ಕಾಂಡದವರೆಗೆ). ಆ ಕಾವ್ಯದಲ್ಲಿ ಪ್ರಾಚೀನ ಪ್ರಯೋಗಗಳು ಕಾಣವುದಿಲ್ಲವೆಂಬುದನ್ನು ಆಧಾರವಾಗಿಟ್ಟುಕೊಂಡು ಈ ಮಾತನ್ನು ಹೇಳಬಹುದು.

ಈ ಎರಡು ಮಹಾಕಾವ್ಯಗಳಿಗಿಂತಲೂ ಮೊದಲೇ ವೈದಿಕ ಪಠ್ಯಗಳಲ್ಲಿ ಇಲ್ಲದಿರುವ ವಿಶಿಷ್ಟ ಛಂದೋ ರೂಪಗಳಲ್ಲಿ ಕಾವ್ಯದ ಸೃಷ್ಟಿಯಂತೂ ಆಗುತ್ತಿತ್ತು. ಪತಂಜಲಿಯ 'ಮಹಾಭಾಷ್ಯ' (ಕ್ರಿ.ಪೂ.150) ಉಲ್ಲೇಖಿಸುವ ಶ್ಲೋಕಗಳಲ್ಲಿನ 'ಶ್ರೀಮಂತ ಹಾಗೂ ವಿಸ್ತಾರವಾದ ಛಂದಸ್ಸಿನ' ಪ್ರಕಾರಗಳಿಂದಾಗಿ ಮೌರ್ಯಪೂರ್ವ ಕಾಲದಲ್ಲಿಯೇ ಉತ್ತಮ ದರ್ಜೆಯ ಕಾವ್ಯದ ರಚನೆ ನಡೆಯಿತೆಂದು ಹೇಳಬಹುದಾಗಿದೆ. ಮಹಾಭಾಷ್ಯದಲ್ಲಿ ಉಲ್ಲೇಖಿತವಾಗಿರುವ ಈ ಶ್ಲೋಕಗಳ ಶ್ರೇಷ್ಠತೆಯಿಂದಾಗಿಯೇ ಆ ಕೃತಿಯು (ಕ್ರಿ.ಪೂ.150ರ ನಂತರದ ಕಾಲಘಟ್ಟದಲ್ಲಿ ರಚಿತವಾಯಿತೆಂದು ಹೇಳಲು ಸಾಧ್ಯವಾಗಿದೆ. ಈ ಶ್ಲೋಕಗಳು ಪ್ರೇಮ, ಶೃಂಗಾರ, ಕರುಣ, ವೀರ ಮುಂತಾದ ಭಾವನೆಗಳನ್ನೊಳಗೊಂಡಿದ್ದು ಅವುಗಳಲ್ಲಿ ಶ್ಲಾಘನೆ ಪ್ರಮುಖವಾಗಿದೆ.

ಇನ್ನು ಗದ್ಯ ಪ್ರಕಾರದಲ್ಲಿ 'ಸೂತ್ರ'ಗಳ ಬಳಕೆ ಹೆಚ್ಚಾಗಿದ್ದುದು ಸ್ಪಷ್ಟ. ಈ ಸೂತ್ರಗಳ ಮುಖ್ಯ ಲಕ್ಷಣವೆಂದರೆ ಸಂಕ್ಷಿಪ್ತತೆ. ಈ ಸಂಕ್ಷಿಪ್ತತೆಯನ್ನು ಸಾಧಿಸಲು ಲೇಖಕನು ವಾಕ್ಯಗಳಲ್ಲಿ ಅನುಪಯುಕ್ತ ಅಕ್ಷರಗಳನ್ನು ಸಹ ದೂರವಿಡಬೇಕಾಗಿತ್ತು. ಇಂಥ ಅನುಪಯುಕ್ತ ಅಕ್ಷರವನ್ನು ಕೈಬಿಡುವುದು ಸಾಧ್ಯವಾದಾಗ ಲೇಖಕನಿಗೆ ಪುತ್ರ ಸಂತಾನ ಪ್ರಾಪ್ತಿಯಾದಾಗ ಉಂಟಾಗುವಷ್ಟೇ ಸಂತೋಷದ ಅನುಭವವಾಗುತ್ತಿತ್ತೆಂದು ಪತಂಜಲಿ ಹೇಳುತ್ತಾನೆ. ಆದರೆ ಅತಿಯಾದ ಸಂಕ್ಷಿಪ್ತತೆ ಒಂದೊಂದು ಬಾರಿ ಅಸ್ಪಷ್ಟತೆಗೆ ದಾರಿ ಮಾಡಿಕೊಟ್ಟು ಲೇಖಕನ ಉದ್ದೇಶವೇ ಸರಿಯಾಗಿ ತಿಳಿಯದಂತಾಗುವುದೂ ಇದೆ.

ಪ್ರಾಕೃತದಲ್ಲಿರುವ ಅಶೋಕನ ಶಾಸನಗಳು ಸರಳ ಸಂಭಾಷಣೆಯ ರೂಪದಲ್ಲಿದ್ದು ಯಾವುದೇ ಅಲಂಕಾರಿಕ ಶಬ್ದಗಳಿಂದ ಮುಕ್ತವಾಗಿವೆ. ಹೇಳಬಯಸಿದ ವಿಷಯಕ್ಕೆ ಒತ್ತು

ನೀಡಬೇಕಾದಾಗ ಪುನರುಕ್ತಿಯ ಮೊರೆ ಹೋಗಲಾಗಿರುವ ಈ ಸಾಲುಗಳಿಗೆ ಸಾಹಿತ್ಯಿಕ ಮೌಲ್ಯಗಳುಳ್ಳ ಪಠ್ಯಗಳೆಂದು ಕರೆಯಿಸಿಕೊಳ್ಳುವ ಯಾವ ಮಹದುದ್ದೇಶವೂ ಇಲ್ಲ. ಅಶೋಕನ ಆಳ್ವಿಕೆಯ ಅವಧಿಯಲ್ಲಿಯೇ ನಡೆದ ಬೌದ್ಧರ ಮೂರನೆಯ ಮಹಾಸಭೆಯ ನಂತರ, ಪಾಲಿ ಭಾಷೆಯ ಹಲವು ಗ್ರಂಥಗಳು ಬೌದ್ಧ ಧಾರ್ಮಿಕ ಕೃತಿಗಳ ಸಾಲಿಗೆ ಸೇರ್ಪಡೆಯಾಗಿದ್ದನ್ನು ಈಗಾಗಲೇ (3.3) ಗಮನಿಸಿದ್ದೇವೆ. ಆದರೆ ತಿಪಿಟಕಗಳನ್ನು ಆ ಗುಂಪಿಗೆ ಸೇರಿಸಲಾಗದು. ಇವುಗಳು ಬುದ್ಧನ ಕಾಲದಿಂದಲೇ ಆರಂಭವಾಗಿ ನಂತರವೂ ಸೃಷ್ಟಿಯಾಗುತ್ತಲೇ ಇದ್ದವು. 'ಖುದ್ದಕ ನಿಕಾಯ' ಮಾತ್ರ ತುಂಬ ಹಳೆಯ ಕೃತಿ ಎಂದು ಹೇಳಲಾಗದು. ನೈತಿಕತೆಗೆ ಒತ್ತು ನೀಡುವ 'ಧಮ್ಮಪದ' ಮತ್ತು ಥೇರಾ ಹಾಗೂ ಥೇರಿಗಾಥೆಗಳು (ಬೌದ್ಧ ಸನ್ಯಾಸಿಗಳು ಮತ್ತು ಸನ್ಯಾಸಿನಿಯರ ಹಾಡುಗಳು) ಈ ಕೃತಿಯಲ್ಲಿವೆ. ಸ್ವಪ್ರೇರಣೆಯಿಂದ ಆಯ್ಕೆ ಮಾಡಿಕೊಳ್ಳುವ ಬಡತನ ನೀಡುವ ತೃಪ್ತಿ ಮತ್ತು ಆನಂದಗಳನ್ನು ಈ ಹಾಡುಗಳು ವರ್ಣಿಸುತ್ತವೆ. ಪ್ರಾಪಂಚಿಕ ವಿಷಯಗಳೂ ಇವುಗಳಲ್ಲಿ ಇಲ್ಲದಿಲ್ಲ: ಒಬ್ಬ ಸನ್ಯಾಸಿನಿಯು ಒರಳು, ಕುಟ್ಟಾಣಿ ಮತ್ತು ಗೂನು ಬೆನ್ನಿನ ಗಂಡ – ಇವುಗಳಿಂದ ತನಗೆ ಸ್ವಾತಂತ್ರ್ಯ ಸಿಕ್ಕಿ ಅದರಿಂದಾದ ಸಂತೋಷವನ್ನು ವ್ಯಕ್ತಪಡಿಸುವ ಸಂದರ್ಭವೊಂದಿದೆ.

ಬುದ್ಧನ ಹಲವು ಪೂರ್ವಜನ್ಮಗಳನ್ನು ಕುರಿತಾದ 'ಜಾತಕ' ಕಥೆಗಳು ಖುದ್ದಕ ನಿಕಾಯದ ಭಾಗವೇ ಆದರೂ ಈ 500 ಕಥೆಗಳೂ ಸೇರಿ ಒಂದು ಪ್ರತ್ಯೇಕ ಸಂಪುಟವೇ ಆಗುತ್ತದೆ. ಈ ಕಥೆಗಳ ಸಂಖ್ಯೆ 547 ಎಂದು ಹೇಳಲಾಗಿದೆ. ಈ ಎಲ್ಲವೂ ಬುದ್ಧನ ಕುರಿತಾಗಿಯಲ್ಲ; ಕೆಲವು ಜಾನಪದ ಕಥೆಗಳನ್ನು ಆಯ್ಕೆ ಮಾಡಿ ಬೌದ್ಧ ಧರ್ಮದ ಲೇಪದೊಂದಿಗೆ ನೀತಿ ಬೋಧನೆಯ ಉದ್ದೇಶಕ್ಕಾಗಿ ಬಳಸಲಾಗಿದೆ. ಇಲ್ಲಿನ ಕೆಲವು ಕಥೆಗಳು 'ಪಂಚತಂತ್ರ'ವೇ ಅಲ್ಲದೆ ಜಗತ್ತಿನ ಇತರ ಸಾಹಿತ್ಯಗಳಲ್ಲಿಯೂ ಕಾಣಿಸಿಕೊಂಡಿವೆ. ಅವು ಈ ಕಥೆಗಳ ಉತ್ಪನ್ನಗಳಾಗಿರಬಹುದು, ಅಥವಾ ಸ್ವತಂತ್ರ್ಯವಾಗಿಯೇ ಆಯಾ ಭಾಷೆಗಳಲ್ಲಿ ಸೃಷ್ಟಿಯಾಗಿರಬಹುದು. ಬಾರ್ಹಟ್ ಮತ್ತು ಸಾಂಚಿಯಲ್ಲಿನ ಶಿಲ್ಪಗಳಲ್ಲಿ (ಕ್ರಿ.ಪೂ. ಎರಡು ಮತ್ತು ಒಂದನೆಯ ಶತಮಾನ) ಜಾತಕ ಕಥೆಗಳ ದೃಶ್ಯಗಳಿವೆ. ಹೀಗಾಗಿ ಮೌರ್ಯ ಸಾಮ್ರಾಜ್ಯದ ಅಂತ್ಯಕ್ಕೂ ಬಹಳ ಹಿಂದೆಯೇ ಜಾತಕ ಕಥೆಗಳು ಬೌದ್ಧ ಧಾರ್ಮಿಕ ಸಾಹಿತ್ಯದ ಭಾಗವಾಗಿಯೇ ಬೆಳೆದಿದ್ದವೆಂದು ಭಾವಿಸಬಹುದು.

3.5 ಕಲೆ ಮತ್ತು ವಾಸ್ತುಶಿಲ್ಪ:

ಭಾರತದಲ್ಲಿ ಲಲಿತ ಕಲೆಗಳ ಇತಿಹಾಸ ಆರಂಭಗೊಂಡಿದ್ದು ಅಶೋಕನ ಕಾಲದಲ್ಲಿಯೇ ಎನ್ನಬಹುದು. ಸ್ಮಾರಕಗಳನ್ನು ನಿರ್ಮಿಸುವಲ್ಲಿ ಆಗ ಬಳಸಿದ ಕಲೆ ಮತ್ತು ವಾಸ್ತುಶಿಲ್ಪ ಕಲಾ ವಿನ್ಯಾಸಗಳು ಈ ಮಾತಿಗೆ ಸಾಕ್ಷಿಗಳು.

ಗಂಗಾನದಿಯ ಪಾತ್ರದಲ್ಲಿ ಮತ್ತು ಮಧ್ಯಪ್ರದೇಶದ ಭೋಪಾಲ್‌ನ ಸುತ್ತಮುತ್ತ ಕಾಣುವ ಅಶೋಕ ಸ್ತಂಭಗಳು ಇಂಥ ಸ್ಮಾರಕಗಳಲ್ಲಿ ಪ್ರಮುಖವಾದವು. ಪ್ರತಿಯೊಂದು ಸ್ತಂಭವೂ ಒಂದೇ ಶಿಲೆಯಿಂದ ನಿರ್ಮಿತವಾಗಿದೆ; ಸಾಕಷ್ಟು ಉದ್ದವಾಗಿದೆ. ವೃತ್ತಾಕಾರದ

ಸ್ತಂಭಗಳು ಕೆಳಗಿನ ಭಾಗದಿಂದ ಮೇಲಕ್ಕೆ ಹೋಗುತ್ತಿದ್ದಂತೆ ಅಗಲ ಕಡಿಮೆಯಾಗುತ್ತದೆ. ಮೇಲಿನ ಭಾಗದಲ್ಲಿ ತುಂಬ ನುಣ್ಣಗಿನ ಭಾಗ ಹೊಳೆಯುವಂತೆ ಮಾಡಲಾಗಿದೆ. ಇಂಥ ಹೊಳಪನ್ನು ಆ ಕಲ್ಲಿನ ಮೇಲೆ ಸಾಧಿಸುವುದು ಅತಿ ಕಷ್ಟವಾದ ಕೆಲಸ. ಅಲಹಾಬಾದ್‌ನ ಬಳಿಯ ಸ್ತಂಭದ ಎತ್ತರ 10.7 ಮೀಟರುಗಳು. ಕೆಳಗಿನ ಭಾಗದಲ್ಲಿ ಸುತ್ತಳತೆ 88.8 ಸೆಂ.ಮೀಟರುಗಳು. ಮೇಲೆ 66 ಸೆಂ.ಮೀಟರುಗಳು. ಬಿಹಾರದಲ್ಲಿನ ಕೊಲ್ಹ್ವ(ಬಸರ್‌ದ ಬಳಿಯ ಸ್ತಂಭವು ಬಹುಶಃ ಅತ್ಯಂತ ಎತ್ತರವಾದ ಸ್ತಂಭವೆನ್ನಬಹುದು. ಸ್ವಲ್ಪ ಭಾಗ ನೀರಿನಲ್ಲಿ ಮುಳುಗಿರುವ ಈ ಸ್ತಂಭದ ಒಟ್ಟು ಎತ್ತರ 13.75 ಮೀಟರುಗಳು ಎನ್ನಲಾಗಿದೆ. ನೀರಿನ ಮೇಲ್ಮಟ್ಟದಲ್ಲಿ ಇದರ ಸುತ್ತಳತೆ 1.26 ಮೀಟರುಗಳು ಮತ್ತು ಮೇಲ್ತುದಿಯಲ್ಲಿ 0.97 ಮೀಟರುಗಳು. ಇದರ ಭಾರ 50 ಟನ್ನುಗಳಿರಬಹುದೆಂದು ಅಂದಾಜಿಸಲಾಗಿದೆ. ಈ ಸ್ತಂಭದ ಮೈ ಮೇಲೆ ಯಾವುದೇ ಬರಹ ಕಾಣುವುದಿಲ್ಲ. ನಮಗೆ ದೊರೆತಿರುವ ಎಲ್ಲ ಸ್ತಂಭಗಳ ಅಗ್ರಭಾಗದಲ್ಲಿ ಪ್ರತ್ಯೇಕವಾಗಿ ಸಿದ್ಧಪಡಿಸಿ ಅಲ್ಲಿ ಸ್ಥಾಪಿಸಲಾಗಿರುವ 'ಸ್ತಂಭಾಗ್ರ'ವಿದೆ. ಈ ಸ್ತಂಭಾಗ್ರದ ಕೆಳಭಾಗ ಗಂಟೆ ಆಕಾರದಲ್ಲಿದ್ದು ಅದರ ಮೇಲೆ ಪೀಠವಿದೆ. ಈ ಪೀಠದ ಸುತ್ತಲೂ ಪ್ರಾಣಿಗಳ ಅಥವಾ ಹೂಗಳ ಚಿತ್ರಗಳಿವೆ. ತುತ್ತ ತುದಿಯಲ್ಲಿ ಸ್ತಂಭಾಗ್ರದ ಮುಖ್ಯ ಭಾಗದಲ್ಲಿ ಸಿಂಹಗಳ ಅಥವಾ ಸಿಂಹದ ಶಿಲ್ಪಗಳನ್ನು ಕಾಣಬಹುದು. ಹಲವು ಸ್ತಂಭಾಗ್ರಗಳು ಇಂದು ಕಾಣೆಯಾಗಿವೆ; ಕೆಲವು ಸ್ತಂಭಾಗ್ರಗಳು ಕಂಬಗಳ ಪಕ್ಕದಲ್ಲಿ ನೆಲದ ಮೇಲೆ ದೊರೆತವು. ಬಿಹಾರದ ಲೌರಿಯಾ ನಂದನ್‌ಗಢದ ಬಳಿ ಸಿಕ್ಕ ಸ್ತಂಭ ಸ್ತಂಭಾಗ್ರವನ್ನೂ ಹೊಂದಿರುವ ಕೆಲವೇ ಸ್ತಂಭಗಳ ಒಂದು ನಿದರ್ಶನವಾಗಿ ನಿಂತಿದೆ.

ತಕ್ಷಶಿಲ ಮತ್ತು ಅಮರಾವತಿಯ ಬಳಿಯ ಸ್ತಂಭಗಳ ತುಣುಕುಗಳ ಮೇಲೆ ಅಶೋಕನ ಶಾಸನಗಳು ಕಾಣಿಸಿದಂತೆಯೇ ಇನ್ನೂ ಹೆಚ್ಚು ಸ್ತಂಭಗಳ ಮೇಲೆ ಶಾಸನಗಳನ್ನು ಕೊರೆಯಲಾಗಿದೆ (ನೋಡಿ 2.1). ಬಿಹಾರದ ಕೊಲ್ಹ್ವ ಮತ್ತು ರಾಂಪೂರ್ವಾ, ನೇಪಾಳದ ತೆರಾಯಿ ಬಳಿಯ ಗೊತಿಹ್ವ, ಉತ್ತರ ಪ್ರದೇಶದ ಕೌಶಾಂಬಿ ಹಾಗೂ ಸಂಕಿಸ, ಮಧ್ಯಪ್ರದೇಶದ ಉದಯಗಿರಿ ಮತ್ತು ಬೆಸನಗರ (ಸ್ತಂಭಾಗ್ರ ಮಾತ್ರ) – ಈ ಜಾಗಗಳಲ್ಲಿ ಯಾವ ಬರಹವೂ ಇಲ್ಲದ ಕಂಬಗಳು ದೊರೆತಿವೆ. ಅಲ್ಲದೆ ಇನ್ನೂ ಕನಿಷ್ಟ ಪಕ್ಷ ಆರು ಕಡೆಗಳಲ್ಲಿ ಸ್ತಂಭಗಳ ಅವಶೇಷಗಳು ಅಥವಾ ಸ್ತಂಭಾಗ್ರಗಳು ಕಂಡು ಬಂದಿವೆ. ಹೀಗೆ ಭಗ್ನಗೊಂಡಿರುವ 25 ಅಶೋಕ ಸ್ತಂಭಗಳು ದೊರೆತಿವೆ. ಇಷ್ಟೇ ಅಲ್ಲದೆ, ಇನ್ನೂ ಹೆಚ್ಚಿನ ಸಂಖ್ಯೆಯಲ್ಲಿಯೇ ಅಶೋಕನು ಸ್ತಂಭಗಳನ್ನು ನಿಲ್ಲಿಸಿರಬಹುದೆಂದೂ, ಅವು ಇಂದು ಕಾಣೆಯಾಗಿವೆ ಎಂದು ಊಹಿಸಬಹುದು.

ಒಂದನೆಯ ಗೌಣ ಶಿಲಾಶಾಸನದಲ್ಲಿ ಶಿಲಾಸ್ತಂಭ ಕಂಡಲ್ಲಿ ಎಲ್ಲೆಡೆಯೂ ತನ್ನ ಶಾಸನಗಳನ್ನು ಕೆತ್ತಬೇಕೆಂಬುದು ಅಶೋಕನ ಅಪ್ಪಣೆಯಾಗಿತ್ತು. ಅಂದರೆ, ಅವನಿಗೂ ಹಿಂದೆಯೇ ಸ್ತಂಭಗಳನ್ನು ನಿಲ್ಲಿಸಲಾಗಿತ್ತೇ? ದೆಹಲಿ – ತೊಪ್ರಾ ಸ್ತಂಭದ ಕೆಳಭಾಗದಲ್ಲಿ ಸುತ್ತಲೂ ಕೆತ್ತನೆಯನ್ನೂ ನೋಡಬಹುದು. ಇಲ್ಲಿ ಏಳನೆಯ ಸ್ತಂಭ ಶಾಸನದ ಕೊನೆಯ ಕೆಲವು ಸಾಲುಗಳನ್ನು ನೋಡಬಹುದು. ಆದರೆ ಏಳನೆಯ ಸ್ತಂಭ ಶಾಸನದ

ಒಕ್ಕಣೆಯು ಅಶೋಕನು ತಾನೇ ಹಲವು ಧಮ್ಮ ಸ್ತಂಭಗಳನ್ನು ನಿಲ್ಲಿಸಿದ್ದಾಗಿ ತಿಳಿಸುತ್ತಾನೆ (ಉಧೃತ 2.7 (ಅ)). ರುಮ್ಮಿಂಡೈಯು ಇಂಥ ಒಂದು ಸ್ತಂಭ. ಬಿಹಾರದ ಲೌರಿಯಾ ನಂದನ್‌ಗಡದ ಸ್ತಂಭವೂ ಅಶೋಕನು ನಿಲ್ಲಿಸಿದ್ದೇ ಆಗಿರಬಹುದು. ಅದು ನೆಲದ ಮೇಲೆ ಮಲಗಿಸಿದ್ದಾಗ ಅದರ ಒಂದು ಪಾರ್ಶ್ವದಲ್ಲಿ ಮಾತ್ರ ಶಾಸನವನ್ನು ಕೆತ್ತಲಾಗಿರುವುದು ಕಾಣುತ್ತದೆ. ಎಲ್ಲ ಸ್ತಂಭಗಳನ್ನೂ ಅಶೋಕನೇ ನಿಲ್ಲಿಸಿದನೆಂದು ಹೇಳಲು ಇರುವ ಮುಖ್ಯ ಆಧಾರವೆಂದರೆ ಅವೆಲ್ಲವುಗಳ ಏಕರೂಪ ರಚನೆ. ಇಬ್ಬರು ಅಥವಾ ಅದಕ್ಕಿಂತಲೂ ಹೆಚ್ಚಿನ ಜನ ಇವುಗಳ ನಿರ್ಮಾಣದಲ್ಲಿ ಪಾಲ್ಗೊಂಡಿದ್ದರು ಎಂದು ಜೆ.ಇರ್ವಿನ್ ಹೇಳುತ್ತಾರಾದ್ದರೂ ಆ ಅಭಿಪ್ರಾಯವನ್ನು ಅಷ್ಟು ಸುಲಭವಾಗಿ ಒಪ್ಪುವುದಕ್ಕಾಗುವುದಿಲ್ಲ.

ಹೀಗಾಗಿ ಒಂದನೆಯ ಗೌಣಶಿಲಾಶಾಸನದಲ್ಲಿ ಅಶೋಕನು ತಾನೇ ನಿಲ್ಲಿಸಿದ, ಒಕ್ಕಣೆಗಳಿಲ್ಲದ, ಸ್ತಂಭಗಳ ಬಗ್ಗೆಯೇ ಮಾತನಾಡಿದ್ದಾನೆ ಎಂದೇ ಹೇಳಬೇಕು. ಅಂದರೆ, ಈ ಸ್ತಂಭಗಳನ್ನು ನಿಲ್ಲಿಸುವ ಉದ್ದೇಶ ಅವುಗಳ ಮೇಲೆ ಶಾಸನಗಳನ್ನು ಬರೆಯಿಸುವುದಲ್ಲವೆಂದಾಯಿತು. ಆದರೆ, ಅವುಗಳು ದೊರೆತ ಸ್ಥಳಗಳನ್ನು ಗಮನಿಸಿದರೆ ಸಾರನಾಥ್, ರುಮ್ಮಿಂಡೈ, ನಿಗಲಿ ಸಾಗರ್, ಗೋತಿಹವಾ, ಲೌರಿಯಾ ನಂದನ್‌ಗಢ ಮತ್ತು ಸಾಂಚಿ – ಎಲ್ಲವೂ ಅತ್ಯಂತ ಪವಿತ್ರ ಬೌದ್ಧಪುಣ್ಯಕ್ಷೇತ್ರಗಳು. ಸ್ತೂಪಗಳ ಸಮೀಪದಲ್ಲಿ ಪಾಟಲಿಪುತ್ರದಿಂದ ಲುಂಬಿನಿ(ಬುದ್ಧನ ಜನ್ಮಸ್ಥಾನ)ಗೆ ಹೋಗುವ ಹೆದ್ದಾರಿ ಇದ್ದು ಈ ಹಾದಿಯ ಉದ್ದಕ್ಕೂ ಸ್ತಂಭಗಳಿವೆ. ಇವೆಲ್ಲವೂ ಬೌದ್ಧರು ಅತ್ಯಂತ ಪವಿತ್ರವೆಂದು ಪರಿಗಣಿಸುವ ಸ್ಥಳಗಳು. ಹತ್ತು ಸ್ತಂಭಗಳನ್ನು ನಿಲ್ಲಿಸಿದ ಕಾರಣಗಳನ್ನು ತಿಳಿಯುವುದು ಸಾಧ್ಯವಾದಲ್ಲಿ ಇನ್ನುಳಿದ ಸ್ತಂಭಗಳ ಸ್ಥಾಪನೆಯನ್ನು ಅರ್ಥಮಾಡಿಕೊಳ್ಳಬಹುದು. ಕೌಶಾಂಬಿ, ಬೆಸನಗರದಂಥ ಪಟ್ಟಣಗಳಲ್ಲಿ, ರಾಜಮಾರ್ಗದ ಗುಂಟ, ಸಂಕಿಸದಂಥ ಜಾಗಗಳಲ್ಲಿ ಈ ಸ್ತಂಭಗಳಿರುವುದನ್ನು ಗಮನಿಸಿದರೆ ರಾಜನು ತನ್ನ ಅಧಿಕಾರ ಹಾಗೂ ಧಮ್ಮ ಎರಡನ್ನೂ ಜನರ ಗಮನಕ್ಕೆ ತರುವ ಉದ್ದೇಶವನ್ನು ಹೊಂದಿದ್ದಂತೆ ಕಾಣುತ್ತದೆ. ಮುಖ್ಯವಾಗಿ ಈ ಅರ್ಥದಲ್ಲಿ ಏಳನೆಯ ಸ್ತಂಭ ಶಾಸನದಲ್ಲಿ ಹೇಳಿರುವಂತೆ, ಇವುಗಳನ್ನು ಧಮ್ಮ ಸ್ತಂಭಗಳು ಎಂದು ಕರೆಯಬಹುದು.

ಚಿತ್ರ 3.8. ಅಶೋಕ ಸ್ತಂಭ – ಲೌರಿಯಾನಂದನ್ ಗಡ (ಛಾಯಾ ಚಿತ್ರ : ಶಮೀಮ್ ಅಖ್ತರ್)

ದೆಹಲಿ – ತೋಪ್ರಾ ಸ್ತಂಭದಂಥ ಕೆಲವೆಡೆ ಬಳಸಿದ ಕಲ್ಲುಗಳು ನಸುಗೆಂಪು ಬಣ್ಣದವು. ಅವುಗಳನ್ನು ಮಥುರಾ ಬಳಿಯ ಕಲ್ಲುಗಣಿಗಳಿಂದ ತಂದಿರಬಹುದು. ಆದರೆ ಈ ಸ್ತಂಭಗಳಿಗೆ ಬಳಸಿದ ಬಹುಪಾಲು ಕಲ್ಲುಗಳು ಬೂದು

ಬಣ್ಣದವಾಗಿವೆ. ಈ ಗಟ್ಟಿಯಾದ ಸುಣ್ಣದ ಕಲ್ಲುಗಳು ಗಂಗೆಯ ದಕ್ಷಿಣಕ್ಕೆ ವಾರಣಾಸಿಯ ಬಳಿ ಚುನಾರ್‌ನ ಸುತ್ತಮುತ್ತಲಿನ ಪ್ರದೇಶದಲ್ಲಿ ಸಿಗುತ್ತವೆ. ಪಿ.ಸಿ.ಪಂಚ್ ಮತ್ತು ವಿ.ಜೈಸ್ವಾಲ್ ಈ ಜಾಗದಲ್ಲಿ ಉತ್ಖನನಗಳನ್ನು ನಡೆಸಿದ್ದಾರಾದರೂ, ಆ ಕಲ್ಲುಗಳನ್ನು ಯಾವ ಜಾಗದಿಂದ ತೆಗೆದಿರಬಹುದೆಂದು ಹೇಳುವುದು ಸಾಧ್ಯವಾಗಿಲ್ಲ. ಅವರು ಕಂಡ ಯಾವ ಹಳೆಯ ಬಂಡೆಗಳೂ ಮೂರು ಮೀಟರುಗಳಿಗಿಂತಲೂ ಉದ್ದವಾಗಿರಲಿಲ್ಲ. ಈ ಬಂಡೆಗಳ ಮೇಲೆ ಖರೋಷ್ಠಿ ಲಿಪಿಯ ಕೆಲವು ಅಕ್ಷರಗಳೇ ಅಲ್ಲದೇ ಮೌರ್ಯ ಬ್ರಾಹ್ಮಿಲಿಪಿಯೂ ಕಂಡು ಬಂದಿದೆ. ಆ ಖರೋಷ್ಠಿ ಅಕ್ಷರಗಳು ಯಾವ ಕಾಲಘಟ್ಟಕ್ಕೆ ಸೇರಿದವು ಎನ್ನುವುದು ವಿವಾದಾಸ್ಪದವಾಗಿದೆ. ಅಲ್ಲಿನ ಬಂಡೆಗಳನ್ನು ವೃತ್ತಾಕಾರದಲ್ಲಿ ಕತ್ತರಿಸಿ ಅಲ್ಲಿಂದ ಗಂಗಾನದಿಯವರೆಗೂ ಹೊರಳಿಸಿಕೊಂಡು ಹೋಗಿ ಅಲ್ಲಿ ಅವುಗಳನ್ನು ನಾವೆಗಳಿಗೆ ತುಂಬುತ್ತಿದ್ದರು. ಉದಾಹರಣೆಗೆ ಸಾಂಚಿಸ್ತೂಪಕ್ಕೆ ಬಳಸಿದ ಕಲ್ಲನ್ನು ಮೊದಲಿಗೆ ಚುನಾರ್ ಬಳಿಯ ಕಲ್ಲುಗಣಿಯಲ್ಲಿ ಗುಂಡಗೆ, ಉದ್ದಕ್ಕೂ ಕತ್ತರಿಸಲಾಗಿ (12 ಮೀ. ಉದ್ದ, 40 ಟನ್ ಭಾರ) ಅಲ್ಲಿಂದ ಗಂಗಾನದಿಯವರೆಗೂ ಹೊರಳಿಸಿಕೊಂಡು ಬಂದು, ನಾವೆಯಲ್ಲಿ ಗಂಗಾ, ಯಮುನಾ ಮತ್ತು ಬೆಟ್ವನದಿಗಳ ಜಲ ಮಾರ್ಗದಲ್ಲಿ ಸಾಂಚಿಯವರೆಗೂ ತಂದು ಅಲ್ಲಿ ಎರಡು ಕಿಲೋ ಮೀಟರಿನಷ್ಟು ದೂರದ ಎತ್ತರ ಪ್ರದೇಶಕ್ಕೆ ಹೊತ್ತೊಯ್ಯಲಾಗಿದೆ. ಆ ಕಾಲದಲ್ಲಿ ಅಷ್ಟು ಬೃಹತ್ತಾದ ಬಂಡೆಯನ್ನು ಅದರ ಗುರಿ ಮುಟ್ಟಿಸಿದ್ದು ಆಶ್ಚರ್ಯ ಹುಟ್ಟಿಸುವ ಸಂಗತಿ. ಆಧುನಿಕ ಕಾಲದಲ್ಲಿಯೂ ಇಂಥ ಕೆಲಸ ಇಂಜಿನಿಯರುಗಳಿಗೆ ದೊಡ್ಡ ಸವಾಲಾಗಿಯೇ ಇದೆ.

ಈ ಕಲ್ಲುಗಳಿಗೆ ಅಂತಿಮವಾಗಿ ಹೊಳಪು ಬರುವಂತೆ ಮಾಡಿ, ಅವುಗಳ ಮೇಲೆ ಸ್ತಂಭಾಗ್ರಗಳನ್ನು ಸಿದ್ಧಪಡಿಸಿದ್ದು ಅವುಗಳನ್ನು ಸ್ಥಾಪಿಸಿದ ಜಾಗದಲ್ಲಿಯೇ ಇರಬೇಕು. ಅಂದರೆ, ಶಿಲ್ಪಿಗಳು ಮತ್ತು ಇತರ ಕುಶಲ ಕರ್ಮಿಗಳು ಸ್ತಂಭಗಳನ್ನು ನಿಲ್ಲಿಸಬೇಕಾದ ಸ್ಥಳಗಳಿಗೇ ಹೋಗಿ ಅಲ್ಲಿ ಆಗಲೇ ಸಿದ್ಧವಾಗಿದ್ದ ಕಲ್ಲುಗಳ ಮೇಲೆ ತಮ್ಮ ಕಲಾನೈಪುಣ್ಯವನ್ನೂ ಪ್ರದರ್ಶಿಸುತ್ತಿದ್ದರು, ಒಂದು ಕೇಂದ್ರಸ್ಥಾನದಲ್ಲಿ ಅಲ್ಲ. ಹಾಗಾಗಿ, ಈ ಸ್ತಂಭಗಳನ್ನು ಸಿದ್ಧಪಡಿಸಿದವರು ಬೇರೆ ಬೇರೆ ಜನ ಮತ್ತು ಅವರುಗಳು ದೂರ ಪ್ರದೇಶದಿಂದ ತಮಗೆ ಬರುವ ಅದೇಶಗಳನ್ನು ಪಾಲಿಸಬೇಕಾಗಿತ್ತು. ಆ ಸ್ತಂಭಗಳ ಮೇಲಿನ ಸ್ತಂಭಾಗ್ರಗಳನ್ನು ಸಿದ್ದಪಡಿಸಿದ ಕೌಶಲದ ಬಗ್ಗೆ ತುಲನಾತ್ಮಕವಾಗಿ ಮಾತನಾಡುವಾಗ ಈ ಅಂಶವನ್ನು ದೃಷ್ಟಿಯಲ್ಲಿಟ್ಟುಕೊಳ್ಳಬೇಕಾಗಿದೆ.

ಮೌರ್ಯರ ಕಾಲದ ಶಿಲ್ಪಗಳನ್ನು ಕುರಿತು ಮಾತನಾಡುವ ಸಂದರ್ಭದಲ್ಲಿ ಮತ್ತೊಮ್ಮೆ ಸ್ತಂಭಗಳು ಹಾಗೂ ಸ್ತಂಭಾಗ್ರಗಳನ್ನು ಪ್ರಸ್ತಾಪಿಸೋಣ. ಈಗ ಆ ಕಾಲದ ಎರಡು ಅತಿಮುಖ್ಯ ನಿರ್ಮಾಣಗಳನ್ನು ಸ್ತಂಭ ಸಭಾಂಗಣ ಮತ್ತು ಗುಹೆಗಳು ಪರಿಶೀಲಿಸೋಣ.

ಪಾಟ್ನಾದ ಬಳಿಯ ಕುಮ್ರಹಾರ್‌ನ ಸಭಾ ಭವನದ ಪ್ರಸ್ತಾಪವನ್ನು ಆಗಲೇ (3.1) ಮಾಡಲಾಗಿದೆ. ಈ ಸಭಾಂಗಣದಲ್ಲಿ 84 ಸ್ತಂಭಗಳಿದ್ದು, ಪ್ರತಿಯೊಂದು ಸ್ತಂಭವೂ 9.3ಮೀ. ಎತ್ತರವಿದೆ. ಈ ಸ್ತಂಭಗಳೂ ಸಹ ಚುನಾರಾನ ಕಲ್ಲುಗಳಿಂದಲೇ ನಿರ್ಮಿತವಾಗಿದ್ದು,

ಅಶೋಕ ಸ್ತಂಭಗಳ ರೀತಿಯಲ್ಲಿಯೇ ಇವುಗಳನ್ನೂ ಹೊಳೆಯುವಂತೆ ಮಾಡಲಾಗಿದೆ. ಈ ಸ್ತಂಭವು ಅಕೆಮೆನಿಡ್ ರಾಜ್ಯದ ರಾಜಧಾನಿಯಾದ ಪರ್ಸೆಪೊಲಿಸ್‌ನಲ್ಲಿನ ಒಂದು ಬೃಹತ್ ಸಭಾಂಗಣವನ್ನು ಮಾದರಿಯಾಗಿ ಹೊಂದಿತ್ತೆಂದು ನಂಬಲಾಗಿದೆ. ಆದರೆ ಈ ಸಭಾಂಗಣವು ರಾಜಸೌಧದ ಭಾಗವಾಗಿತ್ತೆನ್ನುವುದು ಸಂದೇಹಾಸ್ಪದವೇ. ಈ ಭವನವು ಮರದ ಮೇಲ್ಛಾವಣಿಯನ್ನು ಹೊಂದಿತ್ತು; ಆದರೆ ಸುತ್ತಲೂ ಗೋಡೆಗಳಿದ್ದ ಕುರುಹುಗಳು ಮಾತ್ರ ದೊರೆತಿಲ್ಲ. ಈ ಸಭಾಂಗಣವನ್ನು ಬೌದ್ಧರ ಮೂರನೆಯ ಮಹಾಸಭೆಗಾಗಿ ಅಶೋಕನೇ ನಿರ್ಮಿಸಿ ಕೊಟ್ಟನೆಂಬ ಅಭಿಪ್ರಾಯವಿದೆ. ಈ ಮಾತು ನಿಜವಿರಬಹುದು. ಆದರೆ ಅಂಥ ಒಂದು ಮಹಾಸಭೆ ಆ ಜಾಗದಲ್ಲಿ ನಡೆಯಿತೇ ಎನ್ನುವುದು ಸ್ಪಷ್ಟವಾಗಿಲ್ಲದಿರುವಾಗ, ಆ ಅಭಿಪ್ರಾಯವನ್ನು ಸಂಪೂರ್ಣವಾಗಿ ಒಪ್ಪಲಾಗದು.

ಬೋಧ್ ಗಯಾದ ಉತ್ತರ ದಿಕ್ಕಿನಲ್ಲಿ ಬಾರಾಬರ್ ಬೆಟ್ಟಗಳಲ್ಲಿ ಅಶೋಕನು ಮೂರು ಗುಹೆಗಳನ್ನು ಆಜೀವಿಕರಿಗಾಗಿ ಸಿದ್ಧಪಡಿಸಿದನು. ಪಕ್ಕದ ನಾಗಾರ್ಜುನ ಬೆಟ್ಟಗಳಲ್ಲಿ, ಅಶೋಕನ ನಂತರ ಬಂದ ದಶರಥನು ಅದೇ ರೀತಿಯಲ್ಲಿ ಆಜೀವಿಕರಿಗೆ ನೆರವು ನೀಡಿದನು. ಅಶೋಕನ ಗುಹೆಗಳು ಯಾವುದೇ ಅಲಂಕಾರಗಳಿಲ್ಲದೆ ಬೋಳಾಗಿದ್ದು ಉಪಯುಕ್ತತೆಯನ್ನು ಮಾತ್ರ ದೃಷ್ಟಿಯಲ್ಲಿಟ್ಟುಕೊಂಡು ನಿರ್ಮಿಸಲಾಗಿವೆ. ಎರಡು ಗುಹೆಗಳ ಮೇಲ್ಛಾವಣಿಗಳು ಕಮಾನಿನ ಆಕಾರದಲ್ಲಿದ್ದು ಅವುಗಳ ಒಳಭಾಗದಲ್ಲಿ ವೃತ್ತಾಕಾರದ ಕೋಣೆಗಳಿವೆ. ಮೂರನೆಯ ಗುಹೆಯ ಒಳಭಾಗದಲ್ಲಿ ಇಂಥ ಪ್ರತ್ಯೇಕ ಕೋಣೆ ಇಲ್ಲ. ಎಲ್ಲ ಗುಹೆಗಳ ನೆಲವನ್ನೂ ಹೊಳೆಯುವಂತೆ ಪಾಲಿಷ್ ಮಾಡಲಾಗಿದೆ. ದಶರಥನು ನಿರ್ಮಿಸಿದ ಗುಹೆಗಳಲ್ಲಿ ಕಮಾನಿನ ಆಕಾರದ ಮೇಲ್ಛಾವಣಿ ಇರುವ ಕೋಣೆ ಮಾತ್ರವಿದ್ದು ಎಲ್ಲೆಡೆಯೂ ನೆಲಕ್ಕೆ ಹೊಳಪು ನೀಡಲಾಗಿದೆ. ಬರಾಬರ್ ಬೆಟ್ಟಗಳಲ್ಲಿ ಲೋಮಾಸ್ ಋಷಿ ಎನ್ನುವ ಗುಹೆಯ ದ್ವಾರದ ಮೇಲ್ಭಾಗದಲ್ಲಿ ಆನೆಗಳು ಮತ್ತು ಸ್ತೂಪಗಳ ಕೆತ್ತನೆಗಳಿವೆ. ಆ ದ್ವಾರವನ್ನು ದಾಟಿದರೆ ಹೊಳೆಯುವ ನೆಲವುಳ್ಳ ಸಭಾಂಗಣವನ್ನು ಪ್ರವೇಶಿಸುತ್ತೇವೆ. ಆದರೆ ಅದರೊಳಗಿನ ವೃತ್ತಾಕಾರದ ಕೋಣೆಯ ನಿರ್ಮಾಣ ಅರ್ಧಕ್ಕೆ ನಿಂತಿದೆ (ಚಿತ್ರ.3.9). ಬೌದ್ಧ ಸನ್ಯಾಸಿಗಳ ವಿಶ್ರಾಂತಿಗಾಗಿ ನಿರ್ಮಿಸಲಾಗಿದೆ ಎನ್ನಬಹುದಾದ ಈ ಗುಹೆಯಲ್ಲಿ ಅದನ್ನು ಯಾರಿಗೆ ಸಮರ್ಪಿಸಲಾಗಿದೆ ಎನ್ನುವುದರ ಬಗ್ಗೆ ಯಾವ ಬರಹವೂ ಇಲ್ಲ. ಇದು ಅಶೋಕನ ಕಾಲಕ್ಕೆ ಸೇರಿದ್ದು ಎಂತಲೇ ಹೇಳಬಹುದು. ಈ ನಿದರ್ಶನಗಳು ಒಂದು ವಿಷಯವನ್ನಂತೂ ಸ್ಪಷ್ಟಪಡಿಸುತ್ತವೆ; ಅಶೋಕನು ಭಾರತೀಯ ವಾಸ್ತುಶಿಲ್ಪದಲ್ಲಿ ಕಲ್ಲಿನ ಬಳಕೆಯನ್ನು ಆರಂಭಿಸಿದನು ಮತ್ತು ಬೆಟ್ಟಗಳಲ್ಲಿ ಗುಹೆಗಳ ನಿರ್ಮಾಣಕ್ಕೂ ನಾಂದಿ ಹಾಡಿದನು. ಈ ರೀತಿಯ ಗುಹೆಗಳ ನಿರ್ಮಾಣವು ಮುಂದೆ ಬಹಳ ಕಾಲ ಮುಂದುವರೆಯಿತು.

ಅಶೋಕನಿಗೂ ಹಿಂದೆ ಶಿಲ್ಪಗಳು ಇದ್ದ ಬಗ್ಗೆ ಯಾವ ಸಾಕ್ಷ್ಯವೂ ಇಲ್ಲ. ಸಿಂಧು ನಾಗರಿಕತೆಗೆ ಸಂಬಂಧಿಸಿದ ಕೆಲವು ಸಣ್ಣ ಪುಟ್ಟ ಶಿಲ್ಪಗಳು ಮಾತ್ರ ಸಿಗುತ್ತವಷ್ಟೆ. ಅಂದರೆ,

ಉತ್ತಮ ಅಭಿರುಚಿ ಮತ್ತು ಕಲಾಕೌಶಲಗಳನ್ನು ಪ್ರದರ್ಶಿಸುವ ಶಿಲ್ಪಕಲಾ ಪರಂಪರೆ ಆರಂಭವಾಗಿದ್ದು ಅಶೋಕನ ಕಾಲದಲ್ಲಿಯೇ ಎಂದು ಖಚಿತವಾಗಿ ಹೇಳಬಹುದು.

ಈ ಶಿಲ್ಪಕಲಾ ನೈಪುಣ್ಯ ಮುಖ್ಯವಾಗಿ ಕಾಣುವುದು ಅಶೋಕ ಸ್ತಂಭಗಳ ಸ್ತಂಭಾಗ್ರಗಳಲ್ಲಿ. ಮೇಲ್ಭಾಗದಲ್ಲಿ ಕೆತ್ತಲಾಗಿರುವ ಪ್ರಾಣಿಗಳ ಚಿತ್ರಗಳು ಎಲ್ಲರ ಗಮನವನ್ನು ಸೆಳೆಯುತ್ತವೆ ನಿಜ. ಆದರೆ ಅವುಗಳ ಫಲಕಗಳ ಮೇಲಿನ ಕುಸುರಿ ಕೆಲಸವೂ ಅಷ್ಟೇ ಆಕರ್ಷಣೀಯವಾಗಿದೆ. ಈ ಸ್ತಂಭಾಗ್ರಗಳಲ್ಲಿ ಕಾಣುವ ಪ್ರಾಣಿಗಳ ಚಿತ್ರಗಳೆಂದರೆ:

ಸಿಂಹ	:	ಲೌರಿಯಾ ನಂದನ್‌ಗಢ್, ರಾಂಪೂರ್ವಾ, ಕೊಲ್ಹ್ವ, ಬಸ್ಸಿ (ಇಂದು ಕಾಣುವುದು ಸಿಂಹದ ಕಾಲುಗಳು ಮಾತ್ರ)
ನಾಲ್ಕು ಸಿಂಹಗಳು	:	ಸಾಂಚಿ, ಸಾರನಾಥ್

ಚಿತ್ರ 3.9. ಲೋಮಾಸ್ ಋಷಿಯ ಗುಹೆ, ಬಾರಾಬರ್ ಬೆಟ್ಟ (ಸೌಜನ್ಯ : ಪುರಾತತ್ವ ಇಲಾಖೆ)

ಗೂಳಿ : ರಾಂಪೂರ್ವಾ (ಯಾವುದೇ ಬರಹವಿಲ್ಲದ ಸ್ತಂಭ)

ಆನೆ : ಸಂಕಿಸ

ಮೊಸಳೆ : ಬೆಸನಗರ

ಫಲಕಗಳ ಮೇಲೆ ಸಿಂಹ, ಆನೆ, ಕುದುರೆ, ಬ್ಯಾಕ್ಟ್ರಿಯಾದ ಒಂಟೆ, ಗೂಳಿ ಮತ್ತು ಕಾಡುಬಾತುಗಳ ಕೆತ್ತನೆಗಳಿವೆ. ಉದಯ ಗಿರಿಯ ಬಳಿಯ ಸ್ತಂಭದ ಮೇಲೆ ಪುರಾಣಗಳಲ್ಲಿ ಕಾಣುವ ರೆಕ್ಕೆಯ ಕುದುರೆಯ ಕೆತ್ತನೆಯೂ ಇದೆ.

ಮತ್ತೊಂದು ಆಸಕ್ತದಾಯಕವಾದ ಸಂಗತಿ ಎಂದರೆ, ಅಶೋಕನ ಶಾಸನವಿರುವ ಜಾಗದ ಸಮೀಪವೇ ಒಂದು ದೊಡ್ಡ ಬಂಡೆಯಲ್ಲಿ ಆನೆಯ ರೂಪವನ್ನು ಸೃಷ್ಟಿಸಲಾಗಿದೆ. ಇದು ಧೌಳಿಯ ಬಳಿ ದೊರೆತಿದೆ (ಚಿತ್ರ 3.10 (ಅ)). ಕಲ್ಸಿಯ ಬಳಿಯೂ ಇಂಥದೇ ಆನೆಯ ರೂಪದಲ್ಲಿರುವ ಬಂಡೆಯಿದ್ದು (ಚಿತ್ರ 3.10 (ಆ)). ಅದನ್ನು 'ಅತ್ಯುತ್ತಮ ಆನೆ' ಎಂದು ಕರೆಯಲಾಗಿದೆ.

ಈ ಶಿಲ್ಪಗಳಲ್ಲಿ ಸಾಧ್ಯವಾದಷ್ಟು ಮಟ್ಟಿಗೆ ಪ್ರಾಣಿಗಳ ನಿಜವಾದ ಅಳತೆಯನ್ನೇ ಅವುಗಳ ಶಿಲ್ಪಗಳಲ್ಲಿಯೂ ಉಳಿಸಿಕೊಳ್ಳಲಾಗಿದೆ. ಅಕ್ಷರಮಟ್ಟಿಗೆ ಅವು ವಾಸ್ತವಕ್ಕೆ ಹತ್ತಿರವಾಗಿವೆ. ಈ ಶಿಲ್ಪಕಲೆಯಲ್ಲಿ ಕಾಲಕಾಲಕ್ಕೆ ಕೌಶಲವು ಪರಿಪಕ್ವತೆಯನ್ನು ತಲುಪುವುದನ್ನು ಕೊಲ್ಹ್ವಾದ ಶಿಲ್ಪಗಳನ್ನು ಮೊದಲುಗೊಂಡು ಲೌರಿಯಾ ನಂದನ್‌ಗಢ ಮತ್ತು ರಾಂಪೂರ್ವಾದವರೆಗಿನ ಶಿಲ್ಪಗಳ ಅಧ್ಯಯನ ನಡೆಸಿದ ನಿಹಾರ್ ರಂಜನ್‌ರೇ ಗುರುತಿಸುತ್ತಾರೆ. ಆತನ ಪ್ರಕಾರ ರಾಂಪೂರ್ವಾದ ಬಳಿಯ ಸಿಂಹದ ಶಿಲ್ಪಗಳು ಅತ್ಯಂತ ಉತ್ತಮವಾಗಿವೆ. ಅವು ಸಾರನಾಥ್‌ನ ಬಳಿಯ ಸಿಂಹಗಳ ಶಿಲ್ಪಗಳನ್ನೂ ಕಲಾನೈಪುಣ್ಯದಲ್ಲಿ ಮೀರಿಸುತ್ತವೆ ಎನ್ನುತ್ತಾರೆ. ಸಾರನಾಥ್ ಸ್ತಂಭದ ಸಮೀಪ ಭಗ್ನರೂಪದಲ್ಲಿ ದೊರೆತ ಬೃಹತ್ ಶಿಲಾಚಕ್ರವು ಮೊದಲು ಆ ಸ್ತಂಭದ ಮೇಲೆ ನಿಲ್ಲಿಸಿದ್ದೆಂದು ತೋರುತ್ತದೆ. ಅದರ ಆಕಾರವು ಸ್ತಂಭದ ಆಕಾರಕ್ಕೆ ಹೊಂದುವಂತೆ ಕಾಣುವುದಿಲ್ಲ (ಸಾಂಚಿಯ ಬಳಿಯ ಸ್ತಂಭವು ಸಾರನಾಥದ ಸ್ತಂಭವನ್ನೇ ಹೋಲುತ್ತದೆಯಾದರೂ, ಅದರ ಮೇಲೆ ಚಕ್ರವಿರಲಿಲ್ಲ). ಜಾನ್ ಮಾರ್ಷಲ್ ಸಾರನಾಥ್‌ನ ಸತಂಭದ ಬಗ್ಗೆ ಹೀಗೆ ಹೇಳುತ್ತಾರೆ. 'ಆ ಸ್ತಂಭದ ಸಿಂಹಗಳ ಶಿಲ್ಪಗಳ, ಗಂಟೆಯಾಕಾರದ ಪೀಠಗಳ ಕೆತ್ತನೆಯಲ್ಲಿನ ನಿಪುಣತೆಯಲ್ಲಿ

ಚಿತ್ರ 3.10. 1) ಕಲ್ಲಿನಲ್ಲಿಯೇ ಮೂಡಿಸಲಾದ ಆನೆಯ ಶಿಲ್ಪ, ಧೌಲಿ 2) ಬಂಡೆಯ ಮೇಲಿನ ಆನೆಯ ಶಿಲ್ಪ, ಕಾಲ್ಸಿ (ಎ. ಕನ್ನಿಂಗ್ಹ್ಯಾಮ್ ನನ್ನನುಸರಿಸಿ)

ಪ್ರಾಚೀನ ಕಾಲದ ಆ ರೀತಿಯ ಯಾವುದೇ ಶಿಲ್ಪವನ್ನೂ ಮೀರಿಸುವಂತಿದೆ.'

ಈ ಹೊಸ ವಾಸ್ತವವಾದಿ ಕಲೆಯ ಜತೆಜತೆಗೆ ಉತ್ಕೃಷ್ಟತೆಯೂ ಅಂದಿನ ಶಿಲ್ಪಗಳಲ್ಲಿ ಕಾಣುತ್ತದೆ. ಧೌಳಿಯಲ್ಲಿ ಬಂಡೆಯ ಮೇಲೆ ಕೆತ್ತಲಾದ ಶಿಲ್ಪದಲ್ಲಿ ಒಂದು ಆನೆಯ ಎಲ್ಲ ಶಕ್ತಿಯೂ ಎದ್ದು ಕಾಣುವಂತಿದೆ. ಅದೇ ರೀತಿಯಲ್ಲಿ ಸೌಂದರ್ಯವನ್ನು ಹೆಚ್ಚಿಸುವ ಅತಿಸೂಕ್ಷ್ಮ ಕಲೆಗಾರಿಕೆಯಲ್ಲಿ ಕೌಶಲ ಮತ್ತು ಲಾಲಿತ್ಯ ಪ್ರಸ್ಫುಟವಾಗಿವೆ. ಸಾರನಾಥ ಸ್ತಂಭದ ಮೇಲಿನ ಹೂವುಗಳು, ಪೀಠದ ಮೇಲಿನ ರೇಖೆಗಳು, ಸ್ತಂಭಾಗ್ರದ ಭಾಗವಾಗಿರುವ ಬೋರಲಾಗಿಸಿರುವ ಕಮಲ – ಎಲ್ಲವೂ ವಿಶಿಷ್ಟ ರೀತಿಯಲ್ಲಿವೆ.

ಚಿತ್ರ 3.11 ಸಾರನಾಥ್‌ನಲ್ಲಿನ ಸಿಂಹಸ್ತಂಭ (ಸೌಜನ್ಯ: ಪುರಾತತ್ವ ಇಲಾಖೆ)

ಅಶೋಕಸ್ತಂಭಗಳಲ್ಲಿ ಎಲ್ಲಿಯೂ ಮನುಷ್ಯಾಕಾರ ಕಾಣವುದಿಲ್ಲವೆನ್ನುವುದು ಗಮನಾರ್ಹ. ನಂತರದ ಕಾಲದ ಬಾರ್ಹಟ್ ಮತ್ತು ಸಾಂಚಿ ಬಳಿಯ ಶಿಲ್ಪಗಳಲ್ಲಿ ಮಾನವಾಕಾರಗಳನ್ನು ವಿಪುಲವಾಗಿ ಕೆತ್ತಲಾಗಿದೆ (ಆದರೆ ಸಾಂಚಿಯ ಚಿತ್ರಗಳಲ್ಲಿ ಬುದ್ಧನನ್ನು ಕೇವಲ ಸಂಕೇತಗಳ ಮೂಲಕ ಚಿತ್ರಿಸಲಾಗಿದೆ). ಆ ಕಾಲದ ಬೌದ್ಧ ಪರಂಪರೆ ಮನುಷ್ಯಾಕಾರಗಳ ಪ್ರದರ್ಶನದ ವಿರುದ್ಧವಿದ್ದಿದ್ದರಿಂದ ಅಶೋಕನ ಕಾಲದ ಶಿಲ್ಪಕಲೆಯಲ್ಲಿ ಅವುಗಳು ಕಾಣದಿರಬಹುದು ಎಂದು ಊಹಿಸಬಹುದಾದರೂ ಈ ಮಾತಿಗೆ ಯಾವ ಕೃತಿಯಲ್ಲಿಯೂ ಪುರಾವೆಯಿಲ್ಲ. ಪಾಟ್ನಾದ ದೀದಾರ್‌ಗಂಜ್‌ನಲ್ಲಿ ಕ್ರಿ.ಪೂ. ಒಂದನೆಯ ಶತಮಾನದ 'ಯಕ್ಷಿ'ಯ ವಿಗ್ರಹ ದೊರೆತಿದೆ. ಈ ವಿಗ್ರಹದ (ಚಿತ್ರ 3.12) ಸೌಂದರ್ಯ ಮತ್ತು ಕೆತ್ತನೆಯಲ್ಲಿ ಗ್ರೀಕ್ ಶಿಲ್ಪಗಳ ಕಲಾ ನಿಪುಣತೆಯನ್ನು ಗಮನಿಸಿದರೆ, ಮನುಷ್ಯಾಕಾರದ ಕೆತ್ತನೆಯ ಮೇಲಿನ ನಿರ್ಬಂಧವಿಲ್ಲದಿದ್ದರೆ ಮೌರ್ಯರ ಕಾಲದ ಕಲಾವಿದರು ಯಾವುದೇ ಶ್ರೇಷ್ಠ ಮಟ್ಟವನ್ನು ತಲುಪಬಲ್ಲವರಾಗಿದ್ದಾರೆಂಬುದು ಸ್ಪಷ್ಟವಾಗುತ್ತದೆ.

ಅಶೋಕ ಸ್ತಂಭಗಳ ಮೇಲೆ ಯಾವುದೇ ಆಲಂಕಾರಿಕ ಕೆತ್ತನೆ ಇಲ್ಲದಿರುವುದು ವಿಶೇಷದ ಸಂಗತಿ. ಆ ಸ್ತಂಭಗಳ ಹೊಳಪೇ ಅವುಗಳ ವೈಶಿಷ್ಟ್ಯ. ಎಲ್ಲ ಆಲಂಕಾರಿಕ ಕೆತ್ತನೆಯನ್ನೂ ಸ್ತಂಭಾಗ್ರಗಳಿಗೆ ಮೀಸಲಿರಿಸಲಾಗಿದೆ. ಶ್ರೇಷ್ಠ ಮಟ್ಟದ ಸೌಂದರ್ಯ ಪ್ರಜ್ಞೆಯುಳ್ಳವರು ಮಾತ್ರ ಇಂಥ ಕೌಶಲವನ್ನು ಪ್ರದರ್ಶಿಸಲು ಸಾಧ್ಯ. ಅಶೋಕನು ಕೈ ಹಾಕಿದ ಪ್ರತಿಯೊಂದು ವಿಷಯದಲ್ಲಿಯೂ ಅವನದೇ ರೂಪು ಹೊಂದಿದ ಅದ್ಭುತ ವೈಶಿಷ್ಟ್ಯವಿದೆ.

ಮೇಲೆ ತಿಳಿಸಿದ ಎಲ್ಲ ಅಂಶಗಳಲ್ಲಿಯೂ ಅಕಮೆನಿಡ್ ಮತ್ತು ಗ್ರೀಕ್ ಪ್ರಭಾವ ಕಾಣುತ್ತದೆ ಎಂಬುದು ನಿಜ. ಆದರೆ, ಆ ಕಾರಣದಿಂದಾಗಿ ಮೌರ್ಯರ ಕಾಲದ

ಈ ಸಾಧನೆಗಳ ಪ್ರಾಮುಖ್ಯತೆಯೇನೂ ಕಡಿಮೆಯಾಗುವುದಿಲ್ಲ. ಅಂದಿಗೂ ಹಿಂದೆ ಭಾರತದಲ್ಲಿ ಶಿಲೆಗಳ ಕಲಾತ್ಮಕ ಬಳಕೆ ಅಥವಾ ಶಿಲೆಗಳಿಗೆ ಹೊಳಪು ಕೊಡುವ ಕೌಶಲ ತಿಳಿದಿರಲಿಲ್ಲ. ಈ ಎರಡೂ ಸಹ ಅಕೆಮೆನಿಡ್ ಕಲೆಯ ಪ್ರಭಾವದಿಂದಲೇ ಇಲ್ಲಿ ಕಾಣಿಸಿಕೊಂಡವು. ಸ್ತಂಭಗಳ ತುದಿಯಲ್ಲಿನ ಸ್ತಂಭಾಗ್ರಗಳೂ ಸಹ ಆಕೆಮೆನಿಡ್ ವಾಸ್ತುಶಿಲ್ಪದಲ್ಲಿಯೇ ಕೆಲವು ಮಾದರಿಗಳನ್ನೂ ಹೊಂದಿದ್ದವು. ಮೌರ್ಯದ ಕಾಲದ ಶಿಲ್ಪಗಳಲ್ಲಿನ ಪ್ರಾಣಿಗಳ ವಾಸ್ತವವಾದಿ ಚಿತ್ರಣವೂ ಸಹ ಗ್ರೀಕ್‌ಶಿಲ್ಪಗಳ ಪ್ರೇರಣೆಯಿಂದ ಉಂಟಾದದ್ದು. ಅಕೆಮಿನಿಡ್ ಹಾಗೂ ಗ್ರೀಕ್ ಶಿಲ್ಪಗಳಲ್ಲಿ ಕಂಡು ಬರುವ ತಿರುಚಿದ ಹಗ್ಗ, ಮಣಿಗಳನ್ನು ಪೋಣಿಸಿ ಮಾಡಿದ ಹಗ್ಗ ಮತ್ತು ಹೂಗಳಿಂದ ತುಂಬಿದ ರಂಬೆಯ ಚಿತ್ರಗಳು ಮೌರ್ಯರ ಕಾಲದ ಶಿಲ್ಪಗಳಲ್ಲಿ ಮರುಹುಟ್ಟು ಪಡೆದಿವೆ. ಭಾರತೀಯವಲ್ಲದ ಈ ಪ್ರಭಾವಗಳು ಸ್ಪಷ್ಟವಾಗಿಯೇ ಕಂಡುಬಂದರೂ, ಅದಷ್ಟೇ ಅಂದಿನ ಭಾರತೀಯ ಕಲೆಗೆ ಸ್ಫೂರ್ತಿಮೂಲವಾಗಿರಲಿಲ್ಲವೆನ್ನುವುದೂ ಅಷ್ಟೇ ಸ್ಪಷ್ಟ. ಪ್ರಾಣಿಗಳ ಚಿತ್ರಣದಲ್ಲಿ ಕಾಣುವ ಅವುಗಳ ಬಗೆಗಿನ ಅಕ್ಕರೆಗೆ ಮುಖ್ಯ ಕಾರಣ ಬೌದ್ಧ ಧರ್ಮದ ಪ್ರಭಾವ. ಭಾರತೀಯರೇ ಆಗಿದ್ದ ಇತರೆ ಕಲಾವಿದರ ಕಲಾ ಪ್ರಕಾರವೂ ಸಹ, ಉದಾಹರಣೆಗೆ ಮರದಲ್ಲಿ ಸೃಷ್ಟಿಸಿದ್ದ ಕಲಾರೂಪಗಳು, ಅಂದಿನ ಶಿಲ್ಪಗಳನ್ನು ಪ್ರಭಾವಿಸಿದ್ದ ಸಾಧ್ಯತೆ ಇದೆ. ಆದರೆ ಆ ಕಲಾರೂಪಗಳು ಇಂದು ದೊರೆಯುತ್ತಿಲ್ಲವಾದ್ದರಿಂದ ಈ ಮಾತಿಗೆ ಪುರಾವೆ ಸಿಗುವುದಿಲ್ಲ. ಸ್ತಂಭಗಳ ನಿರ್ಮಾಣದಲ್ಲಿ ಹೊಸತನಕ್ಕೆ ಆ ಶಿಲ್ಪಿಗಳ ಪ್ರತಿಭೆಯೇ ಮೂಲ ಕಾರಣ. ಅದಕ್ಕೂ ನಿದರ್ಶನಗಳೆಂದರೆ ಇಂದಿಗೂ ಕಾಣುವ ಭವ್ಯಸ್ತಂಭಗಳು, ಅವುಗಳ ವೃತ್ತಾಕಾರದ ರೂಪ, ಹೊಳಪು, ಸ್ತಂಭಾಗ್ರಗಳು. ಇವೆಲ್ಲವೂ ಆ ಕಲಾವಿದರ ನೈಪುಣ್ಯ, ಪ್ರತಿಭೆಗಳನ್ನು, ಅವರ ಕಲಾಸೃಷ್ಟಿಯ ಸೌಂದರ್ಯ ಮತ್ತು ಗಾಂಭೀರ್ಯವನ್ನೂ ಪ್ರದರ್ಶಿಸುತ್ತವೆ.

ಚಿತ್ರ 3.12 ಯಕ್ಷಿ – ದೀದರ್‌ಗಂಜ್, ಪಟ್ನಾ – ಕ್ರಿ.ಪೂ. 1ನೇ ಶತಮಾನ (ಸೌಜನ್ಯ: ಪುರಾತತ್ವ ಇಲಾಖೆ, ಬಿಹಾರ್)

ಈ ಕಲಾ ಪ್ರಕಾರಗಳಿಗೆ ರಾಜಮನೆತನದ ಪ್ರೋತ್ಸಾಹವಿತ್ತು. ಜನ ಸಾಮಾನ್ಯರನ್ನು ತೃಪ್ತಗೊಳಿಸಲು ಸೃಷ್ಟಿಯಾದ ಈ ಕೃತಿಗಳ ಜತೆಜತೆಯಲ್ಲಿಯೇ ಆ ಜನಸಾಮಾನ್ಯರದೇ ಆದ ಕಲಾಸೃಷ್ಟಿಗೂ ಸಾಕ್ಷ್ಯಗಳಿವೆ. ರಾಮಗಢ್ ಬೆಟ್ಟಗಳಲ್ಲಿ ಜೋಗಿಮರ ಗುಹೆಯಲ್ಲಿ (ನೋಡಿ 3.4) ದೊರೆತಿರುವ ಶಾಸನದಲ್ಲಿ ಅಂದಿನ ಕಲಾವಿದನೊಬ್ಬನ ಹೆಸರನ್ನು ಕೆತ್ತಲಾಗಿದೆ. ಈ ಕಲಾವಿದನೇ ಆ ಗುಹೆಯ ಮೇಲ್ಛಾವಣಿಯ ಕೆಳಭಾಗದಲ್ಲಿ ಕೆಂಪು, ಹಳದಿ, ಬೂದು, ಹಸಿರು ಮತ್ತು ಕಪ್ಪು ಬಣ್ಣಗಳನ್ನು ಬಳಸಿಬಿಡಿಸಿರುವ ಚಿತ್ರಗಳಿವೆ. ಹಕ್ಕಿಗಳ ಸಾಲುಗಳು, ಮೀನುಗಳು, ಮರಗಳು, ಮನುಷ್ಯರು, ರಥಗಳು, ಆನೆಗಳು, ಮುಂತಾದ ದೈನಂದಿನ

ಬಾಳಿನ ವಿಷಯಗಳು ಇಲ್ಲಿ ಬಿಂಬಿತವಾಗಿವೆ. 1870ನೆಯ ದಶಕದ ಮಧ್ಯಭಾಗದಲ್ಲಿ ಅವುಗಳನ್ನು ಕಂಡ ಪುರಾತತ್ವ ಶಾಸ್ತ್ರಜ್ಞನಿಗೆ ಅವುಗಳು ಅಷ್ಟೇನು ಆಕರ್ಷಕವಾಗಿ ಕಾಣಲಿಲ್ಲ. ಅವನ ಪ್ರಕಾರ ಅವುಗಳಲ್ಲಿ ನಾವೀನ್ಯತೆಯಾಗಲಿ, ಕೌಶಲವಾಗಲಿ ಇರಲಿಲ್ಲ.

ಮೌರ್ಯರ ಕಾಲದ ಟೆರ್ರಾಕೋಟ ವಿಗ್ರಹಗಳು ಜಾನಪದ ಕೃತಿಗಳಾಗಿದ್ದವು. ವೃತ್ತಿಪರ ಕುಂಬಾರರು ದೇವತೆಗಳ, ಪ್ರಾಣಿಗಳ, ಗೊಂಬೆಗಳನ್ನು ಸುಟ್ಟಮಣ್ಣಿನಿಂದ ಸಿದ್ಧಪಡಿಸಿದರು. ಹಲವು ಗೊಂಬೆಗಳು ಕೈಯಿಂದಲೇ ಮಾಡಿದ್ದು, ಕೆಲವನ್ನು ಅಚ್ಚುಗಳಲ್ಲಿ ತಯಾರಿಸಲಾಯಿತು. ಗಂಡು ಮತ್ತು ಹೆಣ್ಣುಗಳು ಪಕ್ಕ ಪಕ್ಕದಲ್ಲಿ ನಿಂತಿರುವ ಭಂಗಿಯ ಒಂದು ಮೂಸೆ ಲಭ್ಯವಾಗಿದೆ. ಅದರ ಜತೆಗೆ ಇದೇ ಮೂಸೆಯಲ್ಲಿಯೇ ತಯಾರಾದ ಗಂಡು ಹೆಣ್ಣುಗಳ ಪುಟ್ಟ ಬೊಂಬೆಗಳೂ ಭಿರ್‌ದಿಬ್ಬ(ತಕ್ಷಶಿಲ)ದಲ್ಲಿ ದೊರೆತಿವೆ (ಚಿತ್ರ 3.13). ಆ ಹಿಂದಿನ ಕಾಲದಲ್ಲಿ ಜೇಡಿಮಣ್ಣನ್ನುಪಯೋಗಿಸಿ ಮಾಡಿದ್ದ ಮೂರ್ತಿಗಳಲ್ಲಿ ನಾಜೂಕುತನವಿಲ್ಲ. ಆದರೆ ಇಲ್ಲಿರುವ ಸುಂದರ ರೂಪಗಳು ಈ ಅಚ್ಚನ್ನು ಹಲವು ಮೂರ್ತಿಗಳನ್ನು ಸಿದ್ಧಪಡಿಸಲು ಉಪಯೋಗಿಸುತ್ತಿದ್ದರೆಂದರೆ, ಅವುಗಳಿಗೆ ಬೇಡಿಕೆ ಇತ್ತು ಮತ್ತು ಜನರು ಅವುಗಳನ್ನು ಮೆಚ್ಚುತ್ತಿದ್ದರೆಂದೇ ಅರ್ಥ.

ಕೋಷ್ಟಕ 3.2 ಕಾಲಾನುಕ್ರಮಣಿಕೆ

ಪಾಣಿನಿ	ಕ್ರಿ.ಪೂ.350
ಶಾಸನಗಳಿಲ್ಲದ ಅಶೋಕಸ್ತಂಭಗಳ ನಿರ್ಮಾಣದ ಆರಂಭ	ಕ್ರಿ.ಪೂ.262–260
ಆಜೀವಿಕರಿಗಾಗಿ ಬರಾಬರ್ ಬೆಟ್ಟಗಳಲ್ಲಿ ಗುಹೆಗಳು	ಕ್ರಿ.ಪೂ.258
ಕಾತ್ಯಾಯನ	ಕ್ರಿ.ಪೂ.250
ಪಾಟಲಿಪುತ್ರದಲ್ಲಿ ಬೌದ್ಧರ ಮೂರನೆಯ ಮಹಾಸಭೆ	ಕ್ರಿ.ಪೂ.244–234
ಪತಂಜಲಿ	ಕ್ರಿ.ಪೂ.150

ಉಧೃತಗಳು

ಉಧೃತ 3.1
ಏಳುಜಾತಿಗಳು

(ಮೆಗಸ್ತನೀಸನನ್ನಾಧರಿಸಿದ ಡಯೋಡೊರಸ್‌ನ ವಿವರಣೆ II.40-41)

ಭಾರತದ ಸಮಾಜ ಏಳು ಜಾತಿಗಳಾಗಿ ವಿಭಜಿತವಾಗಿದೆ. ಮೊದಲನೆಯ ವಿಭಾಗದಲ್ಲಿರುವವರು 'ತತ್ವಜ್ಞಾನಿಗಳು'. ಅವರು ಸಂಖ್ಯೆಯಲ್ಲಿ ಇತರರಿಗಿಂತಲೂ ಕಡಿಮೆಯಾಗಿದ್ದರೂ, ಅವರೆಲ್ಲರಿಗಿಂತಲೂ ಉತ್ತಮರೆನಿಸಿಕೊಂಡಿದ್ದಾರೆ. ಅವರು ಯಾರಿಗೂ ಮಾಲೀಕರಲ್ಲ, ಸೇವಕರೂ ಅಲ್ಲ. ಅವರಿಗೆ ಎಲ್ಲ ಸಾರ್ವಜನಿಕ ಕರ್ತವ್ಯಗಳಿಂದ ವಿನಾಯತಿಯನ್ನು ನೀಡಲಾಗಿದೆ. ಖಾಸಗಿ ವ್ಯಕ್ತಿಗಳು ಕೈಗೊಳ್ಳಬೇಕಾದ ಆಚರಣೆಗಳು ಮತ್ತು ನಿಧನರಾದವರಿಗೆ ಸಂಬಂಧಿಸಿದ ಕರ್ಮಗಳನ್ನು ನಡೆಸಿಕೊಡಲು ಅವರು ನಿಯುಕ್ತರಾಗುತ್ತಾರೆ. ದೇವರುಗಳಿಗೆ ಹತ್ತಿರದವರೆಂದೂ, ಪರಲೋಕದ ಕುರಿತ

ಚಿತ್ರ 3.13 1) ಅಚ್ಚಿನಲ್ಲಿ ಮೂಡಿರುವ ಗಂಡು ಹೆಣ್ಣುಗಳ ಮೂರ್ತಿಗಳಿರುವ (ಟೆರ್ರಾಕೋಟ) ಫಲಕ 2) ಈ ಫಲಕವನ್ನು ತಯಾರಿಸಲು ಬಳಸಲಾದ ಅಚ್ಚು – ಭೀರ್ ದಿಬ್ಬ, ತಕ್ಷಶಿಲ (ಜೆ. ಮಾರ್ಷಲ್)

ಎಲ್ಲ ವಿಷಯಗಳನ್ನೂ ತಿಳಿದವರೆಂದೂ ಅವರನ್ನು ಗುರುತಿಸಲಾಗಿದೆ. ಈ ಆಚರಣೆಗಳ ಸಮಯದಲ್ಲಿ ಸಲ್ಲಿಸಿದ ಸೇವೆಗಾಗಿ ಅವರು ಉಡುಗೊರೆಗಳನ್ನು ಪಡೆಯುತ್ತಾರೆ. ಪ್ರತಿವರ್ಷದ ಆರಂಭದಲ್ಲಿ ಆ ವರ್ಷದಲ್ಲಿ ಮಳೆ, ಬೆಳೆಗೆ ಸಂಬಂಧಿಸಿದ ಮಾಹಿತಿಯನ್ನು ಕೊಡುವುದರ ಮೂಲಕ ಇತರರಿಗೆ ನೆರವು ನೀಡುತ್ತಾರೆ. ಇವರು ನೀಡುವ ಈ ಮಾಹಿತಿಯನ್ನಾಧರಿಸಿ ರಾಜನು ಮತ್ತು ಜನರು ಮುಂದೆ ಬರಬಹುದಾದ ಸಮಸ್ಯೆಗಳಿಗೆ ಮೊದಲೇ ಪರಿಹಾರಗಳನ್ನು ಸಿದ್ಧಪಡಿಸಿಕೊಳ್ಳುವುದು ಸಾಧ್ಯವಾಗುತ್ತದೆ. ಹೀಗೆ ಭವಿಷ್ಯ ನುಡಿಯುವಲ್ಲಿ ತಪ್ಪಾದರೆ, ಅವರಿಗೆ ಯಾವುದೇ ಶಿಕ್ಷೆ ಇಲ್ಲ. ಅಂಥವರು ಆ ವಿಷಯಗಳಿಗೆ ಸಂಬಂಧಪಟ್ಟಂತೆ ಮುಂದಿನ ದಿನಗಳಲ್ಲಿ ಏನನ್ನೂ ಹೇಳಲು ಹೋಗುವುದಿಲ್ಲ.

ಕೃಷಿಕರು ಎರಡನೆಯ ಜಾತಿ. ಇತರರೆಲ್ಲರಿಗಿಂತಲೂ ಹೆಚ್ಚಿನ ಸಂಖ್ಯೆಯಲ್ಲಿರುವವರು. ಅವರು ಯುದ್ಧ ಮಾಡಬೇಕಿಲ್ಲ ಅಥವಾ ಬೇರೆ ಯಾವ ಜವಾಬ್ದಾರಿಯೂ ಅವರಿಗಿಲ್ಲ. ಅವರು ಕೃಷಿಯನ್ನು ಮಾತ್ರ ಮಾಡಬೇಕು. ಶತ್ರುಗಳು ದಾಳಿ ನಡೆಸಿದಾಗಲೂ ಸಹ ಹೊಲದಲ್ಲಿ ದುಡಿಯುವ ಈ ಜನರಿಗೆ ಯಾವುದೇ ಅಪಾಯ ಉಂಟಾಗುವುದಿಲ್ಲ. ಭೂಮಿಯೂ ಸಹ ಯಾವುದೇ ಹಾನಿಗೆ ಒಳಗಾಗದೆ ತನ್ನ ಫಸಲಿನ ಮೂಲಕ ಜನರ ಜೀವನದಲ್ಲಿ ಸಂತೋಷವನ್ನುಂಟು ಮಾಡುತ್ತದೆ. ತಮ್ಮ ಸಂಸಾರಗಳೊಡನೆ ಹಳ್ಳಿಗಳಲ್ಲಿಯೇ ಬಾಳುವ ಈ ಕೃಷಿಕರು ಪಟ್ಟಣಗಳಿಗೆ ಹೋಗುವುದೇ ಇಲ್ಲ. ಭಾರತದಲ್ಲಿ ಎಲ್ಲ ಭೂಮಿಯೂ ರಾಜನದೇ ಆದ್ದರಿಂದ ಈ ರೈತರು ಭೂಕಂದಾಯವನ್ನು ರಾಜನಿಗೆ

ಸಲ್ಲಿಸಬೇಕು. ಭೂಮಿಯು ಖಾಸಗಿ ಆಸ್ತಿಯಲ್ಲ. ಈ ಕಂದಾಯದ ಜತೆಗೆ ರೈತರು ತಾವು ಬೆಳೆದಿದ್ದ ಫಸಲಿನ ಕಾಲುಭಾಗವನ್ನೂ ಸಹ ರಾಜನಿಗೆ ಸಲ್ಲಿಸುತ್ತಾರೆ.

ಜಾನುವಾರುಗಳನ್ನು ಮತ್ತು ಕುರಿಗಳನ್ನು ಕಾಯುವವರು ಮೂರನೆಯ ಜಾತಿ. ಇವರು ಒಂದು ಕಡೆ ನೆಲೆಯೂರದೆ, ಅಲೆಮಾರಿಗಳಾಗಿದ್ದು, ಗುಡಾರಗಳಲ್ಲಿ ವಾಸ ಮಾಡುತ್ತಾರೆ. ಬೇಟೆಯ ಮೂಲಕ ಕೆಟ್ಟ ಹಕ್ಕಿಗಳು ಹಾಗೂ ಕ್ರೂರಮೃಗಗಳಿಂದ ಜನರನ್ನು ರಕ್ಷಿಸುತ್ತಾರೆ. ಹಾಗೆ, ಅವರು ರೈತರ ಬೆಳೆಗಳನ್ನು ಕಾಪಾಡುತ್ತಾರೆ.

ನಾಲ್ಕನೆಯ ಜಾತಿಯಲ್ಲಿರುವವರು ಕುಶಲ ಕರ್ಮಿಗಳು. ಆಯುಧಗಳನ್ನು, ಕೃಷಿ ಮತ್ತು ಇತರ ವೃತ್ತಿಗಳಲ್ಲಿ ಬಳಸುವ ಸಲಕರಣೆಗಳನ್ನು ತಯಾರಿಸುವ ಇವರು ಯಾವುದೇ ತೆರಿಗೆಯನ್ನು ಸಲ್ಲಿಸಬೇಕಾಗಿಲ್ಲ. ರಾಜನ ಖಜಾನೆಯಿಂದ ಅವರು ಭತ್ಯವನ್ನು ಪಡೆಯುತ್ತಾರೆ.

ಸೈನಿಕರು ಐದನೆಯ ಜಾತಿ. ಸಂಖ್ಯೆಯಲ್ಲಿ ಇವರು ಎರಡನೆಯ ಸ್ಥಾನದಲ್ಲಿದ್ದಾರೆ. ಯುದ್ಧಕ್ಕೆ ಸದಾ ಸನ್ನದ್ಧರು. ಶಾಂತಿಯ ಸಮಯದಲ್ಲಿ ಸಂತೋಷವಾಗಿ ಕಾಲ ಕಳೆಯುವರು. ಸೇನೆಯಲ್ಲಿನ ವಿವಿಧ ವಿಭಾಗಗಳ ಮೇಲಿನ ಖರ್ಚು ರಾಜನೇ ಭರಿಸಬೇಕು.

ಆರನೆಯ ಜಾತಿಯಲ್ಲಿರುವವರು ಮೇಲ್ವಿಚಾರಕರು. ರಾಜ್ಯದ ಮೂಲೆ ಮೂಲೆಗಳಲ್ಲಿನ ಎಲ್ಲ ಆಗುಹೋಗುಗಳನ್ನು ಮಾಹಿತಿಯನ್ನು ಪಡೆದು ಅವುಗಳ ಮೇಲ್ವಿಚಾರಣೆಯನ್ನು ನಡೆಸಿ, ವಿವರಗಳನ್ನು ರಾಜನಿಗೆ, ಅಥವಾ ದಂಡಾಧಿಕಾರಿಗೆ ತಲುಪಿಸುವುದು ಇವರ ಕೆಲಸ.

ಇನ್ನು ಏಳನೆಯ ಜಾತಿಯ ಜನ ಸಮಾಜದ ಪ್ರತಿಷ್ಠಿತ ಸಮುದಾಯ. ಆಡಳಿತದಲ್ಲಿ ಉನ್ನತ ಹುದ್ದೆಗಳಲ್ಲಿದ್ದ, ಬುದ್ಧಿವಂತರೆನಿಸಿಕೊಂಡ ಈ ಜಾತಿಯ ಜನ ರಾಜನಿಗೆ ಮುಖ್ಯ ಸಲಹೆಗಾರರಾಗಿರುವರು. ನ್ಯಾಯ ಮೂರ್ತಿಗಳು, ಸೇನಾಧಿಕಾರಿಗಳು ಮತ್ತು ದಂಡಾಧಿಕಾರಿಗಳು ಈ ಜಾತಿಯ ಜನರೇ ಆಗಿರುವರು.

ಹೀಗೆ ವಿಭಜಿಸಲಾದ ಈ ಏಳು ಸಮುದಾಯ(ಜಾತಿ)ಗಳ ಜನ ತಮ್ಮ ಜಾತಿಯಿಂದಾಚೆ ಮದುವೆಯಾಗುವಂತಿಲ್ಲ ತಮ್ಮ ವೃತ್ತಿಯನ್ನು ಬಿಟ್ಟು ಬೇರೆ ಯಾವ ವೃತ್ತಿಯನ್ನೂ ಅವಲಂಬಿಸುವ ಹಾಗಿಲ್ಲ. ಒಬ್ಬ ಸೈನಿಕ ಕೃಷಿಕನಾಗುವುದು ಅಥವಾ ಕುಶಲ ಕರ್ಮಿ ತತ್ವಜ್ಞಾನಿಯಾಗುವುದು ಸಾಧ್ಯವಿಲ್ಲ.

ಉಧೃತ 3.2
ಜಾತಿಧರ್ಮ

ಅರ್ಥಶಾಸ್ತ್ರ 1.3

. . .

4. ಮೂರು ವೇದಗಳಲ್ಲಿ ಪ್ರಸ್ತುತ ಪಡಿಸಲಾಗಿರುವ ಈ (ವರ್ಣಾಶ್ರಮ) ಧರ್ಮವು ಎಲ್ಲರಿಗೂ ಲಾಭಕಾರಿ; ನಾಲ್ಕು ವರ್ಣದವರಿಗೂ ಅವರವರ ಧರ್ಮಗಳನ್ನು ನಿಗದಿಪಡಿಸುತ್ತದೆ.

5. ಅಧ್ಯಯನ, ಯಜನ (ತನಗಾಗಿ ಯಜ್ಞಾದಿಗಳನ್ನು ಮಾಡುವುದು), ಯಾಜನ (ಇತರರಿಗಾಗಿ ಯಜ್ಞಾದಿಗಳನ್ನು ಮಾಡುವುದು), ದಾನ, ಪ್ರತಿಗ್ರಹ (ದಾನ ನೀಡುವುದು, ಸ್ವೀಕರಿಸುವುದು) ಬ್ರಾಹ್ಮಣರ ಧರ್ಮಗಳು.

6. ಅಧ್ಯಯನ, ಯಜನ, ದಾನ ಶಸ್ತ್ರಧಾರಣೆ, ಪರರಕ್ಷಣೆಗಳು ಕ್ಷತ್ರಿಯರ ಧರ್ಮಗಳು.

7. ಅಧ್ಯಯನ, ಯಜನ, ದಾನ, ಕೃಷಿ, ಪಶುಪಾಲನೆ, ವ್ಯಾಪಾರಗಳು ವೈಶ್ಯರ ಧರ್ಮಗಳು.

8. ಮೇಲಿನ ಮೂರು ವರ್ಣಗಳ ಸೇವೆ, ದೈಹಿಕ ಶ್ರಮವನ್ನು ಬೇಡುವ ಕೆಲಸ, ಕುಶಲ ಕರ್ಮಿಯಾಗುವುದು, ಕಲೆ. ಇವು ಶೂದ್ರರ ಧರ್ಮಗಳು.

9. ಸ್ವಧರ್ಮವನ್ನು ಪಾಲಿಸುವುದು, ಸಜಾತಿ, ಆದರೆ ಗೋತ್ರದ ಆಚೆ, ವಿವಾಹವಾಗುವುದು, ಋತುಮತಿಯಾದ ಹೆಂಡತಿಯಿಂದ ದೂರವಿರುವುದು, ದೇವತೆಗಳನ್ನು, ಪಿತೃಗಳನ್ನು, ಅತಿಥಿಗಳನ್ನು ಪೂಜಿಸುವುದು, ಸೇವಕರಿಗೆ ಕೊಡುಗೆಗಳನ್ನು ನೀಡುವುದು, ಇತರರ ಭೋಜನದ ನಂತರ ಭುಜಿಸುವುದು (ಶೇಷಭೋಜನ) ಇವುಗಳು ಗೃಹಸ್ಥನ ಧರ್ಮಗಳು.

. . .

13. ಅಹಿಂಸೆ, ಸತ್ಯ, ನೇರ ನಡವಳಿಕೆ, ದಯೆ, ಕ್ಷಮೆ – ಇವು ಎಲ್ಲರ ಧರ್ಮಗಳು

14. ಸ್ವಧರ್ಮವನ್ನು ಪಾಲಿಸುವುದೇ ಅಮಿತಾನಂದಕಾರಿ.

ಉಧೃತ 3.3
ಬುದ್ಧನ ಜನ್ಮಸ್ಥಾನಕ್ಕೆ ಯಾತ್ರೆ:

ಅಶೋಕನ ಸ್ತಂಭಶಾಸನ (ರುಮ್ಮಿಂಡೈ ಬಳಿ)

ರಾಜನಾದ ದೇವನಾಂಪಿಯ ಪಿಯದಸಿ ತನ್ನ ಆಡಳಿತದ ಅವಧಿಯ 20ನೆಯ ವರ್ಷದಲ್ಲಿ ಶಾಕ್ಯಮುನಿಯಾದ ಬುದ್ಧನ ಜನ್ಮ ಸ್ಥಾನಕ್ಕೆ ಬಂದು ಪೂಜೆ ಸಲ್ಲಿಸಿದನು. ಒಂದು ದೊಡ್ಡ ಗೋಡೆಯನ್ನು ನಿರ್ಮಿಸಿ, ಈ ಶಾಸನವನ್ನು ಬರೆಯಿಸಿ, ಲುಂಬಿನಿಯ ಜನರು ಯಾವುದೇ ತೆರಿಗೆಯನ್ನು ಕಟ್ಟಬೇಕಾಗಿಲ್ಲವೆಂದೂ, ಬೆಳೆಯ ಎಂಟನೆಯ ಒಂದು ಭಾಗವನ್ನು ಮಾತ್ರ ರಾಜನಿಗೆ ಸಲ್ಲಿಸಿದರೆ ಸಾಕು ಎಂದು ಆಜ್ಞೆ ಮಾಡಿದನು.

ಟಿಪ್ಪಣಿ 3.1
ಅಶೋಕನ ಪ್ರಾಕೃತದ ಪ್ರಭೇದಗಳು

ಅಶೋಕನ ಶಾಸನಗಳು ಅವನ ರಾಜ್ಯದ ವಿವಿಧ ಪ್ರದೇಶಗಳಲ್ಲಿ ವಿಸ್ತಾರವಾಗಿ ಹರಡಿವೆ. ಆಯಾ ಪ್ರದೇಶಗಳ ಭಾಷೆಗಳನ್ನು, ಭಾಷಾ ಪ್ರಭೇದಗಳನ್ನು ಬಳಸುವುದರ ಮೂಲಕ ಪ್ರಾಕೃತದ ವಿವಿಧ ರೂಪಗಳ ಬಗ್ಗೆ ಮಾಹಿತಿಯ ಆಕರಗಳಾಗಿವೆ. ಇ.ಹಲ್ಜ್, ಆರ್.ಬಸಕ್, ಡಿ.ಸಿ.ಸರ್ಕಾರ್ ಮತ್ತು ಇತರ ವಿದ್ವಾಂಸರು ಈ ಎಲ್ಲ ಪ್ರಭೇದಗಳನ್ನು ಅಧ್ಯಯನ ಮಾಡಿ ಪಟ್ಟಿ ಮಾಡಿ ಅವುಗಳ ನಡುವಿನ ಹೋಲಿಕೆಗಳು ಹಾಗೂ ವ್ಯತ್ಯಾಸಗಳನ್ನು ಗುರುತಿಸಿದ್ದಾರೆ. ಈ ಎಲ್ಲ ಶಾಸನಗಳಲ್ಲಿಯೂ ಪ್ರಯೋಗಿಸಲಾಗಿರುವುದು ಆ ಕಾಲದ ಪ್ರಾಕೃತ. ಅವುಗಳಲ್ಲಿನ ವಾಕ್ಯರಚನೆ ಮತ್ತು (ಕೆಲವು ಅಪವಾದಗಳನ್ನು ಬಿಟ್ಟು) ಪದಗಳು ಏಕರೂಪವಾಗಿವೆ. ಆದರೆ ಕಾಗುಣಿತ ಮತ್ತು ವ್ಯಾಕರಣ – ಇವುಗಳಲ್ಲಿ ವ್ಯಾತ್ಯಾಸಗಳಿವೆ. ಹಾಗಾಗಿಯೇ ಪ್ರಾದೇಶಿಕ ವೈವಿಧ್ಯತೆಗಳ ಆ 'ಒಂದು ಭಾಷೆ'ಗಿಂತಲೂ ಭಾಷಾ ಪ್ರಭೇದಗಳಿಗೇ ಒತ್ತು ಕೊಡಬೇಕು. ಸಂಸ್ಕೃತದಲ್ಲಿ ಹೇರಳವಾಗಿ ಬಳಕೆಯಾಗುವ ಸಂಯುಕ್ತಾಕ್ಷರಗಳನ್ನು ಈ ಭಾಷಾ ಪ್ರಭೇದಗಳಲ್ಲಿ ಕಾಣಲಾಗುವುದಿಲ್ಲ. ಪ್ರಭೇದ 'ಅ' ಮತ್ತು ಪ್ರಭೇದ 'ಆ' ಈ ಮಾತಿಗೆ ಉದಾಹರಣೆಗಳು. ಪ್ರಭೇದ 'ಇ' ಮತ್ತು 'ಈ'ಗಳಲ್ಲಿ ಸಂಯುಕ್ತಾಕ್ಷರಗಳು ಹೆಚ್ಚು ಕಂಡುಬರುತ್ತವೆ.

ಪ್ರಭೇದ 'ಅ'ವನ್ನು ಮಾಗಧಿ ಎಂದೂ ಕರೆಯಲಾಗಿದೆ. ಅದು ರಾಜ್ಯದ ಅಧಿಕೃತ ಭಾಷಾ ಪ್ರಭೇದವಾಗಿತ್ತು. ಪಾಟಲಿಪುತ್ರದಿಂದ ಹೊರಡಿಸಲಾಗುತ್ತಿದ್ದ ಎಲ್ಲ ಆದೇಶಗಳು, ಶಾಸನಗಳ ಪಠ್ಯಗಳಲ್ಲಿಯೂ ಆ ಭಾಷೆಯೇ ಉಪಯೋಗಿಸಲಾಗಿದೆ. ಗಂಗಾ ನದಿಯ ಪಾತ್ರ ಮತ್ತು ಒರಿಸ್ಸಾದಲ್ಲಿ ದೊರೆತ ಶಾಸನಗಳಲ್ಲಿ ಈ ಪ್ರಭೇದವನ್ನೇ ಬಳಸಲಾಗಿದೆ. ಉತ್ತರ ಪ್ರದೇಶ ಮತ್ತು ಬಿಹಾರಿನಲ್ಲಿ ದೊರೆತ ಒಂದರಿಂದ ನಾಲ್ಕನೆಯ ಸ್ತಂಭ ಶಾಸನಗಳಲ್ಲಿನ ಪಠ್ಯಗಳನ್ನು ಗಮನಿಸಿದರೆ ಕಾಗುಣಿತ ಮತ್ತು ವ್ಯಾಕರಣಗಳ ಒಂದು ಪ್ರಾಮಾಣೀಕೃತ ರೂಪ ಕಂಡು ಬರುತ್ತದೆ. ಆಡಳಿತದಲ್ಲಿ ಈ ಪ್ರಮಾಣಿಕೃತ ಭಾಷೆಯನ್ನೇ ಬಳಸಲಾಗುತ್ತಿತ್ತು. ಪ್ರಭೇದ 'ಅ' ಕೆಲವು ವಿಶಿಷ್ಟ ಲಕ್ಷಣಗಳನ್ನು ಹೊಂದಿದೆ: 1) ಸಂಯುಕ್ತಾಕ್ಷರಗಳು (ಉದಾ: ಕ್ಷ, ಮ್ಲ, ಪ್ರ, ರ್ಮ, ಸ್ಟ) ಅಪರೂಪ, ಪ್ರಜಾ–ಪಜಾ, ಕ್ಷ–ಖಗಳಲ್ಲಿ ಕಾಣುವಂತೆ ಶಬ್ದಗಳನ್ನು ಲುಪ್ತವಾಗಿಸುವ ಅಥವಾ ಮಹಾಪ್ರಾಣಗಳನ್ನು ಬಳಸುವ ಪದ್ಧತಿ ಇದೆ. 2) ದೀರ್ಘಸ್ವರಗಳನ್ನು ಹ್ರಸ್ವಗೊಳಿಸುವುದು ('ರಾಜಾ'ನ ಬದಲಿಗೆ 'ಲಾಜ'), 3) 'ರ' ದ ಬದಲಿಗೆ 'ಲ' (ಲಾಜ) 4) 'ಸ,' 'ಶ', 'ಷ' – ಎಲ್ಲ ಶಬ್ದಗಳಿಗೂ 'ಸ' ಎಂಬ ಊಷ್ಮಧ್ವನಿಯನ್ನೇ ಬಳಸುವುದು, 5) ಸಂಸ್ಕೃತದ 'ಣ' ಮತ್ತು 'ಜ್ಞ'ಗಳ ಬದಲಿಗೆ 'ನ' ಎಂಬ ಒಂದೇ ಅನುನಾಸಿಕಾಕ್ಷರ, 6) ಸಂಸ್ಕೃತದ 'ಏವಂ' ನ ಬದಲಿಗೆ 'ಹೇವಂ' ನಲ್ಲಿಯಂತೆ ಸ್ವರದ ಜಾಗದಲ್ಲಿ 'ಹ' ಕಾರ, 7) ಪುಂಲಿಂಗ ಹಾಗೂ ಬಹುವಚನ ರೂಪಗಳಲ್ಲಿ 'ಎ' ಯ ಬಳಕೆ.

ಮೇಲೆ ವಿವರಿಸಲಾದ ಈ ಭಾಷಾ ಪ್ರಭೇದದ ರೂಪವನ್ನು ಸಾಂಚಿಯಲ್ಲಿನ ತ್ರುಟಿತ ಶಾಸನವನ್ನು ಹೊರತು ಪಡಿಸಿ, ಎಲ್ಲ ಸ್ತಂಭ ಶಾಸನಗಳು ಹಾಗೂ ಶಿಲಾಶಾಸನಗಳಲ್ಲಿ

ಬಹಾಪುರ (ದೆಹಲಿ), ಬೈರಾಟ್, ಅಹ್ರೌರಾ ಮತ್ತು ಸಹಸ್ರಂಗಳಲ್ಲಿನ ಒಂದನೆಯ ಗೌಣಶಿಲಾ ಶಾಸನ, ಬೈರಾಟ್‌ನ ಶಿಲಾಶಾಸನ, ಬರಾಬರ್ ಹಾಗೂ ನಾಗಾರ್ಜುನ ಗುಹಾಶಾಸನಗಳು – ಕಾಣಬಹುದು. ಉತ್ತರಾಖಂಡ್‌ನಲ್ಲಿನ ಕಲ್ಲಿನ ಶಿಲಾಶಾಸನಗಳು (ಪ್ರಭೇದ ಅ) ಮತ್ತು ಧೌಲಿ ಹಾಗೂ ಜೌಗಾಢ್(ಒರಿಸ್ಸಾ– ಪ್ರಭೇದ ಅ^{2})ಗಳ ನಡುವೆ ಕೆಲವು ವ್ಯತ್ಯಾಸಗಳು ಕಾಣುತ್ತವೆ. ಎರ್ರಗುಡಿ ಮತ್ತು ಸನ್ನತಿಗಳಲ್ಲಿ ಶಿಲಾಶಾಸನಗಳ ಆವೃತ್ತಿಗಳಲ್ಲಿ ಪ್ರಮಾಣೀಕೃತ ಪ್ರಭೇಧ 'ಅ' ಮಾತ್ರ ಕಾಣುತ್ತದೆ. ಆಂಧ್ರದ ದಕ್ಷಿಣ ಭಾಗ ಮತ್ತು ಕರ್ನಾಟಕದ ಉತ್ತರ ಭಾಗಗಳಲ್ಲಿ ಬೇರೆ ಬೇರೆಯಾಗಿ ಕಂಡು ಬಂದರೂ ಇವುಗಳ ನಡುವೆ ಅಸಾಮ್ಯತೆ ಇದೆ. ಇದೇ ಪ್ರಭೇದವೇ ಮಹಾಸ್ಥಾನ, ಸೋಗೌರಾ, ಪಿಪ್ರಾಹಾವ ಮತ್ತು ಜೋಗಿಮಾರಗಳಲ್ಲಿನ ಶಾಸನಗಳಲ್ಲಿಯೂ ಕಾಣುತ್ತದೆ.

ಉಜ್ಜಯಿನಿ ಅಥವಾ ಅವಂತಿ ಪ್ರಭೇದವೆಂದು ಕರೆಯಬಹುದಾದ ಪ್ರಭೇದ 'ಆ', ಮಧ್ಯ ಹಾಗೂ ದಕ್ಷಿಣ ಭಾರತಗಳಲ್ಲಿನ ಶಾಸನಗಳಲ್ಲಿ ನೋಡಬಹುದು. ಅದರ ಪ್ರಮಾಣೀಕೃತ ರೂಪದಲ್ಲಿ 'ಆ' ಪ್ರಭೇದವು 'ಅ' ದಂತೆಯೇ ಇದೆ. ಆದರೆ ಇದರಲ್ಲಿ 'ಆ' 'ರ' ಮತ್ತು 'ಲ' ಎರಡೂ ಬಳಕೆಯಲ್ಲಿವೆ. ಅಂದರೆ ಇದು ಸಂಸ್ಕೃತಕ್ಕೆ ಹೆಚ್ಚು ಹತ್ತಿರವಿದೆ ಎನ್ನಬಹುದು. ಆದರೆ 'ಲ' ಜಾಗದಲ್ಲಿ 'ರ'ವನ್ನು ಬಳಸಿರುವ ಉದಾಹರಣೆಯು ಸೋಪಾರಾದಲ್ಲಿ ಸಿಗುತ್ತದೆ. ಒಂದನೆಯ ಗೌಣಶಿಲಾಶಾಸನದ ರೂಪನಾಥ, ಗುಜ್ಜಾರ ಮತ್ತು ಪಂಗುರಾರಿಯಾಗಳ ಆವೃತ್ತಿಗಳಲ್ಲಿ ಮತ್ತು ಶಿಲಾಶಾಸನದ ಸೋಪಾರಾ ಆವೃತ್ತಿಯಲ್ಲಿ ಮತ್ತು ಸಾಂಚಿ ಸ್ತಂಭಶಾಸನದಲ್ಲಿಯೂ ಪ್ರಮಾಣೀಕೃತ ಪ್ರಭೇದ 'ಆ'ವನ್ನೇ ನೋಡುತ್ತೇವೆ. ದಕ್ಷಿಣದಲ್ಲಿ ಕರ್ನಾಟಕದ ಸನ್ನತಿಯ ಬಳಿಯ ಪ್ರತ್ಯೇಕ ಶಿಲಾಶಾಸನ ಮತ್ತು ಎರ್ರಗುಡಿಯಲ್ಲಿನ ಗೌಣ ಶಿಲಾಶಾಸನಗಳಲ್ಲಿಯೂ ಪ್ರಭೇದ 'ಆ' ಕಂಡುಬರುತ್ತದೆ. ಆದರೆ ಕರ್ನಾಟಕದ ಇತರ ಪ್ರದೇಶಗಳಲ್ಲಿ ದೊರೆಯುವ ಗೌಣಶಿಲಾಶಾಸನಗಳಲ್ಲಿ ಕೆಲವು ಕಡೆಯಾದರೂ 'ಷ' ಮತ್ತು 'ಣ'ಗಳು ಕಾಣುತ್ತವಾದ್ದರಿಂದ ಅಲ್ಲಿನ ಪ್ರಭೇದವನ್ನು ಉಪಪ್ರಭೇದ 'ಆ^{1}' ಎಂದು ಕರೆಯಬಹುದು.

ಪ್ರಭೇದ 'ಇ' ಅಥವಾ ಪಶ್ಚಿಮದ ಪ್ರಭೇದ ಗುಜರಾತ್‌ನ ಗಿರ್ನಾರಿನಲ್ಲಿ ದೊರೆತ ಶಿಲಾಶಾಸನದಲ್ಲಿ ಬಳಕೆಯಾಗಿದೆ. ಈ ಪ್ರಭೇದವು, ಪ್ರಭೇದ 'ಆ'ನಂತೆಯೇ ಇದ್ದರೂ (ಎರಡರಲ್ಲಿಯೂ 'ರ'ಕಾರದ ಬಳಕೆ ಹೇರಳವಾಗಿದೆ), ತನ್ನದೇ ಆದ ಕೆಲವು ವಿಶಿಷ್ಟ ಲಕ್ಷಣಗಳನ್ನು ಹೊಂದಿದೆ. ಒಂದು ಉದಾಹರಣೆ ಎಂದರೆ ಸಂಯುಕ್ತಾಕ್ಷರಗಳು ಪ್ರಭೇದ 'ಇ'ನಲ್ಲಿ ಹೆಚ್ಚು. 'ಪಿಯದಸಿ'ಗೆ ಬದಲಾಗಿ 'ಪ್ರಿಯದಸಿ' ಎಂದು ಬರೆಯಲಾಗಿದೆ. ಸಂಸ್ಕೃತದ 'ಕ್ತ' ಮತ್ತು 'ಕ್ಷ'ಗಳ ಜಾಗದಲ್ಲಿ 'ಛ' ಅಥವಾ ಕೆಲವು ಬಾರಿ ಮಾತ್ರ 'ಖ' ಇದೆ. 'ರಾಜಾ'ನಲ್ಲಿಯಂತೆ ದೀರ್ಘಸ್ವರವೂ ಇದೆ; 'ಣ' ಮತ್ತು 'ಜ್ಞ' ಎರಡೂ ಬಳಕೆಯಾಗಿವೆ. 'ಅ' ಹಾಗೂ 'ಆ' ಪ್ರಭೇದಗಳಲ್ಲಿನ 'ಹೇವಂ'ನ ಜಾಗದಲ್ಲಿ 'ಏವಂ' ಎಂದು ಬರೆಯಲಾಗಿದೆ. 'ಎ' ವಿಭಕ್ತಿ ಪ್ರತ್ಯಯದ ಜಾಗದಲ್ಲಿ '–ಒ/–ಅಂ' ಗಳು ಕಾಣಿಸಿಕೊಳ್ಳುತ್ತವೆ. ವಿಭಕ್ತಿ ಬದಲಾಗುವುದರಿಂದ ಕೆಲವು ಪದಗಳೂ ತಮ್ಮ ರೂಪವನ್ನೇ

ಬದಲಾಯಿಸಿಕೊಳ್ಳುತ್ತವೆ. ಉದಾ: ಪ್ರಭೇದ 'ಆ'ದಲ್ಲಿ 'ರಾಜಿನೆ' ಅಂತ ಇದ್ದದ್ದು ಗಿರ್ನಾರಿನ ಶಾಸನದಲ್ಲಿ 'ರಾಣೋ' ಎಂದಾಗುತ್ತದೆ.

ವಾಯುವ್ಯ ಗಡಿಭಾಗದಲ್ಲಿನ ಷಾಬಾಜ್‌ಗಿರಿ ಮತ್ತು ಮನ್ಸೇರಾದಲ್ಲಿನ ಹದಿನಾಲ್ಕು ಶಿಲಾಶಾಸನಗಳಲ್ಲಿ ಎರಡರಲ್ಲಿ ಕಾಣುವುದು ಖರೋಷ್ಠಿ ಲಿಪಿ. ಇದನ್ನು ಪ್ರಭೇದ 'ಈ' ಎನ್ನಬಹುದು. ಇದರ ಮೂಲಕ ಗಾಂಧಾರಿಯ ಆರಂಭಿಕ ರೂಪವನ್ನು ತಿಳಿಯಬಹುದು. ಮನ್ಸೆರಾ ಶಾಸನದಲ್ಲಿ ಪ್ರಭೇದ 'ಆ'ದ ಲಕ್ಷಣಗಳು ಹೆಚ್ಚಾಗಿವೆ. ಹಾಗಾಗಿ ಷಾಬಾಜ್‌ಗರಿ ಶಾಸನವೇ ಪ್ರಭೇದ 'ಈ'ಗೆ ಸೂಕ್ತ ಉದಾಹರಣೆ. ಇದರಲ್ಲಿ ದೀರ್ಘ ಸ್ವರಗಳಾಗಲಿ 'ಐ' ಮತ್ತು 'ಔ' ಆಗಲಿ ಇಲ್ಲ. ಆದರೆ ಅರಮಿಕ್ ಲಿಪಿಯಲ್ಲಿದ್ದ ಹಾಗೆ, ಅಗತ್ಯವಿದ್ದಲ್ಲಿ ಸಂದರ್ಭವನ್ನು ಸರಿಸಿ ಈ ಸ್ವರಗಳನ್ನೂ ಬಳಸಬಹುದು. ಪ್ರಭೇದ 'ಇ'ಯಲ್ಲಿಗಿಂತಲೂ ಹೆಚ್ಚಾಗಿ ಸಂಯುಕ್ತಾಕ್ಷರಗಳು ಈ ಪ್ರಭೇದದಲ್ಲಿವೆ; ಆ ಮೂಲಕ ಇದು ಸಂಸ್ಕೃತಕ್ಕೆ ಹೆಚ್ಚು ಸಮೀಪವೆನಿಸಿಕೊಳ್ಳುತ್ತದೆ. ಸಂಸ್ಕೃತದ 'ಧರ್ಮ', ಪ್ರಾಕೃತದ 'ಧಮ್ಮ' – ಇವುಗಳ ಜಾಗದಲ್ಲಿ 'ಧ್ರಮ' ಎಂದು ಬಳಸಲಾಗಿದೆ. ಈ ಲಿಪಿಯ 'ಪ್ರಿಯದ್ರಹಿ' ಸಂಸ್ಕೃತದ 'ಪ್ರಿಯದರ್ಶಿನ್'ಗೆ, 'ಅ' ಮತ್ತು 'ಆ' ಪ್ರಭೇದಗಳ 'ಪಿಯದಸಿ'ಗಿಂತಲೂ ಹತ್ತಿರ. 'ರ', 'ಣ', 'ಞ', 'ಶ' ಮತ್ತು 'ಷ'ಗಳು ಈ ಪ್ರಭೇದದ ಮುಖ್ಯ ಶಬ್ದಗಳೇ ಆಗಿವೆ. 'ಏವಂ' ಎನ್ನುವಲ್ಲಿ 'ಹ'ಕಾರ ಬೆರೆಸಿ 'ಹೇವಂ' ಎನ್ನುವ ಪದ್ಧತಿ ಇಲ್ಲ. ಪ್ರಭೇದ 'ಇ' ನಲ್ಲಿದ್ದಂತೆ ಪ್ರಥಮಾ ವಿಭಕ್ತಿಯಲ್ಲಿ ಪುಂಲಿಂಗ ಹಾಗೂ ನಪುಂಸಕ ಲಿಂಗಗಳ ಪದಗಳನ್ನು ಬಳಸಿದಾಗ '–ಒ' ಮತ್ತು '–ಅಂ'(ಪ್ರಭೇದ 'ಅ' ಮತ್ತು 'ಆ' ನಲ್ಲಿನ ಏಕರೂಪದ '–ಎ' ಅಲ್ಲ)ಗಳು ವಿಭಕ್ತಿ ಪ್ರತ್ಯಯಗಳಾಗಿ ಪದಗಳ ತುದಿಯಲ್ಲಿ ಸೇರಿಕೊಳ್ಳುತ್ತದೆ.

ಮೂರನೆಯ ಅಧ್ಯಾಯದಲ್ಲಿ (3.4) ಅಶೋಕನ ಪ್ರಾಕೃತದ ಬಗೆಗಿನ ವಿವರಗಳನ್ನು ಅರ್ಥಮಾಡಿಕೊಳ್ಳುವಲ್ಲಿ ಈ ಮೇಲಿನ ಮಾಹಿತಿ ಸಹಾಯಕವಾಗುತ್ತದೆ.

ಟಿಪ್ಪಣಿ 3.2

ಉಪಯುಕ್ತ ಕೃತಿಗಳು:

ಒಂದನೆಯ ಮತ್ತು ಎರಡನೆಯ ಅಧ್ಯಾಯಗಳ ಸಂದರ್ಭದಲ್ಲಿ ಉಲ್ಲೇಖಿಸಲಾದ ಗ್ರಂಥಗಳಲ್ಲಿ ಹಲವು ಈ ಅಧ್ಯಾಯದ ಸಂದರ್ಭಕ್ಕೂ ಅನ್ವಯವಾಗುತ್ತವೆ.

1. John Marshall - *Taxila : An Illustrated Account of Archaeological Excavations* - 3 volumes (Cambridge - 1951) - ಮೌರ್ಯರ ಕಾಲದ ಕೈ ವಸ್ತುಗಳ ವಿವರಗಳು ಲಭ್ಯವಾಗುವ ಕೃತಿ. ಭೀರ್‌ದಿಬ್ಬದ ಬಳಿ ದೊರೆತ ಆಧಾರಗಳಿಗಾಗಿಯೂ ಈ ಕೃತಿಯನ್ನು ನೋಡಬಹುದು.

2. R.C.Ganr - *Excavations at Atranjikhera* (Delhi, 1983) and G.R. Sharma, *The Excavations at Kaushaambee, 1957-59* (Allahabad, 1960) ಮೊದಲನೆಯ ಗ್ರಂಥದಲ್ಲಿ ಮೌರ್ಯರ ಕಾಲದ ಕೈವಸ್ತುಗಳ ವಿವರಗಳು (ಚಿತ್ರಗಳ ಸಹಿತ) ಸಿಗುತ್ತವೆ.

ಎರಡನೆಯ ಕೃತಿಯಲ್ಲಿ ಕಾಲಾನುಕ್ರಮಣಿಕೆ ಸಮಸ್ಯಾತ್ಮಕವಾದರೂ, ಉತ್ಖನನಗಳ ಬಗ್ಗೆ ಅಗತ್ಯ ಮಾಹಿತಿ ಲಭ್ಯವಿದೆ.

3. Ram Sharan Sharma - *Shoodras in Ancient India* (Delhi, 1958), and Suvira Jaiswal, *Caste: Origin, Function and Dimenstions of Change* (New Delhi, 1998) ಈ ಎರಡು ಗ್ರಂಥಗಳು ಜಾತಿಯ ಬಗ್ಗೆ ಚಾರಿತ್ರಿಕ ಹಿನ್ನೆಲೆಯನ್ನು ಒದಗಿಸುತ್ತವೆ. Devraj Chanrana - *Slavery in Ancient India* (New Delhi, 1960) – ಪ್ರಾಚೀನ ಭಾರತದಲ್ಲಿನ ಗುಲಾಮ ವ್ಯವಸ್ಥೆಯನ್ನು ಅರ್ಥಮಾಡಿಕೊಳ್ಳಲು ಈ ಗ್ರಂಥವನ್ನು ಬಳಸಬಹುದು.

4. V.S.Agrawala - *India as Known to Paanini* (Lucknow, 1953) ಈ ಗ್ರಂಥದಲ್ಲಿ ಮೌರ್ಯರು ಆಳುತ್ತಿದ್ದಾಗಿನ ಸಮಯದಲ್ಲಿನ ಸಾಮಾಜಿಕ, ಆರ್ಥಿಕ, ಸಾಂಸ್ಕೃತಿಕ ಪರಿಸ್ಥಿತಿಗಳ ವಿವರಗಳನ್ನು ಕಾಣಬಹುದು.

5. *Ashtadhyaayee* - tr. by Srisa Chandra Vasu (First published, 1891-93) - ಈಗ ಅದು ಎರಡು ಸಂಪುಟಗಳಾಗಿ ಪ್ರಕಟಗೊಂಡಿದೆ (Delhi 1990)

6. ಟಿಪ್ಪಣಿ 2.2ರಲ್ಲಿ ಉಲ್ಲೇಖಿತವಾಗಿರುವ ಎಲ್ಲ ಕೃತಿಗಳೂ ಬೌದ್ಧ ಧರ್ಮಕ್ಕೆ ಸಂಬಂಧಿಸಿದ ವಿಷಯದ ಕುರಿತಾದವೇ. *Theravada Buddhism* (London, 1988) ಲೇಖಕರು - Richard F. Gomrich, ಈ ಕೃತಿಯನ್ನು ಇಲ್ಲಿ ಉದಹರಿಸಬಹುದು.

7. A.L.Bhasham - *History and Doctrines of the Aajeevikas* (London, 1951; Indian reprint, Delhi) – ಆಜೀವಿಕಗಳ ಬಗೆಗಿನ ಒಂದು ಉತ್ತಮ ಕೃತಿ.

8. Suvira Jaiswal - *The Origin and Development of Vaishnavism* (Delhi, 1967) – ವೈಷ್ಣವ ಮತದ ಕುರಿತಾದ ಮಾಹಿತಿಗೆ ನೋಡಬಹುದಾದ ಗ್ರಂಥ.

9. Maurice Winternitz - *History of Indian Literature,* Vol. I (Calcutta, 1927) and Vol.II (Delhi 1983), Vol. III Part-2 (Delhi 1987) ಮೊದಲನೆಯ ಸಂಪುಟ ವೈದಿಕ ಸಾಹಿತ್ಯ ಮತ್ತು ಪುರಾಣಗಳ ಬಗ್ಗೆ ತಿಳಿಸಿದರೆ ಎರಡನೆಯ ಸಂಪುಟ ಬೌದ್ಧ, ಜೈನ ಸಾಹಿತ್ಯದ ಕುರಿತಾಗಿದೆ. ಮೂರನೆಯ ಸಂಪುಟದಲ್ಲಿ ಪಾಣಿನಿ ಮತ್ತು ಪತಂಜಲಿಯರ ನಡುವಿನ ಅವಧಿಯಲ್ಲಿ ಸಂಸ್ಕೃತ ವ್ಯಾಕರಣದ ಬೆಳವಣಿಗೆ ಚರ್ಚಿತವಾಗಿದೆ.

10. Hartmut Scharfe - *Grammatrial Literature* (Wiesbaden, 1977) ಸಹ ಸಂಸ್ಕೃತ ವ್ಯಾಕರಣದ ಕುರಿತಾದ ಮತ್ತೊಂದು ಉಪಯುಕ್ತ ಗ್ರಂಥ.

11. A. Berriedale Kecith - *A History of Sanskrit Literature* (Oxford 1928) – ಪಾಣಿನಿಯನ್ನು ಮೊದಲುಗೊಂಡು ಪ್ರಾಚೀನ ಸಂಸ್ಕೃತ ಸಾಹಿತಿಗಳೆಲ್ಲರ ವಿವರಗಳನ್ನು ನೀಡುವ ವಿಶ್ವಾಸಾರ್ಹ ಕೃತಿ.

12. Niharranjan Ray - *Maurya and Post -Mauryan Art* (New Delhi, 1976) ಈ ಗ್ರಂಥವು ಪ್ರಾಚೀನ ಕಾಲದ ಭಾರತೀಯ ಕಲೆಗಳ ವಿವರಗಳನ್ನು ಒದಗಿಸುತ್ತದೆ.

13. S.P.Gupta - *The Roots of Indian Art* (Delhi 1980) – ಮೌರ್ಯರ ಕಾಲದ ಕಲೆಯ ಬಗೆಗೆ ವಿಸ್ತಾರವಾದ ಆಧಾರಗಳನ್ನು ಸಂಗ್ರಹಿಸಿಟ್ಟಿರುವ ಕೃತಿ.

14. A Cunnigham - *The Stupa of Bharhut* (Calcutta, 1879; reprinted Varanasi, 1962) and Benimadhab Barua - *Barhut*, 3 volumes (Calcutta, 1934, 1936, 1937) ಬೌದ್ಧ ಧರ್ಮ ಮತ್ತು ಮೌರ್ಯರ ಕಾಲದ ಜೀವನದ ವಿವಿಧ ಅಂಶಗಳ ಮೇಲೆ ಬೆಳಕು ಚೆಲ್ಲುವ ಬಾರ್ಹಟ್‌ನ ಶಿಲ್ಪಗಳನ್ನು ವಿಶ್ಲೇಷಿಸುವ ಗ್ರಂಥಗಳು.

15. John Marshall, Alfred Foucher and N.G.Majumdar - *The Monuments of Sanchi*, 3 Volumes (Delhi, 1940, reprinted Delhi 1982) – ಸಾಂಚಿಯ ಶಿಲ್ಪಗಳ ಕುರಿತ ಮಾಹಿತಿಗಾಗಿ ನೋಡಬಹುದಾದ ಕೃತಿ.

ಮೌರ್ಯರ ಕಾಲದ ಭಾರತ

ಪ್ರಕಟಣೆಗಳು

ಚರಿತ್ರೆ

ಪುರಾಣ ಮತ್ತು ವಾಸ್ತವ
ಲೇ: ಡಿ.ಡಿ.ಕೊಸಾಂಬಿ ಅನು: ಟಿ.ಎಸ್.ವೇಣುಗೋಪಾಲ ಮತ್ತು ಶೈಲಜಾ   ರೂ.150

ಕನ್ನಡದೊಳ್ ಭಾವಿಸಿದ ಜನಪದಂ
ಸಂ: ವಸು ಎಂ.ವಿ.   ರೂ.375

ಪ್ರಾಚೀನ ಭಾರತದ ಸಂಸ್ಕೃತಿ ಮತ್ತು ನಾಗರಿಕತೆ – ಚಾರಿತ್ರಿಕ ರೂಪುರೇಷೆ
ಲೇ: ಡಿ.ಡಿ.ಕೊಸಾಂಬಿ ಅನು: ಟಿ.ಎಸ್.ವೇಣುಗೋಪಾಲ ಮತ್ತು ಶೈಲಜಾ   ರೂ.250

ದೇವದುರ್ಗ ಚಾರಿತ್ರಿಕ ಅಧ್ಯಯನ
ಲೇ:ಅಮರೇಶ ಆಲ್ಕೋಡ   ರೂ.125

ವಾಸ್ತವದ ಒಡಕುಗಳು ಇತಿಹಾಸದ ತೊಡಕುಗಳು
ಬಾರ್ಕೂರು ಉದಯ   ರೂ.200

ವಿಶ್ಲೇಷಣೆಗಳು

ಭಾರತದಲ್ಲಿ ಶಿಕ್ಷಣ ಸವಾಲು ಸಾಧ್ಯತೆ
ಲೇಖಕರು: ರೊಮಿಲಾ ಥಾಪರ್, ಇರ್ಫಾನ್ ಹಬೀಬ್, ಪ್ರಭಾತ್ ಪಟ್ನಾಯಕ್,
ಸಿ.ಪಿ.ಚಂದ್ರ ಶೇಖರ್, ಕೆ.ಎಂ. ಶೀಮಾಲಿ, ಶಮೀಮ್ ಅಖ್ತರ್, ಅರ್ಜುನ್ ದೇವ್,
ವಿಜೇಂದ್ರ ಶರ್ಮ, ಅನುಭೂತಿ ಮೌರ್ಯ;
ಅನುವಾದ: ಆರ್. ಪಿ. ಹೆಗಡೆ   ರೂ.60

ಪರಿಸರ ಸ್ನೇಹಿ ಕೃಷಿ ಕ್ಯೂಬಾ ಮಾದರಿ
ಲೇಖಕರು : ಜೈಕುಮಾರ್   ರೂ.20

ನೆಲದ ಪಿಸುಮಾತು
ಲೇಖಕರು: ನೀಲಾ ಕೆ   ರೂ.60

ಬಿತ್ತಿದ್ದೀರಿ... ಅದಕ್ಕೆ ಅಳುತ್ತೀರಿ..
ಲೇಖಕರು: ಪಿ.ಸಾಯಿನಾಥ್, ಅನುವಾದ: ಟಿಎಲ್.ಕೃಷ್ಣೇಗೌಡ   ರೂ.100

ಹಸಿವಿನ ಸಾಮ್ರಾಜ್ಯಕ್ಕೆ ಕೊನೆಯೆಂತು?
ಲೇಖಕರು: ವಸಂತರಾಜ ಎನ್.ಕೆ.   ರೂ.100

ಅಂಬೇಡ್ಕರೋತ್ತರ ದಲಿತ ಸಂಘರ್ಷ ದಾರಿ–ದಿಕ್ಕು
ಡಾ. ಆನಂದ ತೇಲ್ತುಂಬ್ಡೆ, ಅನು: ರಾಹು ರೂ.100

ಹಿಂದುತ್ವ ಮತ್ತು ದಲಿತರು ಕೋಮುವಾದಿ – ರಾಜಕಾರಣ ಒಂದು ತಾತ್ವಿಕ ಪರಾಮರ್ಶೆ
ಸಂ: ಡಾ. ಆನಂದ ತೇಲ್‌ತುಂಬ್ಡೆ, ಅನು. ಸಂ: ಪ್ರೊ. ಬಿ. ಗಂಗಾಧರಮೂರ್ತಿ ರೂ.120

ಅಳುವ ಯೋಗಿಯ ನೊಡಿಲ್ಲಿ
ಲೇಖಕರು: ಪಿ.ಸಾಯಿನಾಥ್,ಅನು: ಟಿ.ಎಲ್. ಕೃಷ್ಣೇಗೌಡ ರೂ.15

ನೀರ ಮೇಲಣ ಗುಳ್ಳೆ – ಜಾಗತಿಕ ಹಣಕಾಸು ಬಿಕ್ಕಟ್ಟು ಕುರಿತು
ಲೇ:ಪ್ರೊ. ಪ್ರಭಾತ್ ಪಟ್ನಾಯಕ್, ಸಂಗ್ರಹ–ಅನುವಾದ: ವೇದರಾಜ ಎನ್. ಕೆ. ರೂ.50

ಮಹಾತ್ಮ ಮತ್ತು ಗುರುದೇವ ಸಂವಾದ–ದೇಶ ಕಟ್ಟುವ ಕನಸು ಕಾಣ್ಕೆಗಳು
ಸಂ: ಎಸ್. ಶಿವಾನಂದ ರೂ.225

ಮಲಪ್ರಭೆಯ ಮಡಿಲಿನಿಂದ ಸಿಡಿದೆದ್ದ ರೈತ
ಲೇ:ಬಿ.ಎಸ್.ಸೊಪ್ಪಿನ ರೂ.70

ರಥಿಕ ಸಾರಥಿ ಸಂವಾದ (ಭಗವದ್ಗೀತೆಯ ಭೌತವಾದಿ ವ್ಯಾಖ್ಯಾನ)
ಲೇ:ವಿ.ಎಂ.ಮೋಹನರಾಜ್ ಅನು:ಡಾ.ಮಹಾಬಲೇಶ್ವರ ರಾವ್ ರೂ.110

ವ್ಯಕ್ತಿ–ವಿಚಾರ

ಸಹಯಾನ
ಸಂಪಾದಕರು: ಎಂ. ಜಿ. ಹೆಗಡೆ ರೂ.50

ಜ್ಯೋತಿ ಬಸು ಅಧಿಕೃತ ಜೀವನ ಚರಿತ್ರೆ
ಮೂಲ: ಸುರಭಿ ಬ್ಯಾನರ್ಜಿ, ಅನು: ರಾಹು ರೂ.250

ಹೀಗೆಂದರು ಭಗತ್‌ಸಿಂಗ್ ಮತ್ತು ಚೆ ಗೆವಾರ
ಸಂಗ್ರಹ ಅನುವಾದ: ದೀಪ್ತಿ ಬಿ. ರೂ.20

Capt. Laxmi - Memoirs and Tributes
Capt.Laxmi and Subhashini Ali Rs.75

ಫೈಜ್‌ನಾಮಾ
ಹಸನ್ ನಯೀಂ ಸುರಕೋಡ ರೂ.190

ಸ್ಯಾಮ್ ಅಂಕಲ್‌ಗೆ ಪತ್ರಗಳು ಮತ್ತು ಇತರ ಕಿಡಿಗೇಡಿ ಬರಹಗಳು
ಸಾದತ್ ಹಸನ್ ಮಂಟೋ ಅನು:ಹಸನ್ ನಯೀಂ ಸುರಕೋಡ ರೂ.140

ಪುಸ್ತಕ ಮಾಲಿಕೆಗಳು

ಭಾರತದ ಜನ ಇತಿಹಾಸ

ಪೂರ್ವೇತಿಹಾಸ
ಲೇ:ಇರ್ಫಾನ್ ಹಬೀಬ್, ಅನು:ಬಿ ಪ್ರದೀಪ್ ಬಿ ರೂ.80

ಸಿಂಧೂ ನಾಗರಿಕತೆ
ಲೇ:ಇರ್ಫಾನ್ ಹಬೀಬ್, ಅನು:ಬಿ ಪ್ರದೀಪ್ ಬಿ ಮತ್ತು ಎಚ್.ಎಸ್.ಜೈಕುಮಾರ್ ರೂ.135

ವೈದಿಕ ಯುಗ
ಲೇ:ಇರ್ಫಾನ್ ಹಬೀಬ್, ವಿಜಯಕುಮಾರ್ ಠಾಕುರ್
ಅನು:ಸಿ ಚಂದ್ರಪ್ಪ ಮತ್ತು ಬಿ ಪ್ರದೀಪ್ ರೂ.100

ಮೌರ್ಯರ ಕಾಲದ ಭಾರತ
ಲೇ:ಇರ್ಫಾನ್ ಹಬೀಬ್, ವಿವೇಕಾನಂದ ಝಾ
ಅನು:ನಗರಗೆರ ರಮೇಶ್ ರೂ.160

ಭಾರತದ ಆರ್ಥಿಕತೆ 1858–1914
ಲೇ:ಇರ್ಫಾನ್ ಹಬೀಬ್, ಅನು:ಕೆ.ಎಮ್.ಲೋಕೇಶ್ ರೂ.180

ಕಬ್ಬಿಣದ ಯುಗ ಮತ್ತು ಧಾರ್ಮಿಕ ಕ್ರಾಂತಿ ಕ್ರಿ.ಪೂ.700–350
ಲೇ:ಕೃಷ್ಣ ಮೋಹನ್ ಶ್ರೀಮಾಲಿ ಅನು:ನಾ. ದಿವಾಕರ (ಬರಲಿದೆ)

ನಿಮಗೆ ತಿಳಿದಿರಲಿ

ಡಿಡಿ ಕೊಸಾಂಬಿ
ಸಂ: ವಸಂತರಾಜ ಎನ್. ಕೆ. ರೂ.85

ಆಧುನಿಕೋತ್ತರವಾದ (ಪೋಸ್ಟ್ ಮಾರ್ಡನಿಸಂ)
ಐಜಾಝ್ ಅಹ್ಮದ್ ಅನು: ಪ್ರಕಾಶ್ ಕೆ. ರೂ.75

ಗಲ್ಫ್ ಯುದ್ಧ : 1990–91 (ಸಾಮ್ರಾಜ್ಯಶಾಹಿಯ ಪುನರಾಗಮನ)
ಬಾರ್ಕೂರು ಉದಯ ರೂ.150

ಸೋವಿಯೆತ್ ಒಕ್ಕೂಟ
ವಸಂತರಾಜ ಎನ್.ಕೆ ರೂ.80

ಸ್ಯಾಂಪಲ್ ಓದು

ಕ್ಯೂಬಾ ಕ್ರಾಂತಿ ಮತ್ತು ಮನುಕುಲದ ಪ್ರಗತಿ– ಕ್ಯಾಸ್ಟ್ರೋ
ಮೂಲ: ಫೀಡೆಲ್ ಕ್ಯಾಸ್ಟ್ರೋ ಭಾಷಣ ಅನು: ರವಿಕುಮಾರ್ ಕೆ.ಎಸ್ ರೂ.20

ಕಥೆ–ಕಾದಂಬರಿ–ಕವನ–ವಿಮರ್ಶೆ

ದಶರಥನ ವನವಾಸ
ಲೇ: ಚಿತ್ರಾ ಮುದ್ಗಲ್, ಅನು: ಆರ್.ಪಿ. ಹೆಗಡೆ ರೂ.90

ಸೂಫಿ ಕಥಾಲೋಕ
ಕನ್ನಡಕ್ಕೆ: ಪ್ರೊ. ಬಿ. ಗಂಗಾಧರಮೂರ್ತಿ ರೂ.140

ಬಿ ನೆಗೆಟಿವ್–ನೋವಿನೊಂದು ಮೂಟೆ
ಲೇ: ರವಿಕುಮಾರ್ ಕೆ ಎಸ್ ರೂ.20

ಜ್ಯೋತಿಯೊಳಗಣ ಕಾಂತಿ
ಲೇ: ನೀಲಾ ಕೆ ರೂ.75

ಒಡಲ ಬೆಂಕಿ
ಸಂಪಾದಕರು: ವಿಠ್ಠಲ ಭಂಡಾರಿ ರೂ.10

ಬಿರುಕು ಬಿಟ್ಟ ಗೋಡೆ
ಕೆ.ಎಸ್.ರವಿಕುಮಾರ್ ರೂ.25

ಆಯೀಷಾ
ಮೂಲ: ಆರ್. ನಟರಾಜನ್, ಅನು: ಎಸ್.ಬಿ.ಗಂಗಾಧರ ರೂ.15

ವಿಮರ್ಶೆಯ ಸವಾಲುಗಳು
ಎಸ್. ಶಿವಾನಂದ ರೂ.140

ಬಾವುಟದ ಬಟ್ಟೆ
ಹುಲಿಕಟ್ಟಿ ಚನ್ನಬಸಪ್ಪ ರೂ.40

ಆರೋಗ್ಯ

ಜನಾರೋಗ್ಯದ ಸವಾಲುಗಳು
ಲೇಖಕರು: ಡಾ. ಪ್ರಕಾಶ ಸಿ. ರಾವ್ ರೂ.60

ನಿಮ್ಮ ಆರೋಗ್ಯ, ನಿಮ್ಮ ಕೈಯಲ್ಲಿ
ಲೇಖಕರು: ಡಾ. ಪ್ರಕಾಶ ಸಿ. ರಾವ್ ರೂ.60

ದೃಶ್ಯಕಲೆಗಳು

ಚಿತ್ರ–ಕತೆ : ಜಗತ್ತಿನ ಸಿನೆಮಾಗಳ ಅವಲೋಕನ,
ಲೇಖಕರು:ಎ.ಎನ್.ಪ್ರಸನ್ನ ರೂ.140

ವ್ಯಂಗ್ಯ(ವಿ)ಚಿತ್ರ ಸಂಕಲನ
ಪಿ.ಮಹಮ್ಮದ್ ರೂ.140